महाराष्ट्रातील सर्व विद्यापीठातील वाणिज्य शाखेचे अभ्यासक, प्राध्यापक, पदवी तसेच स्पर्धा परीक्षार्थी यांच्यासाठी अत्यंत उपयुक्त ग्रंथ!

व्यावसायिक उद्योजकता

Business Entrepreneurship

प्रा. रवीन्द्र कोठावदे

डायमंड पब्लिकेशन्स

व्यावसायिक उद्योजकता

प्रा. रवीन्द्र कोठावदे

Vyavsayik Udyojakata

Prof. Raveendra Kothavade

प्रथम आवृत्ती : डिसेंबर, २०१६

ISBN : 978-93-86401-01-4

© डायमंड पब्लिकेशन्स

मुखपृष्ठ
शाम भालेकर

अक्षरजुळणी
मानसी घाणेकर

प्रकाशक
डायमंड पब्लिकेशन्स
२६४/३ शनिवार पेठ, ३०२ अनुग्रह अपार्टमेंट
ओंकारेश्वर मंदिराजवळ, पुणे-४११ ०३०
☎ ०२०-२४४५२३८७, २४४६६६४२
info@diamondbookspune.com

आॅनलाईन पुस्तक खरेदीसाठी भेट द्या
www.diamondbookspune.com

प्रमुख वितरक
डायमंड बुक डेपो
६६१ नारायण पेठ, अप्पा बळवंत चौक
पुणे-४११ ०३० ☎ ०२०-२४४८०६७७

I will fly

I am born with potential
I am born with goodness
I am born with ideas and dreams
I am born with greatness
I am born with confidence
I am born with wings
So, I am not made for crawlling
I have wings
I will fly, fly, fly....

Dr. A. P. J. Abdul Kalam

मनोगत

स्टार्ट-अप इंडियाच्या निमित्ताने उद्योजकता विकासाबाबत सध्या बरीच चर्चा होत आहे. आर्थिक विकास घडून येण्यासाठी उद्योजकता विकासाची नितांत गरज असते. भांडवल, नियोजन आणि अंमलबजावणी हे तीन घटक आर्थिक विकास घडून येण्यासाठी आवश्यक असतात. उपलब्ध साधनसामग्रीच्या आधारे, परिस्थितीस अनुसरून, सभोवतालच्या वातावरणाचा अंदाज घेत घेत व्यापार, उद्योग, वस्तुनिर्मिती किंवा व्यापारी सेवा यांच्या माध्यमातून विकासाकडे वाटचाल करावी लागते. अर्थात, ह्यासाठी 'योजक' किंवा 'उद्योजक' असावा लागतो. समाजात उद्योजकांची जेवढी जास्त संख्या असेल तेवढ्या प्रमाणात आर्थिक विकासाचा वेग वाढतो. याविषयी सर्वंकष विश्लेषण व चिंतन होणे आवश्यक वाटते. याच विषयास अनुसरून डायमंड पब्लिकेशन्सतर्फे प्रकाशित करण्यात आलेल्या 'व्यावसायिक उद्योजकता' या पुस्तकातून महत्त्वपूर्ण गोष्टींवर प्रकाश टाकण्याचा प्रयत्न करण्यात आला आहे.

उद्योजकता क्षेत्रात प्रवेश करणाऱ्या व्यक्तींनी कोणत्या प्रकारची पूर्वतयारी करणे आवश्यक आहे, या प्रश्नाचे उत्तर सदर पुस्तकात अतिशय सुलभ आणि ओघवत्या शैलीतून देण्याचा प्रयत्न केला आहे. येथे केवळ पुस्तकीय विचार मांडले नसून आजच्या उद्योजकतेला पूरक असणारी विविध तंत्रे आणि त्यांचे पैलू हाताळले आहेत. निवडक उद्योजकांच्या कर्तृत्वाचा आढावा प्रेरणादायी ठरेल. त्यामुळे हे पुस्तक उद्योजकांक्षी विद्यार्थी व अभ्यासक यांच्याबरोबर उद्योजकांनादेखील उपयुक्त ठरणारे आहे.

'उद्योजकता शिक्षण' हे विद्यापीठीय स्तरावर मान्यता पावत आहे. युवा पिढीला ही प्रोत्साहन देणारी गोष्ट ठरत आहे. या विषयाचा सर्वांगीण अभ्यास होणे गरजेचे आहे. आर्थिक उदारीकरण, जागतिकीकरण आणि खासगीकरण या त्रिसूत्रीमुळे व्यक्तिगत आणि सामूहिक स्वरूपाच्या नवनव्या व्यावसायिक संधी उपलब्ध होत आहेत. मात्र, त्यांना सामोरे जाण्यासाठी सुयोग्य मानसिकता विकसित होणे गरजेचे आहे. 'आधुनिक व्यवसाय' ही बौद्धिक क्षमता वाढीला लावणारी क्रिया ठरत आहे.

या पुस्तकातील विषयांची तपशीलवार मांडणी, ओघवती निवेदनशैली आणि वाचनीय भाषा यामुळे या पुस्तकाची उपयुक्तता तर वाढेलच पण त्यासोबतच समाजातील उद्योजकीय संस्कृतीचे महत्त्वदेखील वाढीस लागेल. उद्योजकतेविषयीची मौलिक माहिती उद्योजकांक्षी समाजापर्यंत पोहोचविणारे हे पुस्तक प्रकाशित केल्याबद्दल डायमंड पब्लिकेशन्सचे श्री. दत्तात्रेय पाष्टे यांचे मन:पूर्वक आभार!

प्रा. रवीन्द्र कोठावदे

अनुक्रम

१. लघुउद्योग
(Small Scale Industries)

प्रस्तावना

स्वातंत्र्यापासून भारतीय अर्थव्यवस्थेचे ठळक वैशिष्ट्य आहे ते म्हणजे लघुउद्योग क्षेत्राची होणारी अत्यंत वेगवान वाढ. १९४८ आणि १९५६च्या औद्योगिक धोरण ठरावात, कमी भांडवल गुंतवणूक करून जादा रोजगार निर्मिती करणारे क्षेत्र म्हणून लघुउद्योगांना विशेष महत्त्व देण्यात आले. १९७७च्या औद्योगिक धोरणात लघुउद्योगांना खास स्थान देण्यात आले. १९५०मध्ये शासनाने लघुउद्योगांची दोन भागात विभागणी केली. एक म्हणजे, विजेचा वापर करणारे परंतु ५० पेक्षा कमी कर्मचारी नेमणारे लघुउद्योग आणि दुसरे म्हणजे, विजेचा वापर न करणारे परंतु १०० पेक्षा कमी कर्मचारी नेमणारे लघुउद्योग. मात्र, पाच लाख रुपयांपेक्षा कमी अशी सर्वच लघुउद्योगांना तेव्हा गुंतवणूक मर्यादा होती. टप्प्या-टप्प्याने ह्या गुंतवणूक मर्यादांमध्ये कसे कसे बदल होत गेले ते ह्या प्रकरणातील तक्त्यावरून लक्षात येईल.

लघुउद्योग – अर्थ आणि व्याख्या

लघुउद्योग म्हणजे काय ?

वास्तविक लघुउद्योगाचे विविध प्रकार आढळतात. लघुउद्योगाची व्याख्या विविध देशात वेगवेगळ्या पद्धतीने केली जाते. अगदी एकाच देशात ह्या व्याख्येत वेळोवेळी बदल होतात. देशातील विकासाचा टप्पा आणि रचना, शासकीय धोरण आणि प्रशासकीय रचना ह्यांचा परिणाम लघुउद्योग व्याख्येवर होत असतो आणि म्हणूनच ७५ देशातून ५० लघुउद्योगांच्या वेगवेगळ्या व्याख्या आढळतात. ह्या सर्व व्याख्या भांडवल गुंतवणूक अथवा रोजगार अथवा हे दोन्ही निकष अथवा अन्य निकष वापरून केलेल्या आहेत. अर्थातच आपण येथे भारतातील लघुउद्योगाच्या कायदेशीर उगमाचा आणि व्याख्यांचा विचार करणार आहोत.

१९५०मध्ये राजकोषीय कमिशनने (Fiscal Commission) सर्वप्रथम लघुउद्योगाची व्याख्या केली. त्यानुसार १० ते ५० कर्मचारी नेमून चालवलेला उद्योग म्हणजे लघुउद्योग. देशामध्ये लघुउद्योगांची वाढ व्हावी म्हणून शासनाने मध्यवर्ती लघुउद्योग संघटना (Central Small-Scale Industries Organization) आणि लघुउद्योग मंडळ (Small-Scale Industries Board) १९५५मध्ये स्थापन केले. ५–६ जानेवारी, १९५५ रोजी झालेल्या लघुउद्योग मंडळाच्या सभेमध्ये लघुउद्योगाची व्याख्या निश्चित करण्यात आली. ती पुढीलप्रमाणे –

'विजेचा वापर होत असेल तर ५० पेक्षा कमी कर्मचारी आणि विजेचा वापर होत नसेल तर १०० पेक्षा कमी कर्मचारी नेमणारा आणि भांडवली मालमत्तेमध्ये ५ लाख रुपयांपर्यंत गुंतवणूक करणारा उद्योग म्हणजे लघुउद्योग होय.' लघुउद्योग संकल्पनेच्या व्याख्येत टप्प्या-टप्प्याने झालेले बदल खालील तक्त्यावरून स्पष्ट होतील.

तक्ता क्र. १.१ : लघुउद्योग व्याख्या : दृष्टिक्षेप

वर्ष	गुंतवणूक निकष		रोजगार निकष
	लघुउद्योग	पूरक उद्योग	
१९५८ पर्यंत	५ लाख रुपयांपर्यंत स्थिर भांडवली गुंतवणूक	लघुउद्योगांप्रमाणेच	वीज वापर असल्यास ५०पर्यंत आणि वीज वापर नसल्यास १००पर्यंत कर्मचारी.
१९५९	यंत्रसामग्री नवीन असो वा जुनी असो, यंत्रसामग्रीची मूळ किंमत त्याचे मूल्य म्हणून गृहीत धरण्यात आले.	लघुउद्योगांप्रमाणेच	वीज वापर असल्यास ५०पर्यंत आणि वीज वापर नसल्यास १००पर्यंत कर्मचारी.
१९६०	स्थिर मालमत्तेचे ढोबळ मूल्य ५ लाख रुपयांपर्यंत	स्थिर मालमत्तेचे ढोबळ मूल्य १० लाख रुपयांपर्यंत	रोजगार निकष काढून टाकण्यात आला.
१९६६	७.५ लाख रुपये	१० लाख रुपये	रोजगार निकष काढून टाकण्यात आला.
१९७५	१० लाख रुपये	१५ लाख रुपये	रोजगार निकष काढून टाकण्यात आला.
१९८०	२० लाख रुपये	२५ लाख रुपये	रोजगार निकष काढून टाकण्यात आला.
१९८५	३५ लाख रुपये	४५ लाख रुपये	रोजगार निकष काढून टाकण्यात आला.
१९९०	६० लाख रुपये	७५ लाख रुपये	रोजगार निकष काढून टाकण्यात आला.
१९९७	३ कोटी रुपये	३ कोटी रुपये	रोजगार निकष काढून टाकण्यात आला.
२०००	१ कोटी रुपये	१ कोटी रुपये	रोजगार निकष काढून टाकण्यात आला.

दि. २ ऑक्टोबर, २००६ पासून एम. एस.एम.ई.डी. ॲक्ट, २००६ नुसार (Micro, Small and Medium Enterprises Development Act, 2006) संयंत्र (Plant) आणि यंत्रसामग्री (Machinery) अथवा साधनांमधील (Equipment) गुंतवणूक मर्यादा खालील तपशिलाप्रमाणे निश्चित करण्यात आली.

तक्ता क्र. १.२ : साधनांमधील गुंतवणूक मर्यादा

उद्योगाचे स्वरूप	उत्पादन अथवा उत्पादन प्रक्रिया अथवा मालाची सुरक्षित जोपासना करणाऱ्या उद्योगात जमीन आणि इमारत वगळता संयंत्र आणि यंत्रसामग्रीमधील गुंतवणूक	सेवा देणाऱ्या/पुरविणाऱ्या उद्योगात जमीन आणि इमारत वगळता साधनांमधील गुंतवणूक (कर्ज १ कोटी रुपयांपर्यंत)
मायक्रोउद्योग	२५ लाख रुपयांपर्यंत	१० लाख रुपयांपर्यंत
लघुउद्योग	२५ लाख रुपयांपेक्षा अधिक परंतु ५ कोटी रुपयांपर्यंत	१० लाख रुपयांपेक्षा अधिक परंतु २ कोटी रुपयांपर्यंत
मध्यम आकाराचे उद्योग	५ कोटी रुपयांपेक्षा अधिक परंतु १० कोटी रुपयांपर्यंत	२ कोटी रुपयांपेक्षा अधिक परंतु ५ कोटी रुपयांपर्यंत

लघुउद्योगांचा उत्पादन पल्ला (Product range of SSI)

खरं तर लघुउद्योगांना उत्पादनांचा प्रचंड वाव आहे; तेही अशा उत्पादनांची मालिका की, ज्यात तुलनेने कमी जटिल तंत्रज्ञानाचा अवलंब केला जातो. लघुउद्योगांना करता येणाऱ्या उत्पादनांची यादी अथवा देता येणाऱ्या सेवांची खूप मोठी यादी देता येईल. त्यांपैकी ठळक खालीलप्रमाणे –

- उत्पादन उपक्रम
- सर्व्हिसिंग / दुरुस्ती उपक्रम
- किरकोळ विक्री उपक्रम
- वित्तीय उपक्रम
- घाऊक व्यवसाय
- बांधकाम व्यवसाय
- वाहतूक, दळणवळण आणि अन्य सार्वजनिक उपयोगाच्या सेवांसारखे आधारभूत उपक्रम.

लघुतम, पूरक आणि कुटीरोद्योग (Tiny, Ancillary and Cottage Industries)

लघुतम उद्योगातील संयंत्र आणि यंत्रसामग्री यातील गुंतवणूक मर्यादा २ लाख रुपयांवरून ५ लाख रुपयांपर्यंत करण्यात आली आहे तर पूरक उद्योगातील गुंतवणूक ४५ लाख रुपयांवरून ७५ लाख रुपयांपर्यंत करण्यात आलेली आहे.

लघुतम, पूरक उद्योग आणि कुटीरोद्योग अर्थव्यवस्थेमध्ये फार मोठा हातभार लावतात. विशेष म्हणजे

स्थानिक पातळीवरच लोकांना रोजगार उपलब्ध होतो. स्थानिक कच्चा माल व अन्य संसाधनांचा विनियोग चांगल्या पद्धतीने केला जातो.

लघुउद्योगांची भारतीय अर्थव्यवस्थेतील भूमिका (Role of Small-Scale Industries in Indian Economy)

मोठ्या उद्योगांकडून स्पर्धा असून आणि शासनाकडून फारसे प्रोत्साहनात्मक साहाय्य उपलब्ध नसतानासुद्धा स्वातंत्र्यकाळापासून लघुउद्योगांनी रोजगार आणि वृद्धी यांचा उच्च दर राखून भारतीय अर्थव्यवस्थेत अत्यंत महत्त्वाची भूमिका बजावली आहे. नोंदणी झालेल्या लघुउद्योगांच्या वाढत्या आकडेवारीवरून हे सहज लक्षात येईल. विशेषत: गेल्या दशकात लघुउद्योगांनी विशेष प्रगती केलेली आहे. पूर्वी केवळ उपभोग वस्तू (Consumer goods) बनविणारे लघुउद्योग आता इलेक्ट्रॉनिक्स कन्ट्रोल सिस्टम, मायक्रो-वेव्ह कॉम्पोनन्ट्स, इलेक्ट्रो-मेडिकल इक्विपमेंट, टी. व्ही. संच, इत्यादींसारखी सुविकसित (Sophisticated) आणि अचूक (Precision) वस्तूंचे उत्पादन करू लागले आहेत.

२००१-०२च्या प्रगणनेत असे निदर्शनास आले की ९७.२% लघुउद्योग हे वैयक्तिक मालकीचे होते तर केवळ १.३% भागीदारीत आणि खासगी कंपनी प्रकारात तर केवळ ०.५% आणि सहकारी तत्त्वावर फक्त ०.१% होते. दुसऱ्या शब्दांत सांगायचे तर वैयक्तिक मालकी स्वरूपाच्या लघुउद्योगांचे वर्चस्व आहे.

लघुउद्योगातील उत्पादन, रोजगार आणि निर्यात ह्या संदर्भातील तुलनात्मक आकडेवारी खालील तक्त्यात दिलेली आहे. त्यावरून लघुउद्योगाचे भारतीय अर्थव्यवस्थेतील योगदानावर प्रकाश पडेल.

तक्ता क्र. १.३ : लघुउद्योगातील उत्पादन, रोजगार आणि निर्यात

वर्ष	युनिट संख्या (लाखात)			उत्पादन (कोटी रुपये) चालू किमतीनुसार	१९९३-९४च्या किमतीनुसार	रोजगार (लाखात)	निर्यात (कोटी रुपये) चालू किमतीनुसार
	नोंदणीकृत	अनोंदणीकृत	एकूण				
१९९४-९५	११.६१	६७.९९	७९.६०	१,२२,१५४	१,०८,७७४	१९१.४०	२९,०६८
१९९५-९६	११.५७	७१.२७	८२.८४	१,४७,७१२	१,२१,१७५	१९७.९३	३६,४७०
१९९६-९७	११.९९	७४.२२	८६.२१	१,६७,८०५	१,३४,३९२	२०५.८६	३९,२४८
१९९७-९८	१२.०४	७७.६७	८९.७१	१,८७,२१७	१,४६,२६३	२१३.१६	४४,४४२
१९९८-९९	१२.००	८१.३६	९३.३६	२,१०,४५४	१,५७,५२५	२२०.०५	४८,९७९
१९९९-००	१२.३२	८४.८३	९७.१५	२,३३,७६०	१,७०,३७९	२२९.१०	५४,२००
२०००-०१	१३.१०	८८.००	१०१.१०	१,६१,२९७	१,३४,४०१	२३८.७३	६९,७९७
२००१-०२	१३.७५	९१.४६	१०५.२१	२,८२,२७०	१,९५,६१३	२४९.३३	७१,२४४
२००२-०३	१४.६८	९५.४२	११०.१०	३,१४,८५०	३०,६७७	२६०.२१	८६,०१३
२००३-०४	१५.५४	९८.४१	११३.९५	३,६४,५४७	३,३६,३४४	२७१.४२	९७,६४४
२००४-०५	१६.५७	१०२.०२	११८.५९	४,२९,७९६	३,७२,९३८	२८२.५७	१,२४,४१७
२००५-०६	१८.७०	१०४.७०	१२३.४०	४,९७,८८६	४,१८,८८४	२९४.९१	१,५०,२४२
२००६-०७	–	–	१२८.४४	५,८५,११२	४,७१,६६३	३१२.५२	१,७७,६००
२००७-०८	–	–	१३३.६८	६,९५,१२६	५,३२,९७९	३२२.२८	–
	सूक्ष्म, लघु आणि मध्यम आकाराच्या उद्योगातील उत्पादन, रोजगार आणि निर्यात						
२००६-०७	–	–	३६१.७६	१३,५१,३८३	N.A.	८०५.२३	६७,९१४*
२००७-०८	–	–	३७७.३७	१४,३५,१७९	N.A.	८४२.२३	N.A.
२००८-०९	–	–	३९३.७०	१५,२४,२३५	N.A.	८८१.१४	N.A.
२००९-१०	–	–	४१०.८२	१६,१९,३५६	N.A.	९२२.१९	N.A.
२०१०-११	–	–	४२८.७७	१७,२१,५५३	N.A.	९६५.६९	N.A.
२०११-१२	–	–	४४७.७३	१८,३४,३३२	N.A.	१०१२.५९	N.A.

*२००६-०७ची निर्यात आकडेवारी सूक्ष्म, लघु आणि मध्यम आकाराच्या उद्योगांच्या ४ थ्या प्रगणेतून (२०११)

(संदर्भ : लघुउद्योग मंत्रालयाचे आर्थिक सर्वेक्षण (२००७-०८) आणि सूक्ष्म, लघु आणि मध्यम उद्योग मंत्रालयाचा वार्षिक अहवाल (२०१२-१३))

वरील आकडेवारीवरून हे निदर्शनास येते की, १९९४–९५ मधील ७९.६० लाख लघुउद्योगांची संख्या २००७–०८मध्ये १३३.६८ लाखांपर्यंत पोहचली, म्हणजेच वार्षिक सरासरी वृद्धीदर ४.१ टक्के होता. मात्र, त्यांचे उत्पादन (१९९३–९४च्या किमतीनुसार) १९९४–९५ मधील १,०९,११६ कोटी रुपयांवरून २००७–०८मध्ये ५,३२,९७९ कोटी रुपयांपर्यंत वाढले, म्हणजेच ह्या बाबतीत वार्षिक सरासरी वृद्धीदर मात्र १३.० टक्के होता. लघुउद्योगांमधील वाढीमुळे परिणाम असा झाला की, विशेषत: अनोंदणीकृत लघुउद्योगातून १९९४–९५मध्ये १९१.४० लाख रोजगार संधी उपलब्ध होत्या, त्यात वाढ होऊन २००७–०८मध्ये ह्या संधी ३२२.२८ लाखांपर्यंत पोहचल्या. म्हणजेच वृद्धीचा वार्षिक दर ४.०७ टक्के होता. निर्यातीबाबत बोलायचे झाले तर १९९४–९५ मधील निर्यात २९,०६८ कोटी रुपये होती, ती २००६–०७मध्ये १,७७,६०० कोटी रुपयांवर पोहचली. म्हणजेच वृद्धीचा वार्षिक दर १६.२६ टक्के होता. एकूण विचार करता १९९४–९५ ते २००७–०८ या कालावधीत लघुउद्योग क्षेत्रात उत्पादन १३.०० टक्क्यांनी (स्थिर किमतीला), रोजगार ४.०७ टक्क्यांनी तर निर्यात १६.२६ टक्क्यांनी वाढली. ही बाब खचितच प्रशंसनीय प्रगतीची आहे.

२००६–०७ पासून लघुउद्योग मंत्रालयाचे नामकरण 'सूक्ष्म, लघु आणि मध्यम उद्योग मंत्रालय' (Ministry of Micro, Small and Medium Enterprises) असे करण्यात आले. लहान प्रमाणात चालवल्या जाणाऱ्या सेवा उद्योगांचासुद्धा समावेश MSME क्षेत्रात करण्यात आला आहे. २००९–१०मध्ये ह्या मंत्रालयाने प्रसिद्ध केलेल्या आपल्या वार्षिक अहवालात उत्पादन आणि सेवा अशा दोन्ही क्षेत्रातील संमिश्र आकडेवारी दिलेली आहे. उत्पादनविषयक आकडेवारीसुद्धा केवळ लघुउद्योगांची नव्हे तर MSMEची दिलेली आहे आणि म्हणूनच वरील तक्त्यात दुसऱ्या भागात दिलेल्या २००६–०७ पासूनच्या आकडेवारीची तुलना आधीच्या आकडेवारीशी केलेली नाही. चौथ्या प्रगणनेनुसार MSME क्षेत्रातील उत्पादन उद्योग ६७ टक्के तर ३३ टक्के सेवा क्षेत्रातील आहेत.

लघुउद्योगाची वेगवान वृद्धी ही आपल्या देशाच्या राष्ट्रीय आर्थिक धोरणाच्या दृष्टीने अत्यंत मोठी समर्पकता असलेली बाब आहे.

लघुउद्योग क्षेत्राचे लाभ

- राष्ट्रीय उत्पन्नात भरीव योगदान
- रोजगार निर्मिती
- अल्प भांडवल गुंतवणूक
- तुलनेने अल्प कौशल्याची गरज
- आयातीवर फार अवलंबून नाही
- जलद उत्पन्न
- उद्योगांच्या विकेंद्रीकरणामुळे प्रादेशिक समतोल
- संपत्तीचे अधिक चांगले वितरण
- संसाधनांचा अधिक चांगला वापर
- नवनिर्मितीस प्रोत्साहन
- आर्थिक स्पर्धेस प्रोत्साहन
- मोठ्या उद्योगांना साहाय्यभूत

लघुउद्योगाच्या समस्या (Problems of Small Scale Industries)

१) कच्च्या मालाची समस्या (Problem of Raw Material) : एक प्रमुख समस्या लघुउद्योगांना भेडसावते ती म्हणजे कच्चा माल प्राप्त करणे. ह्या समस्येच्या तीन बाजू पुढीलप्रमाणे आहेत – अ) संपूर्ण तुटवडा ब) कच्च्या मालाचा सुमार दर्जा आणि क) प्रचंड किंमत. पूर्वी बहुतेक लघुउद्योग स्थानिक पातळीवर उपलब्ध होणाऱ्या कच्च्या मालाचा वापर करून उत्पादन करायचे. परंतु, आधुनिक काळातील लघुउद्योग आता सुविकसित उत्पादने बनवायला लागल्यामुळे कच्च्या मालाची समस्या ही उत्पादन प्रयत्नातील गंभीर व जटिल समस्या होऊन बसली आहे. विशेषत: जे लघुउद्योग आयात केलेला कच्चा माल उत्पादनात वापरतात त्यांना ही समस्या जास्तच गंभीर असते. एक तर, आयात कच्च्या मालासाठी लागणाऱ्या परकीय चलनाची समस्या असते नाही तर अन्य काही समस्या असतात. स्थानिक पातळीवरील कच्च्या मालाच्या पुरवठ्यावर अवलंबून असणाऱ्या लघुउद्योजकांनासुद्धा अन्य काही समस्यांना तोंड द्यावे लागते.

२) वित्त समस्या (Problem of Finance) : लघुउद्योगातील वित्त समस्या प्रामुख्याने दोन कारणांमुळे असते. पहिले म्हणजे अंशत: संपूर्ण देशातच भांडवलाचा तुटवडा असणे आणि दुसरे म्हणजे अंशत: देशातील लघुउद्योगांची पतपात्रता (creditworthiness) कमकुवत असणे. त्यांच्या कमकुवत आर्थिक पायामुळे, व्यापारी बँका आणि वित्तीय संस्था यांचेकडून वित्तीय साहाय्य प्राप्त करणे त्यांना अवघड जाते. परिणामत: त्यांना सावकारांकडून जादा व्याजदराने कर्ज घ्यावे लागते आणि ते त्यांची पिळवणूक करणारे असते.

३) विपणनाची समस्या (Problem of Marketing) : सामोरे जावे लागणाऱ्या लघुउद्योगांच्या समस्यांपैकी एक प्रमुख समस्या म्हणजे विपणन. ह्या लघुउद्योगांकडे सहसा कोणतीही विपणन संघटना नसते. परिणामत: अत्यंत प्रतिकूलतेने लघुउद्योगांच्या उत्पादनांची तुलना मोठ्या उद्योगातील उत्पादनांशी केली जाते आणि म्हणूनच तुलनात्मक नुकसानाचा (म्हणजेच मोठ्या उद्योगामुळे) फटका लघुउद्योगांना बसतो. पूरक उद्योगांनासुद्धा समस्यांना सामोरे जावे लागते. उदा. त्यांच्या प्रमुख उद्योगांकडून विलंबाने मिळणारे पेमेंट; प्रमुख उद्योगांकडून प्राप्त होणारे अपुरे तांत्रिक साहाय्य, गुणवत्ता न पाळणे आणि डिलिव्हरी वेळापत्रक न पाळणे. ह्यामुळे प्रमुख उद्योगांच्या कार्यक्रमात अडथळे येतात; योग्य किंमत पद्धतीचा अभाव आणि विनियामक कायदे (Regulatory laws) यांच्या अभावामुळेसुद्धा समस्या निर्माण होतात.

४) बाजारपेठेत विविधता आणण्यातील अपयश (Failure to Diversify Markets) : जर लघुउद्योगांना बाजारपेठेत विविधता आणण्यात अपयश आले आणि ते केवळ मोजक्याच ग्राहकांवर अवलंबून राहिले तर एखादा ग्राहक तुटण्यातूनसुद्धा उत्पन्नावर फार मोठा विपरीत परिणाम होऊ शकतो.

५) क्षमतेच्या कमी वापराची समस्या (Problem of Under-utilisation of Capacity) : क्षमतेच्या कमी वापराच्या समस्येचा मुख्य संबंध आहे लघुउद्योगांना उपलब्ध असलेल्या विजेच्या संदर्भातील अडचणीशी. थोडक्यात, ह्या समस्येचे दोन पैलू आहेत– एक म्हणजे, केवळ मागणी केली म्हणून लघुउद्योगांना वीजपुरवठा ताबडतोब झाला असे होत नाही आणि जेव्हा वीज उपलब्ध असते तेव्हा त्याचे मितवाटप (rationing) केले जाते आणि अगदी मोजक्या तासांसाठीच वीज उपलब्ध होते. दुसरे असे की, मोठ्या उद्योगांप्रमाणे लघुउद्योग अन्य पर्यायांचा विचार करू शकत नाहीत; उदा. स्वत:चे औष्णिक केंद्र

(thermal unit) उभारणे, कारण असे केंद्र उभारणे प्रचंड खर्चीक असते. आर्थिकदृष्ट्या लघुउद्योग दुर्बळ असल्याने त्यांना जी थोडी संसाधने उपलब्ध असतात त्यातच जास्तीत जास्त भागवावे लागते.

६) **वशिलेबाजी (Nepotism) :** स्वत:च्या नातलगांवरच कृपादृष्टी करण्यातून उद्योगाला अपयश येते, ही आणखी एक समस्या लघुउद्योगांच्या बाबतीत आढळते. एक खास उदाहरण म्हणजे पगारपत्रकावर कुटुंब सदस्यांची नावे असणे आणि त्यांना मोठ्या प्रमाणात वेतन देणे. मात्र, दुसरीकडे लघुउद्योगाला त्यांचे योगदान अगदीच नाममात्र असते. ह्याशिवाय काही लघुउद्योजकांच्या बाबतीत अशा कुटुंबीयांच्या महत्त्वाच्या निर्णयातील हस्तक्षेपामुळे लघुउद्योगांना आर्थिक फटका बसतो.

७) **अन्य समस्या (Other Problems) :** ह्या समस्यांमध्ये कालबाह्य तंत्रज्ञान, कच्च्या मालाचा अपुरा आणि अनियमित पुरवठा, संघटित बाजारपेठेच्या प्रणालींचा अभाव, बाजारपेठेच्या नेमक्या व अचूक माहितीचा अभाव, कृतींचे असंघटित स्वरूप, पतपुरवठ्याच्या अपुऱ्या सुविधा, आधारभूत सुविधांच्या उपलब्धतेतील अडथळे इ. आणि व्यवस्थापकीय आणि तांत्रिक कौशल्यांची कमतरता ह्यांचा समावेश होतो. लघुउद्योग स्थापन व्हावेत व त्यांचा विकास व्हावा ह्या दृष्टीने स्थापन झालेल्या साहाय्य करणाऱ्या संघटनांमध्ये आपापसात परिणामकारक समन्वय नाही. गुणवत्तेबद्दलची जागरूकता पुरेशा प्रमाणात निर्माण झालेली नाही. परिणामत: मोठ्या उद्योगांच्या तुलनेत लघुउद्योगांची किंमत, रचना ढासळून देशी-विदेशी बाजारपेठेत लघुउद्योगांना त्याचा फटका बसतो.

लघुउद्योगांच्या समस्या सोडविण्यासाठी उचललेली पावले (Steps taken to solve the problems of Small-Scale Industries)

आपापल्या परीने प्रत्येक लघुउद्योग चालविणारा उद्योजक ह्या समस्यांचे निराकरण करण्याचा प्रयत्न करीत असतोच. परंतु, विविध लघुउद्योग संघटना, चेंबर ऑफ कॉमर्स, इत्यादींच्या माध्यमातूनसुद्धा लघुउद्योगांच्या समस्या सोडविण्याचा प्रयत्न करतात. शासकीय पातळीवर लघुउद्योगांच्या समस्या सोडवणुकीसाठी आणि लघुउद्योगांच्या विकासासाठी अनेक संस्था कार्यरत आहेत. त्यांचा थोडक्यात आढावा येथे घेतला आहे.

शासकीय साहाय्य : विपणन व तांत्रिक

राज्य आणि केंद्र शासनाने आत्तापर्यंत लघु आणि मध्यम उद्योगांच्या विकासासाठी अनेक प्रयत्न केलेले आहेत. उद्योजकांना साहाय्य करण्यासाठी शासनाने अनेक संस्था स्थापन केल्या आहेत. त्यातील निवडक संस्था खालीलप्रमाणे आहेत–

- जिल्हा उद्योग केंद्रे (District Industries Centres - DICs)
- औद्योगिक वसाहती (Industrial Estates)
- लघुउद्योग विकास संघटना (Small Industries Development Organization - SIDO)
- लघुउद्योग सेवा संस्था (Small Industries Service Institute - SISI)
- लघुउद्योग विकास महामंडळ (Small Industry Development Corporation - SIDCO)
- उद्योजकीय मार्गदर्शन विभाग (Entrepreneurial Guidance Bureau - EGB)
- तरुण उद्योजकांची राष्ट्रीय संघटना (National Alliance of Young Entrepreneurs - NAYE)
- राष्ट्रीय उत्पादकता मंडळ (National Productivity Council - NPC)

- साहस भांडवल फंड (Venture Capital Funds - VCF)

अखिल भारतीय वित्त संस्थांमध्ये खालील संस्थांचा समावेश होतो –

- भारतीय औद्योगिक विकास बँक (Industrial Development Bank of India - IDBI)
- भारतीय औद्योगिक वित्त संस्था (Industrial Finance Corporation of India - IFCI)
- भारतीय औद्योगिक पत आणि गुंतवणूक महामंडळ (Industrial Credit and Investment Corporation of India - ICICI)

ह्या संस्थांनी अनेक तांत्रिक सल्लासेवा संघटना (Technical Consultancy Organizations - TCOs) स्थापन केलेल्या असून विविध मार्गांनी त्यासुद्धा उद्योजकांना साहाय्य करतात. लघुउद्योगांना मदत करण्यासाठी भारतीय लघुउद्योग विकास बँक (Small Industries Development Bank of India - SIDBI) स्थापन करण्यात आली. ह्याशिवाय खादी आणि ग्रामीण उद्योग मंडळ (Khadi and Village Industries Commission - KVIC), व्यापारी बँका, सहकारी बँका, एक्झिम बँक (EXIM Bank), राष्ट्रीय विज्ञान आणि तंत्रज्ञान उद्योजकता मंडळ (National Science and Technology Entrepreneurship Board) उद्योजकता विकासासाठी साहाय्य देतात.

वर उल्लेख केलेल्या विविध संस्था लघुउद्योगांच्या समस्या त्यांच्या कार्यांच्या माध्यमातून सोडवण्यासाठी हातभार लावतात. ह्या कार्यांची चर्चा खालील परिच्छेदातून केलेली आहे.

लघुउद्योग मंडळ (Small-Scale Industries Board - SSIB)

देशातील लघुउद्योगांच्या विकासासाठी सल्ला देण्याच्या उद्देशाने भारत सरकारने १९५४मध्ये लघुउद्योग मंडळाची स्थापना केली. ह्या संस्थेलाच मध्यवर्ती लघुउद्योग मंडळ (Central Small Industries Board) असेही म्हणतात. लघुउद्योगांच्या विकासात अनेक खाती/मंत्रालये आणि अनेक केंद्र/राज्य शासनाचे विभाग कार्य करतात. म्हणून समन्वय आणि आंतरसंस्था यांच्यात दुवा निर्माण व्हावा ह्यासाठी लघुउद्योग मंडळाची स्थापना करण्यात आली आहे. लघुउद्योगांच्या विकासाशी संबंधित सर्व बाबींवर शासनाला सल्ला देण्यासाठी 'शिखर सल्ला संस्था' (Apex advisory body) म्हणून ह्या संस्थेची स्थापना करण्यात आली आहे.

राज्य लघुउद्योग महामंडळ (State Small Industries Board)

विविध व्यावसायिक कार्ये हाती घेता यावीत ह्या दृष्टीने अनेक राज्यांनी लघुउद्योग महामंडळांची स्थापना केलेली आहे. ह्यामध्ये प्रामुख्याने पुढील उपक्रमांचा समावेश होतो – दुर्मीळ कच्च्या मालाचे वितरण, भाडे तत्त्वावर यंत्रसामग्री पुरवठा, औद्योगिक वसाहती निर्माण करून त्यांचे व्यवस्थापन करणे, शासकीय विभागांकडून ऑर्डर्स प्राप्त करणे, निर्यात विपणनात साहाय्य करणे आणि काही लघुउद्योगांच्या बाबतीत आर्थिक, तांत्रिक आणि व्यवस्थापकीय साहाय्य करणे इ.

लघुउद्योग विकास महामंडळ (Small Industries Development Corporation - SIDCO)

तमिळनाडूमध्ये SIDCO हे राज्य लघुउद्योग महामंडळ आहे. लघुउद्योग विकास क्षेत्रात ही संस्था महत्त्वाची भूमिका बजावते. ही संस्था लघुउद्योगांना खालील सुविधा उपलब्ध करून देते–

अ) औद्योगिक वसाहतीमध्ये ही संस्था शेड्स आणि प्लॉट्स उपलब्ध करून देते. यांची विक्री उद्योजकांना भाडे – तत्त्वावर केली जाते किंवा भाडे तत्त्वावर उपलब्ध करून दिली जाते.

ब) आपल्या विविध वितरण केंद्रांच्या माध्यमातून आयर्न व स्टील, पॅराफीन वॅक्स, पोटॅशियम क्लोरेट, फॅटी ॲसिड्स, इत्यादींसारखा दुर्मीळ कच्चा माल उपलब्ध करून देण्यात साहाय्य देणे.

क) मागासलेल्या भागातील औद्योगिक युनिट्सना वित्तीय साहाय्य अनुदानाच्या स्वरूपात उपलब्ध करून देणे. उदा. केंद्रीय गुंतवणूक अनुदान, राज्य भांडवल अनुदान, व्याजमुक्त विक्रीकर कर्ज, वीज प्रशुल्क अनुदान (Power tariff subsidy) आणि आजारी लघुउद्योगांना पुनर्वसनासाठी 'मार्जिन मनी साहाय्य' उपलब्ध करून देणे.

लघुउद्योग सेवा संस्था (Small Industries Service Institutes)

लघुउद्योग सेवा संस्थांची स्थापना अस्तित्वात असलेल्या आणि संभाव्य उद्योगांना सल्लासेवा आणि प्रशिक्षण देण्यासाठी लघुउद्योग सेवा संस्थांची स्थापना करण्यात आली. देशात अशा २८ संस्था असून ३० शाखा आहेत. त्यांची प्रमुख कार्ये खालीलप्रमाणे आहेत –

- राज्य व केंद्र शासनामधील दुवा म्हणून कार्य करणे.
- तांत्रिक साहाय्य सेवा देणे.
- उद्योजकता विकास प्रशिक्षण कार्यक्रमांचे आयोजन करणे.
- संवर्धनात्मक कार्य करणे.
- आर्थिक सल्लासेवा / माहिती / उद्योजकता विकास कार्यक्रम सल्लासेवा देणे.
- व्यापार आणि बाजारपेठ माहिती देणे.
- प्रकल्प अहवाल.
- राज्यातील औद्योगिक संभाव्यता सर्वेक्षण.
- जिल्ह्यातील औद्योगिक संभाव्यता सर्वेक्षण.
- आधुनिकीकरण आणि इन-प्लान्ट अभ्यास.
- कार्यशाळा (Workshop) सुविधा.
- विविध व्यापार/उपक्रमांचे प्रशिक्षण.

जिल्हा उद्योग केंद्रे (District Industries Centres - DICs)

लघुउद्योगांचा ग्रामीण भागात विकास व्हावा म्हणून मे १९७८मध्ये जिल्हा उद्योग केंद्रांची स्थापना झाली. जिल्हा पातळीवर उद्योजकांसाठी एक खिडकी एजन्सी म्हणून जिल्हा उद्योग केंद्रे कार्यान्वित झाली. एकाच छताखाली सेवा आणि साहाय्य उद्योजकांना जिल्हा उद्योग केंद्रे पुरवितात. राज्य आणि केंद्र शासनाच्या विविध योजनांची अंमलबजावणी करणारी ही केंद्रे आहेत. जिल्हा उद्योग केंद्रात लघुउद्योगांची नोंदणी केली जाते. लघुउद्योग संवर्धन आणि विकासाकरिता ही केंद्रे खालील कार्ये करतात.

- औद्योगिक संभाव्यता अभ्यास करून, तांत्रिक-आर्थिक पाहणी करून, उत्पादने शोधून उद्योजकांना गुंतवणूकविषयक सल्ला देणे.
- निश्चित केलेल्या योजनांसाठी परिणामकारक अंमलबजावणीसाठी कृती योजना तयार करणे.
- सुयोग्य यंत्रसामग्री व साधने निवडणे, आयात करावयाच्या यंत्रसामग्रीसाठी पुरवठादारांचे सुयोग्य स्रोत सुचविणे. कच्च्या मालाची गरज तपासून देणे.
- उद्योजकांकडून प्राप्त झालेल्या प्रस्तावांची योग्यता तपासून देणे.
- उद्योजकांना त्यांच्या वस्तूंचे विपणन करण्यास साहाय्य देणे. निर्यात करण्यासाठी साहाय्य देणे.

- लघुउद्योगांना योग्य उत्पादन विकासासाठी साहाय्य देणे.
- कारागीर प्रशिक्षण कार्यक्रम आयोजित करणे.
- आय. आर. डी. आणि ट्रायसेम कार्यक्रम अंमलबजावणीत तांत्रिक साहाय्य देण्यासाठी महत्त्वाची भूमिका बजावणे.

औद्योगिक वसाहती (Industrial Estates)

औद्योगिक वसाहती अन्य नावांनीसुद्धा ओळखल्या जातात. उदा. औद्योगिक उद्यान, औद्योगिक विभाग, औद्योगिक प्रदेश, औद्योगिक शहर, औद्योगिक भाग, औद्योगिक टाऊनशीप इ.

लघुउद्योजकांना एका महत्त्वाच्या समस्येला सामोरे जावे लागते. ती समस्या म्हणजे त्यांचे उत्पादन कार्य पार पाडण्यासाठी आवश्यक आधारभूत सेवा उपलब्ध असलेली सुविकसित जागा उपलब्ध नसणे. ह्या समस्येवर मात करण्यासाठी भारत सरकारने १९५५मध्ये औद्योगिक वसाहती स्थापन करण्याचा उपक्रम सुरू केला. भारतातील नियोजित औद्योगिक विकासामध्ये संतुलित आर्थिक विकासाचे साधन म्हणून औद्योगिक वसाहती महत्त्वाची भूमिका बजावतात.

राष्ट्रीय लघुउद्योग महामंडळ मर्यादित (National Small Industrial Corporation Ltd. - NSIC)

देशात लघुउद्योगांचा विकास व्हावा म्हणून ह्या महामंडळाची स्थापना १९५५मध्ये करण्यात आली. त्याची प्रमुख कार्ये खालीलप्रमाणे –

- लघुउद्योगांना भाडे-तत्त्वावर यंत्रसामग्री पुरविणे.
- साधने (equipment) लिजिंग तत्त्वावर देण्याची सुविधा देणे.
- लघुउद्योगांची उत्पादने निर्यात करण्यासाठी मदत करणे.
- यंत्र आणि साधनांचे नमुने विकसित करणे, व्यावसायिक उत्पादन करण्यासाठी लघुउद्योगांना देणे.
- कच्चा माल डेपोंच्या माध्यमातून लघुउद्योगांना मूलभूत कच्चा माल पुरविणे.
- तंत्रज्ञान विकसित करणे आणि अद्ययावत करणे, आधुनिकीकरण कार्यक्रमांची अंमलबजावणी करण्यासाठी लघुउद्योगांना मदत करणे.
- विविध औद्योगिक व्यापारांचे प्रशिक्षण देणे.
- औद्योगिक वसाहतींची उभारणी करणे.

लघुउद्योग विकास संघटना (Small Industries Development Organization - SIDO)

लघुउद्योग विकास संघटनेच्या कार्यांची विभागणी तीन भागात केली जाते– अ) समन्वय, ब) औद्योगिक विकास आणि क) विस्तार – ही कार्ये खालीलप्रमाणे –

अ) समन्वयाच्या संदर्भातील कार्ये

- लघुउद्योगांच्या विकासासाठी राष्ट्रीय धोरण ठरविणे.
- विविध राज्य सरकारांची धोरणे आणि कार्यक्रम यात समन्वय घडवून आणणे.
- केंद्रीय मंत्रालये, नियोजन आयोग, राज्य शासन, वित्तीय संस्था इत्यादींमध्ये सुयोग्य मेळ घालणे.
- औद्योगिक वसाहतींच्या विकासासाठीच्या कार्यक्रमांमध्ये समन्वय साधणे.

ब) औद्योगिक विकासाच्या संदर्भातील कार्ये

- आयात केल्या जाणाऱ्या ग्राहकोपयोगी उत्पादनांची माहिती व आकडेवारी प्राप्त करणे आणि समन्वयित साहाय्य देऊन ही उत्पादने तयार करण्यासाठी औद्योगिक युनिट्सना प्रोत्साहन देणे.
- पूरक युनिट विकसित होण्यासाठी आवश्यक साहाय्य देणे.
- आवश्यक ते मार्गदर्शन, बाजारपेठविषयक सल्ला आणि साहाय्य लघुउद्योगांना देऊन शासनाच्या स्टोअर्स खरेदी कार्यक्रमात सहभागी होण्यासाठी प्रोत्साहन देणे.

क) विस्ताराच्या संदर्भातील कार्ये

- तांत्रिक प्रक्रिया, उत्पादन, नियोजन, सुयोग्य यंत्रसामग्री निवडणे, कारखान्याची रचना (Factory layout) आणि डिझाईन तयार करणे, ह्यामध्ये सुधारणा घडवून आणण्यासाठी तांत्रिक सेवांची उपलब्धता करून देणे.
- लघुउद्योगांची स्पर्धात्मक क्षमता वृद्धिंगत व्हावी ह्यासाठी सल्लासेवा व प्रशिक्षण सेवा देणे.
- प्रभावीपणे आपल्या उत्पादनांची विक्री करता येण्याच्या दृष्टीने विपणन साहाय्य उपलब्ध करून देणे.
- आर्थिक अन्वेषण (investigation) आणि माहिती लघुउद्योगांना पुरविण्यात साहाय्य देणे.

उद्योजकीय मार्गदर्शन विभाग (Entrepreneurial Guidance Bureau - EGB)

गुंतवणूक संधी शोधणे, प्रकल्पासाठी जागा निश्चिती करणे, प्रकल्प प्रोफाईल तयार करणे, वित्तीय साहाय्य प्राप्त करणे ह्या संदर्भात उद्योजकांना मार्गदर्शन देण्यासाठी म्हणून उद्योजकीय मार्गदर्शन विभागाची स्थापना करण्यात आली आहे. उत्पादनासाठी वाव असलेली उत्पादने, मागणीच्या अनुषंगाने आकडेवारीचे तपशील, उत्पादन क्षमता, कच्च्या मालाचे स्रोत, आवश्यक साधनांचे प्रकार, करावी लागणारी गुंतवणूक, वित्ताचे स्रोत इ. माहिती उद्योजकीय मार्गदर्शन विभाग उपलब्ध करून देते. इरादापत्र प्राप्त करण्याची प्रक्रिया, भांडवली साधनांची आयात आणि तयार उत्पादन निर्यात करण्याची प्रक्रिया ह्याबद्दल माहिती उपलब्ध करून दिली जाते. बँका अथवा वित्तीय संस्थांकडून साहाय्य प्राप्त करण्याच्या अनुषंगानेसुद्धा किंवा इरादा पत्र सादर करायचा प्रस्ताव ह्या संदर्भात मार्गदर्शन केले जाते.

तरुण उद्योजकांची राष्ट्रीय संघटना (National Alliance of Young Entrepreneurs - NAYE)

१९७२मध्ये बँक ऑफ इंडियाच्या सहकार्याने ह्या संघटनेने उद्योजकता विकास प्रशिक्षण कार्यक्रम प्रायोगिक तत्त्वावर सुरू केला. ह्या संघटनेने अन्य बँकांच्या सहकार्याने उद्योजकता विकास प्रशिक्षण कार्यक्रम सुरू केले. ह्यातून तरुण उद्योजकांना उद्योजकतेविषयी सर्वांगीण मार्गदर्शन लाभते.

लघुउद्योग विस्तार प्रशिक्षण संस्था (Small Industry Extension Training Institution - SIET)

ह्या संस्थेने खालील कार्ये केलेली आहेत –
- औद्योगिक संधी शोध.
- विकास केंद्रांचा शोध.
- प्रादेशिक विकास योजना तयार करणे.
- औद्योगिक प्रोफाईल्स तयार करणे.
- संभाव्यता अभ्यास करणे.

- माहिती पद्धती विकसित करणे.
- उद्योजकता विकास करणे.
- आजारी उद्योगांना सल्लासेवा देणे.
- उद्योजकता विकासाकरिता प्रेरक – प्रशिक्षक प्रशिक्षण देऊन तयार करणे.

राष्ट्रीय उत्पादकता मंडळ (National Productivity Council - NPC)

अलीकडील काळात राष्ट्रीय उत्पादकता मंडळाने लघुउद्योगांना सल्लासेवा देण्यास प्रारंभ केला असून ही सेवा तीन भागात असते–

अ) तरुण आणि संभाव्य उद्योजकांना प्रशिक्षण देणे.

ब) राज्यात बाजारपेठ पाहणी हाती घेणे.

क) गुंतवणूक पश्चात सल्लासेवा आणि पाठपुरावा करणे.

कमीत कमी वेळात उद्योजकांनी त्यांची कर्जफेड करावी ह्यासाठी त्यांना ही संस्था साहाय्य देते. ह्यासाठी उद्योगांची उत्पादकता वाढवण्यासाठी ही संस्था उद्योगांना ठरावीक कालावधीनंतर भेटी देणे, तांत्रिक–व्यवस्थापकीय विषयांवर मार्गदर्शन देणे, विपणन अभ्यास आणि विक्रयवृद्धी करणे ह्या संदर्भात मार्गदर्शन करते.

खादी आणि ग्रामीण उद्योग कमिशन (Khadi and Village Industries Commission - KVIC)

ह्या संस्थेची स्थापना १९५३मध्ये झाली. खादी आणि ग्रामीण उद्योगांचा विकास व्हावा म्हणून ह्या संस्थेची स्थापना झालेली आहे. तसेच ग्रामीण रोजगार संधी वाढाव्यात हाही उद्देश यामागे आहे. कारागिरांना प्रशिक्षण देणे, कच्चा माल प्राप्त करणे, तयार उत्पादनांचे विपणन करणे आणि सुधारित साधने, हत्यारे आणि यंत्रसामग्रींचे सवलतीच्या दरात उत्पादन करण्यासाठी आणि वितरण करण्यासाठी सुविधा उपलब्ध करून देणे, ही कार्ये खादी आणि ग्रामीण उद्योग कमिशन करते. खादी आणि ग्रामीण उद्योगांना ही संस्था साहाय्य देते.

ह्या संस्थांव्यतिरिक्त उद्योजकता आणि लघुउद्योग विकास राष्ट्रीय संस्था (National Institute of Entrepreneurship and Small Business Development - NIESBuD), लघुउद्योग विस्तार प्रशिक्षण राष्ट्रीय संस्था, हैदराबाद (National Institute of small Industries Extension Training - NISIET, Hyderabad), तांत्रिक सल्लासेवा संस्था (Technical Consultancy Organizations (TCOs), इत्यादी संस्थासुद्धा त्यांच्या कार्यातून लघुउद्योगांच्या समस्या सोडवण्यास मोलाचा हातभार लावतात.

लघुउद्योगांचे नियमन करणारे धोरण (Policies Governing Small Scale Industries)

६ ऑगस्ट, १९९१ रोजी शासनाने लघुउद्योगांच्या संदर्भात आपले धोरण जाहीर केले. ह्या धोरणाची ठळक वैशिष्ट्ये खालीलप्रमाणे आहेत–

८०च्या दशकात लघुउद्योग क्षेत्र हे अतिशय गतिमान आणि अर्थव्यवस्थेतील अत्यंत महत्त्वाचे ठरले. ७ व्या पंचवार्षिक योजना काळात उत्पादन क्षेत्रातील उत्पादनातील लघुउद्योगांचे ढोबळ मूल्य ३५ टक्के होते आणि देशाच्या निर्यातीमधील हिस्सा ४० टक्क्यांपेक्षा जास्त होता. ह्या लघुउद्योगांनी १२ दशलक्ष लोकांना रोजगार उपलब्ध करून दिला.

लघुउद्योगांना प्रेरणा देणे, विकासासाठी उत्तेजन देणे आणि लघुउद्योगांना अर्थव्यवस्थेत संपूर्ण योगदान देता यावे, विशेषत: उत्पादन, रोजगार आणि निर्यात क्षेत्रात वाढ करता यावी, हा १९९१च्या धोरणाचा प्रमुख उद्देश होता.

लघुतम उद्योग (Tiny Enterprises)

लघुउद्योग, पूरक उद्योग आणि निर्यात-प्रधान उद्योगांच्या संयंत्र आणि यंत्रसामग्री यातील गुंतवणूक मर्यादा शासनाने वाढवली. त्याप्रमाणेच, लघुतम उद्योगांच्या गुंतवणूक मर्यादासुद्धा २ लाख रुपयांवरून वाढवून ५ लाख रुपये करण्यात आली, मग लघुतम उद्योगाचे स्थान कुठेही असो.

वित्तीय पुरवठ्याबाबतच्या उपाययोजना

अल्प मुदतीचे आणि दीर्घ मुदतीचे कर्ज मिळण्याचे अपुरे स्रोत ही लघुउद्योगक्षेत्राची अत्यंत महत्त्वाची समस्या आहे. येथून पुढे अनुदानित अथवा स्वस्त कर्ज ह्यावर भर असणार नाही; आदर्शवादी आधारावर पुरेसा कर्जपुरवठा आणि ते उपलब्ध करून देण्यातील गुणवत्ता यावर भर असेल की जेणेकरून ह्या क्षेत्रातील कामकाज स्वयंनिर्वाही असेल.

लघुउद्योगांना भांडवल बाजारात प्रवेश मिळावा आणि आधुनिकीकरण आणि तांत्रिक सुधारणा करण्यासाठी प्रोत्साहन मिळावे ह्या दृष्टीने असे ठरविण्यात आले की, अन्य उद्योगांना लघुउद्योगांमध्ये गुंतवणूक करण्यास परवानगी देण्यात आली. मात्र, एकूण भाग धारणेच्या २४ टक्क्यांपेक्षा ती जास्त असता कामा नये. ह्यामुळे पूरक उद्योग, उप-कंत्राटदारी यांना प्रोत्साहन मिळून ह्या माध्यमातून रोजगार संधींमध्ये वाढ होईल.

सिडबीच्या माध्यमातून 'फॅक्टरिंग' सेवेद्वारा लघुउद्योगांना विलंबाने मिळणाऱ्या पेमेंटच्या संदर्भातील समस्या सोडविण्यास हातभार लागला आहे. अशा सेवेचे जाळे संपूर्ण देशभर विणून व्यापारी बँकांच्या माध्यमातून ही सेवा उपलब्ध करून दिली जाईल. फॅक्टरिंग सेवा म्हणजे सिडबी अथवा कोणतीही व्यापारी बँक लघुउद्योगांकडून उत्पादकाचे बीजक (invoice) खरेदी करेल आणि लघुउद्योगांना देय असलेल्या पेमेंटची रक्कम मिळवण्याची जबाबदारी घेईल आणि त्यासाठी कमिशन आकारेल.

आधारभूत सुविधा (Infrastructure Facilities)

लघुउद्योग विकास संघटनेमध्ये (SIDO) तंत्रज्ञान विकास मंच (Technology Development Cell - TDC) स्थापन करण्यात येऊन त्यामार्फत लघुउद्योगांची उत्पादकता आणि स्पर्धात्मकता सुधारण्यासाठी म्हणून काही इनपुट दिले जातील. टूल रुम्स, प्रोसेस-कम-प्रॉडक्ट डेव्हलपमेंट सेंटर्स - अस्तित्वात असलेले आणि SIDO अंतर्गत स्थापन होणारे - यांच्या उपक्रमांमध्ये समन्वय घडवून आणण्यासाठी TDC प्रयत्न करेल. तसेच त्याची उद्दिष्टे साध्य करण्याच्या दृष्टीने अन्य संशोधन आणि विकास संस्थांबरोबर संपर्क साधेल.

देशी तसेच आयात केलेल्या कच्च्या मालाची पुरेपूर उपलब्धता आणि समान वाटप लघुउद्योग क्षेत्राला विशेषत: लघुतम उप-क्षेत्राला होईल याची खात्री करून घेतली जाते.

विपणन आणि निर्यात (Marketing and Export)

राष्ट्रीय लघुउद्योग महामंडळ (National Small Industries Corporation - NSIC) विशेषत: मोठ्या प्रमाणावर वापरल्या जाणाऱ्या वस्तूंच्या विपणनावर भर देईल आणि NSIC आणि SSIDCमध्ये संघटनात्मक संबंध प्रस्थापित होतील ह्यासाठी प्रयत्न केले जातील.

लघुउद्योग एकूण निर्यातीत, प्रत्यक्ष आणि अप्रत्यक्ष - दोन्ही, जरी भरीव योगदान देत असले तरी फार मोठ्या प्रमाणावर संभवनीय निर्यात दुर्लक्षितच आहे. निर्यात-वृद्धीमध्ये साहाय्य करण्यासाठी SIDOची नोडल एजन्सी म्हणून जबाबदारी आहे.

आधुनिकीकरण, तांत्रिक आणि गुणवत्ता संवर्धन

गुणवत्ता सल्लामसलत आणि सामान्य चाचण्या सुविधा ह्यासाठी इंडस्ट्री असोसिएशन्सना प्रोत्साहन व साहाय्य दिले जाईल. तंत्रज्ञान आणि बाजारपेठ प्रस्थापित केले जातील.

उद्योजकता संवर्धन

पहिल्या पिढीच्या उद्योजकांना प्रशिक्षणाच्या माध्यमातून साहाय्य देणे आणि त्या उद्योजकांच्या प्रयत्नांना साहाय्य देणे ह्या गोष्टी शासन पुढे चालू ठेवेल. उद्योजकता विकास प्रशिक्षण कार्यक्रमांची परिणामकारकपणे अंमलबजावणी करून उद्योजकता विकास वेगाने होण्यासाठी शासन मोठ्या प्रमाणात प्रेरक-प्रशिक्षकांना प्रशिक्षण देईल. इंडस्ट्री असोसिएशन्सनासुद्धा ह्यामध्ये परिणामकारकपणे सहभागी होण्यासाठी प्रोत्साहन दिले जाईल. विशेष प्रशिक्षण कार्यक्रमांच्या माध्यमातून महिला उद्योजकांना खास साहाय्य दिले जाईल.

ग्रामीण उद्योग : हातमाग क्षेत्र

देशातील एकूण कापड उत्पादनांपैकी ३० टक्के उत्पादन हातमाग क्षेत्रातून होते. ग्रामीण भागातील रोजगार टिकून रहावा आणि हातमाग विणकरांचे जीवनमान उंचावले जावे ह्यासाठी हातमागाला प्रोत्साहन देण्याचे शासनाचे धोरण आहे.

हस्तव्यवसाय क्षेत्र

ग्रामीण उद्योगीकरण वेगाने व्हायचे असेल तर हस्तव्यवसाय क्षेत्रातील उत्पादन व विपणन ह्या दोन अत्यंत महत्त्वाच्या बाबी आहेत. प्रशिक्षण आणि डिझाईन विकास तसेच, उत्पादन आणि विपणन यांच्यासाठी साहाय्य देऊन प्रोत्साहन दिले जाईल.

अन्य ग्रामीण उद्योग

खादी व ग्रामीण उद्योग कमिशन आणि राज्य खादी व ग्रामीण उद्योग मंडळ यांचे उपक्रम जास्त प्रमाणात फैलावले जातील आणि त्यांच्या जबाबदाऱ्या अधिक परिणामकारकपणे पार पाडण्याच्या दृष्टीने त्या अधिक सक्षम बनविल्या जातील.

DRDA, TRYSEM ह्यांसारख्या योजनांच्या माध्यमातून जोरदार विकास करण्याबरोबरच समाजातील दुर्बल घटक, उदा. शेड्यूल्ड कास्ट, शेड्यूल्ड ट्राईब आणि महिला यांचा विकास व्हावा म्हणून देशभर अधिक प्रयत्न केले जातील.

निवडक प्रश्न

१) लघुउद्योग म्हणजे काय ? 'लघुउद्योग संकल्पना' कशी विकसित होत गेली याचा मागोवा घ्या.

२) लघुउद्योगांचा उत्पादन पल्ला यावर टीप लिहा.

३) लघुतम, पूरक आणि कुटीरोद्योग यांचे महत्त्व स्पष्ट करा.

४) 'लघुउद्योगांची भारतीय अर्थव्यवस्थेतील भूमिका' यावर सविस्तर टीप लिहा.

५) लघुउद्योग क्षेत्राचे लाभ कोणते ते लिहा.

६) लघुउद्योगाच्या समस्या कोणत्या हे सांगून ह्या समस्या सोडविण्यासाठी उचललेली पावले कोणती ते स्पष्ट करा.

७) 'लघुउद्योगांचे नियमन करणारे धोरण' यावर सविस्तर टीप लिहा.

८) 'ग्रामीण उद्योग' यावर सविस्तर टीप लिहा.

२. लघुउद्योगाची निर्मिती
(Formation of Small Scale Industry)

> *"A dream is not that you see in your sleep, it is something that does not let you sleep."*
>
> **Dr. A. P. J. Abdul Kalam**
> *Former President of India*

> *८० कोटी तरुण लोकसंख्या, ८० कोटी स्वप्ने आणि १६० कोटी हात! मग आपण काय साध्य करू शकत नाही? भविष्यात मला भारतीय तरुणांना रोजगार शोधणाऱ्याच्या भूमिकेत नव्हे, तर रोजगार निर्मात्याच्या भूमिकेत पाहायचे आहे.*
>
> *मा. पंतप्रधान नरेंद्र मोदी*

प्रस्तावना

एकदा उद्योजक बनावयाचे हे उद्दिष्ट निश्चित झाले की, सर्वप्रथम करावयाचे महत्त्वाचे काम म्हणजे आपल्या गुंतवणुकीस साजेशी अशी संधी शोधणे. अर्थात, कुणालाही एखादी कल्पना सुचावी आणि त्याने त्या कल्पनेचे रूपांतर व्यवसाय संधीत करावे इतके हे सहजसाध्य नाही. त्यासाठी त्याच्याकडे भरपूर कल्पना करण्याची क्षमता असायला हवी. म्हणजे त्यांपैकी किमान एखाद्या कल्पनेचे व्यवसायसंधीत रूपांतर करता येईल आणि लाभदायी व्यवसायात त्याची परिणती होण्याच्या दृष्टीने पावले टाकता येतील.

> *उद्योगसंधी या वातावरणात आपल्या डोक्यावरून लहरीप्रमाणे वाहत असतात. आपण उंच उड्या मारून त्या मिळवाव्या लागतात.*
>
> *– शंतनुराव किर्लोस्कर*

आपल्या आवतीभोवती घडणाऱ्या घडामोडी या आपल्याशी जरी संबंधित नसल्या तरी त्या कळत नकळत आपल्यावर परिणाम करीत असतात. उदा.
- भारतातील सरासरी मानवी आयुर्मान ६२ वर्षांच्या वर गेले.
- स्त्रियांचा अर्थव्यवस्थेतील प्रत्यक्ष सहभाग दुपटीने वाढला.
- भारतात जगातील सर्वांत मोठा उच्च तांत्रिक आणि व्यावसायिक शिक्षित / विद्याविभूषित जनसमुदाय.

ह्या बातम्यांचे अर्थतज्ज्ञांच्या दृष्टिकोनातून विश्लेषण केल्यास यामधून तुम्हा-आम्हांसाठी किती प्रचंड संधी दडलेल्या आहेत याची कल्पना येईल. वयस्कर व्यक्तींच्या गरजा व त्यांच्या कृतींच्या माध्यमातून निर्माण होणाऱ्या संधी, महिलांच्या आर्थिक कारभारातील वाढत्या प्रवेशामुळे निर्माण होणाऱ्या संधी आणि उच्चविद्याविभूषित समाजाच्या गरजांमधून निर्माण होणाऱ्या संधी यांचा विचार केल्यास आपल्यालाही याद्वारे एखादा उद्योग, व्यवसायसंधी उपलब्ध होऊ शकते असा विचार मनात येईल. यातील बहुतेक संधी सेवाव्यवसायाच्या आहेत. सेवा-उद्योगाच्या अलिबाबाच्या गुहेत तुम्ही एकदा शिरण्याचा प्रयत्न करा, तुम्हाला हजारो संधी सापडतील. फक्त समजून घ्या. हे उद्योग माणसाशी निगडित आहेत. माणूस समजून घ्या, त्यांच्या भावनांशी निगडित व्हा. अन् मानवपूजा हीच देवपूजा या अर्थाने व्यवसायाच्या रूपाने त्यांची सेवा करण्याची तुम्हाला संधी मिळेल याची खात्री बळगा.

व्यावसायिक संधी : शोध

Opportunity Identification - The process by which an entrepreneur comes up with the opportunity for a new venture.

व्यावसायिक संधी कशी सापडते? याचे उत्तर देणे अवघड आहे. संधी म्हणजे पर्यावरणाच्या प्रभावामुळे निर्माण होणारा प्रश्न होय! विशिष्ट क्रियेला यामुळे वाव मिळतो. व्यवसाय संधी शोधण्याच्या दृष्टीने ठरावीक मार्गदर्शक तत्त्वे खालीलप्रमाणे सांगता येतील.

अ) पर्यावरण

१) संबंधित विभागांची मूलभूत वैशिष्ट्ये आणि तेथील संसाधनांची यादी, २) लोकसंख्या, व्यावसायिक रचना सामाजिक-आर्थिक पार्श्वभूमी इत्यादी.

ब) व्यवसाय जगताची सद्य:स्थिती

१) वस्तूंची आंतरप्रादेशिक आवक-जावक, स्थानिक उपभोग आणि औद्योगिक वस्तूंची व सेवांची गरज, या अनुषंगाने संबंधित विभागातील व्यापारी आणि व्यावसायिक उपक्रमांची सध्याची रचना. २) संबंधित विभागातील वस्तू आणि सेवा यांच्या उपभोगाच्या नवीन मागण्यांच्या संदर्भातील आढळणारे व्यापार आणि व्यवसाय उपक्रमातील कल आणि रचना.

क) लक्ष्य गट - टार्गेट ग्रुप

त्यांच्या अपेक्षा, सामर्थ्य, दुर्बलता (उदा. कौशल्य, ज्ञान, वित्तीय संसाधन इत्यादी.)

या मार्गदर्शक सूचनांवरून आपल्याला विशिष्ट लक्ष्य गटासाठी ठरावीक केंद्रात ठरावीक संधींच्या संदर्भात अनुमान काढता येईल.

व्यवसाय संधी शोधण्याची प्रक्रिया ही दिलेल्या परिस्थितीत संभाव्य संधीचा कसून शोध घेण्यापासून सुरू होते. ही सातत्याने चालणारी प्रक्रिया आहे आणि उद्योजकांना व्यवसायसंधींची यादी उपलब्ध करून देण्याच्या दृष्टीने आणि ती अद्ययावत ठेवण्याच्या दृष्टीने सतत प्रयत्न चालू ठेवावे लागतात.

खाली दिलेल्या विविध पर्यायांच्या साहाय्याने कोणत्याही क्षेत्रातील संभाव्य संधी शोधता येतील.

अ) संसाधने

१) खनिजे, शेतकी, सागरी आणि अन्य नैसर्गिक संसाधनांवर आधारित उद्योग. २) शेती, लाकूड, धातू इत्यादींमधील टाकाऊ वस्तूंच्या आधारे बनविली जाणारी उत्पादने.

ब) अन्य उपलब्धी

१) अस्तित्वात असलेल्या विविध उत्पादकांच्या मागासलेल्या आणि पुढारलेल्या बाबींचे एकत्रीकरण करण्याच्या प्रकारातून निर्माण झालेले उद्योग, २) पूरक विकास प्रकल्प, ३) पर्याय मालावर आधारित उद्योग, म्हणजेच जी उत्पादने संबंधित प्रदेशाच्या बाहेरून किंवा परदेशातून मोठ्या प्रमाणावर प्राप्त केली जातात.

क) निर्यात-प्रधान / आयात-पर्याय उत्पादने

संबंधित किंवा काही उत्पादने परदेशात निर्यात केली जात असण्याची शक्यता असते. अशा उत्पादनांवर आधारित उद्योग स्थापन करण्यासाठी उत्कृष्ट संधी असतात.

या दोन उद्योगांपैकी आयात पर्याय उद्योग हा अधिक आकर्षक उद्योग ठरतो. उत्पादनाच्या बाबतीत केवळ प्रोत्साहनेच उपलब्ध होतात असे नाही तर बाजारपेठसुद्धा खात्रीशीर असते.

ड) बाजारपेठ स्थलांतर किंवा वाढ

वाढती लोकसंख्या, वाढती क्रयशक्ती, जीवनपद्धतीतील बदल, राहणीमानात बदल इत्यादींमुळे ग्राहकोपयोगी आणि औद्योगिक उत्पादनांना वाढत्या बाजारपेठेची शक्यता असते.

इ) विशेष उत्पादने

१) संशोधन आणि नवीन शोधांवर आधारित उत्पादने, २) कौशल्यावर किंवा ज्ञानावर आधारित उत्पादने, ३) संस्था, सरकार, इस्पितळे, शाळा इत्यादींसाठी लागणारी उत्पादने, ४) परकीय सहयोग.

ई) सेवाक्षेत्र

औद्योगिक आणि घरगुती गरजा भागविणारे, घरगुती दुरुस्ती व देखभाल, सेवासुविधा, सेवा वर्कशॉप, सेवासंस्था.

सहजगत्या उपलब्ध असलेल्या माहिती / आकडेवारीवरून व्यवहार्य व्यवसाय संधी शोधणे अनेक बाबतीत शक्य आहे. संबंधित माहिती योग्य माध्यमातून प्राप्त करणे आणि त्यामध्ये समन्वय साधणे यांचा समावेश प्राथमिक प्रक्रियेत असतो.

ज्या विविध भागांतून व्यवसायसंधी शोधता येऊ शकतात, अशा माध्यमांचे वर्गीकरण खालीलप्रमाणे करता येईल.

१) व्यक्तिगत संबंध, २) संस्था पातळीवरील संबंध आणि ३) प्रकाशने आणि अन्य संबंधित माहितीपर साहित्य.

व्यवसायसंधी शोधण्याची ही माध्यमं अमर्याद आहेत. नवनिर्मितीक्षम आणि उत्पादक दृष्टिकोनामुळे अधिक चांगली फलनिष्पत्ती नेहमीच मिळू शकते.

पुढील तक्ता वरील चर्चेच्या अनुषंगाने मार्गदर्शक ठरेल.

तक्ता क्र. २.१ : व्यवसाय संधी शोधण्यासाठी माध्यमे

१) तज्ज्ञ / संबंधित शाखा सदस्य	- सल्लागार - तांत्रिक उद्योजक - विद्यमान उद्योजक - व्यापारी / विक्रेते / कमिशन एजंट इत्यादी - बड्या कंपन्यांचे खरेदी अधिकारी आणि भांडारपाल (स्टोअरकीपर) - बँका आणि वित्तसंस्थांचे अधिकारी - उद्योग वृद्धी अधिकारी
२) संस्थात्मक	- संशोधन संस्था / प्रयोगशाळा - तंत्र संस्था - सरकारी खाती
३) माहितीपर साहित्य	- सार्वजनिक कंपन्या आणि सरकारी खरेदीच्या निविदा (टेंडर) - सांख्यिकी अहवाल - जिल्हानिहाय, उद्योगनिहाय इत्यादी. - उद्योग संचालनालय साहित्य - प्रकल्प पत्रिका (प्रोजेक्ट प्रोफाईल) / वस्तूंबद्दलची माहिती - मासिके आणि नियतकालिके - वित्तपुरवठा झालेल्या संस्थांचे प्रकल्प अहवाल - प्रशिक्षणार्थी, ग्राहक इत्यादी. - सरकारी योजना आणि अंदाजपत्रक (राज्य आणि केंद्र) - बँका, सल्लासेवा संस्थांनी केलेल्या खास पाहणीचे अहवाल

प्रत्यक्ष निर्णय घेणे

विविध कल्पनांचा कसून शोध केल्यानंतर निर्णय घेण्याच्या प्रक्रियेत खालील टप्प्यांचा समावेश करता येईल.

टप्पा क्र. १ : विस्तृत उद्योग समूह

अ) तुम्हाला कोणत्या प्रकारचा उद्योग करावयाचा आहे? - अभियांत्रिकी / प्लॅस्टिक / रसायन इत्यादी.

ब) तुम्ही कोणत्या प्रकारचे उत्पादन निवडणार?

ग्राहकोपयोगी उत्पादने	अर्धसिद्ध उत्पादने	भांडवली उत्पादने
नियमितपणे आणि प्रत्यक्ष / थेट वापरली जाणारी उत्पादने; उदा. डिटर्जंट पावडर, कापड, साबण इत्यादी.	अन्य उत्पादने बनविण्यासाठी वापरली जाणारी उत्पादने; उदा. विविध प्रकारचे कॉम्पोनन्ट्स.	अंतिम उत्पादने प्राप्त करण्यासाठी ज्या उत्पादनांवर पुढील आणखी प्रक्रिया कराव्या लागतात; उदा. रसायने, ब्राईट बार इ.

क) सध्याचे पर्यावरण आणि औद्योगिक वातावरण कसे आहे ?

ड) भविष्यात लवचिकता आणि विविधीकरणाच्या शक्यता तुम्हाला कितपत गरजेच्या आहेत ?

इ) तुमचे अग्रक्रम, तांत्रिक क्षमता, उत्पादनाशी परिचय, इतरांकडून सहकार्य मिळण्याची शक्यता कितपत आहे ?

वरील घटकांच्या आधारे उद्योजक अभियांत्रिकी, प्लॅस्टिक, रसायन अशा विस्तृत उद्योगसमूहातील उद्योग निवडू शकतो.

टप्पा क्र. २ : निश्चित उद्योगाची निवड

विस्तृत उद्योग समूहाची निवड केल्यानंतरचा टप्पा म्हणजे निश्चित उद्योगाची निवड. यासाठी सुचवलेली प्रक्रिया पुढीलप्रमाणे आहे–

अ) प्रकल्पाचे आकारमान ठरवा : तुमची स्वत:ची गुंतवणूक क्षमता आणि वित्तसाहाय्य मिळण्याची शक्यता लक्षात घेऊन तुमच्या प्रकल्पातील एकूण गुंतवणुकीचे प्रमाण ठरविणे आवश्यक आहे.

उदाहरणार्थ, उद्योजक स्वत:चे दहा हजार रुपये गुंतवण्यास तयार असेल आणि नव्वद हजार रुपयांचे कर्ज मिळणार असेल, तर तो उद्योजक एक लाख रुपयांच्या प्रकल्पाचा विचार करू शकेल.

ब) सरकारी धोरण तपासा : प्रकल्प निश्चित करण्यापूर्वी खालील गोष्टी ठरविणे आवश्यक आहे.

- कोणकोणत्या प्रकारच्या खास परवानग्या आणि परवाने लागतात आणि ते सहजासहजी उपलब्ध होतील काय ?
- आवश्यक कच्च्या मालाच्या आणि अंतिम उत्पादनाच्या संदर्भात काय काय नियम आणि नियंत्रणे आहेत आणि त्याचा एकूणच परिणाम उद्योगावर काय होईल ?
- नियोजित प्रकल्प हा सरकारच्या बंदी घातलेल्या उद्योगांच्या किंवा पाठिंबा नसलेल्या उद्योगांच्या यादीतील आहे का ?

क) स्वत:चे सामर्थ्य आणि मर्यादा : विशिष्ट प्रकल्पाची निवड करताना, उद्योजकाला सातत्याने स्वत:चे सामर्थ्य, कुवत, मर्यादा यांचे सातत्याने मूल्यमापन केले पाहिजे. निर्णय घेण्यासाठी सोपा मार्ग म्हणजे 'Go or No - Go Decision.' नेमकं काय पोषक नाही हे लक्षात घेऊन नको असलेले प्रकल्प वगळल्यास तुम्हाला अधिक इष्ट प्रकल्प मिळेल.

ड) फायद्या–तोट्यांचा तुलनात्मक अभ्यास : भविष्यातील संभवनीयतेचे मूल्यमापन म्हणजे प्रकल्प हाती घेण्यातील भविष्यकालीन वाव आणि व्यावहारिक शक्यता यांचे सर्वसामान्य मूल्यमापन. यामध्ये पुढील गोष्टींचा समावेश होतो.

- तंत्रज्ञानातील किचकटता
- गुंतवणुकीवरील मोबदला
- बाजारपेठेतील संभाव्यता

अशा प्रकारे नुसत्या तांत्रिक–आर्थिक, व्यावहारिक शक्यतांच्या आधारेसुद्धा अंतिम निर्णय घेता येईल. परंतु, ह्या टप्प्यात हे तीन निकष संभाव्य प्रकल्प निवडीला उपयोगी ठरतील, त्यांचा उपयोग पर्यायाने तपशीलवार व्यावहारिक शक्यता अभ्यासण्यास उपयुक्त आहे.

म्हणजेच या टप्प्याच्या अखेरीस गुंतवणुकीस योग्य असे दोन किंवा तीन प्रकल्प उद्योजकाकडे असतील.

टप्पा क्र. ३ : तांत्रिक, वित्तीय बाजारपेठ आणि व्यावसायिकता यांचे मूल्यमापन

शेवटच्या टप्प्यात तांत्रिक, वित्तीय बाजारपेठ आणि व्यावसायिकता या महत्त्वपूर्ण व्यवहार्यतेच्या सर्व निकषांच्या मूल्यमापनांचा समावेश असेल.

टप्प्याटप्प्याने प्रकल्प निवडीचा निर्णय घेतल्याने उद्योजकाला अनावश्यक उधळपट्टी होणारे आणि नैराश्य आणणारे आणि नंतर अयोग्य ठरणारे प्रकल्प निवडीचे प्रयत्न करणे सहजपणे टाळता येते.

वरील चर्चेच्या अनुषंगाने 'विशिष्ट वस्तू निवडीमागील महत्त्वाचे विविध विचार' पुढीलप्रमाणे करावे लागतील.

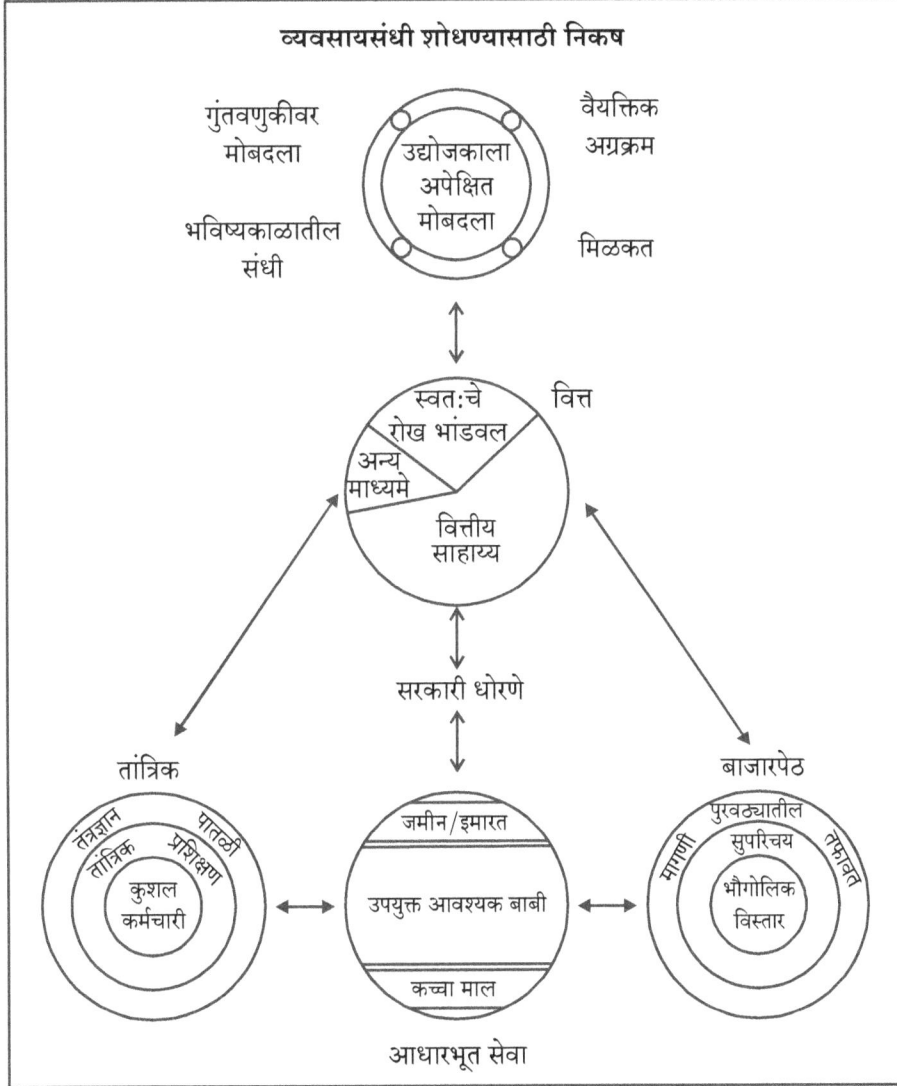

आकृती २.१ : विशिष्ट वस्तू निवडीतील विविध विचार

१) बाजारपेठ पाहणी : वस्तू निवडीपूर्वी त्या वस्तूची बाजारपेठेत संभाव्य मागणी कितपत असेल यासाठी बाजारपेठ पाहणी करणे अत्यावश्यक आहे. या पाहणीमुळे स्पर्धकांनी उत्पादित केलेल्या वस्तू, त्यांच्या किमती, दर्जा, ग्राहकांच्या गरजा इत्यादींबद्दलची माहिती प्राप्त होण्यास मदत होते. अशा प्रकारच्या पाहणीमुळे जेव्हा एखादे संपूर्णपणे नवीन उत्पादन बाजारपेठेत सादर करावयाचे असेल तेव्हा ग्राहकांच्या या उत्पादनाबाबत प्रतिक्रिया समजण्यास आणि आवश्यकतेनुसार दर्जा, संवेष्टण, किमती इत्यादींमध्ये बदल करण्यास मदत होते. या संदर्भात खासगी विपणन सल्ला देणाऱ्या संस्थांची मदत होऊ शकेल. अशा प्रकारच्या बाजारपेठ पाहणीसाठी सरकार वेळोवेळी प्रसिद्ध करीत असलेल्या सांख्यिकी माहितीचा उपयोग होऊ शकेल. प्रश्नावली, मुलाखत, बाजारपेठ चाचणी, नियतकालिके आणि प्रकाशने यांच्या माध्यमातून संशोधन या पद्धतींनीसुद्धा बाजारपेठ पाहणी करता येते.

२) राखीव वस्तूंची यादी : भारत सरकारने ८७० वस्तूंचे उत्पादन करणे केवळ लघुउद्योग क्षेत्रासाठीच राखून ठेवले होते. इंडस्ट्रीज (डेव्हलपमेंट अॅन्ड रेग्युलेशन) अॅक्ट, १९५१ अन्वये कलम २९ ब (२क) खाली नेमलेली सल्लागार समिती लघु आणि लघुतम उद्योगांसाठी राखून ठेवलेली उत्पादने खुली करण्यासाठी नियुक्त करण्यात आली. १९९१ पासून भारताने खुल्या अर्थव्यवस्थेचे धोरण स्वीकारले. त्या अंतर्गत डी-लायसेन्सिंग सुरू झाले. टप्प्या-टप्प्याने लघुउद्योगांसाठी राखून ठेवलेली उत्पादने कमी कमी करण्यात येऊनही संख्या २० वर येऊन ठेपली. वर उल्लेख केलेल्या सल्लागार समितीच्या दि. २०-१०-२०१४ रोजी झालेल्या सभेत असे लक्षात आले की, आयात शिथिलीकरणाच्या तत्त्वामुळे उर्वरित २० उत्पादनांची आयात करण्यास परवानगी मिळाली होती. त्यामुळे २० उत्पादने लघुउद्योगांसाठी राखून ठेवण्याची परंपरा तशीच पुढे चालू ठेवण्यात काहीच हशील नाही. कारण अशा पद्धतीने उत्पादने राखून ठेवली तर नवीन तंत्रज्ञानाचा अवलंब करणे, किफायतशीर उत्पादन इत्यादींना खिळ बसेल.

ह्या पार्श्वभूमीवर, सल्लागार समितीच्या शिफारशीनुसार भारत सरकारने दिनांक १० एप्रिल, २०१५च्या नोटिफिकेशन क्रमांक एस. ओ. ९९८ (ई) नुसार लघुउद्योगांसाठी राखून ठेवलेली उर्वरित २० उत्पादनेसुद्धा खुली केलेली आहेत. तेव्हा आता लघुउद्योगांसाठी राखून ठेवलेल्या उत्पादनांची संख्या शून्यावर आलेली आहे.

३) बंदी घातलेल्या वस्तूंची यादी : तांत्रिक सुरक्षितता, प्रदूषण नियंत्रण, किफायतशीर आकारमान आणि अन्य कारणास्तव सरकारने काही उत्पादने लघुउद्योगांमध्ये उत्पादित करण्यासाठी बंदी घातलेली आहे. उद्योजकाने ही यादी जरूर पाहावी.

४) सरकारचे आयात-निर्यात धोरण : गतिशील आंतरराष्ट्रीय बाजारपेठेतील बदल आणि स्थानिक गरजा लक्षात घेऊन भारत सरकार या धोरणात फेरफार करते. जर उद्योग माल आयात करणार असेल तर त्याने हे पाहिले पाहिजे की, त्या आयातीसाठी खास आयात परवान्याची गरज आहे का किंवा मुक्त सामान्य परवान्याखाली (ओपन जनरल लायसेन्स) तो माल आयात करता येतो का, हे पाहावे. परकीय चलनसाठ्यातील अडचणींमुळे भारत सरकार बऱ्याचदा माल आयातीवर कायदेशीर बंधने घालते. तसेच स्थानिक बाजारपेठेत उत्पादित होत असलेल्या वस्तूंच्या आयातीवर बंदी घालते.

परदेशात निर्यात करण्यासाठीसुद्धा सरकार अनेक सवलती देते. निर्यात वृद्धीसाठी सरकारने उपलब्ध करून दिलेल्या या सुविधा, प्रोत्साहने व सवलतींचा लाभ उद्योजक घेऊ शकतात. कपडे, हिरे व दागदागिने, चामडी वस्तू, कॉम्प्यूटर सॉफ्टवेअर, ग्रॅनाईट, मार्बल, रंग व रसायने इत्यादींची भारतातून निर्यात होते व ते संपूर्ण जगभर मान्यता पावलेले आहेत.

५) सरकारचे औद्योगिक धोरण आणि प्रोत्साहन : उद्योगांच्या समतोल विकासासाठी मागास भागात

निघणाऱ्या उद्योगांना सरकार सवलती देते. मागास भागात उद्योग स्थापन करणाऱ्यांना राज्य व केंद्र शासन भांडवल, अर्थसाहाय्य देते. कमी केलेल्या व्याजदराने कर्ज, विक्रीकर माफी, सवलतीच्या दरात वीज पुरवठा इत्यादी स्वरूपात या सवलती असतात.

६) तांत्रिक ज्ञान आणि शैक्षणिक अर्हता : उत्पादन प्रक्रिया आणि उत्पादन याबद्दल उद्योजकाला पुरेसे तांत्रिक ज्ञान असलेच पाहिजे. अगदी प्रारंभी पूर्ण वेळ अर्हताप्राप्त तंत्रज्ञ नेमणे उद्योजकाला शक्य नसल्याने त्याला हे ज्ञान असणे आवश्यकच आहे. हे ज्ञान त्याला विविध शैक्षणिक संस्था, तांत्रिक सल्लासेवा संस्था, लघुउद्योग विकास महामंडळ इत्यादींमार्फत प्राप्त करून घेता येते. काही संस्थांमधून अल्प मुदतीचे विशिष्ट कार्यासाठी प्रशिक्षण वर्ग घेतले जातात.

७) संसाधनांची उपलब्धता : वस्तूची निवड करताना उद्योजकाने त्यासाठी लागणारी सर्व संसाधने सहजपणे उपलब्ध आहेत की नाहीत हे पाहिले पाहिजे. उद्योगाच्या जवळपासच्या परिसरातच कुशल आणि प्रशिक्षित मनुष्यबळ उपलब्ध असावे. जर उत्पादन प्रक्रियांमध्ये भरपूर पाण्याची गरज असेल तर पाण्याचा मुबलक पुरवठा जवळपास असला पाहिजे. एखाद्या संसाधनांची उपलब्धता नसणे किंवा तुटवडा असणे हेसुद्धा त्या विशिष्ट उद्योगासाठी दीर्घ मुदतीत घातक ठरेल.

८) फायद्याचे प्रमाण : उत्पादन निवडताना उत्पादन किंमत, विक्री किंमत आणि नफ्याचे प्रमाण यांचा विचार उद्योजकाने केलाच पाहिजे. केलेल्या गुंतवणुकीच्या तुलनेत पुरेसा मोबदला मिळालाच पाहिजे.

९) तंत्रज्ञानातील बदल : शास्त्र आणि तंत्रज्ञान यातील प्रगतीमुळे नवीन प्रक्रियांचा शोध लागतो, नवीन उत्पादने विकसित केली जातात आणि जुनी उत्पादने आणि प्रक्रिया कालबाह्य आणि निरुपयोगी ठरतात. उदा. अगदी मोठ्या आकाराच्या संगणक यंत्रांची जागा आता आकारमानाने लहान असलेल्या परंतु अधिक उपयुक्त असलेल्या संगणकांनी घेतलेली आहे तर पारंपरिक घड्याळांची जागा क्वार्ट्झ घड्याळांनी घेतलेली आहे. आधुनिक उत्पादन प्रक्रिया, उत्पादनातील बदल याबाबत जो सतर्क राहील तोच स्पर्धेत पुढे जाऊ शकेल. बऱ्याचदा या नवीन उत्पादन प्रक्रिया आणि नवीन उत्पादने किफायतशीर आणि दर्जेदार असतात.

१०) ग्राहकांच्या गरजा आणि अग्रक्रम : आधुनिक इलेक्ट्रॉनिक्स युगात ग्राहकांच्या गरजा अतिशय वेगाने बदलत आहेत. ग्राहकांच्या कपड्यांच्या आवडी-निवडी दररोज बदलत आहेत, पूर्वीच्या इलेक्ट्रिकल / मेकॅनिकल यंत्रांची जागा आता अगदी छोट्या, सुटसुटीत इलेक्ट्रॉनिक्स यंत्रांनी घेतलेली आहे. अनेक मध्यमवर्गीय कुटुंबांमध्ये धुलाई यंत्रं पोहोचलेली आहेत. उद्योजकाने ग्राहकांच्या या बदलत्या आवडी-निवडी, बदलते अग्रक्रम यांची योग्य ती दखल घेतलीच पाहिजे आणि त्या अनुषंगाने उत्पादनात बदल केले पाहिजेत, अन्यथा तो बाजारपेठेतून बाहेर फेकला जाईल.

११) SWOT विश्लेषण : (S - Strengths : सामर्थ्ये; W - Weak-nesses : दुर्बलता; O - Opportunities : संधी; T - Threats - धोके) कोणताही उद्योग-व्यवसाय करण्यापूर्वी आपल्यातील सामर्थ्य आणि दुर्बलता यांचे विश्लेषण करणे आवश्यक असते. उद्योजक तांत्रिक बाबतीत कदाचित एकदम तज्ज्ञ असेल, ते सामर्थ्य त्याच्यात असेल, परंतु वित्तीय बाबतीत तो कच्चा असेल, दुर्बल असेल किंवा तो विपणनात सामर्थ्यवान असेल पण कर्मचारी समस्यांच्या बाबतीत तो दुर्बल असेल, म्हणूनच प्रत्येकाने विश्लेषण करून सामर्थ्ये, दुर्बलता याबद्दल जाणून घेणे अत्यंत गरजेचे आहे. उद्योजकाने त्याच्या सामर्थ्याचा फायदा उठविण्यास आणि ज्या बाबतीत दुर्बलता असेल त्याबाबत ज्ञान प्राप्त करून घेण्यास किंवा त्यासाठी तज्ज्ञ नेमण्यास शिकले पाहिजे. जर उद्योजकाने

दुर्बलतांवर मात केली नाही तर कालांतराने या दुर्बलता अडथळे बनतील आणि परिणामत: वाढ खुंटेल.

याबरोबरच उद्योजकाने त्याला त्याच्या सभोवतालच्या वातावरणात उपलब्ध असलेल्या संधींचेसुद्धा विश्लेषण केले पाहिजे. तसेच त्याच्या उद्योगाला असलेल्या धोक्यांचेही विश्लेषण केले पाहिजे. हे धोके कदाचित उद्योगाचे अस्तित्व डळमळीत करू शकतील किंवा विपरीत परिणाम करू शकतील. उदा. इलेक्ट्रॉनिक्स उत्पादनांमुळे सेवा, दुरुस्ती व देखभाल या क्षेत्रात असंख्य संधी उपलब्ध झालेल्या आहेत. पती-पत्नी दोघंही नोकरी करतात. या पार्श्वभूमीवर फास्ट फूड, अल्पावधीत पदार्थ बनविणारी उत्पादने शहरी भागातून प्रचंड प्रमाणावर खपतात. सरकारी धोरणातील बदल, वाढती स्पर्धा, बाजारपेठेतच सर्वसाधारण मंदी, नैसर्गिक आपत्ती, युद्ध असे धोके उद्योगांना असू शकतात.

वरील चारही घटकांचे विश्लेषण केल्याने औद्योगिक पर्यावरणात एखाद्याची परिस्थिती काय आहे हे समजण्यास आणि दुर्बलता व धोके यांना सामोरे जाण्यासाठी नेमकी कोणती पावलं उचलली पाहिजेत ते समजते. (अलीकडे SWOT ऐवजी SWOC संकल्पना वापरतात. T-Threats ऐवजी C-Challenges वापरतात.)

१२) औद्योगिक पर्यावरणात उपलब्ध संधी : वस्तूची निवड करताना सभोवतालच्या उद्योगांमध्ये कोणत्या संधी उपलब्ध आहेत, हे पाहिले पाहिजे. इलेक्ट्रॉनिक्स, संगणक, धुलाई यंत्र, मिक्सर, ग्राईंडर, दूरदर्शन संच, व्ही. सी. आर., डी. व्ही. डी. इत्यादी उत्पादने पूरक आणि सेवासंस्थांसाठी मुबलक संधी उपलब्ध करून देतात. औद्योगिक वातावरणात आघाडीवर राहण्यासाठी या संधींचा पाठपुरावा केला पाहिजे. विविध व्यापारी मुखपत्रं, व्यवसाय मासिके, सरकारी अहवाल, वर्तमानपत्रे, चेंबर ऑफ कॉमर्सची प्रकाशने यातून संधींचा पाठपुरावा करण्याच्या आणि त्यांचे व्यवसायात रूपांतर करण्याच्या दृष्टीने माहिती मिळते.

१३) विविध संस्थांनी उपलब्ध करून दिलेल्या सुविधा व प्रोत्साहने : नवीन उद्योग सुरू करण्यासाठी विविध संस्थांच्या माध्यमातून सरकार अनेक सुविधा उपलब्ध करू देते. उदा. सवलतीच्या दरात जागा अथवा शेड, भांडवली अर्थसाहाय्य इत्यादी. ग्रामीण भागात स्थापन केलेल्या आणि स्थानिक कच्चा माल वापरणाऱ्या उद्योगांना खादी व ग्रामोद्योग महामंडळ विविध सुविधा उपलब्ध करून देते. या सुविधांवर उद्योजकाने बारीक लक्ष ठेवावे; कारण त्याचा उपयोग नवीन उद्योगात उत्पादित करावयाच्या वस्तूचा शोध घेण्याससुद्धा फायदेशीर ठरू शकतो.

१४) उद्योजकाच्या कुटुंबातील एखादा सदस्य पूर्वीपासूनच उद्योगात आहे का ? : जर कुटुंबातील एखादा सदस्य आधीपासूनच उद्योजक असेल तर त्याच्याच व्यवसायक्षेत्रातील आणखी एखादी संधी शोधणे सहज शक्य होते. कुटुंब सदस्याचा अनुभव अतिशय मोलाचा असतो. कारण तो आधीपासूनच व्यावसायिक पर्यावरणात असल्याने व्यवसायाचे बरे-वाईट अनुभव त्याला असतात आणि प्रत्येक प्रसंग कशा पद्धतीने हाताळावा याचे ज्ञान त्याला असते. सुरुवातीस अशा आधीच अस्तित्वात असलेल्या उद्योगाच्या अनुषंगाने पूरक उपक्रम सुरू करावा म्हणजे खात्रीशीर बाजारपेठही मिळेल आणि व्यवसायाच्या प्रारंभी उद्‌भवणाऱ्या समस्यांचे प्रमाण कमी होईल.

१५) मध्यम आणि मोठ्या उद्योगांकडून खरेदी केल्या जाणाऱ्या वस्तूंची यादी : सर्वसाधारणपणे सर्वच उद्योग साधारणत: उत्पादन किमतीच्या ५०% रक्कम कच्च्या मालावर खर्च करतात आणि म्हणूनच मध्यम व मोठ्या उद्योगांना पुरवठा करता येऊ शकेल अशा विविध वस्तूंचा पुरवठा करण्यास किती प्रचंड वाव आहे, हे ध्यानात येईल. उद्योजकाने जागरूक राहून ज्या ज्या वस्तूंचा पुरवठा मोठ्या प्रमाणावर करावा लागतो, स्पर्धा कमी असेल आणि नफ्याचे प्रमाण अधिक असेल अशा वस्तू शोधून काढाव्यात.

१६) सरकारतर्फे प्रकाशित होणारी उद्योगांची मार्गदर्शिका : याचे प्रकाशन प्रतिवर्षी भारत सरकारतर्फे होते. नवीन उद्योगांना जे औद्योगिक परवाने दिले जातात त्याचे तपशील यात दिले जातात. उद्योगातील सद्य:क्षमता आणि भविष्यकालीन मागणी यांचे अत्यंत काळजीपूर्वक विश्लेषण केल्यानंतरच हे परवाने सरकारतर्फे देण्यात येतात. यावरून देशातील औद्योगिक विकास आणि संभाव्य संधीक्षेत्र याबद्दल योग्य अनुमान काढणे सहज शक्य व्हावे. काही उद्योगांमध्ये मागणी घट असेल तर तेही या पाहणीतून कळते आणि त्या दृष्टीने उद्योजक वेळीच सावध होऊन त्यापासून परावृत्त होऊ शकतो.

१७) उद्योजकाची भांडवल गुंतवणूक : वस्तूची निवड करताना उद्योजकाला त्याची गुंतवणूक क्षमता ठाऊक असली पाहिजे. बँका किंवा वित्तसंस्था साधारणत: ७५% कर्ज देतात. म्हणूनच उद्योजकाने स्वत:ची गुंतवणूक करणे आवश्यक ठरते. परिणामत: कोणती वस्तू उत्पादनासाठी निवडायची यावर उद्योजक स्वत:ची भांडवल गुंतवणूक किती करणार याचा जबरदस्त पगडा असतो.

१८) कच्च्या मालाची उपलब्धता : उद्योग अगदी सातत्याने, अखंडित चालण्यासाठी कच्च्या मालाचा पुरवठा नियमितपणे पुरेशा प्रमाणात व्हायला हवा. ज्या कच्च्या मालाचा तुटवडा असतो त्याचा पुरेसा साठा करून ठेवल्यास कच्च्या मालाअभावी उत्पादन स्थगित ठेवण्याचा प्रसंग उद्‌भवणार नाही. जर सागरी मार्गाने आयात केलेला कच्चा माल उत्पादनात वापरला जाणार असेल तर किमान ३-४ महिन्यांच्या कच्च्या मालाचा साठा असणे आवश्यक ठरते. कारण या मार्गाने येणारा माल पोहचण्यास तेवढा कालावधी लागतोच. वस्तूची निवड करताना कच्च्या मालाचा पुरवठा नियमितपणे व पुरेशा प्रमाणात होतो याची खात्री उद्योजकाने करून घेतली पाहिजे.

स्वॉट विश्लेषण (SWOT)

SWOT विश्लेषणाचा येथे आपण विस्ताराने विचार करणार आहोत. SWOT विश्लेषण अत्यंत महत्त्वाचे आहे. कारण उद्योग सुरू करण्यासाठी वस्तू निवडीतील ही अत्यंत महत्त्वपूर्ण पायरी आहे.

सामर्थ्ये आणि दुर्बलता हे वैयक्तिक घटक आहेत आणि म्हणूनच अंतर्गत आहेत. व्यक्ती-व्यक्तीतील सामर्थ्ये आणि दुर्बलता यात फरक आहे. स्वयंमूल्यमापनाच्या साहाय्याने स्वत:चे सामर्थ्य, दुर्बलता यांचे विश्लेषण करण्याची जाणीव प्रत्येकाने विकसित केली पाहिजे. सामर्थ्यांचा विकास करून त्यांचा अधिकाधिक उपयोग आणि दुर्बलतेवर मात करण्याचा प्रयत्न प्रत्येकाने केला पाहिजे.

संधी व धोके पर्यावरणात असतात. सर्वच उद्योग आणि उद्योजक यांना ते सारखेच असतात. ते बहिर्गत असतात. संधीचा पुरेपूर फायदा उठविला पाहिजे आणि धोक्यांवर मात करून धोक्यांचेसुद्धा संधीत रूपांतर केले पाहिजे.

SWOT विश्लेषणाचा मुख्य हेतू ऱ्हास होण्याच्या धोक्याशिवाय विकसित होणे हा आहे. सातत्याने विकास व्हावा अशी प्रत्येकाचीच इच्छा असते. उद्योग व्यवसायाचा सातत्याने विकास, भरभराट होण्याच्या दृष्टीने योग्य आणि प्रभावी मार्ग शोधून काढले पाहिजेत. भविष्याचा योग्य अंदाज घेता आला पाहिजे. त्याचे आकलन व्हायला हवे आणि त्यावर विजय मिळवला पाहिजे.

व्यावसायिक पर्यावरण ही अत्यंत गतिमान संकल्पना आहे. क्षणोक्षणी पर्यावरण वेगवेगळे स्वरूप धारण करते आणि पूर्णपणे नवीन समस्या उभ्या करते. म्हणूनच उद्योजकाने पर्यावरणाचा अतिशय जवळून अभ्यास केला पाहिजे. त्याने पर्यावरणातील संधी शोधल्या पाहिजेत. सामर्थ्यांवर भिस्त ठेवून संधीचा फायदा उठवला पाहिजे.

पर्यावरणातील धोक्यांबद्दल अंदाज बांधला पाहिजे आणि ते टाळले तरी पाहिजेत किंवा त्यांना प्रामाणिकपणे सरळ सरळ सामोरे जाऊन धोक्यांचे रूपांतर संधीत केले पाहिजे. उद्योजकाला त्याच्यातील दुर्बलतांची, नकारात्मक सामर्थ्यांची पूर्ण जाणीव असली पाहिजे आणि बदलत्या पर्यावरणात दुर्बलता काढून टाकण्यासाठी त्याने प्रयत्नांची पराकाष्ठा केली पाहिजे. SWOT विश्लेषण ही व्यवस्थापकीय परिभाषा आहे. हे विश्लेषण सातत्याने चालते. पर्यावरणाच्या सातत्यपूर्ण छाननीच्या साहाय्याने उद्योजकाला भविष्यकालीन धोक्यांची आगाऊ सूचना मिळते आणि परिस्थिती त्याला पोषक ठरेल अशा पद्धतीने सुधारणा घडवून आणणारी कृती समजण्यास मदत होते.

व्यावसायिक पर्यावरणातील खालील महत्त्वाचे घटक उद्योजकाला संधी तरी उपलब्ध करून देतात किंवा धोके निर्माण करतात.

व्यावसायिक पर्यावरणाचे घटक

अ) राजकीय पर्यावरण

१) किंमत नियंत्रण, २) सरकारी नियंत्रण आणि कायदे, ३) कामगार कायदे, ४) कर आणि वित्त.

ब) आर्थिक पर्यावरण

१) लोकसंख्या रचना आणि स्वरूप, २) राष्ट्रीय उत्पन्न आणि त्याचे वितरण, ३) मागणीबद्दल भविष्यकालीन अंदाज, ४) चलन फुगवटा आणि किंमत बदल, ५) निर्यात धोरण आणि आयात पर्याय धोरण, ६) लोकांच्या सवयी आणि त्या अनुषंगाने असणारे उद्योग, ७) कच्च्या मालाची उपलब्धता, ८) विद्युत पुरवठा आणि तुटवडा, ९) उद्योगातील स्पर्धात्मक परिस्थिती आणि तांत्रिक बदलांमुळे आलेले नवीन पर्याय, १०) योग्य मनुष्यबळाची उपलब्धता.

क) तांत्रिक पर्यावरण

उद्योजकाचे यश हे भविष्यकालीन विस्तार तसेच तांत्रिक बदलांना आणि आव्हानांना तो कशा पद्धतीने प्रतिसाद देतो यावरच अवलंबून असते. तांत्रिक नियोजनाचा उद्देश दुहेरी आहे.

१) स्पर्धकांकडून तांत्रिक बदलांच्या साहाय्याने होणारी मात टाळणे.

२) अशा पद्धतीने तांत्रिक बदल आणणे की, जेणेकरून स्पर्धकांना आश्चर्याचा तीव्र धक्का बसेल आणि त्यांना अडचणीतच आणेल.

विविध सामर्थ्ये आणि दुर्बलता यांची तपासणी यादी पुढीलप्रमाणे देता येईल.

सामर्थ्ये

अ) पर्यावरणाशी संबंधित

१) सरकार, उद्योग, कर्मचारी आणि पुरवठादार यांच्याशी सलोख्याचे संबंध. २) सरकारच्या कर उत्पन्नामध्ये मोठ्या प्रमाणावर हिस्सा.

ब) व्यवस्थापकीय

१) प्रशासकीय आणि तांत्रिक आघाडीवरील तज्ज्ञांसह उत्कृष्ट व्यवस्थापन. २) देशी आणि परदेशी तंत्रज्ञानाचा अवलंब, ३) सर्व उपक्रमात संशोधनप्रधान प्रवृत्ती. ४) व्यवस्थापन संघटनेची लवचीक रचना.

क) कार्यात्मक

१) प्रस्थापित चिन्ह असलेल्या मालाच्या दर्जाचीच उत्पादने, २) प्रभावी आणि किफायतशीर वितरण

साखळी, ३) प्रादेशिक अडचणी दूर करण्यासाठी विखुरलेले उत्पादन युनिट, ४) कच्च्या मालाचा खात्रीशीर पुरवठा, ५) जादा मागणी पुरविण्याच्या दृष्टीने पुरेशी क्षमता असलेले इष्टतम युनिट.

ड) वित्त

१) बँका आणि अन्य वित्त संस्था यांच्याकडे चांगली पत असणे, २) विविध संभवनीयतांच्या हिताच्या दृष्टीने साजेसे करून घेणे, ३) नफ्याचे वाढते गुणोत्तर, ४) प्रगत लाभांश आणि धारणाशक्ती नोंद, ५) चालू मालमत्ता आणि देणी यांचे सुदृढ गुणोत्तर.

इ) कामगार

१) संपाविना उत्पादन, २) प्रगत सामूहिक वाटाघाटी, ३) आकर्षक वेतन आणि आनुषंगिक लाभ (Fringe Benefits), ४) वाढती कामगार उत्पादकता.

दुर्बलता

अ) पर्यावरणाविषयी

१) राजकीय, आर्थिक आणि सामाजिक पर्यावरण याविषयी सर्वसामान्य बेफिकिरी, २) कमकुवत जनसंपर्क, ३) तंबाखूसारखे प्रचंड कर असणारे उत्पादन दीर्घ कालावधीत किमतीत स्थैर्य अशक्य, ४) परकीय तंत्रज्ञानावर अवलंबून राहणे. ५) ग्राहकांच्या ज्ञानसंवर्धनाचा अभाव.

ब) व्यवस्थापकीय

१) समन्वयाविना अलिप्तपणे कार्य करणारे विविध विभाग, २) प्रगती प्रधानतेवर भर नाही, ३) बढतीच्या बाबत असणाऱ्या वशिलेबाजीतून उद्‌भवणारे खचलेले मनोधैर्य, ४) नवनिर्मितीक्षम व्यवस्थापनाचा अभाव, बाह्य माध्यमातून आलेल्या कल्पनांवर प्रामुख्याने अवलंबून राहणे. ५) स्वत:चेच माहात्म्य जपणारे, उधळपट्टी करणारे आणि अल्पावधीत प्रगती साधण्याची तीव्र इच्छा असणाऱ्यांची (लायकी नसताना) मोठी संख्या, ६) निर्णय घेणाऱ्यांची अल्पसंख्या, त्यात भविष्याबाबत गतिशील विचार नसणे.

क) कार्यात्मक

१) उत्पादन आणि वाहतूक यात वारंवार अडथळे. २) मालासाठी नियंत्रण आणि दर्जा नियंत्रण यासाठी शास्त्रशुद्ध मार्गाच्या अवलंबाचा अभाव. ३) क्षमतेचा पुरेपूर वापर न करणे. ४) कच्चा माल आणि सुटे भाग यांचा निकृष्ट दर्जा ५) मनुष्यबळ नियोजनात असमतोल, अकुशल कामगारांची मोठी संख्या आणि कुशल कामगारांची अत्यल्प संख्या. ६) निकृष्ट विपणन.

ड) वित्त

१) प्रचंड मालसाठ्यामुळे भांडवल विनाकारण मोठ्या प्रमाणावर गुंतून पडणे. २) आयातीवर अवाजवी भर. ३) मालाचा हंगामी आणि अनियमित पुरवठा परिणामत: अंदाज केलेल्या खर्चापेक्षा वाढीव खर्च, ४) बऱ्याचदा रोख रक्कम नाही आणि मालसाठ्यावर अत्याधिक व्यापार (Overtrading), ५) ठरावीक टक्के दराने प्रचंड व्याज, ६) अत्याधिक भांडवलीकरण (Over-capitalisation), ७) एकाच उत्पादनावर अवलंबून.

इ) कामगार

१) संप आणि टाळेबंदी, २) वेतन आणि विविध लाभ यावर तंटे, ३) कुशल कामगारांची प्रचंड उलाढाल

आणि तुटवडा, ४) अनेक कामगार संघटनांचे अस्तित्व, ५) स्थिर किंवा घटती कामगार उत्पादकता. ६) तांत्रिक बदलाला विरोध.

वरील चर्चेच्या आधारे उद्योजकाने वस्तूची निवड करताना सामर्थ्ये, दुर्बलता, संधी आणि धोके यांचा जाणीवपूर्वक विचार केला पाहिजे.

उत्पादन, व्यापार आणि सेवा उद्योगातील व्यावसायिक संधींचा शोध

व्यावसायिक संधीसाठी उद्योग विश्व (Universe of Market) इतके मोठे आहे की, मार्मिकतेने असे म्हटले जाते की, सूर्यप्रकाशाखाली जे जे आहे त्यात प्रत्येक ठिकाणी व्यावसायिक संधी दडलेली आहे. संधी हेरून तिचा फायदा उठविणारा मात्र पाहिजे.

अमंत्र अक्षरं नास्ति

नास्ति ममूल वनौषधि

अयोग्यं वस्तु नास्तेव

योजक स्तत्र दुर्लभ: ॥

विविध तक्त्यांच्या साहाय्याने, प्रश्नावलीच्या साहाय्याने, प्राप्त केलेल्या माहितीचे, आकडेवारीचे विश्लेषण करून निष्कर्ष काढणे सुलभ व्हावे. (संदर्भ तक्ते / प्रश्नावली 'मिटकॉन पत्रिका' मधील)

उद्योगाची संधी शोधाल कशी ?

..... 'पद्धतशीर मार्ग – सात टप्प्यांची सप्तपदी'

पूर्वतयारीचा टप्पा : तुमचे चार मूलगामी निर्णय

निवडीचा अग्रक्रम :

१) उद्योगाचे ठिकाण (गाव) २) स्वतःची गुंतवणूक (रक्कम रु.)

३) ग्राहक गरजा (टप्पा २ पहा.) ४) तंत्रज्ञान (टप्पा ३ पहा.)

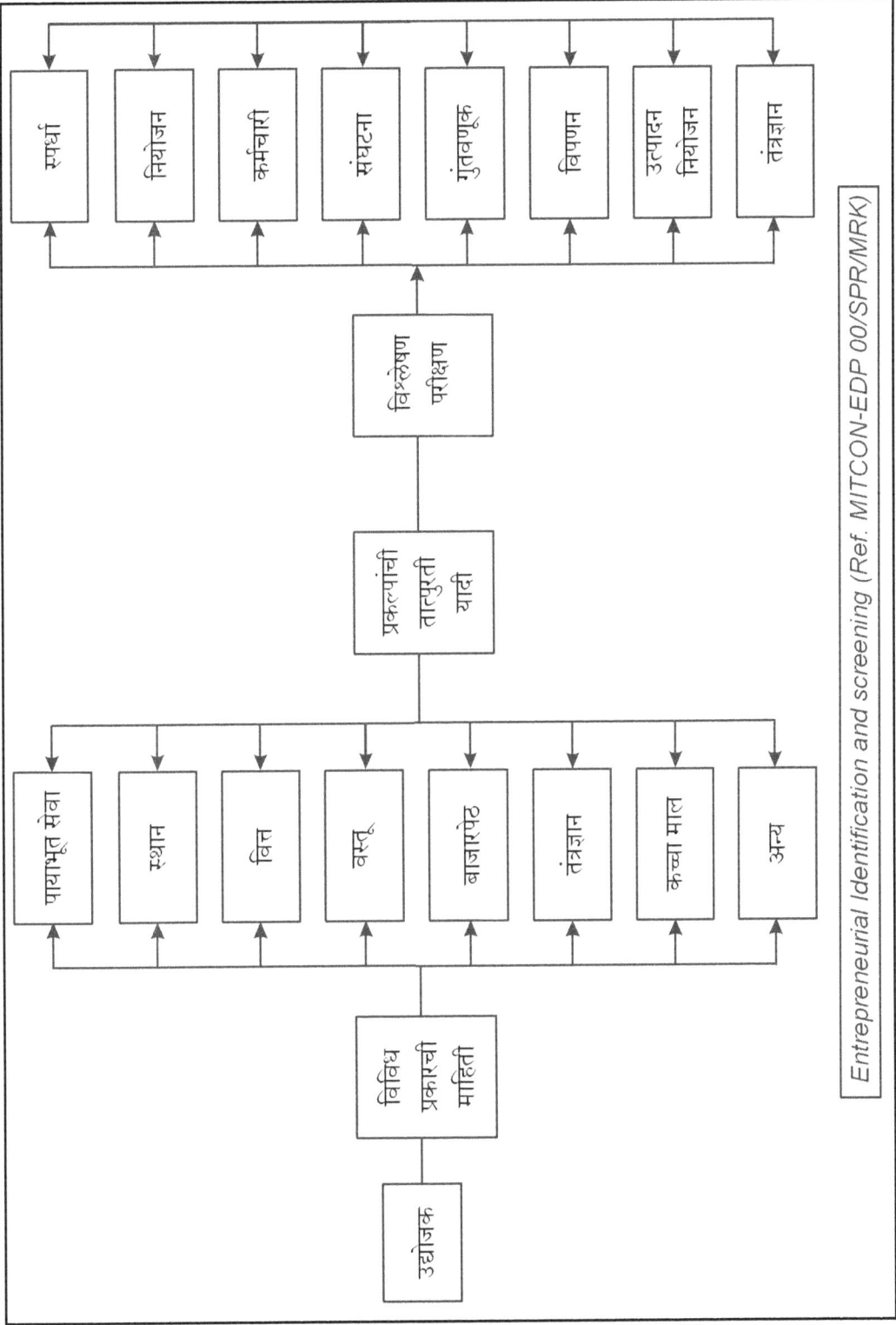

Entrepreneurial Identification and screening (Ref. MITCON-EDP 00/SPR/MRK)

आकृती क्र. २.२ : उत्पादन व्यापार आणि सेवा उद्योगातील व्यावसायिक संधींचा शोध

तक्ता क्र. २.२ : पद्धतशीर मार्ग – सात टप्प्यांची सप्तपदी

पहिला टप्पा	तपशील	साधन	साध्य
	तुमची व्यावसायिक संधीबद्दलची जागरूकता : संधी विश्वाची सर्वसाधारण माहिती	उद्योग विश्व यादी	तुमच्या ग्राहक गरजांची प्राथमिक निवड
चाळणी – १ सर्वसाधारण ग्राहक पेठ निवड	१ ... ४ ... २ ... ५ ... ३ ... ६ ...	७ ... ८ ... ९ ...	१० ... ११ ... १२ ...
दुसरा टप्पा	**तपशील**	**साधन**	**साध्य**
	तुमची व्यावसायिक संधीबद्दलची जागरूकता : संधी विश्वाची सर्वसाधारण माहिती	परिसरातील लोकसंख्येचे आर्थिक मूल्यमापन	उद्योगाच्या ठिकाणापासून सुमारे १०० कि.मी. परिसरात संधी विश्व ग्राहक गरजांची तुमची विशेष आवड
चाळणी – २ तुमच्या ग्राहक क्षेत्रातील ग्राहक पेठ निवड	१ ... २ ...	३ ... ४ ...	५ ... ६ ...
तिसरा टप्पा	**तपशील**	**साधन**	**साध्य**
	तुमची उत्पादन तंत्राबद्दलची जागरूकता	उत्पादन तंत्राची मिटकॉन यादी	तुमची उत्पादन तंत्राची निवड
चाळणी – ३ तुमचे ज्ञान व उपलब्ध स्थानिक कुशल कारागीर		तुमची विशेष निवड	१ ... २ ... ३ ...
चौथा टप्पा	**तपशील**	**साधन**	**साध्य**
	तुमची सर्वसाधारण प्रकल्प पत्रिकांबाबत जागरूकता	मिटकॉन प्रकल्प पत्रिका	तुमच्या सर्वसाधारण प्रकल्प पत्रिकांची निवड
चाळणी – ४ एकूण प्रकल्प गुंतवणूक	१ ... २ ...	३ ... ४ ...	५ ... ६ ...

पाचवा टप्पा	तपशील	साधन	साध्य
	तुमची संभाव्य प्रकल्प पत्रिकांबाबत जागरूकता	ग्राहक पेठ पाहणी	तुमच्या संभाव्य प्रकल्प पत्रिकेची निवड
चाळणी – ५ तुमच्या उद्योगाचे क्षेत्रफळ–वीज, पाणी व व्यवस्थापन	१ ...	२ ...	३ ...

सहावा टप्पा	तपशील	साधन	साध्य
	तुमच्या प्रकल्पाच्या रूपरेषेबाबत तुमची पाहणी	यंत्रसामग्री, कच्चा माल, करयोजना	तुमच्या प्रकल्पाची रूपरेषा पाहणी
चाळणी – ६ तज्ज्ञ, सल्लागाराशी सल्लामसलत	१ ...	२ ...	३ ...

सातवा टप्पा	तपशील	साधन	साध्य
	तुमच्या अंतिम प्रकल्प निवडीबाबत जागरूकता	आत्तापर्यंत मिळवलेली माहिती व स्वत:च्या क्षमतेची सांगड	तुमच्या अंतिम प्रकल्पाची निवड
चाळणी – ७ तुमची स्वत:ची निवड	१ ...		

उद्योग निवडीसाठी उद्योजकांकडून जरूर असणारे पूर्व निर्णय

उद्योजकाचे नाव : _____

पत्ता : _____

वय : _____

दिनांक : _____

(सूचना : हे उत्तरपत्र तयार करण्याचा उद्देश उद्योजकाची स्वत:ची ताकद अजमावणे व पसंतीवर प्रकाश टाकणे आणि अयोग्य व नापसंत निवड होण्याची शक्यता कमी करणे हा आहे.)

१) उद्योजकाची पार्श्वभूमी (सध्याची)

योग्य तेथे (✔) अशी खूण करा.

सुशिक्षित	तांत्रिक सेवा उद्योग	व्यवसाय (स्वतःचा)
गृहिणी	व्यवस्थापकीय	नोकरी
सैन्य निवृत्त	उत्पादन	वैयक्तिक
सेवा निवृत्त	व्यापारी	भागीदारी
अनुसूचित जाती/ जमाती	शेती	खासगी मर्यादित
अपंग	सेवा उद्योग	सार्वजनिक मर्यादित

२) **नियोजित उद्योगाचे स्वरूप**

स्वयंमालकी / भागीदारी / मर्यादित कंपनी

३) **उद्योगाचे स्वरूप**

एकूण गुंतवणूक जास्तीत जास्त (रु.) स्वतःची अपेक्षित

छोटा   लघु   मध्यम

गुंतवणूक (एकूण गुंतवणुकीच्या सुमारे २५% पर्यंत)

कमीत कमी रु.

जास्तीत जास्त रु.

४) **ग्राहक गरजांची पसंती/निवड**

योग्य तेथे (✔) अशी खूण करा.

ग्राहक पेठा	गरजा	ग्राहक क्षेत्र
स्थानिक	घरगुती वस्तू	सरकारी खाती
आंतरजिल्हा	दैनंदिन गरजा	खासगी कारखाने, कंपन्या
ग्रामीण	साधने	व्यक्तिगत (घरोघरी)
शहरी	औद्योगिक वस्तू	सहकारी संस्था
महाराष्ट्र	पूरक उद्योग	सार्वजनिक संस्था
इतर जिल्हे	यंत्रोत्पादनास जरुरीची	इतर
निर्यात	ठरावीक साधने	

५) **तुमची विपणन/विक्री वितरण क्षमता**

सध्याच्या व्यवसायाची एकूण उलाढाल : दरवर्षी (रु.)

व्यावसायिक संबंध :

वितरकांची/विक्रेत्यांची संख्या :

वितरण व्यवस्था : गोदाम व्यवस्था/वाहतूक व्यवस्था :

६) **तुमची ठिकाणांची पसंती**

विभाग/जिल्हा/शहर पसंत असलेले :

विभाग/जिल्हा/शहर पसंत नसलेले :
मागास भागात जाण्याची तयारी असल्यास कोणत्या :

७) **तुमचे मनुष्यबळ (उपलब्ध असलेले)**

एकूण संख्या तांत्रिक व्यवस्थापकीय
उद्योगात मुख्य नेतृत्व करतील अशा प्रमुख व्यक्ती :

नावे : ____________________

वय : ____________________

पात्रता : ____________________

अनुभव : ____________________

८) **तुमच्या उत्पादन यंत्राची निवड**

कोणते उत्पादन यंत्र वा उद्योग पसंत आहेत? (कृपया थोडक्यात माहिती द्या.)
कोणते उत्पादन यंत्र वा उद्योग नापसंत आहेत?

कल्पना निवडीसाठी तपासणी यादी (Checklist for Choosing Ideas)

तुमची कौशल्ये आणि अनुभव यांच्याशी संबंधित –

- तुमच्या वस्तू आणि सेवा यांच्यात विश्वास आहे का?
- ती वस्तू/सेवा गरज भागवते असे तुम्हाला व्यक्तिश: वाटते का?
- तुम्हाला संभाव्य ग्राहक आवडतात का आणि त्यांना तुम्ही समजून घेता का?
- या प्रकारच्या व्यवसायाचा तुम्हाला पूर्वानुभव आहे का?
- या प्रकारच्या व्यवसायातील यशाचे मूलभूत घटक तुमच्या कौशल्याशी जुळणारे आहेत का?
- तुमची व्यावसायिक विविध कार्ये तुम्हाला स्वत:लाच करण्यात आनंद वाटेल का?
- तुमच्या व्यवसायात नेमलेल्या कर्मचाऱ्यांबरोबर काम करायला आनंद वाटेल का? त्यांच्यावर पर्यवेक्षण करायला आवडेल का?
- तुमची कल्पनाशक्ती आणि मोकळा वेळ यांचा ताबा व्यवसायाच्या या कल्पनेने घेतला आहे का?
- सामाजिक लाभाच्या दृष्टिकोनातून ही कल्पना नवनिर्मितीक्षम आहे का?
- चांगल्या मोबदल्याची तुम्हाला अपेक्षा आहे का?

बाजारपेठेसंबंधी

- ग्राहकांची वास्तव गरज आहे का?
- तुम्हाला पुरेसा नफा मिळेल अशी किंमत मिळेल का?
- तुमच्या व्यवसायसंस्थेतून तयार झालेल्या वस्तूंवर ग्राहक विश्वास ठेवतील का?
- तुमच्या वस्तू/सेवा या स्पर्धकांच्या वस्तूंच्या / सेवांच्या तुलनेत ग्राहकांना अधिक फायदा देऊ शकतील का?
- ग्राहकापर्यंत वस्तूचा संदेश आणि प्रत्यक्ष वस्तू पोहोचविण्याचा किफायतशीर मार्ग आहे का?

व्यवसाय संस्थेसंबंधी

- व्यवसायात तुमची संस्था चांगल्या प्रकारे कार्य करू शकेल असा विश्वास ठेवण्यास काही सबळ आधार आहे का ?
- व्यवसायसंस्थेच्या संस्कृतीशी तुमची संस्था जुळवून घेते का ?
- कुणी जबाबदारी / जोखीम पत्करेल असे तुम्हाला वाटते का ?
- हा उपक्रम फायदेशीर आहे असे तुम्हाला वाटते का ? (भरपूर नफा, अल्प गुंतवणूक.)
- मोठ्या बाजारपेठेत जाणे आणि वाढ होणे शक्य आहे का ?

तुमची कल्पनाच नाकारली गेली तर काय करायचे ?

बऱ्याचदा उद्योजक म्हणून तुम्हाला असा अनुभव येईल की, तुमची कल्पनाच नाकारली गेली आहे किंवा तुमच्या अपेक्षेप्रमाणे त्यात तुम्हाला यश मिळाले नाही. अशा वेळेस तुम्ही खालील गोष्टी करू शकता.

१) सदर कल्पनाच सोडून द्या आणि नवीन कल्पनेची निवड करा.
२) काळजीपूर्वक ऐका, काय चुका झाल्या हे समजून घ्या, तुमच्या कल्पनेत आणि सादरीकरणात सुधारणा करा आणि पुनश्च प्रयत्न करा.
३) खालील बाबी ध्यानात घेऊन हीच कल्पना तुम्ही आणखी दुसऱ्या कुणाला सादर करू शकता का, याचा शोध घ्या.

- जर ही कल्पना प्रत्यक्ष व्यवहारात यशस्वीरीत्या उतरलीच तर कुणाला फायदा होईल आणि त्या कल्पनेची जबाबदारी कुणी स्वीकारेल का ?
- संभाव्य ग्राहक कोण आहेत आणि ते वस्तूची मागणी करतील का ?
- ज्या व्यक्ती उद्योजकीय कल्पनांची खरोखरच कदर करतात त्यांच्यापर्यंत तुम्ही कसे पोहोचाल ?

उद्योग विश्व

अ) प्राथमिक गरजा : खासगी उपभोग (वैयक्तिक व घरगुती)
ब) द्वितीय गरजा : वैयक्तिक उपभोग (वैयक्तिक व घरगुती)
क) व्यावसायिक उपभोग

उत्पादन/सेवा संधीच्या अंतिम निवडीसाठी प्रश्न –

१) उत्पादन/सेवा संधी ही प्रस्थापित कल्पना आहे की नावीन्यपूर्ण कल्पना आहे ?
२) प्रकल्पाचा खर्च तुमच्या गुंतवणुकीस साजेसा आहे का ?
३) तंत्रज्ञान हा किचकट घटक आहे का ?
४) तंत्रज्ञान घटक किचकट असेल तर तो प्राप्त करणे कितपत सोपे अथवा अवघड आहे ?
५) तंत्रज्ञान प्रत्यक्ष अंमलात आणणे कितपत सोपे अथवा अवघड आहे ?
६) उत्पादन/सेवेचा नेमका उपयोग काय आहे ?
७) तुमचे ग्राहक कोण आहेत ? (उदा. उद्योग, कुटुंब)
८) तुमच्या उद्योगाच्या अपेक्षित भौगोलिक सीमा कोणत्या आहेत ?
९) आकारमान, विभाग आणि वैशिष्ट्ये या अनुषंगाने बाजारपेठेची स्थिती नेमकी काय आहे ?
१०) मागणी सतत वर्षभर असते की हंगामी असते ?

११) विक्री किंमत कितपत अस्थिर आहे?
१२) स्पर्धेचे प्रमाण कितपत आहे?
१३) स्पर्धेचा आधार काय असतो? (किंमत, गुणवत्ता, सेवा, डिलिव्हरी वेळापत्रक इ.)
१४) तुमच्या उद्योगाचे स्थान निर्माण करण्यास वाव आहे का?
१५) अस्तित्वात असलेल्या उद्योगांच्या तुलनेत नवीन उद्योग असण्याचा फायदा/तोटा होण्याची शक्यता किती प्रमाणात आहे?
१६) सध्याचे आणि संभाव्य पर्याय याबाबत नेमकी काय स्थिती आहे?
१७) प्रारंभीचा आणि नियमितपणे आवश्यक असणारा विक्री संवर्धनाचा खर्च किती आहे?
१८) आयात मालावर/परकीय बाजारपेठेवर उद्योग कितपत अवलंबून आहे? कोणत्या प्रकारे? तंत्रज्ञान/यंत्रसामग्री/कच्चा माल/बाजारपेठ.
१९) कच्चा माल सहजतेने उपलब्ध आहे का?
२०) कच्च्या मालाच्या किमती किती प्रमाणात अस्थिर आहेत?
२१) कच्चा माल अथवा तयार माल यांचा सट्ट्याचा व्यवहार होतो का?
२२) उद्योगाचे कोणते स्थान तुमच्या मनात आहे?
२३) पाणी, वीज, टाकाऊ पदार्थ विल्हेवाट सुविधा इत्यादींसारख्या पायाभूत सुविधा, दूरसंपर्क, बँक, गोदाम, मालवाहतूक इत्यादींसारख्या व्यापारी सुविधा आणि निवास, आरोग्य शिक्षण इत्यादींसारख्या सामाजिक सुविधा या दृष्टिकोनातून तुम्ही जागेकडे कसे पाहता?
२४) मनुष्यबळाची गुणवत्ता आणि गरज काय आहे? असे मनुष्यबळ प्राप्त करणे कितपत सोपे अथवा खर्चीक आहे?
२५) तुमचा प्रकल्प खास करून एखाद्या पायाभूत सुविधेवर अवलंबून आहे का? (उदा. नाशवंत माल निर्यातीसाठी आंतरराष्ट्रीय हवाई वाहतूक सुविधा) असेल तर अशा पायाभूत सुविधेची परिस्थिती काय आहे?
२६) कर्ज देणाऱ्या वित्तसंस्था तुमच्या प्रकल्पास साहाय्य करतील का?
२७) ज्या उद्योगक्षेत्रातील तुमचा प्रकल्प आहे, त्या उद्योगक्षेत्राचे भवितव्य काय आहे?
२८) विद्यमान उद्योजक, ग्राहक, कच्चा माल, पुरवठादार किंवा ज्ञान पुरवठादार यांचे लेखी करार आहेत का किंवा त्यांच्यापैकी कुणाला विशेष अधिकार प्राप्त झालेले आहेत का?
२९) प्रकल्प स्थापन करण्यास किती कालावधी लागेल?
३०) खालील बाबतीत शासनाचे धोरण काय आहे?
- प्रवेश मर्यादा अथवा परवाना
- तांत्रिक मानके (standards) आणि व्यवस्थापन
  (उदा. खाद्य उद्योगासाठी कायदे)
- तयार मालाच्या किमती आणि वितरण यावरील बंधने
  (उदा. औषध निर्माण उद्योग)
- कच्च्या मालाच्या किमती आणि वितरण यावरील बंधने (उदा. काकवी)
- अबकारी कर, मूल्यवर्धित कर, वॅट, जकात इ.
- अनुदाने आणि वित्तीय प्रोत्साहने

(टीप : वरील सर्वच प्रश्नांची उत्तरे तुमच्याकडे असतीलच असे नाही. परंतु, त्यांपैकी काही प्रश्नांची तात्कालिक उत्तरे किंवा तुमची मते असू शकतील. ती लिहून काढा. उपलब्ध पर्यायांचे व्यापक चित्र तुमच्यासमोर आल्याने मनात अनेक गोष्टी स्पष्ट होतील.)

व्यवसाय संधी निवडीतील चुका

व्यवसाय संधी निवडीमध्ये चुका होणं हे अगदी सर्वसामान्य आहे. व्यवसायात अनेक अचिन्त्य गोष्टींचा समावेश असतो आणि म्हणूनच पूर्णपणे सुरक्षित अशी व्यवसाय संधी अस्तित्वात असत नाही. म्हणूनच खालील परिच्छेदातून सर्वसामान्य चुका मांडण्यात आल्या आहेत.

१) **...मीसुद्धा तेच करणार :** काही उद्योजक असेही आढळतात की, त्यांनी तो विशिष्ट उद्योग का निवडला तर इतर उद्योजक त्या उद्योगात यशस्वी झालेले आहेत. म्हणून हे उद्योजक विचार करतात की, ' ...मीसुद्धा तेच करणार.' असे उद्योजक स्वत: कोणताही गृहपाठ करीत नाहीत तर ते इतर उद्योजकांच्या यशावर अवलंबून राहतात. एखाद्या विशिष्ट उद्योगात अनेक उद्योजकांना वाव नसेल या वास्तवाचे भानच त्यांना नसते. एखाद्या भागात एक किंवा दोन उपाहारगृहे चांगली चालत असतील तर नव्याने अर्धा डझन उपाहारगृहे त्या भागात सुरू होतात. परिणामत: त्या सर्वच उपाहारगृहांवर त्याचा दुष्परिणाम होतो. शिवाय, एखादी व्यक्ती एखाद्या व्यवसायात यशस्वी झाली म्हणजे बाकी व्यक्तीही त्यात यशस्वी होतीलच असे नाही. एखाद्या माणसाचे अन्न दुसऱ्यासाठी विषसुद्धा असू शकते, तसा हा प्रकार आहे.

२) **आकडेवारीची भुरळ :** अनेक उद्योजकांना व्यवसायातील उत्पन्न आणि नफ्याचे प्रमाण याचे अंदाज बांधण्याचा छंद असतो. वित्तीय विवरणे समजून वाचणे आणि गुणोत्तरे समजून घेणे या दोन गोष्टी त्यांना येत असतात. नवीन प्रकल्पातील गुंतवणुकीवरील मोबदला आणि तत्सम गुणोत्तरे मुद्दाम अशा पद्धतीने सादर केली जातात की, नफ्याचे प्रमाण जादा दिसेल आणि हे कोण करतं तर अप्रामाणिक यंत्रसामग्री पुरवठादार, सल्लागार किंवा उद्योग प्रवर्तन करणाऱ्या संस्थांचे अकार्यक्षम अधिकारी. नवोदित उद्योजकांना ह्या फसव्या आकडेवारीची भुरळ पडते आणि ते वास्तव विश्लेषण समजून घेण्यात सपशेल अपयशी ठरतात. ते प्रकल्प निवडतात आणि नंतर त्यांना पश्चात्ताप होतो. भारतात विणकाम करणारी अनेक स्वयंचलित यंत्रे पडून आहेत. वित्तीय आकडेमोडीच्या भक्कम आधारावरच ही यंत्रे विकली गेली होती. जवळपासच्या परिसरातील ग्राहक वर्ग दोन वर्षातच संपुष्टात येतील आणि नंतर मात्र व्यवसाय चालू ठेवण्यासाठी नवीन बाजारपेठ शोधताना भरपूर पैसे खर्च करून मेहनत घ्यावी लागेल, हे नफाप्राप्तीच्या उद्देशाने विणकाम यंत्रे खरेदी करणाऱ्या महिला उद्योजकांच्या ध्यानात आलेच नाही.

३) **'हत्ती आणि चार अंध व्यक्ती' अनुभव :** काही उद्योजक प्रकल्पाच्या केवळ एखाद्या वास्तवाचाच विचार करतात. एखाद्या उत्पादनासाठी तंत्रज्ञान सहजतेने उपलब्ध असते आणि आंतरराष्ट्रीय बाजारपेठेतसुद्धा त्याला प्रचंड किंमत लाभते. परंतु, जागतिक बाजारपेठेत त्याला एकदम मर्यादित मागणी असते हे समजण्यात ते अपयशी ठरतात. प्रकल्पाच्या केवळ सकारात्मक बाजूंवर लक्ष देणे आणि नकारात्मक बाजूंकडे संपूर्णपणे दुर्लक्ष करणे किंवा नकारात्मक बाजूंकडे फाजील आशावादाने बघणे अशा चुका प्रकल्प निवडताना होऊ शकतात.

४) **गोल छिद्रात चौकोनी डोक्याचा खिळा :** कधी कधी उद्योजक स्वत:च्या क्षमता यश ठरविण्याच्या महत्त्वाच्या घटकांशी निगडित करण्यात अपयशी ठरतो. मग अगदी उच्चशिक्षित सक्षम उद्योजकसुद्धा चूक

करू शकतो. एका सुप्रसिद्ध बांधकाम व्यावसायिकाने हॉटेल उद्योग सुरू केला. असा व्यवसाय चालविण्यासाठी दैनंदिन व्यवस्थापकीय कार्यक्षमता, तो सातत्याने चालविणे ह्या बाबींची आवश्यकता असते. बांधकाम व्यावसायिक नेमका ह्या बाबतीत कमी पडल्याने अयशस्वी झाला.

५) **फरक नसलेला उद्योग :** अनेक लघुउद्योग चांगली प्रगती करीत नाहीत किंवा ते बंद पडताहेत कारण ते फारच एकसारखे असतात. अनेक एकसारखी उत्पादने असतात. स्पर्धा किमतीवर अवलंबून असते आणि बऱ्याचदा किमती इतक्या खाली येतात की, ती पातळी नफ्याची नसते. तुमचा उद्योग इतरांच्या उद्योगांपेक्षा वेगळा कसा आहे आणि प्रारंभीच योग्य संधी साधणे ह्या गोष्टी न जमणे ही गंभीर चूक आहे. केवळ अचूक संधी शोधणे महत्त्वाचे नाही तर त्याबरोबरच त्या संधीला योग्य पद्धतीने साकारणे हेसुद्धा तितकेच महत्त्वाचे आहे. सामान्यत: हे केले जात नाही.

६) **यशाच्या घटकांचे आकलन होण्यातील अपयश :** असे अनेक उद्योजक असतात की ज्यांना त्या विशिष्ट प्रकल्पासाठी यशप्राप्तीचे महत्त्वाचे घटक कोणते आहेत हेच समजत नाही. ह्या घटकांचा शोध त्यांना नंतर लागतो आणि तेव्हा बराच उशीर झालेला असतो. एखाद्या व्यवसायसंधीतील अत्यावश्यक बाबी/घटक न समजल्यामुळेच अनेक उद्योग बुडाले.

७) **आपलेपणाचा अभाव :** जो उद्योग सुरू केला त्यामध्ये समाधानकारकरीत्या आपलेपणाने अनेक उद्योजक स्वत: गुंतत नाहीत. विशेषत: भागीदारी व्यवसाय आणि कौटुंबिक व्यवसायांच्या बाबतीत हे खरे ठरते. एखादा भागीदार किंवा एखादा कुटुंबसदस्य त्या व्यवसायाकडे अतिशय आत्मीयतेने पाहतो तर अन्य भागीदार/ कुटुंबसदस्य तेवढ्या आत्मीयतेने लक्ष घालत नाही तर त्यातील नकारात्मक बाबींवर लक्ष देतो. तो त्याची मते परखडपणे मांडत नाही किंवा अतिशय मुळमुळीतपणे मांडतो आणि उद्योगस्थापनेची आणि व्यवस्थापनाची जबाबदारी टाळतो. परिणामत: बऱ्याचदा उद्योगात अपयश येते.

८) **व्यवसाय स्थापनेस उतावीळ :** काही उद्योजकांना उद्योजकतेच्या चैतन्याने झपाटलेले असते. ते त्यांचा व्यवसाय स्थापन करण्यास प्रचंड उतावीळ झालेले असतात. म्हणूनच ते सर्वप्रथम किंवा जी व्यवसायसंधी त्यांच्यासमोर येईल त्यावर ते तुटून पडतात. नवीन व्यवसायसंधीचा शोध घेण्याचा धीर त्यांच्यात नसतो किंवा त्यांनी निवडलेल्या व्यवसायसंधींचे योग्य विश्लेषण करावे यासाठीसुद्धा त्यांच्याकडे धीर नसतो. वाट पाहण्याची त्यांची भावनिक तयारी नसते. चुकीची व्यवसायसंधी निवडण्याची चूक हे उद्योजक करतात.

९) **चुकीची माहिती :** अनेक उद्योजक असे असतात की जे आपली व्यवसायसंधी चुकीची, अविश्वसनीय किंवा खोट्या माहितीच्या आधारे निवड करतात. एखाद्याला कुणीतरी माहिती देतात की कॉपर पावडरला प्रचंड मागणी आहे. उतावीळ उद्योजक ह्या माहितीची शहानिशा न करता कॉपर पावडर निर्मितीचा उद्योग सुरू करण्याचा निर्णय घेतो. घाईघाईने जागा व यंत्रसामग्री खरेदी केली जाते आणि नंतर त्या उद्योजकाच्या लक्षात येते की, आधी कळलेल्या प्रकल्प किमतीपेक्षा वास्तव प्रकल्प किंमत कितीतरी अधिक आहे. पण आता परिस्थिती अशी अवघड की तेथून मागे फिरणेसुद्धा अशक्य.

१०) **काळाच्या खूप पुढे :** काळाच्या फार पुढे असलेले व्यवसाय अपयशी ठरण्याची शक्यता असते. अशा व्यवसायांपैकी फारच थोडे व्यवसाय यशस्वी ठरतात.

११) **माघार घेण्याची अनिच्छा :** तुम्ही अतिशय चांगली निर्यात संधी असलेला व्यवसाय सुरू करण्याचे

ठरविले. त्याचा प्रकल्प अहवाल तयार केला, तुमचे कर्ज प्रकरणही मंजूर झालेले आहे. तुम्ही तुमची नोकरी सोडलेली आहे आणि जमीन खरेदीसाठी आगाऊ रक्कम दिलेली आहे. मित्रमंडळी आणि नातेवाइकांमध्ये तुम्ही व्यवसाय सुरू करणार असल्याची घोषणा करून टाकलेली आहे. बाजारपेठ कोसळते आणि कोसळलेली बाजारपेठ किमान एक वर्ष तरी सावरली जाऊ शकणार नाही. तुम्हाला आता पेच पडलेला आहे. तुम्हाला असे वाटते की व्यवसायक्षेत्रात अशा गोष्टी घडतातच आणि आता 'बाजारपेठ नाही' या गोष्टीचा तुम्हाला फारसा त्रास होत नाही. परंतु, मनात कुठेतरी असेही भय आहे की तुम्हाला तोटा होईल आणि ज्यांच्याकडे व्यवसाय सुरू करण्याची घोषणा केलेली असते त्यांना आता तोंड कसे द्यायचे ? माघार घ्यायची नाही असे तुम्ही ठरविले आहे, जरी तुम्हाला यशाबाबत खात्री नाही तरी. ज्या टप्प्यात शक्य आहे त्या टप्प्यात अशा तऱ्हेने माघार घेण्याची अनिच्छा असल्याने तो अनेक उद्योजकांसाठी मोठा धोका निर्माण होतो.

बाजारपेठ तपासणी आणि बाजारपेठ पाहणी (Assessment of Market and Market Survey)

उद्योग नवीन असो वा जुना, बाजारपेठेची वा बाजारपेठेतील ग्राहकांची अपेक्षा, स्पर्धा इत्यादींची माहिती असणे अत्यावश्यक आहे. यशस्वी ठरून भरभराटीस आलेल्या उद्योगव्यवसायांच्या प्रगतीचे रहस्यच त्यांनी केलेल्या ग्राहकाचा व त्याच्या मागणीचा नेमका अभ्यास यातच दडलेले आहे. यासाठी त्यांनी प्रत्यक्षपणे किंवा अप्रत्यक्षपणे बाजारपेठेची माहिती मिळविण्याची व्यवस्था केलेली आहे. अर्थात, याला पर्याय नाही. आवश्यक माहिती कोणत्या प्रकारे, किती अचूकतेने आणि कमीत कमी खर्चात मिळवायची हे ठरवावे लागते. विशेषत: नव्याने ज्यांना उद्योग सुरू करायचा आहे त्यांनी अभ्यास न करता, माहिती न मिळविता बाजारपेठेत उडी मारली तर तोंडघशी पडण्याची भीतीच जास्त. या सर्वांवर यशस्वीपणे मात करण्यासाठी बाजारपेठ पाहणीचा आधार अत्यंत उपयुक्त ठरतो.

विविध मुद्द्यांच्या निकषांवर ३-४ उद्योगांची यादी तयार झाली की, त्यातील एकाची निवड करण्याचे दृष्टीने बाजारपेठ पाहणी करावी लागेल. ३-४ पर्याय शोधून जेव्हा उद्योग निवडण्यापर्यंत आपण येऊन पोहोचतो, तेव्हा त्यातील नेमका कोणता उद्योग निवडावा व त्यातल्या त्यात स्वतःच्या दृष्टीने उपयुक्त असा कोणता उद्योग आहे, हे निश्चित करण्यासाठी जे साधन आपण वापरतो त्याला 'बाजारपेठ पाहणी' असे म्हणतात. कंपनीच्या उत्पादित मालाविषयी आणि सेवेसंबंधी, बाजारपेठेतील विविध अंगांविषयी शास्त्रोक्त पद्धतीने जमा केलेली माहिती म्हणजे 'बाजारपेठ पाहणी' होय.

बाजारपेठ पाहणी करताना पुढील बाबींचा विचार करावा व अधिकाधिक माहिती व आकडेवारी जमवून त्यांचा तुलनात्मक अभ्यास करावा.

- मागणी व त्यात गेल्या २-३ वर्षांतील वाढ/घट.
- पुरवठा व त्यात गेल्या २-३ वर्षांतील वाढ/घट.
- मालाचा दर्जा व किंमत यात झालेला बदल.
- सध्याचे स्पर्धक व त्यांच्या विक्रीच्या पद्धतीचे/विक्रीचे जाळे.
- होत गेलेल्या सुधारणा व त्यांचे परिणाम.
- स्पर्धकांच्या उत्पादनाचे गुण-दोष व ग्राहकांच्या अपेक्षा.
- ग्राहक-विक्रेते यांच्या मते आवश्यक बदल आणि त्याचे स्वरूप.
- नेमक्या कोणत्या काळात वस्तूचा खप कमी-जास्त होतो आणि त्यामागील कारणे.

- भविष्यातील वाव.
- विक्रेते-ग्राहक यांची मते.

उद्योगाची निवड करण्यात घेतल्या जाणाऱ्या निर्णयात जास्तीतजास्त अचूकता येते. अर्थातच त्यासाठी ही पाहणी योग्य पद्धतीने होणे गरजेचे आहे. प्राप्त केलेल्या माहितीची तुलनात्मक मांडणी केल्यास ही निवड करणे सुलभ होते. कोणत्याही उत्पादनाची योग्यता/अयोग्यता, भवितव्य बाजारपेठेवर अवलंबून असते. नेमके काय विकले जाईल हे माहीत असल्यानंतर त्यांपैकी काय करायचे हे ठरविणे अधिक सुलभ होते.

माहिती मिळविणे

तुलनात्मक दृष्टीने माहिती जमविण्यासाठी एका जागी बसून उपलब्ध असलेली माहिती जमा करणे यालाच 'डेस्क वर्क' असे म्हणतात. प्रत्यक्ष संबंधित व्यक्ती, संस्था, उद्योजकीय घटक यांच्यापर्यंत जाऊन हवी असलेली माहिती मिळविणे याला 'फील्ड वर्क' असे म्हणतात. माहिती जमवण्याचे हे दोन्ही मार्ग बाजारपेठ पाहणी करताना उद्योजकाने वापरले पाहिजेत. बाजारपेठ पाहणीद्वारे काय मदत मिळू शकते व काय मिळावी हे तुम्हाला पूर्णपणे ठाऊक असले पाहिजे. एखाद्या नव्या योजनेखाली बाजारपेठेची पाहणी करताना पुढील माहिती त्यातून शक्यतो मिळावी ही नव्या उद्योजकाची अपेक्षा असते.

१) जी वस्तू आपल्याला बनवायची आहे त्याची संपूर्ण माहिती म्हणजे त्या उत्पादनाबद्दल, त्याच्या प्रकाराबद्दल व इतर गुणवैशिष्ट्यांबद्दल जास्तीत जास्त मार्गांनी माहिती मिळवावी. सर्वप्रथम जी वस्तू तयार करावयाची आहे त्याची पूर्ण रूपरेषा तयार असणे आवश्यक आहे. वस्तूबाबत सर्वांगीण माहिती प्राप्त करताना ती अनेक पैलूंनी प्राप्त करावी.

२) सध्या बाजारपेठेत अशा तऱ्हेची व असाच उपयोग होणारी आणखी एखादी वस्तू आहे का? आणि असल्यास त्याची सर्व तऱ्हेने तुलना करणे आवश्यक आहे. त्यात किमतीशिवाय तांत्रिक तपशिलासंबंधीसुद्धा तुलना करणे गरजेचे आहे.

३) या वस्तूचे ज्ञात असलेले व संभाव्य उपयोग कोणते? त्यानुसार याचा वापर करू शकणारे ग्राहक आणि त्यांची यादी तयार करणे आवश्यक आहे. काही वस्तूंचे नवीनच उपयोग हे कालांतराने ध्यानात येतात. जी वस्तू तुम्ही बनवू इच्छिता ती आणखी किती काळ बाजारपेठेत अस्तित्वात राहू शकेल, त्या वस्तूला किती काळ मागणी राहणार आहे याचा अंदाज घेणे या माहितीद्वारे शक्य आहे.

४) आपण निर्माण करणार असलेल्या वस्तूचा पुरवठा बाजारपेठेत किती होतो, कोणाकडून होतो व पुरेसा होतो का? म्हणजेच वस्तूची मागणी व वस्तूचा पुरवठा यांच्यात काही फरक आहे का? ही वस्तू आयात होत असल्यास कोठून व किती प्रमाणात येते? ही वस्तू तयार करणारे आणखी काही नवीन उद्योग निघण्याच्या शक्यतेचीही माहिती प्राप्त करावी लागेल. वस्तूचा खप, वस्तूची मागणी व पुरवठा ह्या तिन्ही घटकांमध्ये मागील २-३ वर्षांत बदल होत गेले आहेत काय? असल्यास त्याचा तपशील आणि बदल नसल्यास का नाही हे लक्षात घेणे आवश्यक आहे.

५) वस्तूचे ग्राहक कोण आहेत, या ग्राहकाचे सध्याच्या उत्पादकांनी तयार केलेल्या वस्तूंबद्दल काय मत आहे. वस्तूचा उपयोग, किंमत, टिकाऊपणा व उपलबधता तसेच वस्तूत ग्राहकांना हव्या असलेल्या अपेक्षित सुधारणा कोणत्या आहेत? सध्या बाजारपेठेत उपलब्ध वस्तूला पर्याय शोधण्याचा प्रयत्न ग्राहक करतात का? तुम्ही तयार केलेल्या ग्राहकांची यादी व गटवारीप्रमाणे तुम्ही अभ्यासत असलेल्या वस्तूला येणारी

एकंदर मागणी काढावी लागेल. ही मागणी भारतासाठी, एखाद्या राज्यासाठी किंवा एखाद्या मोठ्या ग्राहकासाठीसुद्धा अभ्यासता येते. त्याच तऱ्हेने परदेशी बाजारपेठेतून येणारी मागणीसुद्धा अभ्यासता येते.

६) तुमचे बाजारपेठेतील स्पर्धक कोण आहेत, त्यांच्या उत्पादनाची पातळी किती आहे, वस्तूची गुणवत्ता कशी आहे, उत्पादकाची सध्याची क्षमता किती आहे. बाजारपेठेत उत्पादन विकताना कोणत्या प्रकारचे व्यवहार सध्याचे उत्पादक करत आहेत, ही सर्व माहिती प्राप्त केली पाहिजे.

७) जी वस्तू तुम्ही बनवू इच्छिता त्यासाठी लागणारा कच्चा माल पुरेसा आहे का? त्याचे पुरवठादार कोण आहेत? मालाच्या किमतीमध्ये चढ-उतार होत असतात काय? मालाच्या गुणवत्तेमध्ये आपल्याला अपेक्षित त्या सर्व गोष्टी आहेत काय? पुरवठादारांच्या विक्रीच्या अटी काय असतात? कच्च्या मालाची उपलब्धता कमी आहे का, याचाही तुलनात्मक अभ्यास करणे आवश्यक आहे.

८) जेथे उद्योग करायचा आहे तेथे जागा, वीज, पाणी, दळवळणाची साधने, सरकारी कायदे यांच्या दृष्टीने उपलब्धता कशी आहे, आपल्या उद्योगासाठी लागणारी यंत्रसामग्री कोणती? ती आपल्याला कोणकोणत्या दृष्टीने उपयुक्त ठरू शकते याची माहिती मिळविणे गरजेचे आहे. तसेच त्या जागेवर उद्योग काढल्यास काही सरकारी फायदे मिळतात का हेही पाहिले पाहिजे.

९) सध्या कोणकोणत्या वित्तीय संस्थांकडून उद्योग उभारणीस मदत होते? यासाठी या उद्योगसंस्थांच्या अटी, व्याजदर, परतफेडीचा कालावधी, तसेच इतर सोयीसवलती कोणत्या मिळू शकतात तसेच उद्योग उभारताना आवश्यक कागदपत्रे कोणकोणती, उद्योग सुरू करताना पूर्ण कराव्या लागणाऱ्या कायदेशीर बाबी यासंबंधी सविस्तर माहिती जमा करणे उद्योजकाच्या हिताचे असते.

बाजारपेठ पाहणीस या सर्व मुद्द्यांचा सखोल अभ्यास करून जर उद्योजकाने त्यासाठी एक बाजारपेठ पाहणी अहवाल बनवला तर निवडलेल्या पर्यायांपैकी कोणता पर्याय त्याला स्वत:साठी अधिक चांगला राहील हे ठरविणे शक्य होते. (नव्या उद्योजकांना प्रश्न पडेल की, ही सर्व माहिती गोळा करण्याची खरोखरच गरज आहे का? तर यातील सर्वच माहिती सर्वच उद्योगांना तंतोतंत लागू पडणार नाही. आपल्या उद्योगास आवश्यक तेवढीच माहिती जमा करावी.)

> The American Marketing Association defines Marketing Research as "the systematic gathering, recording and analysing of data about the problems relating to the marketing of goods and services."

तक्ता क्र. २.३ : बाजारपेठेबाबत माहिती मिळविणे.

तपशील	वस्तू			
	क्र.१	क्र.२	क्र.३	क्र.४
१) मागणी - भरपूर/मध्यम/कमी २) पुरवठा - भरपूर/मध्यम/कमी ३) स्पधर्क - १०/५/२ ४) दर्जा गरजेप्रमाणे आहे/नाही ५) किंमत - योग्य/जास्त/कमी ६) भविष्यात वाव आहे/नाही				

तपशील	वस्तू			
	क्र.१	क्र.२	क्र.३	क्र.४
७) सध्याच्या उत्पादनात सुधारणा – शक्य/कठीण				
८) कच्चा माल उपलब्ध आहे/नाही				
९) बाजारपेठ – जवळ/लांब				
१०) स्पर्धा – तीव्र/मध्यम/कमी				
११) तंत्रज्ञान – सोपे/मध्यम/अवघड				
१२) माझ्याकडे कौशल्य आहे/नाही				
१३) माझ्याकडे अनुभव आहे/नाही				
१४) सरकारी बँकांचे धोरण – होकारात्मक/नकारात्मक				
१५) जागा उपलब्ध आहे/नाही				
१६) यंत्रसामग्री – होय/नाही				
१७) स्वत:ची गुंतवणूक क्षमता – आहे/नाही प्रकल्पाच्या किमतीत				
१८) प्रकल्पाची एकूण किंमत (लाखात)				
१९) विक्री – जिल्हा, जिल्हा जवळपास				
२०) तज्ज्ञ व्यक्तीचा सल्ला – होकारात्मक/नकारात्मक				
२१) बँकांचे मत – होकारात्मक/नकारात्मक				
२२) कुशल कामगार – आहेत/नाहीत				

(टीप : वरीलपैकी सर्व बाबतीत जर 'होकारार्थी' उत्तर येत असेल तर आपली निवड ही अचूकतेच्या दिशेने होत आहे, असे समजण्यास हरकत नाही.)

(संदर्भ : उद्योजक माहिती पुस्तिका : महाराष्ट्र उद्योजकता विकास केंद्र)

माहिती प्राप्त करणे

बाजारपेठेतून माहिती मिळविण्यासाठी तुमच्या निवडलेल्या वस्तूशी संलग्नित अशा सर्व व्यक्तींना वा संस्थांना भेटून ही माहिती तुम्हाला प्राप्त करावी लागेल. यामध्ये तुमचे संभाव्य ग्राहक, तुमचे व्यावसायिक प्रतिस्पर्धी, एजंट/वितरक, पुरवठादार, सरकारी संलग्नित खाती वगैरेंकडून ही माहिती मिळवावी लागेल. अर्थात, ही माहिती मागितली आणि सहजासहजी मिळाली असे होणार नाही. ग्राहक म्हणून किंवा अन्य कोणत्यातरी स्वरूपात जाऊनच ही माहिती त्यांच्याकडून प्राप्त करावी लागेल आणि म्हणूनच बाजारपेठ पाहणी करणाऱ्या अधिकाऱ्यास बहुरूप्याची

भूमिका बजावणे क्रमप्राप्त ठरते. तो त्याची भूमिका किती कौशल्याने पार पाडतो आणि माहिती प्राप्त करतो यातच खरे कसब आहे.

बाजारपेठ पाहणी करताना माहिती मिळविण्यासाठी पुढील मुद्द्यांचा वापर होऊ शकतो.

१) **छापील माहिती :** ज्या वस्तूसाठी बाजारपेठ पाहणी करायची आहे त्याबद्दल छापील माहिती उपलब्ध असेल तर त्याचा वापर तुम्ही करू शकता. यालाच 'डेस्क स्टडी (टेबलावरील अभ्यास)' असे म्हणतात. तुलनेने कमी वेळात आणि कमी खर्चात हे काम होऊ शकते. (मात्र, आवश्यक माहिती छापील स्वरूपात उपलब्ध नसेल तर या तंत्राचा वापर करणे अशक्यच.) छापील माहिती देणारे बरेच साहित्य उपलब्ध आहे. व्यापारी संघटना, चेंबर ऑफ कॉमर्स, जिल्हा उद्योग केंद्र इत्यादींकडे आवश्यक माहिती उपलब्ध होऊ शकते. विविध मासिके, पुस्तके, वर्तमानपत्रे, व्यापारविषयक वर्तमानपत्रे यामधून ही माहिती मिळू शकते. यामध्ये महत्त्वाचा घटक म्हणजे मिळालेल्या माहितीची बारकाईने पाहणी केली पाहिजे आणि खात्री पटवून घेतली पाहिजे.

२) **पत्राद्वारे पाहणी :** ज्यांच्याकडून तुम्हाला माहिती हवी असेल त्यांना पत्राद्वारे ती पाठविण्याची विनंती तुम्ही करू शकता. सोबत एक प्रश्नावली पाठविल्यास तुम्हाला हव्या असणाऱ्या प्रश्नांची उत्तरे मिळू शकतात. मात्र, प्रश्नावली किमान प्रश्नांची असावी, प्रश्न समजण्यास सोपे असावेत. हे तंत्रदेखील तुलनेने कमी खर्चाचे आहे आणि याद्वारे तुम्ही अधिकाधिक लोकांना संपूर्ण भारतभर भेटू शकता. अपेक्षित प्रतिसादाचे प्रमाणमात्र अत्यंत अल्प असते. ग्राहक खरे मूल्यमापन करतो. त्याला विचारांसाठी जास्त वेळ मिळतो. हा फायदा यात होतो. प्रश्नावली ही मुद्द्याला धरून असावी. विश्लेषण आणि खरेपणा पडताळण्यास सोपी असावी. प्रश्नांचा क्रमसुद्धा योग्य असावा.

३) **प्रत्यक्ष मुलाखत :** जेव्हा बाजारपेठ पाहणीतून जास्तीत जास्त व अचूक माहिती हवी असते तसेच खर्च व वेळेवर विशेष बंधने नसतात तेव्हा संबंधितांना प्रत्यक्ष भेटून त्यांच्याकडून माहिती मिळविता येऊ शकते. अर्थातच जेव्हा विस्तृत भागात अशा प्रकारची पाहणी करायची असेल तेव्हा प्रचंड खर्च होतो. बड्या नवीन उद्योगांसाठी अशा तऱ्हेची पाहणी दीर्घ मुदतीच्या दृष्टीने लाभदायक ठरते. म्हणजेच जोखीम बऱ्याच प्रमाणात कमी करण्यास मदत होते. या माध्यमातून विषयाबद्दल भरपूर माहिती मिळू शकते.

दूरध्वनीवरूनसुद्धा मुलाखत घेता येते. यामुळे प्रवास, वेळ वाचतो व कमी वेळात जास्त भागाची पाहणी शक्य होते. दुसरा फायदा म्हणजे दोघेही एकमेकांस पाहत नसल्यामुळे संभाषण चांगले होते. वय, स्वभाव या सर्व गोष्टी पडद्यामागे राहतात. तोटा म्हणजे ज्यांच्याकडे दूरध्वनी नाही त्यांच्याशी बोलता येत नाही व वातावरण कसे आहे हे लक्षात येत नाही.

बाजारपेठ पाहणी योजना आणि अंमलबजावणी

बाजारपेठ पाहणीसाठी खालील पायऱ्या महत्त्वाच्या आहेत.

१) प्रश्नाचे स्वरूप स्पष्ट करणे. २) अभ्यासाचा उद्देश काय आहे हे नक्की करणे. ३) पाहणीच्या प्रकाराची निवड करणे. ४) नमुन्याची यादी तयार करणे. ५) प्रश्नपत्रिका तयार करणे. ६) पाहणी करण्यासाठी संघ तयार करणे व त्यांना पाहणीविषयी पूर्ण माहिती देणे. ७) काही बदल आवश्यक असेल तर तो करणे. ८) मिळविलेल्या माहितीचे विश्लेषण व जुळवणी करणे. ९) बाजारपेठ पाहणी पत्रिका तयार करणे व त्यातून मिळवलेले संशोधन स्पष्ट करणे.

बाजारपेठ पाहणीसाठी प्रश्नावली

पुढील प्रश्न आणि माहितीच्या आधारे उद्योजकास बाजारपेठ पाहणी सुलभ होईल.

अ) कच्च्या मालासाठी

१) कच्च्या मालाचे मुख्य उत्पादक आणि पुरवठादार कोण आहेत ? २) मागणी केल्यानंतर किती दिवसात कच्चा माल मिळतो ? ३) कच्चा माल घेताना कोणकोणत्या सवलती मिळतात ? (कराचा प्रकार, किंमत, व्यवस्थित बांधणे, व्यवहाराचे धोरण इ.) ४) कमीत कमी किती माल घ्यावा लागतो ? ५) हा कच्चा माल खुल्या बाजारात मिळतो का ? ६) वर्षातील ठरावीक दिवसात कच्च्या मालाचा नैसर्गिक तुटवडा वगैरे निर्माण होतो का ? ७) मागील दोन वर्षांत मालाच्या किमती काय होत्या व कसा कसा बदल होत गेला आहे ? ८) शासनाचे एखादे धोरण किमतीवर परिणाम करते का ? ९) कच्चा माल हा स्थानिक बाजारपेठेतून घेणे फायद्याचे की बाहेरून आणणे फायद्याचे आहे ?

ब) यंत्रसामग्रीविषयी

१) ही यंत्रसामग्री पुरविणारे कोण आहेत ? (पत्ते) २) कोणती क्षमता, ठळक वैशिष्ट्ये आणि नावे बाजारात उपलब्ध आहेत ? ३) यंत्रसामग्रीची किंमत किती ? (कर, वाहतूक त्याचबरोबर असणारे सुटे भाग इ.) ४) वीज, मोटार, स्टार्टर, स्वीच इत्यादी काय काय आवश्यक ? ५) उत्पादकाकडून किती दिवसांची हमी दिली जाते ? ६) दरवर्षी दुरुस्तीसाठी सर्वसाधारण किती खर्च होतो ? कोणते सुटे भाग जास्त प्रमाणात व नेहमी लागतात ? ७) यंत्रसामग्री खरेदीसाठी रक्कम अगोदर भरावी लागते का ? कळविल्यानंतर किती दिवसात यंत्रसामग्री मिळते ? ८) यंत्रसामग्री कारखान्यातून पाठविण्यापूर्वी त्याची चाचणी घेतली जाते का ? ९) या यंत्रसामग्री उत्पादकाचे बाजारात काय स्थान आहे ? आजपर्यंत किती ठिकाणी या यंत्रसामग्री दिलेल्या आहेत ? त्यांची यादी व पत्ते मिळू शकतील काय ? १०) यंत्रसामग्रीचा आकार किती मोठा आहे व यासाठी किती जागा लागते ? ११) उत्पादनाचा जास्तीत जास्त चांगला दर्जा आणि किती प्रमाणात उत्पादन ही यंत्रसामग्री करते ?

क) बाजारपेठेविषयी

उत्पादन करणारे स्पर्धक : १) कारखान्याचा आकार व जागा किती वापरली आहे ? २) त्यांची उत्पादनक्षमता आणि विक्रीची किंमत किती ? ३) त्यांच्या व्यवसायातील अटी कोणत्या ? ४) कारखान्याची वाढ/बदल याविषयी भविष्यातील योजना काय आहेत ? ५) तांत्रिक सल्ला, पैसा इत्यादींविषयी काय खास ? ६) त्यांचे बाजारपेठेचे क्षेत्र आणि सराव. ७) काही खास प्रश्न भेडसावतात का ?

पुरवठा करणारे/साठा करणारे : १) सध्या या विशिष्ट वस्तूसाठी कोण महत्त्वाचे पुरवठादार बाजारात आहेत ? त्यांची क्षमता व वाटा किती आहे ? २) त्यांचे बाजारपेठ क्षेत्र आणि वार्षिक उलाढाल किती ? ३) कालावधी आणि प्रकार व मुख्य व्यक्तींबरोबर त्यांचे संबंध कसे आहेत ? ४) त्यांच्याबरोबर राहून मालाच्या विक्रीची शक्यता आणि त्याच्या अपेक्षा काय ? ५) तो किती माल ठेवू शकतो आणि साठा करण्यात त्याच्या काही अडचणी आहेत का ? ६) त्याचे भविष्यातील विचार, शक्यता वगैरे.

बाजारपेठेची माहिती मिळविण्यासाठी प्रश्नावली

बाजारपेठेची माहिती मिळविण्यासाठी तयार केलेल्या या प्रश्नावलीत १) मालाच्या सध्याच्या इतर उत्पादकांना, २) मालाच्या औद्योगिक ग्राहकांना, ३) डीलर, स्टॉकिस्ट, एजंट, विक्रेते इत्यादी मध्यस्थांना

विचारावयाच्या प्रश्नांचा अंतर्भाव केलेला आहे. सहजासहजी त्यांच्याकडून माहिती मिळणार नाही. किंबहुना, ते आपल्याला हवी ती माहिती द्यायला उत्सुक नसणार. म्हणूनच मोठ्या कौशल्याने प्रश्नावलीच्या आधारे त्यांच्याकडून माहिती काढून घेणे आवश्यक आहे.

मालाच्या सध्याच्या इतर उत्पादकांसाठी

१) उद्योगसंस्थेचे नाव व पत्ता :
२) उद्योजकाचे नाव :
३) शिक्षण :
४) नोकरीचा अनुभव असल्यास कोठे आणि किती वर्षे ?
५) कुटुंबाच्या मालकीचे इतर उद्योग असल्यास त्यासंबंधी माहिती :
६) उद्योजकता प्रशिक्षण घेतले असल्यास त्यासंबंधी माहिती :
७) उत्पादन कार्य उभे करण्याबाबत :
कोणत्या मालाचे उत्पादन करावयाचे हे कसे ठरविले ? बाजारपेठेचा अंदाज घेतला होता का ? घेतला असल्यास अधिक माहिती सांगा.
मालाच्या व्यापारासंबंधी पूर्वानुभव होता का ? होय/नाही.
८) तांत्रिक शिक्षणाच्या/नोकरीतील पूर्वानुभवाच्या आधारावर ठरविले का ? होय/नाही.
९) कुटुंबातील वडीलधाऱ्यांच्या मार्गदर्शनानुसार ठरविले का ? होय/नाही.
१०) भांडवलाची उभारणी कशी केली ?
स्वत:ची/कुटुंबाची बचत
व्यक्तिगत कर्ज
वित्तीय संस्था/बँक (नाव व पत्ता)
११) कारखान्याची इमारत उभारण्याबाबत तसेच यंत्रसामग्री बसविण्याबाबत कोणकोणत्या अडचणी आल्या ? सविस्तर सांगा.

बाजारपेठेबाबत

१) तुम्हाला लागणारा कच्चा माल कोणता ?
२) तो कोठे मिळतो ?
३) आवश्यक त्या प्रमाणात मिळतो का ?
४) त्यासाठी वाहतूक खर्च किती करावा लागतो ?
५) किती साठवण करता ?
६) तुमचा उत्पादित माल कोणाला विकता ?
थेट ग्राहकांना/औद्योगिक ग्राहकांना/मध्यस्थांना. माल रोखीने विकता/उधारीने विकता/दोन्हीही. माल सहजपणे विकला जातो/पडून राहतो/हळूहळू विकला जातो.
७) मालाची प्रमुख बाजारपेठ कोणती ?
स्थानिक/पूर्ण जिल्ह्यात/इतर जिल्ह्यात
८) मालाची विक्री किंमत हाती येण्यास किती वेळ लागतो ?
१ महिना/२ महिने/त्याहून अधिक

मालाच्या औद्योगिक ग्राहकांसाठी

उद्योजक बनविणार असलेला माल इतर उत्पादन संस्थांना तयार माल बनविण्यासाठी लागत असेल तर अशा औद्योगिक ग्राहकांना भेटणे अतिशय आवश्यक आहे.

१) उद्योगसंस्थेचे नाव व पत्ता :

२) लागणाऱ्या मालाचे वर्णन : माल किती लागतो? कोणाकडून किती प्रमाणात घेता?
माल कायम/जेव्हा लागेल तेव्हा/अधूनमधून घेता?

३) माल खरेदी रोखीने केली जाते की उधारीने?

४) व्यवहार उधारीने असल्यास किती कालावधीनंतर मालाची किंमत दिली जाते?
(१ महिना/२ महिने/३ महिने/३ महिन्यांनंतर)

५) व्यवहार रोखीने असल्यास किमतीबाबत काही फायदा दिला जातो का?

६) मालाचा दर्जा अयोग्य ठरवून तो नाकारला जातो का? किती प्रमाणात?

७) इतर काही सवलती/मुभा दिल्या जात असल्यास त्यासंबंधी सांगा.

डीलर, स्टॉकिस्ट, एजंट, विक्रेते यांच्यासाठी

१) दुकानाचे/पेढीचे नाव व पत्ता :

२) किती वर्षांपासून हा व्यवसाय करता?

३) मालाची विक्री करण्याबाबत कोणत्या उद्योगसंस्थांचा माल किती प्रमाणात विकता?

४) विक्री करणारे तुम्ही एकमेव विक्रेते/स्टॉकिस्ट/डीलर/एजंट आहात का?

५) कमिशन वगैरे अशा विक्रीबाबतच्या अटी कोणत्या आहेत?

६) ज्या उत्पादन संस्थांचा माल विक्रीस ठेवला जातो त्यांना विक्री किंमत किती काळानंतर दिली जाते?

७) विकल्या गेलेल्या/खराब झालेल्या मालाबाबत काय तरतूद केली जाते?

८) तुम्ही मुख्य उत्पादनसंस्थांच्या मालाची विक्री करण्याचा प्रयत्न करता का?

९) फक्त प्रतिष्ठाप्राप्त उत्पादनसंस्थेच्या मालाची विक्री किती टक्के करता?

१०) मुख्य उत्पादनसंस्थेचा माल विक्रीसाठी घेण्याच्या अटी.

११) या मालाच्या विक्री करण्याच्या अनुभवावरून तुमचे इतर मालाच्या बाजारपेठेविषयी मत काय आहे? मालाला चांगला उठाव आहे/मालाला साधारण मागणी आहे/मालाला फारशी मागणी नाही/संभाव्य बाजारपेठ जवळजवळ नाहीच.

माहिती संकलन

उद्योग उभारणी म्हणजे प्रचंड प्रमाणावर माहिती आणि आकडेवारी यांचे संकलन, यांचे विश्लेषण आणि त्यावरून निष्कर्ष काढून, त्या आधारे निर्णय घेऊन त्यांची अंमलबजावणी करणे. ही माहिती/आकडेवारी अधिकाधिक माध्यमातून प्राप्त केली पाहिजे. तसेच माहितीची विश्वासार्हतासुद्धा तपासून पाहिली जाते.

तक्ता क्र. २. ४ : प्रकल्पाची उपलब्ध असलेली माहिती आणि नसलेली माहिती मिळविण्याची योजना

अ. नं.	माहिती तपशील	उपलब्ध		माहिती मिळविली पाहिजे/जरूर नाही	
		होय	नाही	उद्योजक स्वत:/इतर	
१	**ओळख**				
	१.१ हा प्रकल्प कसा व का या कल्पनेबद्दल सविस्तर माहिती				
	१.२ निर्णयाच्या महत्त्वाच्या तारखा				
	१.३ इतर केलेल्या अभ्यासाबद्दल				
२	**बाजारपेठेचे विश्लेषण सध्या उपलब्ध मागणी, वर्तमान आणि भविष्यातील ५ वर्षे**				
	२.१ उपलब्ध असलेले मार्ग, पुरवठा, जागा, किंमत				
	२.२ भारतभर... उत्पादन आणि ५ वर्षांचा अंदाज				
	२.३ ... उत्पादन ५ वर्षे वर्तमान व भविष्यातील				
	२.४ मागील ५ वर्षांतील भारतातील आयात आणि अंदाज				
	२.५ ५ वर्षांच्या उत्पादनातील संभाव्य असलेले फायदे				
	२.६ स्वत: उत्पादन केलेल्या वस्तूंचा पुढील ५ वर्षांच्या बाजारपेठेचा अंदाज व बाजारभाव (२च्या आधारे)				
	२.७ मोठ्या प्रमाणात अंमलात आणण्याबाबत केलेली प्रगती				
	२.८ अपेक्षित फायदा/तोटा पुढील ५ वर्षांसाठी				
	२.९ वस्तू				
	२.१० विक्री				
	२.१०.१ पाच वर्षांसाठी (नक्की) विक्री				
	२.१०.२ पाच वर्षांसाठी बाहेरील विक्री				
	२.१०.३ बदलाची किंमत व विक्रीची				
	२.१०.४ पुढील ५ वर्षांचे किमतीचे आराखडे, नियंत्रण किंमत				
	२.१०.५ काही परिणामकारक नियंत्रण				

अ. नं.	माहिती तपशील		उपलब्ध		माहिती मिळविली पाहिजे/जरूर नाही
			होय	नाही	उद्योजक स्वतः/इतर
	२.११	पुढील ५ वर्षांची अपेक्षित विक्री महसूल, वाहतूक, साठा, विभागणी प्रसिद्धीसहित अपेक्षित विक्री खर्च			
३	**वस्तूची माहिती**				
	३.१	कच्चा माल आणि घटक			
	३.२	अप्रत्यक्ष लागणाऱ्या कच्च्या मालाचे वर्णन			
		३.२.१			
		३.२.२			
	३.३	५ वर्षांसाठी उत्पादनासाठी आवश्यकता इ. ३ आणि ३.२			
	३.४	वर्षासाठी लागणाऱ्या कच्च्या मालाच्या उपलब्धतेचा मार्ग			
	३.५	५ वर्षांसाठी प्रकल्पापर्यंत वाहतुकीचा खर्च आणि उत्पादनाची किंमत			
	३.६	कमीत कमी व जास्तीत जास्त संभावित मालाचा साठा आणि प्रत्येक तयार वस्तूस लागणाऱ्या कच्च्या मालाची किंमत			
	३.७	कच्चा माल मिळण्याचे ठिकाण व त्याचे स्थानापासून अंतर, गाव, तहसील, जिल्हा यापासूनचे प्रत्येक अंतर			
४	**यंत्रसामग्रीचा आकार, क्षमता, तंत्रज्ञान व किंमत**				
	४.१	पर्यायी तंत्रज्ञानाची शक्यता आणि निवडलेल्या इतर तंत्रज्ञानाची कारणे			
	४.१.१	भांडवली खर्च (एकूण)			
	४.२.२	कामगार खर्च मालासहित होणारा महसूल खर्च			
	४.१.३	प्रत्यक्ष नोंदविलेली किंमत संस्थेची प्रस्थापित किंमत			
	४.१.४	अंदाजे आणि प्राप्तीतील भागांची तंत्रज्ञानाची किंमत			

अ. नं.	माहिती तपशील	उपलब्ध होय	नाही	माहिती मिळविली पाहिजे/जरूर नाही उद्योजक स्वतः	इतर
	४.१.५ अनुभवी व्यक्तींची नावे अथवा संख्या				
	४.१.६ संपूर्ण संयंत्राचे अडथळे ओळखून विभागवार क्षमता १/२/३ पाळी				
	४.१.७ साहित्य हाताळण्याची क्षमता आणि १/२/३ पाळीसाठी साठवणुकीचे प्रमाण (आवश्यकता)				
५	**इतर आवश्यकता आदान घटक (इनपुट्स) जागा आणि स्थान**				
	५.१ एकूण वीज - केव्हीएची मागणी				
	५.२ दररोज लागणारे सरासरी पाणी				
	५.३ हवा				
	५.४ दररोजचे इंधन/तेल/वायू-किलो लीटर				
	५.५ वाया जाणाऱ्या मालाची व्यवस्था				
	५.६ हवेच्या प्रदूषणाचे नियंत्रण				
	५.७ जमिनीचा आकार, जागा व जमिनीचा भाग				
	५.८ रस्ते/रेल्वे मार्ग				
	५.९ प्रतिदिनी व प्रतिमाहे लागणारी शारीरिक ताकद (मॅन पावर)				
	५.१० नजिकचे शहर/लोकसंख्या आणि स्थानिक कर				
	५.११ जमिनीचा रम्य देखावा, माती इत्यादी असेल तर भांडवली खर्च				
६	**योग्य प्रस्थापित खर्चासाठी लागणारा प्रकल्पाचा बारीकसारीक तपशील**				
	६.१ यंत्रसामग्रीची मांडणी/नकाशा				
	६.२ जागा तयार करणे व कब्जा घेणे.				
	६.३ मुलकी (सिव्हिल) कामाची किंमत				
	६.४ पायाभरणीसहित बांधकामाची किंमत				
	६.५ नळ्या, तोट्या/वाहून नेणाऱ्या साहित्याची किंमत				

अ. नं.	माहिती तपशील		उपलब्ध		माहिती मिळविली पाहिजे/जरूर नाही	
			होय	नाही	उद्योजक स्वत:/इतर	
	६.६	विद्युतवाहक स्थापनेची किंमत				
	६.७	पाण्याची मोरी व इतर व्यवस्थेची किंमत				
	६.८	पुढील वाढीसाठी खर्चाची तरतूद				
	६.९	मोठ्या हाताळण्याजोग्या वस्तूचे वजनासहित साहित्याचा आकार, वर्णन व वजन				
	६.१०	इमारतीच्या उभारणीची किंमत ६.४, ६.५, ६.६, ६.७, ६.८, ६.९				
	६.११	मध्यस्थीसाठी झालेला खर्च				
	६.१२	प्रत्यक्ष उत्पादनाचा खर्च				
	६.१३	प्रथम ५ वर्षांचा देखभालीचा खर्च				
	६.१४	अप्रत्यक्ष लागणाऱ्या कामगारांचा खर्च साठा... पावती आणि पाठविणे. संरक्षण ५ वर्षांसाठी				
७	**एकूण गुंतवणुकीची किंमत**					
	७.१	गुंतवणूक-पूर्व आणि योग्यता				
	७.२	जागेचा ताबा घेणे आणि प्रगती करणे.				
	७.३	इमारत बांधणी				
	७.४	प्रस्थापनेसहित उपयोगिता				
	७.५	वाहतूक, इमारत उभारणी, मध्यस्थीसहित यंत्रसामग्री व साहित्याचा खर्च				
	७.६	शिल्लक असलेली किंमत (स्पेअर्स)				
	७.७	कचेरी, ग्रंथपाल, उपाहारगृह, वर्कशॉप, अग्निप्रतिबंधक साहित्य व पहिल्या दर्जाचे फर्निचर				
	७.८	व्यवसाय सुरू होण्याआधी संज्ञापन, व्याज, प्रशिक्षण, जाहिरातींवर झालेला खर्च.				
	७.९	वाढविलेला जोर व अचानक उद्भवणाऱ्या गोष्टींसाठी तरतूद				
	७.१०	तफावत रक्कम व खेळते भांडवल				

अ. नं.	माहिती तपशील		उपलब्ध		माहिती मिळविली पाहिजे/जरूर नाही	
			होय	नाही	उद्योजक स्वत:/इतर	
८	आर्थिक तरतुदींचे मार्ग					
	८.१	न्यायबुद्धी, न्याय				
	८.२	मुदतीचे कर्ज				
	८.३	सूट/कबूल करणे, परवानगी देणे.				
	८.४	पुरवठादाराने मान्य केलेली सवलत				
	८.५	इतर				
९	पुढील ५ वर्षांचा उत्पादन खर्च					
	९.१	मटेरिअलसाठी				
	९.२	पाणी, वीज, इंधन आणि इतर				
	९.३	कामगार आणि कचेरी कर्मचारी				
	९.४	यंत्रसामग्रीवरील खर्च, शारीरिक ताकद, मटेरिअल, स्थिर खर्च				
	९.५	घसारा खर्च				
	९.६	विक्रीनंतर सेवा, बाद झालेल्या मालाच्या व्यवस्थेवरील विक्री खर्च व पुरवठा खर्च				
१०	५ वर्षांसाठी वार्षिक खर्च व कॅश फ्लो प्रोजेक्शन					
११	आर्थिक व्यवहार्यता					
	११.१	सध्याची नक्की किंमत				
	११.२	आतील उत्पादनावरील परतीचा दर				
	११.३	पैसे परत करण्याचा काळ				
	११.४	'ना नफा ना तोटा' विश्लेषण				
	११.५	संवेदनात्मक विश्लेषण				
१२	इतर फायदे					
	१२.१	५ वर्षांसाठी कामगारांना रोजगार उपलब्धतेची शक्यता				
	१२.२	मागासलेल्या भागाची प्रगती				
	१२.३	प्रकल्पामुळे किती लोकसंख्येवर परिणाम झाला.				

तक्ता क्र. २. ५ : बाजारपेठ पाहणीचा निष्कर्ष

मागणी	**एकूण**	**संख्या**	**किंमत**
	भारतभर	–	–
	विभागीय	–	–
	स्थानिक	–	–
पुरवठा	**एकूण**	**संख्या**	**किंमत**
	भारतभर	–	–
	विभागीय	–	–
	स्थानिक	–	–
अंतर	**एकूण**	**संख्या**	**किंमत**
	भारतभर	–	–
	विभागीय	–	–
	स्थानिक	–	–
संभाव्य बाजारपेठेचा भाग		**संख्या**	**किंमत**
कमीत कमी टक्के		–	–
जास्तीत जास्त टक्के		–	–
ठरावीक टक्के		–	–

लघुउद्योग उभारणीतील विविध टप्पे

एखादा लघुउद्योग उभारताना विविध बाबींची टप्प्या–टप्प्याने पूर्तता करावी लागते. येथे लघुउद्योग म्हणजे एखाद्या वस्तूचे उत्पादन करणारा उद्योग हा अर्थ आपण गृहीत धरलेला आहे. अशा प्रकारचा लघुउद्योग उभारताना सर्वसाधारणपणे खालील टप्पे पार पाडावे लागतील–

संकल्पित क्षेत्रासंबंधी माहिती मिळविणे

स्वत:च्या व्यक्तिमत्त्वास अनुरूप अशा क्षेत्राची निवड करणे

बाजारपेठ पाहणी

प्रकल्प अहवाल तयार करणे

नियोजित कंपनीचे/उद्योगाचे स्वरूप ठरविणे

आवश्यक नोंदणी/परवाने मिळविणे

वित्त उभारणी

वीज, पाणी यांसारख्या पायाभूत सेवांची सुविधा

यंत्रसामग्री घेणे

शेड प्राप्त करणे

कर्मचारी नेमणे

चाचणी स्तरावर उत्पादन

प्रमुख ग्राहक/मध्यस्थास पुरवठा आणि प्रतिक्रिया घेणे

व्यापारी स्तरावर उत्पादन

लघुउद्योग उभारणीतील विविध टप्पे

वरील आकृतीतील टप्प्यांची चर्चा खालील परिच्छेदातून केलेली आहे.

१) संकलित क्षेत्रासंबंधी माहिती मिळविणे

उत्पादन करावयाच्या वस्तूची निवड कशा प्रकारे करावी याची सखोल चर्चा आत्तापर्यंत आपण केलेली आहे. आता ह्या संकल्पित क्षेत्रासंबंधी उद्योजकाने अधिक माहिती मिळविणे गरजेचे आहे. उद्योजकाने व्यवसायाची जागादेखील निश्चित केली आहे असे आपण गृहीत धरू; परंतु, जागा निश्चित करताना निवडलेल्या जागेत ग्रामपंचायत/ नगरपालिका/महानगरपालिका यांची वस्तूंच्या उत्पादनासाठी काही हरकत नाही ना हे तपासून बघितले पाहिजे. शक्य असल्यास महाराष्ट्र औद्योगिक विकास महामंडळाने विकसित केलेल्या औद्योगिक वसाहतीतील गाळे / भूखंड खरेदी करणे योग्य ठरेल. कारण या ठिकाणी पाणी, वीज, रस्ते, प्रदूषित पाण्याच्या विल्हेवाटीसाठीची यंत्रणा आणि इतर सामाईक सुविधांची व्यवस्था असते. हे शक्य नसल्यास औद्योगिक व्यवसायासाठी राखीव ठेवलेली जागा किंवा शासनाने परवानगी दिलेल्या खासगी औद्योगिक वसाहतीमधील जागा निवडता येईल.

२) स्वत:च्या व्यक्तिमत्त्वास अनुरूप अशा क्षेत्राची निवड करणे

इतर यशस्वी उद्योजकांनी विशिष्ट उद्योगात यश प्राप्त केलेले असले तरी प्रत्येक उद्योजकाने स्वत:च्या व्यक्तिमत्त्वास अनुरूप अशा क्षेत्राची निवड करणे अत्यंत महत्त्वाचे असते. ही निवड चुकल्यास अपयश येण्याची आणि नैराश्य येण्याची दाट शक्यता असते.

३) बाजारपेठ पाहणी

उद्योग सुरू करण्यापूर्वी उद्योजकाने बाजारपेठ पाहणी करणे अत्यंत महत्त्वाचे असते. येथे 'बाजारपेठ पाहणी' असा शब्दप्रयोग वापरलेला असला तरी ह्या पाहणीमध्ये बाजारपेठेच्या माहिती व्यतिरिक्त उद्योजकाने कच्च्या मालाची आणि यंत्रसामग्रीची पाहणी करणेसुद्धा योग्य ठरते. तसेच उद्योगासाठी आवश्यक असणारे परवाने, इतर नियम, अर्थसाहाय्य देणाऱ्या संस्था, मानव संसाधनाची उपलब्धता, यांचीदेखील माहिती प्राप्त केल्यास उद्योजकाचा पुढे खर्च होणारा वेळ आणि पैसा यांची बचत होईल. म्हणजेच अशा प्रकारची पाहणी केल्यास उद्योजकाला उद्योग उभारण्यास लागणारी सर्व प्रकारची माहिती एकदम मिळेल. म्हणून ह्या पाहणीस आपल्या उद्योग उभारणीस योग्य 'माहिती संकलन अभ्यास' असे म्हणता येईल. या अभ्यासास असे स्वरूप देण्याचे कारण हे आहे की, बहुतांशी पहिल्या पिढीच्या उद्योजकांना ही माहिती ज्याप्रमाणे एखाद्या पिढीजात व्यवसाय चालू असलेल्या उद्योजकास सहजासहजी आणि कमी वेळात उपलब्ध होईल तशी मिळत नाही. त्यामुळे त्याचा उद्योग उभारणीचा वेळ आणि खर्च वाढू शकतो. ह्यास्तव बाजारपेठ पाहणीचा अभ्यास हा व्यापक दृष्टिकोन ठेवून केलेला पाहिजे. दुसरे असे की, ह्या अभ्यासातून मिळणारी माहिती हाच प्रकल्प अहवाल बनविण्याचा पाया असतो. बाजारपेठ पाहणीतील माहिती जेवढी अचूक आणि अद्ययावत असेल तेवढा प्रकल्प अहवाल सद्य:परिस्थितीस धरून आणि सत्य परिस्थितीदर्शक बनेल आणि म्हणूनच बाजारपेठ पाहणी हा उद्योग उभारणीतील एक अतिशय महत्त्वाचा टप्पा असतो.

४) प्रकल्प अहवाल तयार करणे

लघुउद्योग उभारणीच्या वाटचालीतील पुढील टप्पा म्हणजे प्रकल्प अहवाल बनविणे. प्रकल्प अहवाल म्हणजे निवडलेला उद्योग आगामी पाच ते दहा वर्षांच्या कालावधीत कशी कामगिरी करणार आहे याचेच कागदावर मांडलेले शास्त्रशुद्ध चित्र. या अहवालात उद्योग उभारण्यास लागणारा भांडवली खर्च, या पैशांची उभारणी कोणत्या स्रोतामधून येणार, वार्षिक उत्पादनखर्च, वार्षिक उत्पन्न, नफा-तोटा पत्रक, खेळत्या भांडवलाचा हिशोब 'ना नफा – ना तोटा' बिंदू, निव्वळ नफा आणि नफ्याच्या टक्केवारीचे प्रमाण, गुंतवणुकीवरील परतावा इ. गोष्टींची माहिती असावी. एखाद्या मोठ्या उद्योगाचा व्यवसाय असल्यास या व्यतिरिक्त रोखीच्या प्रवाहाचे चित्र, ताळेबंद, बाजारपेठेतील कच्च्या मालाच्या किमतीतील वाढ आणि उत्पादित मालाच्या विक्रीच्या किमतीतील घट मोठ्या प्रमाणावर झाल्यास उद्योगाच्या कामगिरीवर होणारा परिणाम, कर्ज आणि भाग भांडवलाचे गुणोत्तर इ. माहिती द्यावी लागेल. तसेच या प्रकल्प अहवालाच्या परिशिष्टांमध्ये उद्योगाने मिळविलेल्या परवाने आणि नाहरकत प्रमाणपत्रांच्या, तसेच जागेची कागदपत्रे, यंत्रसामग्रीच्या निविदा, मोठ्या ग्राहकांनी वस्तू खरेदीविषयी दाखविलेली उत्सुकता इत्यादींच्या प्रती लावणे आवश्यक आहे. हा प्रकल्प अहवाल उद्योजकास बँकांमधील अधिकारी, प्रकल्प सल्लागार आणि यशस्वी उद्योजक यांच्या मार्गदर्शनानुसार बनविता येईल.

५) नियोजित कंपनीचे/उद्योगाचे स्वरूप ठरविणे

उद्योग किती व्यक्तींनी एकत्र येऊन सुरू केला आहे आणि त्यांच्या परस्परातील उद्योगासंबंधी जबाबदाऱ्या, आर्थिक गुंतवणूक, हक्क इ. बाबींनुसार त्या उद्योगाचे स्वरूप ठरू शकते. सर्वसाधारणपणे उद्योगांचे प्रकार खालीलप्रमाणे असू शकतील –

अ) स्वत:चा (Proprietory)

आ) भागीदारी (Partnership)

इ) खासगी मर्यादित (Private Limited)

ई) सार्वजनिक मर्यादित (Public Limited)

उ) सहकारी तत्त्वावरील (Co-operative)

ऊ) सेवाभावी संस्था (Non-government Organization) इ.

वर उल्लेख केलेल्या उद्योगाच्या प्रकाराप्रमाणे तो सुरू करण्यास लागणारे परवाने, कागदपत्रे आणि असा उद्योग सुरू करण्याची परवानगी देणाऱ्या शासनाच्या संस्था बदलू शकतील. उद्योग-व्यवसायाच्या प्रकारानुसार शासनाच्या कोणत्या संस्थांकडे उद्योजकास संपर्क साधावा लागेल हे पुस्तकाच्या शेवटी परिशिष्टात वाचायला मिळेल.

६) आवश्यक नोंदणी/परवाने मिळविणे

आपल्या उद्योगाची जिल्हा उद्योग केंद्राकडे किंवा उद्योग संचालनालयाकडे नोंदणी करणे हे उद्योजकावर बंधनकारक नाही. परंतु, जर उद्योजकास कोणत्याही मदतीसाठी शासकीय संस्थांकडे जायचे असेल तर मात्र उद्योगाला शासनाने मान्यता देऊन नोंदणी क्रमांक दिला आहे का, हे प्रथम तपासले जाते. या कारणामुळे अशाप्रकारची नोंदणी करणे हे उद्योजकाच्या पुढील वाटचालीच्या दृष्टिकोनातून सोयीचे ठरेल. सुरुवातीला अशा उद्योगाला अस्थायी नोंदणी मिळते. ह्या नोंदणीची मुदत पाच वर्षांसाठी असते. उद्योगास लागणाऱ्या विजेसाठी आणि केंद्र/राज्यशासन पुरस्कृत आर्थिक संस्था आणि बँकांकडे, अस्थायी नोंदणी मिळाल्यानंतर अर्ज करता येतो.

याव्यतिरिक्त उद्योजकाने ग्रामपंचायत/नगरपरिषद/महानगरपालिका यांसारख्या स्थानिक संस्थांचे ना-हरकत प्रमाणपत्र आणि आपल्या उद्योगास लागू होणारे परवाने मिळविले पाहिजेत. यामध्ये उत्पादनशुल्क, विक्रीकर, प्रदूषण नियंत्रण, भविष्यनिर्वाह निधी इ. सारख्या परवान्यांचा समावेश असू शकेल.

७) वित्त उभारणी

(केंद्र/राज्य शासन पुरस्कृत आर्थिक संस्था/बँकांकडे अर्थसाहाय्यासाठी अर्ज करणे.) कोणत्याही उद्योजकास उत्पादन व्यवसायास दोन प्रकारचे आर्थिक साहाय्य लाभू शकेल. उद्योग उभारताना त्यास भांडवली गुंतवणुकीसाठी अर्थसाहाय्य लागते आणि त्याचबरोबर तो व्यवसाय चालविताना त्यास खेळत्या भांडवलासाठी अर्थसाहाय्य लागते. याव्यतिरिक्त काही विशिष्ट अटी पूर्ण करणाऱ्या उद्योगास अनुदानदेखील मिळू शकते. यासाठी उद्योजकाने आपल्या आवश्यकतेनुसार आणि सोयीनुसार आर्थिक संस्थांकडे अर्थसाहाय्यासाठी त्यांच्या विशिष्ट नमुन्यासाठी अर्ज करावा. या स्रोतांव्यतिरिक्त उद्योजकास भागभांडवलाची/कर्जरोख्यांची विक्री करून किंवा परदेशी संस्थांकडूनदेखील आर्थिक मदत घेता येते.

८) वीज, पाणी यांसारख्या पायाभूत सेवांची सुविधा

आपल्या उद्योगास ज्या पायाभूत सुविधांची आवश्यकता आहे त्याचा विचार उद्योजकाने करणे अत्यंत गरजेचे आहे. वीज, पाणी, इत्यादींसारख्या पायाभूत सेवांच्या सुविधांचा उद्योजकाने मागोवा घेणे महत्त्वाचे ठरते.

९) यंत्रसामग्री घेणे

यंत्रसामग्रीची संपूर्ण माहिती उद्योजकाने बाजारपेठ पाहणीच्या वेळीच गोळा केली आहे असे या ठिकाणी गृहीत धरलेले आहे. सर्व यंत्रसामग्रीची माहितीपत्रके वाचून उद्योजकाने आपल्यास कोणते मॉडेल घ्यावयाचे हे ठरविल्यानंतर त्याची लेखी निविदा (Quotation) यंत्रसामग्री उत्पादकाकडून अथवा डिलरकडून घेणे आवश्यक आहे. लेखी निविदा घेण्यामागे दोन कारणे आहेत. पहिले म्हणजे, लेखी निविदा घेतल्याने यंत्रसामग्रीच्या किमती संदर्भात आणि अटींसंदर्भात कुठलीही संदिग्धता राहणार नाही. दुसरी म्हणजे, या निविदेची एक प्रत आपणास

प्रकल्प अहवालास जोडता येऊ शकेल. (ज्याचा उपयोग प्रकल्प अहवालात दाखविलेल्या यंत्रसामग्रीच्या किमती योग्य आहेत हे दाखविण्यासाठी होऊ शकतो.) संपूर्ण पैशांची सोय नसल्यास उद्योजक भाडेतत्त्वावरदेखील राष्ट्रीय लघुउद्योग विकास मंडळ यांचेकडून यंत्रसामग्री घेऊ शकेल. यंत्रसामग्री परदेशातून आयात करावयाची असल्यास त्यासंबंधीच्या नियमांचा अभ्यास करून, आवश्यक परवाने काढून आणि योग्य तो आयातकर भरून आणता येईल.

१०) शेड प्राप्त करणे

शेड प्राप्त करणे हा महत्त्वाचा टप्पा उद्योजकास पार पाडावा लागतो. स्वत:च्या मालकीची शेड घ्यायची, भाडेतत्त्वावर घ्यायची की महाराष्ट्र औद्योगिक विकास महामंडळाच्या जागेत शेड घ्यायची/बांधायची याबाबत सर्वांगीण विचार करून उद्योजकाने निर्णय घ्यावा लागेल.

११) कर्मचारी नेमणे

आपल्या उद्योगास लागणारे कर्मचारी/मानव संसाधन निवडताना प्रथम उद्योजकाने कोणत्या कामासाठी आणि किती मनुष्यबळ लागणार आहे याचा विचार केला पाहिजे. हे काम अपेक्षित दर्जाचे व्हावे यासाठी त्या माणसाचे काय शिक्षण असावे, कमीत कमी कोणती कौशल्ये असावीत आणि किती अनुभव असावा याचा विचार आधी व्हावयास पाहिजे. आपणास लागणारे मनुष्यबळ स्थानिक वर्तमानपत्रात जाहिरात देऊन किंवा सरकारी तसेच खासगी रोजगार विनिमय केंद्रामार्फत निवडता येईल. लघुउद्योजकांनी मात्र शक्यतो आवश्यक कौशल्य आणि अनुभव असलेले मनुष्यबळच निवडावे. कारण अननुभवी आणि अकुशल कर्मचारीवर्गास प्रशिक्षण देण्यात उद्योजकाचा वेळ आणि पैसा विनाकारण वाया जाईल. याउलट, अनुभवी आणि कुशल कर्मचारीवर्ग निवडल्यास तो ताबडतोब आवश्यक काम करण्यास प्रारंभ करू शकेल.

१२) चाचणी स्तरावर उत्पादन

ह्या टप्प्यामध्ये उद्योजकाने आवश्यक तो कच्चा माल आणि पूरक माल थोड्या प्रमाणात खरेदी करून ठरविलेल्या वस्तूचे चाचणी उत्पादन करणे आवश्यक आहे. ह्या उत्पादनाचा अपेक्षित दर्जा गाठण्यासाठी आवश्यक त्या चाचण्या घेता येतील. चाचणी उत्पादनाच्या वेळी, घेतलेल्या यंत्रसामग्रीच्या कामगिरीचा तसेच कर्मचाऱ्यांच्या कौशल्यांचा पण उद्योजकास अंदाज घेता येऊ शकेल.

१३) प्रमुख ग्राहक/मध्यस्थास पुरवठा आणि प्रतिक्रिया घेणे

एकदा चाचणी उत्पादन केल्यानंतर उद्योजकाने हे उत्पादन बाजारपेठेतील प्रमुख ग्राहकांना किंवा मध्यस्थांना वापरण्यास दिले पाहिजे. याचा मुख्य फायदा हा आहे की, ज्या ग्राहकाने ही उत्पादने वापरून पाहिली आहेत तो या वस्तूंच्या कामगिरीबाबत, दर्जाबाबत, संवेष्टणाबाबत योग्य त्या प्रतिक्रिया नोंदवेल. या टप्प्यावर ग्राहकाने वस्तूमध्ये काही सुधारणा जरी सुचविल्या, तरी उद्योजकाने त्या टीकेच्या स्वरूपात न घेता सकारात्मक दृष्टिकोनातून स्वीकारल्या पाहिजेत. या सूचनांनुसार वस्तू बनविल्यास ग्राहक दर्जाविषयी समाधानी होईल यात शंका नाही.

१४) व्यापारी स्तरावर उत्पादन

चाचणी उत्पादन यशस्वी झाल्यानंतर उद्योजक व्यापारी स्तरावर/मोठ्या प्रमाणावर उत्पादन करण्यात सुरुवात करू शकेल. वरील सर्व बाबींची पूर्तता केल्यानंतर तुमचा लघुउद्योग उभा राहू शकेल. परंतु, असे उत्पादन सुरू झाल्यानंतर देखील उद्योजकाने स्वस्थ न बसता सतत ग्राहकांच्या संपर्कात राहिले पाहिजे. त्यांच्या बदलत्या गरजा, अपेक्षा, स्पर्धा आणि बाजारपेठेतील किमतींमधील चढउतार, सरकारची बदलती धोरणे, नवीन तंत्रज्ञान इ. गोष्टींची

उद्योजकाने सतत माहिती गोळा करत राहिले पाहिजे. दुसरी महत्त्वाची गोष्ट म्हणजे उद्योजकाने हिशोब नियमितपणे लिहून स्वत:च्या उद्योगाचा नियमितपणे ताळेबंद मांडला पाहिजे. उद्योगाची सद्य:स्थिती काय आहे याचा यावरून अंदाज येऊ शकेल आणि आवश्यक ते बदल गरज असल्यास करता येतील.

$$\boxed{\text{निवडक प्रश्न}}$$

१) व्यावसायिक संधी म्हणजे काय ?

२) व्यावसायिक संधी शोधण्याच्या दृष्टीने मार्गदर्शक ठरणारी तत्त्वे सांगून स्पष्ट करा.

३) व्यवसायासाठी विशिष्ट वस्तूची निवड कोणत्या निकषावर ठरते ? सोदाहरण चर्चा करा.

४) 'सूर्यप्रकाशाखाली जे जे आहे त्यात प्रत्येक ठिकाणी व्यावसायिक संधी दडलेली असते '– चर्चा करा.

५) व्यावसायिक संधी शोधण्याचे विविध मार्ग स्पष्ट करा.

६) विविध कल्पनांचा कसून शोध घेतल्यानंतर निर्णय घेण्याच्या प्रक्रियेत कोणत्या टप्प्यांचा समावेश होतो ते स्पष्ट करा.

७) व्यवसाय संधी शोधण्याचे निकष स्पष्ट करा.

८) विशिष्ट वस्तू निवडीमागील विविध विचार स्पष्ट करा.

९) व्यावसायिक पर्यावरणाचे घटक आणि व्यवसाय संधी यांचा परस्परसंबंध स्पष्ट करा.

१०) कल्पना निवडीसाठी वापरावयाची तपासणी यादी स्पष्ट करा.

११) तुमची व्यवसाय कल्पनाच नाकारली गेली तर काय कराल ते सांगा.

१२) उत्पादन/सेवा संधीच्या अंतिम निवडीसाठी कोणते मुद्दे विचारात घ्याल ते स्पष्ट करा.

१३) व्यवसाय संधी निवडीत साधारणपणे कोणत्या चुका उद्योजक करतात ते सांगा.

१४) बाजारपेठ पाहणी म्हणजे काय ते स्पष्ट करा.

१५) 'बाजारपेठ पाहणीसाठी माहिती मिळवणे ' यावर सविस्तर विवेचन करा.

१६) 'बाजारपेठ पाहणीसाठी प्रश्नावली ' यावर टीप लिहा.

१७) बाजारपेठ पाहणीचे महत्त्व स्पष्ट करा.

१८) लघुउद्योग उभारणीतील विविध टप्पे विस्ताराने स्पष्ट करा.

३. व्यवसाय योजना
(Business Plan)

> प्रारंभी एक महत्त्वाची गोष्ट लक्षात ठेवणे गरजेचे आहे की पूर्वी प्रकल्प अहवाल (Project Report) ही संकल्पना वापरली जायची. अलीकडील काळात ह्याऐवजी व्यवसाय योजना (Business Plan) ही संकल्पना वापरली जाते. अजूनही अनेक जण 'प्रकल्प अहवाल' ही संकल्पना वापरतात. त्यामुळे ह्या प्रकरणात व्यवसाय योजना आणि प्रकल्प अहवाल ह्या दोन्ही संकल्पना वाचण्यात येतील.

प्रस्तावना

दरवर्षी अनेक उद्योग बंद पडतात आणि उद्योगांचे मालक स्वप्नभंगाचे दु:ख अनुभवतात. ह्या परिस्थितीमागील अत्यंत महत्त्वाचे कारण म्हणजे उद्योग सुरू करण्यापूर्वी ही मंडळी काळजीपूर्वक नियोजन करीत नाहीत. त्यांचा असा गैरसमज असतो की एकदा व्यवसायात पडले की ते आपोआप सर्वच गोष्टी शिकतील, पण त्यांना असे लक्षात येते की प्रचंड कष्ट करून समस्या सोडविल्या नाहीत तर ह्या समस्या साचतच जातात. उद्योग-व्यवसायाची अशी दुरवस्था टाळायची असेल तर व्यवसाय योजना (Business Plan) तयार करणे अत्यावश्यक असते.

अर्थ व व्याख्या

तुम्ही व्यवसायात प्रवेश करून नेमके काय साध्य करून इच्छिता आणि तुमची उद्दिष्टे गाठण्याच्या दृष्टीने तुमच्या संसाधनांचे संघटन कसे करणार आहात, ह्यासंबंधीचा लिखित गोशवारा म्हणजेच व्यवसाय योजना (Business Plan) होय. काही तज्ज्ञांच्या मते, व्यवसाय योजना ही व्यवसाय चालविण्यासाठी आणि व्यवसायाच्या मार्गातील प्रगती अजमावण्याचा मार्गदर्शक आहे. तर काही तज्ज्ञांच्या मते, व्यवसाय योजना म्हणजे व्यवसायाचा पाया भरभक्कम करण्याच्या दृष्टीने असलेली 'ब्ल्यूप्रिंट' होय! प्रारंभीच्या वर्षात आणि कठीण काळात त्याचा प्रचंड उपयोग होतो.

व्यवसाय योजनेच्या आणखी काही व्याख्या खालीलप्रमाणे आहेत–

''व्यवसायाची उद्दिष्टे साध्य करण्याच्या दृष्टीने संसाधनांची हाताळणी करण्यासाठी, व्यवसाय चालविण्यासाठी आणि व्यवसायाची प्रगती अजमावण्यासाठी असलेला दिशादर्शक म्हणजेच व्यवसाय योजना.''

''नवीन व्यवसायासाठी वित्तप्राप्ती व्हावी आणि साहाय्य मिळावे या हेतूने बाह्यजगतातील अधिकाऱ्यांसाठी बनविलेला दस्तऐवज म्हणजेच व्यवसाय योजना होय.''

"A business plan is a comprehensive set of guidelines for a new venture."

"A business plan is also called a feasibility plan that encompasses the full range of business planning activities, but it seldom requires the depth of research or detail expected for an established enterprise."

"A business plan (feasibility plan) is an outline of potential issues to address and a set of guidelines to help an entrepreneur make better decisions. It would represent your 'game plan'."

व्यावसायिक साहस हे प्रामुख्याने मानवी आशा–आकांक्षाशी निगडित असते. म्हणूनच व्यवसाय म्हणजे 'मानवाची विस्तारित इच्छा' असे म्हटले जाते. व्यावसायिक उपक्रमाची प्रतिष्ठापना करून त्याचे व्यवस्थित संचालन करणे म्हणजे उद्योजकाच्या प्रयत्नांचा परिपाक होय.

उद्योजकता विकास प्रक्रियेत विविध प्रकल्प हेरणे आणि त्यातील नेमक्या प्रकल्पाची निवड करणे हा सर्वांत महत्त्वाचा निर्णय ठरतो. कारण प्रकल्पाच्या अस्तित्व काळात या निर्णयाचा परिणाम सातत्याने जाणवतो आणि म्हणूनच उद्योजक ज्या प्रकल्पात आपले सर्वस्व पणाला लावणार तो निवडलेला प्रकल्प विविध सखोल तंत्रांवर आधारित असावा. अर्थातच असा प्रकल्प निवडणे, अशा व्यवसाय संधी शोधणे तसे अवघड काम आहे. सातत्याने आणि सखोल पाहणीच्या आधारेच हे करावे लागते.

प्रकल्पनिवडीचा निर्णय घाईघाईने घेणे अत्यंत धोकादायक ठरते. कारण आपल्या देशात उद्योग आजारी पडण्याचे, उद्योग बंद पडण्याचे प्रमाण प्रचंड आहे. चांगल्या व्यवहार्य योजनेच्या अभावामुळेच ही परिस्थिती उद्भवते. आपल्या सभोवताली विविध प्रकारचे अनुभव, शैक्षणिक पात्रता आणि वर्तन असणाऱ्या व्यक्ती अनेक प्रकारचे उद्योग/सेवा व्यवसाय करताना आढळतात. त्यातील एखाद्या यशस्वी उद्योजकाकडे पाहून आपणही (अंधानुकरणाने) तोच उद्योग करावा असे एखाद्याला वाटते. अशा पद्धतीने विशेष विचार न करता, विशेष अभ्यास न करताही निर्णय घेतला जातो तेव्हा त्यातील अपयशाची शक्यता वाढते. याचे कारण असे की, तो विशिष्ट उद्योग त्याने स्वतःसाठी निवडला होता. त्याने तो का निवडला, नेमका काय विचार करून निवडला, आपणासाठी तो उद्योग योग्य ठरेल का, इत्यादी प्रश्नांची पूर्णपणे समाधानकारक उत्तरे मिळाल्याशिवाय प्रकल्पाची निवड करू नये. अन्यथा त्यातील गुंतवणूक फोल ठरते. अशा उद्योगातील तोट्यामुळे उद्योजक, वित्तसंस्था/बँका यांच्यावर बोजा तर पडतोच पण समाजावरही पडतो. म्हणूनच प्रत्येक योजनेचा सर्वांगाने अभ्यास करून अपयशाचे प्रमाण कमी करता येत. प्रकल्प निवडीची प्रक्रिया जेवढी मनोरंजक तेवढीच आव्हानात्मकही आहे.

'प्रकल्प' संज्ञा

प्रकल्प म्हणजे विशिष्ट तांत्रिक–आर्थिक उद्दिष्टपूर्तीसाठी हाती घेतलेला नियोजित उपक्रम.

वेब्स्टर शब्दकोशाप्रमाणे प्रकल्प म्हणजे, ''एखादी गोष्ट घडवून आणण्यासाठी बेत आखल्याप्रमाणे किंवा योजना आखल्याप्रमाणे अंमलात आणावयाची योजना.'' म्हणजेच हा प्रकल्प औद्योगिक, व्यावसायिक, कृषी, शैक्षणिक किंवा विकासात्मक असू शकेल.

आधीच ठरविलेली उद्दिष्टे, वेळापत्रक आणि अंदाजपत्रक यानुसार नेमून दिलेल्या कामांचा समावेश प्रकल्पात गृहीत धरलेला असतो. प्रकल्प कोणत्याही स्वरूपाचा असो, त्यात एकीकडे संसाधनांची गुंतवणूक आणि वापर तर दुसरीकडे संसाधने, वस्तू व सेवा यांची निर्मिती यांचा समावेश असतो.

प्रकल्पाच्या आणखी काही व्याख्या खालीलप्रमाणे –

1. "An investment project carried out to plan in order to achieve a definite objective within a certain time and which will cease when the objective is achieved."

- The Dictionary of Management

2. "An organised unit dedicated to the attainment of a goal the successful completion of a development project on time, within budget in conformance with pre-determined programme specifications."

-Encyclopedia of Management

3. "Any scheme or a part of a scheme for investing resources which can be reasonably analysed and evaluated which can separately be evaluated. That is, a project is an appraisal for investment with the definite aim of producing a flow of output over a specific period of time."

- Little and Mirless

4. "The whole complex of activities involved in using resources to gain benefits."

- Gittinger

5. "System involving the co-ordination of a number of separate department entities through the organisation and which must be completed within prescribed schedules and constrainsts."

- Project Management Institute, U. S. A.

6. "The compilation of data which will enable and appraisal to be made of the economic advantages, and the disadvantages attendant upon the allocation of country's resources to the production of specific goods and services."

- The Manual on Economic Development Projects

थोडक्यात, 'विशिष्ट उद्दिष्ट ठरावीक कालावधीत साध्य करण्यासाठी शास्त्रशुद्धरीत्या विकसित केलेली कार्ययोजना म्हणजेच प्रकल्प.' समाजात वस्तू, सेवा यांचे उत्पादन वाढावे म्हणून काही ठरावीक सुविधा निर्माण करणे, विकसित करणे अथवा वाढविणे ही उद्दिष्टे असू शकतील. प्रकल्पाचे आकारमान, स्वरूप, उद्दिष्ट आणि गुंतागुंत यात भिन्नता असली तरी त्यात पुढील तीन बाबींचा समावेश असतोच – १) कृतींची मालिका, २) विशिष्ट उद्दिष्ट आणि ३) नेमक्या वेळेचे प्रमाण. प्रत्येक प्रकल्प हा आर्थिक उपक्रम असून त्यामागे विशिष्ट उद्दिष्टे असतात, तसेच निश्चित असा प्रारंभ आणि शेवटही असतो. प्रत्येक प्रकल्प नियोजन, अर्थ व्यवस्थापन आणि प्रत्यक्ष अंमलबजावणी यांच्या अधीन असावा आणि मुख्य म्हणजे त्यातील खर्च आणि उत्पन्न मोजता येण्याजोगे (Measurable) असावेत. सुनियोजित प्रकल्पात पर्यायांचा योग्य विचार, महत्त्वपूर्ण प्रश्नांचा ऊहापोह, विस्तृत सहभाग, आटोपशीरपणा आणि अंमलात आणण्यायोग्य या वैशिष्ट्यांचा समावेश असावा. तो अतिदक्ष, ठाकठीक, सुमर्यादित आणि नेमका असाच असायला हवा.

संसाधने वाटपाच्या दृष्टिकोनातून, वस्तू आणि सेवा पुरवठ्याच्या सुविधांचा विकास करण्याच्या उद्देशाने भांडवली गुंतवणूक करणारा प्रस्ताव म्हणजे 'प्रकल्प' होय. ज्या वस्तू अथवा सेवा प्रकल्पामार्फत पुरविण्यात येतात, त्यामध्ये विविधता आढळते. प्रकल्पाचे स्वरूप कोणतेही असो, प्रकल्पात एकीकडे संसाधनांचे वाटप आणि उपभोग तर दुसरीकडे संसाधने, वस्तू अथवा सेवा निर्मिती यांचा समावेश होतो.

व्यवसाय योजना का तयार करावी ?

बऱ्याचदा असे घडते की, लोक त्यांच्या व्यवसाय कल्पनेबाबत खूपच उद्दीपित झालेले असतात आणि ते व्यवसायात घाईघाईने उडी मारण्याची घोडचूक करून बसतात. त्यांनी ते सुरू करीत असलेला व्यवसाय आर्थिकदृष्ट्या सक्षम आहे का याबाबत मूल्यमापन केलेले नसते म्हणा किंवा व्यवसाय बाजारपेठेत प्रभावीपणे चालू शकेल की

नाही याचा विचारच केलेला नसतो. दुर्दैवाने हे असे बऱ्याचदा घडते कारण व्यवसाय कल्पनेबाबत अति उद्दीपित झालेला व्यावसायिक व्यवसायाच्या महत्त्वाच्या बाबींवर काळजीपूर्वक विचार करीत नाही, त्याकडे डोळेझाक होते.

व्यवसाय योजनेबाबत तीव्र भावनिक असणे फार मोठी गोष्ट आहे असे व्यावसायिकाला वाटते. पण, सरतेशेवटी त्याने व्यवसायाची स्वयंनिर्वाहिता आणि यश ह्याबाबत वास्तववादी चाचण्या केल्याच पाहिजेत. व्यावसायिकाने खात्री करून घेतली पाहिजे की, त्याच त्याच चुकांची पुनरावृत्ती होत नाही आणि बदलत्या परिस्थितीशी तो प्रत्येक वेळी जुळवून घेतो. सर्वसाधारणपणे असे मानले जाते की एकदा, दोनदा व्यवसायात अपयशी ठरलेला व्यावसायिक त्यातून काही धडे घेईल आणि तिसऱ्या प्रयत्नात यशस्वी होईल. परंतु, तिसऱ्या वेळेसही त्याला अयपश आले तर त्याला सहकार्य व साहाय्य देऊ नये, अशी संबंधितांची भावना बळावते, कारण तो व्यावसायिक फक्त अपयशी कसे व्हायचे एवढेच शिकतो.

अनेक लोक व्यवसायाची संभाव्यता विचारात न घेताच भावनिक आवेगात व्यवसाय सुरू करतात आणि जेव्हा त्या व्यवसायातून प्रत्यक्ष उत्पन्न हाती लागत नाही तेव्हा अत्यंत हताश होतात. व्यवसायासाठी बाजारपेठ संभाव्यता कितपत आहे याची खूप काळजीपूर्वक चाचपणी करणे गरजेचे असते, तसेच अगदी सावधानतेने केलेल्या व्यवसाय योजनेची गरज असते. परंतु, व्यवसायांच्या अपयशाच्या आकडेवारीवरून हेच सिद्ध होते की, चांगले नियोजन करणे आणि बाजारपेठ संशोधन करणे हे क्वचित केलेले आढळते.

चांगले व्यावहारिक संशोधन आणि नियोजन तुमचे भरपूर कष्ट वाचवू शकते. वास्तविक बाजारपेठ संशोधन अतिशय महत्त्वाचे असते. परंतु, त्याकडे सपशेल दुर्लक्ष केले जाते. कारण व्यावसायिकाला असा आत्मविश्वास असतो की त्याच्या कल्पनेला उत्तम यश लाभेल.

येथे एका बड्या अन्न महामंडळाची गोष्ट लक्षात ठेवणे गरजेचे आहे. ह्या महामंडळाने त्यांच्या टाकाऊ मालापासून श्वान खाद्य (dog food) तयार करण्याचा निर्णय घेतला. एका बड्या जाहिरात एजन्सीला त्यांनी भरपूर रक्कम देऊन जाहिरात करवून घेतली आणि टाकाऊ पदार्थांपासून श्वानखाद्य तयार करण्याच्या सृजनशील उद्योगास औद्योगिक पुरस्कार मिळवला. जेव्हा हे उत्पादन बाजारपेठेत सादर केले गेले तेव्हा श्वान खाद्याची विक्रमी विक्री झाली, पण अवघ्या दोनच महिन्यात हे उत्पादन बाजारपेठेत सपशेल आपटले. विक्री एकदम एवढी कमी कशी काय झाली, याचा शोध जेव्हा विपणन सल्लागाराने (मार्केटिंग कन्सल्टंट) घेतला तेव्हा असे लक्षात आले की, जाहिरातीचा प्रभाव बरोबर पडला होता आणि श्वानप्रेमींनी श्वानखाद्य खरेदीपण केले होते. परंतु, त्यांच्या असे निदर्शनास आले की त्यांच्या लाडक्या श्वानांनी ह्या खाद्याकडे चक्क पाठ फिरविली आहे आणि म्हणूनच उत्पादकाला पुन्हा ऑर्डर मिळाली नाही. म्हणून हे आवर्जून लक्षात ठेवायला हवे की तुमच्या कल्पनेची अथवा उत्पादनाची तुम्ही क्षेत्रीय-चाचणी (फिल्ड-टेस्ट) केली पाहिजे आणि त्यानंतरच तुमचा वेळ, मेहनत आणि पैसा खर्च करून व्यवसाय सुरू करण्याची सत्त्वपरीक्षा दिली पाहिजे.

व्यवसायात कोणत्या समस्या उद्‌भवू शकतील आणि कदाचित पुन्हा पुन्हा उद्‌भवू शकतील याचा अंदाज बांधण्यासाठी अजिबात वेळ खर्च न केल्यामुळे व्यावसायिकाला ह्या समस्यांमुळे ठेचकळायला होते आणि बाकी काही गोष्टी करण्यासाठी अगदी नाममात्र फुरसत मिळते. बऱ्याचदा ते जे निर्णय घेतात ते भावनिक आवेगात आणि वेळेच्या दबावाखालीच! व्यवसायाबाहेरील व्यावहारिक जगतातील नियम व कायदेकानू यांचा त्यांना व्यवसाय सुरू केल्यानंतर शोध लागला तर अत्यंत गंभीर आणि महागात पडतील अशा चुका होऊ शकतात. हे सर्व टाळण्यासाठी अथवा कमी करण्यासाठी व्यवसाय योजनेची गरज अधोरेखित होते.

व्यवसाय योजनेची उद्दिष्टे (Objectives of Business Plan)

व्यवसाय योजना म्हणजे काय, व्यवसाय योजना का तयार करावी, इ. मुद्यांवर चर्चा केल्यानंतर आता आपण व्यवसाय योजनेची उद्दिष्टे समजून घेणार आहोत. व्यवसाय योजनेची उद्दिष्टे खालीलप्रमाणे सांगता येतील.

१) **व्यवसायाचे स्वरूप जाणून घेणे :** व्यवसाय योजनेमुळे व्यावसायिकाला तो सुरू करू इच्छित असलेल्या व्यवसायाचे स्वरूप, व्यवसायाच्या संघटनेचे स्वरूप (म्हणजेच उत्पादनाधारित, सेवाधारित, तंत्रज्ञानाधारित, स्टॉकिस्ट, संशोधन व विकासासंबंधी, इ.) व्यवसाय योजनेतील वर्णनावरून समजू शकेल. व्यवसाय सुरू करायच्या प्रारंभीच्या टप्प्यातच ह्या गोष्टींचे आकलन होणे अत्यंत महत्त्वाचे आहे.

२) **व्यवसायाच्या उद्दिष्टांचे आकलन होणे :** व्यावसायिकाला व्यवसायाची नेमकी उद्दिष्टे ही व्यवसाय योजनेतून नेमकेपणाने समजून घेता येतात. ही उद्दिष्टे नफा आणि नफाहेतुहीन असू शकतात. ह्या दोन्ही प्रकारची उद्दिष्टे साध्य करण्यासाठी व्यावसायिकाने नेमके काय केले पाहिजे हे त्याला कळू शकते.

३) **आर्थिक स्वयंनिर्वाहिता समजून घेणे :** व्यवसायाची आर्थिक स्वयंनिर्वाहिता व्यावसायिकाला व्यवसाय योजनेतूनच समजून घेता येते. कोणत्या प्रकारची व किती प्रमाणात गुंतवणूक करावी लागेल, किती कालावधीत आर्थिक लाभ मिळण्यास सुरुवात होऊ शकेल, ह्या प्रश्नांची उत्तरे व्यवसाय योजनेतून मिळतील. साहजिकच व्यवसायासाठी भांडवल उभारणी आणि आर्थिक नियोजन कसे करावे याचे मार्गदर्शन व्यवसाय योजनेतून मिळते.

४) **संघटन रचना समजून घेणे :** व्यावसायिक कोणत्या प्रकारची संघटन रचना सुरू करू इच्छितो, हे व्यवसाय योजनेत सुस्पष्ट होऊ शकते. एकल व्यापार, लघुउद्योग, मोठा उद्योग, फ्रँचायझी, इत्यादी प्रकारांपैकी हा प्रकार असू शकतो.

ह्याव्यतिरिक्त कार्यप्रगती अजमावणे, डावपेचांमध्ये आवश्यकतेनुसार बदल अथवा सुधारणा करणे, व्यावसायिक जोखीम नेमकी किती आणि कशाची असेल हे समजून घेणे. विपणनविषयक आवश्यक तपशील जाणून घेणे, इत्यादी व्यवसाय योजनेची उद्दिष्टे आहेत.

व्यवसाय योजनेचे प्रमुख लाभ

व्यवसाय योजनेचे प्रमुख लाभ खालीलप्रमाणे आहेत –

१) **भावनिक कल कमी करण्यासाठी मदत होते :** भावनिक नियोजन टाळण्यासाठी मदत करणे हे व्यवसाय योजनेचे एक उद्दिष्ट असते. पद्धतशीरपणे व्यवसाय योजना तयार करण्याच्या प्रक्रियेत व्यावसायिकाला त्याच्या व्यावसायिक कल्पनेबाबत बऱ्या-वाईट बाजूंचा सर्वंकष विचार करावा लागतो. त्यामुळे व्यावसायिकाला आपण व्यवसाय सुरू करायचा अथवा नाही याचा निर्णय घेता येतो.

२) **स्वॉट (SWOT) विश्लेषण शक्य :** व्यवसाय योजना स्वॉट विश्लेषण करण्यास उपयोगी ठरते. स्वॉट विश्लेषण अंतर्गत व्यवसाय योजनेतील बलस्थाने, दुर्बलता, संधी आणि धोके निदर्शनास येतात. जेव्हा बलस्थाने आणि संधी ह्या दुर्बलता व धोके यांच्या तुलनेत अधिक प्रबळ असतात तेव्हा हे गृहीत धरले जाते की, तुमच्या नियोजित व्यवसायावर तुमचे यथायोग्य नियंत्रण असेल तर तुम्ही खुशाल पुढे पावले टाकण्यास हरकत नाही.

३) **स्वीकृत जबाबदारीचे मोजमाप :** कोणत्याही व्यवसायाचे यश प्राप्त करण्यासाठी त्या अनुषंगाने असलेली जबाबदारी अत्यंत महत्त्वाची असते. व्यवसायात गुंतलेल्या व्यक्तींच्या जबाबदारीचे मोजमाप करण्याचे

व्यवसाय योजना हे एक साधन आहे. अन्य व्यक्तींनासुद्धा त्या व्यवसायात प्रवेश करण्यापूर्वी जबाबदारीच्या मोजमापासाठी व्यवसाय योजना उपयुक्त ठरते.

अतिशय चांगल्या पद्धतीने तयार केलेली व्यवसाय योजना हेच दर्शविते की, ती तयार करण्यासाठी व्यावसायिकाने त्यासाठी किती वेळ खर्च केला आहे व किती मेहनत घेतलेली आहे. त्यातूनच त्याची व्यवसायाप्रती असलेली समर्पण भावना दिसून येते. व्यवसायाप्रती वचनबद्धता व समर्पण भावना नसल्यामुळे बऱ्याचदा चांगल्या कल्पना ह्या निव्वळ कल्पनाच राहतात. साधनांवर भरपूर खर्च करून नंतर त्याचा काहीच विनियोग करायचा नाही; असे घडण्यापेक्षा कल्पनेचे मूल्यमापन करून, गरज असल्यास, प्रारंभीच्या टप्प्यातच जर अधिक खर्च न करता व्यवसायाची कल्पना गुंडाळली तर ते किफायतशीर ठरते.

४) **योजना आणि कल्पनांचे समर्थन करणे शक्य :** व्यवसाय योजनेसाठी आवश्यक तपशील मुबलक प्रमाणात देण्यासाठी पद्धतशीर मार्गाचा अवलंब केला तर सुंदर आणि देदीप्यमान कल्पना वास्तवात उतरविता येते. कल्पना आणि योजनांच्या समर्थनार्थ खूप चांगल्या प्रकारे माहितीचा समावेश व्यवसाय योजनेत समाविष्ट केला तर प्रकल्पाची स्वयंनिर्वाहिता सिद्ध करता येते आणि बाकीच्यांचा पाठिंबा व सहकार्य प्राप्त होऊ शकते.

५) **कागदावरच कल्पनेचे परीक्षण होते :** पद्धतशीर संशोधन आणि नियोजन कागदावरच केले तर समजा चुका झाल्याच तर त्या कागदापुरत्याच मर्यादित राहतात आणि मुख्य म्हणजे ह्या अल्प खर्चात सहजपणे दुरुस्त होऊ शकतात. हे म्हणजे ज्याप्रमाणे एखाद्या इमारतीचा नकाशा तयार करताना काही चुकलंच तर कागदावरच काही रेषा खोडून चुकांची दुरुस्ती करता येते. याउलट, इमारतीचे बांधकाम पूर्ण केल्यावर कोणताही बदल करणे हे प्रचंड खर्चीक आणि अतिशय अवघड असते. प्रचंड प्रमाणात पैसा व वेळ खर्च करून आणि भरपूर कष्ट घेऊन व्यवसाय सुरू केल्यानंतर नफा फारसा होत नाही आणि विक्रीचे प्रमाणही कमी असते हे अनुभवण्यापेक्षा हे सारे कागदावरच अगोदर लक्षात आले तर नुकसान होणार नाही.

६) **सुसंगत डावपेच विकसित करण्यात मदत :** प्रत्येक व्यवसायाची कार्यप्रगती ही त्याच्या ग्राहकांवरच अवलंबून असते. ग्राहकांवर परिणाम करणारे घटक हे व्यावसायिकाने व्यवसाय योजनेत मांडलेल्या घटकांशी सुसंगत असेच असले पाहिजेत. कागदावर व्यवसायाची योजना उतरवल्यावर संबंधित घटकांचा आढावा त्यात घेता येतो व संबंधित घटक नेमकेपणाने निदर्शनास आणून देता येतात व त्यामध्ये त्यांच्या सुसंगतीबाबत खात्री देता येते.

७) **व्यवसायाच्या कल्पनेबाबत इतरांना पटवून देण्यास मदत होते :** चांगल्या प्रकारे तयार केलेली व्यवसाय योजना हे प्रभावी दस्तऐवज असते. धनको, पुरवठादार आणि संभाव्य गुंतवणुकदार यांना व्यवसाय योजनेतून व्यवसाय आणि व्यवसायाला होणारा संभाव्य नफा याबाबत माहिती मिळते. त्यातूनच संबंधित व्यावसायिकाला व्यवसाय कळतो आणि व्यावसायिकाची कल्पनासुद्धा चांगली व व्यवहार्य आहे याबाबत खात्री पटते.

चांगल्या व्यवसाय योजनेमध्ये विपणन, वित्त आणि कर्मचारीविषयक उपयोजनांचा समावेश केला जातो.

प्रकल्प निवड (Project Selection)

अनेक प्रकल्पांचा अभ्यास केला, अनेक प्रकल्पांच्या नवनवीन कल्पना केल्या तर असे लक्षात येते की, त्यातील थोड्याच आपल्या आवाक्यात आहेत किंवा शिक्षण, अनुभव, कौशल्य यांच्या चौकटीत बसू शकतात.

त्यातूनही आवाक्यात असलेल्या सर्वच कल्पना व्यवहार्य, सुसाध्य असतातच असे नाही. ज्या थोड्याफार सुसाध्य वाटतात, मूर्त स्वरूपात आणता येतील असे वाटते, त्या सगळ्यांनाच ग्राहक जवळ करतीलच असे नाही. त्याही पलीकडे ज्या प्रकल्पांना ग्राहक जवळ करतात ते सर्वच प्रकल्प सर्वार्थाने लाभदायक ठरतील असे नाही आणि समजा त्यातूनही तो प्रकल्प लाभदायी ठरला तर तत्परतेने प्रतिस्पर्धी अनुकरण करायला सिद्ध असतात. तेव्हा या बिकट मार्गातून नेमके दोन–तीन पर्याय असे की, ज्यांना यशाची खात्री आहे, तेच शोधून काढणे खरोखरच जिकिरीचे काम आहे. अर्थात, हे काम आव्हानात्मक असले तरी ते तितकेच मनोरंजकही आहे. या सर्व पार्श्वभूमीवर नव्याने उद्योग सुरू करताना एखाद्याच प्रकल्पामागे न लागता नजरेसमोर काही पर्याय ठेवावेत.

निवड प्रणाली

निरनिराळ्या लोकांकडून या पर्यायांचा शोध घेता येतो. ते पर्याय प्रकल्प स्रोत होऊ शकतात. या उगमस्थानांशी सुसंवाद साधल्यास बिकट मार्ग सुसह्य होईल, पर्याय ठरविणे सुलभ होईल, तुमच्या कार्याला योग्य दिशा मिळेल. पर्याय शोधण्याचे मार्ग पुढीलप्रमाणे –

१) **ग्राहक :** ग्राहकाला सातत्याने नवनवीन उत्पादने हवी असतात. त्याची ही आस कधीही न संपणारी असते. नवीन वस्तू/सेवा बाजारात आणण्यास जबाबदार असतो तो ग्राहक. कारण तो नवनवीन कल्पना उत्पादकास देत असतो. बाजारपेठ पाहणी करताना अनेक ग्राहकांशी सुसंवाद साधला तर तुम्हाला अनेक कल्पना, अगदी तुम्ही आत्तापर्यंत विचारात न घेतलेल्या किंवा तुम्हाला न सुचलेल्या मिळू शकतील. या कल्पना गृहोपयोगी वस्तूंपासून ते थेट औद्योगिक वस्तूंपर्यंत मिळू शकतात.

२) **संशोधक :** संशोधकाचे प्रयत्न नेहमीच नवीन वस्तू किंवा सुधारित वस्तू करण्याच्या दिशेने चाललेले असतात. अनेक नवीन संशोधनांना बाजारपेठेत मागणी निर्माण होऊ शकते. संशोधकामार्फत तुम्हाला नावीन्यपूर्ण कल्पना उपलब्ध होऊ शकतील. भारतात सरकारने निरनिराळ्या विषयांवर स्थापन केलेल्या संशोधन संस्थांचा लाभ उद्योजक घेऊ शकतात. या सर्व संस्थांतील शोध दिल्लीतील 'नॅशनल रिसर्च डेव्हलपमेंट कॉर्पोरेशन' ह्या सरकारी संस्थेकडून उपलब्ध होऊ शकतात. ह्याच संस्थेच्या नियतकालिकात नव्या प्रकल्पांची माहिती दिलेली असते. तुमच्या नवीन प्रकल्पांची दिशा यातून मिळू शकते. सर्वच संशोधकांना लावलेल्या शोधांचे व्यवहार्य प्रकल्पात रूपांतर करून आर्थिक लाभ उठविणे जमेलच असे नाही. जर उद्योजकाने पुढाकार घेतला तर तो शोध संभाव्य ग्राहकांपर्यंत पोहोचू शकतो.

३) **प्रतिस्पर्धी :** सध्या अस्तित्वात असलेले उत्पादक व त्यांच्या वस्तू म्हणजेच पर्यायाने तुमचे प्रतिस्पर्धीदेखील तुम्हाला नवीन कल्पना देऊ शकतात. अगदी त्या उत्पादनातील कमरतांमुळेसुद्धा या कल्पना मिळू शकतात. त्या वस्तूमध्ये नेमक्या काय सुधारणा करायच्या हे अभ्यासून तुम्ही त्या सुधारित वस्तू बाजारात आणू शकता आणि उद्योगाची निवड करू शकता.

४) **कंपनीचे फिरते विक्रेते :** फिरते विक्रेते सातत्याने ग्राहकांच्या संपर्कात असल्याने त्यांच्याकडे तर माहितीचा खजिनाच असतो की, ज्याचा उपयोग नवीन उद्योग कल्पना मिळविण्यासाठी होऊ शकतो. कोणत्या वस्तूंचा तुटवडा आहे, अधिक मागणी कोणत्या वस्तूंना आहे, उपलब्ध वस्तूंमध्ये कोणकोणत्या अडचणी/दोष आहेत, ग्राहकांच्या नेमक्या काय अपेक्षा आहेत इत्यादी माहिती फिरत्या विक्रेत्याकडून मिळू शकते.

५) **किरकोळ विक्रेते दुकानदार :** किरकोळ विक्रेता दुकानदार हा उत्पादक व ग्राहक यांच्यातील दुवा असतो. कारण त्याचा ग्राहकाशी सातत्याने संपर्क येत असतो. कोणत्या वस्तूंना किती मागणी आहे, सध्या त्याच

वस्तूंचा पुरवठा कोण कोण करतात, ग्राहकांच्या बदलत्या आवडीनिवडी, वस्तूंची किंमत, दर्जा इत्यादींबद्दल ते माहिती पुरवू शकतात.

६) **परदेशगमन :** परदेशगमनामुळे तेथील बाजारपेठेत उपलब्ध असणाऱ्या विविध वस्तू अभ्यासण्यास मिळतात. त्या वस्तूंची खास वैशिष्ट्ये आपल्या उत्पादनात आणल्यास त्याचा फायदा होतो. विविध देशांतील मासिके, कॅटलॉग्ज, ट्रेड डिरेक्टरीज चाळल्यास उपयुक्त माहिती मिळू शकते. यांची उपलब्धता चेंबर ऑफ कॉमर्ससारख्या संस्थांमधून असते. अर्थात, परकीय व भारतीय बाजारपेठेसाठी वस्तूंची निर्मिती करताना त्यात आवश्यक फेरफार करावे लागतील.

७) **वरिष्ठ अधिकारी :** कंपन्यातील वरिष्ठ अधिकारी नवीन प्रकल्पांविषयी मार्गदर्शन करू शकतात. त्यांच्याच कंपनीस आवश्यक असणाऱ्या वस्तू ते सांगू शकतात. तसेच त्यांच्या प्रदीर्घ अनुभवावरून कोणत्या वस्तूस मागणी राहील याबद्दल ते मार्गदर्शन करू शकतात.

८) **औद्योगिक सल्लागार :** भारतात आज बऱ्याच नावाजलेल्या सल्लागार संस्था किंवा स्वतंत्रपणे वैयक्तिकरीत्या कार्य करणारे तज्ज्ञ सल्लागार आहेत. त्यांच्याकडून विविध प्रकल्पांची माहिती मिळू शकते. त्यांच्याकडे बाजारपेठेची अद्ययावत माहिती असते. अर्थात, कोणत्याही सल्लागाराकडून सल्ला घेण्यापूर्वी त्याची विश्वासार्हता तपासून घेणे आवश्यक ठरते. इतरांना त्याचा काय अनुभव आला ते पाहा. सल्लागाराकडे जाण्यापूर्वी तुम्ही स्वतः नवीन प्रकल्पाविषयी विचार/अभ्यास करून जा म्हणजे सल्लागाराबरोबरची चर्चा अधिक सुकर होईल, फलदायी ठरेल.

प्रकल्प अहवाल (Project Report)
प्राथमिक प्रकल्प अहवाल (Preliminary Project Report - P.P.R.)

संभाव्य उद्योजक म्हणून तुम्हाला कोणते उत्पादन करायचे आहे हे प्रारंभीच ठरवावे लागेल. जर सेवा उद्योग सुरू करायचा असेल तर कोणती सेवा निवडायची हे ठरवावे लागेल. प्रारंभी एखादी संभाव्य उत्पादन/सेवा निवड झाली की, भांडवल उभारणीसाठी कराव्या लागणाऱ्या सखोल अभ्यासावर वेळ आणि अन्य संसाधने खर्च करण्यापूर्वी काही प्रश्नांची उत्तरे देणे आवश्यक ठरते. खालील प्रश्नांची उत्तरे तुम्हाला द्यावी लागतील.

अ) मी हे करू शकतो का ?, ब) मी हे विकू शकतो का ?, क) मी त्यातून काही कमावू शकतो का ?

प्राथमिक प्रकल्प अहवाल म्हणजे काय ?

प्राथमिक प्रकल्प अहवाल म्हणजे थोडक्यात खालील बाबींवर खुलासा करणारे माहितीपत्रक.

अ) प्रकल्प उभारणीसाठी भांडवल, मनुष्यबळ आणि कच्चा माल किती प्रमाणात लागेल ?

ब) कोणत्या प्रकारची यंत्रसामग्री लागेल ?

क) आवश्यक तंत्रज्ञान प्राप्त करण्याचे मार्ग कोणते आहेत ?

ड) प्रकल्पापासून आर्थिक लाभ किती होईल ?

थोडक्यात, प्राथमिक प्रकल्प अहवाल म्हणजे असे माहितीपत्रक की जे तुम्हाला प्रकल्पाची व्यावहारिक शक्यता तत्काळ दर्शविते आणि त्या प्रकल्पाचा आणखी पाठपुरावा करण्याइतपत त्याची लायकी आहे का हे ठरविण्यास मदत होते.

प्राथमिक प्रकल्प अहवालाचे फायदे

प्राथमिक प्रकल्प अहवाल तयार करतेवेळी तुमच्या मनात एखादीच कल्पना असते असं नाही तर ३-४

कल्पना मनात असतात. त्यातूनच एक तुम्हाला निवडावी लागणार आहे. तपशीलवार प्रकल्प अहवाल (Detailed Project Report - D.P.R.) करण्यास भरपूर वेळ आणि अन्य संसाधने खर्च करावी लागत असल्याने तुमच्या मनात घोळत असलेल्या प्रत्येक कल्पनेसाठी तपशीलवार प्रकल्प अहवाल तयार करणे व्यवहार्य ठरणार नाही.

समजा, अगदी तुम्ही प्रत्येक कल्पनेसाठी तपशीलवार प्रकल्प अहवाल तयार करण्याचे ठरविले तरी त्यासाठी इतका प्रचंड वेळ लागेल की, सर्व अहवाल तयार होईपर्यंत पहिला अहवाल हा कालबाह्य ठरेल. प्रत्येक कल्पनेसाठीच तपशीलवार प्रकल्प अहवाल तयार करण्यासाठी इतका वेळ, पैसा आणि माहितीची आवश्यकता असेल की, तपशीलवार प्रकल्प अहवाल करण्यातील व्यवहार्यताच नष्ट होईल. अर्थात, याचा अर्थ असाही नाही की, प्राथमिक प्रकल्प अहवाल, तपशीलवार प्रकल्प अहवालाची जागा घेईल. आपल्याला या चर्चेवरून एवढंच म्हणता येईल की, तपशीलवार प्रकल्प अहवालावर अवाढव्य खर्च करण्यापूर्वी प्राथमिक प्रकल्प अहवाल तयार करणेच श्रेयस्कर.

अ) तुमच्या प्रकल्पाची अस्थायी नोंदणी करण्यासाठी भरावयाच्या अर्जातील माहिती त्वरित उपलब्ध होते. नियोजन आणि लघुउद्योग स्थापनेतील वेळखाऊ औपचारिक बाबी पूर्ण करण्यापूर्वी हे करणे अत्यावश्यकच आहे.

ब) प्राथमिक प्रकल्प अहवालातून प्राप्त होणाऱ्या माहितीच्या आधारे व्यवसाय स्थापनेपूर्वी कराव्या लागणाऱ्या औपचारिक बाबींची पूर्तता करता येते.

क) प्राथमिक प्रकल्प अहवाल तयार करण्यासाठी जमा केलेली माहिती तपशीलवार प्रकल्प अहवाल तयार करण्याच्या प्रक्रियेतील महत्त्वाचा मार्गदर्शक टप्पा ठरतो.

ड) तुमच्या प्रकल्पासाठी आवश्यक असणाऱ्या आधारभूत सेवांचा शोध आगाऊ करून घेता येईल. संबंधित सरकारी अधिकाऱ्यांकडून/खात्यांकडून जागा/शेड इत्यादींसारख्या आवश्यक सुविधा योग्य वेळेत प्राप्त करण्यासाठी संपर्क साधणे सुलभ होते.

इ) प्राथमिक प्रकल्प अहवालाचा सर्वांत महत्त्वाचा फायदा कोणता असेल तर उद्योजकीय जीवनक्रमाच्या उंबरठ्यावर असताना तुमच्यात आत्मविश्वास या अहवालामुळे निर्माण होतो आणि वेळखाऊ अशी माहिती गोळा करण्याची आणि तपशीलवार प्रकल्प अहवाल तयार करण्याची प्रक्रिया करण्यास तुम्हाला प्रेरणा मिळते.

प्राथमिक प्रकल्प अहवाल कसा तयार करावा ?

अत्यंत पद्धतशीरपणे प्राथमिक प्रकल्प अहवाल तयार करण्यासाठी सोबत या अहवालाचा नमुना दिलेला आहे. या नमुन्यावर धावती नजर टाकली तरी असे ध्यानात येईल की, त्यात आवश्यक असणारी माहिती अल्पावधीत आणि पद्धतशीरपणे गोळा करता येईल.

उत्कृष्ट प्राथमिक प्रकल्प अहवाल कशा पद्धतीने तयार करता येईल ते आता पाहू. नमुना अहवालातील तपशिलाप्रमाणे अनुक्रमे एकेक मुद्दा आपण विचारात घेऊ या.

१) 'सर्वसाधारण माहिती' यात 'स्थान' असा एक मुद्दा आहे. अगदी नेमके स्थान तुम्ही कदाचित येथे लिहू शकणार नाही. परंतु, तुम्हाला कोणत्या शहरात/औद्योगिक वसाहतीत प्रकल्प सुरू करायचा आहे ते लिहा. महत्त्वाचा मुद्दा असा की, कच्च्या मालाची उपलब्धता, मनुष्यबळाची उपलब्धता, वाहतूक खर्च इत्यादी घटक लक्षात घेता तुम्ही निवडलेला भौगोलिक भाग हा अगदी योग्य आहे, याबद्दल तुम्हाला स्वत:ला समाधान मिळाले पाहिजे. तुम्ही भाड्याच्या जागेत प्रकल्प स्थापन करणार की औद्योगिक वसाहतीत जागा घेणार की तुमच्या स्वत:च्या मालकीच्या जागेत प्रकल्प उभारणार हे स्पष्ट केले पाहिजे. या माहितीच्या आधारे तुमच्या सल्लागाराला

तुमच्या प्रकल्पासाठी योग्य जागा/शेड शोधून ठेवण्यास मदत होईल.

२) यामध्ये तुमचे शिक्षण, अनुभव इत्यादींबद्दल माहिती देण्यात येते. वित्तसंस्थेला प्रकल्प आणि तुमची पार्श्वभूमी हे सर्वमान्य होऊ शकेल का हे तुमचा सल्लागार तुम्हाला यावरून सांगू शकेल.

३) यामध्ये कच्च्या मालाची गरज, उत्पादन कार्यक्रम इत्यादींबद्दल माहिती दिलेली असते. ही माहिती तुमच्याकडे ताबडतोब कदाचित उपलब्ध नसेल. कदाचित तुमच्या प्रकल्पासाठी लागणारी यंत्रसामग्री, कच्चा माल इत्यादींची तपशीलवार माहिती तुमच्याकडे नसेल. त्यासाठी तुम्हाला तुमच्या सल्लागाराशी किंवा त्या क्षेत्रातील तज्ज्ञांशी संपर्क साधावा लागेल. तयार प्रकल्प अहवालाचाही आधार यासाठी घेता येईल. या कच्च्या मालाचा, यंत्रसामग्रीचा व्यापार करणाऱ्यांबरोबर संपर्क साधून तुम्हाला माहिती मिळू शकेल. त्यांच्या प्रकल्पाला तुम्ही भेट देऊ शकता. हा मार्ग अवघड असला तरी माहिती मिळविण्यासाठी हा सर्वोत्कृष्ट मार्ग आहे.

यंत्रसामग्रीचे पुरवठादार/उत्पादक उत्कृष्ट माहिती देऊ शकतात. राज्यस्तरावरील तांत्रिक सल्ला देणाऱ्या सेवासंस्थातील अधिकाऱ्यांबरोबर चर्चा केल्यास त्या चर्चेतूनही मोलाची माहिती तुम्हाला मिळू शकेल.

यंत्रसामग्रीची माहिती देताना त्यासाठी विद्युतशक्ती किती लागेल हेही लिहिणे आवश्यक आहे. पुढील हिशेबाला हे उपयुक्त ठरते. यंत्रसामग्रीची एकूण किंमत लक्षात घेताना वाहतूक, विक्रीकर, विमा, हाताळणी खर्च इत्यादींचा विचार केला पाहिजे. अगदी तपशीलवार आकडेवारी नसली तरी हरकत नाही. यंत्रसामग्रीच्या किमतीत साधारण २०% जादा किंमत यंत्रसामग्री उभारणीसह एकूण किंमत समजण्यासाठी गृहीत धरा.

तुम्ही ज्या वस्तूचे उत्पादन करू इच्छिता त्या वस्तू आणि त्यांचे एक वर्षभरातील उत्पादनाचे प्रमाण लक्षात घ्यावे लागेल. यंत्रसामग्रीच्या क्षमतेच्या आधारे तुम्हाला एक वर्षभरात किती उत्पादन होऊ शकेल हे कळेल. अर्थात विशेषत: पहिल्याच वर्षी यंत्रसामग्रीच्या क्षमतेचा १००% वापर होईलच असे नाही. वीजपुरवठा खंडित होणे, कच्चा माल उपलब्ध नसणे, साधारणपणे वर्षाच्या ३६५ दिवसांपैकी सुट्ट्या/रजा सोडून ३०० दिवस उत्पादन होणे इत्यादी कारणांमुळे उत्पादन कमी होते.

विक्रीतून येणारे उत्पन्न म्हणजेच वर्षभरात झालेले उत्पादन नग/वस्तू आणि प्रतिनग किंमत यांचा गुणाकार. विक्री किंमत ठरविताना या टप्प्यात फार तपशीलवार जाण्याची गरज नाही. तुम्ही एवढेच करा की, बाजारपेठेत अशाच प्रकारच्या वस्तूची किंमत किती आहे ते पाहा आणि त्यातून घाऊक व्यापारी, किरकोळ व्यापारी यांचे कमिशन वजा करा. म्हणजे कारखानी किंमत (Ex-Factory Price) कळेल.

पुढील मुद्द्यांमध्ये कच्चा मालाचा विचार करावयाचा आहे. तुम्हाला किंमत आणि नग हे तपशील प्रत्येक प्रकारच्या कच्च्या मालासाठी नोंदवावे लागतील. त्यांचे पुरवठादार कोण याची नोंद तुम्हाला करावी लागेल. कच्चा माल फार दूर अंतरावरून प्राप्त करावा लागेल का याचीही माहिती यातून मिळते. कच्च्या मालाचा विचार करताना विविध कारणांसाठी कच्चा माल लागतो. उदा. उत्पादन, संवेष्टण, यंत्रसामग्री (उदा. ग्रिस, कॉटनवेस्ट इ.). काही माल वेगवेगळ्या तपासण्यांसाठी आवश्यक असतो. उदा. रसायने.

उपयोगिता (Utilities) या शीर्षकाखाली अशा गोष्टींचा अंतर्भाव करावा लागेल की, त्यांचा समावेश वस्तूत होत नाही. परंतु, त्या वस्तूच्या उत्पादनासाठी त्या आवश्यक असतात. उदा. वीज, कोळसा, फर्नेस ऑईल, डिझेल/पेट्रोल, कॉम्प्रेसड् एअर, पाणी इत्यादी. तुमच्या प्रकल्पाच्या गरजेप्रमाणे यात नोंदी करा. विजेचा विचार करता तेव्हा कारखाना आवारातील दिवे लावणे आणि मोटार चालविणे किंवा उष्णता निर्माण करण्यासाठी वापरावी लागणारी शक्ती विचारात घ्यावी लागेल.

पुढील मुद्द्यांमध्ये मनुष्यबळाच्या गरजेचा विचार केलेला आहे. १) यंत्रसामग्री हाताळणी करणारे, २) उत्पादन जुळणी, संवेष्टण आणि देखरेख, ३) विक्री/विपणन, ४) कचेरीतील काम करणारे असे कर्मचाऱ्यांचे

वर्गीकरण करावे लागेल. या सर्वांच्या वेतनाचा विचार करताना अशाच प्रकारच्या अन्य उत्पादन संस्थेतील कर्मचाऱ्यांचे वेतन आणि किमान वेतन कायदा यांचाही विचार करा. कुटुंब सदस्यांची मदत घेणार असलात तरी त्यांचेसुद्धा वेतन गृहीत धरा. वेतनाच्या रकमेच्या साधारणपणे २०% रकमेची तरतूद तुम्ही तुमच्या कर्मचाऱ्यांना देणार असलेल्या सोयी-सवलती, फायदे यांच्यासाठी करून ठेवा.

पुढील मुद्दा हा प्राथमिक प्रकल्प अहवालातील सर्वांत महत्त्वाचा मुद्दा आहे आणि तो म्हणजे बाजारपेठ पाहणी. याशिवाय हा अहवाल केवळ अपूर्णच राहील. प्रत्यक्षात उत्पादनास प्रारंभ कराल, तेव्हा बाजारपेठेत तुमचे नेमके स्थान काय असेल हे यावरून कळेल. 'मी हे विकू शकतो का?' या महत्त्वाच्या प्रश्नाचं उत्तर तुम्हाला कळेल. या प्रश्नाचे उत्तर देता देता या उत्तराचे 'मी त्यातून काही कमावू शकतो का?' या प्रश्नाचेही उत्तर मिळेल.

पुढील मुद्दा हा प्रकल्प किंमत आणि नफ्याचे प्रमाण यांच्या संदर्भातील आहे. आत्तापर्यंत जमवलेल्या माहितीचा आता तुम्हाला आकडेवारी विश्लेषण करायला उपयोग होणार आहे.

- यंत्रसामग्री खरेदीची किंमत आणि उभारणीचा खर्च.
- जागा/शेडची किंमत (तुमच्या मालकीची असो अथवा तुम्हाला मालकी तत्त्वावर/लीजवर घ्यावयाची असो.)
- तंत्रज्ञान मिळविण्यासाठी करावा लागणारा खर्च.
- वर उल्लेख केलेल्या खर्चाव्यतिरिक्त आणखी काही खर्च - उदा. प्रकल्प अहवाल तयार करणे, बाजारपेठ पाहणी, माहिती गोळा करण्यासाठी प्रवासखर्च, विद्युत मंडळाला द्यावयाची अनामत रक्कम, दूरध्वनी खात्याला द्यावयाची अनामत रक्कम इत्यादी. या सर्व खर्चांना (एकत्रितरीत्या) 'प्रारंभिक खर्च' (Preliminary Expenses) किंवा Pre-operative Expenses असे म्हणतात.

पुढील मुद्द्यात खेळत्या भांडवलाचा विचार करावा लागतो. उदा. कच्च्या मालाचा साठा, पक्क्या मालाचा साठा, अर्धवट पक्का माल, उधारीने माल विकला होता त्या ग्राहकांकडून येणे रक्कम, दैनंदिन खर्च भागविण्यासाठी लागणारी रोख रक्कम.

कच्च्या मालाच्या साठ्याचा विचार करताना त्याची उपलब्धता आणि त्यानुसार किती दिवसांच्या उत्पादनासाठी साठा करायचा हे ठरवावे लागेल. २.३ आणि ४.२ या तक्त्यांच्या आधारे सहजपणे किती मालसाठ्याची आवश्यकता आहे हे स्पष्ट होईल. पक्क्या मालाच्या किमतीचा विचार करताना उत्पादन मूल्याच्या गुंतागुंतीत न पडता कारखानी किंमत (Ex-factory Price) लक्षात घ्या. अर्धवट पक्क्या मालाचा विचार करता तेव्हा हे लक्षात घ्यावे लागेल की, कच्च्या मालाचे रूपांतर पक्क्या मालात करायला किती कालावधी लागतो. या मालाच्या किमतीचा विचार करताना कच्च्या मालाची सरासरी किंमत आणि पक्क्या मालाची कारखानी सरासरी किंमत यांचा विचार करायला हवा.

ऋणकोंचा (Debtors) विचार करता तेव्हा बाकी उत्पादक किती दिवसांची उधारी देतात हे तुम्हाला पाहावे लागेल. (सर्वसाधारणपणे ही सवलत ३० ते ५० दिवसांची असते.) २.१ मधून तुम्हाला वार्षिक उत्पादन ठाऊक आहे, त्यावरून तुम्हाला ३० दिवसांचे उत्पादन आणि त्याची किंमत या गोष्टी कळतील. त्यावरून खेळत्या भांडवलाच्या संदर्भात एकूण ऋणको किती हे कळेल. रोख रकमेबाबत विचार करताना, तुम्हाला किती रोख रक्कम लागणार आहे हे ठरवा. उदा. कामगारांना वेतन, वाहतुकीवरील खर्च इत्यादी. त्यांचा खेळत्या भांडवलात समावेश होतो.

पुढील मुद्द्यामुळे प्रकल्पाची किंमत कळते - स्थिर भांडवल आणि खेळते भांडवल यांची बेरीज. ४.१

आणि ४.२ यातील आकड्यांची बेरीज तुम्हाला आवश्यक आकडेवारी पुरवतील.

आता तुम्हाला भांडवल उभारणीच्या मार्गांचा विचार करायचा आहे. स्थिर भांडवल ७० ते ८० टक्के तर खेळते भांडवल ६० ते ७५ टक्के भांडवल कर्ज म्हणून मिळू शकते. तुमची स्वत:ची किमान १० ते २० टक्के आर्थिक गुंतवणूक हवी. गुंतवणुकीचे मार्ग आणि प्रकल्पाचा खर्च हे एकमेकांना साजेसे असावे.

पुढील मुद्द्यात प्रकल्पाच्या नफ्याच्या प्रमाणाचा विचार झालेला आहे. यात पुढील घटकांचा विचार करावा लागतो–

१) उत्पादन खर्च - हा २.३, २.४ आणि २.५ यांच्या बेरजेतून मिळेल.

२) विक्री आणि वितरण खर्च - विक्रेत्याला द्यावे लागणारे कमिशन, जाहिरात व प्रचार खर्च. जर ग्राहकाला त्याच्या दारात माल नेऊन देणार असाल तर वाहतूक खर्च. हे सर्व खर्च एकत्रित केले की झाला विक्री व वितरण खर्च.

३) प्रशासकीय खर्च - टपाल, स्टेशनरी, दूरध्वनी, तार खर्च इत्यादी.

४) व्याजखर्च - म्हणजे मुदतीचे कर्ज आणि खेळते भांडवल यावर द्यावे लागणारे व्याज. ४.४ मधून मुदतीच्या कर्जाची रक्कम कळते. कर्जाच्या रकमेवर तुमचा व्याजाचा खर्च अवलंबून असेल. ४.४मध्ये खेळत्या भांडवलाची रक्कम कळेल, त्यावरून त्याच्यावरील व्याज ध्यानात येईल.

५) घसारा - यंत्रसामग्रीवर १५% आणि इमारतीवर ५%.

६) संकीर्ण खर्चात काही खर्च गृहीत धरता येत नाहीत अशा खर्चाचाही विचार करावा लागेल. यासाठी एक ठोक रक्कम (Lumpsum) गृहीत धरावी लागेल.

७) आत्तापर्यंत वर उल्लेख केलेल्या सर्व खर्चांची बेरीज एकत्रितरीत्या लिहावी लागेल.

८) विक्रीतून उत्पन्न लक्षात घ्या.

९) ढोबळ नफा = विक्रीतून उत्पन्न (८) - एकूण किंमत (७)

१०) सल्लागाराच्या मदतीने किती कर भरावा लागेल ते पाहा.

११) ढोबळ नफ्यातून कर वजा केल्यावर निव्वळ नफा मिळेल.

पुढील मुद्दा प्रकल्प प्रवर्तकाबद्दल आहे. त्यावरून वित्तपुरवठा करणाऱ्या संस्थेला उपयुक्त माहिती मिळेल. सल्लागार आणि वित्तपुरवठा करणाऱ्या संस्थेच्या अधिकाऱ्याला प्रकल्प आणि प्रकल्प प्रवर्तकाच्या पार्श्वभूमीची कल्पना येऊ शकेल.

प्राथमिक प्रकल्प अहवालासोबत बाजारपेठ पाहणी अहवालही जोडला पाहिजे. तुमचे उद्योजक बनण्याचे स्वप्न साकार होण्यासाठी आता परिपूर्ण दस्तऐवज (Complete Document) तयार झाले.

तक्ता क्र. ३.१ : प्राथमिक प्रकल्प अहवाल (आराखडा)

१.० सर्वसाधारण माहिती

उद्योजकाचे नाव	:		
जन्मतारीख	:	वय :	
प्रकल्प	:		
स्थान	:		
संघटनेचा प्रकार	:		
फर्मचे नाव	:		
पत्ता	:		

१.१ शैक्षणिक पात्रता

एस. एस. सी. किंवा त्यापेक्षा कमी	पदवी/पदविका/ पदव्युत्तर	संस्था	मुख्य विषय	उत्तीर्ण होण्याचे वर्ष

१.२ खास प्रशिक्षण

प्रशिक्षण तपशील	संस्था	कालावधी	विशेष गुणवत्ता

१.३ कामाचा अनुभव (पूर्वीचा आणि सध्याचा)

संस्था	हुद्दा	कामाचे स्वरूप	कालावधी

२.० नियोजित प्रकल्पाचे तपशील

२.१ उत्पादन/सेवा

अनुक्रमांक	उत्पादन कार्यक्रम		विक्रीतून उत्पन्न	क्षमता वापर
	वस्तू	एकूण नग	वर्ष	वर्ष

२.२ यंत्रसामग्री/साधने (Equipments)

अनु.	वर्णन एकूण	संख्या आवश्यक	किंमत	एकूण मूल्य	पुरवठादारांचे नाव व पत्ते

२.३ कच्चा माल

अनु.	कच्चा माल	एकूण वार्षिक गरज		माध्यम
		नग/संख्या/प्रमाण	किंमत रु.	
			एकूण	

२.४ उपयोगिता (Utilities)

अनु.	तपशील	वार्षिक गरज	एकूण वार्षिक खर्च रु.	शेरा
१.	वीज			
२.	पाणी			
३.	कोळसा/तेल			
४.	अन्य काही			
	एकूण			

२.५ मनुष्यबळ

अनु.	तपशील	संख्या	एकूण पगार व वेतन रु.	शेरा
१.	कुशल			
२.	अर्धकुशल			
३.	अकुशल			
४.	कचेरी कर्मचारी			
	एकूण			

३.० बाजारपेठ पाहणी : (आवश्यकतेप्रमाणे परिशिष्टात तपशील द्या.)

४.० प्रकल्पाची किंमत

४.१ स्थिर भांडवल

अनु.	वर्णन	किंमत रु.
१.	जागा/इमारत	
२.	यंत्रसामग्री/साधन	
३.	फर्निचर आणि फिक्चर्स	

४.२ खेळते भांडवल

अनु.	तपशील	कालावधी	नग/संख्या	किंमत
१.	कच्चा मालसाठा			
२.	अर्धवट पक्का मालसाठा			
३.	पक्का मालसाठा			
४.	एका महिन्याचा उत्पादन खर्च			
	(उपयोगिता + पगार + वेतन)			
	एकूण			

४.३ प्रकल्पाची एकूण किंमत

अनु.	तपशील	किंमत रु.
१.	स्थिर भांडवल	
२.	खेळते भांडवल (४.२ची बेरीज)	
३.	प्रारंभिक आणि उत्पादन पूर्व खर्च	
	एकूण	

४.४ भांडवलाचे मार्ग

अनु.	तपशील	किंमत	शेरा
१.	मुदतीचे कर्ज		
२.	खेळते भांडवल कर्ज		
३.	स्वत:ची गुंतवणूक		
४.	अनुदान		
५.	अन्य		

४.५ प्रकल्पातील नफ्याच्या प्रमाणाचे विश्लेषण

अनु.	वर्णन	किंमत रु.
१.	विक्रीतून उत्पन्न	
२.	उत्पादन खर्च (२.३ + २.४ + २.५)	
३.	विक्री व वितरण खर्च	
४.	प्रशासकीय खर्च	
५.	व्याज	
६.	घसारा	
७.	ढोबळ नफा [१ – (२ + ३ + ४ + ५ + ६)]	
८.	आयकर	
९.	निव्वळ नफा (७–८)	

५.० पूरक तपशील

५.१ तुमचे स्वत:च्या मालकीचे घर/मालमत्ता इ. आहे का ?

५.२ स्वत:ची विमा पॉलिसी

५.३ अन्य फर्ममध्ये स्वारस्य

५.४ तुम्ही पुढील गटातील आहात का ?

एस. सी./एस. टी./ ओ. बी. सी./ सर्वसाधारण (कृपया योग्य ठिकाणी खूण करा.)

५.५ सध्याचे मासिक उत्पन्न

६.० संदर्भ

अनु.	नाव	पत्ता	व्यवसाय

दिनांक :

स्थळ :   स्वाक्षरी :

प्रकल्पाची संभाव्यता (Project Feasibility)

चाळणी प्रक्रिया वापरून किंवा काही निकष वापरून जेव्हा ३-४ कल्पना तुमच्याजवळ असतात व त्यांना मूर्त स्वरूपात आणण्याचा तुम्ही विचार करीत असता, तेव्हा त्यांचा खोलात शिरूनच अभ्यास करायला हवा. तो पुढीलप्रमाणे करता येईल.

प्रकल्प संभाव्यता अहवाल

खरा उद्योजक संपूर्णपणे स्वत:च्याच पैशांवर उद्योग उभारत नाही तर तो विविध वित्तीय संस्थांकडून अर्थसाहाय्य घेऊ शकतो. अर्थातच असे अर्थसाहाय्य देण्याआधी प्रकल्पाचा सखोलपणे केलेल्या अभ्यासाचा अहवाल त्यांना सादर करावा लागतो. यासाठी प्रकल्प कोणत्याही आकारमानाचा असो, जोखीम कमीत कमी करणे, प्रकल्प यशस्वी होण्याची खात्री करून घेण्यासाठी प्रकल्प संभाव्यता अहवाल अत्यंत उपयुक्त ठरतो.

संभाव्यता खालील पाच शीर्षकांखाली अभ्यासावी लागेल. प्रत्येक शीर्षकाखाली तो संमत झाला की मगच तो प्रकल्प संभाव्य होण्याची शक्यता वाढते. संभाव्यता अभ्यासण्यासाठी काही उपयुक्त ठोकताळे पुढीलप्रमाणे –

अ) विपणन संभाव्यता : तुमच्या प्रकल्पाच्या माध्यमातून जी वस्तू वा सेवा तुम्ही उपलब्ध करून देऊ इच्छिता, त्यास पुरेसे ग्राहक मिळतील का, त्यांचे समाधान होईल का, बाजारपेठेतील स्पर्धेत तुम्ही टिकून राहाल का इत्यादी मुद्द्यांचा विचार करावा लागेल. बरेच प्रकल्प विपणन संभाव्यतेचा अभ्यास न केल्याने अपयशी ठरतात आणि म्हणूनच बऱ्याच वित्तसंस्था या अभ्यासावर विशेष भर देतात. प्रकल्प विपणनदृष्ट्या यशस्वी होण्यासाठी खालील गोष्टींची पूर्तता होणे आवश्यक ठरते.

१) पुरवठ्यापेक्षा मागणी बऱ्याच प्रमाणात जास्त असते.

२) सदर वस्तू भारतात मिळत नसल्याने आयात करावी लागते. अशा वेळी 'आयात पर्याय' म्हणून हा प्रकल्प संभाव्य ठरतो.

३) परदेशातील बाजारपेठेत या वस्तूला भरपूर मागणी असेल तर हा निर्यात प्रकल्प म्हणून त्याला विपणन संभाव्यता असू शकते.

४) बाजारात उपलब्ध असलेल्या या प्रकारच्या वस्तूंच्या तुलनेत तुमच्या वस्तूत काही खास गुण आहे का ?
५) ग्राहकांच्या सुप्त गरजा ओळखून नवीनच वस्तू बाजारात आणणे.

ब) तांत्रिक संभाव्यता : तांत्रिकदृष्ट्या प्रकल्प संभाव्य होण्यासाठी पुढील गोष्टींची पूर्तता होणे आवश्यक आहे.

१) प्रकल्पास लागणारे तंत्रज्ञान तुम्हाला अवगत असावे किंवा ते देशांतर्गत किंवा देशाबाहेरून मिळू शकेल. आयात तंत्रज्ञान स्थानिक बाजारपेठेसाठी उपयुक्त असावे. शिवाय सरकारची मान्यता मिळेल असे असावे.
२) प्रकल्पास लागणारी योग्य जागा, इमारत इत्यादी मिळण्याची सुविधा असावी.
३) प्रकल्पास लागणारी यंत्रसामग्री, कच्चा माल, पूरक सुविधा मिळण्याची सोय असावी.
४) संख्या व दर्जा यांच्या दृष्टीने मनुष्यबळ उपलब्ध असावे.
५) किमान संभाव्य क्षमतेच्या या प्रकल्पाची एकूण किमतीद्वारे जी सरासरी किंमत येईल त्याद्वारे बाजारपेठेतील स्पर्धेला, ग्राहकांच्या अपेक्षांना पुरून उरले पाहिजे.

क) आर्थिक संभाव्यता : जेवढी गुंतवणूक या प्रकल्पाला लागणार आहे त्यानुसार हा प्रकल्प संभाव्य आहे की नाही हे यात पाहावे लागेल.

१) प्रकल्पाची एकूण किंमत लक्षात घेऊन तुम्ही भांडवल कसे उभारणार हे महत्त्वाचे. स्वत:ची गुंतवणूक व कर्जाद्वारे हे सर्व शक्य असले पाहिजे.
२) प्रकल्पातून शक्य तितक्या लवकर फायदा मिळण्यास प्रारंभ झाला पाहिजे.
३) प्रकल्पाच्या कोणत्याही टप्प्यात रोकड असणे की, ज्याद्वारे चालू देणी देता येऊ शकेल.
४) गुंतवणूकदारांना त्यांच्या गुंतवणुकीवर लवकरात लवकर मोबदला देणे.

ड) कायदेशीर संभाव्यता : प्रकल्प कायद्याच्या चौकटीत बसणारा असावा. कायदा कोणत्याही पातळीवर असो, तो पाळलाच पाहिजे. या दृष्टीने संभाव्यता खालील मुद्द्यांच्या आधारे तपासावी.

१) प्रकल्पास सरकारी मान्यता/परवाना, प्रमाणपत्र लागत असेल तर ते मिळवावे.
२) इच्छित जागी प्रकल्प काढण्याची परवानगी मिळावी.
३) मर्यादित कंपनी स्थापन करणार असाल तर कंपनी निर्बंधकाकडून परवानगी प्राप्त करावी लागेल.
४) प्रकल्पानुसार त्या त्या संबंधित कायद्यांचे पालन होणे आवश्यक आहे.

इ) उद्योजकीय संभाव्यता : आपल्याकडे उद्योग आजारी पडण्याचे प्रमाण काही कमी नाही. सर्वच बाबी अनुकूल असूनसुद्धा असे घडते. यामागे एकच कारण आणि ते म्हणजे उद्योजकतेचा अभाव. उद्योजकता अंगी असलीच पाहिजे. उद्योजकात जिद्द, चिकाटी, धडाडी असावी.

मानव संसाधन संभाव्यता – ह्या अंतर्गत कोणत्या प्रकारचे मानव संसाधन किती प्रमाणात आवश्यक आहे ह्याची तपासणी केली जाते. उदा. कुशल, निमकुशल आणि अकुशल कर्मचारी व त्यांचे प्रमाण. तसेच ते किती प्रमाणात उपलब्ध आहे ह्याचाही विचार केला जातो. ह्याचा उपयोग मनुष्यबळावर किती प्रमाणात खर्च होऊ शकेल, तसेच मानवसंसाधन प्राप्त करण्याची स्पर्धा आणि ते टिकवून ठेवणे यासाठी होतो.

सामाजिक बाजू – विशिष्ट कालावधीतील समाजातील सामाजिक निकष विचारात घेतले जातात. समाजातील मूल्ये, श्रद्धा, फॅशन, खूळ इत्यादींचा विचार केला जातो. ह्यामुळे नवीन उत्पादन वा सेवा वा संकल्पना समाजाकडून कितपत स्वीकारली जाईल तसेच समाजाची ताठरता वा लवचिकता समजून येईल.

प्रकल्प अहवाल (Project Report)

प्राथमिक प्रकल्प अहवालाच्या (Preliminary Project Report-PPR) आधारे तपशीलवार प्रकल्प अहवाल (Detailed Project Report-DPR) तयार करावा लागतो. उद्योजकाला काय करावयाचे आहे याचा पक्का आराखडा म्हणजे प्रकल्प अहवाल. प्रकल्प अहवाल म्हणजे 'नियोजित प्रकल्पांची संपूर्ण माहिती देणारा दस्तऐवज.' कर्ज देणाऱ्या वित्तीय संस्थांनी ज्यासाठी तो पैसा देऊ केलेला आहे त्या प्रकल्पाची संभाव्यता, फायदेशीरपणा तपासण्यासाठी साधन म्हणून प्रकल्प अहवालाकडे पाहिले जाते.

A Project report is a synchronization and synthesis of relevant data in respect of a project which serves as a guide to management and record merits and demerits in allocating resource to production of specific goods or services.

प्रकल्प कोणत्याही आकारमानाचा असो, सुसूत्रपणे प्रकल्प अहवाल तयार करणे नितांत गरजेचे असते. प्रकल्प अहवालामुळे प्रकल्पांच्या नुसत्याच ढोबळ कल्पना न राहता, गोळा झालेली परिपूर्ण व अचूक माहिती योग्य तऱ्हेने मांडली जाते. प्रकल्पासाठी लागणारी गुंतवणूक, अपेक्षित विक्री, नफा/तोटा याचीही काहीशी स्पष्ट कल्पना येते. प्रकल्प अहवालामध्ये दिल्याप्रमाणे प्रत्यक्ष मेळ बसविण्यास, प्रकल्प सुरू करण्याचा वेळ कमी करण्यास निदर्शक उपलब्ध होतात. विविध पर्याय तपासून सद्य:स्थितीतील सर्वांत फायद्याचा पर्याय अवलंबविण्याची खात्री मिळते व उद्योजकाचा आत्मविश्वास वाढतो.

प्रकल्प अहवाल जसा नव्याने सुरू होणाऱ्या उद्योगासाठी तयार करावा लागतो तसाच जो उद्योग आधीपासून अस्तित्वात आहे आणि त्याला नव्याने कर्ज उभारायचे आहे, त्यांनाही तयार करावा लागतो.

महत्त्व – विशेषत: उद्योजकाच्या दृष्टीने प्रकल्प अहवालाचे महत्त्व अनन्यसाधारण आहे. गुंतवणूक निर्णयच केवळ योग्य ठरतो असे नव्हे तर प्रकल्प अहवालामुळे कर्ज उभारण्यात किमान समस्यांना उद्योजकांना तोंड द्यावे लागते. कर्जाच्या अर्जासोबत प्रकल्प अहवाल सादर करण्याचा आग्रह बँका/वित्तीय संस्था धरतात.

प्रकल्प अहवाल तयार करण्यासाठी तपशीलवार माहिती जमवावी लागते. त्यामुळे उद्योगाच्या तात्पुरत्या नोंदणीच्या संदर्भात अर्ज भरताना या माहितीचा उपयोग होतो. उद्योग सुरू होण्यापूर्वीच उद्योजकाला अनेक महत्त्वाच्या गोष्टींची माहिती मिळते. उदा. परवाने, नोंदणी, ना हरकत प्रमाणपत्र, वीज आणि पाणी वापर, कच्चा माल, कामगार यांची गरज, वित्तीय गरज, वित्त उभारणीचे मार्ग, बाजारपेठ, वस्तूचे विपणन इत्यादी. उद्योगासाठी जागा/ शेड योग्य वेळी प्राप्त करणे सुलभ जाते. कारण त्याची नेमकी गरज किती आहे हे प्रकल्प अहवाल तयार केल्यामुळे आधीच कळते. प्रकल्प अहवाल उद्योजकाचा आत्मविश्वास वृद्धिंगत करतो. आर्थिक, तांत्रिक, सामाजिक इत्यादी दृष्टिकोनातून प्रकल्पाची व्यवहार्यता कितपत आहे हे प्रकल्प अहवालामुळे समजते. विस्तार अथवा नवीन उत्पादन सुरू करण्याच्या दृष्टीने उद्योजकाला प्रकल्प अहवाल उपयुक्त ठरतो. प्रकल्प अहवालामुळे ज्याप्रमाणे नफ्याचे संभाव्य प्रमाण ठरविण्यास मदत होते, तशीच प्रकल्पाच्या अंमलबजावणीतील जोखीम कमी करण्यासाठीही मदत होते.

असे म्हणतात की, 'कागदावर चुका झाल्या तरी चालेल पण प्रत्यक्ष उभारणीच्या वेळेस चुका होऊ नयेत.' यासाठीच चांगल्या प्रकारे तयार केलेला प्रकल्प अहवाल उपयुक्त ठरतो.

पाळावयाची पथ्ये

प्रकल्प अहवाल तयार करताना काही पथ्ये पाळणे, काळजी घेणे अत्यावश्यक आहे. कारण हा प्रकल्प अहवाल म्हणजे जणू काही त्या प्रकल्पाचे आणि उद्योजकाचे भवितव्य ठरविणारे साधनच होय. प्रकल्प अहवालात

शक्यतो सर्व तपशील असावेत की, जेणेकरून उद्योजक स्वत: वित्तसंस्था, बँका, सरकारी अधिकारी, सल्लागार, गुंतवणूकदार या सर्वांनाच पडणाऱ्या प्रश्नांची उत्तरे त्यात असावीत. व्यावसायिक दृष्टिकोनातून या अहवालाकडे पाहिले जाणार असल्याने तो बनविताना काही पथ्ये पाळावी लागतील, विशेष काळजी घ्यावी लागेल. त्याचे वर्णन खालीलप्रमाणे करता येईल –

१) प्रकल्प अहवालात आवश्यक तेवढीच पण अचूक माहिती असावी. निष्कारण भारंभार माहिती देण्याचे टाळावे. प्रत्येक अंदाज हा वास्तववादी व स्वत: खात्री करून घेतलेल्या माहितीच्या आधारावर असावा. कारण चुकीच्या अंदाजाचे परिणाम मूळ माहितीपेक्षा उशिरा कळतात आणि तेव्हा कदाचित चुका दुरुस्त करण्याची वेळ निघून गेलेली असेल.

२) प्रकल्प अहवालातील मांडणी अत्यंत तर्कशुद्ध असावी. त्याचबरोबर आपल्याला जे सांगायचे आहे ते प्रकल्प अहवालात थोडक्यात मांडा. सविस्तर माहिती परिशिष्टातसुद्धा देता येते.

३) आवश्यकतेनुसार पूरक माहिती, गृहीत धरलेले अंदाज स्पष्टपणे द्यावेत.

४) भविष्यातले अंदाज बांधताना व त्यांची मांडणी करताना सध्याच्या पुढील काळातील परिस्थितीचे सुस्पष्ट चित्र उभे करण्याचा प्रयत्न करावा.

५) प्रकल्प अहवाल बनविताना त्याचा आधार काय होता म्हणजेच प्रत्येक बाबीमागील स्पष्टीकरणास एक भक्कम आधार असावा. त्याचबरोबर माहितीचे मूळ स्थान सर्वमान्य असावे व ती शक्यतो नजिकच्या काळातीलच असावी.

६) उद्योगासाठी आवश्यक ते नियम/कायदे/बंधने तुम्ही विचारात घेतले आहेत ना हे तुमच्या प्रकल्प अहवालातून स्पष्टपणे दिसले पाहिजे. त्या संदर्भात आवश्यक उल्लेख अहवालात असावा. उदा. खाद्य वस्तू बनविताना अन्न व औषध प्रशासनाची योग्य संमती घेणे किंवा रसायने बनविण्याचा प्रकल्प उभारावयाचा असेल तर त्याच्या दूषित सांडपाण्यासंबंधी सरकारी नियमांप्रमाणे योग्य उपाययोजना करणे महत्त्वाचे ठरते.

७) प्रकल्प अहवालातील एकूण अपेक्षित खर्च थोडा जास्तच दाखवा आणि अपेक्षित उत्पन्न थोड्या कमी प्रमाणात दाखवा. (अनपेक्षित उद्भवलेल्या परिस्थितीला तोंड देण्यासाठी हे करणे व्यवहार्य ठरते.)

८) विशेषत: तयार प्रकल्प अहवाल आपण वापरणार असाल तर यंत्रसामग्री, कच्चा माल इत्यादींच्या अगदी अलीकडील किमती तुम्ही स्वत: बाजारपेठेतून मिळविल्या पाहिजेत.

९) प्रकल्प प्रत्यक्ष अमलात आणण्याचा कालावधी लक्षात घ्या. कारण प्रकल्प अहवाल तयार करणे आणि प्रत्यक्ष अमलात आणणे यामध्ये कालावधी निश्चितच जातो.

१०) पहिल्याच वर्षात तुम्हाला संपूर्ण उत्पादन क्षमता वापरता येईलच असे नाही. त्यामुळे संपूर्ण क्षमतेचा वापर गृहीत धरू नका. उद्योग सुरू व्हायला, स्थिर व्हायला आणि सुव्यवस्थितपणे चालायला काही काळ जावा लागतो. प्रारंभीच्या काळात साधारणत: ५० ते ६० टक्के क्षमतेचा वापर तुम्ही गृहीत धरू शकता.

११) शक्यतो तुमचा प्रकल्प अहवाल तुमचा तुम्ही तयार करा. व्यावसायिक सल्लागाराकडे धाव घेण्याची फाजील घाई करू नका. तसेच त्याच्याकडून जरी प्रकल्प अहवाल तयार करून घेतला तरी केवळ त्यावरच अवलंबून राहू नका.

प्रकल्प अहवालाची व्याप्ती

प्रकल्प अहवालात आर्थिक, तांत्रिक, वित्तीय, व्यवस्थापकीय आणि उत्पादन या बाजूंचा विचार केलेला असतो.

१) **आर्थिक बाजू :** प्रकल्प अहवालात गुंतवणुकीचे आर्थिक समर्थन असले पाहिजे. उत्पादित करावयाच्या वस्तूचे बाजारपेठ विश्लेषण त्यात असावे. बाजारपेठ विश्लेषण सामान्यत: पुढील प्रश्नांची उत्तरे देण्यासाठी केलेले असते – अ) सध्याची बाजारपेठ किती मोठी आहे ? ब) ती विकसित होण्यास / वाढण्यास कितपत वाव आहे ? क) भावी स्पर्धक ध्यानात घेऊनसुद्धा नियोजित प्रकल्प बाजारपेठेतील किती हिस्सा भविष्यात प्राप्त करू शकेल ? या उत्तरांच्या साहाय्याने उत्पादनाच्या अर्थशास्त्राचे विश्लेषण लक्षात येते.

२) **तांत्रिक बाजू :** प्रकल्प अहवाल हा आवश्यक तंत्रज्ञान, साधने आणि यंत्रसामग्री तसेच साधने व यंत्रसामग्री उपलब्धतेची माध्यमे यांचा तपशीलवार आराखडाच असतो. प्रकल्प अंमलबजावणीसाठी त्यांची किती प्रमाणात गरज आहे हे त्यात दिलेले असते. प्रकल्पाचे मूल्यमापन तांत्रिक आणि अभियांत्रिकी दृष्टिकोनात व्हायला हवे की, जेणेकरून किफायतशीर किमतीला उत्पादन करून ग्राहकांना वाजवी दरात सेवा देण्याची शक्यता आहे का हे समजू शकते. तसेच उत्पादनकार्यासाठी आवश्यक कच्चा माल आणि मनुष्यबळ यांचे स्वरूप आणि गरज याबद्दलची माहिती मिळते.

३) **वित्तीय बाजू :** प्रकल्प अहवालात एकूण गुंतवणूक किती आहे हे स्पष्ट दिसले पाहिजे. त्यात उद्योजकाची स्वत:ची गुंतवणूक किती आणि कर्ज कोणत्या माध्यमातून उभारणार याचा स्पष्ट उल्लेख हवा. भांडवल उभारणीचा खर्च आणि गुंतवणुकीवरील मोबदला यांची तुलना त्यात असावी. या संदर्भात खालील माहिती असावी –

अ) खर्च विश्लेषण : याद्वारे संभाव्य उत्पादन खर्चाचे विश्लेषण समजते.

ब) किंमत ठरविणे : याद्वारे उत्पादनाची किंमत ठरविण्याबाबत माहिती मिळते. एखाद्या उत्पादनाची किंमत ठरविणे हे अतिशय किचकट व कंटाळवाणे काम असते. उत्पादनाची मागणी बव्हंशी किमतीवरच अवलंबून असल्याने उत्पादन किंमत अतिशय हुशारीनेच ठरविली पाहिजे.

क) वित्तपुरवठा : प्रकल्पासाठी लागणारे भांडवल हा प्रकल्प अहवालातील अतिशय महत्त्वाचा घटक आहे. भांडवल उभारणी आणि त्या भांडवलाचा अधिकाधिक कार्यक्षम/परिणामकारक वापर करणे यांचा त्यांच्याशी संबंध असतो.

ड) उत्पन्न व खर्च : यामध्ये अपेक्षित उत्पन्न आणि प्रकल्पासाठी लागणारा एकूण खर्च यांचा समावेश असतो.

४) **व्यवस्थापकीय बाजू :** प्रकल्पासाठी कर्ज उपलब्ध करून देणाऱ्या वित्तसंस्थेचा संबंधित उद्योगाच्या कर्जफेडीबाबत विश्वास कशावर अवलंबून असतो तर व्यवस्थापनाच्या सचोटीवर आणि व्यावसायिक नीतिमत्तेवर. कर्जाच्या अर्जाचा विचार करताना व्यवस्थापनाची तांत्रिक कौशल्यं, सचोटी, व्यावसायिक नीतिमत्ता या प्रमुख बाबी वित्तसंस्था पाहते. जर व्यवसाय जगतात व्यवस्थापनाचा नावलौकिक असेल आणि आर्थिक पत असेल तर कर्जाच्या अर्जाचा सहानुभूतीपूर्वक विचार केला जातो.

५) **उत्पादन बाजू :** यामध्ये उत्पादनासाठी निवडलेल्या वस्तूचे वर्णन आणि तो का निवडला याची कारणमीमांसा द्यावी लागते. या वस्तूची निर्यात करता येईल का याचाही उल्लेख प्रकल्प अहवालात असावा. वस्तूच्या डिझाईनचा आराखडासुद्धा प्रकल्प अहवालात असावा.

प्रकल्प अहवालातील तपशील

प्रकल्प अहवाल म्हणजे नियोजित प्रकल्पाची संपूर्ण माहिती देणारा दस्तऐवज असे आपण वर पाहिले आहे. प्रकल्प अहवाल तपशीलवार बनविणे अत्यंत गरजेचे असते. प्रकल्प अहवाल विविध प्रकारे करता येतो.

परंतु, ढोबळमानाने प्रकल्प अहवालात पुढील तपशील असले पाहिजेत. सोयीसाठी या तपशिलांचे चार विभाग पाडण्यात आलेले आहेत. याव्यतिरिक्त गरजेनुसार काही तक्तेसुद्धा द्यावे लागतात. सर्वसाधारणपणे प्रकल्प अहवालात कोणती माहिती असते याचे विभाजन चार मुख्य विभागात ती माहिती तर्कदृष्ट्या समजावी म्हणूनच केलेले आहे.

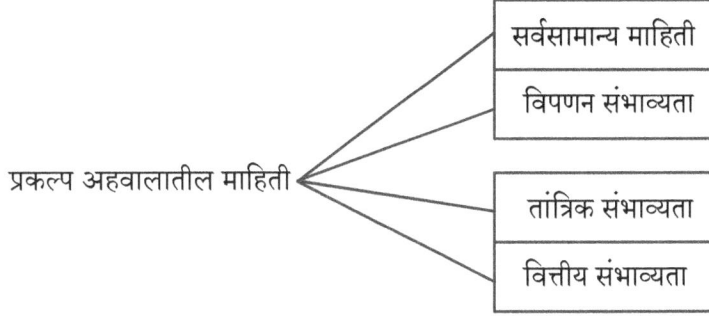

आकृती क्र. ३.१ : प्रकल्प अहवालातील तपशील

१) **सर्वसामान्य माहिती :** सर्वसामान्य माहिती अंतर्गत दिलेली माहिती सर्वच प्रकल्प अहवालात द्यावी लागेलच असे नाही. प्रत्येक प्रकल्पात आवश्यक तेवढीच माहिती द्यावी. पुढील माहितीद्वारे प्रकल्पाचा सर्वसाधारण परिचय करून दिला जातो –

- उद्योजकाचे नाव, पत्ता, जन्मतारीख, वय, शिक्षण, व्यावसायिक अनुभव, विशिष्ट तांत्रिक प्रशिक्षण, उद्योजकता विकास प्रशिक्षण कार्यक्रमातील सहभाग.
- कंपनी तयार केलेली असल्यास तिचे नाव, पत्ता, अस्तित्वात असल्याचा दाखला, उद्योगाचे उद्देश. (घटनापत्रक आणि नियमावली).
- कंपनीचा व्यवसाय चालू असल्यास त्याची संपूर्ण माहिती आणि वार्षिक अहवाल.
- संचालक मंडळ असल्यास संचालकाची संपूर्ण माहिती व त्याचा व्यावसायिक तपशील.
- नियोजित प्रकल्पाच्या ठिकाणाचे तपशील/पत्ता.
- प्राप्त केलेले सरकारी परवाने आणि दाखले यांचा तपशील.
- नियोजित प्रकल्पामुळे होणारे सामाजिक फायदे आणि निर्माण होणारे रोजगार.
- निर्यातयोग्य उत्पादन असल्यास निर्यातीतून मिळू शकणारे परकीय चलन.
- आयात पर्याय उत्पादन बनणार असेल तर वाचणारे परकीय चलन.

२) **विपणन संभाव्यता :** याद्वारे नियोजित प्रकल्प विपणनदृष्ट्या पूर्णपणे संभाव्य आहे याची खात्री पटवली जाते. या विभागात बाजारपेठेची माहिती, मागणी, पुरवठा, स्पर्धा इत्यादींबद्दल माहिती पुढील मुद्द्यांच्या आधारे दिली जाते.

- नियोजित प्रकल्पात तयार होणाऱ्या वस्तूचे संपूर्ण वर्णन. ती वस्तू कोणकोणत्या विविध प्रकारात उपलब्ध होणार, वस्तूंची संभाव्य किंमत, वेष्टणाचे वैशिष्ट्य, विक्रयोत्तर सेवा.
- संभाव्य ग्राहक कोण, किती व ते उपलब्ध असण्याची बाजारपेठ.
- संभाव्य ग्राहकांचे ही वस्तू वापरण्याचे प्रमाण व त्यावरून बाजारपेठेची सध्याची एकूण मागणी किती असणार,

तसेच बाजारपेठेची मागणी किती टक्क्यांनी वाढत आहे तसेच आगामी ३ ते ५ वर्षांत ती कितपत वाढणार आहे याचा अंदाज.

- बाजारपेठेत सध्या जर अन्य उत्पादक असतील तर त्यांच्याबद्दल माहिती, उदा. त्यांची संख्या, क्षमता, हे उत्पादक आपली उत्पादन क्षमता भविष्यात वाढविणार आहेत का, नव्याने उत्पादक या क्षेत्रात पदार्पण करणार आहेत का, आगामी काळात मागणीएवढाच पुरवठा होणार का?
- नियोजित कंपनीने कोणती बाजारपेठ किती प्रमाणात काबीज करण्याचे ठरविले आहे, त्यासाठी काय डावपेच आखलेले आहेत, वितरणाची व्यवस्था काय, जाहिरातीचा प्रकार, विक्रीसाठी किती माणसे वापरणार इत्यादी बाबी.

३) **तांत्रिक संभाव्यता :** या विभागात उत्पादन करण्यासंबंधी सर्व माहिती देण्यात येते. विशेषकरून पुढील माहिती देण्यात येते.

- प्रकल्पाचे नियोजित ठिकाण आणि याच ठिकाणी प्रकल्प सुरू करण्यामागील समर्थन.
- प्रकल्पाच्या जागेचा तपशील. भावी काळातील विस्तारासाठी जागा उपलब्ध आहे का?
- कारखाना आणि प्रशासकीय कचेऱ्या, पाण्याची सुविधा, उपाहारगृहे इत्यादींचा तपशील, सर्व प्रकारच्या बांधकामाचे तपशील, त्यांचा खर्च.
- उत्पादनासाठी लागणारी यंत्रसामग्री व तिचे तपशीलवार वर्णन, किमती, पुरवठादार, त्यांची नावे/पत्ते, उत्पादनक्षमता, सदर यंत्रसामग्रीला लागणारी वीज, तेल इत्यादी.
- आवश्यक पूरक यंत्रे व सेवासामग्रीचे तपशील उदा. ट्रान्सफॉर्मर, कॉम्प्रेसर.
- वस्तू उत्पादनासाठी आवश्यक कच्चा माल, अन्य सुटे भाग, त्यांचे वर्णन, एकूण वार्षिक गरज, त्यांचे पुरवठादारांचे आवश्यक तपशील.
- प्रकल्पास लागणाऱ्या पूरक सेवा, त्यांची गरज, आवश्यकता असल्यास साठवण व्यवस्था, त्यावरील एकूण खर्च.
- खातेवार/पाळीवार लागणारे कर्मचारी व अधिकारी, त्यांची संख्या, दर्जा व अन्य तपशील.
- प्रकल्पाचा संपूर्ण आराखडा. यामध्ये यंत्रांची मांडणी, भांडारे व सेवा यांची रचना उत्पादन कुशलतेने होऊ शकेल अशा पद्धतीने करणार असण्यावर भर. परिणामत: हा प्रकल्प तांत्रिकदृष्ट्या पूर्णपणे संभाव्य होण्याची खात्री पटेल. यामध्येच तंत्रज्ञान कोठून मिळणार, सद्य:स्थितीत तेच सर्वोत्कृष्ट असल्याची खात्री पटवावी.

४) **वित्तीय संभाव्यता :** वित्तीय संभाव्यतेमध्ये आपण आत्तापर्यंत दिलेली सर्व माहिती रुपये व पैशांमध्ये द्यावयाची आहे. वित्तसंस्थेकडून कर्ज मंजूर करून घ्यायचे असल्यामुळे आपण गृहीत धरलेल्या सर्व गोष्टींचा सुस्पष्ट उल्लेख केलेला असला पाहिजे. म्हणजे कालापव्यय होणार नाही. या विभागात पुढील मुद्द्यांच्या आधारे तपशील असावेत–

- उद्योगसंस्था कोणत्या प्रकारची आहे? उदा. स्वमालकी, भागीदारी, खासगी मर्यादित किंवा सार्वजनिक मर्यादित. या प्रकारानुसार प्राप्तीकराचे परिमाण बदलते. तसेच प्रकल्पाकडे पाहण्याचा संबंधितांचा दृष्टिकोनही बदलतो.
- वित्तीय अंदाज किती कालावधीसाठी करण्यात आले आहेत आणि प्रतिवर्षी प्रकल्प क्षमता किती प्रमाणात वापरली जाणार ?
- कर्ज किती प्रमाणात, किती टक्के व्याजदराने व कोणत्या वित्तसंस्थेकडून किती प्रमाणात घेणार ?

- कच्चा माल किती कालावधीसाठी साठविणार?
- ग्राहकांकडून पैसे येण्यास लागणाऱ्या विलंबाचा अंदाज तसेच कोणत्या क्षणी येणे किती राहणार?
- इमारत, यंत्रसामग्री, फर्निचर, अन्य उपकरणे यावर मिळणारा घसारा.
- विशिष्ट भागात उद्योग स्थापन करणार असल्यास मिळणाऱ्या सवलती, अनुदाने, प्रोत्साहने.
- अन्य आवश्यक वित्तीय बाबी. या माहितीच्या आधारेच वित्त माहितीचे तक्ते तयार होतात.

वित्त माहितीचे तक्ते

वित्तीय अंदाज करण्यासाठी विशिष्ट तक्ते लागतात. निवडलेल्या प्रकल्पाच्या आकारमानानुसार पुढील किमान तीन वर्षांसाठी ही माहिती तयार करावी. कोणताही प्रकल्प केवळ एका वर्षात त्याचे खरे स्वरूप दाखवू शकत नाही. म्हणून हा कालावधी निवडायचा. वित्त माहिती देणारे तक्ते पुढीलप्रमाणे वर्णन करता येतील–

१) **प्रकल्पाची संपूर्ण किंमत दर्शविणारा तक्ता :** यात स्थावर, जंगम मालमत्ता आणि खेळते भांडवल या प्रमुख शीर्षकांखाली माहिती पुरवावी लागते. स्थावर, जंगम मालमत्ता या शीर्षकाखाली जमीन, ती व्यवस्थित करण्यासाठी येणारा खर्च, इमारती, यंत्रसामग्री, पूरक यंत्रसामग्री, सेवा यांचा खर्च, अवजार, अन्य मालमत्ता (उदा. कचेरीतील उपकरणे, मोटारगाडी इ.), तंत्रज्ञान बाहेरून घेणार असल्यास त्यांची किंमत. यानंतर प्रकल्प उभारणीपूर्व काळातील खर्च देण्यात येतो. यानंतर उत्पादनपूर्व काळातील खर्च देण्यात येतो. यात चाचणीसाठी झालेल्या खर्चाचा समावेश होतो. 'खेळते भांडवल' या शीर्षकाखाली कच्च्या मालाचा किती महिन्यांचा साठा ठेवणार, ग्राहकांकडची थकबाकी किती कालावधीसाठी राहणार, दैनंदिन खर्चासाठी आवश्यक गंगाजळी यांचा समावेश होतो.

याशिवाय अनेकदा, विशेषत: मोठ्या प्रकल्पांच्या बाबतीत, चलनवाढ झाल्यास त्याचीही तरतूद करावी लागते. तसेच खर्चातही बऱ्याचदा वाढ होते. म्हणूनच या एकूण खर्चाच्या दहा टक्के खर्च संभाव्य चलनवाढीचा खर्च म्हणून धरण्यात येतो. या सर्वांची बेरीज केल्यावर आपल्याला प्रकल्पाची एकूण किंमत व त्यावर करावा लागणारा खर्च समजतो.

२) **प्रकल्पासाठी भांडवल कसे उभारणार हे दर्शविणारा तक्ता :** आधी गृहीत धरल्याप्रमाणे व वेगवेगळ्या मार्गाने प्रकल्पासाठी भांडवल कसे उभारले जाणार हे यात दाखवावे लागते. यासाठी प्रवर्तकांना/उद्योजकाला टाकावे लागणारे भांडवल, दीर्घ व अल्प मुदतीचे कर्ज, बीज–भांडवल इत्यादी शीर्षकांखाली एकूण भांडवल कसे उभारणार हे दाखविले जाते.

३) **संभाव्य नफा–तोटा तक्ता :** यामध्ये एकूण खर्च व विक्री यांचा मेळ बसवावा लागेल. प्रकल्प क्षमतेच्या वापरानुसार किती उत्पादन होणार, ते किती किमतीला व कुणाद्वारे विकले जाणार यावरून एकंदर विक्री किती रुपयात होणार हे कळते. काही महत्त्वाचे खर्च त्या त्या शीर्षकांखाली दाखवावे लागतील. उदा. कच्चा माल, सेवांचा खर्च, एकूण पगार व भत्ते, वरील खर्च (उदा. विक्रीसाठी करावा लागणारा खर्च, कचेरी चालविण्याचा खर्च इ.) देखभालीचा खर्च, व्याज, घसारा, इतर खर्च, बोनस इत्यादी.

४) **रुपयांचा आवक–जावक तक्ता :** कोणत्याही प्रकल्पात विविध मार्गांनी पैसा येतो. प्रारंभी तो भागधारकांच्या भांडवलातून येतो. नंतर वित्तसंस्थेकडून कर्ज रूपाने येतो. पुढे विक्रीद्वारे येतो. तसेच पैसा अनेक कारणांसाठी खर्च होतो. आवक–जावक तक्त्याद्वारे कोणत्याही क्षणी उद्योगसंस्थेची गंगाजळी किती ते कळण्यास सुलभ होते.

५) **संभाव्य ताळेबंद :** या तक्त्यात मालमत्ता आणि दायित्व यांचा आढावा घेतला जातो. कोणत्याही क्षणी मालमत्ता किती व दायित्व किती हे कळू शकते. अर्थातच मालमत्ता दयित्वापेक्षा अधिक असणे केव्हाही चांगलेच.

पूरक तक्ते : वरील मुख्य तक्त्यांमध्ये पूरक असे अनेक तक्ते असतात. या तक्त्यांत मुख्य तक्त्यांपेक्षा अधिक सविस्तर विवरण दिलेले असते. यांपैकी महत्त्वपूर्ण पूरक तक्ते म्हणजे पगार व भत्ते यांचा तक्ता, खेळते भांडवल कसे व किती उभारणार यांचा तक्ता, व्याज व कर्जफेड कशी होत जाणार हे दाखविणारा तक्ता, घसारा कसा काढला यांचा तक्ता, प्राप्तिकर किती व कसा दिला जाईल हे दाखविणारा तक्ता, विक्री ग्राहकांकडून येणारा पैसा व नेमकी आवक दाखविणारा तक्ता, इतर पूरक तक्ते.

माहितीचे पृथक्करण/विश्लेषण

वरील तक्त्यांच्या आधारे दिलेल्या माहितीचे पृथक्करण/विश्लेषण करता येते. याद्वारे एका दृष्टिक्षेपात प्रकल्प कसा व किती प्रमाणात फायदेशीर ठरू शकेल हे तपासता येते. साधारणपणे नेहमी वापरली जाणारी साधने पुढीलप्रमाणे आहेत.

'ना नफा ना तोटा' पृथक्करण (समविच्छेदन विश्लेषण – Break - even Analysis) : कोणत्याही उद्योगव्यवसायात नफ्याची बाब नशिबावर सोडून चालत नाही. त्यासाठी नफ्याचे सुयोग्य नियोजन करणे अपरिहार्य ठरते. या नियोजनात नफा कमविण्याच्या कुवतीचा अभ्यास करावा लागतो. नफा कमविण्याच्या क्षमतेचे सूक्ष्म आणि वास्तव मूल्यमापन केल्याशिवाय नफ्याच्या नियोजनाचे कार्य पार पाडता येत नाही. व्यवसायाजवळ उपलब्ध असलेली संसाधने आणि उत्पादनक्षमता यांच्या संदर्भात विक्री उत्पन्नाचा आणि एकूण खर्चाचा साकल्याने अभ्यास करून विक्रीच्या विविध स्तरांवर नफ्याचे प्रमाण कसे राहील हे ठरविणे आवश्यक असते. त्यासाठी सीमांत खर्च पद्धतीचा आधार घेऊन समविच्छेदन बिंदूच्या तंत्राचा उपयोग करण्यात येतो. समविच्छेदन बिंदूवरून नुकसान टाळण्यासाठी आणि नफा मिळविण्यासाठी किमान विक्री किती असली पाहिजे हे कळते. याशिवाय खर्चात होणारे बदल, वस्तूच्या किमतीत होणारे बदल, विक्रीच्या प्रमाणात होणारे बदल इत्यादींचा व्यवसायाच्या नफ्यावर नेमका काय परिणाम होईल याची माहिती समविच्छेदन बिंदूच्या पृथक्करणावरून उपलब्ध होते. म्हणूनच प्रवर्तकांच्या/उद्योजकांच्या दृष्टीने समविच्छेदन बिंदूचा अभ्यास करणे महत्त्वाचे ठरते.

अर्थ आणि व्याख्या – 'ना नफा ना तोटा' विश्लेषणाचा मुख्य हेतू व्यावसायिक संस्थेचे होणाऱ्या नुकसानापासून बचाव करणे आणि तिला अधिकाधिक नफ्याची उपलब्धता करून देण्यासाठी उत्पादनाचे आणि विक्रीचे प्रमाण ठरवून देणे हा असतो. समविच्छेदन बिंदू विक्रीचे असे प्रमाण ठरवून देतो की, ज्यासाठी होणारा खर्च विक्रीपासून होणाऱ्या उत्पन्नाइतका असतो. या विक्रीच्या प्रमाणालाच 'समविच्छेदन बिंदू' असे म्हणतात.

समविच्छेदन बिंदूच्या काही व्याख्या खालीलप्रमाणे देता येतील–

''ज्या बिंदूवर वस्तू अथवा सेवेच्या विक्रीपासून मिळणारे उत्पन्न त्या वस्तू अथवा सेवेच्या निर्मिती आणि विक्रीसाठी येणाऱ्या खर्चाच्या बरोबर असते आणि त्यामुळे 'ना फायदा ना तोटा', त्या बिंदूला 'समविच्छेदन बिंदू' असे म्हणतात.''

''समविच्छेदन बिंदू म्हणजे कोणत्याही व्यावसायिक संस्थेतील उत्पादनाची अशी पातळी की, जिच्यावर संस्थेच्या एकूण विक्रीपासूनचे उत्पन्न आणि एकूण खर्च समसमान असतात आणि म्हणूनच संस्थेला नफाही होत नाही आणि तोटाही होत नाही.''

("A break-even point is a point where the revenue from the sales of a product or service is equal to the cost incurred in its production and sales and there is neither profit nor loss to the firm.")

"Break-even point is the point at which sales revenue equals the cost to make and sell the product and no profit no loss is reported."

- G. R. Crownshield

"Break-even analysis indicates at what level costs and revenue are at equilibrium."

- Matz and Curry

"Break-even point is that point of activity (Sales Volume) where total revenue and total expenses are equal, it is the point of zero profit and zero loss."

- Charles T. Horngreen

"The break-even point of a company or a unit of a company is that level of sales income which equal the sum of its fixed costs and its variable costs."

- I. W. Kelkar and W. L. Farrera

थोडक्यात, ज्या बिंदूवर वस्तूंचे उत्पादन आणि विक्री यासाठी येणारा खर्च वस्तूंच्या विक्रीपासून प्राप्त होणाऱ्या उत्पन्नाइतका असतो आणि म्हणून ज्या बिंदूवर संस्थेला नफा किंवा तोटा काहीच होत नाही त्या बिंदूला 'समविच्छेदन बिंदू' असे म्हणतात.

समविच्छेदन बिंदूसंबंधी गृहीते

समविच्छेदन बिंदू पद्धती काही समजुतींवर किंवा गृहीतांवर आधारलेली आहे. याबद्दल पुढीलप्रमाणे माहिती सांगता येईल –

१) स्थिर आणि अस्थिर असे खर्चाचे दोन प्रकार असतात. काही खर्च एका निश्चित उत्पादन स्तरापर्यंत स्थिर असतात तर काही खर्चात उत्पादनाच्या परिमाणानुसार बदल होत असतात.

२) उत्पादन, विक्री आणि प्रशासनासंबंधीच्या सर्व खर्चांचे स्थायी आणि अस्थिर अशा दोन भागात विभाजन करता येते.

३) खर्चाचे आकडे रेखाचित्राद्वारे प्रदर्शित केल्यास त्यावरून एक सरळ रेषा तयार होते. म्हणून खर्च व्यवहार रेखीय असतो असे मानले जाते.

४) प्रत्येक स्तरावर विक्रीमूल्य एकसमान असते. वस्तूंचा पुरवठा वाढला किंवा घटला तरी विक्रीमूल्यात बदल होत नाही.

५) सामग्री, श्रम आणि व्यय या गुंतवणुकीच्या घटकात बदल होत नाही.

६) यंत्र आणि मानवी श्रम यांच्या कार्यक्षमतेत आणि कार्यकुशलतेत कोणतेही बदल होत नाहीत. त्याचप्रमाणे उत्पादनाच्या तंत्रातदेखील बदल होत नाही.

७) उत्पादन आणि विक्रीचे कार्य एकाच वेळी होत असते. उत्पादन होत असतानाच वस्तूंची विक्रीदेखील होत असते आणि वस्तूंच्या शेषमालात (Closing Stock) महत्त्वपूर्ण फेरबदल होत नाहीत.

८) व्यावसायिक संस्थेत फक्त एकाच प्रकारच्या वस्तूचे उत्पादन घेण्यात येते आणि विक्री करण्यात येते. जर एकापेक्षा जास्त वस्तूंचे उत्पादन आणि विक्री होत असल्यास त्यांच्या विक्रय मिश्रणात कोणतेही बदल घडून येत नाहीत.

९) उत्पन्न आणि खर्चाची तुलना एखाद्या समान असलेल्या क्रियेच्या आधारावर करण्यात येते.
१०) उत्पादन आणि विक्रीच्या परिमाणालाच खर्चांवर प्रभाव टाकणारे घटक समजले जाते.
११) उत्पादन नियंत्रणाचे कार्य अधिक प्रभावी करण्याचे प्रयत्न होत नाहीत आणि याबरोबरच त्यात कोणत्याही प्रकारची शिथिलतादेखील येऊ दिली जात नाही.

समविच्छेदन बिंदूची उपयुक्तता

वस्तूचे उत्पादन वाढविले किंवा घटविले तर त्याचा नफ्यावर काय परिणाम होईल हे समविच्छेदन बिंदूवरून समजते आणि म्हणूनच उत्पादनात वाढ/घट करण्याचा निर्णय घेण्यापूर्वी समविच्छेदन बिंदूचा विचार करणे अत्यंत आवश्यक असते. याव्यतिरिक्त इतर अनेक प्रकारचे निर्णय घेताना समविच्छेदन बिंदूचा उपयोग पुढीलप्रमाणे होतो –

१) संचालन धोरण : संचालनाशी संबंधित धोरण ठरविताना पुढील समस्या सोडविण्यासाठी समविच्छेदन बिंदूचा उपयोग करतात –

अ) नफा आणि किमतीबाबत पूर्वानुमान.
ब) नफा आणि मजुरीतील फेरबदलाचे परिणाम.
क) नफा आणि साठ्यांचा आकार अथवा साठवणुकीच्या प्रक्रियेतील बदल.
ड) नफा आणि वितरण पद्धतीत फेरबदल.

२) व्यवस्थापकीय नियंत्रण : व्यवस्थापकीय समस्या सोडविण्यासाठी समविच्छेदन बिंदूचा उपयोग पुढील परिस्थितीत केला जातो –

अ) नवीन उद्योगाच्या प्रवर्तनाची शक्यता तपासण्यासाठी.
ब) दोन संस्थांच्या नफ्यांचा तुलनात्मक अभ्यास करण्यासाठी.
क) नफ्यावर भरावयाच्या आयकराचे विश्लेषण करण्यासाठी.
ड) व्यवसाय संचालनाचा खर्च किमान करण्यासाठी, विश्लेषण अभ्यास करण्यासाठी.

समविच्छेदन बिंदूचे उद्देश

समविच्छेदन बिंदूचे प्रमुख उद्देश पुढीलप्रमाणे आहेत –

१) ठरावीक प्रमाणात नफा मिळविण्यासाठी विक्रीचे परिमाण निश्चित करणे.
२) विक्रीच्या एका ठरावीक परिमाणावर नफा किंवा तोटा किती होईल ते ठरविणे.
३) विक्रीत वाढ केल्यास नफ्यावर काय परिणाम होईल ते निश्चित करणे.
४) विक्री किंमत कमी झाल्यास नफ्याचे प्रमाण कायम ठेवण्यासाठी किती प्रमाणात विक्री वाढवावी या संबंधीच्या निर्णयात मदत करणे.
५) स्थिर खर्चात वाढ झाल्यास त्याचा नफ्यावर काय परिणाम होईल ते ठरविणे.
६) व्यवसायाची सुरक्षा सीमा (Margin of Safety) किती आहे ते ठरविणे.
७) नफ्याचे नियोजन आणि विक्री नियोजन यात समन्वय प्रस्थापित करणे.
८) जादा गुंतवणुकीमुळे होणारा जास्तीचा स्थिर खर्च भरून काढण्याकरिता विक्रीत किती प्रमाणात वाढ करावी यासंबंधीचा निर्णय घेण्यास मदत करणे.

९) अस्थिर खर्चात काटकसर करून तो कमी केल्यास त्याचा नफ्यावर काय परिणाम होईल ते ठरविणे.
१०) उपलब्ध असलेल्या विविध पर्यायातून सर्वोत्तम प्रकल्पाची निवड करण्यास मदत करणे.
११) व्यवसायाच्या नफा मिळविण्याच्या क्षमतेचे मोजमाप करणे.

समविच्छेदन बिंदूचे फायदे आणि महत्त्व

समविच्छेदन बिंदूला विश्लेषणाच्या क्षेत्रात महत्त्वपूर्ण स्थान प्राप्त झाले असून या पद्धतीच्या उपयोगामुळे व्यवस्थापकांना व उद्योगाला अनेक प्रकारचे फायदे होतात. समविच्छेदन बिंदूचे महत्त्व आणि फायदे पुढीलप्रमाणे सांगता येतील–

१) समविच्छेदन बिंदूच्या साहाय्याने सीमांत उत्पादन सहज मिळते. सीमांत उत्पादनाचा खर्च त्या उत्पादनावर होणाऱ्या परिवर्तनशील खर्चाइतकाच असतो. म्हणूनच उत्पादन वाढ करण्यापूर्वी समविच्छेदन बिंदूच्या साहाय्याने सीमांत खर्चाचा अभ्यास करणे, उद्योजकाच्या आणि व्यवसायाच्या दृष्टीने फायद्याचे असते.
२) एखाद्या वस्तूच्या उत्पादनासाठी निविदा किंवा आदेश स्वीकारण्यात येतो त्या वेळी त्यासाठी किती खर्च येईल आणि किती फायदा होईल ते समविच्छेदन बिंदूच्या आधारे निश्चित करता येते.
३) ज्या वेळी जुन्या यंत्रांचे जागी नवीन यंत्र बसविण्यात येते, त्या वेळी समविच्छेदन बिंदूच्या आधारावरच त्या नवीन यंत्रापासून होणाऱ्या फायद्यांचे विश्लेषण करता येते.
४) विक्री किंमत ठरविणे, हे अत्यंत महत्त्वाचे काम व्यवस्थापकाला करावे लागते. बाजारपेठेत वस्तूंना असलेल्या मागणीनुसार विक्रीचे प्रमाण ठरविता येते तर विक्री किमतीनुसार त्या वस्तूच्या मागणीत वाढ किंवा घट होत असते. अशा वेळी समविच्छेदन बिंदूच्या साहाय्याने विक्रीचे प्रमाण आणि विक्री किमतीचा विश्लेषणत्मक अभ्यास करून योग्य असा निर्णय घेता येतो.
५) समविच्छेदन बिंदूच्या मदतीने कोणत्याही व्यवसायात जास्तीतजास्त नफा प्राप्त करता येतो. कोणत्याही व्यावसायिक संस्थेला जास्तीतजास्त नफा तेव्हाच होतो जेव्हा सीमांत खर्च सीमांत उत्पन्नाइतका असतो. समविच्छेदन बिंदू नेमके हेच स्पष्ट करीत असल्याने सर्वोत्तम फायदे मिळविण्यासाठी समविच्छेदन बिंदू हे सर्वोत्तम तंत्र होय.
६) समविच्छेदन बिंदूच्या अभ्यासात उत्पादन खर्च, विक्रीचे प्रमाण आणि फायदे यामध्ये असलेला परस्परसंबंध स्पष्ट केला जातो. या माहितीवरून व्यवस्थापकांना विविध प्रकारचे धोरणात्मक निर्णय घेता येतात.
७) समविच्छेदन बिंदू व्यवसायाची सुरक्षा सीमा निश्चित करतो. त्यामुळे बाजारात टिकून राहण्यासाठी कोणत्या धोरणांचा, डावपेचांचा अवलंब करावा हे व्यावसायिकांना कळते.
८) बाजारपेठेतील तेजी-मंदीच्या दुष्परिणामांपासून आपला व्यवसाय सुरक्षित ठेवण्यासाठी समविच्छेदन बिंदूचा उपयोग होतो.
९) विभिन्न स्तरांवर उत्पादन घेतल्यास प्रति नग खर्च किती येईल, ते समविच्छेदन बिंदूवरून कळते.
१०) एखाद्या वस्तूची विक्री किंमत कमी झाल्यास त्या वस्तूच्या पुरवठ्यासंबंधीचा आदेश स्वीकारावयाचा की नाही ते ठरविण्यासाठी समविच्छेदन बिंदूचा उपयोग होतो.
११) विक्रीचे परिमाण वाढविण्यास यंत्र आणि संयंत्र यात वाढ करण्यासाठी भांडवली स्वरूपाचा खर्च किती प्रमाणात करावा याचा अंदाज लावण्यासाठी समविच्छेदन बिंदूचा उपयोग होतो.
१२) समविच्छेदन बिंदूच्या साहाय्याने विभिन्न उद्योगसंस्थांच्या संभाव्य नफ्याची तुलना करता येते.

१३) आवर्ती खर्च आणि नफा यावर प्रभावी नियंत्रण ठेवण्यासाठी समविच्छेदन बिंदूचे तंत्र उपयोगी ठरते.

१४) एका विशिष्ट मर्यादेपर्यंत नफा वाढविण्यासाठी वस्तूची विक्री किती प्रमाणात वाढवावी याचा निर्णय घेण्यासाठी समविच्छेदन बिंदूचा उपयोग होतो.

समविच्छेदन बिंदूच्या मर्यादा

समविच्छेदन बिंदूच्या आधारे व्यवस्थापक अनेक महत्त्वपूर्ण निर्णय घेत असल्यामुळे समविच्छेदन बिंदू विश्लेषणाच्या तंत्राला व्यवस्थापकीय निर्णय कार्यात विशेष महत्त्व प्राप्त झाले आहे. तथापि, समविच्छेदन बिंदू पृथक्करणाची जी आधारभूत गृहीते आहेत ती अवास्तव स्वरूपाची असल्यामुळे या विश्लेषणाला काही मर्यादा पडतात, त्या पुढीलप्रमाणे–

१) समविच्छेदन बिंदू विश्लेषणात खर्चाच्या व्यवहाराला रेखीव संबंधाचा व्यवहार समजण्यात आले आहे. परंतु, तो तसा सदैवच असतो असे नाही. त्यामुळे उत्पादनाच्या प्रमाणात फेरबदल झाले तरी स्थिर खर्च स्थिरच राहतात अशी जी मान्यता आहे ती केवळ एका मर्यादेपर्यंतच खरी ठरते. उत्पादनाची पातळी एका विशिष्ट मर्यादेच्या पलीकडे उंचावली तर स्थिर खर्चात वाढ अपरिहार्य असते. त्याचप्रमाणे उत्पादनाच्या प्रमाणानुसार अस्थिर खर्च त्याच प्रमाणात बदलतात ही मान्यताही १००% खरी नाही. अनेकदा उत्पादन वाढले किंवा कमी झाले तर अस्थिर खर्च बदलाचे प्रमाण पूर्वीइतकेच नसते, ते परिवर्तनातील टक्केवारीनुसार बदलत राहते.

२) समविच्छेदन बिंदू विश्लेषणात उत्पादन आणि विक्रीचे प्रमाण सोडून अन्य सर्व घटक स्थिर समजण्यात आले आहेत. परंतु, हा समज बरोबर नाही. वस्तूचा खर्च अनेक घटकांवर अवलंबून असतो. त्यामुळे उत्पादन संसाधनांचे मूल्य, उत्पादनाचे तंत्र, श्रम आणि व्यवस्थापन यांची कार्यकुशलता, खर्च नियंत्रणाची प्रभावशीलता इत्यादींमुळे वस्तूचा खर्च प्रभावित होत असतो. या गोष्टीकडे समविच्छेदन बिंदू विश्लेषणात दुर्लक्ष करण्यात आले आहे.

३) समविच्छेदन बिंदूच्या मान्यतेनुसार अधिकतम नफा अधिकतम उत्पादनावरच प्राप्त होऊ शकतो. परंतु, हे गृहीत बरोबर नाही. अधिकतम नफ्याकरिता अनुकूलतम परिस्थिती यापेक्षा वेगळी असू शकते.

४) विक्रीचे प्रमाण कितीही वाढविले तरी विक्रीमूल्य स्थिर असते, हे गृहीत चुकीचे असून पूर्ण स्पर्धेची परिस्थिती वगळता इतर कोणत्याही अवस्थेत विक्रीमूल्यावर मागणी आणि पुरवठ्याचा परिणाम होऊन ते कमी–जास्त होत असते.

५) उत्पादन आणि विक्री या दोन्ही क्रिया एकाच वेळी घडून येतात हे गृहीतदेखील पूर्णांशाने बरोबर नाही. ज्या काळात उत्पादन होते त्याच काळात त्याची विक्री होईलच असे नाही.

६) समविच्छेदन बिंदू विश्लेषणात गुंतविलेल्या भांडवलाकडे पूर्णत: दुर्लक्ष केले आहे.

७) सर्व प्रकारच्या खर्चांना स्थिर आणि अस्थिर अशा दोन वर्गात बसविणे अनेकदा अशक्य होते.

८) समविच्छेदन बिंदूचे तंत्र अल्पकालीन विश्लेषणाकरिता उपयोगी आहे. दीर्घकालीन विश्लेषणाकरिता त्याचा काहीच उपयोग होत नाही.

९) उत्पादनाचे प्रमाण आणि विक्रीचा खर्च यात प्रत्यक्ष संबंध नसतो. त्यामुळे अशा विश्लेषणात विक्री खर्चाचे संचालन अवघड असते.

ना नफा ना तोटा बिंदू किंवा समविच्छेदन बिंदू पुढील सूत्राच्या आधारे काढता येतो–

$$\text{Percentage of Break-Even} = \frac{\text{Fixed Expenses}}{\text{Expected Contribution}} \times 100$$

$$\text{Break Even Point (in Rs.)} = \frac{\text{Fixed Cost}}{\text{Pr ofit / Volume Ratio}}$$

$$\text{Where, Profit/Volume Ratio} = \frac{\text{Contribution}}{\text{New Sales}} \times 100$$

and Contribution = Sales - Marginal Cost.

रोकड प्रवाह विवरण (Cash Flow Statement) : निधी प्रवाह विश्लेषणाच्या (Funds Flow Analysis) अंतर्गत तयार करण्यात येणाऱ्या खेळत्या भांडवलातील बदलांच्या विवरणात रोख रकमेसहित सर्व चालू मालमत्तांचा (Current Assets) समावेश करण्यात येतो. त्यामुळे त्या विवरणावरून व्यवसायात एकूण किती रोकड कोणत्या मार्गाने आली आणि ती कोणत्या कारणांनी खर्चाच्या स्वरूपात व्यवसायातून बाहेर गेली, हे कळून येते. परंतु, काही विशिष्ट उद्दिष्टांच्या पूर्तीसाठी एका विशिष्ट कालावधीत कोणकोणत्या माध्यमातून व्यवसायात किती रोख रक्कम येते आणि कोणकोणत्या पदांवर ती किती प्रमाणात खर्च होते याची माहिती व्यवस्थापकांना आवश्यक ठरते. याकरिता जे विवरण तयार करण्यात येते त्याला 'रोकड प्रवाह विवरण' (Cash Flow Statement) असे म्हणतात.

रोकड प्रवाह विवरणाच्या एका बाजूवर ज्या साधनांमुळे रोख रक्कम उपलब्ध झाली ती साधने दर्शविण्यात येतात आणि दुसऱ्या बाजूवर ज्या खात्यांवर रोख रक्कम खर्च झाली ती खाती दर्शविली जातात. हे विवरण तयार करण्यासाठी व्यापार आणि नफा–तोटापत्रक, ताळेबंद आणि इतर माहितीचा उपयोग करण्यात येतो. ज्या व्यवहारामुळे संस्थेच्या रोख शिलकेत वाढ होते त्यांना रोख रकमेची साधने अथवा स्रोत (Sources of Cash) असे म्हणतात तर ज्या व्यवहारांमुळे रोख शिल्लक कमी होते त्यांना रोख रकमेचे उपयोग (Application of Cash) असे म्हणतात.

वित्तीय व्यवस्थापनाच्या कार्यात रोकड प्रवाह विवरणाचा उपयोग पुढीलप्रमाणे होतो –

१) रोकड प्रवाह विवरणाच्या साहाय्याने अल्पकालीन वित्तीय फेरबदलांची तपासणी करून महत्त्वपूर्ण निष्कर्ष काढता येतात.

२) रोकड प्रवाह विवरण संस्थेच्या वित्तविषयक धोरणांचे आणि वर्तमान रोख स्थितीचे मूल्यमापन करण्याचे एक अत्यंत उपयुक्त साधन आहे.

३) व्यवस्थापकांना रोख नियंत्रणासाठी या विवरणाचे बहुमोल असे साहाय्य होते.

४) या विवरणावरून व्यावसायिक कार्यांच्या संचालनापासून प्राप्त होणारी रोकड रक्कम किती ते कळते. त्यामुळे व्यवस्थापकांना दीर्घकालीन देण्याच्या खर्चासाठी आणि स्थिर मालमत्तांच्या विस्ताराकरिता अथवा पुनर्स्थापनेकरिता रोख रक्कम उपलब्ध होऊ शकेल किंवा नाही हे ठरविता येते आणि त्यानुसार धोरण आखता येते.

५) व्यवसायात नफा होऊनही रोख शिल्लक कमी का झाली किंवा तोटा होऊनही रोख शिल्लक का वाढली हे या विवरणावरून स्पष्ट होते.

६) अल्पकालीन वित्तविषयक निर्णय घेताना रोख प्रवाह विश्लेषणाचा उपयोग होतो.

७) प्रकल्पासाठी नजिकच्या भविष्यात रोख रक्कम कमी पडणार असेल तर आगाऊ धोक्याची सूचना देण्याची ताकद रोकड प्रवाह विवरणात असते. तसेच अवाजवी रोख प्रवाह असेल तर उपाययोजना करण्याची सूचना विश्लेषण करणाऱ्याला त्वरित मिळते.

रोकड प्रवाह विवरणाचा नमुना

रोकड प्रवाह विवरण तयार करण्यासाठी एकच असा ताठर (Rigid) नमुना देणे शक्य नाही. सर्व व्यावसायिक घटक बदलतात, त्याप्रमाणे रोकड प्रवाह विवरणातील तपशीलही बदलतात. खालील नमुना मार्गदर्शक रोकड प्रवाह विवरण नमुना म्हणून वापरता येईल.

तक्ता क्र. ३.२ : रोकड प्रवाह विवरण

अ ब क प्रकल्प			
अनु. तपशील	पहिले वर्ष	दुसरे वर्ष	तिसरे वर्ष
अ) रोकड रकमेचे स्रोत			
१. भागभांडवलात वाढ			
२. चालू दायित्वात (Current Liabilities) वाढ			
३. दीर्घ मुदतीच्या कर्जात वाढ			
४. अल्प मुदतीच्या कर्जात वाढ			
५. चालू मालमत्तेत घट			
६. चालू मालसाठ्यात (Current Inventories) घट			
७. व्याज व करपूर्व ऑपरेटिंग नफा			
८. नफा-तोटा खात्यावर आकारलेला घसारा			
९. विकास सूट आणि अनुदाने			
१०. अन्य घटक एकूण 'अ'			
ब) रोकड रकमेचे उपयोग			
१. स्थिर मालमत्तेत वाढ			
२. मालसाठ्यात वाढ			
३. चालू मालमत्तेत वाढ			
४. अल्प मुदतीच्या कर्जात घट			
५. दीर्घ मुदतीच्या कर्जात घट			
६. चालू दायित्वात घट			
७. व्याज देणे			
८. कर देणे			
९. लाभांश देणे			
१०. अन्य घटक एकूण 'ब'			
प्रारंभीची रोकड शिल्लक आधिक्य / तूट (अ – ब)			

क) प्रकल्प अहवाल तयार करण्यासाठी मार्गदर्शक तक्ता

पायऱ्यांचा क्रम : १) प्राथमिक अभ्यास २) गट–चर्चा ३) प्रकल्प अहवाल तयार करा

प्राथमिक माहितीची तयारी करा

टप्पा 'अ'

तांत्रिक
- मालमत्तेचा किमतीचा अंदाज करा.
- निविष्टाच्या (input) किमतीचा अंदाज करा.
- फ्लो–चार्ट तयार करा.

विपणन
- मागणी अंदाज
- उत्पादन मिश्रण ठरवा

कर्मचारीविषयक
- प्रवर्तक ठरवा.
- वस्तू उत्पादन किंमत ठरवा.
- मनुष्यबळ गरज ठरवा.

प्रकल्प नेटवर्क
- उपक्रम ठरवा.
- संघटन योजना ठरवा.
- नेटवर्क आकृती तयार करा.
- वेळेचा अंदाज बांधा.

वित्तीय अंदाज

टप्पा 'ब'
- प्रकल्पाची किंमत
- भांडवलाची साधने
- मोबदल्याचा अंदाज
- ताळेबंद आणि रोख प्रवाह

टप्पा 'क'

आर्थिक विश्लेषण
- मुद्दल परतीचा काळ ठरवा.
- अंतर्गत मोबदल्याचा दर
- 'ना नफा ना तोटा' विश्लेषण
- संवेदनशीलता विश्लेषण
- ऋणसेवा गुणोत्तर करा.

४. सरकारी निष्कासन (Clearance) प्राप्त करणे

औद्योगिक परवाना | भांडवली वस्तू | भांडवल विक्री नियंत्रक | परकीय सहयोग मान्यता | एम. आर. टी. पी. निष्कासन | राज्य सरकार निष्कासन

वित्तसंस्थेला अर्ज सादर करा

- मान्यता प्राप्त करा.
- नियम/अटींची पूर्तता करा.
  - अंमलबजावणी करा.
  - सिंहावलोकन करा.
- तारण निर्माण करा.
- भांडवल प्राप्त करा.

(टीप : सरकारकडून निष्कासन प्राप्त करणे आणि वित्तसंस्थेला अर्ज सादर करणे हे विलंब टाळण्याच्या दृष्टीने एकाच वेळेस करा.)

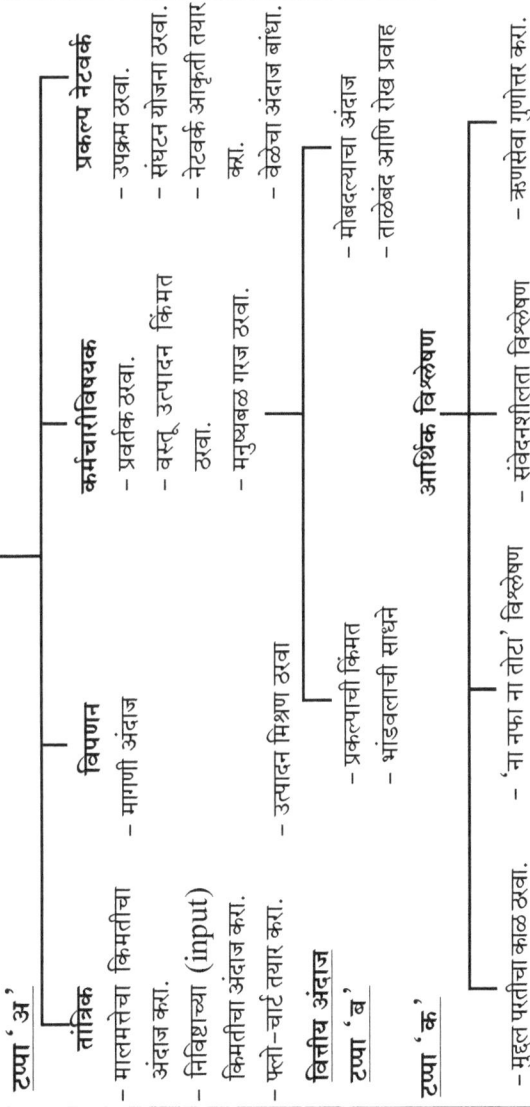

तपशील
- वित्त, उत्पादन, विपणन, कर्मचारी इत्यादी सर्वच बाबींचा समावेश प्रकल्पाशी संबंधित सर्व तज्ज्ञांचा समावेश प्राथमिक अभ्यासावर आधारित असावा.
- ऋण–भांडवल गुणोत्तर, प्रवर्तकांचा भांडवलातील हिस्सा, मालमत्तेची किंमत इत्यादींचा विचार करावा.
- कर्ज मंजुरीपूर्वीच हे सर्व प्राप्त करावे लागते. सर्व कार्यांचे योग्य नियोजन करून हे आपण करीत आहात ना हे पहा.
- वित्तसंस्थेला अर्ज सादर करण्यापूर्वी तुमचा प्रकल्प तपशीलवार जाणून घ्या आणि प्रकल्प अहवाल पद्धतशीरपणे तयार केला आहे याची खात्री करून घ्या.

याव्यतिरिक्त प्रकल्प संवेदनशीलता विश्लेषण (Sensitivity Analysis) केले जाते. कच्च्या/पक्क्या मालाच्या किमतीच्या चढ-उतारामुळे बाजारपेठेतील तसेच इतर घडामोडींमुळे सरकारी नियम/कायद्यात बदल इत्यादींमुळे प्रकल्पाचे संभाव्य धोके किंवा फायदे याचा आढावा या विश्लेषणात घेतला जातो.

वेगवेगळी वित्तीय गुणोत्तरे (Financial Ratio) वापरली जातात. त्यावरून कंपनीची वित्त परिस्थिती समजू शकते. नफा/विक्रीचे प्रमाण, विक्री/प्रकल्प किमतीचे प्रमाण, नफा/भांडवल इत्यादी गुणोत्तरे वापरण्यात येतात.

योजनेचा सामान्य आराखडा

१) ओळख : उद्योजकाचे / उद्योजकांची नावे :

कारखान्याचे नाव :
पत्ता :
घटना (मालकी/भागीदारी/मर्यादित कंपनी इत्यादी) :
उद्योजकांची पार्श्वभूमी :
उत्पादनाचा तपशील :
उत्पादनास उपलब्ध असलेली बाजारपेठ :
उत्पादनाच्या पद्धतीबाबत थोडक्यात माहिती :
बाजारातील स्पर्धा : कारखान्याचे ठिकाण :
कच्च्या मालाची उपलब्धता :
अ) भारतीय बनावटीचा
ब) परदेशातून आणण्याचा

२) योजना : भांडवल उभारणीबाबत माहिती :

i) जागा व इमारत (क्षेत्रफळ) स्वत:ची अगर भाड्याची. किंमत / भाडे रु.
ii) यंत्रसामग्री

अ. क्र.	नाव/ तपशील	भारतीय बनावटीची/ परदेशी बनावटीची	संपूर्ण तपशील/ उत्पादन क्षमता इ.	अश्वशक्ती	किंमत
१	२	३	४	५	६
१ २ ३					
एकूण					

१. आयात यंत्रसामग्रीवरील आयात कर वगैरे रु.
२. यंत्रसामग्रीवरील जकात रु.
३. यंत्रसामग्रीवरील वाहतूक भाडे रु.
४. यंत्रसामग्रीवरील उभारणी खर्च रु.

एकूण

iii) टेस्टिंग उपकरणे
iv) इतर भांडवली गुंतवणूक
१. आकस्मिक खर्चाची तरतूद
२. वीज कनेक्शन
३. जिग्ज् / फिक्चर्स
४. ऑफिस फर्निचर / टाईपरायटर इत्यादी

v) एकूण भांडवली खर्च (ए + बी + सी + डी)

vi) नोकरवर्गावर होणारा खर्च :
१. ऑफिससाठी (व्यवस्थापक / कारकून इ.) द. म. पगार रु.
२. उत्पादनासाठी तांत्रिक नोकर वर्ग द. म. पगार रु.

vii) कच्चा माल :

अ. क्र.	तपशील	एक महिन्यासाठी किती गरज आहे	वजन संख्या	किंमत (रुपयात)
१	२	३	४	५

१. भारतीय बनावटीचे
२. परदेशी बनावटीचे

एकूण रुपये............

viii) इतर खर्च (एका पाळीवर आधारित एक महिन्याचा) :
अ) वीज   रु.
ब) पाणी   रु.
क) जाहिरात व प्रवाह   रु.
ड) स्टेशनरी/पोस्टेज   रु.
इ) इतर   रु.

ix) एकूण आवर्ती खर्च (एफ + जी + एच)   रु.
x) खेळते भांडवल ३ महिन्यांसाठी (आय × ३) रु.
xi) एकूण भांडवली गुंतवणूक
स्थिर गुंतवणूक (ई)   रु.
खेळते भांडवल (जे)   रु.

एकूण रुपये................

xii) भांडवली गुंतवणुकीची व्यवस्था :

	स्वत:ची गुंतवणूक	आर्थिक संस्थेचे कर्ज	बीज भांडवल	एकूण
१. स्थिर भांडवल २. खेळते भांडवल				
एकूण				

xiii) वार्षिक विक्री

उत्पादित वस्तू	एकूण उत्पादन	दर	एकूण विक्री किंमत
१ २ ३			
एकूण			

xiv) वार्षिक उत्पादन खर्च

    १. वार्षिक आवर्ती खर्च = (आय) × १२   रु.

    २. दुरुस्ती व देखभाल ३१/२%   रु.

    ३. घसारा–यंत्रसामग्रीवर १०%   रु.

    ४. घसारा–इमारतीवर ५%   रु.

    ५. गुंतवणुकीवरील व्याज   रु.

    एकूण   रु.

xv) एकूण नफा = वार्षिक विक्री – वार्षिक उत्पादन खर्च.

xvi) वार्षिक कर आकारणी रु.

xvii) निव्वळ नफा = एकूण नफा – करआकारणी % निव्वळ नफा = ...%

xviii) यंत्रसामग्री पुरविणारांचे पत्ते.

xix) कच्चा माल पुरवठादारांचे पत्ते.

(उद्योजकांची स्वाक्षरी)

व्यवसाय योजना तयार करताना विचारात घ्यावयाच्या बाबी

    व्यवसाय योजना व्यावसायिक पद्धतीने तयार केली पाहिजे. व्यवसाय योजनेची छाप पडावी ह्या दृष्टीने खालील मुद्दे विचारात घ्यावयास हवेत—

१) **बाह्यस्वरूप** – व्यवसाय योजनेचे प्लास्टिक स्पायर बाईंडिंग करावे अथवा स्थानिक स्टेशनरी दुकानातून त्यासाठी कव्हर खरेदी करावे. निळे, तपकिरी अथवा काळ्या रंगाचे कव्हर वापरावे. सर्वसाधारणपणे बँकर्स रूढ मार्गवादी असतात.

२) **आकारमान –** व्यवसाय योजना थोडक्यात असावी. सर्वसाधारणपणे सोबत जोडलेल्या दस्तऐवजांसह ३० ते ४० पानांपेक्षा मोठी व्यवसाय योजना असू नये. जेव्हा तुम्ही प्रत्येक विभागाचे लिखाण करता तेव्हा तो सारांश रूपानेच लिहायचा आहे असा विचार करा. शक्य तितक्या छोट्या विधानांच्या साहाय्याने तुमची माहिती मांडा. संभाव्य गुंतवणूकदार / धनकोंना आवश्यक माहिती मिळविण्यासाठी प्रचंड पाने वाचायची इच्छा नसते.

३) **सादरीकरण –** तुमची व्यवसाय योजना सादर करण्यायोग्य होण्यासाठी जास्तीत जास्त प्रयत्न करा. मात्र, हाय-पॉवर्ड कॉम्प्यूटर ग्राफिक्स आणि टाईप-सेटिंगवर अवाजवी खर्च करू नका. काही धनकोंना ह्या बाबी अगदी क्षुल्लक वाटतात; त्यांचा असाही समज होण्याची शक्यता असते की त्यांनी केलेल्या वित्त-पुरवठ्याचा विनियोग चांगल्या प्रकारे होणार नाही.

४) **तपशिलांचे तक्ते –** व्यवसाय योजनेत तपशिलांचा तक्ता आवजूर्न टाकायला हवा. त्यानंतर उद्दिष्टांचे विधान असायला हवे. हे तपशिलात असावे. धनकोला ते सोईस्कर ठरेल. पुष्टीसाठी जोडलेल्या दस्तऐवजांची यादी द्यावी.

५) **प्रतींची संख्या –** तुमच्या स्वत:साठी आणि जेवढ्या धनकोंशी संपर्क करावयाचा आहे, त्या प्रत्येकासाठी एक ह्या हिशेबाने व्यवसाय योजनेच्या प्रतींची संख्या ठरवावी. एकाच वेळी अनेक संभाव्य धनकोंशी संपर्क करू नका. जर तुमचे कर्ज नामंजूर झाले तर तुमची व्यवसाय योजना आवर्जून परत मिळवा.

जेव्हा तुमची व्यवसाय योजना पूर्ण होईल तेव्हा ती व्यावसायिक तर वाटली पाहिजे. परंतु, ती तुम्ही स्वत: तयार केलेली आहे असा विश्वास धनकोला वाटला पाहिजे. त्यामुळे तुम्ही यशस्वी व्हाल याबाबत त्यांची खात्री व्हायला मदतच होईल. याची खात्री बाळगा की तुमची व्यवसाय योजना, तुमचे सर्वोत्कृष्ट प्रामाणिक प्रयत्न दर्शविते.

प्रकल्प मूल्यमापन (Project Appraisal)

प्रकल्प मूल्यमापन म्हणजे अशी प्रक्रिया असते की ज्यामध्ये वित्तसंस्था संबंधित प्रकल्पाला वित्तपुरवठा करण्याच्या निर्णयाप्रत येण्यापूर्वी गुंतवणूक प्रस्तावाच्या विविध बाजूंची स्वतंत्र आणि वस्तुनिष्ठ तपासणी करते. प्रकल्प मूल्यमापन मुख्यत: प्रकल्पाची व्यवहार्यता निश्चित करण्यासाठी केले जाते तर कधी कधी प्रकल्पाला नवीन आकार देण्यासाठीही त्याचा उपयोग केला जातो की जेणेकरून प्रकल्पाची व्यवहार्यता वाढेल.

प्रकल्प मूल्यमापन करताना वित्तसंस्था साधारणपणे तांत्रिक, वित्तीय, व्यापारी, पर्यावरणात्मक, सामाजिक आणि व्यवस्थापकीय बाजूंचा विचार करतात. यातील बहुतेक घटकांमध्ये परस्परसंबंध असतो.

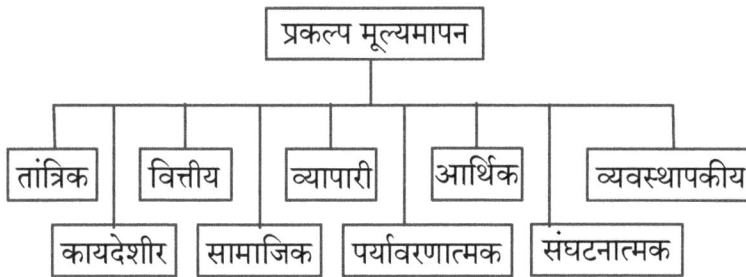

आकृती क्र. ३.२ : प्रकल्प मूल्यमापनाच्या बाजू

> Project appraisal can be defined as taking a second look critically and carefully at a project as presented by a promoter seeking term finance, by a person who is no way involved in or connected with its preparation and who is as such able to take an independent, dispassionate and objective view of the project in its totality as also in respect of its various components.

प्रकल्प मूल्यमापनातील पायऱ्या

प्रकल्प मूल्यमापन हे एक शास्त्रशुद्ध साधन आहे. त्यात एक विशिष्ट रचना अंगीकारली जाते. सर्वप्रथम त्या विशिष्ट विभागाच्या आर्थिक बाजूचे विश्लेषण दिले जाते. या चौकटीतच कोणत्याही प्रकल्पाचे मूल्यमापन केले जाते. त्या विशिष्ट विभागाचा/राज्याचा आर्थिक विकास साध्य होऊ शकेल अशा क्षेत्रातील प्रकल्प आहे का याबाबत या विश्लेषणात उल्लेख असतो. मूल्यमापनात सामान्यत: पुढील सहा बाजूंची बारकाईने तपासणी केलेली असते.

१) आर्थिक, २) तांत्रिक, ३) संघटनात्मक, ४) व्यवस्थापकीय, ५) कार्यात्मक आणि ६) वित्तीय.

या बाजूंचे महत्त्व प्रकल्पाचा प्रकार आणि परिस्थिती यानुसार बदलते. प्रकल्प मूल्यमापनातील महत्त्वाच्या पायऱ्या खालीलप्रमाणे आहेत.

पायरी १	आर्थिक	प्राधान्य उपयोग (Priority use) दर्शविते.
पायरी २	तांत्रिक	प्रकल्पाचे आकारमान आणि अमलात आणलेली प्रक्रिया यांचा समावेश होतो.
पायरी ३	संघटनात्मक	अनुरूपता (Suitability) तपासली जाते.
पायरी ४	व्यवस्थापकीय	परिपूर्णता आणि कार्यक्षमता यांची काटेकोर छाननी.
पायरी ५	कार्यात्मक	प्रकल्पाची क्षमता
पायरी ६	वित्तीय	विश्वसनीय अंमलबजावणी आणि कार्यक्षम कार्यासाठी वित्तीय व्यवहार्यता निश्चित केली जाते.

प्रकल्प मूल्यमापन आराखडा

निकष	प्रकल्प १	प्रकल्प २	प्रकल्प ३	प्रकल्प ४
१. गुंतवणूक आकारमान २. स्थान ३. तंत्रज्ञान ४. साधने ५. विपणन				

निकष	प्रकल्प १	प्रकल्प २	प्रकल्प ३	प्रकल्प ४
६. ऊर्जा व पाणी				
७. इतरांची प्रगती				
८. खेळत्या भांडवलाची गरज				
९. कामगार				
१०. आर्थिक तपासणी				

पॉईंट स्केल : अ = ५ गुण, ब = ४ गुण, क = ३ गुण, ड = २ गुण, इ = १ गुण

सुयोग्य संघटन प्रकाराची निवड

कोणत्याही उद्योग-व्यवसायाच्या यशस्वीतेसाठी भांडवल, तांत्रिक ज्ञान/कौशल्य आणि व्यवस्थापकीय कौशल्य ह्या तीन महत्त्वाच्या घटकांची आवश्यकता असते. उद्योजक उद्योग सुरू करताना आपल्याजवळ उपलब्ध असलेल्या संसाधनांचा आढावा घेतो. त्याच्या कल्पनेतील व्यवसायासाठी लागणारे भांडवल, तांत्रिक कौशल्य, व्यवस्थापकीय कौशल्य, त्याच्याजवळ असेल तर तो आपला व्यक्तिगत मालकीचा उद्योग सुरू करेल, याउलट आवश्यक भांडवल, तांत्रिक आणि व्यवस्थापकीय कौशल्य त्याचेजवळ पुरेशा प्रमाणात नसेल तर इतर व्यक्तींची मदत घेऊन व्यवसायासाठी भांडवल पुरेशा प्रमाणात तो गोळा करेल.

वरील पार्श्वभूमीवर उद्योजक सुयोग्य संघटन प्रकार निवडेल. अशी निवड करताना त्याला प्रत्येक संघटना प्रकाराचे गुण-दोष याविषयी माहिती करून घ्यायला हवी. ह्या दृष्टीने प्रत्येक संघटना प्रकारचे फायदे-तोटे आणि त्या त्या प्रकाराची सुयोग्यता खालील परिच्छेदातून वर्णन केलेली आहे.

अ) मालकी संस्था : या संघटना प्रकारातील व्यवसायाची मालकी, व्यवस्थापन, नियंत्रण व नफ्या-तोट्याची जोखीम एकट्या व्यक्तीची असते. उद्योजक स्वत:चे भांडवल वापरून व्यवसाय उभारतो अथवा स्वत:च्या वैयक्तिक जबाबदारीवर कर्ज/भांडवल उभारतो. व्यवसायाचे व्यवस्थापन व नियंत्रण स्वत:च्या निर्णयानुसार करतो आणि नफ्या-तोट्याची अमर्याद जबाबदारी स्वीकारतो. ह्या संघटन प्रकारात व्यवसायाला मालकापासून स्वतंत्र असे अस्तित्व नसते. तोटा भरून काढण्यासाठी उद्योजकाची खासगी मालमत्तादेखील जप्त केली जाऊ शकते. थोडक्यात, मालकी संस्थेचे स्वरूप एकपात्री नाटकासारखे असते. कारण उद्योजकालाच उद्योजक म्हणून आणि शिवाय तंत्रज्ञ, गुंतवणूकदार, विक्री तज्ज्ञ इ. विविध भूमिका बजवाव्या लागतात.

ह्या प्रकारात उद्योजकाला खालील फायदे-तोटे होतात.

फायदे

१) **व्यवसायउभारणी :** व्यवसायाचे पूर्वनियोजन, भांडवल व इतर साधनसामुग्रीची जुळवाजुळव आणि व्यवसायाविषयीचे अनेक महत्त्वाचे निर्णय एकटा उद्योजकच घेणार असल्याने व्यवसाय सहज आणि चटकन उभारता येतो. अशा तऱ्हेची संस्था काढण्यास कुठल्याही कायद्याची पूर्तता करण्याची गरज नाही. निदान संस्था उभारणीसाठी.

२) **धोरणाची लवचिकता :** निर्णय घेणारा उद्योजक एकटा असल्याने प्रसंगानुरूप चटकन ध्येय-धोरणे बदलणे व त्याची अंमलबजावणी करणे शक्य होते. यालाच धोरणाची लवचिकता असे म्हणतात.

३) **वैयक्तिक हितसंबंधांमुळे प्रगती :** नफ्या-तोट्याला वैयक्तिकरीत्या उद्योजक जबाबदार असल्याने व्यवसाय यशस्वी करण्यासाठी सर्व प्रयत्न करण्याची प्रेरणा त्याला मिळते. त्यामुळे व्यवसायाची प्रगती होते.

४) **किमान कायदेशीर बंधने :** इतर संघटना प्रकारांच्या तुलनेत कमीत कमी कायदेशीर बंधने असल्याने उद्योजक आपले संपूर्ण लक्ष व्यवसायाच्या विकासावर केंद्रित करू शकतो.

५) **ग्राहकांशी प्रत्यक्ष संबंध :** व्यवसायाचा आकार लहान असल्यामुळे ग्राहकांशी अत्यंत निकटचा संबंध येणे शक्य असते, व्यवसायाच्या वाढीला हे संबंध पोषक ठरतात.

६) **कामगारांशी वैयक्तिक संबंध :** या प्रकारच्या व्यवसायात कामगारांची संख्या मर्यादित असते. कामगारांच्या अडी-अडचणी वेळीच समजतात व त्यांचे निवारण केले जाते. यामुळे कामगार आणि व्यवस्थापन यांचे संबंध सलोख्याचे राहतात.

७) **दीर्घकाळ अस्तित्व :** भागीदारी व्यवसायासारखे या व्यवसायाचे अस्तित्व अस्थायी नसते, वंशपरंपरेने हा व्यवसाय चालवता येतो.

८) **व्यवसायातील गुप्तता :** मालकी संस्था प्रकारात मालकी व नियंत्रण उद्योजकाचेच असल्यामुळे गुपिते फुटण्याची शक्यता नसते.

९) **व्यावसायिक धाडसांची सौम्य सुरुवात :** मोठ्या उद्योगांना आवश्यक असलेले व्यवस्थापकीय व संघटनेचे कौशल्य यांचे शिक्षण व्यक्तिगत व्यवसाय संस्थेत मिळू शकते. लहान प्रमाणावर केलेली धाडसे यशस्वी झाली तर मोठे उपक्रम हाती घेण्याचा आत्मविश्वास वाढतो.

१०) **आर्थिक सत्तेचे विकेंद्रीकरण :** आर्थिक सत्ता अनेक छोट्या व्यावसायिकांमध्ये विभागली जाते. आर्थिक विषमता फार मोठ्या प्रमाणावर निर्माण होत नाही.

तोटे

मालकी संस्थेचे अनेक फायदे असले तरी त्यांचे तोटेही तितकेच गंभीर आहेत.

१) **उद्योगाचा विस्तार करणे कठीण :** या प्रकारच्या संघटनेत भांडवलाची मर्यादा पडते. त्यामुळे विस्तार एका मर्यादेपलीकडे अशक्य होतो.

२) **व्यवस्थापकीय मर्यादा :** आज व्यवस्थापकीय कामातदेखील विशेषीकरण अवतरले आहे. उत्पादन व्यवस्थापन, वित्त व्यवस्थापन, विक्री व्यवस्थापन, मनुष्यबळ व्यवस्थापन इ. व्यक्तिगत व्यवसाय संस्थेत व्यवस्थापनाची बाजू एकटा उद्योजकच सांभाळतो. त्यामुळे उद्योगाच्या विस्तारावर मर्यादा पडतात.

३) **अमर्याद जबाबदारी :** व्यवसायाच्या नफ्या-तोट्याला एकच व्यक्ती जबाबदार असते. व्यवसायाच्या वाढीसाठी आवश्यक असलेली नवी धाडसे करण्यास उद्योजक बऱ्याचदा धजत नाही.

४) **असंतुष्ट कामगार :** मालकी संस्थांमध्ये सेवेच्या अटी कठीण व वेतन कमी असते. या परिस्थितीत मालक-कर्मचारी संबंध वरकरणी चांगले असले तरी कामगारवर्ग संपूर्णपणे संतुष्ट असणे अशक्य असते. असंतुष्ट कर्मचाऱ्यांचा व्यवसायाच्या प्रगतीस हातभार लागणे कठीण असते.

५) **व्यवसाय संस्थेचे अस्थायी स्वरूप :** व्यक्तिगत व्यवसायाला अकर्तबगार वारस मिळाला तर व्यवसाय मोडकळीस येतो. तसेच उद्योजकाच्या वैयक्तिक जीवनात येणारी आर्थिक किंवा आर्थिकेतर अडचण त्याच्या व्यवसायावर संकट आणते.

६) **मोठ्या प्रमाणावरील व्यवसायाचे लाभ मिळत नाहीत :** आधुनिक उत्पादन तंत्र, कुशल व्यवस्थापन व मोठ्या प्रमाणावरील खरेदी–विक्रीचे फायदे मालकी संस्थेला मिळू शकत नाहीत.

७) **भारी कर :** मालकी संस्थेपासून झालेले व्यावसायिक उत्पन्न हे उद्योजकाचे वैयक्तिक उत्पन्न समजले जाते. वैयक्तिक उत्पन्नावरील वरच्या उत्पन्न गटावर करांचे दर औद्योगिक कंपन्यांच्या नफ्यावरील करापेक्षा अधिक असतात. ही या प्रकारच्या संघटन प्रकाराला मारक ठरणारी बाब आहे.

हा संघटना प्रकार पुढील परिस्थितीत सोयीचा ठरतो– १) प्रकल्प लहान असेल, २) बाजाराची व्याप्ती स्थानिक बाजारपेठेपुरतीच मर्यादित असेल, ३) ग्राहकांकडे वैयक्तिक लक्ष पुरविण्याची आवश्यकता असेल, ४) व्यवसायाची भांडवलविषयक गरज कमी असेल, ५) व्यावसायिक गुंतागुंत कमी असेल व नुकसानीची शक्यता अल्प प्रमाणावर असेल.

ब) **भागीदारी संस्था :** काही व्यक्ती एकाच व्यवसाय उभारणीसाठी एकत्र येतात. भांडवल, संघटन व व्यवस्थापकीय कौशल्य सामुदायिकपणे व्यवसायात आणतात व व्यवसायाची मालकी आपापसात कराराने ठरवितात. या संयुक्त व्यवसायात ते आपल्या आवडीप्रमाणे व पात्रतेप्रमाणे कामे वाटून घेतात. भारतीय भागीदारी कायद्याप्रमाणे भागीदारी ही २ किंवा २ पेक्षा जास्त लोकांनी एकत्र येऊन धंदा, व्यापार किंवा व्यवसायासाठी आणि ठरविल्याप्रमाणे त्यातून उत्पन्न होणारा नफा किंवा तोटा वाटून घेण्यासाठी करण्यात येते. भागीदारीसाठी किमान संख्या दोन असून जास्तीत जास्त २० आहे. करार तोंडी असू शकतो. पण सर्वसाधारणपणे करार लेखी स्वरूपात असतो. तेव्हा त्यास 'भागीदारीचे करारपत्र' असे म्हणतात. ते १०० रुपयांच्या स्टॅम्प पेपरवर करणे आवश्यक असते.

ह्या व्यवसायात सर्वांनी सारखेच लक्ष घातले पाहिजे. सारख्या प्रमाणातच भांडवल आणले पाहिजे, व्यवसायात सारखेच लक्ष घातले पाहिजे आणि सारख्याच प्रमाणात नफा–तोटा वाटून घेतला पाहिजे हे आवश्यक नसते. एखाद्या व्यक्तीजवळ तांत्रिक ज्ञान आणि कल्पक योजना असतील पण पुरेसे भांडवल आणि व्यवस्थापकीय कौशल्य नसेल, अशा वेळी ही व्यक्ती भांडवल व व्यवस्थापकीय कौशल्य पुरवू शकणाऱ्या व्यक्तींबरोबर करार करून भागीदारी व्यवसाय सुरू करेल.

ह्या प्रकारात प्रत्येक भागीदाराची जबाबदारी अमर्याद असते. सर्व भागीदार संयुक्तपणे व स्वतंत्रपणे व्यावसायिक देणी भागविण्यास जबाबदार असतात. व्यावसायिक देणी भागविण्यास, व्यवसायाची मालमत्ता अपुरी पडली तर भागीदारांना आपल्या खासगी मालमत्तेतून देणी भागवावी लागतात. भागीदारी संस्थेची नोंदणी ऐच्छिक असते.

फायदे

१) **अधिक भांडवल :** मालकी संस्थेपेक्षा भागीदारी व्यवसायाला अधिक भांडवल जमविणे शक्य असते.

२) **व्यवस्थापकीय कौशल्यामध्ये विशेषीकरण :** व्यवसायाच्या निरनिराळ्या शाखांचे ज्ञान व अनुभव असलेले भागीदार एकत्र आले तर प्रत्येक भागीदाराला व्यवस्थापनाचा एक भाग सोपविता येतो. त्यामुळे विशेषीकरण शक्य होते.

३) **सुलभ संस्थापन :** भागीदाराला व्यवसाय सुरू करण्यात कोणतीही कायदेशीर पूर्तता करावी लागत नाही. भागीदारात करारनामा झाला की, व्यवसाय सुरू करता येतो.

४) **जबाबदार वर्तणूक :** प्रत्येक भागीदारास इतर भागीदारांचे वतीने करार करण्याचा अधिकार असला तरी व्यवसायात तोटा झाला तर त्याची झळ भागीदाराला लागते. म्हणून प्रत्येक भागीदार जबाबदारीने कार्य करतो.

५) **वैयक्तिक संबंध शक्य :** व्यवसाय तुलनेने लहान असल्याने मालक व कामगार यांचे संबंध वैयक्तिक व सलोख्याचे बनतात.

६) **व्यावसायिक गुप्तता :** व्यवसायाच्या यशाची रहस्ये भागीदारांपुरतीच मर्यादित राहतात. त्यामुळे व्यक्तिगत व्यवसायाप्रमाणे व्यावसायिक गुप्तता राखणे शक्य होते.

७) **भागीदारीचे सुलभ विसर्जन :** भागीदारी ही ऐच्छिक संघटना आहे. त्यामुळे व्यवसाय चटकन गुंडाळता येतो.

तोटे

१) **मर्यादित भांडवल व व्यवस्थापकीय कौशल्य :** आधुनिक उद्योग व्यवसायांना प्रचंड भांडवल, विशेषीकरण आणि व्यवस्थापकीय कौशल्य आवश्यक असते. भागीदारीचे भांडवल व व्यवस्थापकीय कौशल्य अपुरे पडते, त्यामुळे व्यवसायाच्या वाढीवर मर्यादा पडते.

२) **अमर्याद जबाबदारी :** व्यावसायिक तोट्याची अमर्याद जबाबदारी भागीदारांना धाडसी निर्णय घेण्यास प्रतिबंध करते.

३) **मालकी हक्काच्या हस्तांतरणावरील मर्यादा :** कोणत्याही भागीदारास आपला व्यवसायातील वाटा विकावयाचा अथवा हस्तांतरित करावयाचा असेल तर इतर सर्व भागीदारांची पूर्वसंमती आवश्यक असते. याउलट, संयुक्त भांडवल मंडळी संघटना प्रकारात भागांचे सहज हस्तांतर करता येते.

४) **जनतेचा विश्वास संपादन करणे :** भागीदारी संघटना प्रकारामध्ये नफा-तोटा पत्रके, आर्थिक ताळेबंद यांना प्रसिद्धी देणे कायद्याने आवश्यक नसते, त्यामुळे भागीदारी संस्थेबरोबर व्यवहार करणाऱ्या व्यक्ती भागीदारीच्या आर्थिक परिस्थितीबद्दल संपूर्णपणे अंधारातच असतात. त्यामुळे या प्रकारच्या संघटनेबरोबर व्यवहार करताना इतर व्यवसाय संस्था साशंक असतात.

५) **अस्थिर व अनिश्चित अस्तित्व :** अनेक कारणांमुळे भागीदारी व्यवसाय संपुष्टात येऊ शकतो. उदा. भागीदारांचे आपापसातील मतभेद आणि भागीदारीचे विसर्जन, भागीदाराचा मृत्यू, दिवाळखोरी, त्याला वेड लागणे इत्यादी. या कारणांमुळे भागीदारी व्यवसाय संस्थेस अस्थिरता प्राप्त होते. अर्थातच अस्थिर पायावर उभारलेला व्यवसाय झपाट्याने प्रगती करू शकत नाही.

६) **स्वतंत्र कायदेशीर अस्तित्वाचा अभाव :** भागीदार व व्यवसाय संस्था हे कायद्याने एकच समजले जातात. व्यवसायातील नुकसानीमुळे भागीदारांची खासगी मालमत्ताही धोक्यात येते. या प्रकारचा धोका संयुक्त भांडवली मंडळीत संभवत नाही.

७) **महत्त्वाच्या निर्णयांना विलंब :** भागीदारीत महत्त्वाचे निर्णय एकमताने घेतले जातात. एखाद्या भागीदाराचे विरोधामुळे चांगली व्यवसायिक संधी दवडली जाण्याची शक्यता असते.

८) **कामचुकारपणा बळावतो :** भागीदारीत जबाबदारी सामुदायिक असते, त्यामुळे प्रत्येक जण आपली जबाबदारी दुसऱ्यावर ढकलण्याचा प्रयत्न करतो. या प्रकारचे वृत्तीमुळे व्यवसायाचे नुकसान होते.

भागीदारी व्यवसाय संस्था हा संघटना प्रकार पुढील प्रकारच्या व्यवसायांसाठी योग्य ठरतो.

१) कमी भांडवल व संयोजन कौशल्याची आवश्यकता उदा. दुकानदारी व्यवसाय, लघुउद्योग इ.

२) वैयक्तिक सेवेशी निगडित असलेले व्यवसाय उदा. भागदलाल, चार्टर्ड अकाउंटंट, आर्किटेक्ट्स इ.

३) कमी भांडवल लागणारे व मर्यादित बाजारपेठांना पुरवठा करणारे कारखानदारी व्यवसाय.

क) संयुक्त भांडवल प्रमंडळ : औद्योगिक क्रांतीनंतर व्यवसायाच्या भांडवलविषयक गरजा वाढल्या. याची प्रमुख कारणे म्हणजे मोठ्या प्रमाणावरील उत्पादने, विस्तारणाऱ्या बाजारपेठा आणि वाढती स्पर्धा ही होत.

मालकी संस्था किंवा भागीदारी संस्था यांची भांडवल उभारणीची क्षमता मर्यादित असते. तसेच या व्यवसायातील मालकांची जबाबदारी अमर्यादित असते. त्यामुळे त्यांच्या व्यवसायावर काही मर्यादा पडतात. या मर्यादा दूर करण्याच्या हेतूनेच १९ व्या शतकाच्या उत्तरार्धात संयुक्त भांडवल प्रमंडळ हा संघटना प्रकार अस्तित्वात आला. 'संयुक्त भांडवल प्रमंडळ' ही नोंदणी झालेली संस्था असते व तिला कायद्याने स्वतंत्र, कृत्रिम अस्तित्व प्राप्त होते. कंपनीला स्वत:चा शिक्का असतो व तिचे अस्तित्व दीर्घकाळ टिकणारे असते.

प्रकल्पाचा आवाका प्रचंड असेल आणि अनेकांच्या सहभागाची गरज आहे असे वाटते तेव्हा खासगी मर्यादित किंवा सार्वजनिक मर्यादित कंपनी काढता येते. खासगी मर्यादित कंपनीत किमान २ व जास्तीत जास्त ५० गुंतवणूकदार तर सार्वजनिक मर्यादित कंपनीत किमान ७ गुंतवणूकदार लागतात. जास्तीत जास्त लोकांच्या संख्येवर बंधन नाही.

अशा प्रकारच्या संस्था स्थापन करताना अनेक कागदपत्रे तयार करावी लागतात. ह्यात घटनापत्रक आणि नियमावली यांना विशेष महत्त्व असते.

संयुक्त भांडवल प्रमंडळाची ठळक वैशिष्ट्ये खालीलप्रमाणे सांगता येतील.

१) नोंदविलेली ऐच्छिक संघटना, २) कायदेशीर स्वतंत्र व्यक्तिमत्त्व, ३) सातत्यपूर्ण किंवा चिरंतन किंवा स्थायी अस्तित्व, ४) सर्वमान्य मुद्रा किंवा बोधचिन्ह, ५) भाग विकून भांडवल उभारणी, ६) भागधारक हेच सभासद, ७) सभासदांची मर्यादित जबाबदारी, ८) मालकी आणि व्यवस्थापन यात फारकत, ९) लोकशाही तत्त्व, १०) कायदेशीर बंधने.

फायदे

१) **भागांचे सुलभ हस्तांतर :** भागधारकांच्या दृष्टीने सर्वांत महत्त्वाचा फायदा म्हणजे भागांचे हस्तांतर सहजासहजी करता येते.

२) **मर्यादित जबाबदारी :** प्रत्येक भागधारकाने खरेदी केलेल्या भागांच्या दर्शनी किमतीइतकीच मर्यादित असते.

३) **व्यापार विस्ताराची शक्यता :** संयुक्त भांडवल प्रमंडळात जास्तीत-जास्त किती भागधारक असावेत यावर कोणत्याच प्रकारचे नियंत्रण नाही. म्हणूनच अनेक लोक भाग खरेदी करू शकतात. परिणामत: व्यापार विस्तार शक्य होतो.

४) **धोक्याची विभागणी :** समाजातील अनेक व्यक्ती एकत्र येऊन कंपनीची स्थापना करतात म्हणून धोक्याचे विभाजन होते.

५) **मोठ्या प्रमाणावर भांडवल उपलब्ध :** वर उल्लेख केलेल्या फायद्यांमुळे मोठ्या प्रमाणावर भांडवल उभारणी करणे कंपनीला शक्य होते.

६) **चिरंतन अस्तित्व :** संयुक्त भांडवल प्रमंडळाचे अस्तित्व हे संचालक मंडळावर किंवा एखाद्या व्यक्तीच्या, भागधारकांच्या अस्तित्वावर अवलंबून नसते. त्यामुळे चिरंतन अस्तित्व हा फायदा होतो.

७) **कार्यक्षम व्यवस्थापन :** तज्ज्ञ, कुशल व अनुभवी संचालकांची निवड संचालक मंडळावर होत असल्याने कार्यक्षम व्यवस्थापन शक्य होते.

८) **विशेष सवलती :** मालकी संस्था आणि भागीदारी संस्था यांच्या तुलनेत संयुक्त भांडवल प्रमंडळाला अधिक सवलती मिळतात.

तोटे

१) **कंपनीच्या स्थापनेत अडचणी :** कंपनीचे प्रवर्तन आणि उभारणी क्लिष्ट, वेळखाऊ असते. बऱ्याच कायदेशीर बाबींची पूर्तता करावी लागते.

२) **बेजबाबदार व्यवस्थापन :** मालकी व व्यवस्थापन यात फारकत असल्याने कंपनीचे प्रवर्तन व उभारणीत पुढाकार घेणारे उद्योजक पुढे संचालक राहतीलच असे नाही. यामुळे अपात्र व भ्रष्टाचारी व्यवस्थापनाचा धोका संभवतो. कारभारात गुप्तता नाही, लवचिकतेचा अभाव, आर्थिक सत्तेचे/संपत्तीचे केंद्रीकरण, भागबाजारात सट्टेबाजीचे प्रकार, प्रवर्तकांची फसवेगिरी, जनतेची पिळवणूक इत्यादी आणखी काही तोटे सांगता येतील.

संयुक्त भांडवल प्रमंडळाची निवड खालील परिस्थितीत योग्य ठरते.

१) उत्पादन तांत्रिक स्वरूपाचे व विविध प्रकारच्या वस्तू
२) व्यवसायाचे प्रमाण मोठे
३) बाजारपेठांची व्याप्ती मोठी. राष्ट्रीय किंवा आंतरराष्ट्रीय
४) भांडवलाची गरज मोठी आणि दीर्घकालीन गुंतवणूक आवश्यक
५) मालकी व व्यवस्थापन यात फारकत शक्य आणि विशेषीकरणास वाव
६) दीर्घकालीन अस्तित्व व स्थैर्य यांची गरज

ड) **सहकारी संघटना :** भारतातील सरकार नियोजन समितीने सहकाराची व्याख्या पुढीलप्रमाणे केलेली आहे. 'आपल्या हिताच्या उन्नतीसाठी स्वेच्छेने व समानतेच्या भावनेने संघटित होणाऱ्या व्यक्तींचे संघटन म्हणजे सहकार.' महाराष्ट्रात साखर उद्योगात सहकार संघटना पद्धत प्रचंड प्रमाणावर आढळते. तसेच बऱ्याच औद्योगिक सहकारी संस्था महाराष्ट्रात कार्यरत आहेत.

सहकारी संस्था किमान अकरा लोकांना घेऊन सुरू करता येते. जे सभासद अशा सहकारी संस्थेचे सभासद होऊ इच्छितात ते शक्यतो एकाच उद्योगाचे असणे आवश्यक असते. सभासदांच्या कमाल संख्येवर बंधन नाही. सहकारी संघटनेबाबत घटनापत्रक आणि नियमावली ही महत्त्वाची कागदपत्रे आहेत. प्रत्येक संस्थेचे बाय-लॉज असतात. ह्या संस्था महाराष्ट्र को-ऑप. सोसायटीज ॲक्टला अनुसरून स्थापाव्या लागतात. कमिशनर ऑफ को-ऑपरेटिव्ह सोसायटीजच्या कार्यालयास त्यासाठी सर्व अधिकार दिलेले असतात. नोंदणी प्रमाणपत्र ह्याच कचेरीतून देण्यात येते.

परस्पर सहकार्याने उद्दिष्ट, सेवा हेतू, अत्यल्प भागमूल्य, खुले सभासदत्व, लोकशाही कारभार, अशी सहकार संघटनेची काही ठळक वैशिष्ट्ये सांगता येतील.

फायदे

१) उद्योजकाजवळ उपलब्ध असणारे भांडवल अपुरे असेल तर मालमत्तेवर सामायिक मालकी सोईस्कर. उदा. कापसाचे जिनिंग व प्रेसिंग, तांदूळ, कापड इ.
२) संयुक्त भांडवल प्रमंडळाच्या तुलनेत सहकारी संस्था स्थापन करण्याची पद्धत सोपी असते.
३) खऱ्या अर्थाने लोकशाही व्यवस्थापन.

४) सरकारचे प्रोत्साहन, सवलती व आर्थिक साहाय्य.

५) अत्यल्प भागमूल्य. भागधारकांची जबाबदारी मर्यादित

तोटे

१) उद्योजकांना वैयक्तिक आर्थिक लाभ नाही. त्यामुळे वैयक्तिक प्रेरणेचा अभाव. त्यामुळे सहकारी संस्थेची प्रगती खुंटते.

२) सहकारी संस्थेचे व्यवस्थापन कार्यकारी समितीमार्फत करण्यात येते, त्यांना सर्व कार्याबद्दल कौशल्य नसते, तसेच पुरेशा भांडवलाअभावी कुशल पगारी अधिकारी नेमणेही शक्य होत नाही.

३) सहकारी संस्थांचे नियंत्रण सरकारद्वारा केले जाते. त्यामुळे उद्योजकांना पूर्ण स्वातंत्र्य नाही.

४) पुढाकार घेणाऱ्या थोड्या उद्योजकांसारखा इतर सभासदांना उत्साह असत नाही, त्यामुळे कामात अडथळे, विरोध शक्य. व्यावसायिक गुप्तता राखणे कठीण.

सहकारी संस्थांची निवड खालील परिस्थितीत योग्य ठरेल –

१) सामाजिक उद्दिष्ट साधण्यासाठी किंवा सामाजिक अडचण दूर करण्यासाठी.

२) व्यक्तिगत उद्दिष्टे व सामूहिक उद्दिष्टे यांची एकवाक्यता शक्य.

३) भांडवलउभारणी व साधनसंपत्तीचे संघटन यात व्यक्तिगत क्षमता अपुरी.

४) भांडवलशाहीच्या अडचणी दूर करण्यासाठी सामूहिक प्रयत्नांची आवश्यकता.

५) ग्रामीण उद्योजकतेस वाव देण्याची गरज.

योग्य संघटना प्रकाराची निवड करणे

वर वर्णन केलेल्या चार संघटना प्रकारांमधून उद्योजकाला आपल्या व्यवसायास योग्य अशा संघटना प्रकाराची निवड करावी लागते. अशी निवड करताना सामान्यपणे पुढील घटक लक्षात घ्यावे लागतात.

१) **व्यवसायाचे स्वरूप :** उत्पादन, व्यापार किंवा व्यवसाय.

२) **व्यवसायाची भांडवलविषयक गरज :** व्यवसाय उभारणीचे वेळी आवश्यक असणारे स्थिर भांडवल व खेळते भांडवल, भांडवलविषयक दीर्घकालीन गरजा. उत्पादनसंस्थेस व्यापारी संस्थेपेक्षा अधिक स्थिर भांडवल लागते.

३) **व्यवसायाचे प्रमाण :** बाजारपेठेचे आकारमान, ग्राहकांची संख्या, उत्पादन किंवा सेवेचा प्रकार इत्यादी गोष्टींवर व्यवसायाचे आकारमान अवलंबून असते आणि त्यानुसार संघटना प्रकाराची निवड केली जाते.

४) **धोका व अनिश्चितता यांचे प्रमाण :** उत्पादन अगर सेवेचे स्वरूप प्रस्थापित होण्यास लागणारा कालावधी, स्पर्धेचे स्वरूप इत्यादी.

५) **गुंतवणुकीवरील मोबदला :** मोबदल्याचा दर प्रत्येक व्यवसायास वेगवेगळा असतो, व्यवसायाची वाढ यावरच अवलंबून असते.

६) **नियंत्रणाची गरज :** वस्तूचा दर्जा व सेवा यांना महत्त्व असल्यास उद्योजकाचे नियंत्रण आवश्यक बनते. याउलट, काही व्यवसायांमध्ये व्यक्तिगत नियंत्रण आवश्यक नसते.

७) **करविषयक सवलती व सरकारी धोरणे :** काही व्यवसायांना आणि संघटना प्रकारांना साहाय्य देण्याचे धोरण असते तर संयुक्त प्रमंडळासारख्या भांडवलशाही संघटनांवर अधिक बंधने असतात.

ऋणसेवा कव्हरेज गुणोत्तर (Debt-Service Coverage Ratio - DSCR)

ऋणसेवा कव्हरेज गुणोत्तरात –

- कर्जावरील व्याज व मुद्दल यांची परतफेड करण्यासाठी रोख प्रवाहांतर्गत उपलब्ध रक्कम, तसेच ऋणनिवारण निधीचा (sinking fund) निगम भांडवलांतर्गत समावेश होतो.
- देशाच्या बाह्य ऋणाच्या (external debts) वार्षिक व्याज व मुद्दल परतफेडीसाठी निर्यात कमाईतून आवश्यक असलेल्या रकमेचा शासकीय भांडवलांतर्गत समावेश होतो.
- उत्पन्न संपत्ती कर्ज (Income property loan) ठरविण्यासाठी बँक कर्ज अधिकारी वैयक्तिक भांडवलांतर्गत ह्याचा उपयोग करतात. ऋण दायित्वासाठी संपत्ती पुरेसे उत्पन्न निर्माण करणे महत्त्वाचे.

सर्वसाधारणपणे ऋणसेवा कव्हरेज गुणोत्तर खालीलप्रमाणे काढले जाते –

ऋणसेवा कव्हरेज गुणोत्तर = निव्वळ चलन उत्पन्न / एकूण ऋणसेवा

DSCR = Net Operating Income / Total Debt Service

एकूण / स्थूल नफा गुणोत्तर (Gross Profit Ratio - GP Ratio)

स्थूल नफा आणि एकूण निव्वळ विक्री महसूल यांच्यातील परस्परसंबंध ह्याअंतर्गत उलगडला जातो. व्यवसायाच्या ऑपरेशनल परफॉर्मन्सचे मूल्यमापन करण्याचे हे सुपरिचित असे साधन आहे. स्थूल नफ्याला निव्वळ विक्रीने भागल्यास ह्या गुणोत्तराची मोजणी करता येते.

सूत्र :

$$\text{स्थूल नफा गुणोत्तर} = \frac{\text{स्थूल नफा}}{\text{निव्वळ विक्री}}$$

जेव्हा स्थूल नफा गुणोत्तर टक्केवारीमध्ये मांडले जाते तेव्हा त्याला 'स्थूल नफा टक्केवारी' असे म्हणतात. त्यासाठीचे सूत्र खालीलप्रमाणे आहे –

$$\text{स्थूल नफा टक्केवारी/मार्जिन} = \frac{\text{स्थूल नफा}}{\text{निव्वळ विक्री}} \times १००$$

स्थूल नफा गुणोत्तराच्या सूत्रात स्थूल नफा आणि निव्वळ विक्री हे दोन मूलभूत घटक आहेत. निव्वळ विक्रीच्या किमतीतून विक्री केलेल्या मालाची किंमत वजा केल्यास स्थूल नफा कळतो. एकूण स्थूल विक्रीतून परती माल (returns inwards) आणि दिलेली सूट (discount) वजा केल्यास निव्वळ विक्री कळते. सर्वसाधारणपणे स्थूल नफा आणि निव्वळ विक्री हे घटक कंपनीच्या उत्पन्न विवरणपत्रातून (Income statement) उपलब्ध होते.

निव्वळ नफा गुणोत्तर (Net Profit Ratio - NP ratio)

निव्वळ नफा गुणोत्तर हे सुपरिचित गुणोत्तर आहे. ह्या अंतर्गत करपश्चात निव्वळ नफा आणि निव्वळ विक्री यांचा परस्पर संबंध दर्शविण्यात येतो. करपश्चात नफ्याला निव्वळ विक्रीने भागून हे गुणोत्तर काढण्यात येते.

$$\text{निव्वळ नफा गुणोत्तर} = \frac{\text{करपश्चात निव्वळ नफा}}{\text{निव्वळ विक्री}}$$

$$\text{Net Profit Ratio} = \frac{\text{Net Profit after tax}}{\text{Net Sales}}$$

ह्या गुणोत्तरासाठी निव्वळ नफा म्हणजे स्थूल नफ्यातून ऑपरेटिंग खर्च आणि आयकर वजा केला जातो.

नॉन-ऑपरेटिंग खर्च आणि उत्पन्न ह्यात विचारात घेतले जात नाहीत कारण ह्या गुणोत्तराचा हेतूच हा आहे की, व्यवसायाच्या प्राथमिक ऑपरेशन्समधून नफ्याच्या प्रमाणाचे मूल्यमापन करणे. नॉन-ऑपरेटिंग उत्पन्नात गुंतवणुकीवरील व्याज आणि स्थिर मालमत्ता विक्रीतून मिळालेले उत्पन्न यांचा समावेश होतो. नॉन-ऑपरेटिंग खर्चात कर्जावरील व्याज आणि मालमत्ता विक्रीतून झालेला तोटा यांचा समावेश होतो.

निव्वळ नफा आणि निव्वळ विक्री यांचा परस्परसंबंध हा टक्केवारीच्या रूपातसुद्धा दर्शविता येतो. जेव्हा तो टक्केवारीच्या रूपात दर्शविला जातो तेव्हा त्याला 'निव्वळ नफा मार्जिन' असे म्हणतात. ह्या संदर्भातील सूत्र खालीलप्रमाणे आहे –

$$\text{निव्वळ नफा मार्जिन} = \frac{\text{करपश्चात निव्वळ नफा}}{\text{निव्वळ विक्री}} \times १००$$

गुंतवणुकीवरील मोबदला (Return On Investment - ROI)

गुंतवणुकीच्या कार्यक्षमतेचे मूल्यमापन अथवा विविध गुंतवणुकींच्या कार्यक्षमतेची तुलना करण्यासाठी परफॉर्मन्सची मोजणी उपयोगात आणली जाते. गुंतवणुकीच्या खर्चाच्या तुलनेत गुंतवणुकीवर प्राप्त झालेल्या मोबदल्याची गुंतवणुकीवरील मोबदल्यात मोजदाद केली जाते. गुंतवणुकीवरील मोबदल्याची मोजदाद करण्यासाठी गुंतवणुकीवरील लाभास अथवा मोबदल्यास गुंतवणुकीवरील खर्चाने भागले जाते. हे येणारे उत्तर टक्केवारी अथवा गुणोत्तर म्हणून व्यक्त केले जाते.

गुंतवणुकीवरील मोबदला काढण्यासाठी सूत्र –

$$\text{गुंतवणुकीवरील मोबदला} = \frac{\text{गुंतवणुकीवरील लाभ}}{\text{गुंतवणुकीवरील खर्च}}$$

$$\text{ROI} = \frac{\text{Gain from Investment}}{\text{Cost of Investment}}$$

वरील सूत्रात 'गुंतवणुकीवरील मोबदला' म्हणजे गुंतवणुकीच्या विक्रीतून प्राप्त केलेली रक्कम. कारण गुंतवणुकीवरील मोबदल्याची मोजदाद टक्केवारीत केली जाते त्यामुळे अन्य गुंतवणुकीवरील मोबदल्यांशी त्याची सहज तुलना करता येते. विविध गुंतवणुकींची परस्पर तुलना करता येते.

प्रकल्प तपासणी (Project Audit)

प्रकल्पाच्या अंमलबजावणीत सामना कराव्या लागणाऱ्या मुद्द्यांना, चिंतांना आणि आव्हानांना प्रकल्प तपासणीत उघड करण्याची संधी लाभते. प्रकल्पाबाबत चांगले काय काय घडले आहे आणि प्रकल्पात सुधारणा करण्यासाठी आणि प्रकल्प यशस्वी होण्यासाठी आणखी काय करायला हवे, याविषयी एक अंतरिम दृष्टिकोन प्रकल्प व्यवस्थापक, प्रकल्प पुरस्कर्ते आणि प्रकल्प संघ यांना लाभतो. हेच जर प्रकल्प समाप्तीनंतर केले तर, प्रकल्प तपासणी ही एका विशिष्ट फायद्यासाठी वापरता येते. हा फायदा म्हणजे भविष्यकालीन प्रकल्पांच्या यशाचे निकष ठरवायला फायदा होतो. प्रकल्पातील कोणत्या घटकांचे व्यवस्थापन चांगल्या प्रकारे केले गेले आणि कोणत्या घटकांनी आव्हाने निर्माण केली हे प्रकल्प तपासणीमधून समजून घेऊन शिकण्याची संधीच असते. भावी प्रकल्पांमध्ये त्याच त्याच चुका पुन्हा होऊ नयेत यासाठी काय करण्याची गरज आहे हे व्यवसाय संघटनेला समजते.

प्रकल्प तपासणी प्रकल्पाच्या मध्यावर केलेली असो अथवा शेवटी केलेली असो. प्रकल्प तपासणीची

प्रक्रिया एकसारखीच असते. सर्वसाधारणपणे अशी शिफारस केली जाते की, प्रकल्प तपासणी ही प्रकल्पाच्या बाहेरील तज्ज्ञांकडूनच करून घ्यावी. ह्यामुळे आवश्यक गुप्तता पाळली जाते. तसेच संघातील सदस्य आणि अन्य हितसंबंधींना विश्वास वाटतो. तपासणी करणाऱ्यांना ही खात्री असते की, त्यांनी मांडलेल्या विचारांची सुयोग्य दखल घेतली जाईल आणि अंतिम अहवालात कुणाच्याही नावाचा उल्लेख नसेल तर त्यात फक्त वास्तववादी तपशील मांडण्यात येतील. जेव्हा प्रकल्पाचे व्यवस्थापन चांगल्या पद्धतीने झालेले नसते तेव्हा ज्या व्यक्तींच्या मुलाखती घेतल्या जातात तेव्हा त्यांना त्यांचे विचार आणि भावना व्यक्त करायला संधी मिळते; त्यांचा प्रकल्पातील सहभाग आणि प्रकल्पाचे त्यांच्यावर झालेले परिणाम याबद्दल ते मोकळेपणाने व्यक्त होतात. अशा पद्धतीने आपल्या विचारांना व भावनांना मोकळी वाट करून देणे ही प्रकल्प तपासणीतील विशेष बाब होय.

प्रकल्प तपासणीत तीन टप्प्यांचा समावेश होतो –

टप्पा क्र. १   यशाचे निकष आणि प्रश्नावली विकसन

टप्पा क्र. २   सखोल संशोधन

टप्पा क्र. ३   अहवाल विकसन

प्रकल्प तपासणीच्या माध्यमातून 'घेतलेले धडे' याद्वारे प्रकल्पाचे कार्यात सुधारणा करणे शक्य होते तसेच भावी प्रकल्पात संभाव्य समस्या टाळता येऊ शकतात. अशा प्रकारे प्रकल्प तपासणी उद्योग व्यवसाय संघटनेला प्रचंड लाभदायक ठरते.

निवडक प्रश्न

१) 'व्यवसाय योजना' संकल्पना स्पष्ट करा. व्यवसाय योजना का तयार करावी ?

२) व्यवसाय योजनेची उद्दिष्टे स्पष्ट करून व्यवसाय योजनेचे लाभ स्पष्ट करा.

३) प्रकल्प पर्याय निवड प्रणालीतील विविध स्रोतांचा उल्लेख करून स्पष्ट करा.

४) 'प्राथमिक प्रकल्प अहवाल' म्हणजे काय हे सांगून त्याचे फायदे स्पष्ट करा.

५) प्राथमिक प्रकल्पाचा आराखडा स्पष्ट करा.

६) प्रकल्पाची संभाव्यता यावर सविस्तर टीप लिहा.

७) प्रकल्प अहवाल म्हणजे काय ? त्याचे महत्त्व स्पष्ट करा.

८) प्रकल्प अहवाल तयार करताना कोणती पथ्ये पाळावीत ?

९) प्रकल्प अहवालाची व्याप्ती स्पष्ट करा.

१०) प्रकल्प अहवालातील तपशील स्पष्ट करा.

११) 'ना-नफा-ना-तोटा' पृथक्करण संकल्पना स्पष्ट करा.

१२) समविच्छेदन बिंदुची गृहीते, उपयुक्तता, फायदे आणि महत्त्व विस्ताराने स्पष्ट करा.

१३) समविच्छेदन बिंदुच्या मर्यादा स्पष्ट करा.

१४) 'रोकड प्रवाह विवरण' यावर सविस्तर टीप लिहा.

१५) व्यवसाय योजना तयार करताना कोणत्या बाबी विचारात घेतल्या पाहिजेत ?

१६) प्रकल्प मूल्यमापन म्हणजे काय ? त्यातील पायऱ्या स्पष्ट करा.

१७) सुयोग्य संघटन प्रकाराची निवड यावर टीप लिहा.

१८) मालकी संस्था, भागीदारी संस्था, संयुक्त भांडवल प्रमंडळ, सहकारी संघटना ह्या संघटन प्रकारांचे फायदे व तोटे स्पष्ट करा.

१९) सुयोग्य संघटन प्रकाराची निवड करताना कोणत्या बाबी विचारात घ्याल ?

२०) विविध गुणोत्तरे स्पष्ट करा.

२१) प्रकल्प तपासणी संकल्पना स्पष्ट करून त्यावर विवेचन करा.

२२) थोडक्यात टिपा लिहा.

अ) वित्त माहिती तक्ता

ब) माहितीचे पृथक्करण / विश्लेषण

क) गुंतवणुकीवरील मोबदला

४. प्रकल्प साहाय्य
(Project Assistance)

प्रस्तावना

वित्त प्राप्त करणे ही सध्याच्या लघुउद्योगांपुढील महत्त्वाच्या समस्यांपैकी एक आहे. जमीन, बांधकाम, इक्विपमेंट, खेळत्या भांडवलाच्या गरजा यासाठी भांडवल उभारणी ही नवीन उद्योजकांपुढील महत्त्वाची समस्या असते. कर्ज उभारणी करण्यापूर्वी उद्योजकाने जे प्रश्न स्वतःला विचारायचे, त्यांपैकी एक म्हणजे त्याला/तिला खरोखरच कर्जाची गरज आहे का ? (वित्ताची गुंतागुंत समजून घेण्यासाठी SIDBIचे प्रकाशन 'How to Approach Bank : A Guide For Indian Entrepreneurs' हे जरूर पहावे.)

वित्तासाठी एकल मालकीच्या संस्था किंवा भागीदारी संस्था यांना स्वतःच्या भांडवलाव्यतिरिक्त कर्जाऊ भांडवलावरच अवलंबून रहावे लागते; कंपन्या मात्र भांडवल बाजारातून वित्त उभारणी करू शकतात. १९५६च्या The Securities Contract Regulation Act अन्वये ज्या कंपन्यांचे किमान विक्रीस काढलेले समभाग भांडवल (Issued Equity Capital) ३ कोटी रुपये आहे, अशाच कंपन्या भांडवल बाजाराचा लाभ घेऊ शकतात; साहजिकच यामुळे अनेक लघु आणि मध्यम उद्योगांना भांडवल बाजारापासून लांबच रहावे लागते. मात्र, आता लहान कंपन्यांनासुद्धा Over The Counter Exchange of India (OTC)च्या माध्यमातून केवळ ३० लाख रुपये विक्रीस काढलेले समभाग भांडवल असले तरी भांडवल उभारणी करता येते. OTCच्या माध्यमातून भांडवल उभारणी करावयाची असेल तर काही अटींचे पालन करावे लागते. उदा. अशा कंपनीने भारतातील कोणत्याही भाग बाजारात आपली नोंदणी करता कामा नये. (OTCच्या www.otcei.net ह्या वेबसाईटवर अधिक माहिती मिळू शकेल.)

एकदा कर्ज घ्यायचे आहे असे निश्चित ठरले की त्यासाठी उपलब्ध असलेल्या विविध पर्यायांचा तुम्हाला विचार करावा लागेल. लघुउद्योगांना वित्तीय साहाय्य उपलब्ध करून देण्यासाठी अल्प मुदत आणि दीर्घ मुदतीच्या अनेकविध योजना उपलब्ध आहेत. विविध उद्देशांसाठी विविध प्रकारची कर्जे खालील वित्तीय संस्थांकडून उपलब्ध करून दिली जातात.

१) भारतीय लघुउद्योग विकास बँक (SIDBI), २) राष्ट्रीय लघुउद्योग महामंडळ (NSIC), ३) महाराष्ट्र लघुउद्योग महामंडळ (MSSIDC), ४) जिल्हा उद्योग केंद्र (DIC)

SIDBI आणि NSICची स्थापना भारत सरकारने केलेली आहे तर MSSIDCची स्थापना महाराष्ट्र सरकारने केलेली आहे. महाराष्ट्र शासनाच्या योजनांची अंमलबजावणी राज्य उद्योग संचालनालय (State Directorate of Industries) आणि जिल्हा उद्योग केंद्र यांच्याकडून केली जाते. उद्योगांची नोंदणी करताना खरं तर पहिली गाठ पडते ती जिल्हा उद्योग केंद्राबरोबरच.

निवडक संस्था, शासनाच्या विविध योजना यांची माहिती आता आपण घेणार आहोत.

महाराष्ट्र राज्य वित्तीय महामंडळ (Maharashtra State Financial Corporation - MSFC)

महाराष्ट्रात लघुउद्योग क्षेत्रातील उद्योजकतेचा विकास व्हावा यासाठी शासकीय पातळीवरून कार्यरत असणाऱ्या विविध संस्था आणि यंत्रणांचे एक जाळेच अस्तित्वात आले आहे. ह्या सर्व संस्था त्यांच्या त्यांच्या परीने, निर्धारित क्षेत्रात आपापली भूमिका बजावतायेत. ह्या संस्थात्मक चौकटीमध्ये राहून महाराष्ट्र राज्य वित्तीय महामंडळाचे स्थान आणि ह्या मंडळाने बजावलेली भूमिका खचितच महत्त्वपूर्ण आहे. संघटित क्षेत्रातील मोठ्या उद्योगांना सयंत्र, जमीन, यंत्रसामग्री, इत्यादींची खरेदी करणे शक्य व्हावे याकरिता दीर्घ मुदतीचा पतपुरवठा करण्यासाठी, १९४८ साली केंद्र सरकारने भारतीय औद्योगिक वित्त महामंडळाची स्थापना केली. कालांतराने मध्यम व लघुउद्योगांना दीर्घ मुदतीचा पतपुरवठा करण्यासाठी, राज्य स्तरावर कार्य करण्याकरिता, एका स्वतंत्र महामंडळाची गरज तीव्रतेने जाणवू लागली. १९५१ साली राज्य वित्तीय महामंडळाचा कायदा संसदेमध्ये संमत करण्यात आला आणि त्यायोगे राज्यांमध्ये मध्यम व लघुउद्योगांना दीर्घ मुदतीचा पुरवठा करणाऱ्या महामंडळाची स्थापना करण्यासाठी आवश्यक ती कायदेशीर तरतूद करण्यात आली.

देशातील सर्वच राज्यांमध्ये राज्य वित्तीय महामंडळे कार्य करीत आहेत. सन १९६२ पासून महाराष्ट्रात 'महाराष्ट्र राज्य वित्तीय महामंडळ' कार्यरत आहे. ह्या महामंडळाच्या कार्यक्षेत्रामध्ये सन १९६४ पासून गोवा राज्य व दमण आणि दीव हा केंद्रशासित प्रदेश समाविष्ट करण्यात आला.

महाराष्ट्र राज्य वित्तीय महामंडळाचे कार्य

महाराष्ट्र राज्यातील लघु आणि मध्यम उद्योगांना जमीन, इमारत, यंत्रसामग्री अशी विविध प्रकारची स्थिर स्वरूपाची मालमत्ता खरेदी करणे शक्य व्हावे यासाठी ह्या उद्योगांना दीर्घ मुदतीचा कर्जपुरवठा करणे, हे ह्या महामंडळाचे कार्य आहे. प्रस्तुत महामंडळ उद्योगांना त्यांनी घेतलेल्या कर्जाची परतफेड करण्यासाठी किंवा खेळते भांडवल उपलब्ध करून देण्यासाठी कर्जपुरवठा करीत नाही. हे महामंडळ नवीन उद्योगांच्या उभारणीसाठी दीर्घ मुदतीचा कर्जपुरवठा तर करतेच, शिवाय ह्या उद्योगांच्या विस्तारासाठी, आधुनिकीकरणासाठी आणि सध्या असलेल्या प्रकल्पांचे विविधीकरण करण्यासाठीसुद्धा कर्जपुरवठा करते.

महावित्तकडून अर्थसाहाय्यास पात्र असणारे उद्योग

राज्यवित्तीय महामंडळे कायद्यानुसार उत्पादन, नाशवंत पदार्थ टिकविण्याची प्रक्रिया, खाणकाम, हॉटेल व्यवसाय, कोणत्याही प्रकारची यंत्रसामग्री, वाहने इत्यादींची परीक्षा, दुरुस्ती, चाचणी व संधारण यंत्र अथवा ऊर्जेच्या साहाय्याने कोणत्याही प्रकारच्या वस्तूंची जुळणी, दुरुस्ती किंवा बांधणी, त्याचप्रमाणे खुष्की अगर समुद्रामार्गे प्रवासी किंवा सामानाची वाहतूक करण्यात गुंतलेले किंवा गुंतणार असलेले उद्योग महावित्तकडून अर्थसाहाय्य मिळण्यास पात्र आहेत. ज्या उद्योग घटकांची रचना मालकी, भागीदारी, अविभक्त हिंदू कुटुंब, खासगी किंवा सार्वजनिक मर्यादित कंपनी, नोंदणीकृत सहकारी संस्था या स्वरूपाची असेल ते महामंडळाकडून अर्थसाहाय्य मिळण्यास पात्र आहेत.

महामंडळ जमीन, इमारत, यंत्रसामग्री इ. प्रकारची स्थावर मालमत्ता संपादन करण्यासाठीच फक्त कर्जे देते. खेळत्या भांडवलासाठी तसेच बँका किंवा खासगी व्यक्ती यांपैकी कोणाकडूनही घेतलेल्या कर्जाची परतफेड करण्यासाठी महामंडळ कर्ज देत नाही. तथापि, रु. १०० लाखापर्यंत प्रकल्प खर्च असलेल्या (खेळत्या भांडवलासाठीची मार्जिन रक्कम वगळून) एक खिडकी योजनेमध्ये नवीन छोट्या लघु उद्योजकांना खेळत्या

भांडवलासाठी अर्थसाहाय्य महामंडळ करते. मात्र, दोन वर्षांच्या अवधीनंतर उद्योजकास हे खेळते भांडवल बँकेकडे वर्ग करावे लागते.

याव्यतिरिक्त महामंडळ सेवा उद्योगांसाठी (अशा सेवा उद्योगांनी जिल्हा उद्योग केंद्रात सेवा उद्योग म्हणून नोंदणी (एस. एस. एस. बी. ई.) करून घ्यायला हवी.) देखील अर्थसाहाय्य करते. विशेषत: राज्याच्या अविकसित आणि ग्रामीण भागात रोजगाराच्या संधी उपलब्ध व्हाव्यात या उद्देशाने महामंडळाने अर्थसाहाय्य पुरविताना या विभागात सेवा उद्योग सुरू करणाऱ्या स्वयंरोजगारीत व्यावसायिक, तंत्रज्ञ आणि कुशल व्यक्ती यांना विशेष प्राधान्य देण्याचे ठरविले आहे. अशा अर्थसाहाय्यास पात्र असणारे उद्योग असे –

लघुउद्योग घटकांना उपयोगी सेवा पुरविणाऱ्या ॲनालिटिकल आणि टेस्टिंग, लॅबोरेटरीज, टी.व्ही., एअरकंडिशनर्स इ. ची दुरुस्ती आणि देखभाल, कॉम्प्युटर्सच्या सेवा पुरविणारे उद्योग (कॉम्प्युटर्सचे शिक्षण देणारे वर्ग सोडून) पर्यटनाशी निगडित असलेली करमणूक आणि सांस्कृतिक केंद्रे, हॉटेल्स, प्रवासी सेवा पुरविणारे उद्योग, व्हिडिओ रेकॉर्डिंग स्टुडिओज, वे ब्रीज, सुविधा पुरविणारे उद्योग, मीठ उत्पादन, स्टोन क्रशिंग व घरगुती वापरासाठी कोळसा.

महावित्तकडून उपलब्ध असलेल्या इतर सेवा

१) स्थावर मालमत्ता संपादन करण्यासाठी लिमिटेड कंपन्या तसेच नोंदणीकृत सहकारी संस्थांना २४० लक्ष रुपयांपर्यंत व मालकीच्या आणि भागीदारीतील उद्योगांना १२० लक्ष रुपयांपर्यंत महावित्त कर्ज देते. तसेच

२) १२ कोटी रुपयांपर्यंत गुंतवणूक असलेल्या प्रकल्पांना सिकॉम/अखिल भारतीय वित्तीय संस्था/व्यापारी बँका यांच्याबरोबर संयुक्तरीत्यासुद्धा महावित्त अर्थसाहाय्य करते. परंतु, यात महावित्तचे अर्थसाहाय्य रुपये २४० लाखपर्यंत असते.

३) मुक्त परवाना अंतर्गत किंवा उद्योगाने आयात परवाना मिळविल्याच्या आधारावर यंत्रसामग्री आयात करण्यासाठी महावित्त कर्ज देते.

महावित्तच्या विविध कर्ज योजनांबाबत सविस्तर माहिती

१) सर्वसाधारण कर्ज योजना : ज्यांचे प्रकल्प तांत्रिक आणि आर्थिकदृष्ट्या वर्धनक्षम असतील अशा उद्योजकांना (जमीन, इमारत, यंत्रसामग्रीसाठी) महावित्त अर्थसाहाय्य देते. हे अर्थसाहाय्य या योजनेखालील लघु उद्योजकांना साडे बारा ते साडे बावीस टक्के निजधनावर/स्थलावर अवलंबून असते.

२) यंत्रसामग्री अर्थसाहाय्य : सतत चार वर्षे अस्तित्वात असलेल्यापैकी शेवटची सतत दोन वर्षे नफा मिळविणाऱ्या उद्योग घटकांना साडे बावीस टक्के निजधनावर महामंडळ अर्थसाहाय्य देते.

३) वैद्यकीय व्यावसायिकांसाठी अर्थसाहाय्य : व्यावसायिक पदवी/पदव्युत्तर अर्हता धारण करणारे डॉक्टर्स किंवा वैद्यकीय व्यावसायिकांना त्यांच्या व्यावसायिक उपयोगासाठी लागणाऱ्या अत्याधुनिक इलेक्ट्रोमेडिकल उपकरणे खरेदी करण्यासाठी साडे सतरा टक्के निजधनावर महावित्त अर्थसाहाय्य करते.

४) हॉस्पिटल/नर्सिंग होमसाठी अर्थसाहाय्य : किमान २० खाटांसाठी सोय असलेल्या हॉस्पिटलसाठी लागणाऱ्या जमीन खरेदी, इमारत, मेडिकल उपकरणे, फर्निचर, एअर कंडिशनर्स, ॲम्बुलन्स इ. साठी साडे सतरा ते साडे बावीस टक्के निजधनावर (स्थलांवर अवलंबून) महामंडळाकडून अर्थसाहाय्य मिळते. त्यासाठी एम. डी./एम. एस. सारख्या पदव्युत्तर अर्हता असणाऱ्या किमान एका पूर्ण वेळ तज्ज्ञ डॉक्टरची सेवा उपलब्ध असणे आवश्यक आहे. तसेच अल्प उत्पन्न गटातील किमान दहा टक्के अंतर्गत व वीस टक्के बाह्यरुग्णांना सवलतीच्या दराने वैद्यकीय सेवा पुरविणे आवश्यक आहे.

५) **लहान नर्सिंग होमसाठी अर्थसाहाय्य :** रोगनिदान व उपचार यांची सुविधा असलेल्या लहान हॉस्पिटलसाठी / नर्सिंग होमसाठी / पॉलिक्लिनिक यांना जमीन, इमारतबांधणी व उपकरणे खरेदी यासाठी साडे सतरा ते साडे बावीस टक्के निजधनावर (स्थलावर अवलंबून) महामंडळ कर्ज देते. तथापि, अशा उपक्रमाचा खर्च रु. ४५ लाखांपेक्षा अधिक नसावा व त्यात कमीत कमी दहा खाटांची सोय असणे आवश्यक आहे.

६) **माजी सैनिकांसाठी अर्थसाहाय्य :** भारत सरकारच्या संरक्षण मंत्रालयाने व्याख्या केल्याप्रमाणे आणि महासंचालक पुनर्वसन यांनी प्रायोजित केलेले माजी सैनिक तसेच सैनिकांच्या विधवा पत्नी व अपंग जवान यांना प्रकल्प खर्चाच्या १० टक्के निजधनावर ७५ टक्के मुदतीचे कर्ज व १५ टक्के बीज भांडवल (सवलतीच्या दराने) फक्त एकदा महावित्त अर्थसाहाय्य देते. यासाठी प्रकल्प खर्च रु.१५ लाखपेक्षा जास्त असू नये. वाहन खरेदीसाठीदेखील दोन वाहनांपुरते मर्यादित अर्थसाहाय्य मिळते.

७) **महिला उद्योजकांसाठी अर्थसाहाय्य :** महिला उद्योजकांनी उभारलेल्या आणि चालविलेल्या ग्रामोद्योग व कुटिरोद्योगांसह लघुउद्योग क्षेत्रातील सर्व उद्योगांना (यात महिला उद्योजकांचा हिस्सा किमान ५१ टक्के आवश्यक) प्रकल्प खर्चाच्या १२.५० टक्के (मागास जिल्ह्यात) निजधनांवर व इतर सर्व १५ टक्के निजधनांवर अर्थसाहाय्य उपलब्ध (संकल्पित अथवा अस्तित्वात असलेल्या).

८) **महिला उद्यम निधी योजना :** महिला उद्योजकांनी उभारलेल्या रु. १० लाखपर्यंत प्रकल्प खर्च असलेल्या उद्योगांना १० टक्के निजधनावर (प्रकल्प खर्चाच्या) अर्थसाहाय्य उपलब्ध. तसेच प्रकल्प खर्चाच्या २५ टक्के बीज भांडवल १% दराने उपलब्ध. राहिलेले ६५ टक्के कर्ज अस्तित्वात असलेल्या व्याज दराने उपलब्ध. या योजनेत अस्तित्वात असलेल्या लघुउद्योगांचा विकास तसेच आधुनिकीकरणासाठीही कर्ज दिले जाते.

९) **उपहारगृहासाठी अर्थसाहाय्य :** तीन वर्षे अनुभव असलेल्या अथवा मान्यताप्राप्त कॅटरिंग इन्स्टिट्यूट / कॉलेज / हॉटेल मॅनेजमेंट इन्स्टिट्यूट अशा संस्थांमधून अर्हता प्राप्त केलेल्या प्रवर्तकाला आधुनिक सुविधांनी युक्त उपहारगृहांसाठी जमीन, इमारती बांधकाम, व्यापारी जागेतील उपहारगृहासाठी मालकी हक्काची जागा, फर्निचर, इ. साठी साडे सतरा ते बावीस टक्के निजधनावर (स्थलाप्रमाणे) अर्थसाहाय्य उपलब्ध.

१०) **हॉटेल/उपहारगृहासाठी अर्थसाहाय्य :** हॉटेल तसेच उपहारगृहांसाठी साडे सतरा ते साडे बावीस टक्के निजधनावर (स्थलाप्रमाणे) वरील क्र. ९ योजनेप्रमाणे अर्थसाहाय्य उपलब्ध.

११) **पर्यटन संबंधित सुविधांसाठी :** मनोरंजन पार्क, सांस्कृतिक केंद्र, अधिवेशन केंद्र, उपहारगृह, पर्यटन सेवा, एजन्सी, इ.चा समावेश असलेला पर्यटनासंबंधी सुविधांची उभारणी व विकासासाठी प्रकल्पधारकांना, (स्थलांवर अवलंबून) साडे बारा ते साडे बावीस टक्के निजधनावर अर्थसाहाय्य उपलब्ध.

१२) **संयुक्त कर्ज साहाय्य :** पाच लाखांपेक्षा जास्त लोकसंख्या नसलेल्या गावात स्थानिक उपलब्ध मालावर उद्योग चालविणाऱ्या कारागीर आणि बलुतेदारांना उपकरणांच्या खरेदीसाठी/खेळत्या भांडवलासाठी रु. ५०,०००पर्यंत अर्थसाहाय्य उपलब्ध.

१३) **एक खिडकी योजना :** खेळत्या भांडवलासाठीची मार्जिनची (Margin) रक्कम वगळून रु. १०० लाखांपर्यंत प्रकल्प खर्च असलेल्या व कामकाजाच्या सर्व स्तरांसाठी खेळत्या भांडवलाची गरज असलेल्या नवीन छोट्या उद्योजकांना खेळत्या भांडवलासाठी अर्थसाहाय्य उपलब्ध (डीइआर २:१ ठेवून ह्या प्रमाणात).

१४) **राष्ट्रीय समभाग निधी :** मुंबई प्राधिकरण विभाग सोडून इतरत्र नवीन छोट्या उद्योग घटकांना (खेळत्या भांडवलासाठी निजधन रक्कम धरून एकूण प्रकल्प खर्च रु. १० लाखांपेक्षा अधिक नसलेल्या) प्रकल्प खर्चाच्या १० टक्के निजधनावर मुदतीचे कर्ज तसेच प्रकल्प खर्चाच्या २५ टक्के बीज भांडवल म्हणून १ टक्के

दराने व राहिलेले ६५% अर्थसाहाय्य. या योजनेत अस्तित्वात असलेल्या लघुउद्योगांचा विकास तसेच आधुनिकीकरणासाठीही कर्ज दिले जाते.

१५) **फिरते विक्री वाहन खरेदी करण्यासाठी अर्थसाहाय्य :** सहकारी सोसायट्या, ट्रस्ट यांसारख्या खादी व ग्रामोद्योग आयोगाने मान्यता दिलेल्या संस्थांना कुटिरोद्योग व ग्रामोद्योग यांच्या उत्पादनांचा साठा प्रदर्शन व विक्री यासाठीच वापरावयाचे; फिरते विक्री वाहन खरेदीसाठी प्रतिवाहन रु.३ लाखांपर्यंतचे (जास्तीत जास्त सहा वाहनांपर्यंत) मुदतीचे कर्ज २५ टक्के निजभांडवलावर उपलब्ध.

१६) **बाजारपेठ मिळवून देणाऱ्या उद्योजकांसाठी अर्थसाहाय्य :** फक्त लघु, कुटीरोद्योग व ग्रामोद्योग यांच्याच उत्पादनांना विक्री बाजारपेठ मिळवून देणारी नवीन विक्री केंद्रे तसेच अस्तित्वात असलेल्या विक्री केंद्राचे नूतनीकरण किंवा विस्तार करणाऱ्या रु.२५लाखपर्यंतचे प्रकल्प खर्च असलेल्या उद्योजकांना प्रकल्प खर्चाच्या २५ टक्के निजधनावर आधारित अर्थसाहाय्य उपलब्ध. मात्र, उद्योजकाने खरेदी केलेल्या मालाच्या किमतीच्या ५० टक्के रक्कम उद्योग घटकांस रोख देण्याचे मान्य केले पाहिजे.

१७) **सेवा उद्योगांना अर्थसाहाय्य :** पृथक्करण व चाचणी प्रयोगशाळा, ग्राहकोपयोगी वस्तूंची दुरुस्ती व देखभाल, पर्यटन निगडित सेवा, इ. साठी स्थलाप्रमाणे साडे बारा ते साडे बावीस टक्के निजधनावर अर्थसाहाय्य उपलब्ध.

१८) **अर्हताप्राप्त व्यावसायिकांसाठी अर्थसाहाय्य :** व्यवस्थापन, लेखापालन, औषधनिर्मिती, वास्तुशास्त्रीय, अभियांत्रिकी इ. क्षेत्रातील व्यवसाय/समंत्रक सेवा यांची पहिल्या वेळी उभारणी करणारे व्यावसायिक यांना त्यांच्या रु. १० लाखापर्यंतच्या प्रकल्प खर्चासाठी २५ टक्के निजधनावर मुदतीचे अर्थसाहाय्य. जमीन व इमारत यांचा खर्च एकूण खर्चाच्या ५० टक्के पेक्षा जास्त नसावा.

१९) **वाहतूक कर्ज :** किमान तीन वर्षांचे वाहन चालन प्रमाणपत्र धारण करणाऱ्या व्यक्तीस (स्वत: वाहन चालक असणे आवश्यक) ऑटोरिक्षा, ट्रक, पर्यटक टॅक्सी (सहा वाहनांपर्यंत ताफा चालक) ३० टक्के निजधनावर.

इतर योजना – महामंडळाने टेक्सटाइल अपग्रेडेशन फंड (टफ), टेक्नॉलॉजी डेव्हलपमेंट आणि अपग्रेडेशन योजना, सर्वंकष दर्जा व्यवस्थापन (आय. एस. ओ. ९०००) ह्या नवीन योजना सुरू केल्या आहेत. उद्योजकांनी महामंडळाच्या मुख्य किंवा विभागीय कार्यालयात ह्या योजनांची सविस्तर चौकशी करावी.

अर्थसाहाय्य मंजुरीसाठी लावण्यात येणारे निकष

अर्जाची छाननी करताना उद्योजकाची पार्श्वभूमी, क्षमता, अनुभव, तांत्रिक कुशलता तसेच कच्च्या मालाची उपलब्धता, मालाच्या विक्रीची अनिश्चितता, किफायतशीरपणा इत्यादींच्या संदर्भात प्रकल्पाची सुसाध्यता इ. बाबतीत काळजीपूर्वक विचार केला जातो. जे प्रकल्प राष्ट्रीय अग्रक्रमात मोडत असतील, मागास विभागात असतील, ज्या प्रकल्पातून जादा रोजगार निर्मिती होणार असेल, निर्यातक्षम संरक्षणाशी संबंधित किंवा जे प्रकल्प आयात पर्यायी मालाची निर्मिती करीत असतील त्यांना प्राधान्य दिले जाते. खुल्या आर्थिक धोरणांचा पुरस्कार करताना शासनाने उद्योग क्षेत्रावरचे बरेचसे प्रतिबंध काढून टाकले आहेत किंवा कमी केले आहेत. तरीही काही उद्योग शासनाच्या किंवा औद्योगिक बँकेच्या निम्न अग्रक्रम यादीत समाविष्ट असल्यास तसेच राज्य वित्तीय महामंडळे कायद्यानुसार पात्र नसलेले उद्योग आणि महावित्ताच्या स्वत:च्या निम्न अग्रक्रम यादीत असलेल्या उद्योगांना महामंडळ प्राधान्य देत नाही. म्हणून संभाव्य उद्योजकांनी संकल्पित उद्योग साहाय्यास पात्र असल्याची खात्री महामंडळाच्या संबंधित अधिकाऱ्याकडून आधीच करून घ्यावी.

कर्जासाठीच्या अर्जाचे प्रकार कोणते व ते कोठे उपलब्ध होतात याबद्दल माहिती

संभाव्य उद्योजकांनी महावित्तच्या कोणत्याही कार्यालयात उपलब्ध असलेल्या विहित नमुन्यांत महावित्तकडे अर्ज करावा. वाहतूक कर्ज योजना, दोन लक्ष रुपयांपर्यंतची कर्जे, दोन ते पंधरा लक्ष रुपयांपर्यंतची कर्जे, पंधरा लक्ष ते १०० लक्ष रुपयांवरील कर्जे आणि १०० लाख रुपयांच्या वर यासाठी वेगवेगळे अर्ज विहित केलेले आहेत. योग्य रीतीने भरलेले अर्ज विहित शाखा/विभागीय कार्यालयात सादर करावेत.

मुख्य कार्यालय तसेच विभागीय कार्यालयात तांत्रिक आणि मूल्यांकन समन्वय विभागाच्या अधिकाऱ्याकडून व शाखाधिकाऱ्याकडून अर्ज भरण्यासाठी मार्गदर्शन मिळू शकते.

अर्जाच्या छाननीसाठी लागणारा कालावधी

उद्योजकांनी अर्ज योग्य रीतीने भरावा व अर्ज सादर करते वेळी अर्जामध्ये निर्देशित केलेली माहिती योग्य त्या कागदपत्रांसह द्यावी. अर्जाची छाननी लवकर करणे महामंडळाला शक्य व्हावे म्हणून प्रकल्पाचे व्यवस्थापन, तांत्रिक सुसाध्यता, आर्थिक वर्धनक्षमता इ. बाबतची आवश्यक ती सर्व माहिती दिली गेली आहे याची उद्योजकांनी खातरजमा करून घ्यावी. वरीलपैकी बहुतेक मुद्दे ज्याबद्दल संपूर्ण माहिती देणे आवश्यक असते ते कर्जाच्या अर्जामध्ये आलेले असतात. अर्ज जर सर्व दृष्टीने पूर्ण असेल तर नोंदणी केल्यापासून साधारणपणे ३ महिन्यांत कर्ज मंजूर करणे महामंडळास शक्य होते. २५ लक्ष रुपयांपर्यंतच्या अर्जावर २ महिन्यांच्या आत व २५ लक्ष रुपयांवरील अर्जावर ३ ते ४ महिन्यांत निर्णय देण्याची महामंडळामार्फत कार्यवाही होते.

कर्ज मंजूर करणाऱ्या अधिकाऱ्यांच्या मर्यादा

पुढील अधिकाऱ्यांना महावित्तने कर्ज मंजुरीचे अधिकार प्रदान केले आहेत

१)	विभागीय अधिकारी	रु. २५ लाखांपर्यंत
२)	महाव्यवस्थापक समिती	रु. ५० लाखांपर्यंत
३)	व्यवस्थापकीय संचालक	रु. ७५ लाखांपर्यंत
४)	कार्यकारी समिती	रु. १२५ लाखांपर्यंत
५)	संचालक मंडळ	रु. १२५ लाखांपेक्षा जास्त

महावित्तने आपल्या कार्याचे विकेंद्रीकरण केलेले आहे. आता लघुउद्योजकांना महावित्तकडून कर्ज मिळविण्यात काही अडचणी आल्यास मुंबई येथील मुख्य कार्यालयात येण्याची जरुरी नाही. पूर्ण भरलेल्या अर्जाची प्राथमिक छाननी करताना विलंब होऊ नये म्हणून महामंडळाने जिल्हा स्तरांवर (जिल्ह्यांसाठी) विभागीय स्तरावर, तसेच मुख्य कार्यालय स्तरांवर, छाननी समित्या ठरविल्या असून त्या समित्या आलेल्या अर्जाची प्राथमिक तपासणी, त्या प्रकल्पांची योग्यता तसेच महामंडळ त्या प्रकल्पासाठी कर्ज देऊ शकेल काय इ. बाबत उद्योजकास बोलावून खातरजमा करतात आणि प्रकल्प कर्ज देण्यास योग्य असला तरच, मग त्या अर्जांची नोंदणी केली जाते. अशा समित्यात महामंडळाचे संबंधित अधिकारी, बँकेचे अधिकारी, जिल्हा उद्योगकेंद्राचे अधिकारी, महाराष्ट्र लघुउद्योग विकास महामंडळाचे अधिकारी यांचा समावेश आहे. ही रचना जिल्हा स्तरांवर आणि विभागीय कार्यालय स्तरांपुरती असून मुख्य कार्यालयातील छाननी समितीत महामंडळाचे अधिकारी (प्रकल्पासाठी संबंधित सर्व जसे कायदा, मूल्यांकन, तांत्रिक, पुनर्वसन, अर्थतज्ज्ञ इ.) असतात. महावित्तचे शाखाधिकारी २५ लाख रुपयांपर्यंतच्या अर्जांची छाननी करू शकतात; तर विभागीय अधिकारी ७५ लाख रुपयांपर्यंतच्या अर्जांची छाननी करतात आणि ७५ लाख

रुपयांपेक्षा जास्त असलेल्या अर्जांची छाननी मुख्य कार्यालयात होते. विभागीय अधिकाऱ्यांना एकावेळी ५० लाख रुपयांपर्यंत कर्ज वितरण करण्याचे अधिकार (मुख्य कार्यालयाच्या पूर्व निर्देशाशिवाय) आहेत. तर, ५० लाखांवरील कर्ज वितरणसुद्धा मुख्य कार्यालयाच्या पूर्व संमतीनंतर विभागीय अधिकारी करू शकतात. अशा तऱ्हेने अर्जाची छाननी, कर्जमंजुरी, कर्जवितरण, मंजुरी, उत्तर पाठपुरावा, कर्ज खात्याचे हिशेब, देय रकमेची वसुली इ. प्रकारच्या महत्त्वाच्या कामांचे विकेंद्रीकरण करण्यात आले असून ही कामे विभागीय कार्यालयाच्या पातळीवरही होऊ शकतात.

कर्ज प्रस्तावातील महत्त्वाच्या बाबी आणि अटी

अ) प्रवर्तकाचा सहभाग : औद्योगिक विकास बँकेने व लघुउद्योग विकास बँकेने घालून दिलेल्या प्रमाणकाप्रमाणे उद्योजकाने प्रकल्पातील प्रवर्तकाचा सहभाग भांडवलाच्या स्वरूपात त्या त्या विशिष्ट योजनेप्रमाणे आणणे आवश्यक आहे. प्रवर्तकाच्या सहभागाचे प्रमाण ठरविताना प्रवर्तकाने आणलेले इक्विटी भांडवल तसेच संस्थांनी दिलेले बीज भांडवल विचारात घेतले जाते.

ब) डेट इक्विटी रेषो (DER) : कर्जाच्या १० लाख रुपये रकमेपर्यंत डी. ई. आर. ३:१ व इतर सर्व प्रकारच्या लघुउद्योगांसाठी डी.ई.आर. २:१/१.५:१ ठेवण्यावर भर देण्यात येतो. तर मध्यम उद्योगांसाठी प्रकल्पाच्या तांत्रिक आणि आर्थिक निष्कर्षाप्रमाणे आणि व्यवस्थापन क्षमतेप्रमाणे ठरविला जातो. डी.ई.आर. काढण्यासाठी भाग भांडवल, मुक्त राखीव निधी, केंद्रीय अनुदान, राज्य सरकारचे प्रोत्साहन अनुदान आणि बीज भांडवल 'इक्विटी'मध्ये तर डीफर्ड पेमेंट्स, असुरक्षित कर्जे, मुदतबंद ठेवी, मुदत कर्जे 'डेट'मध्ये अंतर्भूत केली जातात.

क) मार्जिन (Margin) : लघुउद्योगांना प्रतिभूतीवर साधारणत: २५ टक्के ते ४० टक्के मार्जिनवर कर्ज दिले जाते. लघुउद्योगाची व्याख्या संयंत्र व यंत्रसामग्रीमध्ये १०० लक्ष रुपयांपर्यंत गुंतवणूक असलेले उद्योग अशी केली आहे. परंतु, योग्य अशा प्रकरणांमध्ये प्रकल्पाच्या गुणवत्तेवर आधारित मार्जिन मर्यादा कमी केली जाऊ शकते. वेगवेगळ्या कर्जयोजनेप्रमाणे मार्जिन मर्यादा त्या त्या योजनेनुसार ठरविली जाते.

ड) कर्जासाठी प्रतिभूती (तारण) : अस्तित्वात असलेल्या तसेच महावित्तच्या अर्थसाहाय्याने संपादन करणार असलेल्या स्थावर मालमत्तेच्या प्रतिभूतीवर (तारणावर) कर्ज दिले जाते. त्या व्यतिरिक्त अधिकवर म्हणून जास्तीची (Collateral Security) मालमत्ता (स्थावर अथवा अस्थावर) तारण म्हणून महामंडळास द्यावी लागते. परंतु, तशी देण्यासाठी उद्योजकाकडे नसल्यास योग्यतेप्रमाणे त्यांना शिथिलता देण्यात येते. स्थावर मालमत्तेच्या प्रतिभूतीशिवाय प्रवर्तकाच्या/संचालकाच्या/प्रमुख भागधारकांच्या वैयक्तिक हमीचाही आग्रह धरण्यात येतो. वाहतूक आणि इतर कर्जासाठी त्रयस्थ व्यक्तीच्या हमीचीही अट घालण्यात येते.

कर्ज फेडीचा कालावधी किती असतो व कर्ज वितरण कसे होते याबाबत माहिती

सुरुवातीच्या १ ते २ वर्षांच्या विलंबावधीसह कर्जफेडीचा कालावधी सात ते आठ वर्षांचा असतो. परतफेडीचा कालावधी हा नफ्याचा अंदाज आणि पैशांची जमा यावर आधारित असतो. कर्जाची परतफेड सहामाही पद्धतीने करावयाची असते व कर्जफेडीचा पहिला हप्ता कर्ज वितरणाचा पहिला हप्ता मिळाल्यापासून पहिल्या वर्षाच्या अथवा दुसऱ्या वर्षाच्या शेवटी सुरू होतो. वाहतूक कर्जे तसेच बीज भांडवल यांच्यासाठी परतफेडीचे स्वतंत्र वेळापत्रक असते. कर्जावरील व्याज मात्र दर तीन महिन्यांनी भरावे लागते. एका वर्षात चार वेळा व्याजाचे हप्ते १५ फेब्रुवारी, १५ मे, १६ ऑगस्ट व १५ नोव्हेंबर रोजी भरणा करावे लागतात.

सक्षम मंजुरी अधिकाऱ्याकडून कर्ज मंजूर झाल्यावर मंजुरीपत्र देण्यात येते. ज्या अटी आणि शर्तीवर कर्ज

मंजूर करण्यात येते, त्या अटी आणि शर्तींना अर्जदाराने १५ दिवसांच्या अवधीत बिनशर्त मान्यता देणे आवश्यक असते. त्यानंतर अर्जदाराने महामंडळाच्या विधी विभागाशी संपर्क साधून हक्क शोध, गहाणखत/तारणखत/वैयक्तिक हमी इ. बाबतच्या वैयक्तिक औपचारिकता पूर्ण करणे आवश्यक आहे. त्याप्रमाणे गहाणखताची नोंदणी करण्यासाठी प्राप्तिकर कायद्याच्या कलम २३०-अ अन्वये प्राप्तिकर निपटारा प्रमाणपत्र आणणे आवश्यक आहे. सर्व वैधानिक औपचारिकता पूर्ण केल्यावर आणि कर्ज वितरणांशी संबंधित सर्व अटींचे पालन केल्यावर अर्जदाराने संपादन केलेल्या स्थावर मालमत्तेच्या आणि अधिकृत लेखा-परीक्षकांच्या प्रमाणपत्रावर किंवा मूल्यांकन अहवालावर चढत्या क्रमाने कर्ज वितरण केले जाते.

महावित्त आकारित असलेल्या व्याजदराबाबत थोडक्यात माहिती

महामंडळ सध्या (२२ सप्टेंबर २००० पासून) आकारित असलेले व्याजदर खालीलप्रमाणे आहे. परंतु, त्यात वेळोवेळी बदल होणे संभवते.

मुदत कर्ज

१)	भारतीय लघुउद्योग विकास बँकेकडून पुनर्वित्तास पात्र असलेली कर्जे (सीडबी)	
	अ) रु. २ लाख पर्यंतची कर्जे	१३.५०%
	ब) रु. २.०० लाखाहून जास्त	१५% ते १५.५०%
	क) टी.डी.एम.एस./ आय.एस.ओ. ९००० प्रकल्पांसाठी	१३%
२)	भारतीय औद्योगिक बँकेकडून	
	– पुनर्वित्तास पात्र असलेली कर्जे	१६% ते १६.५०%
	– पुनर्वित्तास पात्र नसलेली सर्व कर्जे (मुदतीची)	१७.५०%

१) कसूर रकमेवर कसूर कालावधीसाठी २ टक्के दराने दंडात्मक व्याज आकारणी केली जाईल.

२) व्याजाचा भरणा तिमाही पद्धतीने १५ फेब्रुवारी, १५ मे, १६ ऑगस्ट आणि १५ नोव्हेंबर रोजी करावा लागतो.

टीप : राज्य वित्तीय महामंडळे १९५१च्या कायद्यामध्ये १२ सप्टेंबर २००० पासून घटनात्मक बदल करण्यात आले आहेत. त्याप्रमाणे मुदत कर्ज मंजुरीची जास्तीत जास्त रक्कम ५ कोटी रुपये ही कंपनी, सहकारी सोसायटी व नोंदणीकृत ट्रस्ट उद्योगांसाठी व २ कोटी रुपये मालकी व भागीदारीसाठी आहे.

खालील नवीन उद्योग/व्यवसाय कर्जासाठी पात्र ठरविण्यात आले आहेत.

१) बांधकाम व्यवसाय, २) व्यापारी संकुलाची स्थापना, कम्युनिटी सेंटर, कॉन्फरन्स हॉल वगैरे, ३) फ्लोरीकल्चर, ४) सिडबीच्या परवानगीनुसार इतर उद्योग व्यवसाय.

तक्ता क्र. ४. १ : महाराष्ट्र राज्य वित्तीय महामंडळाकडून वित्तीय साहाय्य

(कोटी रुपये)

	१९८०-८१	१९९०-९१	२०००-०१	२००३-०४
कर्जमंजुरी	३७०	१,८६०	२,८००	१,१३०
कर्जवितरण	२५०	१,२७०	२,०००	८६०

सध्या देशभरात २८ राज्य वित्तीय महामंडळे आहेत.

संपर्कासाठी पत्ता –
Maharashtra State Financial Corporation (MSFC)
S. P. College Compound, Above Post Office, Tilak Road,
Pune - 411030. Tel.: 020-24331145/24331989
E-mail : msfcpro@vsnl.net.in

व्यापारी बँका – मुदती कर्जे आणि खेळते भांडवल कर्ज (Commercial Banks - Term Loan and Working Capital Loan)

व्यापारी बँका या केवळ उद्योजकाच्या व्यवसायासाठी वित्त पुरवठा करण्यापुरतीच कार्ये करीत नसून त्यांच्या विकासासाठी आणि प्रगतीसाठी पुरेसे लक्ष देत आहेत. व्यापारी बँका उद्योजकांच्या वित्तीय गरजांनुसार त्यांच्या प्रकल्पासाठी वित्तपुरवठा करतात. हा वित्तपुरवठा मुदती कर्ज किंवा खेळते भांडवल ह्या स्वरूपात असू शकतो.

व्यापारी बँकांनी मुदती कर्ज द्यावे, यासाठी प्रोत्साहन देण्याच्या दृष्टीने १९५८मध्ये एक औपचारिक योजना अंमलात आणून त्याद्वारे, जून १९५८मध्ये सुरू केलेल्या रिफायनान्स कॉर्पोरेशन ऑफ इंडिया लिमिटेडच्या माध्यमातून, व्यापारी बँकांनी मंजूर केलेल्या मुदती कर्जासाठी पुनर्वित्त पुरवठा सुविधा उपलब्ध करून देण्यात आली. १ सप्टेंबर, १९६४ पासून रिफायनान्स कॉर्पोरेशन ऑफ इंडिया लिमिटेड भारतीय औद्योगिक विकास बँकेत विलीन करण्यात आले.

राष्ट्रीयकृत बँकांकडे विविध प्रकारच्या योजना आहेत. लघुउद्योगांना दिली जाणारी कर्जे ही अग्रहक्काच्या यादीत मोडतात. बँकांकडे असलेल्या पतपुरवठ्यापैकी किती रक्कम अग्रहक्काने दिली जावी ह्यावर रिझर्व्ह बँकेचे बंधन व देखरेख असते. यंत्रसामग्री खरेदीसाठी, जागा खरेदीसाठी, रस्ता बांधणीसाठी बँकांकडून मध्यम मुदतीची कर्जे दिली जातात. ही कर्जे प्रकल्प खर्चाच्या ६० ते ७५ टक्के इतकी असतात. त्याची परतफेड ५ ते १० वर्षांत करावयाची असते. कर्ज दिल्यापासून उत्पादन सुरू व्हावयाच्या काळात कर्जाची फेड करण्यात सूट दिली जाते. ही सूट व त्याची मुदत प्रत्येक प्रकल्पानुसार ठरविली जाते. व्याजाचा दर हा रिझर्व्ह बँकेकडून दिलेल्या सूत्रानुसार ठरविला जातो. स्थिर भांडवली गुंतवणुकीसाठी 'महावित्त' कडून आर्थिक मदत होते. तर खेळत्या भांडवलासाठी राष्ट्रीयकृत बँकांकडे जावे लागते. सर्वसाधारणपणे महावित्तने मंजूर केलेला प्रकल्प अहवाल, राष्ट्रीयकृत बँकांनाही मान्य होतो. खेळते भांडवल राष्ट्रीयकृत बँक देण्यास तयार आहे अशी ग्वाही दिल्यानंतरच महावित्त कर्ज अदा करते. राष्ट्रीयीकृत बँकांकडून पुढील प्रकारे खेळते भांडवल मिळू शकते – १) कच्च्या मालाचा पुरवठा करणाऱ्यांना आगाऊ रक्कम. २) कच्चा माल खरेदीसाठी पत पुरवठ्याबाबत लघुउद्योगांना हमीपत्रे. ३) कॅश क्रेडिट, ४) बँकेच्या ताब्यात कच्चा माल अथवा तयार माल ठेवून त्यावर उचल. ५) क्लीन अॅडव्हान्स, ६) बिल डिस्काऊंटिंग.

अनुसूचित व्यापारी बँकांमध्ये स्टेट बँक ऑफ इंडिया आणि तिच्या सहयोगी बँका, राष्ट्रीयीकृत बँका, खासगी क्षेत्रातील बँका, प्रादेशिक ग्रामीण बँका आणि परकीय बँका यांचा समावेश होतो. फार मोठ्या कालावधीसाठी, लघुउद्योगांच्या कमकुवत आर्थिक पायामुळे त्यांना वित्तीय साहाय्य करण्यासाठी व्यापारी बँकांनी पुढाकार घेतला नाही. ह्या संदर्भात स्टेट बँक ऑफ इंडियाने, रिझर्व्ह बँक ऑफ इंडियाच्या सल्ल्याने, मार्च १९५६मध्ये, लघुउद्योगांना पतपुरवठा करण्याची प्राथमिक योजना सुरू केली. सुरुवातीस ही योजना स्टेट बँक ऑफ इंडियाच्या केवळ ९

शाखांपुरतीच मर्यादित होती, नंतर मात्र ही योजना सर्व शाखांसाठी लागू करण्यात आली. जुलै १९६९ नंतर बँकांच्या राष्ट्रीयीकरणानंतरच व्यापारी बँकांनी लघुउद्योगांना वित्तपुरवठा करण्यास मोठ्या प्रमाणावर सुरुवात केली. सर्वसामान्यपणे, व्यापारी बँका लघुउद्योगांना खेळत्या भांडवलासाठी वित्तपुरवठा करतात. त्याचबरोबर मुदती कर्जासाठीसुद्धा वित्त पुरवठा करतात. व्यापारी बँका उद्योगांना देत असलेल्या कर्जांपैकी सुमारे ३०% कर्जपुरवठा लघुउद्योगांना केला जातो. लघुउद्योगांना होणाऱ्या वित्तपुरवठ्याचे एक खास वैशिष्ट्य म्हणजे 'अग्रणी बँक योजना' (Lead Bank Scheme). ह्या योजनेखाली, प्रत्येक जिल्ह्याला एक अनुसूचित व्यापारी बँक नियुक्त करण्यात आली आहे. ह्या बँका विस्तृत प्रमाणावरील बँकिंग सुविधा उपलब्ध करून देतात.

लघुउद्योगांना व्यापारी बँकांमार्फत केल्या जाणाऱ्या वित्त पुरवठ्याच्या क्षेत्राला 'पत हमी योजना' (Credit Guarantee Scheme) उत्तेजक ठरली. प्रारंभी सदर योजना प्रायोगिक तत्त्वावर २२ जिल्ह्यातून अंमलात आणण्यात आली. नंतर ही योजना संपूर्ण राष्ट्रभर आणण्यात आली. रिझर्व्ह बँक ऑफ इंडियाने श्री. पी. आर. नायक यांच्या अध्यक्षतेखाली एक समिती नेमून लघुउद्योगांच्या पतपुरवठ्याच्या पुरेशा उपलब्धतेवर पाहणी करण्यास सांगितले. ह्या समितीच्या शिफारशीवरून, रिझर्व्ह बँक ऑफ इंडियाने लघुउद्योगांना करावयाच्या पतपुरवठ्याच्या अनुषंगाने एक विशेष योजना सुरू केली आणि अशी शिफारस केली की, बँकांनी लघुउद्योगांना होत असलेल्या पत पुरवठ्यात वाढ व्हावी आणि लघुउद्योग क्षेत्रातील समस्यांकडे विशेष लक्ष द्यावे. परकीय बँकांना पतपुरवठा करण्यास दिलेला परवाना, भारतीय लघुउद्योग विकास बँक (SIDBI)चे कार्य यांच्या माध्यमातून लघुउद्योगांना होणाऱ्या पतपुरवठ्यात सुधारणा झाली.

लघु उद्योजकांना अर्थसाहाय्य करणाऱ्या विविध संस्था राष्ट्रीय आणि राज्य स्तरावर कार्यरत आहेत. यामध्ये खालील शिखर बँकांचा समावेश होतो –

आयसीआयसीआय (ICICI)
आयडीबीआय (IDBI)
आयएफसीआय (IFCI)

तसेच नाबार्ड (NABARD)चा समावेश यामध्ये होतो. ह्याव्यतिरिक्त सिडबी (SIDBI) ही विशेषत: लघुउद्योगांच्या विकास आणि वाढीसाठी कार्यरत आहे. (सिडबीबद्दल सविस्तर माहिती स्वतंत्रपणे दिलेली आहे.) स्टेट बँक ऑफ इंडिया आणि तिच्या सहयोगी बँका आणि अन्य १९ राष्ट्रीयीकृत बँका लघुउद्योजकांसाठी विविध कर्ज योजना अंमलात आणतात. तसेच विविध राज्यांमधील वित्तीय महामंडळे आणि औद्योगिक व गुंतवणूक महामंडळदेखील सिडबीकडून पुनर्वित (Refinance) घेऊन लघुउद्योगांसाठी कर्ज योजना अंमलात आणतात. उदा. महाराष्ट्र राज्यात महाराष्ट्र राज्य वित्तीय महामंडळ (MSFC) आणि महाराष्ट्र राज्य औद्योगिक आणि गुंतवणूक महामंडळ (सिकॉम - SICOM) ह्या वित्तीय संस्था आहेत. राज्यातील सहकारी आणि ग्रामीण बँकादेखील उद्योगांना कर्ज देतात. या सर्व संस्थांना सिडबीकडून पुनर्वित्त मिळते.

तक्ता क्र. ४.२ : राष्ट्रीयीकृत बँकांच्या उद्योगांसाठी पुढील योजना आहेत

कर्ज कोणासाठी?	कर्ज कशासाठी मिळते?
१) नवीन आणि चालू उद्योग	उभारणी, आधुनिकीकरण, फेरबदल, विस्तार इ. अ) मशिनरी आणि स्थिर मालमत्ता खरेदी – दीर्घ मुदतीचे कर्ज

कर्ज कोणासाठी?	कर्ज कशासाठी मिळते?
	ब) व्यवसायातील चालू खर्चासाठी - खेळते भांडवल क) सिडबीच्या सर्व अर्थसाहाय्य योजनांतर्गत कर्ज ड) लेटर ऑफ क्रेडिट इ.
२) मालकीची शेतजमीन असणारे शेतकरी	अ) शेतीसाठी लागणारे अल्प मुदतीचे कर्ज ब) शेतीला लागणाऱ्या अवजारांची देखभाल
३) ठरावीक अटी पूर्ण करणारे, निर्यात सवलतीच्या व्याजदरातील करणारे उद्योग	प्री-शिपमेंट आणि पोस्ट-शिपमेंट क्रेडिट सवलतीच्या व्याजदरातील
४) शेतकरी	ट्रॅक्टर, पॉवर टिलर, कापणी आणि मळणी यंत्र इ. खरेदी करण्यासाठी
५) शेतकरी, शेत मजूर	पशुखरेदी आणि पशुसंवर्धन तसेच या व्यवसायासाठी लागणारी मशिनरी खरेदी व खेळत्या भांडवलासाठी
६) पाण्याची उपलब्धता असणारे शेतकरी	विविध फळांच्या लागवड व उत्पादनासाठी
७) कृषी पदवीधर	ॲग्री क्लिनिक्स (Agri Clinics) उभारण्यासाठी
८) छोटे शेतकरी	शेतजमीन खरेदी करण्यासाठी
९) प्रगतशील शेतकरी	हायटेक प्रकल्पांसाठी
१०) स्वत:च्या मालकीची शेतजमीन असणारे शेतकरी	नवीन विहीर खणणे, ऑईल इंजिन, मोटर, पंप, बोअरवेल इ. ची खरेदी
११) अर्हताप्राप्त व्यावसायिक आणि स्वयंरोजगार करणाऱ्या व्यक्ती (उदाहरणार्थ : डॉक्टर्स, वकील, चार्टर्ड अकाउंटंट, आर्किटेक्ट, व्यवस्थापन सल्लागार इ.)	लागणाऱ्या जागा, उपकरणांच्या खरेदी/देखभाल आणि खेळते भांडवल
१२) नवीन उद्योग उभारणी	जोखीम/साहस भांडवल (Venture Capital)

वरील सर्व योजनांच्या अद्ययावत आणि सखोल माहितीसाठी उद्योजकाने जवळील राष्ट्रीयीकृत बँकेशी संपर्क साधावा. बँकेकडून कर्ज घेण्यासाठी उद्योजकाने बँकेकडे अर्ज करावा लागेल. या अर्जासोबत सर्वसाधारणपणे पुढील कागदपत्रे जोडावी लागतात.

अ) संपूर्ण भरलेला अर्ज, ब) प्रकल्प अहवाल, क) संचालक/भागीदारांच्या उत्पन्न कर आकारणीची प्रमाणपत्रे, ड) जागा/इमारतीचे ताबा पत्र, इ) आर्किटेक्टने दिलेली बांधकाम खर्चाची निविदा, ई) भागीदार करार/मेमोॲन्डम ॲन्ड आर्टिकल्स ऑफ असोसिएशन ऑफ कंपनी, फ) मशिनरीच्या निविदा.

उद्योजकाने दिलेल्या अर्जाच्या छाननीनंतर बँक कर्जाच्या मंजुरीचे अथवा नकाराचे पत्र देते. मंजुरीचे पत्र मिळाल्यानंतर उद्योजकाने बँकेस त्यांनी दिलेल्या अटी मान्य असल्याचे लेखी पत्र द्यावे लागते. यानंतर उद्योग उभारणीच्या प्रगतीप्रमाणे बँक टप्प्याटप्प्याने कर्जाचे वाटप करते.

१) यंत्रसामग्रीची किंमत ७.५ लाख रुपयांपेक्षा जास्त नसावी.
२) इसारा/बयाणा रक्कम – यंत्रसामग्रीच्या किमतीच्या ५ ते १०%
३) व्याजदर – ९%
४) प्रशासकीय शुल्क – यंत्रसामग्रीच्या किमतीच्या २%
५) परतफेड कालावधी – ७ वर्षे
६) मोरॅटोरियम (पहिला हप्ता भरण्याची वेळ) – १ वर्ष

लघुउद्योगांना लागणारी यंत्रसामग्री – उद्योजक जर एकर कमी किंमत देऊन खरेदी करू शकत नसेल तर ही यंत्रसामग्री राष्ट्रीय लघुउद्योग विकास मंडळ या संस्थेमार्फत भाडे करारावर मिळू शकते.

व्यापारी बँका 'सामाजिक बँकिंग' (Social Banking) क्षेत्रातही कार्य करीत आहेत. ह्या अंतर्गत विविध योजना अमलात आणल्या जातात. त्यांपैकी निवडक योजना खालीलप्रमाणे–

अ) सुशिक्षित बेरोजगारांसाठी असलेली पंतप्रधान रोजगार योजना
ब) शहरी सूक्ष्म उद्योगांसाठी योजना
क) अल्पसंख्याक जमातींसाठी बँक कर्ज

व्यापारी बँकांची प्रगती खालील तक्त्यावरून लक्षात येते–

तक्ता क्र. ४.३ : शेड्युल्ड व्यापारी बँकांचा निव्वळ नफा

(कोटी रुपये)

अभिप्राय प्राप्त बँका	१९९१–९२	१९९५–९६	२००७–०८	२०१०–११	२०११–१२	२०१२–१३
स्टेट बँक समूह (८)	२४४	७९३	९,००६	११,८६३	१५,३३४	१७,७८३
राष्ट्रीयकृत बँका (१९)	५५९	–१,१६०	१६,८५६	३३,०३७	३४,१८०	३२,७९९
खासगी क्षेत्र बँका (३०)	७७	५५७	९,६२२	१७,७१३	२२,७१८	२८,९९५
परकीय बँका (४०)	३२०	७४९	६,६१२	७,७१९	९,४२६	११,५८८

महिला उद्योजकांसाठी कर्ज योजना (Loan Schemes for Women Entrepreneurs)

महिला उद्योजकांसाठी अडचणीचा ठरणारा भाग म्हणजे त्यांना उद्योग–व्यवसायासाठी आवश्यक असलेले भांडवल उभारणे होय. महिला उद्योजकांना स्वत:चा उद्योग–व्यवसाय सुरू करून स्वत:च्या पायावर उभे राहता

यावे यासाठी विविध कर्ज योजना/आर्थिक साहाय्याच्या योजना अंमलात आणल्या जातात. त्यांपैकी निवडक योजनांची माहिती खालील परिच्छेदातून दिलेली आहे.

१) **महिला उद्यम निधी योजना (Mahila Udyam Nidhi Scheme - MUN)**

उद्देश : भागभांडवल तफावत भरून काढण्यासाठी.

पात्रता : १) महिलांनी नव्याने सुरू केलेले लघुतम (टायनी)/ लघुउद्योग आणि आर्थिक मदत केल्यास व्यवहार्य होऊ शकणारे आजारी उद्योग.

२) महिलांनी चालू केलेल्या टायनी/लघुउद्योगांचे आधुनिकीकरण, विस्तार, तंत्रज्ञान, उत्थापन इ. साठी

अटी : ही योजना राज्य वित्तीय महामंडळे, राष्ट्रीयीकृत बँका आणि निवडक सहकारी बँकांमार्फत चालविली जाते.

प्रकल्पखर्चाची मर्यादा : रु.१० लाखांपर्यंत

सवलतीच्या दरातील कर्जाची मर्यादा : प्रकल्प खर्चाच्या २५%

किंवा जास्तीत जास्त रु.२.५० लाख : प्रत्येक प्रकल्पासाठी सेवाशुल्क १% दरसाल (सवलतीच्या दरातील कर्जावर)

२) **महिलांसाठी बाजारपेठ निधी (Marketing Fund for Women)**

महिला उद्योजकांनी आणि महिलांच्या संस्थांनी बनविलेल्या वस्तूंसाठी बाजारपेठ मिळवून देण्याचे प्रयत्न करणाऱ्या महिलांना आणि संस्थांना इंटरनेट, जाहिरात, बाजारपेठ पाहणी इ. प्रकारच्या सेवा उपलब्ध करून देण्यासाठी हा निधी दिला जातो.

३) **महिला नागरी सहकारी बँका**

महिलांच्या अडचणी जाणून घेऊन गरजू निराधार महिलांना स्वत:चा उद्योग व्यवसाय सुरू करण्यासाठी आर्थिक मदत करण्याच्या उद्देशाने महाराष्ट्रात महिला नागरी सहकारी बँकेची स्थापना झाली. संपूर्ण भारतात महिलांनी महिलांसाठी चालविलेल्या महिला बँका स्थापन करून यशस्वीरीत्या चालू ठेवण्याचा प्रथम प्रयत्न महाराष्ट्रातच झाला.

४) **महिला उद्योजकांसाठी 'स्त्री शक्ती योजना'**

महिलांमध्ये उद्योजकता विकास व्हावा या हेतूने १९ नोव्हेंबर, १९८८ पासून स्टेट बँक ऑफ इंडियाने 'स्त्री शक्ती योजना' चालू केली आहे. ह्या योजनेअंतर्गत ज्या महिला उद्योजक आपला स्वत:चा उद्योग स्थापन करू इच्छितात, त्यांच्यासाठी वित्तपुरवठा करण्यात येतो. मार्जिन मनी आणि व्याजदर यांच्यात विशेष सवलत देण्यात येते. तसेच महिला उद्योजकांना प्रशिक्षण देण्याची व्यवस्था आहे.

५) **बँक ऑफ महाराष्ट्राची योजना**

महिलांनी लघुउद्योग स्थापन करावे म्हणून बँक ऑफ महाराष्ट्रानेसुद्धा महिला उद्योजकांसाठी योजना चालू केलेली आहे. महिलांनी लघुउद्योग किंवा सेवा व्यवसाय चालू करावा हे ह्या योजनेचे उद्दिष्ट आहे. महिलांची गुंतवणूक किमान ५१% असावी, अशी अट पात्रतेसाठी घालण्यात आली आहे. तसेच किमान ५०% महिला असाव्यात. प्रशिक्षण, प्रकल्प अहवाल तयार करणे यासाठी १० हजार रुपयांपर्यंत अर्थसाहाय्य दिले जाते.

अनेक राष्ट्रीयकृत बँका महिला उद्योजकांसाठी योजना राबवतात. त्यानुसार इतरांपेक्षा १/२ टक्का व्याजदर

कमी आकारला जातो. उद्योजकता विकासाला प्रोत्साहन मिळावे म्हणून उद्योजकता पारितोषिके विविध खासगी स्वयंसेवी संस्था, शासन, इत्यादींमार्फत देण्यात येतात. महिलांनी त्यांचा लाभ घेऊन आपले योगदान अर्थव्यवस्थेत द्यावे हीच त्यामागील अपेक्षा आहे.

मुदती कर्जाचे मूल्यमापन (Appraisal of Term Loans)

मुदती कर्जाच्या मूल्यमापनाच्या ढोबळमानाने चार बाजू आहेत त्या अशा - १) वित्तीय संभाव्यता, २) तांत्रिक संभाव्यता, ३) आर्थिक संभाव्यता आणि ४) व्यवस्थापन क्षमता.

१) वित्तीय संभाव्यता (Financial Feasibility)

प्रकल्प प्रस्तावासोबत खालील संदर्भात सादर केलेली विवरणपत्रे बँकेकडून तपासली जातात–

अ) प्रकल्पाचा खर्च, ब) उत्पादनाचा खर्च आणि लाभप्रदता, क) कर्ज चालू असण्याच्या मुदतीतील रोकड प्रवाह अंदाज (निधी स्रोत आणि वापर), आणि ड) कर्ज चालू असण्याच्या मुदतीतील प्रत्येक आर्थिक वर्षअखेरीचा प्रारूप ताळेबंद (Proforma Balance-Sheets).

अ) प्रकल्पाचा खर्च : या खर्चात प्रकल्प सुरू करण्यासाठी लागणारा खर्च आणि प्रकल्प चालविण्यासाठी लागणारा खर्च यासाठी लागणाऱ्या पैशांचा समावेश होतो. उत्पादनाच्या अंदाजित पातळीपर्यंत पोहोचण्यासाठी विलंब झाल्याने होणाऱ्या अंदाजे रोकड नुकसानीचा विचार यात केलेला असतो. संपूर्ण प्रकल्पाच्या वित्तपुरवठ्याचा स्रोत याचाही विचार यात केलेला असतो. संपूर्ण प्रकल्पाच्या वित्तपुरवठ्याचा स्रोत याचाही विचार बँक करते. या संदर्भात बँक कर्ज - सामान्य भागभांडवल गुणोत्तर (Debt-Equity Ratio) विचारात घेते. जर एकूण कर्ज स्वत:च्या भांडवलाच्या प्रमाणाबाहेर असतील तर बँकेच्या दृष्टिकोनातून व्यवसाय कर्जाऊ भांडवलावरच चालविता येतो आणि धनकोच्या व्यवसायातील हिस्सा मोठा आहे. ठरावीक वर्षांत कर्ज - सामान्य भाग भांडवल गुणोत्तर उतरावे अशी व्यापारी बँकेची अपेक्षा असते. कारण त्यातून त्या व्यवसायाचे आर्थिक सामर्थ्य दिसून येते.

ब) उत्पादनाचा खर्च आणि लाभप्रदता : उत्पादन घटकांचे प्रमाण आणि किंमत, वाहतूक खर्च आणि अन्य चल परिव्यय (Variable Costs), विक्री आणि बँक खर्च आणि आकस्मिक खर्च या सर्वांचा समावेश उत्पादन खर्च आणि लाभप्रदता विवरणपत्रात केलेला असतो. पूर्ण क्षमतेच्या आधारे चल आणि अचल परिव्यय (Variable and Fixed Costs) लक्षात घेऊन समविच्छेदन विश्लेषण (Break-Even Analysis) केले जाते.

क) रोकड-प्रवाह अंदाज : मालमत्ता संपादन करण्यापासून ते थेट उत्पादनाच्या विक्रीच्या अखेरच्या टप्प्यापर्यंत भांडवलाचा वापर कसा केला जाणार आहे याबद्दलची माहिती बँकेला रोकड प्रवाह अंदाजाच्या अभ्यासातून मिळते. खालील मुद्यांचे तपशीलवार विश्लेषण केले जाते.

- प्रकल्प उभारणी कालावधीतील भांडवलाचे स्रोत आणि खर्च होण्याचे तपशील
- भांडवलाचे व्यवस्थापन
- घसारा पश्चात ढोबळ नफा
- वित्तीय उसनवारी
- कर्ज परतफेड हप्ता आणि कर्जसेवा व्याप्ती गुणोत्तर. साधारणत: हे गुणोत्तर २:१ असते.
- नंतरच्या काळात यंत्रसामग्री बदल / नूतनीकरण यासाठी करावा लागणारा भांडवली खर्च

ड) प्रारूप ताळेबंद : नवीन प्रकल्पासाठी लागणाऱ्या भांडवलाबाबत मूल्यमापन आणि अस्तित्वात असलेल्या प्रकल्पाच्या विस्ताराकरता आवश्यक असलेल्या भांडवलाबाबत मूल्यमापन यात फरक आहे. नवीन प्रकल्पाच्या बाबतीत बांधलेले अंदाज आणि केलेल्या अपेक्षा यावर आधारित मूल्यमापन केले जाते, तर अस्तित्वात असलेल्या प्रकल्पाच्या बाबतीत प्रगतीचा आलेख दाखविणाऱ्या नोंदी उपलब्ध असतात आणि भावी अंदाज त्यावरच आधारलेले असतात. या दोन्हींमध्ये प्रारूप ताळेबंद हे गुणोत्तराच्या विश्लेषणाच्या अधीन असतात. ताळेबंदाच्या विश्लेषणाकरिता ढोबळमानाने पुढील गुणोत्तरे वापरली जातात.

१) तरलता गुणोत्तर (Liquidity Ratio)

२) निव्वळ मत्तागुणोत्तर (Net Worth Ratio)

३) उलाढाल गुणोत्तर (Turnover Ratio)

४) लाभप्रदता गुणोत्तर (Profitability Ratio)

२) तांत्रिक संभाव्यता (Technical Feasibility)

तांत्रिक संभाव्यतेमध्ये प्रकल्पाच्या पुढील बाजू तपासल्या जातात –
प्रकल्पाचे स्थान, जमीन आणि इमारत, संयंत्र आणि यंत्रसामग्री आणि तांत्रिक क्षमता.

अ) प्रकल्पाचे स्थान : कच्च्या मालाचे स्रोत, कामगार, वीज, बाजारपेठ आणि वाहतुकीच्या सोयी या दृष्टिकोनातून प्रकल्पाच्या स्थानाचे फायदे/तोटे यांची काळजीपूर्वक छाननी केली जाते.

ब) जमीन आणि इमारती : अस्तित्वात असलेल्या अथवा प्रस्तावित इमारतीचे तपशील बँक तपासते. तसेच जमीन पूर्ण मालकी हक्क असलेली (Freehold) आहे की दीर्घ मुदतीसाठी लीजवर घेतलेली (Lease-hold) आहे हेही तपासले जाते. जर जमीन दीर्घ मुदतीसाठी भाड्याने घेतलेली असेल तर त्याबाबतच्या अटी अत्यंत काळजीपूर्वक, बारकाईने तपासल्या जातात.

क) संयंत्र आणि यंत्रसामग्री : सर्व यंत्रांच्या आणि साधनांच्या किमती वाजवी दर पत्रकानुसार (Quotation) आहेत का, तसेच विमा, वाहतूक खर्च, कर, उभारणी खर्च आणि अन्य खर्च यांच्यासाठी योग्य ती तरतूद केलेली आहे का यात्री खात्री करून घेतली जाते.

ड) तांत्रिक क्षमता : सुयोग्य तांत्रिक ज्ञान, प्राप्त केलेले कर्मचारी उपलब्ध आहेत का, आणि कर्मचाऱ्यांना आवश्यक प्रशिक्षण देण्याच्या सुविधा उपलब्ध केलेल्या आहेत का हे बँकेकडून तपासले जाते.

३) आर्थिक संभाव्यता (Economic Feasibility)

या संदर्भात पहिला टप्पा म्हणजे एकूण पुरवठा आणि मागणी हे लक्षात घेऊन सद्य:स्थितीचा अभ्यास केला जातो. बँकसुद्धा किंमत पातळी आणि अस्तित्वात असलेली नियंत्रणे यांचा विचार करतात. आर्थिक पर्यावरणात ते विशिष्ट उत्पादन कितपत सुयोग्य ठरू शकेल. हे तपासण्यासाठी बाजारपेठ पाहणी केली जाते. सामर्थ्य, उत्पादन, विस्तारासाठी असलेला वाव इ. बाबतीत व्यवसाय संस्थेला ज्या स्पर्धेला तोंड द्यावे लागते त्याचीही काळजीपूर्वक छाननी बँकेमार्फत केली जाते.

४) व्यवस्थापकीय क्षमता (Managerial Competence)

व्यवसायसंस्थेवर आघात करू शकेल अशा गोष्टींचे आकलन तसेच त्यावर योग्य तोडगा/उपाय सुचविणे या अनुषंगाने व्यवस्थापकांमध्ये क्षमता आहे का, संबंधित क्षेत्रातील तज्ज्ञ व्यवस्थापक व्यवसाय संस्थेत आहेत का हे तपासले जाते.

वित्तीय साहाय्यासाठी सर्वाधिक योग्य संस्था (Most Suitable Agency for Financial Assistance)

वित्तीय साहाय्य मिळवण्यासाठी सर्वाधिक योग्य अशी संस्था निवडताना विद्यमान अथवा संभाव्य उद्योजकाने खालील घटक विचारात घेतले पाहिजेत –

अ) आवश्यक असलेल्या मुदतीच्या कर्जाची रक्कम आणि खेळत्या भांडवलाच्या सुविधांचे विविध प्रकार.

ब) विविध वित्तीय संस्थांचे कर्ज मंजुरीचे नियम आणि अटी आणि सर्वांत महत्त्वाचे म्हणजे कर्ज मंजुरीसाठी आणि कर्ज वितरणासाठी लागणारा कालावधी.

मुदतीची कर्जे (Term Loans)

स्थिर मालमत्ता प्राप्त करण्यासाठी जी कर्जे मंजूर केली जातात. त्या अनुषंगाने असलेले नियम आणि अटी या राज्य वित्तीय महामंडळ, व्यापारी बँका, राष्ट्रीय लघुउद्योग महामंडळ, राज्य औद्योगिक विकास महामंडळ इ. विविध वित्तीय संस्थांमधून भिन्न भिन्न असल्याचे आढळून येते. उद्योजकाने गुंतवणूक करायचा हिस्सा, साहाय्याचे प्रमाण, व्याजदर आणि परतफेडीची मुदत याबाबतीत वित्तीय संस्थांतून विविधता आढळते. ही विविधता विचारात घेता मुदतीचे कर्ज मिळविण्यासाठी कोणत्या वित्तीय संस्थेकडे संपर्क करायचा हा निर्णय घेताना पुढील महत्त्वाच्या बाबींकडे लक्ष द्यायला हवे.

अ) उत्पादित करावयाच्या वस्तू : जेव्हा स्पर्धा नसते आणि नवीन उत्पादन बाजारपेठेत आणायचे असते तेव्हा सर्वाधिक लाभ मिळण्याची खात्री असते. परंतु, उत्पादनास विलंब झाल्यास ही शक्यता दुरावते. म्हणूनच महागडे कर्ज जरी असले आणि ते त्वरित मिळणार असेल तर ते ठरावीक कालावधीनंतर स्वस्तच ठरते. परंतु, नेहमीचेच उत्पादन असेल आणि स्पर्धेमुळे आधीच नफ्याचे प्रमाण घटलेले असेल, अशा वेळी विशेष नुकसान न होता उद्योजक आपला प्रकल्प विलंबाने सुरू करू शकतो आणि तेवढा विलंब सहन करू शकतो.

ब) बांधकाम खर्च आणि यंत्रसामग्रीची किंमत यातील वाढ : एकूणच संपूर्ण अर्थव्यवस्थेत सर्वच बाबतीत किंमत वाढ झालेली आहे. औद्योगिक उत्पादनाच्या किमतीतसुद्धा थोड्याफार फरकाने वाढ झालेली आहे. सिमेंट, स्टील, विटा, कामगार या सर्वांवरील खर्चात सातत्याने वाढच होत आहे. हीच परिस्थिती यंत्रसामग्री आणि साधनांच्या बाबतीतही खरी आहे. म्हणूनच उद्योजकाने अगोदरच यंत्रसामग्रीचा आदेश दिलेला असेल आणि त्याबाबत करार केलेला असेल आणि त्यानुसार त्याला यंत्रसामग्री मिळणार असेल तरच ठीक. अन्यथा, बांधकाम खर्च आणि यंत्रसामग्रीची किंमत वाढून एकूण प्रकल्पाचीच किंमत वाढते. अशा परिस्थितीत, जेव्हा किमती वाढत आहेत, मात्र कर्ज मंजूर झालेले आहे आणि विलंबाने का होईना मिळणार आहे; असे कर्ज कितीही कमी व्याजदराचे असले तरी सरतेशेवटी ते अतिशय महागडेच ठरते.

क) हव्या असलेल्या कर्जाची रक्कम : कर्ज मंजूर होणे आणि प्रत्यक्ष कर्ज वितरण होणे यासाठी लागणारा कालावधी, कर्जाच्या रकमेवर किंवा कर्ज मिळण्यासाठी कोणत्या वित्तसंस्थेकडे संपर्क साधला यानुसार बदलतो. राज्य वित्तीय महामंडळ, राष्ट्रीय लघुउद्योग महामंडळ आणि राज्य लघुउद्योग महामंडळ यांपैकी कोणत्याही संस्थेकडे संपर्क केला तरी काही किरकोळ फरक वगळता कर्ज प्रकरणाचा पाठपुरावा करण्यासाठी घ्यावे लागणारे कष्ट आणि लागणारा वेळ जवळजवळ एकसारखाच असतो. मात्र, व्यापारी बँकांमध्ये लागणारा वेळ हा तुलनेने कमी असतो; विशेषत: कर्ज मंजुरी अधिकार बँकेच्या शाखाधिकाऱ्याकडे असेल तेव्हा त्यानुसार, जर मुदतीचे कर्ज कमी प्रमाणात हवे असेल तेव्हा ते व्यापारी बँकेकडून घेणेच अधिक सोईस्कर ठरते.

ड) मागासलेला भाग : मागासलेल्या भागात नवीन उद्योग स्थापन करण्यासाठी किंवा विस्तारासाठी मुदतीचे

कर्ज काही सवलतींनी मिळते. उदा. सवलतीचा कमी व्याज दर, दीर्घ परतफेड मुदत; याव्यतिरिक्त जर संबंधित वित्तसंस्था भारतीय औद्योगिक विकास बँकेकडून पुनर्वित्त सुविधेचा (Refinance Facility) लाभ घेत असेल तर प्रारंभीच्या परतफेडीसाठी मुदत वाढ मिळते. म्हणूनच ज्या वित्तसंस्था पुनर्वित्त सुविधेचा लाभ घेतात, अशा संस्थांची माहिती मिळवून त्या संस्थांकडून कर्ज साहाय्य मिळविले पाहिजे. सध्या राज्य वित्तीय महामंडळे भारतीय औद्योगिक विकास बँकेकडून अशा सुविधेचा लाभ घेत आहेत, तर काही व्यापारी बँका असा लाभ घेण्याच्या प्रयत्नात आहेत.

इ) मागासेतर भाग : मागासेतर भागात व्यापारी बँका आणि राज्य वित्तीय महामंडळे यांचे कर्ज मंजुरीचे निकष जवळजवळ एकसारखेच आहेत; भारतीय औद्योगिक विकास बँकेकडून पुनर्वित्त सुविधेचा लाभ घेतला जात असेल तर त्या प्रमाणात व्याजदरात सवलत मिळते. अर्थातच या सुविधेचा लाभ घेतला नाही तर जादा व्याजदर असतो हे सयुक्तिक आहे.

ई) उद्योजकाचा भांडवलातील हिस्सा : प्रत्येक वित्त संस्था अशी अपेक्षा करते की, उद्योजकाने प्रकल्पाच्या खर्चासाठी लागणाऱ्या भांडवलात आपला काही हिस्सा दिलेला आहे. सामान्यत: व्यापारी बँका लघुउद्योजकांकडून ३० ते ३५ टक्के गुंतवणूक अपेक्षित करतात तर राज्य वित्तीय महामंडळे (दोन-तीन महामंडळांचा अपवाद वगळता) उद्योजकाच्या २५ टक्के गुंतवणुकीवर कर्ज मंजुरी करतात. मागासलेल्या भागात जर उद्योग सुरू केला जाणार असेल तर या २५% गुंतवणुकीत आणखी सवलत मिळते. राज्य वित्तीय महामंडळ प्रकल्प उभारणी खर्चातील काही हिश्श्यासाठी वित्तपुरवठा करते; तसेच साचा (Mould) आणि शिक्का (Dies) यालाही वित्त साहाय्य देते. याउलट, राष्ट्रीय लघुउद्योग महामंडळ यंत्रसामग्रीच्या किमतीच्या १५ ते २० टक्के इसारा ठेव (Earnest Deposit) घेऊन भाडे-खरेदी (Hire Purchase) पद्धतीने यंत्रसामग्री पुरविते. तंत्रज्ञ आणि सुशिक्षित बेरोजगार यांच्याबाबतीत प्रारंभीच्या गुंतवणुकीच्या अनुषंगाने अटी शिथिल करण्यात येतात. राज्य सरकारसुद्धा प्रकल्प खर्चाच्या १० टक्क्यांपर्यंत बीज भांडवल स्वरूपात उद्योजकांना साहाय्य करते.

उ) संसाधनाची पुन:पूर्ती (Replenishment of Resources) : जर एखाद्या उद्योगाने कर्जासाठी अर्ज करण्यापूर्वीच स्वत:च्या भांडवलातून अथवा तात्पुरत्या कर्जाऊ रकमेतून स्थिर मालमत्ता प्राप्त केलेली असेल तर संसाधनाच्या पुन:पूर्तीसाठी काही राज्य वित्तीय महामंडळे अर्थसाहाय्याचा विचार करतात. अशा प्रकारचे कर्ज हे अगदी त्रासदायक/भारदायक अटींवर घेतलेल्या कर्जाची परतफेड करण्यासाठी किंवा स्थिर मालमत्तेत खेळते भांडवल गुंतून पडलेले असते त्यासाठी दिले जाते.

वित्तीय साहाय्यासाठी वित्त संस्थेशी संपर्क करणे (Approaching Financial Institution for Financial Assistance)

एकदा कोणत्या वित्त संस्थेकडून कर्ज घ्यायचे आणि आपली नेमकी गरज काय, हे ठरल्यावर पुढचा टप्पा म्हणजे आवश्यक कर्ज सुविधा मिळविण्यासाठी संबंधित वित्त संस्थेशी संपर्क साधणे होय. यामध्ये पुढील बाबींचा समावेश होतो – अर्ज मिळविणे, तो भरणे, त्याचा पाठपुरावा, कर्ज-मंजुरी आणि कर्ज-वितरण. हे टप्पे थोडक्यात खालील परिच्छेदातून वर्णन केलेले आहेत –

१) अर्ज नमुना : राष्ट्रीय लघुउद्योग महामंडळ आणि राज्य लघुउद्योग महामंडळ यांचे अर्ज नमुने त्यांच्या मुख्य कार्यालयात किंवा प्रादेशिक कचेरीत उपलब्ध असतात. राज्याच्या उद्योग खात्याचे अर्ज नमुने मुख्य कार्यालय आणि जिल्हा कार्यालये येथे उपलब्ध असतात. राज्य वित्तीय महामंडळाचा अर्ज नमुना हवा असेल तर अर्ज नमुने आणि सविस्तर नियम व अटी महामंडळाच्या मुख्य कार्यालयात किंवा त्याच्या शाखा-कचेऱ्यात मिळतात. राष्ट्रीय लघुउद्योग महामंडळाचे आणि अन्य संस्थांचे अर्ज नमुने नाममात्र शुल्कात उपलब्ध असतात. बँकांचे अर्ज नमुने

बँकांच्या शाखा-कचेऱ्यातून मोफत उपलब्ध असतात. बँकेच्या शाखाधिकाऱ्याबरोबर उद्योजक चर्चा करू शकतो आणि त्याची पात्रता (Eligibility) व तो कोणत्या योजनेखाली कर्ज साहाय्य घेऊ शकतो याबद्दलची माहिती मिळवू शकतो.

२) अर्ज नमुना भरणे : अर्जाचा नमुना कोणत्याही प्रकारे तयार केला असो, लघु उद्योजक अथवा कारागीर (Artisans : Craftsmen) यांना लघुउद्योगाच्या संदर्भात खालील माहिती द्यावी लागते.

- व्यवसायाचा संघटना प्रकार (वैयक्तिक मालकीची संस्था, भागीदारी संस्था, सहकारी संस्था इ.)
- स्थापना वर्ष - उत्पादित करावयाच्या वस्तू - उत्पादन - विक्री - नफा.
- मालमत्ता आणि दायित्व याबाबतचे मागील ३ वर्षांचे तपशील (विद्यमान लघुउद्योगाने नफा-तोटा पत्रक आणि ताळेबंदाच्या प्रती अर्जासोबत जोडाव्या लागतात.)
- संभाव्य वित्तीय विवरणपत्र ● यंत्रसामग्री आणि साधनांची यादी ● पाणी, वीज, कच्चा माल याबाबतची माहिती ● विक्री व्यवस्था ● पत सुविधा

जे अगदी लहान कर्जदार असतात; उदा. स्वयंरोजगार असलेले, वाहतूक व्यावसायिक, शेतकरी इत्यादी. यांच्याबाबतीत अर्ज नमुना अशा पद्धतीने तयार केलेला असतो की, त्या त्या विशिष्ट व्यवसायाबद्दलची आवश्यक माहिती त्यातून बरोबर मिळेल. योग्य तऱ्हेने संपूर्णपणे भरलेल्या अर्जासोबत आवश्यक कागदपत्र आणि माहिती जोडलेली असेल तर अनेक समस्या सुटू शकतात. म्हणूनच संपूर्णपणे अर्ज भरणे, सर्व संबंधित कागदपत्रे जोडणे आणि या प्रकारचे काम करणाऱ्या व्यक्तीशी किंवा वित्तसंस्थेतील संबंधित अधिकाऱ्यांशी संपर्क साधणेच हितावह ठरते. त्याच्या सहकार्याने अर्ज भरला पाहिजे आणि सर्व बाजूंनी परिपूर्ण केला पाहिजे.

जर कर्ज नवीन प्रकल्पासाठी हवे असेल आणि मुदतीच्या कर्जासाठी राज्य वित्तीय महामंडळाकडे अर्ज करायचा असेल व कर्ज जलदगतीने हवे असेल तर स्थिर मालमत्तेच्या संदर्भातील कागदपत्रे तारणासाठी अर्जासोबत पाठवावीत आणि वित्तसंस्थेला विनंती करावी की, मालमत्तेची मालकी तपासून घ्यावी तसेच त्या मालमत्तेवर काही बोजा आहे किंवा नाही हेही तपासून पहावे. या औपचारिक बाबीला काही काळ लागतो. म्हणूनच ही बाब लवकरात लवकर पूर्ण करून घेतली तर कर्ज-मंजुरी आणि कर्ज-वितरण हे टप्पेही शीघ्र गतीने पार पडू शकतात. मात्र, ही बाब ध्यानात ठेवायला हवी की, कर्जच जर मंजूर झाले नाही तर या संदर्भात केलेला सर्व खर्च निष्फळ ठरतो.

३) कर्ज अर्जाचा पाठपुरावा : राष्ट्रीय लघुउद्योग विकास महामंडळाकडे अर्ज केला असेल तर तो जिल्हा पातळीवरील अधिकाऱ्यामार्फत उद्योग संचालनालयापर्यंत आणि नंतर महामंडळाच्या विभागीय कचेरीपर्यंत पोहोचतो. राज्य वित्तीय महामंडळाच्या बाबतीत कर्ज-अर्ज महामंडळाच्या शाखा कचेरीकडून (असल्यास) मुख्य कार्यालयाकडे पाठविण्यात येतो. ही महामंडळे अर्जातील तांत्रिक-आर्थिक बाबींसाठी लघुउद्योग सेवा संस्थेचे संचालक यांच्याशी किंवा जिल्हा उद्योग केंद्राचे संचालक यांच्याशी तर पत अहवालासंबंधी अर्जदाराची बँक यांच्याशी विचारविनिमय करतात. कधी कधी तांत्रिक सल्लागारांशी विचारविनिमय केला जातो. बँका सर्वसाधारणपणे त्यांची कर्ज-प्रकरणे त्यांच्या शाखा कचेऱ्यांच्या माध्यमातूनच स्वीकारतात. जेव्हा यंत्रसामग्री उभारायची असेल किंवा नवीन प्रकल्प स्थापन करायचा असेल तेव्हा लघुउद्योग सेवा संस्थेच्या संचालकांकडे सदर अर्ज विचारविनिमयासाठी दिले जातात. कर्ज प्रकरणाचा पाठपुरावा केल्याने अर्जदाराचा निश्चितच फायदा होतो; त्याला हे कळते की, त्याच्या अर्जात नेमक्या काय त्रुटी आहेत आणि त्या दुरुस्त केल्याने कर्ज मंजुरी शीघ्र गतीने व्हायला मदतच होते.

कर्ज प्रकरणाचे मूल्यमापन करताना वित्त संस्थेचे अधिकारी उद्योजकाची भेट घेतात आणि अनेक शंका/

प्रश्न विचारतात; यातील काही प्रश्न वैयक्तिक स्वरूपाचे वाटतात. परंतु, अर्जदाराने अशा प्रश्नांनी गांगरून जायचे काही कारण नाही. प्रश्नांची योग्य उत्तरे दिल्यास वित्त संस्थेला कर्ज-मंजुरी प्रक्रिया शीघ्र गतीने पूर्ण करणे सुलभ जाते.

४) कर्ज अर्ज निकाली काढणे : कर्ज अर्जावर प्रक्रिया पूर्ण केली आणि सक्षम अधिकाऱ्यांकडून त्याचा विचार केला गेला की, अर्जाप्रमाणे कर्ज मंजूर तरी केले जाते किंवा कमी प्रमाणात कर्जमंजुरी होते किंवा पूर्णपणे नाकारले जाते. जेव्हा प्रकल्प तांत्रिक, आर्थिक अथवा अन्य दृष्टिकोनातून व्यवहार्य नसेल तेव्हा अर्ज नामंजूर होतो. जर चुकीने अर्ज नामंजूर करण्यात आला तर अर्ज नामंजुरीची कारणे शोधून काढली जातात आणि तफावत दूर करण्याच्या दृष्टीने जादा माहिती पुरवून वित्त संस्थेला सदर अर्जाचा पुनर्विचार व्हावा अशी विनंती करण्यात येते.

कधी कधी अशीही शक्यता असते की, मागितलेल्या कर्जापेक्षा कमी रकमेची कर्ज मंजुरी झालेली आहे. अशा वेळी बँकेच्या शाखाधिकाऱ्यास भेटून गरज प्रधान मागणी कशी महत्त्वाची आहे हे पटवून देऊन त्या अनुषंगाने औपचारिक अशी रीतसर मागणी करता येते.

५) कर्ज-मंजुरी, दस्तऐवज तयार करणे आणि कर्जवितरण : वित्तसंस्था कर्ज मंजुरीबद्दल अर्जदाराला कळवतात आणि त्यासोबतच त्याबाबतच्या अटी व शर्ती कळवतात. जेव्हा अर्जदाराला या अटी व शर्ती मान्य असतात तेव्हा संभाव्य कर्जदार आवश्यक दस्तऐवज पूर्ण करतो आणि त्यानंतर त्याला कर्ज वितरण होते.

भारतीय लघुउद्योग विकास बँक (Small Industries Development Bank of India - SIDBI)

स्थापना : स्वातंत्र्य प्राप्तीनंतर फोर्ड फाउंडेशनच्या अभ्यास गटाने केलेल्या शिफारशीनुसार भारताच्या अर्थव्यवस्थेतील लघुउद्योग क्षेत्र सुदृढ व्हावे आणि शक्य तेवढी मदत करता यावी, ह्याकरिता देशात संस्थांची स्थापना करण्यात आली. सिडबी ही अशाच संस्थांपैकी एक संस्था आहे.

लघुउद्योग क्षेत्रातील उद्योगांना चालना देणे, त्यांचा विकास करणे आणि त्यांना वित्तपुरवठा करणे अशाच प्रकारचे उपक्रम राबविणाऱ्या संस्थांमध्ये समन्वय घडवून आणणे यासाठी १९८९च्या विशेष सिडबी कायद्यान्वये, आय.डी.बी.आय.ची दुय्यम संस्था (Subsidiary) म्हणून सिडबीची स्थापना करण्यात आली. (कार्यामध्ये अधिक लवचिकता प्राप्त व्हावी म्हणून सन २०००मध्ये सिडबी कायदा, १९८९मध्ये बदल करण्यात आला आणि २७ मार्च, २००० पासून सिडबी आय.डी.बी.आय. पासून विभक्त करण्यात आली आहे.) आय.डी.बी.आय. पूर्वी लघुउद्योग विकास निधी (Small Industries Development Fund) आणि राष्ट्रीय इक्विटी निधी (National Equity Fund) यांची व्यवस्था पाहत असे. ती जबाबदारी सिडबीने उचलली. सिडबीचे कार्य मात्र २ एप्रिल, १९९० रोजी सुरू झाले.

सिडबीची उद्दिष्टे

सिडबीची उद्दिष्टे खालीलप्रमाणे आहेत–

अ) लघुउद्योगांना कर्जपुरवठा करणाऱ्या विविध संस्थांना पुनर्वित्ताचा (Refinance) पुरवठा करून ह्या संस्थांची आर्थिक क्षमता वाढविणे.

आ) लघुउद्योगांना मदत करण्यासाठी राष्ट्रीय स्तरावर कार्य करणाऱ्या विविध संस्थांच्या कार्यांमध्ये समन्वय निर्माण करणे.

सिडबीच्या वित्तसाहाय्य योजनांबाबत माहिती

लघुउद्योग क्षेत्रातील घटकांना सातत्याने व प्रकर्षाने भेडसावणारे प्रश्न म्हणजे प्राथमिक व मूलभूत सेवा-

सुविधांची वानवा, विक्रीसाठी योग्य बाजारपेठेची अनुपलब्धता व खेळत्या भांडवलाची गरज, देयके उशिरा मिळाल्यामुळे होणारा त्रास आणि उद्योजकांच्या सूचना लक्षात घेऊन या बँकेने निरनिराळ्या योजना हाती घेतल्या आहेत. परस्पर साहाय्यता योजनेअंतर्गत सर्व प्राथमिक ऋणदायी संस्थांना पुनर्वित्त साहाय्यता देण्यात येते आणि त्यांच्या बिलांचीही पुनर्वित करण्यात येते. काही प्राथमिक ऋणदायी संस्थांना ऋणव्यवस्था (एलओसी) पण देण्यात येते. प्राथमिक संस्थेमध्ये बँका आणि राज्यस्तरीय वित्तसंस्थांचाही समावेश आहे, ज्यांच्या देशभरामध्ये जवळपास ६५,००० शाखा आहेत. वाणिज्यिक बँका तथा सहकारी बँकांना त्यांच्या लघुउद्योग क्षेत्राच्या संबंधित शिल्लक मुद्दल (पोर्टफोलिओ) ज्याच्यासाठी बँकांनी इतर संस्थांकडून पुनर्वित घेतले नाही त्यासाठी पुनर्वित्त-साहाय्यता देण्यात येते. पुनर्वित्ततेसाठी प्राप्त अशा ८९४ प्राथमिक ऋणदायी संस्था आहेत.

ऋणव्यवस्थेचे स्वरूप

या ऋणव्यवस्थेचे स्वरूप थोडक्यात पुढे दिल्याप्रमाणे–

१) लघुउद्योग क्षेत्रातील उत्पादकांना विक्रीची/बाजारपेठेची व्यवस्था करणाऱ्या संस्थांसाठी ऋणव्यवस्था.

२) आधुनिकीकरणासाठी तसेच तंत्रज्ञानाची पातळी वाढविण्यासाठी व इतरांसाठी उत्पादन करणाऱ्या लघुउद्योगांना ऋण व्यवस्था.

३) प्राथमिक सेवा-सुविधा पुरविणाऱ्या पर्यायाने विकास क्षेत्राचा विकास करणाऱ्या सर्व संस्थांना ऋण व्यवस्था.

४) भाडेतत्त्वावर यंत्रसामग्री पुरविणाऱ्या तसेच करार पद्धतीवर उपकरणे पुरविणाऱ्या राष्ट्रीय लघुविकास संस्थेला ऋण व्यवस्था.

५) भाडेतत्त्वावर अथवा करारतत्त्वावर व्यवहार करणाऱ्या खासगी कंपन्यांना ऋण व्यवस्था.

६) लघु उद्योजकांना आयएसओ - ९००० (ISO-9000) शृंखलेचे प्रमाणपत्र प्राप्त करण्यासाठी ऋण व्यवस्था.

७) विदेशी मुद्रांमध्ये लोन व निर्यात बिल वित्त-पोषण (Exports Bills Finance).

८) कच्चा माल पुरविणाऱ्या तसेच बाजारपेठेची उपलब्धता निर्माण करणाऱ्या राज्यस्तरीय लघुउद्योग विकास मंडळांना मदत.

९) लघुउद्योग ऋणाचे फॅक्टरिंग करणाऱ्या कंपन्यांना मदत याखेरीज पुढे दिल्याप्रमाणे पुनर्वित्त देण्याची सुविधा उपलब्ध आहे.

अ) नवीन लघुउद्योग प्रकल्प, अस्तित्वात असलेल्या घटकांचा विस्तार, आधुनिकीकरण, गुणवत्ता विकास, फेरबदल तसेच पुनर्वसन करण्याच्या हेतूने बँकेने किंवा संबंधित संस्थांनी दिलेल्या कर्जापोटी मदत.

ब) योग्यता पात्र व्यावसायिकांना स्वयंरोजगारासाठी, उदा. छोटे दवाखाने, शुश्रूषागृह, उपहारगृह, पर्यटन विषयक बाबींचा विकास करण्यासाठी दिलेल्या कर्जापोटी मदत.

क) एकस्रोत योजनेअंतर्गत (सिंगल विंडो स्कीम) स्थिर गुंतवणुकीसाठी तसेच खेळत्या भांडवलासाठी राज्यस्तरीय बँका अथवा संस्थांनी दिलेल्या कर्जापोटी मदत.

याखेरीज देयके वित्त पोषणाची (Bill Discounting) सुविधा उपलब्ध करून देण्यात येतात.

काही विशिष्ट प्रकरणी महिला उद्योजकांना नवीन उद्योग स्थापण्यासाठी महिला वृद्धी निधी योजनेअंतर्गत, भूतपूर्व सैनिकांना लघुउद्योग प्रवर्तित करण्यासाठी तसेच राष्ट्रीय समभाग निधी योजनेअंतर्गत बीजभांडवल योजनेपोटी समभाग (इक्विटी टाईप सॉफ्ट लोन) प्रदान करण्यात येते.

याव्यतिरिक्त सिडबीच्या विकास व पूरक सेवा खालीलप्रमाणे आहेत–

१) उद्योजकता विकास मुख्यत्वे ग्रामीण औद्योगिकीकरणावर भर देणे, २) लघुउद्योग क्षेत्रात मनुष्यबळ

विकासाचा कार्यक्रम, ३) तंत्रज्ञानाचे आधुनिकीकरण, ४) गुणवत्ता व पर्यावरणासंबंधी विशेष कार्यक्रम, ५) बाजारपेठ वाढीचे कार्यक्रम, ६) माहितीचा प्रसार

वर्तमानपत्रातील जाहिरातीवरून सिडबीच्या कार्याचा अंदाज यावा -

लघु आणि मध्यम उद्योजकांनो,

सिडबीच्या साहाय्यताद्वारे खेळत्या भांडवलाच्या समस्येवर मात करा.

जर आपले व्यावसायिक रिसिव्हेबल्स अधिक असतील आणि व्यवसाय चालविण्यासाठी पैशांची गरज खूपच तीव्र असेल तर सिडबीची रिसिव्हेबल फायनान्स योजना आपल्यासाठी योग्य निवड आहे. या योजनेअंतर्गत आपण इतर उद्योगांना पुरविलेल्या मालाच्या बिलांच्या मोबदल्यात कर्ज उभे करू शकता.

लघु आणि मध्यम उद्योग आणि सेवा क्षेत्रातील युनिट्सच्या व्यवसायाची उभारणी, विस्तार, विविधीकरण, आधुनिकीकरण, तंत्रज्ञान सुधारणा, संरचना, विक्रीबाजार, निर्यात आणि इतर बऱ्याच गोष्टींसाठी भारतीय व परदेशी चलनामध्ये मुदत कर्जे, बिल्स फायनान्स, स्पर्धात्मक व्याजदरात उपलब्ध.

सिडबीचे घोषवाक्य
''आम्ही लघु व मध्यम उद्योगांना सशक्त बनवतो.''

तक्ता क्र. ४.४ : सिडबीचे वित्तसाहाय्य

(कोटी रुपये)

	१९९०-९१	२०००-०१	२००३-०४	२००७-०८	२०१०-११
कर्जमंजूर	२,४१०	१०,८२०	८,२२०	१६,१४६	४३,३४०
कर्ज वाटप	१,८४०	६,४४०	४,४१०	१५,०९९	४१,८१२

उद्योजकांनी/वाचकांनी योजनांच्या आर्थिक माहितीसाठी पुढील कार्यालयात संपर्क साधावा.

पश्चिम क्षेत्रीय कार्यालय
हेक्स्ट हाऊस, १५ वा मजला, नरिमन पॉईंट, मुंबई - ४०००२१.
दूरध्वनी - २८७२५०८, २८७२४७५
फॅक्स : २८७२४९०, २८७२४५०

शाखा कार्यालये

१) उषा कॉम्प्लेक्स, ३४५ किंग्सवे, नागपूर - ४४०००१.
टेलिफॅक्स : ५५३२०२

२) हॉटेल सूर्यकिरण बिल्डिंग, सी-८, मुंबई-पुणे रोड, चिंचवड, पुणे.
दूरध्वनी - २७४७४३३३/२७४६३२२३
वेबसाईट - www.sidbi.com

जोखीम/साहस भांडवल पुरवठादार (Venture Capital Suppliers)

जोखीम/साहस भांडवल हा वित्त पुरवठ्याचा असा प्रकार आहे की जो खास करून खालील प्रकारच्या उद्योगांसाठी असतो –

अ) ज्या प्रकल्पात उच्च तंत्रज्ञान वापरले जाते.

आ) ज्या प्रकल्पात प्रचंड जोखीम आहे.

इ) ज्या प्रकल्पात उच्च फलप्राप्ती होईल.

पारंपरिक वित्त पुरवठादार हा अशाच प्रकल्पांना वित्तपुरवठा करतो की ज्या प्रकल्पात यशस्वीपणे सिद्ध झालेले तंत्रज्ञान वापरले जाते आणि ज्या प्रकल्पाला तयार बाजारपेठ उपलब्ध आहे तर साहस भांडवल पुरवठादार मात्र अशा उद्योजकांना वितपुरवठा करतो की, जे नवीन आणि आत्तापर्यंत अजिबात न वापरलेले क्षेत्र आणि कल्पना यांचा पाठपुरावा करीत आहेत. परिणामत: उद्योजकांना आपल्या नवनवीन कल्पनांचे रूपांतर व्यावसायिक उत्पादनात करणे शक्य होते. उच्च तंत्रज्ञान वापरणाऱ्या प्रकल्पांना वित्तपुरवठा होत असल्यामुळे संशोधन आणि विकासाचे रूपांतर उत्पादनात होण्यास मोठी मदत होते.

> International Finance Corporation, Washington (IFCW) defines 'Venture Capital' as equity or equity featured capital seeking investment in new ideas, new companies, new products, new processes or new services that offer the potential of high returns on investment. It may also include investment in turn around situations.

साहस भांडवलाचे मूळ आहे General Dohiotच्या १९४६मध्ये स्थापन झालेल्या American Research and Development मध्ये. त्यानंतर त्यात सातत्याने प्रगतीच होत गेली. आता तर तंत्रज्ञानाधारित उत्पादन क्षेत्रात ही संकल्पना विश्वव्यापी झालेली आहे. भारतामध्ये मात्र ही संकल्पना अलीकडच्या काळात रुजलेली आहे.

भारतामध्ये साहस भांडवलाचा विषय प्रवेश झाला तो सन १९८८मध्ये झालेल्या अर्थमंत्र्यांच्या अंदाजपत्रकावर झालेल्या अभिभाषणात. योगायोगाने त्याच दरम्यान, आयसीआयसीआयने तंत्रज्ञानप्रधान प्रकल्पांना प्रोत्साहन देण्यात पुढाकार घेतला. Technology Development and Information Company of India Limited (TDICI)मध्ये साहस भांडवल विभाग (Venture Capital Division) निर्माण केली गेली; भारतातील साहस भांडवल क्षेत्रातील अत्यंत महत्त्वाचा आणि अग्रेसर ठरलेला हा विभाग आहे.

अर्थमंत्र्यांच्या अंदाजपत्रावरील अभिभाषणानंतर ताबडतोब आयात केल्या जाणाऱ्या तंत्रज्ञान/ज्ञानापोटी देण्यात येणाऱ्या पेमेंटवर ५ टक्के कर आकारण्यात आला आणि परिणामी प्रचंड प्रमाणात निधी गोळा झाला. ह्या करापोटी निर्माण झालेल्या साहस निधीचा विनियोग आय.डी.बी.आय. कडून करण्यात आला. आयात तंत्रज्ञानाच्या जागी स्वदेशातील तंत्रज्ञान औद्योगिक संस्थांनी वापरावे आणि स्थानिक पातळीवर त्याचा अधिकाधिक उपयोग करावा, या हेतूने हा विनियोग करण्यात आला. अलीकडच्या काळात अनेक विकास बँका (Development Banks) आणि विकास वित्तीय संस्था (Development Financial Institutions) या साहस भांडवल व्यवसायात उतरलेल्या आहेत. भविष्यामध्ये देशातील औद्योगिक विकास होण्याच्या दृष्टीने हे सुचिन्हच म्हणावे लागेल.

मार्गदर्शक सूचना

भारत सरकारने देशातील साहस भांडवल कंपन्यांसाठी त्यांच्या साहस भांडवलाबाबतच्या कार्यासाठी १८ नोव्हेंबर, १९८८ मार्गदर्शक सूचना जारी केल्या. ह्या मार्गदर्शक सूचनांची वैशिष्ट्ये खालीलप्रमाणे होती –

१) अखिल भारतीय वित्तीय संस्था, स्टेट बँक ऑफ इंडिया आणि अनुसूचित बँका अशा प्रकारचा निधी उभारण्यास पात्र आहेत.

२) निधी किमान १० कोटी रुपयांचा असावा.

३) जर सार्वजनिक प्रचालन (Public Issue) असेल तर विक्रीस काढलेल्या भांडवलाच्या (Issued Capital) किमान ४०% हिस्सा हा प्रवर्तकांचा असायला हवा.

४) परकीय हिस्सा २५%पर्यंतच मान्य असेल. मात्र, बहुद्देशीय आंतरराष्ट्रीय वित्तीय संघटना, विकासात्मक संस्था किंवा म्युच्युअल फंड यांच्याकडून असा हिस्सा असला पाहिजे.

५) अनिवासी भारतीयांकडून अप्रत्यावर्तनीय (Non-Repatriable) तत्त्वावर असल्यास ७४ टक्क्यांपर्यंत आणि प्रत्यावर्तनीय (Repatriable) तत्त्वावर असल्यास २५-४० टक्क्यांपर्यंत गुंतवणूक करण्यास परवानगी आहे.

६) डेट-इक्विटी गुणोत्तर हे १:१.५पर्यंत मर्यादित असावे.

७) आर्थिक बाजारपेठेच्या कार्यासाठी, बिल रि-डिस्काउंटिंग, पोर्ट फोलिओ गुंतवणूक आणि वित्तीय सल्ला सेवा या बाबतीत साहस भांडवल निधीचा विनियोग करायला परवानगी नाही.

८) लाभांश उत्पन्न आणि दीर्घ मुदतीचा भांडवली नफा यावर साहस भांडवलदाराने २०% कर भरायला हवा. परंतु, गुंतवणूकदाराला जास्तीत जास्त १०,००० रुपयांपर्यंतच्या लाभांशावरील करात सूट असेल आणि भांडवली नफ्यावर २०% कर भरावा लागेल.

भारतीय औद्योगिक वित्त महामंडळ (Industrial Finance Corporation of India - IFCI)

विशेष कायद्यांतर्गत भारत सरकारने जुलै १९४८मध्ये भारतीय औद्योगिक वित्त महामंडळाची स्थापना केली. भारतीय औद्योगिक विकास बँक, शेड्युल्ड बँका, विमा कंपन्या, गुंतवणूक ट्रस्ट आणि सहकारी बँका आय.एफ.सी.आय. चे भागधारक आहेत.

आय.एफ.सी.आय. ने खालील तीन महत्त्वाची कार्ये केलेली आहेत—

अ) औद्योगिक संस्थांना कर्जे आणि आगाऊ रकमा (advances) मंजूर केलीत आणि औद्योगिक संस्थांनी उभारलेल्या कर्जरोख्यांमध्ये गुंतवणूक केली.

ब) भांडवल बाजारात औद्योगिक संस्थांनी घेतलेल्या कर्जांसाठी हमी घेतली.

क) औद्योगिक संस्थांचे स्टॉक, भाग, बॉन्ड आणि कर्जरोखे यांच्या इश्यूची खरेदीची हमी घेतली. कंपन्यांच्या समभाग आणि अग्रहक्क भाग आणि कर्जरोखे यांची खरेदी केली.

उत्पादन, खाणी, शिपिंग आणि वीजनिर्मिती व वितरण करणाऱ्या कंपन्यांना दीर्घ आणि मध्यम मुदतीची कर्जे देण्याची परवानगी देण्यात आली आहे.

खासगी क्षेत्रातील गुंतवणुकीसाठी भांडवल देण्याबाबत आय.एफ.सी.आय. अग्रेसर होते. तसेच भारताच्या जलद औद्योगिक विकासात ह्या संस्थेचा मोठा हिस्सा आहे. त्यांच्यामार्फत मंजूर झालेली कर्जविषयक खालील आकडेवारी स्वयंस्पष्ट आहे—

तक्ता क्र. ४.५ : आय.एफ.सी.आय. मार्फत मंजूर झालेली आकडेवारी रुपये

वर्ष	मंजूर कर्ज (कोटी रुपये)
१९८०-८१	२१०
१९९०-९१	२,४३०
२०००-०१	१,८६०

असे असले तरी, भरणा न होणारी मालमत्ता (Non-paying Assets) मुळे आय.एफ.सी.आय. अडचणीत आली. याचे प्रमुख कारण म्हणजे चुकीच्या औद्योगिक संस्थांना कर्ज देणे त्यांना भाग पडले आणि म्हणूनच आय.एफ.सी.आय. खऱ्या अर्थाने विकास वित्तसंस्था नाही.

उद्योगांसाठी संस्थात्मक साहाय्य (Institutional Support to Ventures)

लघुउद्योगांच्या विकासाला गती यावी यासाठी केंद्र आणि राज्य सरकारने विविध संस्थांची स्थापना केली आहे. इ.स.१९६२ सालापर्यंत 'डायरेक्टोरेट ऑफ इंडस्ट्रीज' ही एकच सरकारी संस्था उद्योगवाढीस आणि अनुशासित करण्यास कार्यान्वित होती. त्यानंतरच्या काळात मात्र उद्योगांना लागणाऱ्या वेगवेगळ्या प्रकारची मदत, मागासलेल्या भागात उद्योग स्थापन करण्याची गरज, अनेक बेरोजगारांना छोट्या-मोठ्या उद्योगात सामावून घेण्याची शक्यता यासारख्या बाबींची कल्पना येऊ लागल्यावर उद्योग उभारणीच्या कार्यासाठी अनेक सरकारी/निमसरकारी आणि स्वतंत्र संस्था आपल्याकडे निर्माण होऊ लागल्या. आपापल्या संस्थांची भूमिका स्पष्ट करून या संस्था आपापल्या व्याप्तीनुसार कार्य करतात आणि उद्योजकीय विकासाला हातभार लावतात. उद्योग-उभारणीसाठी आपल्या नियोजित संकल्पनेप्रमाणे सर्व तऱ्हेने सदैव मदतीचा हात पुढे करणे हेच या सर्व संस्थांचे प्रमुख उद्दिष्ट आहे.

केंद्र आणि राज्य सरकारने स्थापन केलेल्या विविध संस्थांपैकी महत्त्वाचे योगदान देणाऱ्या तीन संस्था पुढीलप्रमाणे आहेत-

१) डिस्ट्रिक्ट इंडस्ट्रीज सेंटर्स (DICs)

२) स्मॉल इंडस्ट्रीज सर्व्हिस इन्स्टिट्यूट्स (SISI)

३) स्मॉल इंडस्ट्रीज डेव्हलपमेंट ऑर्गनायझेशन्स (SIDOs)

याखेरीज आय.डी.बी.आय., आय.एफ.सी.आय., आय.सी.आय.सी.आय. यांसारख्या भारतीय वित्त संस्थांनी लघुउद्योगांना विविध प्रकारे मदत करण्यासाठी 'टेक्निकल कन्सल्टन्सी ऑर्गनायझेशन्स' स्थापन करण्यासाठी पुढाकार घेतलेला आहे. १९८६ साली ग्रामीण भागातील लघुउद्योग, ग्रामीण आणि अति लहान उद्योगांना अर्थसाहाय्य देण्यासाठी आय. डी. बी. आय. ने स्मॉल इंडस्ट्रीज डेव्हलपमेंट फंडाची योजना केली आहे. अलीकडेच लघुउद्योगाच्या वाढत्या संख्येचा तसेच त्यांना आवश्यक असलेल्या सुविधांचा विचार करून स्मॉल इंडस्ट्रीज डेव्हलपमेंट बँक ऑफ इंडिया (SIDBI) या संस्थेची स्थापना करण्यात आली आहे आणि या संस्थेतर्फे लघुउद्योगाला मदत दिली जात आहे. या संस्थांच्या खेरीज नॅशनल सायन्स अॅन्ड टेक्नॉलॉजी आंत्रप्रेन्युअरशीप बोर्ड, खादी अॅन्ड व्हिलेज इंडस्ट्रीज कमिशन, व्यापारी बँका, एक्झिम बँक आणि सहकारी बँका, औद्योगिक सुधारणा आणि विकासाला आपापल्या उद्दिष्टांप्रमाणे मदत करतात.

उद्योजकता विकासातील संस्था

संघटना अगर यंत्रणा यांचा अभ्यास करण्यापूर्वी अशा विविध संस्थांचे वर्गीकरण करणे अगत्याचे आहे. अनेक संस्था या एकापेक्षा अधिक क्षेत्रात उद्योजकाला साहाय्य करतात. प्रमुख संस्था आणि त्यांच्या सेवा यांचे स्वरूप पुढील आकृतीवरून दिसून येईल.

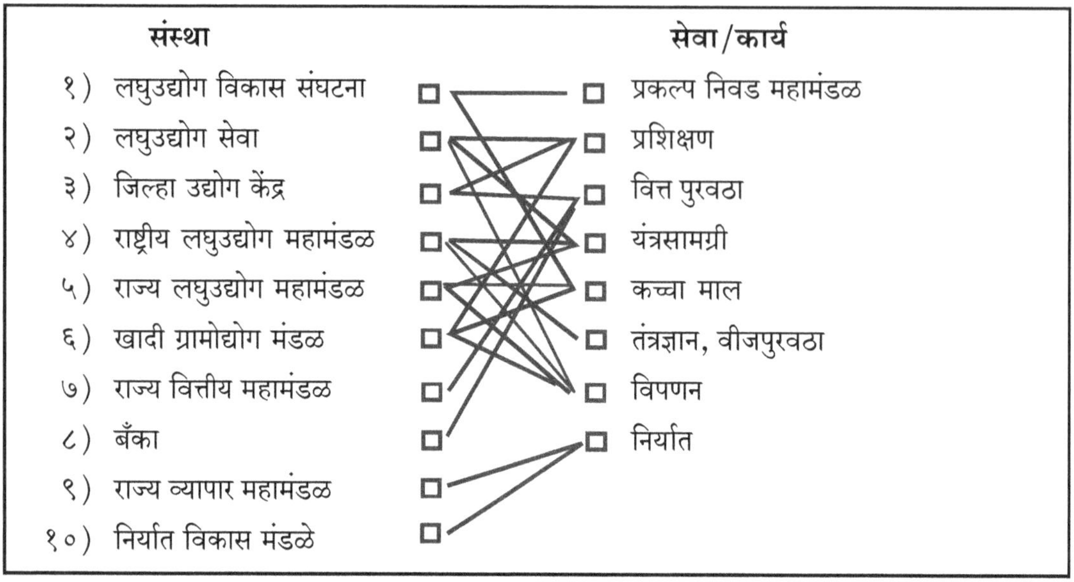

संस्था	सेवा/कार्य
१) लघुउद्योग विकास संघटना	प्रकल्प निवड महामंडळ
२) लघुउद्योग सेवा	प्रशिक्षण
३) जिल्हा उद्योग केंद्र	वित्त पुरवठा
४) राष्ट्रीय लघुउद्योग महामंडळ	यंत्रसामग्री
५) राज्य लघुउद्योग महामंडळ	कच्चा माल
६) खादी ग्रामोद्योग मंडळ	तंत्रज्ञान, वीजपुरवठा
७) राज्य वित्तीय महामंडळ	विपणन
८) बँका	निर्यात
९) राज्य व्यापार महामंडळ	
१०) निर्यात विकास मंडळे	

आकृती क्र. ४.१ : प्रमुख संस्था आणि त्यांच्या सेवा

वरील आकृतीवरून पुढील गोष्टी दिसून येतात.

१) उद्योजकता विकासाशी संबंधित संस्था ह्या केंद्र व राज्य अशा दोन स्तरांवर स्थापन झालेल्या आहेत.

२) राष्ट्रीय व राज्य लघुउद्योग विकास महामंडळ, लघुउद्योग सेवा संस्था आणि जिल्हा उद्योग केंद्र यांचे कार्य बहुविध स्वरूपाचे आहे. अनेक राज्यात विशिष्ट विभागासाठी प्रादेशिक औद्योगिक विकास मंडळदेखील कार्यरत आहेत. उदा. असे महाराष्ट्र राज्यात पश्चिम महाराष्ट्र विकास महामंडळ, मराठवाडा विकास महामंडळ, विदर्भ विकास महामंडळ, म. फुले मागासवर्गीय विकास महामंडळ, महिला विकास महामंडळ इत्यादी महामंडळे कार्यरत असून यांच्या सेवा बहुविध स्वरूपाच्या आहेत.

३) बँका व वित्तीय संस्था या मुख्यत: वित्तपुरवठा करतात.

४) निर्यातीसाठी स्वतंत्र मंडळे आहेत.

प्रस्तुत भागात वरीलपैकी निवडक संस्थांची सविस्तर चर्चा केली आहे.

जिल्हा उद्योग केंद्र

उद्योजकाला केंद्रस्थानी मानून जिल्हा उद्योग केंद्रे (DICs) स्थापन झालेली असून दिल्ली, मुंबई, कोलकाता आणि चेन्नई ही चार महानगरे वगळता भारतामध्ये जिल्ह्या-जिल्ह्यातून मे १९७८ पासून जिल्हा उद्योग केंद्राची पायरीपायरीने स्थापना करण्यात आली आहे.

या केंद्राचे मुख्य कार्यालय प्रत्येक जिल्ह्याच्या ठिकाणी असते. विविध सरकारी आणि अन्य संस्थांचा प्रमुख समन्वयक या नात्याने जिल्हा उद्योग केंद्राला आपली भूमिका पार पाडावी लागते. ग्रामीण भागामध्ये आपला लघुउद्योग स्थापन करण्यासाठी इच्छुक लघुउद्योजकाला ही केंद्रे मदत करतात. इ. स. १९९९ अखेर भारतामध्ये एकूण सुमारे ४३० जिल्हा उद्योग केंद्रे स्थापन झाली. ज्या ज्या वेळी जिल्ह्यांची निर्मिती होते त्या त्या वेळी अल्पावधीतच नवी नवी विभागवार उद्योग केंद्रे स्थापन होतात.

संस्थेची बांधणी

जिल्हा उद्योग केंद्रांची संस्थात्मक बांधणी पुढीलप्रमाणे असते - प्रत्येक केंद्रासाठी जॉईंट डायरेक्टर ऑफ इंडस्ट्रीज या हुद्द्याचा समकक्ष असा 'महाव्यवस्थापक' असतो आणि तो या केंद्राचा प्रमुख या नात्याने काम पाहतो. महाव्यवस्थापकाला साहाय्यक म्हणून सात वेगवेगळ्या विभागांचे व्यवस्थापक मदत करतात. हे व्यवस्थापक अनुक्रमे आर्थिक अन्वेषण, यंत्र आणि उपकरणे, संशोधन, विस्तारीकरण आणि प्रशिक्षण, कच्चा माल, क्रेडिट (उधारी), मार्केटिंग (विपणन) आणि खादी व ग्रामोद्योग या विषयांसाठी नेमले जातात. या सर्व केंद्रांचे यश हे जिल्हा उद्योग केंद्रांच्या महाव्यवस्थापकांच्या कर्तृत्वावर सर्वाधिक अवलंबून असते. कारण त्यांच्या कुशल नेतृत्वाखाली तसेच समन्वयामुळे त्या त्या केंद्रांची उत्तरोत्तर प्रगती होत असते.

जिल्हा उद्योग केंद्राच्या कार्यकक्षेतील काही प्रमुख कामे

१) महाराष्ट्र औद्योगिक विकास महामंडळाच्या औद्योगिक क्षेत्रातील २५०० चौ. मीटर पर्यंतचे प्लॉट उद्योजकांना हस्तांतरित करणे.

२) जिल्ह्यातील लघुउद्योगांची 'लघुउद्योग घटक' म्हणून नोंदणी करणे.

३) उद्योगांना टेलिफोन, विजेची उपलब्धता व सुलभ हप्त्यावरील यंत्रसामग्री व सुविधा मिळविण्यासाठी शिफारस करणे.

४) लघुउद्योग घटकांना कच्चा माल (आयात होणाऱ्या देशी, विदेशी, दुर्मीळ) मिळविण्यासाठी शिफारस करणे.

५) सुशिक्षित बेरोजगार, उद्योजक व कुशल कारागिरांना कर्ज मिळविण्यासाठी वित्तीय संस्थांना व विभागीय महामंडळाला शिफारस करणे.

६) भांडवलावरील व्याज अनुदान मंजूर करणे.

७) सहकारी व इतर औद्योगिक वसाहतीच्या उभारणीसाठी संबंधितांना सहकार्य करणे.

८) नवीन उद्योजकांना प्रशिक्षण देणे व मार्गदर्शन करणे.

९) प्रशिक्षणार्थी विद्यार्थ्यांना हस्तकला प्रशिक्षण मिळविण्यासाठी कुशल कारागिरांची निवड करणे व त्यांना विद्यावेतन व मानधन देणे.

१०) लघुउद्योग घटकांचा तयार माल परदेशात निर्यात करण्यासाठी प्रोत्साहन देणे व संबंधित निर्यात प्रोत्साहन काउन्सिलकडून प्रमाणपत्रे मिळविण्यासाठी शिफारस करणे.

११) उद्योजकांच्या मदतीसाठी सर्व सरकारी-निमसरकारी खात्यास व इतर संबंधित संस्थांशी समन्वय साधणे.

१२) उद्योजकांची जमीनविषयक प्रकरणे, बिगर शेती परवाने (औद्योगिक कारणाकरिता) अशा प्रकरणांमध्ये छाननी करून जिल्हाधिकाऱ्यांकडे यथायोग्य शिफारस करणे.

१३) खनिज तेल, वंगण या वस्तू तयार करणे व विकणे, अशा प्रकरणांची छाननी करणे व परवाना देणे.

१४) उद्योजकांना आर्थिक साहाय्य मिळविण्यासाठी वेगवेगळ्या सरकारी-निमसरकारी संस्थांना शिफारस करणे.

१५) आजारी उद्योगाच्या अडीअडचणी सोडविण्याचा प्रयत्न करणे व शासनाला शिफारस करणे.

१६) रेशीम उद्योगाच्या माध्यमातून रोजगार निर्मिती.

लघुउद्योग नोंदणी

जिल्हा उद्योग केंद्रांनी उद्योजकांना एकाच छत्राखाली सर्व प्रकारची मदत करणे हे गृहीत धरले जाते. त्यामुळे नव्या शासकीय औद्योगिक धोरणानुसार उद्योजकांच्या आणि सुशिक्षित बेरोजगारांना उपयुक्त अशी योजनांची

माहिती, अर्जाचे नमुने, प्रकल्प अहवाल, कागदपत्रे पूर्ण करण्यास मदत करून परिपूर्ण अर्ज तयार करून घेण्यास ही उद्योग केंद्रे उद्योजकांना सहकार्य देतात. या विशिष्ट कार्यासाठी प्रत्येक उद्योग केंद्रात एक 'साहाय्यता कक्ष' उघडण्यात आलेला असून प्रत्येक तालुका पंचायत समितीत दर मंगळवारी/बुधवारी या कार्यालयाचे उद्योग निरीक्षक उद्योजकांना मार्गदर्शन करण्यासाठी हजर असतात.

या सर्व कामातील खरी सुरुवात लघुउद्योगाच्या नोंदणीने होते. दिनांक २ जानेवारी, १९९२ पासून लघुउद्योग नोंदणी देण्याची एक सुधारित कार्यपद्धती अंमलात आलेली असून बंदी/प्रतिबंध असलेल्या उत्पादित वस्तू वगळण्यात आल्या असून आता सर्वच उत्पादनासाठी लघुउद्योग नोंदणी देण्याची पद्धत सुरू झाली आहे.

या नोंदणीच्या प्रकारात १) लघुउद्योग घटक (SSI), २) निर्याताभिमुख / पूरक लघुउद्योग घटक (Export-oriented/Ancillary), ३) लघुत्तम घटक (Tiny), ४) लघुसेवा आणि व्यवसाय उपक्रम (SSSBE) आणि ५) महाराष्ट्र लघुउद्योग (MSI), असे पाच विभाग आहेत.

उद्योजकाने त्याच्या नियोजित उद्योगाची उद्योग संचालनालयाकडे किंवा जिल्हा उद्योग केंद्राकडे नोंदणी केलीच पाहिजे असे नाही. तरीही उद्योजकाला कोणत्याही कामासाठी किंवा शासकीय सवलतींची मागणी करण्यासाठी इतर संस्थांकडे किंवा उद्योग संचालनालय आणि त्या संबंधित शासकीय महामंडळे यांच्याकडे जावे लागते. तेव्हा ह्या त्याच्या उद्योगाला सरकारने मान्यता देऊन नोंदणी क्रमांक दिला आहे की नाही हे प्रथम पाहिले जाते. अस्थायी नोंदणीमुळे उद्योजकाला इतर बाबींची पूर्तता करताना अडचण भासत नाही आणि उचित पावले टाकता येतात.

लघुउद्योग सेवा संस्था (Small Industries Service Institutes - SISIs)

कार्यरत असलेल्या आणि संभाव्य लघु उद्योजकांना सल्लासेवा देणे आणि प्रशिक्षण देणे ह्यासाठी लघुउद्योग सेवा संस्थांची स्थापना करण्यात आली आहे. DCSSI कचेरीच्या औद्योगिक व्यवस्थापन प्रशिक्षण विभागामार्फत लघुउद्योग सेवा संस्थेच्या उपक्रमांचा समन्वय घडवून आणला जातो. राज्यांच्या राजधान्या आणि देशाच्या अन्य ठिकाणी २८ लघुउद्योग सेवा संस्था आणि ३० शाखांची स्थापना करण्यात आली आहे.

लघुउद्योग संस्थेची प्रमुख कार्ये खालीलप्रमाणे –

अ) राज्य आणि केंद्र सरकारमधील दुवा म्हणून सेवा देणे.
आ) तांत्रिक साहाय्य सेवा पुरविणे.
इ) उद्योजकता विकास प्रशिक्षण कार्यक्रमांचे आयोजन करणे.
ई) विकासात्मक कार्यक्रमांचे आयोजन करणे.

लघुउद्योग सेवा संस्था खालील बाबींच्या संदर्भातसुद्धा साहाय्य पुरविते –

अ) आर्थिक सल्लासेवा/माहिती/उद्योजकता विकास प्रशिक्षण कार्यक्रमाबाबत सल्लासेवा.
आ) व्यापार आणि बाजारपेठांबाबत माहिती.
इ) प्रकल्प प्रोफाईल.
ई) राज्यस्तरीय औद्योगिक संभाव्यता सर्वेक्षण.
उ) जिल्हास्तरीय औद्योगिक संभाव्यता सर्वेक्षण.
ऊ) आधुनिकीकरण आणि उद्योगांतर्गत अभ्यास.
ओ) कार्यशाळा (Workshop) सुविधा.
औ) विविध व्यापार/उपक्रमातील प्रशिक्षण.

We promote technology and create Entrepreneurship in Small Scale Sector.
SISI Andheri - Kurla Road, Sakinaka, Mumbai - 400 072 Tel - 8576090 E-mail : smallind@vsnl.com Website : www.sisimumbai.com

खादी व ग्रामोद्योग मंडळ

खादी व ग्रामोद्योग विकासाला चालना देण्यासाठी कार्यरत असलेल्या संस्थेबद्दल तसेच त्या संस्थेमार्फत राबविण्यात येणाऱ्या योजनांबाबत सविस्तर माहिती खालील परिच्छेदातून दिलेली आहे.

१९५६मध्ये संसदेत पास झालेल्या एका विशिष्ट कायद्यानुसार सुती, रेशीम व लोकरीच्या खादी कापडाच्या विकासासाठी तसेच निरनिराळ्या प्रकारच्या ग्रामोद्योगांसाठी म्हणून खादी व ग्रामोद्योग आयोगाची स्थापना करण्यात आली आहे. या आयोगाचे कार्यालय ३, इरला रोड, विलेपार्ले (प.), मुंबई - ४०० ०५६ येथे असून, त्याची विभागीय व उप-कार्यालये देशभर विखुरलेली आहेत.

खादीमध्ये हातमागावर सुती, रेशीम अगर लोकरीच्या विणकामाने तयार केलेले कापड अथवा यांपैकी दोघांचे मिश्रण तयार करून केलेले कापड याला प्रामुख्याने 'खादी' असे म्हटले जाते.

ज्या ग्रामीण भागातील लोकवस्ती २० हजारांपेक्षा जास्त नाही, अशा भागातील कारागीर वा कामगाराने, विजेचा वापर करून अथवा न करता जर एखाद्या वस्तूचे उत्पादन केले अथवा सेवा पुरविल्या तर तो ग्रामोद्योग म्हणून गृहीत धरण्यात येतो. मात्र, उत्पादनासाठी अथवा सेवेसाठी वापरण्यात आलेली जागा, इमारत व यंत्रसामग्री यातील गुंतवणूक रुपये ५० हजारांपेक्षा जास्त असता कामा नये.

या आयोगाचे उद्दिष्टांमध्ये, ग्रामीण भागातील खादी व ग्रामोद्योगाच्या विकासाचे नियंत्रण करणे, प्रचलन करणे, संघटन करणे व त्या त्या योजना कार्यान्वित करणे या बाबींचा अंतर्भाव होतो.

अगदी सुरुवातीच्या काळामध्ये ग्रामोद्योगाच्या व्याख्येमध्ये मोडणारे असे छोटे उद्योग समाविष्ट करण्यात आले होते. परिस्थितीनुसार यामध्ये बदल करून आज जवळ जवळ ११४ वस्तूंचा ग्रामोद्योगामध्ये समावेश करण्यात आलेला असून, त्याचे ढोबळमानाने पुढीलप्रमाणे वर्गीकरण करण्यात येते-

१) खनिज संपत्तीवर आधारित उद्योग, २) वन संपत्तीवर आधारित उद्योग, ३) शेतमालावर आधारित उद्योग, ४) पॉलीमर व रसायनांवर आधारित प्रक्रिया उद्योग, ५) अपारंपरिक ऊर्जेवर आधारित उद्योग, ६) खादीसह वस्त्रोद्योग, ७) सेवा उद्योग

या आयोगाकडे ग्रामोद्योगातील तसेच खादीच्या उत्पादनाचा विक्री व्यवसाय, गरजू कारागिरांना कच्चा माल पुरविण्याची व्यवस्था तसेच कारागिरांना येणाऱ्या अडीअडचणींवर अभ्यास करून, त्यावर संशोधन करून योजना तयार करणे यांचाही समावेश केलेला आहे.

महाराष्ट्र राज्य खादी ग्रामोद्योग मंडळ

महाराष्ट्र राज्य खादी ग्रामोद्योग मंडळाची स्थापना व उद्दिष्टे

महाराष्ट्रातील खादी व ग्रामोद्योगाच्या विकास कार्यासाठी महाराष्ट्र शासनाने महाराष्ट्र राज्य खादी ग्रामोद्योग मंडळाची १९६२मध्ये राज्य विधान मंडळाच्या १९६०च्या कायद्यानुसार स्थापना केली. ग्रामीण क्षेत्रातील कारागीर व बलुतेदार यांच्या उद्योगांना स्थैर्य देऊन स्वयंरोजगाराची संधी निर्माण करणे हे मुख्य उद्दिष्ट होय. त्यासाठी मंडळ खादी ग्रामोद्योगासाठी आर्थिक साहाय्य, कच्चा माल पुरवठ्याबाबत मार्गदर्शन, समुचित तंत्रज्ञान, कारागिरांचे तांत्रिक कौशल्य वाढविण्यासाठी प्रशिक्षण, तयार मालाच्या विक्रीस मदत, खादी ग्रामोद्योगांच्या विकासास पोषक ठरेल असे शासकीय धोरण अंमलात आणण्यासाठी शासनाशी प्रभावी संपर्क, एकंदरीने खादी ग्रामोद्योगांद्वारे समाज प्रबोधन आणि ग्रामीण उद्योजक कारागिरांना कार्यक्षम, अर्थक्षम आणि सेवाक्षम बनविणे ही मंडळाची प्रमुख उद्दिष्टे आहेत.

महाराष्ट्र राज्य खादी ग्रामोद्योग मंडळाच्या कक्षेत ११४ उद्योगांचा समावेश होतो.

ग्रामोद्योगाची अशी निश्चित व्याख्या

वीस हजारांपेक्षा कमी लोकसंख्या असलेल्या महसूल, खेड्यात केला जाणारा व ज्या उद्योगात माणशी रुपये ५०,००० पेक्षा अधिक भांडवली गुंतवणूक नसलेला उद्योग म्हणजे 'ग्रामोद्योग' व अशा ग्रामोद्योगांना मंडळामार्फत मदत दिली जाते. ग्रामोद्योगांबरोबर 'खादी' उद्योगाचाही समावेश मंडळाच्या कक्षेत केला आहे. विजेशिवाय कातण्यात आलेल्या सुतापासून तयार करण्यात आलेल्या वस्त्रास खादी संबोधिले जाते.

खादी व ग्रामोद्योगासाठी मंडळाची मदत

खादी व ग्रामोद्योगासाठी प्रामुख्याने १८६०च्या सोसायटी नोंदणी कायद्यान्वये रजिस्टर झालेल्या संस्था, १९६०च्या सहकार कायद्यान्वये नोंदणी झालेल्या सहकारी सोसायट्या, १९५०च्या मुंबई सार्वजनिक विश्वस्त कायद्याखाली नोंदणी झालेल्या संस्था, ग्रामीण उद्योजक आणि ग्रामीण कारागीर यांना मंडळामार्फत साहाय्य दिले जाते.

मंडळाच्या अर्थसाहाय्य योजना खालीलप्रमाणे

अ) कन्सॉर्टियम बँक क्रेडिट (सी. बी. सी. योजना)

नवीन आर्थिक धोरणाप्रमाणे रक्कम रु. १ लाख पर्यंतचे अर्थसाहाय्य हे खादी आयोगाने वेगवेगळ्या ग्रामोद्योगाखाली निश्चित केलेल्या सुधारित आकृतिबंधानुसार आर्थिक मंडळामार्फत मंजूर करण्यात येते.

प्रकल्प गुंतवणुकीची रक्कम रु. १ लाखाच्या वर असेल तर अशा प्रकरणी संस्था/सोसायट्या/उद्योजक यांनी सादर केलेल्या प्रकल्प अहवालाची छाननी तांत्रिक दृष्टिकोनातून करण्यात येते. हे प्रकल्प गुणवत्तेनुसार योग्य व परिपूर्ण आढळून आल्यास त्यांना अर्थसाहाय्य हे प्रकल्प अहवालानुसार मंडळामार्फत मंजूर केले जाते.

- वैयक्तिक उद्योजकांसाठी प्रकल्प गुंतवणुकीची कमाल मर्यादा रु. १० लाखांपर्यंत.
- संस्था/सोसायट्यांकरिता प्रकल्प गुंतवणुकीची कमाल मर्यादा रु. २५ लाखांपर्यंत.
- प्रकल्प गुंतवणुकीमध्ये १०% इतकी रक्कम लाभधारकाने स्वतः गुंतवावयाची आहे.
- अनुसूचित जाती/जमाती, महिला, अल्पसंख्याक, माजी सैनिक व अपंग अशा लाभार्थींना एकूण प्रकल्प गुंतवणुकीच्या ५% रक्कम स्वतः गुंतवावयाची असते.

- रु. १० लाखापर्यंतच्या प्रकल्प गुंतवणुकीवर २५% रक्कम खादी आयोग निधीतून दुराव्याची रक्कम (मार्जिन मनी) म्हणून सुरुवातीला बिनव्याजी कर्ज स्वरूपात मंजूर केली जाते.
- अनुसूचित जाती/जमाती, महिला, अल्पसंख्याक, माजी सैनिक व अपंग अशा लाभार्थींना ३०% रक्कम खादी आयोग निधीतून दुराव्याची रक्कम (मार्जिन मनी) म्हणून सुरुवातीला बिनव्याजी कर्ज स्वरूपात मंजूर केली जाते. प्रकल्प गुंतवणुकीची रक्कम रु. १० लाखांच्या वर असेल तर अशा प्रकरणी रु. १० लाखांच्यावर शिल्लक रहाणाऱ्या रकमेवर १०% प्रमाणे होणारी रक्कम म्हणजेच २५% अधिक १०% प्रमाणे एकूण होणारी रक्कम ही दुराव्याची रक्कम (मार्जिन मनी) म्हणून सुरुवातीला बिनव्याजी कर्ज स्वरूपात मंजूर केली जाते.

प्रकल्प गुंतवणुकीमध्ये लाभधारकाने उभी केलेली १०% रक्कम व दुराव्याची मंजूर रक्कम अशी एकूण प्रकल्पाच्या रकमेतून वजा जाता उर्वरित रक्कम कन्सॉर्टियम बँक क्रेडिट योजनेअंतर्गत कर्ज म्हणून वेळोवेळी ठरविण्यात येणाऱ्या 'प्राईम लेंडिंग' व्याजदराने मंडळाकडून मंजूर केली जाते.

कर्जाची परतफेड

कन्सॉर्टियम बँक क्रेडिट योजनेमध्ये मंजूर करण्यात आलेल्या वित्तसाहाय्याची परतफेड ही एक वर्षाचा मोरॅटोरियम पिरीयड संपल्यानंतर पुढील ५-७ वर्षांत दर तिमाही पद्धतीने करावयाची आहे. प्रकल्प कार्यान्वित झाल्यानंतर लाभधारकाने कन्सॉर्टियम बँक क्रेडिटमधून मंजूर करण्यात आलेल्या कर्जाची रक्कम ही ठरवून दिलेल्या मुदतीमध्ये व्याजासह परतफेड केल्यानंतर व त्याबाबत मंडळाची खात्री झाल्यानंतर लाभधारकांना प्रकल्पामध्ये मार्जिन मनी म्हणून मंजूर करण्यात आलेल्या रकमेचे अनुदानात रूपांतर करण्यात येते.

ब) मार्जिन मनी योजना (स्थानिक बँकांमार्फत)

या योजनेखाली, वरील सी. बी. सी. कार्यक्रमांअंतर्गत मंडळामार्फत देण्यात येणारे आर्थिक साहाय्य, हे मंडळाऐवजी स्थानिक बँकांमार्फत (राष्ट्रीयकृत अथवा आयोगाने पुरस्कृत केलेल्या बँका) देण्यात येते. इतर वैशिष्ट्ये खालीलप्रमाणे -

- लाभधारकाने कर्ज प्रकल्प मंडळाच्या जिल्हा कार्यालयामार्फत बँकेस सादर करावयाचा आहे.
- जिल्हा कार्यालय हे अर्ज स्थानिक बँकेकडे शिफारस करून मंजुरीसाठी पाठवील.

लाभधारकाने प्रकल्प गुंतवणुकीची ५-१०% रक्कम स्वत: गुंतवावयाची आहे व उरलेली ९०-९५% रक्कम स्थानिक बँक लाभधारकास कर्ज स्वरूपात मंजूर करून अदा करील.

या बँक कर्जावर बँक दराने व्याज आकारण्यात येईल व परतफेड बँक ठरविल त्या मुदतीत व हप्त्यात लाभधारकाने करावयाची आहे.

बँकेने ९०-९५% कर्जाची रक्कम लाभधारकास अदा केल्यावर प्रकल्प किमतीच्या २५-३०% इतक्या मार्जिन मनीची मागणी लाभधारकाच्या वतीने स्थानिक बँक मंडळाकडे / खादी आयोगाकडे करेल.

बँकेस मंडळाकडून / आयोगाकडून मार्जिनची रक्कम प्राप्त झाल्यावर बँक ही रक्कम लाभधारकाच्या नावे उघडलेल्या स्वतंत्र खात्यात जमा करील व ती मुदत ठेवीत गुंतवील. बँक कर्जावर बँक जे व्याज आकारील त्या व्याजापोटी मुदत ठेवीवर लाभधारकास देय असलेल्या व्याजाची रक्कम बँक जमा करून घेईल व बँक कर्जाच्या उर्वरित व्याजाची रक्कम ही लाभधारकास स्वत: बँकेस द्यावी लागेल.

बँक कर्जापैकी ६५% कर्जाची व्याजासह पूर्ण परतफेड मुदतीत केल्यावर २५-३०% दुराव्याची (मार्जिन

मनी) रक्कम ही अनुदानात रूपांतरित करण्यात येईल व ती कर्जाच्या शेवटच्या हप्त्यापोटी बँक जमा करून घेईल.

क) विशेष रोजगार योजना (एस.ई.पी.)

खादी व ग्रामोद्योगाच्या कार्यक्रमांद्वारे औद्योगिकदृष्ट्या मागासलेल्या जिल्ह्यांमध्ये प्रत्येक जिल्ह्यात १०,००० लोकांना ग्रामीण भागातच रोजगार उपलब्ध करून देण्याच्या दृष्टीने केंद्र शासनाने विशेष रोजगार कार्यक्रम जाहीर केला असून या कार्यक्रमाच्या अंमलबजावणीकरिता केंद्र शासनाने महाराष्ट्रामध्ये खालीलप्रमाणे जिल्ह्यांची निवड केली आहे.

१) चंद्रपूर, २) यवतमाळ ३) रायगड/रत्नागिरी, ४) बीड, ५) नांदेड

सदर कार्यक्रमांची वैशिष्ट्ये खालीलप्रमाणे आहेत.

अ) ग्रामीण कारागिरांचे उद्योगातील कौशल्य विकसित करून त्यांचे राहणीमान सुधारणे.

ब) या कार्यक्रमांची यशस्वीरीत्या अंमलबजावणी करण्याकरिता खादी आयोग, जिल्हा ग्रामीण विकास यंत्रणा, इतर वित्तीय संस्था व लोककल्याण संस्था यांच्यामार्फत ग्रामीण विकासासाठी होणाऱ्या कामात समन्वय घडवून आणणे.

क) कायमस्वरूपी रोजगारनिर्मिती होण्यासाठी सातत्याने उद्योग चालू रहाणे जरुरीचे असल्याने या उद्योगासाठी लागणारे मागील व पुढील दुवे उपलब्ध करून देणे.

मागे नमूद करण्यात आलेल्या जिल्ह्यांमध्ये विशेष रोजगार निर्मितीचा कार्यक्रम हा मार्जिन मनी योजनेद्वारेच प्राधान्याने राबविण्यात येतो.

ड) कारागीर रोजगार हमी योजना

ग्रामीण भागात विखुरलेल्या कारागिरांना संघटित करून, रोजगार उपलब्ध करून गटस्तरावर शासनाच्या सहकार्याने १९६०च्या सहकार कायद्यान्वये राज्यात एकूण ३०३ विविध कार्यकारी सहकारी ग्रामोद्योग संघाची स्थापना केली आहे. या संघामध्ये आत्तापर्यंत ३,४४,८७६ सभासद नोंदविण्यात आले आहेत. त्यांच्या ग्रामोद्योगाच्या उभारणीकरिता आवश्यक असणारा कर्जपुरवठा हा ग्रामोद्योग संघाच्या माध्यमाद्वारे जिल्हा मध्यवर्ती सहकारी बँकांकडून नाबार्डच्या पुनर्वित्त योजनेअंतर्गत संकलित व मध्यम मुदत स्वरूपात सवलतीच्या व्याजदराने उपलब्ध करून दिला जातो.

उत्पादनाकरिता आवश्यक असणारा कच्चा माल आवश्यक त्या ठिकाणी संघामार्फत उपलब्ध करून देण्याच्या दृष्टीने प्रयत्न केले जातात. त्याचप्रमाणे सभासदांमार्फत उत्पादित केलेल्या मालास बाजारपेठ उपलब्ध करून देण्याच्या दृष्टीनेही या संस्थेमार्फत तसेच मंडळामार्फत मदत केली जाते.

इ) टायनी (कुटीरोद्योग)

टायनी सदरामध्ये विजेवर अथवा विजेच्या वापराशिवाय घरगुती स्वरूपात चालविल्या जाणाऱ्या लहान उद्योगांसाठी वित्तीय संस्थांकडून संकलित स्वरूपात कमाल मर्यादा रु. २५,०००/- पर्यंत सवलतीच्या व्याजदराने कर्ज उपलब्ध करून दिले जाते. या योजनेखाली मंडळाकडून सुयोग्य लाभार्थींची निवड करून वित्तीय संस्थेकडे प्रस्ताव मान्यतेसाठी शिफारस केले जातात.

फ) खादी कार्यक्रम

खादी कार्यक्रमाखाली (सुती, रेशीम, लोकर) खादी आयोगाकडील मान्यताप्राप्त खादी प्रमाणपत्रधारक

संस्था/सोसायट्यांना आयोगाने निर्धारित केलेल्या निकषांनुसार खादी उत्पादन विक्रीच्या कार्यक्रमांकरिता सवलतीच्या ४% व्याजदराने अर्थसाहाय्य उपलब्ध करून दिले जाते.

ग) मध उद्योग

राज्यातील डोंगराळ व जंगल विभागातील मधपाळांना उत्पन्नाचे साधन उपलब्ध होण्याच्या दृष्टीने मंडळाने मध उद्योग विकास कार्यक्रम हाती घेतला आहे. मंडळामार्फत या उद्योगाचे प्रशिक्षण देण्यात येते व सवलतीच्या दरात मध पेट्यांचा, मध यंत्राचा पुरवठा करण्यात येतो. तसेच या उद्योगांतर्गत उत्पादन, संशोधन, मध प्रक्रिया, विक्री, राणी माशी पैदास इत्यादी कार्यक्रमही मंडळामार्फत हाती घेण्यात येतात.

विशेष घटक योजना

शासनाच्या २० कलमी कार्यक्रमांतील कलम ११ अ अन्वये अनुसूचित जाती व नवबौद्ध समाजातील घटकातील दारिद्र्यरेषेखालील लाभधारकांना रोजगार उपलब्ध करून देऊन त्यांना दारिद्र्यरेषेच्यावर आणण्याकरिता मंडळ राज्यात या कार्यक्रमांची अंमलबजावणी करीत आहे. अनुसूचित जाती व नवबौद्ध घटकातील लाभधारकांना त्यांच्या ग्रामोद्योगाच्या उभाणीकरिता त्यांच्या गरजेइतपत वित्तसाहाय्य वित्तीय संस्थांकडून उपलब्ध करून देते. सदर कर्जावर मंडळामार्फत विशेष केंद्रीय साहाय्यातून रक्कम रु. ५,०००/- पर्यंत अथवा मंजूर कर्जाच्या ५०% पैकी कमी असणारी रक्कम लाभधारकास अनुदान स्वरूपात मंजूर करण्यात येते.

राष्ट्रीयकृत बँकांच्या सवलत व्याजदर योजना (डी.आर.आय.)

या योजनेत ज्या कुटुंबाचे शहरी भागात वार्षिक उत्पन्न रु. ४,८००/- व ग्रामीण भागात रु. ३,६००/- पेक्षा अधिक नाही अशा कुटुंबातील व्यक्तीस एकूण रु. ६,५००/- संयुक्त कर्ज ४% या सवलतीच्या व्याजदराने ग्रामोद्योगाच्या उभारणीसाठी बँकांमार्फत दिले जाते. याकरिता लाभधारकांना कर्ज मिळवून देण्यासाठी बँकेकडे शिफारस करण्यात येते.

मंडळामार्फत मदत घेण्यासाठी कर्ज प्रकरणी खालीलप्रमाणे कागदपत्रांची आवश्यकता असते–

१) रजिस्टर संस्था/सहकारी सोसायटी असेल तर नोंदणी प्रमाणपत्र.

२) संस्था/सोसायटी असेल तर पोटनियम प्रत.

३) शैक्षणिक आणि उद्योग संदर्भातील आवश्यक ते प्रशिक्षण पूर्ण केल्याचे प्रमाणपत्र (व्यक्तीचे बाबतीत).

४) ग्रामपंचायतीच्या हद्दीत उद्योग सुरू करण्याबाबतचा ना हरकत दाखला.

५) जमीन स्वत:च्या मालकीची असल्यास ७/१२ चा उतारा अथवा स्वत:च्या मालकीची नसेल/शासनाच्या मालकीची दीर्घ मुदतीच्या भाड्याची असेल तर किमान ३० वर्षे मुदतीचा रजिस्टर भाडेकरार.

६) वर्कशेड, गोडाऊन इ. चे बांधकाम असेल तर प्लॅन्स व एस्टीमेट्स.

७) मशिनरीबाबतची दरपत्रके (कोटेशन्स).

८) मंडळाकडून मंजूर केलेल्या रकमेपेक्षा जादा खर्च येणार असल्यास तो खर्च स्वत: करणार असणेबाबत संमतीपत्र व जादा येणाऱ्या खर्चासाठी निधी कसा उभारणार त्याचे स्पष्टीकरण.

९) स्वत:ची स्थावर मालमत्ता असल्यास त्यासंबंधीचे खाते उतारे. स्वत:ची स्थावर मालमत्ता नसल्यास कर्जासाठी जामीन राहणाऱ्या व्यक्तीचे तारण संमतीपत्र व वेतनाचा दाखला किंवा स्थावर मालमत्तेचे तारण किमतीचा दाखला, खातेउतारा व संमतीपत्र.

१०) कर्जदाराने चालू करावयाच्या उद्योगाकरिता जर काही सरकारी परवाने आवश्यक असतील तर ते जोडावे. उदा. एफपीओ लायसन्स इ.

११) उत्पादित मालविक्रीची व्यवस्था असल्यास त्याची खात्री होण्याकरिता त्यासंबंधी असलेल्या ऑर्डर्स अथवा आवश्यक ती हमीपत्रे जोडावी.

१२) जर संस्था/सोसायटी यांचा कर्ज मागणी अर्ज असेल तर अद्ययावत हिशेबपत्रके तसेच आधीच्या वर्षाची लेखा परीक्षा केलेली हिशेबपत्रके म्हणजेच दोन वर्षांची हिशेबपत्रके.

१३) जर भाग भांडवल कर्ज मागणी असेल तर त्यासंबंधीचे कारागीर सभासदांचे अर्ज व स्टँप लावलेल्या पावत्या.

१४) आवश्यक असल्यास तांत्रिक शक्यता अहवाल.

१५) कारखानासदृश केंद्रासाठी प्रकल्प अहवाल.

खादी व ग्रामोद्योगाचे प्रशिक्षण

खादी व ग्रामोद्योग आयोगाच्या कक्षेतील खादी व काही निवडक ग्रामोद्योगांचे प्रशिक्षण खादी आयोगाच्या मान्यताप्राप्त संस्थांमध्ये व आयोगाचे प्रशिक्षण केंद्रामध्ये दिले जाते. प्रशिक्षण कालावधीत प्रशिक्षणार्थीस दरमहा साधारण रुपये ३०० ते ४०० विद्यावेतन, प्रशिक्षण केंद्रापर्यंतचा जाण्यायेण्याचा प्रवास खर्च व प्रवास काळात दर दिवसास १२ रुपये दैनिक भत्ता दिला जातो.

खादी व ग्रामोद्योगाचे काम करणाऱ्या महिला व मागासवर्गीयांसाठी मंडळामार्फत दिल्या जाणाऱ्या सवलती खालीलप्रमाणे

१०० टक्के महिला सभासद असलेल्या सहकारी संस्था/नोंदणीकृत संस्थांना मंडळाच्या कक्षेतील उद्योगांसाठी खादी आयोगाच्या आकृतिबंधानुसार भांडवली कर्जाच्या एकूण रकमेपैकी १० टक्के रक्कम अनुदान म्हणून दिली जाते. त्याचप्रमाणे १०० टक्के अनुसूचित जाती व जमातींचे सभासद असलेल्या सहकारी संस्था/नोंदणीकृत संस्थांना खादी आयोगाच्या आकृतिबंधानुसार भांडवली कर्जावर २५ टक्के अनुदान व ७५ टक्के कर्ज याप्रमाणे अर्थसाहाय्य दिले जाते.

मंडळामार्फत खादी ग्रामोद्योगांसाठी देण्यात येणाऱ्या अर्थसाहाय्याव्यतिरिक्त खालील सुविधा उपलब्ध करून दिल्या जातात

विविध योजनांतर्गत खादी व ग्रामोद्योगांना अर्थसाहाय्य मंडळ देते. त्याशिवाय, महाराष्ट्र शासनाच्या १९५९च्या विक्रीकर कायद्यातील तरतुदीनुसार ग्रामोद्योगांतर्गत उत्पादित झालेल्या वस्तूंच्या विक्रीवरील विक्रीत सूट देण्यासाठी मंडळामार्फत शिफारस केली जाते. त्याचप्रमाणे कच्चा माल नियंत्रित दराने उपलब्ध करून देण्यासाठी संबंधित अधिकाऱ्याकडे मंडळ शिफारस करते. उद्योजकांनी तयार केलेल्या मालाला बाजारपेठ मिळवून देण्याच्या दृष्टीने मंडळ शासकीय, निमशासकीय संस्थांकडून बाजारपेठ मिळवून देण्याचे प्रयत्न करते. त्याचप्रमाणे मंडळाच्या विक्री केंद्रातून अशा वस्तूंची विक्री करण्यास मदत केली जाते.

ग्रामीण भागात ग्रामोद्योग उभारले जावेत यासाठी मंडळामार्फत खालील प्रयत्न केले जातात

खादी व ग्रामोद्योगांचा ग्रामीण भागामध्ये प्रसार व्हावा यादृष्टीने मंडळ तालुका/जिल्हा पातळीवर ग्रामोद्योगाची प्रदर्शने आयोजित करते. ग्रामीण उद्योजक कारागिरांचे मेळावे आयोजित करते. वृत्तपत्रे, नियतकालिके, आकाशवाणी, दूरदर्शन इ. प्रसार माध्यमांद्वारे मंडळाच्या विविध योजनांची माहिती दिली जाते. त्याचप्रमाणे खादी

व ग्रामोद्योगाची माहिती लोकांना नियमितपणे उपलब्ध व्हावी या उद्देशाने मंडळ 'ग्रामोद्योग' मासिक दरमहा प्रसिद्ध करते. या मासिकामधून मंडळामार्फत दिले जाणारे अर्थसाहाय्य, विविध उद्योगांचे प्रकल्प, यशस्वी उद्योजकांच्या मुलाखती, विविध उद्योगांचे अर्थशास्त्र, ग्रामोद्योग वस्तूंना उपलब्ध असलेली बाजारपेठ, ग्रामोद्योग वस्तूंची निर्यात इ. बाबींची माहिती दिली जाते. दरमहा प्रकाशित होणाऱ्या 'ग्रामोद्योग' मासिकाची वार्षिक वर्गणी मंडळाच्या जिल्हा कार्यालय अथवा मुख्य कार्यालयात भरल्यास 'ग्रामोद्योग' मासिक वाचकांना नियमितपणे पाठविले जाते.

खादी व ग्रामोद्योगासाठी मंडळामार्फत खालील मूलभूत सुविधा उपलब्ध करून दिल्या जातात

ग्रामीण भागातील उद्योजक कारागिरांना जमीन, वीज, पाणी इत्यादी आवश्यक बाबी उपलब्ध करून देण्यासाठी मंडळामार्फत प्रत्येक जिल्ह्यात एक याप्रमाणे तीस ग्रामोद्योग वसाहती उभारण्यात येणार असून या उपक्रमाला मिळणारा प्रतिसाद लक्षात घेऊन हा कार्यक्रम अधिक व्यापक केला जाणार आहे.

मंडळाच्या विविध योजनांबाबत मदत व माहिती घेण्यासाठी संपर्क

खादी व ग्रामोद्योगासाठी आर्थिक साहाय्य व माहिती मिळविण्यासाठी उद्योजकांनी मंडळाच्या जिल्हा कार्यालयाशी संपर्क साधावा. कर्जप्रकरणे, प्रशिक्षण याबाबतचा अर्ज उद्योजकांनी जिल्हा ग्रामोद्योग अधिकारी यांचेकडे करावयाचा असतो. मंडळाच्या विविध योजनांची माहिती मंडळाच्या मुख्य कार्यालयातही दिली जाते. मंडळाच्या मुख्य कार्यालयाचा पत्ता खालीलप्रमाणे आहे.

> महाराष्ट्र राज्य खादी व ग्रामोद्योग मंडळ,
> १९-२१, मनोहरदास रस्ता, जी. पी. ओ. समोर, फोर्ट,
> मुंबई - ४०० ००१. फोन नं. २६१७६४१-४२-४३

लघुउद्योगांसाठी शासनाच्या प्रोत्साहन योजना (Incentive Schemes of the Government for SSI)

केंद्र आणि राज्य शासनांच्या अंगीकृत उपक्रमांमधून भारत आपल्या औद्योगिक प्रगतीची वाटचाल करीत आहे. स्वातंत्र्यपूर्व काळापासून महाराष्ट्राचा औद्योगिक क्षेत्रातील असलेला पुढाकार भारतातील अन्य राज्यांना मार्गदर्शक आणि प्रेरणादायी ठरला आहे. (अर्थात, सध्या मात्र अशी परिस्थिती आहे की, अन्य राज्यांकडून महाराष्ट्रानेही मार्गदर्शन व प्रेरणा घ्यावी.) महाराष्ट्राचे औद्योगिक अग्रेसर व तुलनात्मकदृष्ट्या अधिक उजळ दिसण्याची प्रमुख कारणे ही शंभर वर्षांपूर्वी सुती कापड उद्योगाच्या सुरुवातीने केलेली औद्योगिकीकरणाची मुहूर्तमेढ, त्याला मिळालेली यंत्रसामग्री, धातुउद्योग इत्यादींची जोड, भारतातील अन्य राज्यांच्या तुलनेने रेल्वेमार्ग आणि रस्त्यांचे अनुकूल प्रमाण आणि वित्तीय संस्था आणि औद्योगिक गृहांचा पुढाकार ही आहेत. याखेरीज भारतातील औद्योगिक प्रगतीचा विकास होण्यासाठी आपल्याकडे वीज, कोळसा, लोह, खनिज, मँगेनीज, बॉक्साईट, चुनखडी अशा कच्च्या मालाची उपलब्धता ही या औद्योगिक विकासाला कारणीभूत झाली आहे.

अशी उत्कृष्ट पार्श्वभूमी असलेल्या आपल्या उद्योगव्यवसायांसाठी स्वातंत्र्योत्तर काळात आपल्या सरकारने उद्योजकतेचा पाया मजबूत आणि विस्तृत करण्याच्या दृष्टीने अनेक उपयुक्त उपाययोजना आखल्या आणि कार्यवाहीत आणल्या. ज्या उद्योगाच्या भरभराटीला कारणीभूत ठरल्या त्या उपाययोजनांपैकी दोन ठळक उपाययोजना पुढीलप्रमाणे –

१) सरकारने स्वतंत्र औद्योगिक धोरण आखून विशेषत: लघुउद्योगांच्या विकासासाठी प्रोत्साहने आणि विविध सुविधा सुलभतेने उपलब्ध करून दिल्या, तसेच

२) ज्या उद्योजकांना औद्योगिक क्षेत्रातील अनुभवाच्या अभावी बाजारपेठेची चिकित्सक पाहणी जमत नसेल त्यांना आर्थिक साहाय्य देण्यासाठी सरकारने नव्या वित्तीय संस्था स्थापन करून अन्य सुविधा उपलब्ध करून दिल्या.

या संस्थांनी सुसूत्रतेने आपापल्या नियोजित भूमिकांच्या चौकटीत राहून या सुविधा उद्योजकांना मिळवून दिल्या. त्यामुळे अपारंपरिक समाजातूनही नवे नवे उद्योजक उदयास आले. तसेच या विशिष्ट कार्यपद्धतीमुळे भारतातील औद्योगिकीकरणास नव्या प्रकारची दिशा मिळाली.

'प्रोत्साहन' संकल्पना

'प्रोत्साहन' (Incentive) हा एक सर्वसामान्य पारिभाषिक शब्द आहे. कार्यप्रवृत्त करणारा 'प्रोत्साहन' ही सरकारने उद्योगाला उदारतेने दिलेली एकमुठी रक्कम असते. राष्ट्राच्या दृष्टीने आवश्यक अशा ज्या उद्योग घटकाला आधीच मान्यता मिळालेली असेल त्याला या सबसिडीचा फायदा होतो. 'सबसिडी' प्रमाणेच 'बाउंटी' हा प्रकार वित्तसाहाय्य किंवा बोनसच्या रूपाने दिला जातो. आपल्या राष्ट्रातील किंवा परराष्ट्रातील बाजारपेठेत आपले व्यवसायातील स्थान पक्के करू इच्छिणाऱ्या उद्योगाला स्पर्धेला तोंड देता येणे शक्य व्हावे हा बाउंटी देण्यामागील एकमेव प्रधान हेतू असतो. मात्र, ही रक्कम त्या त्या संस्थेच्या आर्थिक परिमाणांवर अवलंबून असते. त्यामुळे ती त्यासाठी ठरविलेल्या प्रमाणातच दिली जाते. आपल्याकडे जे राष्ट्रीय प्रकल्प उभारले जातात किंवा ज्या प्रकल्पाच्या उभारणीमुळे राष्ट्रीय अर्थव्यवस्थेला उपकारक होणाऱ्या परकीय चलनांची बचत होऊ शकते, अशा प्रकल्पांना 'बाउंटी'चा लाभ मिळू शकतो. सबसिडी देताना मात्र राष्ट्रांच्या हिताचा/स्वारस्याचा विचार केला जातो. कोणत्याही राष्ट्रातील उद्योजकाला अशा प्रोत्साहनांचे आणि अनुदानांचे फायदे होत असतात.

प्रोत्साहनपर उपाययोजनेचे मार्ग

उद्योजकांना प्रोत्साहित करण्यासाठी ज्या मार्गांचा अवलंब केला जातो ते प्रमुख मार्ग म्हणजे –
१) अर्थसाहाय्य, २) सवलती आणि ३) अनुदाने

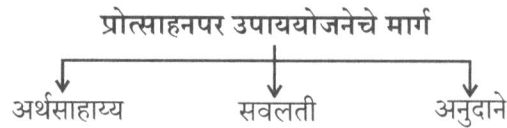

प्रोत्साहनपर उपाययोजनेचे मार्ग

अर्थसाहाय्य   सवलती   अनुदाने

ह्या मार्गांची माहिती खालील परिच्छेदातून दिलेली आहे–

१) अर्थसाहाय्य : उद्योजकाला बऱ्याचदा आर्थिक मर्यादा पडतात. कारण त्याची ही साधने मर्यादित असतात. उद्योगाचे प्रवर्तन करणे, संचालन करणे, विस्तार करणे यासाठी तसेच स्थिर व खेळते भांडवल यासाठी उद्योजकाला भांडवलाची गरज असते आणि महत्त्वाचे म्हणजे त्याची ही गरज दिवसेंदिवस वाढतच जाते. भांडवल बाजार असंघटित व अप्रगत असेल तर साहजिकच उद्योजकांना भांडवल बाजारपेठेतून आवश्यक तेवढे भांडवल योग्य वेळी व योग्य खर्चामध्ये उभारणे शक्य होत नाही. कोणत्याही उद्योगात भांडवल ही मूलभूत आणि कायमस्वरूपी गरज आहे. ती भागविण्याकरिता सरकार वित्तीय संस्था व विकास संस्थांची स्थापना करते. वित्तीय संस्थांच्या विविध कार्यक्रमांच्या माध्यमातून उद्योजकांच्या गरजेनुसार त्यांना अर्थसाहाय्य केले जाते. ह्या अनुषंगाने व्यापारी

बँकासुद्धा उद्योजकांना अल्पमुदतीचा पत पुरवठा करतात.

२) सवलती : उद्योजकाची प्रेरणा टिकून राहावी व उद्योग चालविताना येणाऱ्या अडचणींचे निराकरण व्हावे ह्या दृष्टीने सरकार उद्योजकांना सवलती उपलब्ध करून देते. सरकारने उद्योजकांना विविध प्रकारच्या सवलती उपलब्ध करून दिल्यामुळे उद्योजकांना कराव्या लागणाऱ्या भांडवल गुंतवणुकीमध्ये व भांडवली खर्चात बरीच बचत होते. परिणामत: उत्पादन खर्चावर नियंत्रण ठेवणे शक्य होते.

आपल्या देशात सरकारने विविध कार्यक्रमांच्या माध्यमातून उद्योजकांना विविधांगी सवलती उपलब्ध करून दिल्या आहेत. राज्यात औद्योगिक वसाहती आणि औद्योगिक क्षेत्रे स्थापन करण्यात आली आहेत. तेथे उद्योगांची स्थापना करणाऱ्या उद्योजकांना वाजवी दरात विकसित जागा, शेड, तसेच पाणी, वीज, रस्ते यांसारख्या सवलती प्राप्त होतात. ह्याखेरीज उद्योजकांना पुढील सुविधा उपलब्ध होतात. तांत्रिक सल्ला व मार्गदर्शन, हप्तेबंद पद्धतीने यंत्रसामग्री खरेदी, प्रशिक्षण, कच्चा माल पुरवठा, बाजारपेठेत उत्पादनांचे विपणन इ.

३) अनुदाने : उद्योजकांना अभिप्रेरित करण्यासाठी अमलात आणली जाणारी एक महत्त्वाची उपाययोजना म्हणजे त्यांना विविध कारणांसाठी आणि विविध प्रसंगी देण्यात येणारी अनुदाने. अनुदाने रोख रक्कम स्वरूपात हप्त्याहप्त्याने किंवा एकरकमी दिले जाते. कधी कधी अनुदाने आर्थिक सवलतीच्या स्वरूपात दिली जातात. अनुदाने म्हणजे कर्ज नव्हे. त्यामुळे साहजिकच अनुदानाच्या बाबतीत, कर्जफेडीसारखा किंवा कर्जावरील व्याजासारखा प्रश्न उद्भवत नाही. एवढेच नव्हे, तर उद्योजकाने अनुदानाची रक्कम नंतर सरकारला परत करावयाची नसते. अनुदान स्वीकारणाऱ्या उद्योजकावर कोणतेही दायित्व निर्माण होत नाही किंवा कोणतेही निर्बंध लादले जात नाहीत.

उद्योजकांना अभिप्रेरित करावे, उद्योजकतेचा सर्वांगीण विकास घडून यावा ह्या हेतूने आपल्या देशात उद्योजकांना विविध प्रकारची अनुदाने दिली जातात. त्याची उदाहरणे पुढीलप्रमाणे –

- आयात-निर्यातीसाठी.
- भांडवली गुंतवणुकीसाठी.
- मागास प्रदेशांमध्ये औद्योगिकीकरणाची प्रक्रिया सुरू होण्यासाठी.
- डोंगराळ भागात उद्योगांची स्थापना करणाऱ्या उद्योजकांना सामग्रीच्या वाहतुकीसाठी.
- उद्योजकांनी घेतलेल्या कर्जावर त्यांना व्याजाचे शोधन करता यावे यासाठी.
- उद्योजकांना बीज भांडवलाच्या स्वरूपात अनुदाने.
- खादी व ग्रामोद्योग व काही इतर उद्योगांमध्ये गुंतलेल्या कारागिरांना देण्यात येणारी अनुदाने.
- लघुउद्योजकांना देण्यात येणारी विविध प्रकारची अनुदाने.
- उद्योगांमध्ये संशोधन आणि विकासाची सोय व्हावी यासाठी उद्योजकांना देण्यात येणारी अनुदाने.
- बाजारपेठेचा अभ्यास करण्यासाठी उद्योजकांना दिली जाणारी अनुदाने.

प्रोत्साहनांचे फायदे (Advantages of Incentives)

सरकारतर्फे उद्योजकांकरिता अमलात येणाऱ्या विविध प्रोत्साहन योजनांमुळे विविधांगी फायदे होतात. हे फायदे खालीलप्रमाणे –

१) **सामान्य व्यक्तींचे उद्योजकांमध्ये परिवर्तन :** प्रोत्साहनपर उपाययोजना कार्यान्वित केल्यामुळे सामान्य व्यक्ती अभिप्रेरित होतात आणि अशा व्यक्तींचे उद्योजकात परिवर्तन होऊन ते उद्योजकतेचे आव्हान स्वीकारण्यास सक्षम बनतात.

२) **जोखीम स्वीकार :** उद्योजकतेचे अविभाज्य अंग म्हणजे जोखीम पत्करणे. उद्योजकाला विविध प्रकारच्या जोखमी पत्कराव्या लागतात. सरकारकडून सर्वंकष प्रोत्साहनपर योजना कार्यान्वित केल्यामुळे उद्योजक धाडसी बनून सर्व प्रकारच्या जोखमी पत्करण्यास सक्षम बनतात.

३) **उद्योजकास भांडवल उभारणी शक्य :** उद्योजकाची भांडवल उभारणीची वैयक्तिक ताकद बऱ्याचदा अपुरी असते. अशा परिस्थितीत सरकारी पातळीवरून काही संस्था विविध कारणांसाठी आर्थिक साहाय्य प्राप्त झाल्यास, उद्योजकांना दिलासा मिळतो, त्यांची अपुऱ्या भांडवलाची अडचण दूर होते आणि आवश्यक तेवढ्या भांडवलाची उभारणी ते करू शकतात.

४) **विविध तज्ज्ञांचा सल्ला :** उद्योजकता क्षेत्रात अनेक धोके, अडचणी असतात. अशा प्रसंगी उद्योजकांना अनेक निर्णय घेणे क्रमप्राप्त असते. त्यांची मुख्य समस्या असते ती अशा प्रसंगी तज्ज्ञांचा सल्ला मिळण्याची. तज्ज्ञांचा सल्ला, मार्गदर्शन व मदतीची गरज उद्योजकाला उद्योगाच्या प्रत्येक टप्प्यात असते. अर्थात, हे खर्चीक काम असल्याने उद्योजकाची आर्थिक सुसंपन्नता असणे त्यासाठी गरजेचे असते. तज्ज्ञांचा सल्ला, मार्गदर्शन व मदत मिळण्याची सोय हा प्रत्येक प्रोत्साहनपर योजनेचा आवश्यक भाग मानला जातो. सरकारी पातळीवरून प्रोत्साहनपर योजनांची अंमलबजावणी केली गेल्यास, ह्या गोष्टी मिळू शकतात. परिणामत: उद्योजकीय निर्णयप्रक्रियेमध्ये अचूकता येऊ शकते आणि उद्योजक त्यांच्या उद्योगातील धोक्यांना समर्थपणे तोंड देण्यासाठी आणि आपली जबाबदारी पार पाडण्यासाठी सक्षम बनतात.

५) **उत्पादन खर्चावर नियंत्रण :** सरकारने उद्योजकांकरिता सर्वंकष प्रोत्साहनपर योजना राबविल्यास उद्योजकांना अनेक सोयी व सवलती उपलब्ध होतात, उद्योगांकरिता आवश्यक पायाभूत सुविधा निर्माण करण्याकरिता उद्योजकांना स्वत:च्या वित्तीय साधनांकडून भांडवल गुंतवणूक करण्याची गरज पडत नाही आणि अनेक कारणांसाठी त्यांना स्वत: खर्चही करावा लागत नाही. ह्यामुळे उद्योजकांच्या उद्योगांमधील उत्पादन खर्चावर नियंत्रण राहते आणि उद्योजकांना गुंतवणुकीवर अपेक्षित असलेला मोबदला मिळू शकतो.

६) **उद्योजकांच्या स्पर्धा क्षमतेत संवर्धन :** सध्या उद्योगक्षेत्रात प्रत्येक बाबतीत तीव्र स्पर्धा आहे आणि उत्तरोत्तर ही स्पर्धा वाढतच आहे. गेल्या काही वर्षांपासून सरकारने बाजारपेठेवर आधारित अर्थव्यवस्था निर्मितीची प्रक्रिया सुरू केल्यामुळे, आयातीवरील निर्बंध हटविल्यामुळे, उदारीकरण व खासगीकरणाचे धोरण अवलंबिल्याने, स्पर्धेची तीव्रता तर वाढलीच पण शिवाय स्पर्धेचे स्वरूप आंतरराष्ट्रीय बनले. अशा परिस्थितीत उद्योगाचे अस्तित्व टिकवून ठेवणे हे उद्योजकांपुढील फार मोठे आव्हान आहे. प्रोत्साहनपर योजनांच्या माध्यमातून सरकारी यंत्रणा उद्योजकांना त्यांच्या गरजेनुसार अर्थसाहाय्य करते, तांत्रिक सल्ला व मदत देते, प्रशिक्षण देते, उद्योगांकरिता पायाभूत सोयी उपलब्ध करून देते आणि विविध प्रकारची अनुदाने देते. परिणामत: उद्योजकांचे सामर्थ्य व स्पर्धा क्षमता यांचे संवर्धन होऊन ते तीव्र स्पर्धेला तोंड देण्यात यशस्वी होतात.

७) **औद्योगिक विकासाचा वेग वाढतो :** सरकारी यंत्रणांनी प्रोत्साहनपर उपायांची अंमलबजावणी प्रभावीपणे केल्यास उद्योजकांना अनेक फायदे मिळतात, अपेक्षित नफा मिळतो व त्यांच्या सामर्थ्यांमध्ये वाढ होऊन ते यशस्वी होतात. असे उद्योजक आपल्या उद्योगांचा विस्तार करतात, नवनवीन उद्योगांची स्थापना करतात आणि यशाकडून अधिक मोठ्या यशाकडे वाटचाल करतात. ही परिस्थिती उद्योजकता विकासाकरिता अत्यंत पोषक आहे. अशा प्रकारे सरकारी यंत्रणांनी प्रोत्साहनपर उपाययोजना प्रभावीपणे अमलात आणल्यास उद्योजकता विकास घडून येतो. त्याचा उपयोग जलद व नियोजित औद्योगिक विकासाला होतो.

८) **प्रादेशिक विषमता दूर करणे :** आधारभूत सेवासुविधा ज्या भागात अधिक प्रमाणात असतात अशाच भागात उद्योजक आपला व्यवसाय सुरू करण्यास उत्सुक असतात. साहजिकच विशिष्ट विकसित प्रदेशातच उद्योगांचे केंद्रीकरण होते आणि मागास प्रदेश उपेक्षित राहतात. प्रोत्साहनपर योजनांच्या माध्यमातून मागास प्रदेशांमध्ये भांडवल गुंतवणूक करणाऱ्या उद्योजकांना अर्थसाहाय्य केले जाते, विविध सवलती उपलब्ध करून दिल्या जातात आणि शिवाय त्यांना विविध प्रकारची अनुदाने दिली जातात. त्यामुळे भांडवल गुंतवणुकीचा प्रवाह मागास प्रदेशांकडे वळतो, तेथे नवनवीन उद्योग स्थापन होऊ लागतात, उद्योजकता विकासाचे वातावरण निर्माण होते आणि पर्यायाने मागास प्रदेशांचा औद्योगिक व आर्थिक विकास झपाट्याने घडून येतो. ह्या पद्धतीने प्रोत्साहनपर उपाययोजनांच्या अंमलबजावणीमुळे प्रादेशिक विषमता कमी होते आणि संतुलित औद्योगिक विकास होणे शक्य होते.

९) **लघुउद्योगांचे अस्तित्व टिकून आहे :** आपल्या देशात लघुउद्योगांचे स्थान अतिशय महत्त्वाचे आहे. परंतु, भारतातील लघुउद्योगांची सद्य:स्थिती समाधानकारक नाही. लघुउद्योगांना अनेक गंभीर स्वरूपाच्या प्रोत्साहनपर उपाययोजना कार्यान्वित करण्यात येत आहेत. ह्या प्रोत्साहनपर उपाययोजनांच्या अंमलबजावणीमुळेच देशातील अनेक लघुउद्योगांना आपले अस्तित्व टिकवून ठेवणे शक्य झाले आहे.

१०) **उद्योजकतेचे नवीन झरे :** भारतात उद्योजकांच्या निर्मितीची प्रक्रिया ही समाजातील काही मोजक्या, पुढारलेल्या जातीजमातींपर्यंत व काही सधन, प्रभावी कुटुंबापर्यंत मर्यादित होती. परंतु, आता हे चित्र पालटले आहे, उद्योजकतेचे नवीन झरे निर्माण होत आहेत. सरकारी यंत्रणांची मदत घेऊन, प्रोत्साहनपर उपायांचे फायदे मिळवून, स्वत:चे उद्योग सुरू केले जात आहेत. प्रोत्साहनपर उपाययोजनांमुळेच उद्योजकतेचे हे नवीन झरे निर्माण होत आहेत आणि त्यामुळे उद्योजकतेचा सामाजिक आधार व्यापक होण्यास हातभार लागला आहे.

प्रोत्साहनांची गरज (Necessity of Incentives)

भारतातील वित्तीय सवलतींचा विचार करताना उद्योजकांना प्रोत्साहनांची गरज भासण्याची मुख्य कारणे पुढीलप्रमाणे देता येतील.

१) आपल्या देशातील आधीच्याच विकसित भागांमध्ये औद्योगिक आणि व्यावसायिक क्षेत्रामध्ये पुष्कळच आशादायक घडामोडी घडत गेल्यामुळे या विभागात सर्वत्रच जरुरीपेक्षा जास्त उद्योग व्यवसायांची गर्दी झाली आहे. या तुलनेमध्ये मागासलेल्या विभागांची या बाबतीत फारच उपेक्षा झाल्याचे दिसून येते आणि याला या विभागाला असलेला सवलतींचा अभाव हे प्रमुख कारण आहे. अशा विकसित विभागांकडे नव्या उद्योजकांना मोठमोठे उद्योग काढण्यास उद्युक्त करण्याऐवजी ज्यांनी आधीच उद्योगक्षेत्रात भरीव कार्य केले आहे अशा उद्योगपतींनी या क्षेत्राकडे आकर्षिले जावे यासाठी प्रोत्साहनांची योजना आखण्यात आली. अशा योजनेमुळे या अविकसित विभागाचा कालांतराने विकास होऊन प्रादेशिक समतोलही आपोआपच राखला जातो. या उद्योगनिर्मितीमुळे ज्या सुधारणा घडून येतात त्याचा प्रादेशिक साधनसंपत्तीचा परिणामकारक उपयोग करून घेण्यास, प्राप्तीमध्ये असलेली भिन्नता दूर करण्यास आणि कर्मचाऱ्यांचे जीवनमान सुधारून अधिक एकात्मिक समाजव्यवस्थेची घडी बसविण्यास उपयोग होतो.

२) आपल्या आर्थिक व्यवस्थेमधील उद्योजकीय मूलाधार उन्नत करून राष्ट्रातील उद्योजकतेला प्रगतिपथावर नेण्यासाठीसुद्धा प्रोत्साहनांची गरज असते. अपुऱ्या दळणवळणाच्या सोयीसुविधा, मार्केटिंगसाठी सुयोग्य साहाय्यकारी

मदत यासारख्या अनेक समस्यांना उद्योजकांना नेहमी तोंड द्यावे लागते. नवा उद्योजक तांत्रिक प्रशिक्षण आणि सुयोग्य सल्लासेवेलाही पारखा झालेला असतो. या प्रकारच्या अनेक समस्यांपुढे उद्योजक सुरुवातीपासूनच नाउमेद होऊ शकतो. प्रोत्साहने मिळाल्यामुळे अशा प्रकारच्या समस्या थोड्याफार सौम्य स्वरूपाच्या होतात आणि त्यामुळे वेळप्रसंगी धीर धरून येणाऱ्या समस्यांवर मात करण्याची उद्योजकांमध्ये वृत्ती बळावते. त्यामुळे असा उद्योजक येणाऱ्या अडचणींच्या बाबतीत नकारात्मक भूमिका घेत न बसता, कोणत्याही समस्येची नाराजी न दाखविता उत्साहाने आपल्या उद्योगाच्या उभारणीच्या कामात झोकून देतो. पुढे पुढे असा उद्योजक येणाऱ्या समस्येकडे आपल्यापुढे आलेले एक आव्हान समजून उमेदीने काम करीत राहतो.

३) उद्योगाच्या अस्तित्वासाठी आणि वृद्धीसाठी प्रोत्साहनांची आरंभापासूनच उद्योजकाला गरज भासते. त्यातील काही प्रोत्साहने उद्योजकाला त्याचा उपयोग सुरू करतानाच मिळतात तर काही कालांतराने मिळत असतात. आरक्षित उत्पादनामुळे किमतीत पसंती दिल्यामुळे सवलतींमध्ये वित्तीय पुरवठा केल्यामुळे या उद्योजकांमध्ये व्यावसायिक स्पर्धेत टिकाव धरण्याचे सामर्थ्य प्राप्त होते आणि सुविहितपणे ते आपला उद्योगव्यवसाय करून आपला धंदा वाढवू शकतात.

४) प्रोत्साहनांचा उपयोग रोजगारीची साधने निर्माण करून बेरोजगारी काही प्रमाणात दूर करण्यालासुद्धा होत असतो. औद्योगिक वाढीला पद्धतशीर चालना देऊन प्रोत्साहने आणि अनुदानाचा जर उद्योजकाने सुयोग्य उपयोग केला तर हाच उद्योजक आपल्या व्यवसायात अधिक रोजगार निर्माण करू शकतो. या वित्तीय सवलतीमुळे उद्योजक विकसित भागातून अविकसित भागाकडे आपला व्यवसाय सुरू करण्यासाठी जातो आणि त्यामुळे नोकरीच्या शोधात शहराकडे येणारा वाढता लोंढा थांबतो आणि या अविकसित भागातील स्थानिक लोकांसाठी अधिकाधिक नोकऱ्यांची नवी साधने उपलब्ध होतात.

प्रोत्साहनांवरील प्रमुख आक्षेप (Main Protest Against Incentives)

आपल्या देशाच्या एकूणच परिस्थितीचा विचार केला तर सरकारी पातळीवरून प्रोत्साहनपर योजना आवश्यक असल्याचे मान्य करावेच लागेल. ह्या योजना व्यापक व परिणामकारक असल्यास, उद्योजकतेचा सर्वांगीण विकास घडवून आणण्यासाठी महत्त्वपूर्ण ठरू शकतात. मात्र, ह्या योजनांबाबत काही समस्या आहेत, त्यांच्याबद्दल अनेक आक्षेप घेतले जातात. ह्या आक्षेपांचा थोडक्यात मागोवा येथे घेतलेला आहे.

१) सरकारच्या नवीन आर्थिक धोरणाशी सुसंगत नाही : भारतात सन १९९२ पासून आर्थिक सुधारणांचे नवे पर्व सुरू झाले. राष्ट्रीय अर्थकारणाच्या सर्व पैलूंशी संबंधित असलेले निर्बंध दूर करणे, अर्थकारणातील सरकारचा हस्तक्षेप बंद करणे, खासगीकरणाला प्रोत्साहन देणे आणि व्यवसायाच्या प्रगतीकरिता पोषक वातावरणनिर्मिती करणे, असे सरकारच्या नवीन आर्थिक धोरणाचे आयाम आहेत. उद्योजकांकरिता प्रोत्साहनपर उपाययोजना कार्यान्वित करणे, हा एक प्रकारे सरकारचा अर्थव्यवस्थेमधील हस्तक्षेपच आहे. त्यामुळे अशा उपाययोजना सरकारच्या नवीन आर्थिक धोरणाशी सुसंगत ठरत नाही. वास्तविक वेगवान वाढ आणि स्पर्धात्मकता हेच उद्योगांच्या विकासाच्या बाबतीत सरकारी धोरणाचे मुख्य सूत्र असावे, असाही एक मतप्रवाह आहे.

२) लाभान्वित उद्योगांची मूळ क्षमता वाढत नाही : उद्योजकांकरिता प्रोत्साहनपर उपाययोजना सरकारी पातळीवरून कार्यान्वित केल्यामुळे, उद्योजकांना काही काळपर्यंत विविध फायदे प्राप्त होतात. पण ह्या सरकारच्या उपाययोजनेमुळे मदत मिळालेल्या उद्योगांचे मूळ अर्थकारण सुदृढ होत नाही आणि त्यांची स्पर्धात्मकताही वाढत नाही. सरकारी यंत्रणांचा पाठिंबा घेऊन सुरू केलेले व सर्व प्रकारच्या सवलती व अनुदाने मिळून लाभान्वित झालेले हे उद्योग मोठ्या प्रमाणावर बंद पडतात. सवलती व अनुदाने मिळाल्यास त्यांचे अस्तित्व थोडे लांबते एवढेच.

प्रोत्साहनपर उपाययोजनांमुळे लाभान्वित उद्योगांची मूळ क्षमता व सामर्थ्य वाढत नाही. ह्या उद्योगांचे मूळ प्रश्न तसेच कायम राहतात.

३) अर्थव्यवस्थेमधील अनेक महत्त्वाच्या क्षेत्रांच्या गुंतवणूकविषयक गरजांकडे दुर्लक्ष : भारतासारख्या विकसनशील राष्ट्राकडे मुळातच वित्तीय साधने मर्यादित असतात. राष्ट्रीय अर्थव्यवस्थेच्या विविध क्षेत्रांमध्ये सरकारकडून अधिकाधिक गुंतवणूक घडून येणे आवश्यक आहे. सर्वाधिक गरज आहे शेती क्षेत्राची. शिक्षण, आरोग्य ह्या क्षेत्रांच्या गुंतवणूकविषयक गरजाही महत्त्वाच्या आहेत.

सरकारने उद्योजकांकरिता प्रोत्साहनपर योजना कार्यान्वित केल्याने औद्योगिक क्षेत्रामध्ये सरकारकडून प्रत्यक्ष स्वरूपाची गुंतवणूक घडून येत नाही. ह्या योजनांचे फायदे काही उद्योजकांना अवश्य मिळतात. ह्या योजनांच्या अंमलबजावणीवर सरकारकडून जेवढा निधी खर्च होईल, त्या प्रमाणात शेती, शिक्षण, आरोग्य, शास्त्रीय संशोधन, संरक्षण अशा अनेक महत्त्वाच्या क्षेत्रांमध्ये गुंतवणूक करण्यासाठी सरकारजवळ उपलब्ध होऊ शकणारा निधी खचितच कमी होईल. ह्यामुळेच प्रोत्साहनपर योजनांना आक्षेप घेतला जातो.

४) योजनांची आखणी शास्त्रीय रीतीने केली जात नाही : आपल्या देशात राज्य आणि केंद्र सरकारे – अशा दोन्ही स्तरांवरून प्रोत्साहनपर योजना आखल्या जातात. विशिष्ट उद्दिष्टे दृष्टीसमोर ठेवून ह्या योजनांची आणखी व्हायला हवी. योजनांची आणखी करताना संबंधित तज्ज्ञांचा सल्ला घेतला पाहिजे. निष्पत्ती दिसण्याकरिता योजनांचा कालावधी पुरेसा असला पाहिजे. केंद्रामध्ये आणि राज्यांमध्ये सरकारे बदलतात. मंत्री तर नेहमीच बदलतात. ह्या बदलांचा प्रोत्साहनपर योजनांच्या अंमलबजावणीवर परिणाम व्हायला नको. शिवाय या योजनांचे ठरावीक कालावधी नंतर काटेकोरपणे मूल्यमापन व्हावे. उणिवांचे निराकरण करण्यासाठी तत्परतेने उपाययोजना केली जाणे आवश्यक आहे.

५) सरकारी यंत्रणेच्या कार्यामध्ये पारदर्शकतेचा अभाव : योग्य व कार्यक्षम यंत्रणेच्या अभावी कोणतीच योजना आपली उद्दिष्टे साध्य करू शकत नाही. योजनेचे यश हे त्या योजनेच्या अंमलबजावणीवर अवलंबून असते आणि योजनेची अंमलबजावणी ह्या कार्याकरिता निर्माण केलेल्या किंवा उपयोगात आणल्या गेलेल्या यंत्रणेची कार्यक्षमता, कार्यप्रवृत्ती आणि कौशल्य यांच्यावरच अवलंबून असते. कोणत्याही आर्थिक योजनेची अंमलबजावणी करण्याकरिता उपयोगात आणली गेलेली यंत्रणा शक्तिशाली असावी, कार्यक्षम असावी आणि सर्वांत महत्त्वाचे म्हणजे ती भ्रष्ट नसावी परंतु बेरोजगार युवक निराश होऊन स्वयं-रोजगाराकडे वळतात आणि ह्या योजनांचा फायदा घेऊन स्वत:चे लघुउद्योग सुरू करतात. पहिल्या पिढीच्या ह्या उद्योजकांपैकी अनेक उद्योजक हे उद्योग वा व्यवसायाची पार्श्वभूमी नसलेल्या, आर्थिक प्रतिकूलतेशी सतत संघर्ष करणाऱ्या थरातील असतात. त्यांपैकी फार थोडे शेवटपर्यंत यशस्वीपणे टिकून राहतात. काही लघुउद्योग फक्त कागदोपत्रीच अस्तित्वात येतात. अनेक लघुउद्योग आजारी पडतात आणि त्यांपैकी बहुतेक अकाली बंद पडतात. परिणामत: सरकारी यंत्रणांकडून विविध प्रोत्साहनपर योजनांच्या माध्यमातून ह्या उद्योगांवर झालेला खर्च वाया जातो.

६) 'शासकीय दान' असा गैरअर्थ : प्रोत्साहने म्हणजे 'शासकीय दान' असे या योजनेला स्वरूप प्राप्त झाल्यामुळे प्रशासकीय यंत्रणेमुळे लाभार्थींच्या बाबतीत पक्षपात केला जातो आणि त्यात भ्रष्टाचार बोकाळतो. या सर्व बाबींमुळे सरकारी खजिन्यावर आर्थिक ताण पडतो आणि एकूणच प्रोत्साहने या प्रकाराबद्दलची विश्वासार्हता कमी होते.

विविध प्रोत्साहन योजना (Various Incentive Schemes)

आपल्या देशात केंद्र आणि राज्य सरकार अशा दोन्ही पातळ्यांबद्दल उद्योजकता विकासासाठी प्रोत्साहनपर योजना राबविण्यात येतात. त्यांपैकी निवडक योजनांची चर्चा येथे केलेली आहे. परंतु, वाचकांनी परिशिष्टात दिलेल्या योजना आवर्जून वाचाव्यात.

कार्यवाहीत असलेल्या प्रोत्साहन योजना (Incentive Schemes in Practice)

सध्या भारतातील औद्योगिक क्षेत्रात उद्योगाला चालना देण्यासाठी विविध प्रकारच्या प्रोत्साहने योजना सुरू असून केंद्र तसेच राज्य सरकारतर्फे त्यांची कार्यवाही होत असते. केंद्र किंवा/आणि राज्यांतर्फे दिल्या जाणाऱ्या योजना पुढीलप्रमाणे आहेत. (याखेरीज केंद्र सरकारच्या 'इंडस्ट्रीज (डेव्हलपमेंट अॅन्ड रेग्युलेशन) अॅक्ट १९५१' प्रमाणे उद्योजकांना प्रोत्साहने दिली जातात.)

१) आयात-निर्यात अनुदान आणि उदार देणग्या, २) व्याजमुक्त कर्ज, ३) संशोधन आणि विकास कार्यासाठी अनुदान ४) भांडवली गुंतवणुकीसाठी अनुदान, ५) वाहतुकीसाठी अनुदान, ६) व्याज अनुदान, ७) विद्युतनिर्मितीसाठी अनुदान, ८) मालमत्ता करातील सूट, ९) हॅण्डलूम इत्यादी पारंपरिक उद्योगांना आणि कारागिरांना अनुदान, १०) अनिवासी भारतीय (NRIs) साठी प्रोत्साहने ११) महिला उद्योजकांसाठी खास प्रोत्साहने १२) इन्कमटॅक्समधून माफी, १३) व्याजमुक्त सेल्स टॅक्स कर्जे, १४) विक्रीकरातील माफी, १५) चाचण्या करणारी उपकरणे खरेदी करण्यासाठी अनुदान, १६) औद्योगिक घरांसाठी अनुदान, १७) जमीन आणि इमारती सवलतीच्या दरात मिळण्यासाठी, १८) लघुउद्योग समूहांना दरामधील पसंती (अग्रहक्क), १९) तांत्रिक सल्लासेवा मिळण्यासाठी अनुदान/साहाय्य, २०) स्टॅम्प ड्युटीमधून माफी, २१) सवलतीच्या दरात पाणी, २२) बीजभांडवल (Seed Capital) साठी तरतूद, २३) विकसित/बांधलेल्या शेड्सचे वितरण/वाटणी. २४) कंट्रोल दरातील किंवा अनुदान दिलेल्या कच्च्या मालाची वाटणी. २५) मार्केट स्टडीज/फिजिबिलीटी स्टडीज किंवा रिपोर्ट्सच्या किमतीसाठी अनुदान.

उद्योजकांना मिळू शकणारी शासकीय आर्थिक मदत (Government Financial Assistance for Entrepreneurs)

राज्य सरकार, केंद्र पुरस्कृत आर्थिक मदत आणि राज्य स्तरावरील तसेच केंद्र स्तरावरील महामंडळे आणि राष्ट्रीयीकृत बँकांकडून उद्योजकांना भांडवली गुंतवणूक, खेळते भांडवल व इतरही कामांसाठी अर्थसाहाय्य/अनुदान मिळू शकते. उद्योग उभारणीच्या काळात व तो यशस्वीरीत्या चालविण्यासाठी उद्योजकांना ज्या शासकीय कार्यालयांकडे संपर्क साधावा लागतो त्यांची नावे आणि त्यांच्याशी ज्या संपर्कासाठी जाता येतील ती कारणे पुढे दिली आहेत. आपल्या उद्योगविषयक कोणत्याही स्वरूपाच्या गरजेसाठी उद्योजकांनी नजिकच्या जिल्हा उद्योग केंद्राशी संपर्क साधावा आणि आवश्यक अशी माहिती मिळवावी.

तक्ता क्र. ४.६ : उद्योजकांना मिळू शकणारी शासकीय आर्थिक मदत

संस्था	देत असलेल्या मदतीचे स्वरूप
१) महाराष्ट्र वित्तीय महामंडळ	सर्व प्रकारची आर्थिक मदत, स्थिर भांडवली गुंतवणूक.
२) सिकॉन लिमिटेड	प्रकल्प अहवाल, आर्थिक सवलती आणि इतर औद्योगिक सेवा

संस्था	देत असलेल्या मदतीचे स्वरूप
३) राष्ट्रीय लघुउद्योग विकास बँक	लघुउद्योगांना पुनर्वित्त अर्थसाहाय्य
४) राष्ट्रीय कृषी व ग्रामीण बँक	कृषी व ग्रामीण उद्योगांना पुनर्वित्त विकास बँक अर्थसाहाय्य
५) भारतीय औद्योगिक विकास बँक	उद्योग प्रकल्पांना पुनर्वित्त अर्थसाहाय्य
६) आय.सी.आय.सी.आय.	उद्योग प्रकल्पांना अर्थसाहाय्य
७) आय.एफ.सी.आय.	उद्योग प्रकल्पांना अर्थसाहाय्य
८) एक्झिम बँक	निर्यातदारांच्या अर्थविषयक गरजांसाठी

आर्थिक साहाय्य करणाऱ्या निवडक अन्य संस्था

केंद्र/राज्य शासन पुरस्कृत योजनेखेरीज उद्योजकांना प्रत्यक्ष किंवा अप्रत्यक्ष आर्थिक मदत करणाऱ्या संस्था –

१) इंडस्ट्रिअल क्रेडिट अॅन्ड इन्व्हेस्टमेंट कॉर्पोरेशन ऑफ इंडिया (ICICI) १६३,
बॅकबे रिक्लेमेशन, मुंबई – ४०० ०२०.

२) इंडस्ट्रिअल फायनान्स कॉर्पोरेशन ऑफ इंडिया (IFCI)
रिजंट चेंबर्स, नरिमन पॉईंट, मुंबई – ४०० ०२१.

३) इंडस्ट्रिअल डेव्हलपमेंट बँक ऑफ इंडिया (IDBI)
२२७, बि. के. शहा मार्ग, नरिमन भवन, नरिमन पॉईंट, मुंबई – ४०० ०२१.
या सर्व संस्थांकडे उद्योगांसाठी निरनिराळ्या प्रकारच्या अर्थसाहाय्याच्या योजना आहेत.

याखेरीज राष्ट्रीयीकृत बँकांकडे विविध प्रकारच्या योजना आहेतच.

लघुउद्योगांना दिली जाणारी कर्जे अग्रहक्काच्या यादीत मोडतात. बँकांकडे असलेल्या पतपुरवठ्यापैकी आग्रहक्कासाठी किती रक्कम दिली जावी यावर रिझर्व्ह बँकेचे बंधन व देखरेख असते. बँका यंत्रसामग्री खरेदीसाठी, जागा खरेदीसाठी, रस्ता बांधणीसाठी मध्यम मुदतीची कर्जे देतात. ही कर्जे प्रकल्प खर्चाच्या ७५ टक्के इतकी असतात. त्याची परतफेड ५ ते १० वर्षांमध्ये करावी लागते. कर्ज दिल्यापासून उत्पादन सुरू होईपर्यंतच्या काळासाठी मदतीची फेड करण्यास सूट असते. ही मुदत प्रत्येक प्रकल्पानुसार ठरविली जाते. व्याजाचा दर हा रिझर्व्ह बँकेकडून दिलेल्या सूत्रानुसार असतो.

स्थिर भांडवली गुंतवणुकीसाठीच फक्त महावित्तकडून आर्थिक मदत होते. म्हणून खेळत्या भांडवलासाठी राष्ट्रीयीकृत बँकांकडे जावेच लागते. सर्वसाधारणपणे महावित्तने कर्ज मंजूर करताना मान्य केलेला प्रकल्प अहवाल बँकांना मान्य होतो. खेळते भांडवल राष्ट्रीयीकृत बँक देण्यास तयार आहे अशी ग्वाही दिल्यानंतरच महावित्त कर्ज अदा करते. राष्ट्रीयीकृत बँकांकडून पुढील प्रकारे खेळते भांडवल मिळू शकते –

१) कच्चा मालाचा पुरवठा करणाऱ्यांना आगाऊ रक्कम.

२) कच्चा माल खरेदीसाठी पतपुरवठ्याबाबत लघुउद्योगांना हमीपत्र देणे.

३) कॅश क्रेडिट.

४) बँकेच्या ताब्यात कच्चा माल/तयार माल ठेवून त्यावर उचल.

५) क्लिन ॲडव्हान्स : खेळत्या भांडवलावर दिल्या जाणाऱ्या कर्जासाठी लागणारी मार्जिन प्रकल्पानुसार मिळते. याबाबत रिझर्व्ह बँकेकडून वेळोवेळी आदेश देण्यात येतात.

६) बिल डिस्काउंटिंग इत्यादी.

हस्तकलेसाठी प्रोत्साहने (Incentives for Handicrafts)

केंद्र शासनाने भारतीय हस्तकला मंडळाची स्थापना केलेली असून महाराष्ट्र राज्य सरकारतर्फे उद्योग संचालनालय आणि महाराष्ट्र लघुउद्योग विकास महामंडळ यांच्यामार्फत हस्तकला विकास संबंधित कामकाजाची कार्यवाही आणि पाहणी केली जाते. हस्तकला वस्तू तयार करण्याकरिता लागणारी अवजारे आणि हत्यारे खरेदीवर ५०% अनुदान देण्यात येते. प्रत्येक हस्तकला कारागिराला जास्तीत जास्त रु. ५,००० अनुदान देण्यात येते.

याखेरीज प्रशिक्षणासाठी कुशल कारागिरांना प्रत्यक्ष प्रशिक्षण काळात प्रशिक्षणार्थींना शिकविण्यासाठी रु. ६०० मानधन दिले जाते, तर राष्ट्रीय पुरस्कार विजेत्या कुशल कारागिराला रु. ८५० दरमहा मानधन दिले जाते.

हस्तकलेसाठी प्रोत्साहने देण्याच्या योजनेअंतर्गत असाहाय्य परिस्थितीतील कुशल कारागिरांना आर्थिक साहाय्य देण्याची तरतूद केलेली असून त्यासाठी आयुष्यातील बराचसा काळ पारंपरिक कलेमध्ये घालविलेल्या कुशल कारागिरांना पाच वर्षांसाठी दरमहा रु. ३०० मासिक भत्ता मिळण्याची सोय केली आहे. मात्र, त्यासाठी या कारागिरांना हस्तकलेतील राष्ट्रीय स्तरावरील किंवा राज्य स्तरावरील खास बक्षीस मिळालेले असले पाहिजे आणि अर्जदाराचे वार्षिक उत्पन्न रु. ३६०० पेक्षा कमी असावे अशी अपेक्षा आहे. तसेच या अर्जदाराचे वय ६० वर्षांहून कमी नसावे. (आजारी कुशल कारागिरांच्या बाबतीत वयोमर्यादा शिथिल केली जाते.) तसेच इतर प्रकारचे आर्थिक साहाय्य मिळत नाही हे पाहिले जाते.

महाराष्ट्र खादी ग्रामोद्योग मंडळातर्फे प्रोत्साहने (Maharashtra Khadi Gramodyog Mandal's Incentives)

या मंडळातर्फे नोंदणीकृत संस्थांप्रमाणेच ग्रामीण उद्योजक, ग्रामीण कारागीर यांना आर्थिक साहाय्य दिले जाते. या मंडळामार्फत दिल्या जाणाऱ्या प्रोत्साहने आणि अनुदानाचे काही प्रकार –

१) इमारत, गोदाम, कार्यशाळा, शेड, मशिनरी, हत्यारे, अवजारे इत्यादींसाठी अर्थसाहाय्य.

२) आर्थिक साहाय्याच्या आकृतिबंधाप्रमाणे खेळते भांडवल.

३) सहकारी सोसायट्या/कारागीर सभासदांना भागभांडवल कर्ज.

४) नियमानुसार रु. १,५०,०००पर्यंत भांडवल संचयी कर्ज.

५) कच्चा माल साठविण्यासाठी बँकेमार्फत व्याज उपदान.

६) अनुसूचित जाती-जमाती, माजी सैनिक, १०० टक्के महिला सोसायट्या, संस्थांचे युनिट्सना ठरावीक प्रमाणात अनुदान.

व्याज उपदान योजना (Interest Subsidy Scheme)

खादी आयोगाच्या संस्थांना किंवा सोसायट्यांना आकृतिबंधानुसार बँकांकडून कर्ज घेतल्यास बँकेच्या व्याजाचा दर जास्तीत जास्त १५ टक्के आणि ४ टक्के व्याजदर यामधील फरकाची रक्कम खादी आयोगाच्या मान्यतेचे मंडळ व्याज उपदान म्हणून मंजूर करते. कुटीरोद्योगात व्याजाचा दर आणि ९ टक्के यांमधील फरकाची रक्कम व्याज उपदान म्हणून मंजूर केली जाते.

केंद्रीय अर्थ अनुदान योजना (Central Finance Subsidy Scheme)

केंद्र सरकारने भारतातील सर्व राज्यांच्या विकासाचा असमतोल दूर व्हावा या हेतूने राज्यांसाठी ज्या अनेक सवलती जाहीर केल्या आहेत त्यांपैकी 'केंद्रीय अर्थ अनुदान' ही एक प्रमुख योजना आहे.

इ. स. १९७०–७१ सालापासून केंद्र सरकारच्या प्रेरणेने महाराष्ट्रात ही अनुदान योजना सुरू झाली. सुरुवातीस महाराष्ट्र राज्यातील रत्नागिरी, औरंगाबाद, चंद्रपूर या जिल्ह्यांचा या योजनेत समावेश केला होता. त्यानंतर नवनिर्मित जालना, लातूर, सिंधुदुर्ग जिल्ह्यातील पूर्वीच्या मागास जिल्ह्यातून काढून घेतलेल्या भागातील औद्योगिक घटकांना या योजनेचा लाभ मिळू शकतो. दिनांक १ एप्रिल १९८५ पासून गडचिरोली जिल्हा या योजनेखाली 'उद्योगविरहित जिल्हा' म्हणून केंद्र शासनाने जाहीर केला असून, या जिल्ह्यातील औद्योगिक घटकांना हा दर २५ टक्के किंवा जास्तीत जास्त प्रत्येक घटकास रुपये २५,००,०००पर्यंत अनुदान मिळू शकते. अनुदानाचा दर जुन्या जिल्ह्यांसाठी उदा. औरंगाबाद, चंद्रपूर, रत्नागिरी या भागांसाठी (सोयीसाठी 'ब' गट म्हटले जाते.) १५ टक्के असून वरील नवीन समाविष्ट केलेल्या १३ मागास जिल्ह्यांसाठी (यास 'क' गट म्हटले जाते.) हा दर १० टक्के आहे. तसेच वरील १७ अधिसूचित जिल्ह्यांतील ज्या तालुक्याची/गटाची औद्योगिक गुंतवणूक ३१ मार्च, १९८३ रोजी ३० कोटी रुपयांच्या वर गेली असेल अशा तालुका/गटाला या योजनेचा फायदा मिळणार नाही. उदा. यासंबंधी नेमलेल्या समितीने आत्तापर्यंत खालील तालुका/गट औद्योगिक गुंतवणूक ३१ मार्च, १९८३ रोजी ३० कोटी रुपयांवर गेली असल्यामुळे अनुदान योजनेसाठी बाद केले आहेत.

१) रायगड जिल्हा – पनवेल, अलिबाग, रोहा, खालापूर.

२) औरंगाबाद जिल्हा – औरंगाबाद

३) चंद्रपूर जिल्हा – चंद्रपूर, राजुरा.

केंद्रीय अनुदान हे पात्र औद्योगिक घटकाच्या स्थिर भांडवली गुंतवणुकीवर दिले जाते. ज्यायोगे त्या मागास विभागातील भांडवली गुंतवणूक वाढून विकास साधला जावा. वर नमूद केल्याप्रमाणे 'ब' गटास अनुदान दर स्थिर भांडवली गुंतवणुकीच्या किमतीच्या १५ टक्के असून एका घटकास जास्तीत जास्त १५ लाख रु. अनुदान मिळू शकते व 'क' गटास हा दर भांडवली गुंतवणुकीच्या १० टक्के असून या गटातील एका घटकास जास्तीत जास्त १० लाख रु. अनुदान मिळू शकते.

या योजनेअंतर्गत अधिसूचित केलेल्या भागात केंद्रीय अनुदान योजना नियमपुस्तिका जोडपत्र – २ (भाग– बी) मध्ये दिलेल्या यादीत नमूद केलेल्या कोणत्याही उद्योगाला केंद्रीय अनुदान मिळू शकते. (उदा. मोठे व मध्यम उद्योग/लघुउद्योग/लघुसेवा संस्था (स्मॉल स्केल सर्व्हिस एस्टॅब्लिशमेंट्स) हॉटेल उद्योग इ.) केंद्रीय अनुदान औद्योगिक घटकास स्थिर भांडवली गुंतवणुकीची निर्मिती केल्यानंतरच मिळते. त्यामुळे औद्योगिक घटक स्वतःच्या आर्थिक क्षमतेने अथवा वित्तीय संस्थेमार्फत आर्थिक साहाय्य घेऊन जसजसे स्थिर गुंतवणूक निर्माण करीत जाईल तसतसे मंजूर झालेले अनुदान त्यास हप्त्याहप्त्याने मिळू शकेल. मात्र, सामान्यपणे औद्योगिक उत्पादनास सुरुवात केल्यानंतर मंजूर झालेले अनुदान पूर्णांशाने अदा करण्यात येते. तारणाची आवश्यकता नाही. मात्र, औद्योगिक घटकास अनुदान मिळण्यापूर्वी पाच रुपयांच्या मुद्रांकित कागदावर 'केंद्रीय अनुदान योजनेच्या सर्व अटी व शर्ती मंजूर असून त्या अनुषंगाने असलेल्या सर्व नियमांचे योग्य ते पालन करीन.' अशा आशयाचे करारपत्र संबंधित अधिकाऱ्यासमोर निष्पादित करावे लागते.

मर्यादा (Limits)

१) औद्योगिक घटक हा केंद्र सरकारने या योजनेखाली अधिसूचित केलेल्या मागास भागात असावा.

२) केंद्रीय अनुदान योजना नियम पुस्तिका जोडपत्र - २ (भाग-बी) या यादीत मोडणारा उद्योग असावा.

३) सुधारित योजनेनुसार ज्या अधिसूचित तालुक्यात उद्योग असेल त्या तालुका/गटाची औद्योगिक गुंतवणूक ३१ मार्च १९८३ रोजी ३० कोटी रुपयांहून अधिक नसावी.

४) MRTP/FERA कायद्याखाली नोंदणी झालेल्या घटकास 'क' भागात या योजनेचा लाभ मिळणार नाही. तसेच केंद्र सरकारने प्रमाणित केलेल्या Nucleus plant घटकास पाच टक्के अधिक अनुदान मिळणार असून जास्तीत जास्त अनुदान ५ लाख रुपये अधिक मिळणार आहे.

५) ज्या तारखेपासून योजना जारी केली आहे त्या तारखेनंतरची स्थिर भांडवली गुंतवणूक असणे तसेच जे उद्योग केंद्र सरकारने ठरावीक तारखेनंतर पात्र ठरविले आहेत त्या तारखेनंतर अस्तित्वात असणे. उदा. हॉटेल उद्योग १ जानेवारी १९७७ नंतरचा किंवा लघुसेवा संस्था १८ मे १९८२ नंतरची असणे इत्यादी.

६) अनुदान मिळाल्यापासून उद्योग घटक हा ५ वर्षांपर्यंत सतत उत्पादन करीत राहिला पाहिजे.

७) उद्योग घटकाने पाच वर्षे मुदतीपर्यंत दर वर्षी त्याचे नफा-तोटापत्रक व ताळेबंद पाठविला पाहिजे. या केंद्रीय अर्थ अनुदान योजनेखाली वेगवेगळ्या वित्तीय संस्था तसेच वितरण संस्था नियुक्त केलेल्या आहेत.

सल्लासेवेसाठी विविध प्रोत्साहने (Various Incentives for Consultancy Services)

कन्सल्टन्सी सेवा (Consultancy Services)

नव्याने पुढे होणाऱ्या होतकरू उद्योजकांना तसेच विद्यमान उद्योजकांना शिक्षण, उत्तेजन, साहाय्य आणि तंत्रविषयक सल्लासेवा देण्यासाठी तसेच छोट्या आणि मध्यम उद्योगांची झपाट्याने व यशस्वी पद्धतीने वाढ होण्याकरिता लागणाऱ्या सर्व प्रकारच्या उद्योगतंत्र व्यवस्थापनासंबंधीची दर्जेदार कन्सल्टन्सी सेवा योग्य दरात उपलब्ध करून देण्याच्या प्रमुख उद्देशाने भारतात टेक्निकल कन्सल्टन्सी ऑर्गनायझेशन्स (TCOs) स्थापन करण्यात आल्या. भारत सरकारच्या उपक्रमातील आयडीबीआय, आयएफसीआय, आयसीआयसीआय या संस्थांनी प्रामुख्याने पुरस्कृत केलेल्या या TCOs या आस्थापनांमध्ये कमर्शिअल बँकांचाही सक्रिय सहभाग असतो. अशा प्रकारची भारतातील पहिली सल्ला सेवा देणारी TCOs १९७२ साली केरळमध्ये सुरू झाली. महाराष्ट्रातील या सेवासंस्थांच्या शृंखलातील TCO ची स्थापना १९८२ साली झाली. महाराष्ट्र, गोवा, दमण आणि दीव या विभागांसाठी स्थापन झालेल्या या संस्थेचे नाव आहे - महाराष्ट्र इंडस्ट्रिअल ॲन्ड टेक्निकल कन्सल्टन्सी ऑर्गनायझेशन लिमिटेड. ही संस्था 'मिटकॉन' या संक्षिप्त नावाने सुपरिचित आहे.

भारतातील कन्सल्टन्सी सेवा देणाऱ्या या टेक्निकल ऑर्गनायझेशन्स (TCOs) ची कामे उद्योजकांना सर्वतोपरी साहाय्य देणाऱ्या समान तत्त्वावर चालतात. परंतु, या सर्व संस्थांची कार्यवाही प्रादेशिक उद्योगातील गरजा आणि मागणीनुसार चालते. त्यामुळे सर्वच उद्योगसमूहांना राष्ट्रीय पातळीवरील महत्त्वाच्या वाटणाऱ्या ऊर्जा परीक्षणापासून वॉशिंग पावडर, साबुदाणा, खळ (कांजी), कुलूप (किल्ली) यांसारख्या व्यवसायांसाठी अशा सल्लासेवा संस्थांनी उद्योजकांच्या बरोबरीने काम करून महत्त्वपूर्ण योगदान दिले आहे. वर नमूद केलेल्या ऊर्जा परीक्षणात ऊर्जेची काटकसर आणि योग्य वापर अत्यावश्यक झाल्यास आवश्यक-अनावश्यक ऊर्जा वापरण्याचा अभ्यास करून ती योग्य त्या प्रमाणात वापरायला लावणे हा ऊर्जा परीक्षणाचा मुख्य उद्देश असतो.

सल्लासेवा कशासाठी?

उद्योगधंदे आणि कारखानदारी सुरू करण्याकरिता आणि वाढविण्याकरिता पतपुरवठा करणाऱ्या भारत सरकारच्या आणि राज्यसरकारच्या आयसीआयसीआय, आयडीबीआय, आयएफसीआय, सिकॉम, एमएसएफसी

आणि राष्ट्रीय बँकांनी तसेच डब्ल्यूएमडीसीसारख्या विकास मंडळांनी एकत्र येऊन महाराष्ट्र आणि गोव्यासाठी उद्योग आणि तंत्रज्ञान अ‍ॅन्ड टेक्निकल देणारी जी संस्था महाराष्ट्रात स्थापन केली. या संस्थेचे नाव 'महाराष्ट्र इंडस्ट्रिअल कन्सल्टन्सी ऑर्गनायझेशन लिमिटेड' असे आहे. 'मिटकॉन' या संक्षिप्त नावाने ही संस्था ओळखली जाते.

नव्याजुन्या व्यावसायिकांच्या वैयक्तिक कल्पना, आकांक्षा, गुंतवणुकीच्या कक्षा आणि इतर बाबी लक्षात घेऊन मिटकॉन प्रकल्प अहवाल तयार करते. नव्या प्रगतशील आणि कमकुवत उद्योगांना या प्रकल्प अहवालांचा फार मोठा आधार मिळतो.

मिटकॉनच्या सल्लासेवेबद्दल या संस्थेचे माजी व्यवस्थापकीय संचालक श्री. सुरेश रानडे म्हणतात, ''कोणत्याही उद्योगाचे यश हे उद्योजकाच्या त्या उद्योगासंबंधी असलेल्या ज्ञानावर अवलंबून असते. जितका उद्योजक 'डोळस' असेल त्या प्रमाणात तो त्या उद्योगात यशस्वी होईल. यशस्वी होण्याचे हे गमक ओळखून मिटकॉनने उद्योजकाला त्याने निवडलेल्या प्रकल्पाविषयी जास्तीत जास्त माहिती देऊन त्या उद्योगातील फायद्यांबरोबरच खाचखळगे पण दाखवून देण्याचे धोरण ठरविले. नुसता प्रकल्प अहवाल करून उपयोग होत नाही. यासाठी काम करीत असताना मिटकॉनने उद्योजकाला बरोबर घेऊन काम करण्याचा धोरणात्मक निर्णय घेतला आहे. कन्सल्टन्सी सेवा फुकट किंवा स्वस्तात मिळत नाही. योग्य वेळी योग्य किंमत देऊन घेतलेली कन्सल्टन्सी ही उद्योगांना नेहमीच स्वस्तात पडते. नवीन गावात पत्ता शोधताना वळणावळणावर माहीतगारास विचारून रस्ता धरावा अन् मुक्कामावर विनासायास थोड्या वेळेत पोहोचावे, तसेच हे आहे.''

अलीकडच्या काळात मिटकॉनसारख्या व्यावसायिक औद्योगिक तंत्रज्ञान आणि व्यवस्थापन सल्ला देणाऱ्या संस्थांनी 'उद्योग पालक केंद्रा'सारख्या काही नव्या सुविधा उद्योजकांना देण्यास सुरुवात केली आहे. या उद्योग पालक केंद्राचा मुख्य उद्देश उद्योजकाने २ ते ३ वर्षांत आपल्या उद्योगात योग्य प्रकारे जम बसविल्यावर तो आपला उद्योग योग्यरीत्या कार्यरत करून आपल्या व्यवसायाच्या वाढीसाठी बाहेर पडावे असा आहे. त्यामुळे हा उद्योजक ठरावीक चाकोरीत अडकून पडत नाही. उद्योग पालक केंद्रात उद्योजकाने आपले लक्ष उद्योगाच्या वाढीसाठी केंद्रित करणे आणि त्यासाठी लागणारी कार्यालयीन सेवा म्हणजे दूरध्वनी, पत्राची ने-आण, स्वागतकक्षात दिली जाणारी सेवा आणि उद्योगव्यवसायाच्या संदर्भात वेळोवेळी लागणारी सेवा दिली जाते. या सेवा उपलब्ध करून दिल्यामुळे उद्योजकाला या किरकोळ पण व्यावसायिकदृष्ट्या महत्त्वाच्या गोष्टीत वेळ न घालवता आपला अधिक वेळ उद्योगाच्या वाढीच्या दृष्टीने काम करण्यात घालवता येतो.

काही TCOs नी जिल्ह्याच्या स्तरावर आपली सल्ला-सेवा उपलब्ध करून देण्यासाठी त्या त्या जिल्ह्यातून सल्ला सेवकाचे काम करू शकणाऱ्या जिल्हा सेवकांची निवड करून त्यांना प्रशिक्षण दिले जाते. या सर्व प्रशिक्षित सल्ला सेवकांनी TCOs चे खास प्रतिनिधी म्हणून काम सुरू केले आहे. अशा प्रकारे या संस्थांचे काम सर्व थरात चालू आहे.

उद्योजकताविषयक जनजागरणाचे महत्त्वपूर्ण कार्य काही TCOs नी प्रसार माध्यमांच्या साहाय्याने केलेले असून नभोवाणी आणि दूरदर्शनवरील असे कार्यक्रम घरोघर पोहोचले आहेत. मिटकॉनने एक दशकाच्या काळात 'उद्योग साधना' या नभोवाणीवरून प्रसारित केलेल्या मालिकेमुळे या कार्यक्रमांना जिल्ह्या-जिल्ह्यातून, तालुका आणि गावांमधून तसेच इतर ठिकाणांहून खूप उत्स्फूर्त प्रतिसाद मिळाला. 'मिटकॉन' तर्फे मुंबई दूरदर्शनवर प्रक्षेपित झालेल्या पहिल्याच मालिकेला तुफान लोकप्रियता लाभली. दूरदर्शनवरून होणाऱ्या कार्यक्रमांचा प्रभाव विलक्षण असतो.

शास्त्रोक्त प्रशिक्षणाद्वारे उद्योजकांचा विकास साधणे, उद्योजक संस्कृतीचा प्रसार करणे, उद्योजकतेशी निगडित माहिती आणि आकडेवारी प्रसिद्ध करणे आणि 'उद्योजकता' या विषयात संशोधन करणे या चार प्रमुख

उद्दिष्टांचा पाठपुरावा करणाऱ्या महाराष्ट्र उद्योजकता विकास केंद्रातर्फेही उद्योजकांना सर्व प्रकारची सल्लासेवा दिली जाते.

विपणन अभ्यासासाठी अनुदान (Subsidy for Market Studies)

कोणत्याही उद्योगव्यवसायात विपणनाचा अभ्यास हा फार महत्त्वाचा असतो. आपला व्यवसाय कोणत्या प्रकारांनी अधिक किफायतशीर होऊ शकेल याचा आधीच अभ्यास केल्यामुळे तो व्यवसायाच्या अभिवृद्धीला उपकारक ठरत असतो. आधी उत्तम प्रकारे जम बसलेले उद्योग कालांतराने कमकुवत होत जातात आणि शेवटी लयालाही जातात. अशा आस्थापनामध्ये त्या व्यवसायाचा आधीपासूनच पूर्ण अभ्यास न करणे हे एक महत्त्वाचे कारण असू शकते.

विपणन अभ्यासात उत्पादकाकडून अंतिम ग्राहकापर्यंत उत्पादित वस्तू पोच होण्यामधील सर्व अंगे आणि उपांगे यांचा समावेश होतो. विपणन प्रक्रियेत उत्पादित वस्तू किंवा सेवा, बाजारपेठ आणि वितरण पद्धती या तीन बाबींचा समावेश होतो. या क्षेत्रात जर उद्योजकाला काही पूर्वानुभव असेल तर व्यवसायामध्ये येणाऱ्या समस्यांना तो अधिक आत्मविश्वासाने तोंड देऊ शकतो. महाराष्ट्र राज्यात १९६४ पासून उद्योगांना प्रोत्साहन मिळावे या हेतूने पद्धतशीर योजनांची आखणी सुरू झाली. त्यानंतर ४-५ वर्षांच्या कालावधीत त्यात विविध सुधारणांची आणि सुविधांची भर पडत गेली. १९६९ सालापासून विशिष्ट आर्थिक प्रोत्साहन सवलती सुरू झाल्या. त्यात प्राधान्येकरून प्रथमच विपणनासाठी अनुदान देणे गरजेचे आहे याची जाणीव झाली आणि त्याप्रमाणे विपणनाला उद्योगात वाढत्या प्रमाणावर आर्थिक मदत मिळायला लागली. पूर्वी विपणनात जो केवळ विक्रयकलेचा अंतर्भाव होता त्याऐवजी नंतरच्या काळात पॅकेजिंग, किंमत, विक्री, वितरण, संयोजना यांसारख्या अनेक बाबी विपणनात समाविष्ट होऊ लागल्या. 'Marketing adopts give and take policy' असे एक इंग्रजी वचन आहे. मार्केटिंगच्या अनेक व्याख्या प्रचलित आहेत. त्यामध्ये 'मागणी तसा पुरवठा करणे' ते मार्केटिंगपासून मागणी नसतानाही नवा ग्राहक तयार करून त्याला आपल्या मालाचा यशस्वी रीतीने पुरवठा करणे येथपर्यंत अनेक व्याख्यांचा समावेश होतो.

बाजारपेठ अभ्यासासाठी अनुदान (Subsidy for Market Studies)

स्वातंत्र्योत्तर काळात भारतीय उद्योगव्यवसायाला केंद्र शासनाने विविध प्रकाराने आर्थिक साहाय्य देण्याची प्रथा सुरू केली. हीच प्रथा राज्य सरकारांनी कधी केंद्राची मदत घेऊन तर कधी स्वत: निधी उपलब्ध करून पुढे चालविली. कोणत्याही उत्पादनासाठी त्याची बाजारपेठ कुठे आहे किंवा आपण ती कुठे तयार करू शकतो याचा वस्तुनिष्ठ शोध घेण्यासाठी बाजारपेठचे सर्वेक्षण ही एक महत्त्वाची आणि निकडीची बाब असते. दुसऱ्या पंचवार्षिक योजनेच्या काळापासून औद्योगिक धोरणांची अंमलबजावणी अधिक परिणामकारक होण्याच्या दृष्टीने सरकारने ज्या साहाय्यकारी योजना आखल्या त्यात बाजारपेठेच्या अभ्यासासाठी सबसिडीचा अंतर्भाव करण्यात आला आहे. नियोजित व्यवसायाचा प्रकल्प परिचय, प्रकल्प अहवाल यांसारख्या प्राथमिक स्वरूपाच्या अहवालापासून विशिष्ट विषयावरील अहवाल तयार करण्यासाठीसुद्धा ही सबसिडी मिळते. विपणन (Marketing)मध्ये सरकारने औद्योगिक लाभार्थी (उद्योजक) साठी ज्या योजना केलेल्या आहेत त्यात विशेष किंमत सूट (१५%), टेंडरसाठी मोफत नोंदणी, विविध एजन्सीज्मार्फत वस्तू विक्रीसाठी प्रत्यक्ष मदत, ग्रामीण कारागिरांच्या वस्तू विक्रीसाठी विशेष अर्थसाहाय्य यांचा समावेश होतो. भारतीय लघुउद्योग विकास बँकेच्या विद्यमाने अर्थसाहाय्य घेत असलेल्या उद्योगांना या संबंधीच्या बाजारपेठेच्या संदर्भात अभ्यास-अहवालासाठी अर्थसाहाय्य मिळू शकते.

जे उद्योजक लघु, मध्यम आणि मोठ्या उद्योगव्यवसायात प्रथमच पदार्पण करीत आहेत त्यांना त्यांच्या क्षेत्रात कार्यरत असलेल्या टेक्निकल कन्सल्टन्सी ऑर्गनायझेशन्स (TCOs) कडून बाजारपेठ अभ्यासासाठी माफक

दरामध्ये सबसिडी मिळण्याची सुविधा मिळते. यासाठी उद्योजकाकडून विचारणा झाल्यावर TCO उद्योजकाला एक प्रस्ताव (Proposal) देऊन एकूण किती पैसे या अभ्यासासाठी द्यावे लागतील आणि त्यासाठी हप्त्याची फेड कशी आणि किती मुदतीत करायची त्याची उद्योजकाला आधी कल्पना देते. हा प्रस्ताव उद्योजकाला मान्य झाल्यावर TCO दिलेल्या मुदतीत हा अभ्यास पुरा करते. IFCI ही संस्था या अभ्यासप्रकल्पाच्या एकूण खर्चाच्या ७५% किंवा रुपये १५,००० (पंधरा हजार रुपये) या रकमांमध्ये जी कमी असेल तेवढी रक्कम अहवालाच्या पोटी सबसिडी म्हणून देते. या प्रकारे या कोणत्याही बाजारपेठ अभ्यास अहवालाच्या फी साठी उद्योजकाला प्रकल्प अहवाल खर्चाच्या फक्त २५% रक्कम भरावी लागते.

देशी तंत्रज्ञानाचा स्वीकार (Adoption of Indigenous Technology)

कोणत्याही राष्ट्रातील उद्योगव्यवसायाच्या उलाढालीत परदेशातून एखादे तंत्रज्ञान आयात करण्याऐवजी देशातल्या देशात उपलब्ध असणाऱ्या तंत्रज्ञानाचा स्वीकार मोठ्या आग्रहाने केला जातो. बुद्धिपुरस्सर अंगीकारलेल्या या धोरणामुळे परदेशी चलनाच्या बचतीप्रमाणेच राष्ट्रातील उद्योजकाच्या कर्तृत्वालाही वाव मिळतो. आपल्या केंद्र सरकारने आपल्या उद्योजकांशी देशी तंत्रज्ञानाचा अधिकाधिक स्वीकार करावा या हेतूने वित्तसंस्थांना माध्यमाने काही अटींवर काही प्रमाणात वित्तपुरवठा करण्याचे धोरण आखले आहे. यासाठी जे प्रकल्पाचे प्रवर्तक व्यापारी पद्धतीने स्वदेशी तंत्रज्ञानाचा स्वीकार करण्यासाठी पावले उचलतील त्यांना त्या प्रकल्पाच्या सुरुवातीच्या कार्यरत असणाऱ्या दिवसांपासून पहिल्या तीन वर्षांच्या कालावधीत IFCI कडून रुपये पाच लाखांपर्यंत व्याजाची देय असलेली रक्कम देणे सुलभ व्हावे म्हणून सबसिडीच्या स्वरूपात देण्यात येते. विशिष्ट परिस्थितीत ही सबसिडी ५ वर्षांच्या मुदतीत रुपये २५ लाखांएवढी देण्यात येते. मात्र, अपेक्षित आवक आणि दर्शविलेला कॅश-फ्लो यांचा प्रकल्पाच्या बाबतीत प्रत्येक प्रकरणाचा (Case) विचार करून IFCI मार्फत सबसिडीची मर्यादा निश्चित केली जाते. IFCI च्या ठरलेल्या दिवसांत देय असलेल्या हप्त्याच्या व्याजाची रक्कम अदा केल्यावरच सबसिडीची रक्कम मिळते. सवलतीने साहाय्य मिळवण्यासाठी उद्योजकाला IFCI कडून कर्ज घेऊन आणि स्वदेशी तंत्रज्ञानावर भर दिलेला प्रकल्प निवडावा लागतो. तसेच हे तंत्रज्ञान वापरण्याचा किंवा विकसित करण्याचा योग्य तो अधिकार उद्योजकाने मान्यताप्राप्त सरकारी संस्था, प्रयोगशाळा, सहकारी आस्थापने, विश्वविद्यालये किंवा सरकारने पसंती दिलेल्या कोणत्याही अन्य अधिकृत संस्थेकडून मिळविलेला असला पाहिजे. हे तंत्रज्ञान यापूर्वी भारतात कुणी अन्य संस्थांनी किंवा उद्योजकांनी वापरात आणलेले नसावे आणि अशा प्रकारे ते कुणीही व्यावसायिक तत्त्वावर विकसित केले नसल्याचे सर्टिफिकेट मान्यताप्राप्त संस्थेकडून उद्योजकाला मिळवावे लागेल. हे तंत्रज्ञान संकल्पित उत्पादनाच्या तयार करण्याच्या प्रक्रियेचे असावे आणि हे तंत्रज्ञान सरकारने वेळोवेळी जाहीर केलेल्या राष्ट्रीय सर्वोच्च अग्रक्रमावरील असावे.

यंत्रसामग्री (Machinery) : भाडेतत्त्वावरील यंत्रसामग्री

लघुउद्योजकांना लागणारी यंत्रसामग्री ही राष्ट्रीय लघुउद्योग विकास मंडळ (NSIC) भाडे करारावर मिळवून देते व त्यासाठी त्या मंडळाची खास योजना आहे. यात देशी व परदेशी बनावटीच्या यंत्रसामग्रीचा अंतर्भाव आहे. पण रु. १,००० पेक्षा कमी किमतीच्या किंवा वापरलेल्या यंत्रसामग्रीचा या योजनेत अंतर्भाव नाही.

यासाठी विहित नमुन्यांचे अर्ज या महामंडळाच्या कार्यालयातून, लघुउद्योग विकास संस्थांच्या कार्यालयातून तसेच जिल्हा उद्योग केंद्राच्या कार्यालयातून मिळू शकतात. अर्ज फी म्हणून यंत्रसामग्रीच्या एकूण किमतीच्या प्रमाणात १० रुपये ते ५०० रुपये इतकी फी भरावी लागते. तसेच सेवा शुल्क किंवा आस्थापना खर्च म्हणून

यंत्रसामग्रीच्या किमतीच्या तसेच जेथे उद्योग उभारावयाचा तो भाग विकसित किंवा मागासलेला आहे यावर अवलंबून, अंदाजे १ ते ५ टक्के इतके शुल्क भरावे लागते. मागासवर्गीकृत जाती-जमातीतील उद्योजक, अपंग किंवा सेवानिवृत्त सैनिक वगैरेंना याबाबत काही जादा सवलती मिळू शकतात. तसेच इसारा म्हणून १० ते २५ टक्के इतकी रक्कम भरावी लागते. या योजनेखाली मोल्डज/डाइज (साचे) व विशिष्ट प्रकारची यंत्रसामग्री तसेच विस्तारासाठी वा नूतनीकरणासाठी लागणारी यंत्रसामग्रीसुद्धा घेता येते. विम्यापोटी ५ टक्के व यंत्रसामग्री सोडवून घेण्यासाठी १ टक्का आकार निराळा भरावा लागतो.

यंत्रसामग्रीच्या किमतीची परतफेड एकूण १३ हप्त्यांत व काही प्रकरणात ९ हप्त्यांत करावी लागते. यंत्रसामग्री दिल्याच्या तारखेपासून १२ महिन्यांनंतर व नवीन उद्योगांबाबत १८ महिन्यांनंतर पहिला हप्ता भरावा लागतो. यावरील व्याजदर साधारणपणे १२ ते १६ टक्के असतो.

यंत्रसामग्री आयात करण्याची तरतूद

कच्च्या मालाप्रमाणे काही प्रकारची यंत्रसामग्रीही आयात परवाना न घेतासुद्धा आयात करता येते. अशा यंत्रसामग्रीची यादी केंद्र शासनाच्या आयात धोरणात समाविष्ट केलेली असते. या योजनेखाली कच्च्या मालाची आयात करण्यासाठी जी पद्धत अवलंबिली जाते तीच पद्धत यंत्रसामग्री आयात करतानासुद्धा अनुसरावी लागते. परंतु, जी यंत्रसामग्री वरील यादीमध्ये समाविष्ट केली गेलेली नाही त्या यंत्रसामग्रीसाठी तुम्हाला आयात परवाना घ्यावा लागतो.

यंत्रसामग्रीसाठी आयात परवाना मिळविण्यासाठी सर्वप्रथम जी यंत्रसामग्री आयात करावयाची आहे ती कोणत्या देशातून व कोणत्या विक्रेत्याकडून आयात करावयाची आहे याचा निर्णय घ्यावा व नंतर त्या विक्रेत्याकडून त्या यंत्रसामग्रीचे दरपत्रक मागवावे लागते. हे दरपत्रक आल्यावर विहित नमुन्यामध्ये आपण आपला अर्ज इतर जरूर त्या कागदपत्रांसह आपल्या जिल्ह्याच्या उद्योग केंद्राकडे पाठवावा लागतो. या अर्जाची छाननी करून अर्जाची शिफारस जिल्हा उद्योगातील केंद्रांचे अधिकारी संयुक्त आयात व निर्यात सहमुख्य नियंत्रक, मुंबई यांच्याकडे पाठवतात व मग जर केंद्र सरकारच्या तांत्रिक विकास महानिर्देशालय (D.G.T.D.) नवी दिल्ली, या खात्याने ती यंत्रसामग्री देशात तयार होत नाही असा दाखला दिला तर आपल्याला आयात परवाना दिला जातो.

उद्योजकाला कस्टम ड्युटीतही सूट मिळते. परंतु, या सवलतीसाठी आयात परवान्यावर 'या सवलतीस पात्र' असा शेरा असणे जरूर आहे. आपली यंत्रसामग्री जर खुला आयात परवाना या योजनेखाली आयात केलेली असेल तर मात्र 'या सवलतीला पात्र' अशी शिफारस उद्योग संचालनालयास कस्टम खात्याला करावी लागते.

कोणत्याही आयात परवान्यासाठी अर्ज करताना परवाना फी ही भरावीच लागते. त्यांचे सध्याचे प्रमाण १००० रुपयांच्या (मालासाठी) १ रुपया परवाना फी असे आहे व ही फी आपण कोणत्याही ठिकाणच्या राष्ट्रीयीकृत मध्यवर्ती बँकेकडे भरून ती फी भरल्याबद्दलची चलनाची मुख्य प्रत अर्जाला जोडण्याची जरुरी आहे.

एखादे यंत्र सध्या आयात होत नसेल व त्या यंत्राचे उत्पादन देशात तयार करावयाचे असेल तर ही तरतूद आयात धोरणात आहे. आपण डिझाईन्स व ड्रॉईंगसुद्धा आयात करू शकतो. यासाठी कोणती पद्धत अवलंबावी याची विस्तृत कल्पना 'आयात धोरण' पुस्तकात दिलेली आहे.

जर एखाद्या उद्योजकाला वापरलेली (Second hand) यंत्रसामग्री आयात करावयाची असेल तर अशी तरतूद आयात धोरणात आहे. परंतु, आपण ज्या परदेशी उत्पादकाकडून ही यंत्रसामग्री आयात करणार आहोत त्या उत्पादकाच्या सनदी अभियंत्याचे (Chartered Engineer) असे प्रमाणपत्र पाहिजे की, यंत्रसामग्रीचे आयुष्य हे पाच वर्षांपेक्षा जास्त आहे व ही यंत्रसामग्री सात वर्षांपेक्षा जास्त जुनी नाही.

राष्ट्रीय लघुउद्योग विकास मंडळ (NSIC) १९५५मध्ये स्थापन झाली. या मंडळाचे प्रमुख कार्यालय नवी दिल्ली येथे असून दिल्ली, चेन्नई, कोलकाता आणि मुंबई येथे प्रांतिक कार्यालये आहेत. या कार्यालयाच्या दिल्लीतील मध्यवर्ती संपर्काधिकारी तसेच डेपो आणि उपकेंद्रामार्फत उद्योजकांना संस्थेच्या सवलतीचा लाभ घेता येतो. NSIC चे मुंबईतील कार्यालय 'प्रेस्टीज चेंबर्स, कल्याण स्ट्रीट, मसजिद बंदर, मुंबई - ४०० ००९' येथे आहे.

NSICची प्रमुख कार्ये पुढीलप्रमाणे असतात-

१) भाडे-खरेदी तत्त्वावर लघुउद्योगांना मशिनरी आणि उपकरणे पुरविणे.

२) मोठ्या उद्योगधंद्यांसाठी लघुउद्योगांना पूरक लघुउद्योग म्हणून कामे करू शकतील यासाठी लघुउद्योगांमध्ये सुधारणा करून आणणे.

३) केंद्र सरकारच्या मध्यवर्ती भांडार खरेदी संघटना कार्यक्रमात लघुउद्योगांच्या सहभागासाठी लघुउद्योगाला मदत करणे.

४) लघुउद्योगाला विपणन सुविधांसाठी अर्थपूर्ण मदत करणे.

५) डेपोद्वारा मूलभूत कच्चा माल वितरित करणे.

६) विशिष्ट उद्योगातील लघुउद्योग घटकांसाठी उपकरणे आणि विशिष्ट भागांची आयात करून ती वितरित करणे.

७) औद्योगिक वसाहती उभारून उत्पादन तसेच प्रशिक्षण केंद्राच्या मूळ रूप नमुनाकृती (Prototypes) कार्यान्वित करणे.

दिनांक १ ऑक्टोबर १९७५ पासून NSIC ने मागास भागातील उद्योगांसाठी उद्योजकांना अधिक सवलती दिलेल्या आहेत. ज्या उद्योगाची प्लान्ट आणि मशिनरीची गुंतवणूक रु.२ लाखांपर्यंत आहे अशा उद्योगांना विशेष सवलती दिलेल्या असून ज्या उद्योगांकडून तत्परतेने दराचे पैसे दिले जातात त्यांना २ टक्के 'रिबेट' दिले जाते.

आयातीसाठी विशेष सवलती (Special Facilities for Import)

भारताच्या आयात-निर्यात धोरणाचा विषय हा मुख्यत्वेकरून केंद्र शासनाच्या अखत्यारीतील विषय आहे. तरीसुद्धा हा एक सामूहिक प्रयत्न असल्यामुळे सर्व संबंधित यंत्रणांचा त्यामध्ये सक्रिय सहभाग असणे अपेक्षित असते.

भारताच्या आयात आणि निर्यात यामधील तफावत कमी करण्याच्या उद्देशाने १९६५ साली महाराष्ट्र राज्यात निर्यात प्रचालन मंडळाची स्थापना करण्यात आली. या मंडळाच्या सभासद निर्यातदारांसाठी ज्या देशांतर्गत सेवासुविधा देण्यात येतात त्यात जागतिक बाजारपेठेच्या संदर्भातील सर्वांगीण माहिती आणि आयात-निर्यात धोरणविषयक बाबी ठरविण्यासाठी सरकारी यंत्रणेला ती माहिती पुरवून मार्गदर्शन करणे या बाबींचा समावेश असतो.

१९९० साली भारत सरकारच्या आयातविषयक धोरणामध्ये आमूलाग्र बदल करण्यात आले. त्यापूर्वी भारतात आयात केल्या जाणाऱ्या वस्तूंवर विविध प्रकारे कर आकारले जात असत. परंतु, या नव्या धोरणात अधिकृत निर्यातदारांसाठी फक्त चार मूलभूत स्वरूपाचे दर आकारण्यास सुरुवात झाली. OGL या आयातविषयक नियमावलीत आयात करण्यासाठी काही ८२ नव्या उत्पादनांची भर घालण्यात आली. ही उत्पादने प्रामुख्याने इलेक्ट्रॉनिक उपकरणे/अन्नप्रक्रिया यंत्रे, वस्त्रोद्योगाला आवश्यक मशिनरी, सागरी अन्य मशिनरी अशा स्वरूपाची होती. त्यापूर्वीच्या यादीतील १७ बाबी या नव्या योजनेत वगळण्यात आल्या. अविकसित भागात नव्याने उद्योग सुरू करणाऱ्या उद्योजकांसाठी १९७८-७९च्या आयात धोरणानुसार दिलेल्या सवलतीचा महाराष्ट्रातील सुदूर भागामध्ये औद्योगिक चालना मिळण्याच्या दृष्टीने आजही उपयोग होत आहे.

वाहतूक अनुदान (Transport Subsidy)

डोंगराळ, सुदूर आणि दुर्गम अशा भागांतील उद्योगांना प्रोत्साहन देण्यासाठी इ.स.१९६१ साली केंद्र सरकारने दळणवळणाला होणाऱ्या अडचणी थोड्याफार प्रमाणात दूर व्हाव्यात आणि त्यासाठी होणारा आर्थिक भार काही प्रमाणात हलका व्हावा या उद्देशाने 'वाहतूक अनुदान योजना' (ट्रान्सपोर्ट सबसिडी स्कीम) सुरू केली. या योजनेच्या व्याप्तींमध्ये सिक्कीम, जम्मू आणि काश्मीर, हिमाचल प्रदेश, उत्तर प्रदेशातील डोंगराळ भाग, लक्षद्वीप, अंदमान आणि निकोबार बेटे आणि पश्चिम बंगालमधील दार्जिलिंग जिल्हा यांचा समावेश करण्यात आला. या अनुदानाचा लाभ लघु, ग्रामीण आणि कुटीरोद्योगातील जे उद्योगव्यवसाय या विभागातील उद्योगांशी संबंधित आहेत त्यांनाही घेता येतो. ही ट्रान्सपोर्ट सबसिडी या विभागात आणल्या जाणाऱ्या कच्च्या मालाच्या तसेच या विभागातून उत्पादित केलेल्या उत्पादनांच्या रेल्वे/बंदरे इत्यादी ठिकाणी होणाऱ्या वाहतुकीसाठी दिले जाते.

या योजनेची वैशिष्ट्ये

१) या नमूद केलेल्या कार्यक्षेत्रामध्ये बाहेरून जो कच्चा माल आणला जाईल तसेच या क्षेत्रातून जो उत्पादित (पक्का) माल बाहेर पाठविला जाईल त्यासाठी ट्रान्सपोर्ट सबसिडी दिली जाईल.

२) जम्मू आणि काश्मीर प्रांतातील तसेच ईशान्येकडील अंतर्गत कच्च्या मालाच्या किंवा उत्पादित मालाच्या दळणवळणासाठी ही सबसिडी दिली जाणार नाही.

३) जम्मू आणि काश्मीरच्या बाबतीत ही सबसिडी पठाणकोटच्या रेल्वे-हेडपासून औद्योगिक क्षेत्र आणि जम्मूपासून औद्योगिक क्षेत्र यामध्ये जे जवळचे अंतर असेल त्यासाठीच सबसिडी दिली जाईल.

४) जम्मू काश्मीरखेरीज अन्य नामनिर्देशित प्रांतासाठी त्या प्रांतातील सिलिगुडी आणि औद्योगिक क्षेत्रे यासाठी ही सबसिडी दिली जाईल. कच्चा माल आणि उत्पादित माल यांच्या संबंधात ट्रान्सपोर्टवरील खर्चाचा विचार करताना औद्योगिक केंद्रापासून जे नजिकचे रेल्वे स्टेशन आहे त्याप्रमाणे हिशेब करून सबसिडी दिली जाईल. या दळणवळणासाठी रेल्वे व्यतिरिक्त अन्य मार्गांनी मालाची ने-आण केल्यास औद्योगिक केंद्रांनी जेवढा खर्च केलेला असेल तेवढाच खर्च सबसिडी म्हणून देण्यात येईल.

५) फ्रेट्र चार्जिस सरकारने आधीच ठरविलेल्या नियमावलीप्रमाणे किंवा सुधारित चार्जिसप्रमाणे जे कमी असतील तेच दिले जातील.

६) ट्रान्सपोर्ट खर्चाची निश्चिती करण्यासाठी, माल चढविण्यासाठी आणि उतरून घेण्यासाठी तसेच त्यासाठी होणारा अन्य खर्च विचारात घेतला जाईल.

७) सर्व नव्या औद्योगिक केंद्रांना ट्रान्सपोर्ट कॉस्टच्या ५०% एवढी सबसिडी कच्च्या/उत्पादित मालासाठी दिली जाईल.

८) या योजनेच्या कार्यवाहीनंतर जी जी औद्योगिक केंद्रे अस्तित्वात असतील त्यांनाही या योजनेचा फायदा घेता येईल. त्यांना ५०% अतिरिक्त सबसिडीचा लाभ घेता येईल.

९) ईशान्येकडील गोहत्ती स्टॉकयार्ड हिंदुस्थान स्टील लिमिटेडपासून औद्योगिक केंद्रापर्यंतच ट्रान्सपोर्टच्या दरामध्ये ५०% सबसिडी मिळू शकेल.

१०) राज्य/केंद्र सरकारतर्फे एक समिती स्थापन करून, अशा प्रकारे कच्चा माल आणून उत्पादित माल बाहेर पाठविण्याची खात्री पटविणारे दस्तऐवज पाठवल्यास सबसिडी मागणाऱ्या उद्योगांना निर्देशित केले जाईल. हे 'प्रूफ' रजिस्टर्ड चार्टर्ड अकाउंटंटकडून घेतले जाणे आवश्यक आहे.

११) प्रांतिक/युनियन टेरिटरिजमधील टेरिटारेट्स ऑफ इंडस्ट्रिजतर्फे ज्या औद्योगिक केंद्रांना ट्रान्सपोर्ट सबसिडी

मिळू शकते; त्यांच्यासाठी पूर्व नोंदणीची पद्धत आखली जाईल. या औद्योगिक केंद्रापासून कच्चा/उत्पादित माल यांचे नियमितपणे होणारे दळणवळण यातील सातत्य पाहून त्यासाठी कोणती नियमावली करता येईल ती डायरेक्टर निश्चित करील.

१२) विविध प्रांताच्या आणि युनियन डिरेक्टोरेट्स ऑफ इंडस्ट्रीजनी केलेल्या व्यवस्थेचा 'मिनिस्ट्री ऑफ इंडस्ट्रिअल डेव्हलपमेंट' ठरावीक कालावधीनंतर पुन:श्च अभ्यास करून ट्रान्सपोर्ट सबसिडीचे पेमेंट किंवा अन्य बाबतीत सुधारणा सुचवील.

लघुउद्योगांसाठी प्रोत्साहने (Incentives for SSI Units)

महाराष्ट्रात १९६४ पासून उद्योगांना प्रोत्साहन मिळावे म्हणून जरी धोरण आखण्यात आले तरी त्या संबंधीची योजना आखल्यावर १९६९मध्ये विशिष्ट प्रोत्साहन सवलती सुरू झाल्या. त्यामध्ये १९८३मध्ये ज्या सुधारणा करण्यात आल्या त्या अनुषंगाने लघुउद्योगांसाठी इन्सेन्टिव्हज् दिला जात आहे. या सोयीसवलतीत मागास जिल्ह्यासाठी केंद्र सरकारतर्फे मिळणारी आर्थिक अनुदान व सवलत योजना, सुशिक्षित बेरोजगार (बीज भांडवल) योजना, महाराष्ट्र राज्य खादी ग्रामोद्योग मंडळाच्या विशिष्ट योजना या काही महत्त्वाच्या योजना आहे. याखेरीज पूरक सेवा आणि सहकार्य यासाठी महाराष्ट्रात महाराष्ट्र राज्य लघुउद्योग विकास मंडळ, लघुउद्योग अन्वेक्षण संस्था आणि अनेक महामंडळे स्थापन करण्यात आली आहेत. याखेरीज लघुउद्योगांना नावनोंदणी करून डी. जी. एस. ॲन्ड डी. मार्फत विक्री योजनेचा लाभ घेता येतो.

व्याज अनुदान योजना

महाराष्ट्रातील उद्योगांना राज्याकडून साहाय्य देण्याबाबत अधिनियम, १९६० व नियम १९६१ अन्वये राज्यातील लघुउद्योग व कुटीरोद्योगांना आर्थिक संस्थांमार्फत दिल्या जाणाऱ्या कर्जावर व्याज अनुदान रूपाने आर्थिक साहाय्य योजना (एस.ए.आय. व्याज अनुदान योजना) अमलात आणली जाते. या योजनेनुसार, महाराष्ट्र शासनाने दिनांक १ एप्रिल, १९७४ पासून महाराष्ट्रातील मुंबई, ठाणे, कल्याण, खोपोली, पुणे, पिंपरी, चिंचवड हे विकसित भाग वगळून उरलेल्या भागातील उद्योगधंद्यास रु. ५०,०००पर्यंतच्या स्थिर भांडवलाकरिता, तसेच राज्य वित्तीय महामंडळ, राष्ट्रीयीकृत व अनुसूचित बँकांकडून आवश्यक ते खेळते भांडवल मिळविण्याकरिता लागणाऱ्या सीमांतक मदतीसाठी दिलेल्या कर्जावर आर्थिक संस्थेचा नेहमीचा व्याजाचा दर व भारतीय औद्योगिक विकास बँकेचा अविकसित जिल्ह्यात संस्थेचा नेहमीचा व्याजाचा दर व भारतीय औद्योगिक विकास बँकेचा अविकसित जिल्ह्यात सुलभ योजनेखाली ९ टक्के व्याजाचा दर यातील फरकाइतके व्याज अनुदान साहाय्य दिले जाते.

वरील रुपये ५०,०००ची कर्जाची मर्यादा वाढवून ती दिनांक १ एप्रिल १९८२ पासून रुपये २ लाख करण्यात आली आहे. त्याचप्रमाणे दिनांक १ एप्रिल १९८२ पूर्वी हे अर्थसाहाय्य राज्य वित्तीय महामंडळ, राष्ट्रीयीकृत व अनुसूचित बँकांनी दिलेल्या कर्जावरच दिले जात असे, ते दिनांक १ एप्रिल १९८२ पासून नागरी सहकारी बँकांनी दिलेल्या कर्जावरही मिळू शकते.

सदर योजना संबंधित जिल्हा उद्योग केंद्राद्वारे राबविली जाते. संबंधित वित्तीय संस्थांनी उद्योजकास त्याच्या कर्जावर फक्त ९ टक्के व्याज आकारावे व तेवढेच वसूल करावे आणि ९ टक्क्यांहून जास्त असलेल्या दराच्या रकमेकरिता विहित नमुन्यात संबंधित जिल्हा उद्योग केंद्राकडे अर्ज करावा. अर्जाचे विहित नमुने संबंधित वित्तीय संस्थांना जिल्हा उद्योग केंद्रामार्फत मोफत पुरविण्यात येतात.

सदर योजनेचा फायदा कर्जाच्या परतफेड करण्याच्या वेळापत्रकाप्रमाणे दिलेल्या मुदतीपर्यंतच मिळू शकतो.

लघुउद्योगांसाठी योजना (SSI Scheme)

भारतातील सर्व राष्ट्रीयीकृत बँका या आपल्या अग्रक्रम विभागामध्ये लघुउद्योग व्यावसायिकांसाठी काही योजना अमलात आणतात. त्यात एस. एस. आय. ही लघुउद्योगांसाठी एक योजना आहे. त्याचे स्वरूप पुढीलप्रमाणे आहे –

लघुउद्योग (एस.एस.आय.) योजना

उद्देश : अ) यंत्रे, शेड्स इत्यादी स्थिर मालमत्ता विकत घेण्यासाठी मध्यम मुदत कर्ज ब) मालाची साठवण (इन्व्हेंटरी स्टॉकसाठी) उधार विक्री इत्यादीसाठी खेळते भांडवल. याखेरीज निर्यात बाजारपेठेत व्यवहार करणाऱ्या व्यक्तीस अर्थपुरवठा उपलब्ध होऊ शकतो.

पात्रता : आवश्यक अनुभव असलेले आणि तांत्रिक प्रशिक्षित.

तारण : अ) पंचवीस हजार रुपयांपर्यंतच्या कर्ज मर्यादाबाबत कर्जातून निर्माण झालेल्या मालमत्तेचे गहाण खत/नजर गहाण खत. ब) पंचवीस हजारांहून अधिक रकमेसाठीच्या कर्जास बँक ठरवील त्याप्रमाणे, ज्यात तृतीय पक्षीय हमीचा समावेश असू शकेल.

कर्जमर्यादा : व्यक्तिगत आवश्यकतेनुसार, परंतु पंचवीस हजार रुपयांपर्यंत कर्ज घेणाऱ्या व्यक्तीस दुरावा द्यावा लागत नाही. पण पंचवीस हजारांच्यावर कर्ज घेणाऱ्या व्यक्तीस/घटकास १५% ते २५% रक्कम दुरावा भरणे आवश्यक आहे. ग्रामीण व कुटीर कारागिरांसाठी पंचवीस हजार रुपयांपर्यंतचे कर्ज संयुक्त कर्ज म्हणून दिले जाईल.

व्याजदर व परतफेड

अ) पंचवीस हजार रुपयांपर्यंतचे संयुक्त कर्ज

१. मागास विभागांसाठी द. सा. द. शे. १०%

२. इतर विभागांसाठी १२%

ब) अल्पकालीन कालावधीसाठी कर्ज

१. दोन लाख रुपये अथवा त्यापेक्षा कमी असलेल्या कर्जावर व्याज १२.५% ते १४% च्या दरम्यान.

२. दोन लाख रुपये ते पंचवीस लाख रुपयांपर्यंत १४% ते १५.५%

३. पंचवीस लाख रुपयांपेक्षा अधिक १६.५%

क) मध्यम मुदत कर्ज

१. मागास विभागांसाठी १२.५%

(हा दर मागास विभागातील नवीन घटकासाठी आहे. चालू स्थितीतील नवीन उद्योगघटकांचा विस्तार/ अथवा वैविध्यकरण इत्यादींसाठी कर्जांना द. सा. १३.५% हा दर आकारण्यात येतो.)

२. इतर विभागांसाठी १३.५%

मुदत कर्जाची परतफेड : घटकाच्या अंगीभूत सामर्थ्यावर त्याची गरज आणि अतिरिक्त उत्पन्न निर्माण करण्याची क्षमता अर्थक्षम बनण्याचा बिंदू मालमत्तेचे आयुष्य इत्यादी. तसेच विशेष लायक प्रकरण उत्पादन पूर्वकाळाचा (Gestation Period) यावर अवलंबून असते.

औद्योगिक परवाने (Industrial Licenses)

केंद्र आणि राज्य सरकारच्या मार्फत सर्व प्रकारच्या उद्योगांना मिळणाऱ्या सवलतींसाठी तसेच उद्योगाच्या सुविहित नियमनासाठी औद्योगिक परवाने दिले जातात. या उद्योगातील लघुउद्योगाची नोंदणी मुंबई प्राधिकरण विभागामध्ये उद्योग सहसंचालक आणि इतरत्र महाव्यवस्थापक जिल्हा उद्योगकेंद्रे हे त्यांच्या कार्यक्षेत्रात करतात. अशी नोंदणी करून घेणे उद्योजकांवर कायदेशीरदृष्ट्या बंधनकारक नसले तरी नोंदणी केलेल्या उद्योगांना निरनिराळ्या प्रकारे सवलती आणि फायदे मिळत असल्यामुळे अशी नोंदणी करून घेणे इष्ट असते. तसेच ज्या औद्योगिक घटकांना परवान्याची जरुरी नसते अशा औद्योगिक घटकांनी केंद्र शासनाच्या तांत्रिक अधिकाऱ्यांकडे आपल्या उद्योगाची (कारखान्याची) नोंदणी करून घेणे आवश्यक असते. केंद्र शासनाच्या टेक्सटाईल कमिशनर, लोखंड आणि पोलाद नियंत्रक, साखर आणि वनस्पतींचे मुख्य संचालक व कोळसा नियंत्रक आणि तांत्रिक विकास महानिदेशालयांकडे अशी नोंदणी होऊ शकते. मोठ्या उद्योगांना औद्योगिक (विकास व नियमन) कायदा १९५१च्या कायद्यांतर्गत औद्योगिक परवाना मिळविणे आवश्यक असते.

औद्योगिक परवाना किंवा नोंदणी मिळविण्यासाठी कार्यपद्धती

कोणत्याही उद्योजकाला औद्योगिक परवाना मिळविण्यासाठी 'आय एल' (IL) या नमुन्याच्या प्रपत्रामध्ये केंद्र शासनाकडे अर्ज करावा लागतो. 'COB' या सदराखाली अनुज्ञाप्ती मिळविण्यासाठी 'ईई' (EE) या नमुन्याच्या प्रपत्रात अर्ज करावा लागतो. एका ठिकाणाहून दुसऱ्या ठिकाणी कारखान्याचे स्थलांतर करायचे असल्यास त्यासाठी शासकीय अनुज्ञाप्तीची जरुरी असते. असा परवाना मिळविण्यासाठी 'ई' (E) या प्रपत्रात अर्ज करावा लागतो. हे अर्ज राज्य सरकार केंद्र सरकारला शिफारस करून पाठवीत असते.

उत्पादन वस्तू तयार करण्याची पूर्ण योजना व ज्या ठिकाणी उद्योग सुरू करायचा असेल त्या जागेसाठी योग्य ते 'ना हरकत प्रमाणपत्र' मिळविल्यावर लघुउद्योगाच्या नोंदणीसाठी अर्ज करता येतो. उद्योजकाला विविध कारणांसाठी विशिष्ट कायद्यान्वये परवाने लागतात ते प्रथम मिळवून ठेवणे आवश्यक असते. प्रत्येक उद्योगाला सर्व परवाने लागतातच असे नाही. परंतु, त्याला आपापल्या व्यवसायाची तरी तशी माहिती करून घेणे जरुरीचे असते.

लघुउद्योगांसाठी करविषयक लाभ (Taxation Benefits to Small-Scale Industry)

असं म्हणतात की, "Small is beautiful but, at the same time, sensitive also." लघुउद्योगांना ते समविच्छेदन बिंदू गाठेपर्यंत मदतीच्या हाताची गरज असते. शासनातर्फे लघुउद्योगांना अनेक करविषयक लाभ (Tax benefits) देण्यात येतात. ह्या संदर्भात माहिती आपण घेणार आहोत.

करविषयक लाभांची गरज (Need for tax benefits)

लघुपण आणि भांडवल व अन्य संसाधनांची उणीव ही लघुउद्योगांची वैशिष्ट्ये आहेत. ही वैशिष्ट्येच त्यांना संवेदनाक्षम बनवतात. खरं तर, लघुउद्योग हे क्षेत्र इतके संवेदनशील आहे की, त्यांच्या बाबतीत "If anything can go wrong, it will" हा मर्फीचा कायदा तंतोतंत लागू पडणारच. नवीन प्रशासनाप्रमाणेच लघुउद्योगातसुद्धा पहिले एक हजार दिवस अतिशय आणीबाणीचेच असतात. अस्तित्व टिकविण्यासाठी लघुउद्योगांना साहाय्याची गरज असते तर प्रशासनास ठाम मतप्रणालीची गरज असेल. प्रारंभीच्या काळात लघुउद्योगांना जास्त खर्च करावे लागतात, मात्र मोबदला जवळजवळ नाममात्र असतो किंवा अजिबात नसतो आणि म्हणूनच प्रारंभीच्या काळात लघुउद्योगांना अस्तित्व टिकविण्यासाठी म्हणून आणीबाणीच्या परिस्थितीत साहाय्य आणि सहकार्याची नितांत गरज असते. म्हणूनच शासनाने देशातील लघुउद्योगांना विविध प्रकारचे लाभ देण्यासाठी पुढाकार घेतलेला आहे.

लघुउद्योगांचा विकास व्हावा यासाठी शासनाने उचललेले एक पाऊल म्हणजे करविषयक लाभ लघुउद्योगांना मिळवून देणे. एक तर शासन लघुउद्योगांना करातून सवलत देते अथवा कर दायित्वामध्ये त्यांना सूट देते. परिणामत: लघुउद्योग एकीकडे भांडवल संचय करू शकतात तर दुसरीकडे ते नफ्याची पुनर्गुंतवणूक व्यवसायात करू शकतात. ह्या विविध करविषयक लाभांची चर्चा खालील परिच्छेदातून केलेली आहे.

लघुउद्योगांना करातील फायदे (Taxation Benefits to SSI Units)

केंद्र आणि राज्य सरकारांनी लघुउद्योग व्यावायिकांसाठी काही करातील फायदे देण्यास सुरुवात केली आहे, ते पुढीलप्रमाणे –

१) **सुट्टीचा लाभ :** नवीन लघुउद्योगांसाठी कायद्याच्या 80-J- या कलमान्वये त्यांना होणाऱ्या लाभाच्या ६ टक्केपर्यंत (कंपन्यांसाठी ७.५%) एवढा 'टॅक्स हॉलिडे' देण्यात येतो. उत्पादन सुरू केल्यापासून पहिल्या ५ वर्षांपर्यंत उद्योजकाला या कराचा फायदा घेता येतो.

२) **घसारा भत्ता :** इन्कम टॅक्स कायद्याच्या ३२ व्या कलमाप्रमाणे छोट्या उद्योगांना प्लान्ट, मशिनरी आणि जागा व इमारतीसाठी ठरविलेल्या दरात घसारा भत्ता म्हणून करकपातीचा फायदा मिळू शकतो. रुपये वीस लाखांपर्यंत करमाफीची सवलत देण्यात येते.

३) **सुधारणेसाठी परतावा :** नवीन प्लान्ट किंवा मशिनरी किंवा लघुउद्योगांसाठी घ्यायच्या रस्ता परिवहन वाहनासाठी जर ते वाहन पूर्णत: उत्पादनासाठीच वापरात येत असेल तर कायद्याच्या ३३ व्या कलमान्वये करामध्ये सुधारणा परतावा मिळू शकतो.

४) **पुनर्स्थापना भत्ता :** कायद्याच्या ३३–ब कलमान्वये जर एखाद्या उद्योजकाच्या उद्योगव्यवसायात व्यत्यय आला असेल तर पुढील कारणांसाठी त्याला पुनर्स्थापन भत्ता मिळू शकेल.
१) दंगल किंवा मुलकी गोंधळ, २) पूर, वादळे, भूकंप किंवा अन्य नैसर्गिक आपत्ती, ३) अकस्मात लागलेली आग किंवा स्फोट, ४) चोर चिलटांपासून किंवा शत्रूपासून उपद्रव उद्योगाला कायद्याने जेवढा कर कापला जातो त्याच्या ६०% पुनर्स्थापना करण्याच्या स्वरूपात लाभ होऊ शकतो.

५) **गुंतवणुकीचा भत्ता :** १९७६ सालापासून घसारा भत्त्याच्या ऐवजी गुंतवणुकीचा भत्ता देण्यास सुरुवात झाली. नवीन प्लान्ट किंवा मशिनरीच्या संपादन खर्चाच्या २५ टक्के एवढ्या रकमेचा उद्योजकाला भत्ता मिळू शकतो. हा भत्ता प्लान्ट/मशिनरीची रीतसर रुजुवात झाल्यावर त्याच वर्षी किंवा त्यानंतर लगेचच पुढील वर्षी मिळू शकतो अथवा नंतर कधीही हा लाभ घेता येत नाही.

६) **पुस्तक प्रकाशन :** जो लघुउद्योग पुस्तक प्रकाशनाचा व्यवसाय करीत असेल त्याला कायद्याच्या 80-QQ या कलमान्वये केवळ पुस्तकासाठी अशा व्यवसायातून मिळणाऱ्या फायद्याच्या आणि लाभाच्या २० टक्के पुस्तक प्रकाशनसाठीच्या कर कपातीचा लाभ मिळू शकतो.

७) **कमकुवत उद्योगांचे विलीनीकरण :** जे उद्योग आजारी पडतात त्यांचे दुसऱ्या चालू उद्योगात विलीनीकरण करण्यावर सरकारचा भर असून आजारी उद्योगांच्या विलीनीकरणास करकपातीचा फायदा मिळू शकतो.

८) **अबकारी करातील सवलत :** रुपये ३० लाखांपेक्षा उत्पादनाची जास्त विक्री झाली तर अबकारी कर भरावा लागतो. दिनांक १ एप्रिल १९९४ पासून उत्पादनाची विक्री (वगळण्यात आलेला माल पूर्णत: वगळून) रुपये ३० लाखांपेक्षा कमी असेल तर केंद्रीय अबकारी विभागात निवेदन सादर करण्याची गरज नाही. जॉब वर्कवर कर देण्याची आवश्यकता नसते. लघुउद्योग घटकांच्या क्लिअरन्सेसचा भाग जरी

वगळण्यात आला असला तरी भांडवली मालावर द्यावयाच्या करासाठी 'मोडव्हॅट' (Modified Value Added Tax - MODVAT) पत उपलब्ध आहे. अबकारी करात 'मोडव्हॅट' चा प्रत्यक्ष लाभ होत नसला तरी अप्रत्यक्षपणे होत असतो.

निवडक प्रश्न

१) महाराष्ट्र राज्य वित्तीय महामंडळाची कार्ये व ते उपलब्ध करून देत असलेल्या सेवा यांची माहिती द्या.
२) महाराष्ट्र राज्य वित्तीय महामंडळाच्या विविध कर्ज योजनांबाबत माहिती द्या.
३) महाराष्ट्र राज्य वित्तीय महामंडळामार्फत अर्थसाहाय्य मंजुरीसाठी लावण्यात येणारे निकष कोणते ते सांगा.
४) महिला उद्यम निधी योजनेची माहिती द्या.
५) महिला उद्योजकांसाठी उपलब्ध असलेल्या निवडक योजनांची माहिती द्या.
६) 'मुदती कर्जाचे मूल्यमापन' यावर सविस्तर टीप लिहा.
७) वित्तीय साहाय्यासाठी सर्वाधिक योग्य संस्था कशी निवडावी यावर चर्चा करा.
८) मुदती कर्ज मिळविण्यासाठी कोणत्या वित्तीय संस्थेकडे संपर्क साधायचा ह्या अनुषंगाने कोणत्या महत्त्वाच्या बाबी विचारात घ्याव्यात ?
९) 'वित्तीय साहाय्यासाठी वित्त संस्थेशी संपर्क साधणे' यावर टीप लिहा.
१०) सिडबीची उद्दिष्टे सांगून सिडबीच्या वित्त साहाय्य योजनांबाबत माहिती द्या.
११) जोखीम/साहस भांडवल यावर सविस्तर टीप लिहा.
१२) 'भारतीय औद्योगिक वित्त महामंडळ' ह्यावर टीप लिहा.
१३) 'उद्योगांसाठी संस्थात्मक साहाय्य' ह्यावर सविस्तर टीप लिहा.
१४) जिल्हा उद्योग केंद्राच्या कार्यांबद्दल माहिती द्या.
१५) 'लघुउद्योग नोंदणी आणि जिल्हा उद्योग केंद्र' यावर टीप लिहा.
१६) लघुउद्योग सेवा संस्थेबद्दल माहिती द्या.
१७) खादी व ग्रामोद्योग मंडळाच्या कार्यांबद्दल माहिती द्या.
१८) महाराष्ट्र खादी व ग्रामोद्योग मंडळाची स्थापना व उद्दिष्टे याबाबत माहिती द्या.
१९) महाराष्ट्र खादी व ग्रामोद्योग मंडळाच्या योजनांबद्दल चर्चा करा.
२०) खादी व ग्रामोद्योग प्रशिक्षण यावर टीप लिहा.
२१) लघुउद्योगांसाठी शासनाच्या प्रोत्साहन योजना कोणत्या आहेत ?
२२) प्रोत्साहनांचे फायदे स्पष्ट करा.
२३) प्रोत्साहनांची गरज काय ते सांगा.
२४) प्रोत्साहनांवरील प्रमुख आक्षेप स्पष्ट करा.
२५) उद्योजकांसाठी विविध प्रोत्साहन योजनांची माहिती द्या.
२६) उद्योजकांना मिळू शकणारी शासकीय आर्थिक मदत कोणती ते स्पष्ट करा.
२७) महाराष्ट्र खादी व ग्रामोद्योग मंडळातर्फे कोणती प्रोत्साहने दिली जातात ते सांगा.

२८) 'हस्तकलेसाठी प्रोत्साहने' यावर टीप लिहा.

२९) महाराष्ट्र खादी व ग्रामोद्योग मंडळातर्फे कोणती प्रोत्साहने दिली जातात ते स्पष्ट करा.

३०) 'सल्लासेवा' यावर सविस्तर टीप लिहा.

३१) 'राष्ट्रीय लघुउद्योग विकास मंडळ आणि यंत्रसामग्री' यावर टीप लिहा.

३२) 'लघुउद्योगांसाठी करविषयक लाभ' यावर टिपण तयार करा.

३३) 'लघुउद्योगांना करातील फायदे' यावर टीप लिहा.

३४) थोडक्यात टिपा लिहा.

१) पत हमी योजना

२) वित्तीय संभाव्यता

३) तांत्रिक संभाव्यता

४) आर्थिक संभाव्यता

५) व्यवस्थापकीय संभाव्यता

६) ग्रामोद्योग आणि कुटीरोद्योग यांच्या व्याख्या

७) प्रोत्साहने, सवलती व अनुदाने

८) सल्लासेवेसाठी विविध प्रोत्साहने

९) आयातीसाठी विशेष सवलती

१०) वाहतूक अनुदान

११) लघुउद्योगांसाठी प्रोत्साहने

१२) व्याज अनुदान योजना

१३) लघुउद्योगांसाठी योजना

१४) औद्योगिक परवाने

५. लघुउद्योग व्यवस्थापन
(Small Enterprise Management)

प्रस्तावना

प्रत्येक उद्योजकाला त्याच्या लघुउद्योगाच्या स्थापनेपासूनच विविध व्यवस्थापकीय कार्ये करावी लागतात. जसजसा लघुउद्योगाचा व्याप व आकारमान वाढत जाते तसतसे व्यवस्थापकीय कार्यांचे क्षेत्रसुद्धा विस्तारत जाते. लघुउद्योजकाला कराव्या लागणाऱ्या व्यवस्थापनाच्या संदर्भात अन्य आनुषंगिक मुद्द्यांचा विचार आपण येथे करणार आहोत. अर्थात, येथे एक गोष्ट ध्यानात ठेवणे गरजेचे आहे आणि ती म्हणजे लघुउद्योगाचे व्यवस्थापन हे कॉर्पोरेट क्षेत्रातील व्यवस्थापनाहून काही बाबतीत भिन्न असते.

व्यवस्थापनाच्या अनुषंगाने आपण खालील दृष्टिकोनांचा विचार करणार आहोत, ते असे–

१) कार्यात्मक दृष्टिकोन आणि संकलित अथवा एकत्रित दृष्टिकोन (Functional V/s Integrated approach)

२) संरचित आणि लवचीक दृष्टिकोन (structured V/s Flexible approach)

३) तार्किक आणि सृजनशील/सर्जनशील दृष्टिकोन (Logical V/s creative approach)

प्रारंभी आणि कार्यात्मक दृष्टिकोन आणि संकलित अथवा एकत्रित दृष्टिकोनाचा विचार करुयात.

कार्यात्मक दृष्टिकोनाची वैशिष्ट्ये

वित्त, विपणन, उत्पादन, मानव संसाधन अशी विविध कार्ये उद्योगात पार पाडली जातात. त्याकरिता विविध विभागांची/खात्यांची स्थापना केली जाते आणि त्यामार्फत ही कार्ये केली जातात. साहजिकच अशा प्रकारच्या विभागीकरणातून संलग्नता साधली जाते. परिणामत: कार्य तपशिलांबाबत सुस्पष्टता असते. उद्योगसंस्थेतील विशिष्ट अधिकार साखळीमुळे अधिकारी व कर्मचारी यांच्यात परस्पर-सुसंवाद साधणे शक्य होते. तसेच, संबंधितांना आदेश देणे व त्यांच्याकडून कामे करवून घेणे सुलभ होते. कार्यात्मक दृष्टिकोनांतर्गत प्रत्येक कार्यासाठी स्वतंत्र खाते असल्यामुळे विशेषीकरणाचे लाभ उद्योगसंस्थेला मिळतात. आधुनिक काळात विशेषीकरणास खास महत्त्व आहे. ह्या विविध खात्यांतर्गत संबंधितांना आदेश देणे सुलभ जाते. एका अर्थाने, विकेंद्रीकरणाचे लाभ यातून साध्य होतात. अर्थात, फार मोठ्या उद्योगांमध्ये विविध कार्यात्मक खात्यांच्या माध्यमातून विकेंद्रीकरण करणे शक्य असते हे विसरता कामा नये. म्हणूनच विविध कंपन्यांमधून कार्यात्मक दृष्टिकोनाचा अवलंब केलेला दिसतो. प्रत्येक कार्यासाठी असलेल्या स्वतंत्र विभागावर/खात्यावर त्या त्या कार्यासंदर्भात जबाबदाऱ्या सोपविता येतात. त्यासाठी आवश्यक अधिकार प्रदानही केले जाते. थोडक्यात, कार्यात्मक दृष्टिकोनांतर्गत प्रत्येक कार्यासाठी स्वतंत्र विभाग निर्माण केले जातात त्यांचे अधिकार व जबाबदाऱ्या निश्चित केल्या जातात आणि मोठ्या आकारमानाच्या उद्योगांमध्ये हा दृष्टिकोन योग्य ठरतो.

संकलित/एकत्रित दृष्टिकोनाची वैशिष्ट्ये

कार्यात्मक दृष्टिकोनाच्या पार्श्वभूमीवर संकलित अथवा एकत्रित दृष्टिकोन त्याहून कसा वेगळा आहे हे समजून घेणे उचित ठरेल. सर्वप्रथम हे लक्षात घ्यायला हवे की, हा दृष्टिकोन लघुउद्योगांमध्येच योग्य ठरतो. ह्या दृष्टिकोनांतर्गत सर्व कार्ये केंद्रित स्वरूपात असतात आणि त्यासाठी कार्यात्मक दृष्टिकोनाप्रमाणे प्रत्येक कार्यासाठी विविध खाती निर्माण केली जात नाहीत. साहजिकच कनिष्ठ स्तरावर काम करणाऱ्यांच्या मनात कधी कधी गोंधळ निर्माण होऊ शकतात कारण सर्वच कार्यांचे आणि त्यांच्या अनुषंगाने घेतल्या जाणाऱ्या निर्णयांचे केंद्रीकरण झालेले असते. साहजिकच सुसंवादासाठी, संपर्कासाठी व आदेश देण्यासाठी कोणत्याही औपचारिक साखळ्या उपलब्ध नसतात. विशेषीकरणासाठी खास असे प्रयत्न केले जात नाहीत. अधिकारांचे व आज्ञा देण्याच्या कार्याचे केंद्रीकरण झालेले असते. परिणामत: कर्मचारी ज्याच्याकडे अधिकार केंद्रित झालेले असतात, त्याच्याकडूनच आज्ञा स्वीकारतात. लघुउद्योग आणि सूक्ष्म उद्योगातून संकलित दृष्टिकोन सुयोग्य ठरतो. भागीदारी अथवा मालकी उद्योगात हा दृष्टिकोन आढळतो. साहजिकच सर्व जबाबदाऱ्या उद्योगाचे मालक असलेल्या भागीदारांवर अथवा मालकावर असते. अंशत: जबाबदाऱ्या कर्मचाऱ्यांवर सोपविलेल्या असतात. अधिकार मात्र मालकांकडे/भागीदारांकडे एकवटलेले असतात. थोडक्यात, लघुउद्योग अथवा सूक्ष्म उद्योगात संकलित दृष्टिकोन सुयोग्य ठरतो.

ह्यानंतर आपण विचार करणार आहोत संरचित आणि लवचीक दृष्टिकोनाचा.

संरचित दृष्टिकोनाची वैशिष्ट्ये

संरचित दृष्टिकोनाची वैशिष्ट्ये लक्षात घेतल्यावर असे लक्षात येईल की, ह्या दृष्टिकोनाचे काही फायदे आहेत तर काही तोटेही आहेत. ह्या दृष्टिकोनांतर्गत उद्योगव्यवसायाचे व्यवस्थापन हे सुसंघटित, स्थिर अशा रचनेवर आधारित विकसित केलेले असते. मोठ्या उद्योगांमध्ये प्रत्येक कार्यासाठी स्वतंत्र खाती कार्यरत असतात. उद्योगाच्या विविध उद्दिष्टांच्या अनुषंगाने ठरावीक प्रकारच्याच कल्पना पुढे येतात. कदाचित यामागे असे कारण असू शकते की, अशा व्यवस्थापन रचनेत कर्मचाऱ्यांचे कार्यांगणातील स्वातंत्र्य मर्यादित असते. ह्याशिवाय त्यांना कडक शिस्तीचे पालनही करावे लागते. कधी कधी ह्याचा दुष्परिणाम असाही होऊ शकतो की, कर्मचाऱ्यांचे कामातील स्वारस्य कमी होऊन उत्पादकताही घटू शकते. एकदा संरचना ठरली की, कर्मचारी विशिष्ट कामातच प्रदीर्घ काळ अडकून पडतो. नवीन कार्य करण्याची अथवा नवीन कौशल्यं आत्मसात करण्याची संधी अभावानेच त्याला मिळते. ह्या साऱ्याचा परिणाम असा होतो की, कर्मचारी अनेक वर्षे एकाच खात्यात/विभागात काम करतो. उद्योगव्यवसायाबाबत आपलेपणाची भावना ह्यामुळेच निर्माण होऊ शकत नाही. कर्मचाऱ्यांची विशिष्ट मानसिकता तयार होते. एकीकडे उद्योगक्षेत्रात बदलांचे वारे वाहत असतात तर दुसरीकडे अशी मानसिकता असलेले कर्मचारी पटकन नवीन बदल स्वीकारत नाहीत. अनेकविध खाती असल्यामुळे कधी कधी ह्या खात्यांमध्ये परस्पर ३६ चा आकडा असतो. त्यांचे आपापसात व्यावसायिक दृष्टिकोनातून मतभेद असतात. त्यातूनच राजकारण होऊ शकते. ह्याचा फटका अर्थातच व्यक्ती, विभाग आणि संपूर्ण उद्योगसंस्थेला बसू शकतो. उद्योगसंस्थानिहाय ह्या समस्यांवर मात करण्याचे वेगवेगळे प्रयत्न केले जातात.

लवचीक दृष्टिकोनाची वैशिष्ट्ये

संरचित दृष्टिकोनाच्या विरुद्ध लवचीक दृष्टिकोनाची वैशिष्ट्ये आढळतात. परिस्थितीनुसार व्यवस्थापन शैली बदलते. खुल्या वातावरणामुळे कर्मचाऱ्यांकडून नवनवीन कल्पना पुढे येतात. त्यातील काही नावीन्यपूर्ण असू शकतात. तुलनेने ह्या दृष्टिकोनांतर्गत कर्मचाऱ्यांना कार्यांगणात गरजेनुसार अधिक स्वातंत्र्य लाभते. वेळप्रसंगी

अपेक्षित उत्पादन मिळत असेल तर नियमांकडे डोळेझाक केली जाते. मात्र, उत्पादकता पातळी राखली जाते. लवचीक दृष्टिकोनांतर्गत कर्मचाऱ्यांना केवळ एकाच कार्याला चिकटून रहावे लागत नाही तर त्यांना विविधांगी कार्ये करण्याची संधी मिळाल्याने त्यांची कौशल्ये वृद्धिंगत होतात. विविध विभागातून काम केल्याने कर्मचाऱ्यांना एकूणच उद्योगव्यवसायाच्या उद्दिष्टांचा आवाका लक्षात येतो आणि मग ते उद्योगव्यवसायाच्या बरोबरचे आपले नाते शीघ्रतेने दृढ करू शकतात. अगदी बदलसुद्धा झटपट अंगीकारले जातात. लवचीक दृष्टिकोनांतर्गत कर्मचाऱ्यांबरोबरचा व्यवस्थापनाचा संबंध दृढ असतो. अधूनमधून विविधांगी कार्ये करावी लागतात. परिणामत: राजकारण करण्याची मानसिकतासुद्धा विकसित होत नाही. लघुउद्योगात लवचीक दृष्टिकोन सुयोग्य ठरतो. कारण लवचीक दृष्टिकोन आत्मसात करून त्याची प्रभावी अंमलबजावणी करण्याची क्षमता लघुउद्योगातच असू शकते. हा लाभ मोठ्या उद्योगांना बहुतेक वेळा शक्य होत नाही.

ह्यानंतर आपण विचार करणार आहोत तार्किक आणि सृजनशील/सर्जनशील दृष्टिकोनाचा.

तार्किक दृष्टिकोनाची वैशिष्ट्ये

नावाप्रमाणेच तार्किक दृष्टिकोनात प्रत्येक गोष्ट तर्काधिष्ठित असते. उद्योगव्यवसायाचे व्यवस्थापन तार्किक विचारसरणीचा पुरस्कार व अंगीकार करते. प्रत्येक कृती/कार्य शास्त्रशुद्ध तत्त्वांवर आधारलेली असते. प्रत्येक कार्य पूर्वापार चालत आलेल्या पद्धतीशी सुसंगत पद्धतीनेच व्हायला हवे, असा आग्रह ह्या दृष्टिकोनात केलेला असतो. प्रत्येक उपक्रम आणि त्यातून मिळणारे फलित हे निश्चित असे आणि मर्यादित असते. कारण चाकोरीबाहेर विचार कर्मचाऱ्याने करायचाच नसतो. उलट, प्रत्येक कर्मचाऱ्याला त्याने कशा पद्धतीने काम करायला हवे हे प्रशिक्षण दिले जाते व त्याप्रमाणेच त्याने कामे करावीत असा आग्रह धरला जातो. प्रत्येक उपक्रमाचा वा कार्याचा ढाचा ठरलेला असतो आणि त्यामध्ये सृजनशीलतेला फारसा वाव नसतो. व्यवस्थापन रचना ही प्रस्थापित सिद्धान्त आणि नियमांशी बांधलेली असते. साहजिकच ह्या वैशिष्ट्यांमुळे तार्किक दृष्टिकोन मोठ्या उद्योगात अंगीकारलेला दिसून येतो.

सृजनशील/सर्जनशील दृष्टिकोन

सृजनशील/सर्जनशील दृष्टिकोनात तार्किक दृष्टिकोनाला पूर्णपणे छेद दिलेला दिसून येतो. प्रस्थापित व्यवस्थापन पद्धतींपेक्षा उत्स्फूर्त कल्पनांचे स्वागत ह्या दृष्टिकोनात केलेले आढळते. चाकोरीबद्ध विचारसरणीला ह्या दृष्टिकोनात थारा नसल्यामुळे उद्योगव्यवसायातील प्रत्येक समस्येवर उद्योजक व कर्मचारी नवनवीन आणि नावीन्यपूर्ण उपाययोजनांचा अवलंब करतात. कर्मचाऱ्यांच्या सृजनशीलतेला प्रोत्साहन मिळते व त्यांना सृजनशील राहण्याच्या अनेक संधी मिळतात. म्हणूनच लघुउद्योगात असे आढळून येते की, रूढ अर्थाचे औपचारिक उच्च शिक्षण न घेतलेला कर्मचारी केवळ त्याच्या अनुभवांच्या आधारे, तो जरी प्रशिक्षित नसला तरी, उच्च पदापर्यंत पोहचू शकतो. अशी संधी सहसा मोठ्या उद्योगात मिळत नाही. लघुउद्योगांमधून विविध कल्पनांचे प्रयोग अल्प खर्चात करता येणे शक्य होते. (ह्याच कारणामुळे नवीन शोध लागण्याचे प्रमाण मोठ्या उद्योगांपेक्षा तुलनेने लहान उद्योगांमध्ये जास्त असते.) सृजनशील दृष्टिकोनांतर्गत व्यवस्थापनाचे अडथळे मर्यादित असल्याने सृजनशील कर्मचारी, मग ते कोणत्याही पातळीवरील असोत, उद्योगात महत्त्वाचे स्थान प्राप्त करू शकतात. लघुउद्योगांमधून सृजनशील दृष्टिंकोन बऱ्याचदा अनुभवास येतो. मोठ्या उद्योगात वेगळ्या पद्धतीने व वेगळ्या पातळीवर ह्या दृष्टिकोनाचा अंगीकार केला जातो.

प्रारंभीच्या टप्प्यातील व्यवस्थापन (Start up Phase Management)

उद्योगव्यवसायाच्या जीवनात प्रारंभीचा टप्पा हा अत्यंत महत्त्वाचा असतो. सुयोग्य व्यवसायसंधीची निवड, भांडवल व्यवस्थापन परिणामकारकपणे करणे, उत्पादन कार्यवेळापत्रक सांभाळणे इ. महत्त्वाच्या बाबी ठरतात. प्रारंभीच्या टप्प्यात लघुउद्योगात कोणत्या समस्यांना तोंड द्यावे लागते हे समजून घेणे उचित ठरेल. म्हणजे मग त्या समस्यांचे व्यवस्थापन कसे करावे, याबाबत महत्त्वाचे निर्णय घेता येतील. ह्या समस्यांची चर्चा खालील परिच्छेदातून केलेली आहे —

१) चुकीचे उत्पादन अथवा सेवा निवडणे – प्रारंभीच्या टप्प्यातील व्यवस्थापन करताना चुकीचे उत्पादन वा सेवा निवडली जाते. 'त्याने यशस्वीपणे केले म्हणून मी पण तेच करणार' हा चुकीचा विचार, बाजारपेठेची पुरेशी माहिती न घेता उत्पादन/सेवा निवड करणे, इत्यादी व ह्यासारख्या कारणांमुळे प्रारंभीच्या टप्प्यात समस्या निर्माण होऊ शकतात. म्हणून प्रारंभीच्या टप्प्यात ह्या अनुषंगाने काळजी घेणे व्यवस्थापनाच्या दृष्टीने महत्त्वाचे ठरते.

२) आर्थिक अडचणी – उद्योजकाचे भांडवल तसे मर्यादित असते. त्याच्या साहाय्यानेच तो व्यवसाय उभारणी करतो. परंतु, एखाद्या घटनेमुळे त्याचे उद्योग व्यवसायाचे आर्थिक गणित कोलमडू शकते. उदा. यंत्रसामग्री कच्च्या मालाच्या किमती गृहीत धरलेल्या किमतींपेक्षा वाढणे, मोठ्या उद्योगाकडून ऑर्डरचे पैसे वेळेत न मिळणे इ. म्हणूनच प्रारंभीच्या काळात आर्थिक अडचणींचे व्यवस्थापन करणे अत्यंत महत्त्वाचे ठरते. ह्या पार्श्वभूमीवर लघुउद्योगाच्या प्रारंभीच्या टप्प्यात आवश्यक भांडवल उभारणी करू न शकणे ही समस्या उद्योजकाला ग्रासून टाकते.

३) कच्च्या मालाची समस्या – लघुउद्योगांना प्रारंभीच्या काळात भेडसावणारी आणखी एक महत्त्वाची समस्या म्हणजे कच्चा माल. पुरेशा प्रमाणात रास्त किमतीला वेळेवर उपलब्ध न होणे ही समस्या महत्त्वाची ठरते. कच्चा माल आयात करायचा असेल तर त्याही बाबतीत समस्या असतात. प्रस्थापित मोठे उद्योग जास्त प्रमाणात खरेदी करतात त्यामुळे त्यांना सवलतीच्या किमतीत कच्चा माल मिळू शकतो. असा लाभ लघुउद्योगांना मिळत नसल्यामुळे ते मोठ्या उद्योगांबरोबर स्पर्धा करू शकत नाहीत. भांडवलाअभावी जास्त प्रमाणात कच्चा माल खरेदी करावा, जादा माल साठा करून ठेवावा, असा विचारही लघुउद्योजक करू शकत नाही.

४) व्यावसायिक व्यवस्थापनाची समस्या – मोठ्या उद्योगव्यवसायात व्यावसायिक व्यवस्थापकांची नेमणूक केली जाते. ते त्यांना परवडतेसुद्धा. कार्यनिहाय विशेषीकरण असलेले व्यवस्थापक नेमले जातात. उदा. वित्त, विपणन, उत्पादन, तंत्रज्ञान इ. लघुउद्योगांना असे व्यवस्थापक नेमणे परवडण्याजोगे नसते. बहुतेक लघुउद्योगात उद्योजकच व्यवस्थापनाची बाजू सांभाळतो अथवा साधारण अनुभव असलेल्या व्यक्तीस व्यवस्थापक म्हणून नेमतो. 'प्रयत्न व प्रमाद' (Trial and Error) पद्धतीने हे व्यवस्थापन चालते. साहजिकच अशा व्यवस्थापनाला मर्यादा पडतात. लघुउद्योगाला प्रारंभीच्या टप्प्यात ह्या समस्येचा विशेष सामना करावा लागतो.

५) कर्मचारीविषयक समस्या – ज्याप्रमाणे मोठे उद्योग त्यांच्या कर्मचाऱ्यांना गलेलठ्ठ पगार देऊ शकतात तसे लघुउद्योग त्यांच्या कर्मचाऱ्यांना देऊ शकत नाहीत. साहजिकच कुशल आणि कार्यक्षम कर्मचारी लघुउद्योगांकडे आकर्षित होत नाहीत आणि झाले तरी टिकत नाहीत. लघुउद्योगप्रती निष्ठा असणारे कर्मचारी मिळणे ही उद्योगव्यवसायाच्या प्रारंभीच्या टप्प्यातील महत्त्वाची समस्या ठरते. कर्मचाऱ्यांना प्रशिक्षित करणे

हे अतिशय खर्चीक काम असल्यामुळे तेही लघुउद्योगांना अशक्य होऊन बसते.

६) **तंत्रज्ञानाची समस्या –** आधुनिक युगात तंत्रज्ञान जवळजवळ दररोज बदलते आहे. अद्ययावत तंत्रज्ञान विकसित होते. सुधारित तंत्रज्ञान उद्योगातून वापरले जाते. असे बदलते, सुधारित/अद्ययावत तंत्रज्ञान वापरणे मोठ्या उद्योगांना शक्य होते. लघुउद्योगांच्या आर्थिक गुंतवणुकीच्या मर्यादांमुळे आधुनिक तंत्रज्ञानाचा अवलंब करणे शक्य होत नाही. त्यामुळे साहजिकच लघुउद्योगाच्या प्रारंभीच्या टप्प्यात तंत्रज्ञान हा खूपच नाजूक व महत्त्वाचा मुद्दा ठरतो.

७) **प्रभावी विपणनाची समस्या –** लघुउद्योग असो वा मोठा उद्योग असो, दोन्हींच्या बाबतीत एक मुद्दा एकसारखाच लागू पडतो. तो म्हणजे एक वेळ दर्जेदार उत्पादन करणे सोपे, परंतु त्याचे यशस्वीपणे विपणन (मार्केटिंग) करणे त्या तुलनेत अतिशय अवघड. लघुउद्योगांना आर्थिक मर्यादांमुळे बऱ्याचदा विपणन कौशल्य प्राप्त केलेले तज्ज्ञ नेमणे परवडत नाही. साहजिकच लघुउद्योगाच्या प्रारंभीच्या टप्प्यात विपणन व्यवस्थापन हा कळीचा मुद्दा ठरतो. त्या दृष्टीने विपणन व्यवस्थापनाची काळजी घ्यावी लागते.

८) **जागतिक स्पर्धेतून उद्‌भवलेली समस्या –** १९९१ पासून अर्थव्यवस्थेत विशेष बदल घडून आलेत. जागतिकीकरणामुळे संपूर्ण जग ही एकच बाजारपेठ म्हणून विकसित झाली. खुल्या अर्थव्यवस्थेमध्ये तीव्र स्पर्धा वाढली. भारतीय उद्योगांना संरक्षण मिळण्याचे धोरण कालबाह्य ठरले. साहजिकच लघुउद्योगांना प्रारंभीच्या टप्प्यात तीव्र स्पर्धेला सामोरे जावे लागते. त्याप्रमाणे व्यवस्थापन करावे लागते.

९) **गुणवत्तेची समस्या –** लघुउद्योगाला प्रारंभीच्या टप्प्यात अनेक कसरती कराव्या लागतात, विविधांगी कार्यांमध्ये समन्वय साधावा लागतो. लघुउद्योजकाला एकीकडे 'ना नफा–ना तोटा' बिंदू गाठण्याची हुरहुर लागलेली असते, तर दुसरीकडे विक्रीयोग्य गुणवत्तापूर्ण उत्पादन तयार करण्याचे दडपण असते. म्हणूनच लघुउद्योगात प्रारंभीच्या टप्प्याचे व्यवस्थापन करताना उत्पादनाची गुणवत्ता राखण्याचे दडपण उद्योजकावर असते.

१०) **औद्योगिक आजारपणाची समस्या –** उद्योगव्यवसाय लघु असो वा मोठा असो, औद्योगिक आजारपणाची समस्या दोन्ही प्रकारच्या उद्योगव्यवसायांना भेडसावू शकते. लघुउद्योगाच्या प्रारंभीच्या टप्प्यात खेळत्या भांडवलाचा अभाव, मोठ्या उद्योगांकडून वेळेत पेमेंट न मिळणे, मागणीत घट होणे इ. कारणांनी समस्या उद्‌भवू शकते. त्याचे व्यवस्थापन लघुउद्योजकाला करावे लागते.

११) **प्रस्थापित क्षमतेचा पूर्णपणे वापर करण्याची समस्या –** लघुउद्योगातच काय परंतु मोठ्या उद्योगातसुद्धा ही समस्या उद्‌भवते. लघुउद्योगाच्या बाबतीत तर प्रारंभीच्या टप्प्यात प्रस्थापित क्षमता पूर्णपणे वापरण्याची समस्या भेडसावतेच. एक तर तेवढ्या प्रमाणात मागणी नसते आणि दुसरे म्हणजे तेवढी गुंतवणूक करणे शक्य नसते. लघुउद्योजक अंदाज घेत घेतच पुढची पावले टाकतो.

प्रारंभीच्या टप्प्यातील समस्यांवर मात करणे

लघुउद्योगात प्रारंभीच्या टप्प्यात उद्योजकाला वर उल्लेख केलेल्या समस्यांचा सामना करावा लागतो. त्या अनुषंगाने काही दक्षता घेणे, काही कौशल्ये विकसित करणे गरजेचे असते. काही बाबींचा उद्योजकाने उद्योग सुरू करण्यापूर्वीच गांभीर्याने विचार करायला हवा. कारण कोणताही नवा उद्योग व्यवसाय सुरू करताना अनेक अडचणी, समस्या, अडथळे, संकटे येणारच. ह्या संदर्भात उद्योजकाने मानसिक तयारी करणे व पूर्वतयारी करणे अगत्याचे ठरते.

उद्योजकाने उद्योगात प्रवेश करण्यापूर्वीच काही गोष्टींबाबत काळजी घेणे अत्यंत महत्त्वाचे असते. त्याने बनविलेल्या व्यवसाय योजनेची काटेकोर तपासणी त्याने सर्व बाजूंनी करणे आवश्यक असते. कारण ह्या संदर्भात एखादी चूकसुद्धा नजिकच्या भविष्यात फार महाग पडू शकते. कोणत्याही गोष्टीबाबत एकांगी विचार न करता नवनवीन कल्पनांचा विचार व स्वीकार उद्योजकाने करणे फायद्याचे ठरते. त्याचबरोबर भांडवलाचे नियोजन योग्य प्रकारे करायला हवे. खेळत्या भांडवलाची चणचण निर्माण होणार नाही ना याचा पूर्व विचार करणे अगत्याचे ठरते. योग्य प्रमाणात राखीव निधी कसा ठेवता येईल याचाही विचार उद्योजकाने आधीच केला पाहिजे. आगामी काळाची पावले ओळखून तंत्रज्ञानाचाही विचार उद्योजकाने करायला हवा. आपल्याला जोखीम पत्करावी लागेल आणि आपण जेवढी जास्त जोखीम पत्करू, अर्थातच वाजवी जोखीम, तेवढ्या जास्त प्रमाणात नफा मिळेल हेही गृहीत धरावे लागेल. उद्योजकाने स्वत:चे मनोबल व सहकाऱ्यांचे मनोबल कसे टिकून राहील याची दक्षता घेतली पाहिजे.

प्रवर्तन संघ सदस्यातील मतभेद (Difference of opinion within Promoting team)

सहसा कोणत्याही दोन व्यक्ती एकसारखा विचार करीत नाहीत. परिणामत: त्यांच्यात मतभेद निर्माण होतात. प्रत्येकाची विचारांची बैठक, जाणिवा, अपेक्षा, आकलन, मते भिन्न-भिन्न असतात. त्यामुळे व्यक्ती-व्यक्तींमध्ये मतभेद निर्माण होतात. हे मतभेद उत्पादन/सेवा निवड, आर्थिक, विपणनविषयक, कर्मचारीविषयक, इत्यादी बाबतीत असू शकतात. अर्थात, हे मतभेद संपूर्णपणे त्याज्य असत नाहीत. यामधून कदाचित अधिक चांगला पर्याय निघू शकतो की जो उद्योगव्यवसायाच्या अधिक हिताचा असू शकतो. हे मतभेद टोकाला गेल्यास त्याचे दुष्परिणाम दूरगामी होतात.

अपयश टाळणे आणि समस्या सोडविणे (Avoiding Failure and Problem Solving)

उद्योगव्यवसायात अपयश येणे ही फार मोठी अद्वितीय अशी बाब नाही. माणसे जशी आजारी पडतात तसे उद्योगही आजरी पडतात, बंद पडतात आणि उद्योजकाच्या पदरी अपयश येते. अपयश टाळण्यासाठी वा त्याची तीव्रता कमी करण्यासाठी आणि आनुषंगिक समस्या सोडविण्यासाठी काही पथ्य पाळणे, दक्षता घेणे गरजेचे आहे. उद्योजकाने परिस्थितीचे योग्य पद्धतीने आकलन करून घेऊन विश्लेषण केले पाहिजे. त्याने उद्योगातील समस्येची हाताळणी शास्त्रशुद्ध पद्धतीने करायला हवी. व्यवसायासंबंधी कुशाग्र बुद्धी, प्रभावी व्यवस्थापकीय क्षमता, चाकोरीबाहेर जाऊन नावीन्यपूर्ण विचार करणे, पद्धतशीर विचारसरणीतून विकसित केलेल्या पद्धती, इत्यादी गुणवंतांच्या साहाय्याने उद्योजक उद्योगातील समस्यांची हाताळणी करू शकतो.

उद्योजकाने उद्योगाशी संबंधित प्रत्येक बाबतीत सखोल विचार केला, त्याबाबत सर्वंकष अभ्यास केला तरी अनेक समस्या सोडविणे त्याला सुलभ होते. हे करीत असताना उद्योजकाने सहकाऱ्यांचा संघ (Team) बांधणे गरजेचे असते. कारण सांघिक कार्यामुळे समस्या सुलभपणे सुटू शकते. संघातील सदस्यांमध्ये एकजुटीची भावना, उद्योगसंस्थेबद्दल आपुलकी निर्माण करणे गरजेचे असते. सहकाऱ्यांमध्ये जबाबदारीची आणि उत्तरदायित्वाची भावना रुजवली तर समस्यांना सामोरे जाणे सुलभ होते. उद्योजकाने स्वत:पासून सुरुवात करून आत्मविश्वास सर्वांमध्येच वृद्धिंगत केला पाहिजे. सहकारी व कर्मचारी उद्योजकाचाच आदर्श घेत असल्याने उद्योजकाने आत्मविश्वास बाळगणे गरजेचे असते.

उद्योजकाने यशस्वी होण्यासाठी निर्णय क्षमता अंगीकारून ती विकसित करणे आवश्यक असते. कोणत्याही समस्येची हाताळणी करताना उद्योजकाकडे निर्णायक क्षमता असणे गरजेचे असते. एखादाच महत्त्वाचा निर्णय उद्योगाला वेगळ्या वळणावर घेऊन जाऊ शकतो. उद्योजकाला उद्योग चालविताना धाडसी असणे गरजेचे असते.

अनेक प्रकारच्या परिस्थितींमध्ये उद्योजक केवळ धाडसीपणामुळे सहीसलामत बाहेर पडून यशस्वी होतो.

थोडक्यात, अपयश टाळण्यासाठी व समस्या सोडविण्यासाठी उद्योजकाने काही पथ्ये पाळणे, दक्षता घेणे आणि काही विशिष्ट गुण अंगीकारणे अत्यंत महत्त्वाचे ठरते.

सर्जनशीलता आणि नवनिर्मिती (Creativity and Innovation)

सर्जनशीलता (Creativity)

उद्योजकांचे एक खास वैशिष्ट्य म्हणजे रचनात्मकता/सर्जनशीलता (Creativity). प्रत्येक व्यक्तीमध्ये कमी-अधिक प्रमाणात सर्जनशीलतेची क्षमता असते. ही क्षमता अधिक परिणामकारकपणे वापरता यावी यादृष्टीने प्रशिक्षण देता येते. सर्जनशील क्षमता चेतवण्यासाठी आणि प्रशिक्षण देण्यासाठी काही मार्ग आहेत. ज्या उद्योग संस्थेत अशी क्षमता असलेले कर्मचारी अधिक संख्येने असतात, त्या संस्था हमखास प्रगतिपथावर राहतात.

आपल्यापैकी अनेकांची अशीच धारणा असते की, सर्जनशीलता ही क्षमता अत्यंत हुशार, खास लोकांमध्येच असते आणि असे लोकही फार थोडे असतात. परंतु, आपल्यातही सर्जनशीलता असते. मात्र, त्याकडे आपले दुर्लक्ष होते. आपली दैनंदिन कामे, टप्प्या-टप्प्याने नवीन पद्धती शोधणे, जुन्या पद्धतींमध्ये बदल, नवीन तंत्रे आणि सध्याचे शोध आणि वस्तू यामध्ये सुधारणा, यामध्ये वापरता येऊ शकणाऱ्या सर्जनशीलतेकडे आपण सपशेल दुर्लक्ष करतो.

सर्जनशीलता : व्याख्या

प्रथम आपण शोध (Discovery), नवीन शोध (Invention) आणि नवीन उत्पादन (Creation) यातील फरक समजून घेऊ या. सत्य अथवा वस्तुस्थिती शोधली जाते आणि सिद्धान्ताचा नव्याने शोध घेतला जातो. परंतु, उत्कृष्ट कृती (Masterpiece) निर्माण केली जाते; कारण त्यामध्ये मन पूर्णपणे गुंतलेले असणे आवश्यक असते. कोलंबसने पश्चिमेकडील देशांचा शोध लावला, बेल यांनी दूरध्वनीचा नवीन शोध लावला तर शेक्सपिअरने 'ऑथेल्लो' ही उत्कृष्ट नाट्यकृती निर्माण केली.

सर्जनशीलतेच्या अनेक व्याख्या आहेत. प्रत्येक व्याख्येत सर्जनशीलतेबद्दलच्या एखाद्या वैशिष्ट्यावर भर देण्यात आला आहे.

सर्जनशीलता हा माणसाचा मानसिक उपक्रम असून अवघड/गुंतागुंतीचे, संदिग्ध आणि धूसर जग, तसेच एखाद्या समस्येवर अधिक चांगला आणि अस्सल मौलिक (original) उपाय शोधून काढणे यांच्याशी तो संबंधित असतो.

सर्जनशीलतेची व्याख्या ही वस्तू, प्रक्रिया अस्तित्वाची स्थिती म्हणून करता येईल. वस्तू म्हणून सर्जनशीलतेची व्याख्या पुढीलप्रमाणे केली जाते, ''नवीन तऱ्हेचा परंतु उपयुक्त, सुसंबद्ध, किफायतशीर, सुंदर किंवा मौल्यवान शोध.'' (बॅरन, १९६९)

मॅकिनन (१९७०) यांच्या मते वस्तू केवळ नवीन तऱ्हेची असून उपयोगाचे नाही तर ती वस्तू –

- वास्तवाला साजेशी असायला हवी.
- समस्या सोडविणारी हवी.
- त्या त्या परिस्थितीतील गरजांशी सुसंगत हवी.
- मान्य होतील अशी उद्दिष्टांची पूर्ती हवी.

- सौंदर्याने सुखकर बनवणारी हवी.
- जगाविषयी एखाद्याचा दृष्टिकोन कमालीचा बदलवणारी असावी.

प्रक्रिया म्हणून सर्जनशीलतेची व्याख्या पुढीलप्रमाणे केलेली आहे, ''त्रुटी अथवा त्रासदायक, चुकलेले घटक यांचा अर्थबोध होणे, गृहीतकांसंदर्भात कल्पना करणे, ह्या गृहीतकांना कसोट्या लावून पाहणे आणि शक्य असल्यास फलनिष्पती सांगणे आणि गृहीतकांना पुन्हा कसोट्या लावणे.''

प्रा. गिलफोर्ड यांनी सर्जनशीलता खालील पद्धतींनी मोजता येते असे प्रतिपादन केले–

१) अस्खलित प्रवाह (Fluency) केलेल्या कल्पनांच्या संख्येशी संबंधित.

२) लवचिकता (Flexibility) केलेल्या कल्पनांतील वैविध्यांशी संबंधित.

३) सुधारणा (Elaboration) कल्पना एकदा अंमलात आणल्यानंतर दुरुस्त्या करून अधिक चांगली बनवणे.

४) मौलिकता (Originality) ज्या कल्पना अद्वितीय आहेत किंवा अगदी सामान्य नाही अशांचा वापर.

सर्जनशील असणं ही काही दैवी देणगी नाही जी जन्मतःच मिळालेली असते. ती हळूहळूच आत्मसात करावी लागते. अनुभवातून ती शिकता येते. एकाच गोष्टीचा अनेक अंगांनी विचार केल्यास असे अनुभवास येईल.

सर्जनशीलता येण्यासाठी

- विविध प्रकारच्या गोष्टी पाहणे.
- जर-तरचा विचार करणे.
- एकच गोष्ट विविध दृष्टीने व दृष्टिकोनातून पाहणे.
- आपण कसा विचार करतो हे ज्ञात असणं.
- एकाच अडचणीवर अनेक प्रकारचे उपाय शोधणे.
- सदासर्वदा जागरूक राहणे.
- आपण कसा विचार करतो हे ठाऊक असणं.

काही तज्ज्ञांनी अस्तित्वाची स्थिती विचारात घेऊन सर्जनशीलतेच्या व्याख्या केल्या. ज्या गुणवैशिष्ट्यांमुळे व क्षमतांमुळे सर्जनशील माणूस असर्जनशील माणसापासून वेगळा जाणवतो ती गुणवैशिष्ट्ये व क्षमता शोधण्याचे प्रयत्न केले गेलेत.

अनेक मुद्द्यांचा समावेश असलेली सर्जनशीलतेची व्याख्या पुढीलप्रमाणे करण्यात आली आहे– ''विचारवंत अथवा संस्कृतीला ती वस्तू म्हणजे नवीन अद्भुत गोष्ट आहे; विचारसरणी अपारंपरिक आहे, उच्च प्रेरित आणि नेटाची आहे किंवा प्रचंड व्यासंगाची आहे; प्रारंभी संदिग्ध आणि निश्चित न केलेल्या समस्येचे सुस्पष्ट सूत्रीकरण करणे यांचा समावेश होतो.'' (नेवेल, १९६२)

प्रा. एच. सायमन यांनी सर्जनशीलतेची व्याख्या खालील घटक विचारात घेऊन केलेली आहे–

१) **नवीन कल्पना** – नवीन कल्पनांची निर्मिती.

२) **अपारंपरिक विचारसरणी** – पूर्वी स्वीकारलेल्या कल्पना नाकारून अपारंपरिक पद्धतीने विचार करणे.

३) **चिकाटी** – सर्जनशील निर्णय घेण्यासाठी चिकाटी, प्रचंड प्रेरणा आणि हाती घेतलेल्या समस्येला चिकटून राहणे.

४) **संदिग्धता** – जेव्हा समस्या नेमकेपणाने स्पष्ट नसेल आणि संदिग्ध असेल तेव्हा संदिग्धतेच्या परिस्थितीत उपाय शोधून काढावा लागतो.

नवनिर्मिती (Innovation)

आता आपण नवनिर्मितीचा विचार करणार आहोत.

कॅन्टिलॉनपासून ते मार्शलपर्यंत सर्वच अर्थतज्ज्ञांनी स्थिर परिस्थितीच्या संदर्भातील उद्योजकाचे चित्र रंगवले. मात्र, जोसेफ ए. शुम्पीटर यांनी उद्योजकतेचा सिद्धान्त नव्या दृष्टिकोनातून आपल्या 'The Theory of Economic Development' या ग्रंथात सूक्ष्मपणे मांडला. राष्ट्राचा विकास आणि आर्थिक उपक्रम यांचा संबंध त्यांनी जोडला. शुम्पीटर यांनी अतिशय गतिशील संकल्पना मांडली. त्यांच्या मते, जेव्हा अर्थव्यवस्थेच्या स्थिर समतोलाला धक्का बसतो तेव्हा विकास होतो. हा बदल किंवा धक्का नवनिर्मितीच्या स्वरूपात येतो. त्यांच्या मते, ''उद्योजक म्हणजे नावीन्य आणणारा, नवीन गोष्टी घडवून आणणारा, नवनिर्मिती करणारा किंवा अगोदरच केल्या गेलेल्या गोष्टी नवीन पद्धतीने करणारा.'' त्यांच्या मते, तो दुर्दम्य इच्छाशक्ती असलेला, आर्थिक दृष्टिकोनातून नेतृत्व करणारा, अत्यंत हुशार, प्रेरणा लाभलेला असतो. आर्थिक विकासाच्या प्रक्रियेत उपयोगी पडणारा घटक म्हणून उद्योजक कामगिरी बजावतो. शुम्पीटर यांच्या मते, उद्योजक हा अर्थव्यवस्थेतील महत्त्वाचा घटक असून नवनिर्मितीच्या साहाय्याने नफ्याचे प्रमाण अधिकाधिक वाढविण्याचा प्रयत्न करतो. नवनिर्मितीमध्ये समस्या सोडविण्याच्या कलेचा समावेश असतो आणि उद्योजक हा समस्या सोडविणारा असतो.

शुम्पीटर व नवनिर्मिती

शुम्पीटर यांच्या मते, नवनिर्मिती खालील पाच प्रकारात आढळते –

१) **नवीन वस्तूंची निर्मिती :** अशा वस्तूंची निर्मिती की, ज्या वस्तू आत्तापर्यंत ग्राहकांनी वापरलेल्याच नाहीत किंवा संपूर्णपणे नवीन दर्जाच्या वस्तू.

२) **उत्पादनाच्या नव्या पद्धतीचा वापर सुरू करणे :** अशी उत्पादन पद्धती की, जी आत्तापर्यंत कुणीही हाताळणी नसेल.

३) **नवीन बाजारपेठ शोधून काढणे :** अशी बाजारपेठ शोधून काढणे की, ज्या बाजारपेठेत अशा प्रकारच्या उत्पादनाने आत्तापर्यंत प्रवेशच केलेला नव्हता.

४) **कच्चा माल अथवा अर्धवट पक्का माल नव्या माध्यमातून स्वस्त दरात प्राप्त करणे :** मग ते माध्यम कदाचित आधीपासून अस्तित्वात असेल किंवा निर्माण केलेले असेल.

५) **उद्योगाची नवीन संघटना अंमलात आणणे :** उदा. मक्तेदारी निर्माण करणे किंवा मक्तेदारी परिस्थिती मोडून काढणे.

मूलत: उद्योजकता हा निर्मितीक्षम उपक्रम आहे. उद्योजक आर्थिक उपक्रमाच्या कोणत्या तरी शाखेत काहीतरी नवीन गोष्ट तयार करतो. नवीन संयोगामध्ये (Combination) उत्पादक घटक बदललेल्या स्वरूपात वापरले जातात. जे लोक उत्पादन किंवा व्यापारी प्रक्रिया यावर नियंत्रण ठेवतात, त्यांनीच हे संयोग हाताळले पाहिजेत असे नाही; नवीन संयोग उत्पादनाचे आत्तापर्यंत वापरल्या गेलेल्या किंवा न वापरल्या गेलेल्या घटकांच्या

साहाय्याने हाती घेता येते. नवनिर्माणवादी म्हणून उद्योजक संभाव्य फायदेशीर संधी म्हणून त्याचा विचार करतो आणि त्याचा पुरेपूर वापर करून घेतो. उद्योजक समस्या सोडविणारा असतो आणि त्या समस्येवर तोडगा काढून समाधान मिळवितो.

नवनिर्मितीसाठी कुतूहल, चौकसपणा, संवेदनशीलता आणि निरीक्षणशक्ती लागते.

नवनिर्मितीमध्ये संपूर्णपणे नवीन गोष्टी करणे किंवा ज्या गोष्टी आधी केल्या गेल्या आहेत त्या नवीन पद्धतीने करणे यांचा समावेश होतो. त्यामध्ये नवीन उत्पादन सादर करणे, नवीन बाजारपेठ निर्माण करणे, नवीन उत्पादन प्रक्रिया अंमलात आणणे, कच्च्या मालाचे नवीन अधिक चांगले स्रोत शोधून काढणे आणि अधिक चांगला संघटन प्रकार विकसित करणे यांचा समावेश होतो. संशोधन आणि शोध हे नवनिर्मितीपासून भिन्न आहेत. संशोधन ज्ञान प्राप्तीसाठी केले जाते तर नवनिर्मिती ही काहीतरी उत्पादन करणे आणि त्याची विक्री करणे यासाठी केली जाते. संशोधनातून निर्माण झालेल्या ज्ञानावर आधारित नवनिर्मिती असू शकते किंवा ते संपूर्णपणे संशोधनापासून स्वतंत्रसुद्धा असू शकते. संशोधन आणि नवनिर्मिती हे निरनिराळ्या कौशल्यांवर आधारित असतात. नवनिर्मितीसाठी बाजारपेठ, पेटंट आणि व्यवस्थापन ह्याबाबत संबंधित माहितीची आवश्यकता असते. ह्या बाबींचा संशोधनात विशेष संबंध येत नाही. उदा. वाफेच्या इंजिनाचे थर्मोडायनॅमिक्सचे (उष्णता आणि यांत्रिक काम यांच्या परस्पर संबंधांचे शास्त्र) क्षेत्र खुले करून दिले तर संगणक यंत्राने प्रोग्रॅमिंगचे क्षेत्र उपलब्ध करून दिले.

नवनिर्मिती व शोध

नवनिर्मिती शोधापासून भिन्न असते. नवीन कल्पनांचा शोध, नवीन वस्तू आणि पद्धती यांचा शोध आणि त्यापासून समाधान (ग्राहकांचे) आणि नफा मिळविणे ही उद्दिष्टे साध्य केली जातात. शोधामुळे नवनिर्मिती कदाचित सुलभ होईल, परंतु नुसता शोध हा मानवाला फायदेशीर ठरणारच नाही. जोपर्यंत त्याचे विपणन चांगल्या प्रकारे होत नाही तोपर्यंत नवनिर्माणवादी व्यक्ती हा चुकलेला दुवा सांधण्याचे कार्य करतो. जेव्हा एखाद्या वस्तू अथवा सेवेत लावलेला शोध वापरला जातो आणि त्यामुळे ती वस्तू/सेवा यशस्वीपणे विकली जाते तेव्हाच शोधाचे रूपांतर नवनिर्मितीत होते.

नवनिर्मितीबद्दलचे गैरसमज

अनेकांचा असा समज असतो की, नवनिर्मिती ही फक्त बड्या व्यवसाय संस्थातूनच होते. परंतु, बहुसंख्य नवनिर्मितीचे श्रेय लहान व्यवसाय संस्थांकडे जाते, ही वस्तुस्थिती आहे. बड्या व्यवसायसंस्थात मजबूत संघटन रचना आणि व्यवस्थापन कौशल्य असू शकतील; परंतु, त्यांच्यात लवचिकतेचा अभाव असतो. मात्र, लहान व्यवसायातील स्वाभाविक लवचिकतेमुळे ते नवीन मागण्यांना योग्य प्रतिसाद देऊ शकतात. नवीन कल्पनांचा पुरेपूर वापर करून घेऊ शकतात. याउलट, बड्या व्यवसाय संस्थांत आकारमान आणि स्पर्धा यांच्या बंधनामुळे नफा मिळविण्यासाठी ठरावीक उत्पादनावरच लक्ष केंद्रित करावे लागते. लहान व्यवसायसंस्थात मात्र उत्पादन पद्धतीतील तफावत दूर करण्याचा आणि त्याचा पुरेपूर फायदा उठविण्याचा प्रयत्न केला जातो.

'अमेरिकेत तांत्रिक बदल फक्त बड्या व्यवसायसंस्थांच करू शकतात' ह्या गॅलब्रेथ यांच्या विधानावर आता गांभीर्याने शंका व्यक्त केल्या जात आहेत. नॅशनल सायन्स फाउंडेशनने आयोजित केलेल्या पाहणीत असे आढळले की, मध्यम व्यवसायसंस्थांच्या तुलनेत लहान व्यवसाय संस्थांत चौपट तर बड्या व्यवसायसंस्थांच्या तुलनेत चोवीसपट नवनिर्मिती केल्या हे स्पृहणीय आहे.

शोधक, व्यवस्थापक आणि उद्योजक नवनिर्माणवादी व्यक्ती

उद्योजक आहे त्याच परिस्थितीत कधीही राहात नाही, तो त्याच्या दृष्टीनुसार व मूल्यांनुसार बदल करण्याचे कार्य करतो, शोधक निव्वळ शोध लावतो. मात्र, उद्योजक त्याच्याही पुढे जातो आणि त्या शोधाचा पुरेपूर व्यापारी उपयोग करतो. याउलट, व्यवस्थापक मात्र प्रस्थापित मार्गानेच व्यवसाय चालवितो. तो शोधकही नसतो आणि नवनिर्माणवादीही नसतो.

डॉ. रघुनाथ माशेलकर यांच्या मुलाखतीतील सारांश

ज्येष्ठ शास्त्रज्ञ पद्मविभुषण डॉ. रघुनाथ माशेलकर यांच्या नेतृत्वाखाली 'नॅशनल इनोव्हेशन फाउंडेशन', 'रिलायन्स इनोव्हेशन काउन्सिल', 'मॅरिको इनोव्हेशन फाउंडेशन' अशा विविध संस्था भारतात नवनिर्मितीला प्रोत्साहन देत आहेत. भारतात नवनिर्मिती संस्कृती विकसित व्हावी यासाठी डॉ. माशेलकर प्रदीर्घ काळ कार्यरत आहेत. भारतातल्या विविध संशोधन संस्था तसेच औद्योगिक संस्थांमध्ये नवनिर्मितीला प्रोत्साहन देत आहेत. याबरोबरच देशभरातील सर्वसामान्य माणसं त्यांच्या दैनंदिन गरजेपोटी कळत-नकळत जी नवनिर्मिती करत असतात, त्याला मुख्य प्रवाहात आणण्याच्या दिशेनेही त्यांचे प्रयत्न असतात. त्यामुळेच नवनिर्मिती आणि डॉ. माशेलकर हे शब्द आज समानार्थी बनले आहेत.

डॉ. माशेलकर यांच्या मते नवनिर्मिती म्हणजे

नवनिर्मितीच्या अनेक व्याख्या आहेत; पण त्यांच्या मते नवनिर्मितीची सगळ्यात योग्य वाटणारी व्याख्या म्हणजे,

'Successful exploitation of a new idea.' केवळ संशोधन म्हणजे नवनिर्मिती नव्हे. ते संशोधन जेव्हा प्रत्यक्ष समाजात वापरले जाते, तेव्हाच आपण त्याला exploitation म्हणू शकतो. कोणतीही नवनिर्मिती यशस्वी व्हायची असेल, तर त्यासाठी वेग, आवाका आणि शाश्वतता हे तीन निकष लावावे लागतात. या कल्पनेचा 'mind to market' प्रवास जलद व्हावा लागतो. १२० कोटींच्या अतिप्रचंड देशात ती कल्पना किती लोकांपर्यंत पोहचते, हेही महत्त्वाचे असते आणि ती कल्पना किती शाश्वत आहे, यावरही तिचे यश अवलंबून असते. मुंबईतल्या डबेवाल्यांचे उदाहरण घ्या. कितीतरी लाख लोकांपर्यंत ते पोचतात. अशा सगळ्या निकषांवर खरे उतरणाऱ्या कल्पनांना आपण नवनिर्मिती म्हणू शकतो आणि अशा सर्वंकष नवनिर्मितीखेरीज सर्वंकष विकास अशक्य आहे.

भारतातील नवनिर्मिती संकल्पनेची परंपरा - भारतातली नवनिर्मिती या संकल्पनेची परंपरा शोधण्यासाठी आपल्याला किती मागे जाता येईल तर असा माग घेत आपण शून्यापर्यंत जाऊ शकतो. भारतात शून्याचा शोध लागला आणि त्यानंतरच आकड्यांचं युग आलं. तीच बाब आयुर्वेदाची. नवनिर्मिती ही केवळ उत्पादनात, प्रक्रियेत, सेवेत नसते, तर ती कलेत असते, संगीतातही असते. पण आपण मागे कशात पडलो, तर तंत्रज्ञानातल्या नवनिर्मितीमध्ये.

Innovation means a successful exploitation of new idea. केवळ संशोधन म्हणजे इनोव्हेशन नव्हे. ते संशोधन जेव्हा प्रत्यक्ष समाजात वापरले जाते, तेव्हाच आपण त्याला exploitation म्हणू शकतो. नवनिर्मिती यशस्वी होण्यासाठी तीन निकष लावावे लागतात. ते म्हणजे वेग, आवाका आणि शाश्वतता. या कल्पनेचा 'Mind to Market' प्रवास जलद व्हावा लागतो. १२५ कोटींच्या अतिप्रचंड देशात ती कल्पना किती लोकांपर्यंत पोहचते, हेही महत्त्वाचे असते आणि ती कल्पना किती शाश्वत आहे, यावरही तिचे यश अवलंबून असते. उदा. मुंबईचे डबेवाले पूर्वी होते आणि आजही त्यांचे महत्त्व टिकून आहे. अशा सगळ्या

निकषांवर खरे उतरणाऱ्या कल्पनांना आपण इनोव्हेशन म्हणू शकतो आणि अशा सर्वंकष इनोव्हेशनखेरीज सर्वंकष विकास अशक्य आहे.

– डॉ. रघुनाथ माशेलकर (ज्येष्ठ शास्त्रज्ञ)

स्थैर्य टप्प्याचे व्यवस्थापन (Stability Phase Management)

प्रारंभीचा टप्पा समाधानकारकपणे पार पाडल्यानंतर हळूहळू उद्योग व्यवसायाचा स्थैर्य टप्प्याकडे प्रवास सुरू होतो. ह्या टप्प्यात उद्योग व्यवसायाला स्थैर्य प्राप्त होते. भांडवल व्यवस्थापन व्यवस्थितपणे झालेले असते, उत्पादन स्थिरस्थावर झालेले असते, उत्पादनाला मागणी चांगली असते, पुरेसे ग्राहक असतात, उद्योगाची आर्थिक स्थिती सुयोग्य असते. अर्थात, स्थैर्य टप्प्यात उद्योजकाने सावध असणे गरजेचे असते. कारण स्थैर्य टप्प्यात जराही बेफिकिरी उद्योगाला अधोगतीकडे नेऊ शकते. आत्म-संतुष्टता ह्या टप्प्यात घातक ठरू शकते. म्हणून ह्या टप्प्यातील व्यवस्थापन उद्योजकाने काळजीपूर्वक करावे लागते. हे कसे करावे याची चर्चा येथे केलेली आहे–

उद्योजकाने उत्पादन स्थिर पातळीस आणणे गरजेचे आहे. कोणत्याही कारणास्तव ही पातळी खाली जाता कामा नये. कर्मचारी आणि व्यवस्थापक कदाचित आत्मसंतुष्ट झाल्यामुळे प्रगती खुंटण्याची शक्यता असते. म्हणून उद्योजकाने स्वत: प्रमाणेच त्यांनासुद्धा प्रेरित ठेवून त्यांचे अधिकाधिक योगदान उद्योगास कसे मिळेल हे पहावे. आपल्या उत्पादनाचे, सेवांचे आणि ब्रॅण्डचे स्थैर्य राखण्यासाठी उद्योजकाने जाहिरात, विक्रय वृद्धी आणि प्रसिद्धी पुरेशा प्रमाणात केली पाहिजे. तसेच बाजारपेठ आणि स्पर्धक यांचा सखोल अभ्यास करायला हवा. कारण बाजारपेठ आणि स्पर्धक हे दोन घटक अतिशय संवेदनशील आहेत. बाजारपेठेतील विविध घटकात नेमके काय-काय आणि कोणकोणते बदल होत आहेत, यावर उद्योजकाने लक्ष ठेवले पाहिजे. स्पर्धक उत्पादनांमध्ये कोणत्या सुधारणा करीत आहेत, नवीन उत्पादने अथवा पर्यायी उत्पादने बाजारपेठेत आणण्याच्या प्रयत्नात आहे काय, विक्रय वृद्धीच्या काही नवीन योजना अंमलात आणण्याच्या विचारात आहेत, इत्यादींविषयी उद्योजकाने सावध राहून माहिती गोळा केली पाहिजे आणि त्याप्रमाणे आपल्या उद्योगात बदल केले पाहिजेत.

जसे नफ्याचे प्रमाण ह्या टप्प्यात राखणे महत्त्वाचे असते त्याचप्रमाणे होणाऱ्या नफ्याची उद्योगात काही प्रमाणात पुनर्गुंतवणूक करणे अत्यंत महत्त्वाचे ठरते. हा टप्पा एका अर्थाने उद्योगाच्या दृष्टीने नाजूक असतो. कारण स्थैर्य आल्यामुळे वित्त व्यवस्थापनाकडे थोडे जरी दुर्लक्ष झाले तरी भविष्यात त्याचा जबर फटका उद्योगाला बसू शकतो. नफ्याची पुनर्गुंतवणूक करून उद्योगाच्या वाढीसाठी हातभार लावता येतो. ह्या पार्श्वभूमीवर स्थैर्य टप्प्यातील वित्त व्यवस्थापन अतिशय महत्त्वाचे ठरते.

उद्योगव्यवसायातील सर्वांत महत्त्वाचे संसाधन म्हणजे मानव संसाधन. उद्योगव्यवसाय स्थैर्य टप्प्यापर्यंत ज्यांच्यामुळे आला त्या कर्मचारी आणि सहकाऱ्यांना टिकवून ठेवणे अतिशय महत्त्वाचे ठरते. त्यासाठी विशेष प्रयत्न व उपाययोजना उद्योजकाने करायला हव्यात. विविधीकरण आणि विस्तार करावयाचा का, ह्याविषयी विचार-विनिमय ह्या टप्प्यात होऊ शकतो.

उद्योगाचे हितसंबंधी (stakeholders) त्यांना मिळणाऱ्या लाभावर/मोबदल्यावर समाधानी आहेत का, हेही पाहणे महत्त्वाचे ठरते. कारण त्यांच्या सहकार्यामुळे व पाठिंब्यामुळेच उद्योगाने स्थैर्य टप्प्यापर्यंत प्रगती केलेली असते. टप्प्या-टप्प्याने वाढणाऱ्या उद्योग-व्यवसायासाठी मूलभूत/आधारभूत सेवांमध्ये वाढ करणे हितावह ठरते. स्थैर्य टप्प्याचे व्यवस्थापन करताना हाही मुद्दा अतिशय महत्त्वाचा ठरतो.

सर्व हितसंबंधियांच्या मनात उद्योग व्यवसायाची अतिशय चांगली प्रतिमा निर्माण करणे गरजेचे असते.

म्हणजे स्थैर्य टप्प्यातून पुढील टप्प्याकडील प्रवास सुकर होतो. भविष्यातील वृद्धी लक्षात घेऊन व्यवस्थापकांची पुढची फळी विकसित करण्याचे नियोजन उद्योजकाने करावे लागते.

वृद्धी टप्प्याचे व्यवस्थापन (Growth Phase Management)

कोणत्याही उद्योजकाचे स्वप्न असते आपल्या उद्योगव्यवसायाची वृद्धी व्हावी, आपले ग्राहक वाढावेत, उलाढाल व नफा वाढावा, बाजारपेठ विस्तार व्हावा, अधिक उत्पादने बाजारपेठेत सादर व्हावीत, इत्यादी. ह्या स्वप्नपूर्तीसाठी अर्थातच उद्योजकाने खास प्रयत्न करावे लागतात, कष्ट घ्यावे लागतात. वृद्धी टप्प्याचे व्यवस्थापन करावे लागते. व्यवसाय वृद्धी करावयाची असेल तर शक्य तितक्या लवकरच्या टप्प्यात संपूर्ण उत्पादन क्षमता वापरात आणली पाहिजे. उत्पादन विभागावर विशेष जबाबदारी ह्या अनुषंगाने असते. एव्हाना उद्योजकाला पुरेसा अनुभव आलेला असतो, बाजारपेठेचे आकलन झालेले असते, ग्राहकांचा अंदाज आलेला असतो, त्यांच्या अपेक्षा समजलेल्या असतात. उत्पादनात काय सुधारणा करायला हव्यात हे समजलेले असते. सहकारी, व्यवस्थापक यांच्यातही प्रगल्भता आलेली असल्याने त्यांच्याकडूनही महत्त्वाच्या सूचना व शिफारशी मिळू शकतात.

जागतिकीकरणामुळे तीव्र स्पर्धा वाढलेली आहे. स्पर्धक अधिक दर्जेदार व तुलनेने कमी किमतीत उत्पादने उपलब्ध करून देत आहेत. साहजिकच वृद्धी टप्प्याचे व्यवस्थापन करताना उद्योजकाने ग्राहकांच्या अपेक्षा पूर्ण होऊन त्यांना अधिकाधिक समाधान कसे लाभेल, अधिक दर्जेदार उत्पादने किफायतशीर किमतीला कशी उपलब्ध होतील, पुरेशा प्रमाणात उत्पादनांचा पुरवठा कसा होईल याकडे लक्ष दिले पाहिजे. मानव संसाधनाचा पुरेपूर वापर केला जातो ना याकडे कटाक्ष असणे अत्यंत गरजेचे आहे.

उत्पादनासाठी लागणारा कच्चा माल पुरेशा प्रमाणात वेळेवर रास्त किमतीला कसा उपलब्ध होईल याकडे उद्योजकाने लक्ष द्यायला हवे. तसेच कच्च्या मालाचा आवश्यक साठा करून ठेवलेला असणे गरजेचे असते. तयार मालसुद्धा योग्य प्रमाणात साठवून ठेवलेला असणे गरजेचे असते. एकूणच उद्योगव्यवसायाची घडी व्यवस्थित बसवणे महत्त्वाचे ठरते. उत्पादन, विक्री, उलाढालीतून उत्पन्न, नफा ह्या बाबींवर उद्योजकाने खास लक्ष देणे गरजेचे असते.

$$\boxed{\text{निवडक प्रश्न}}$$

१) व्यवस्थापनाच्या अनुषंगाने खालील दृष्टिकोनांमधील फरक स्पष्ट करा.

   अ) कार्यात्मक दृष्टिकोन आणि संकलित/एकत्रित दृष्टिकोन

   ब) संरचित दृष्टिकोन आणि लवचीक दृष्टिकोन

   क) तार्किक आणि सृजनशील/सर्जनशील दृष्टिकोन

२) व्यवस्थापनाच्या खालील दृष्टिकोनांची वैशिष्ट्ये स्पष्ट करा.

   अ) कार्यात्मक दृष्टिकोन

   आ) संकलित/एकत्रित दृष्टिकोन

   इ) संरचित दृष्टिकोन

   ई) लवचीक दृष्टिकोन

   उ) तार्किक दृष्टिकोन

   ऊ) सृजनशील/सर्जनशील दृष्टिकोन

३) लघुउद्योगाच्या प्रारंभीच्या टप्प्यातील व्यवस्थापन कसे करावे, यावर सविस्तर विवेचन करा.

४) लघुउद्योगातील प्रारंभीच्या टप्प्यातील समस्यांवर मात कशी करावी ?

५) 'प्रवर्तन संघ सदस्यातील मतभेद' यावर टीप लिहा.

६) 'अपयश टाळणे आणि समस्या सोडविणे' यावर टीप लिहा.

७) 'सृजनशीलता व नवनिर्मिती' यावर सविस्तर टीप लिहा.

८) सृजनशीलता आणि नवनिर्मितीची अलीकडील काळातील उदाहरणे गोळा करून त्यांच्या नोंदी योग्य प्रकारे ठेवा.

९) 'स्थैर्य टप्प्याचे व्यवस्थापन' यावर टीप लिहा.

१०) 'वृद्धी टप्प्याचे व्यवस्थापन' यावर टीप लिहा.

६. व्यावसायिक समस्या आणि आजारपण (भाग १)
(Business Crises and Sickness)

प्रस्तावना

भविष्य हे खऱ्या उद्योजकांचेच असेल की जे वाढत्या स्पर्धेची, संरक्षित बाजारपेठेची घसरण, नवीन तंत्रज्ञान आणि परकीय सहयोग (Foreign Collaboration) यांची आव्हाने पेलण्यास समर्थ आहेत, सक्षम आहेत. वाढते शिथिलीकरण आणि भारतीय अर्थव्यवस्था खुली होणे यामुळे ह्या खऱ्या उद्योजकांचा कस लागणार आहे; ह्यासाठी त्यांचेकडे उद्योजकीय, व्यवस्थापकीय क्षमता आणि कौशल्ये असायला हवीत आणि तसे असेल तर त्यांना भरपूर संधीसुद्धा उपलब्ध होतील. ह्याचा पुरेपूर फायदा त्यांनी उठवायचा असे ठरवले तर त्यांना, त्यांच्या उद्योगांना अजिबात मरणच नाही.

मात्र, गेल्या काही वर्षांत हजारो नवीन उद्योगसंस्था उदयास आल्या आणि त्यातील अनेक उद्योग बंद पडले अथवा लयास गेले. अनेक मोठ्या कंपन्यांनासुद्धा गंभीर अडचणींना तोंड द्यावे लागले आहे. नामांकित मोठ्या कंपन्यांना अपयश तर येतेच, पण लघु आणि मध्यम उद्योगांचे आजारपणसुद्धा मोठ्या प्रमाणावर आहे. अनेक उद्योग–व्यवसाय उदयास येतात आणि लयास जातात. ह्यामधूनच प्रश्न निर्माण होतात ते त्यांच्या कामगिरी मूल्यमापनाचे. प्रस्तुत प्रकरणात आपण 'व्यावसायिक समस्या आणि आजारपण' यावर चर्चा करणार आहोत. प्रथमत: व्यावसायिक समस्यांची चर्चा करण्यात आली आहे.

व्यावसायिक समस्या (Business Crises)

समस्येची व्याख्या अशी करता येईल की, अकस्मात अशी अनपेक्षित घडलेली घटना की जी सर्वसामान्य कार्यपद्धतीनुसार सोडवणे शक्य नाही. (A crisis can be loosely defined as a sudden unexpected event that cannot be solved by normal procedures.)

परिस्थितीमध्ये अकस्मात बदलामुळे ताणतणाव निर्माण झाला तर नेहमीच समस्या निर्माण होते. 'समस्या' संकल्पनेची विस्ताराने व्याख्या करणे अवघड आहे कारण एखाद्या व्यक्तीला जी समस्या म्हणून वाटत आहे ती दुसऱ्याला समस्या आहे असे वाटेलच असे नाही.

कोणत्याही प्रमाणातील समस्या व्यवसायावर विपरीत परिणाम करते – अगदी व्यवसायाचे तुकडे होण्यापासून ते उद्ध्वस्त होण्यापर्यंत; हे अवलंबून असते समस्येची तीव्रता कितपत आहे आणि व्यवसाय त्याचा सामना करण्यास कितपत तयार आहे यावर. जर समस्येचे व्यवस्थापन नीट केले नाही तर त्याचे अनेक दुष्परिणाम होतात. उदा. उत्पन्नाचे नुकसान, व्यवसाय दिवाळखोरीत निघणे, इ. मात्र समस्येतून नुकसानाचे प्रमाण कमी करता येते.

व्यवसायाच्या सात समस्या (Seven Business Crises)

एखाद्या उद्योग व्यवसायाचे मूल्यमापन करावयाचे असेल तर मुख्य सात समस्या आहेत, त्यांचा आढावा घ्यावा. एखाद्या उद्योग-व्यवसायाच्या आयुष्यात ह्या समस्या उद्‌भवण्याची शक्यता असते. पाहणी अभ्यासात असे आढळून आले आहे की, ह्या समस्या उद्योग व्यवसायाच्या आयुष्यात उद्‌भवतातच. त्या समस्या ओळखता येतात, त्या वारंवार उद्‌भवतात आणि ह्या समस्या कधी कधी लहान प्रसंगातून उद्‌भवतात आणि त्याच ठरवितात की, उद्योग-व्यवसाय अपयशाच्या गर्तेत सापडेल की अंशत: अपयशाच्या दलदलीत सापडेल.

सर्वच उद्योग-व्यवसाय संस्थांना ह्या सातही समस्यांना तोंड द्यावे लागेल किंवा त्याच क्रमाने त्या उद्‌भवतील असेही नाही. काही उद्योग-व्यवसायांना त्यांपैकी एक किंवा दोन समस्यांचा सामना करावा लागेल तर अन्य उद्योग-व्यवसाय संस्थांना इतर दोन किंवा तीन समस्यांचा सामना करावा लागेल. अर्थात, उद्योग-व्यवसाय संस्थांना सामोरे जावे लागत असलेल्या समस्यांचा समावेश ह्या सात समस्यात झालेला असेलच असे नाही तर त्या व्यतिरिक्तही काही समस्या आहेत.

खरोखर, प्रत्येक उद्योजकाला किंवा मालक व्यवस्थापकाला भविष्यात उद्‌भवू शकणाऱ्या समस्यांचा अंदाज बांधता आला पाहिजे किंवा त्यांच्या उद्योग व्यवसाय संस्थांची बलस्थाने (Strengths) आणि दुर्बलस्थाने (Weaknesses) यांचे पद्धतशीर विश्लेषण करता आले पाहिजे. एक गोष्ट मान्य करायलाच हवी की, अशा व्यक्ती अभावाने आढळतात, विशेषत: लघुउद्योगात म्हणनूच येथे ह्या सात समस्यांची चर्चा करण्यात आली आहे.

सात समस्या

व्यावसायिक सात समस्या खालीलप्रमाणे आहेत–

१) प्रारंभीच्या समस्या (The Starting crisis)
२) रोकड समस्या (The Cash crisis)
३) अधिकार प्रदान समस्या (The Delegation crisis)
४) नेतृत्व समस्या (The Leadership crisis)
५) वित्त समस्या (The Finance crisis)
६) उत्कर्ष समस्या (The Prosperity crisis)
७) व्यवस्थापन वारसा/परंपरा (The Management Succession crisis)

ह्या समस्यांची चर्चा खालील परिच्छेदातून करण्यात आली आहे–

१) प्रारंभीच्या समस्या – प्रारंभीच्या समस्या ह्या तुम्ही तुमचा व्यवसाय स्थापन केल्यापासूनच्या पहिल्या दोन किंवा तीन वर्षांतच उद्‌भवतात आणि ह्या समस्या फार मोठ्या घातक (Killer) ठरतात. अनेक उद्योग व्यवसाय ह्याच कालावधीत बंद पडतात किंवा आजारी पडतात. ही समस्या उद्‌भवते कारण उद्योग-व्यवसायामागील महत्त्वाची व्यक्ती म्हणजेच उद्योजक, असा उद्योग निवडतो की ज्यामधील पुरेसे, सर्वांगीण व्यवस्थापकीय आकलन किंवा अनुभव त्याच्याकडे नाही. जोपर्यंत उद्योग व्यवसाय लहान प्रमाणावरील आहे, तोपर्यंत उद्योजकाची परिस्थिती ही 'Jack of all trades rather than master of one' अशी असावी आणि म्हणूनच त्याने असाच उद्योग-व्यवसाय निवडावा की ज्याच्याशी तो सुपरिचित आहे. हिशोब पुस्तके व्यवस्थितपणे ठेवण्याची सुविधा नसल्यानेसुद्धा समस्या उद्‌भवतात. त्यामुळे महत्त्वाची आकडेवारी व माहिती वेळीच उपलब्ध न झाल्याने उद्योजकाला निर्णय घेणे केवळ अशक्य होऊन बसते. केवळ प्रारंभीच्या पर्याप्ततेमुळे (Optimis), अनेक नवीन उद्योजक भांडवलाच्या गरजेचा अंदाज कमी प्रमाणात करतात आणि जेव्हा त्यांना आर्थिक आवक होईल अशी अपेक्षा असते तेव्हा ती

अपेक्षेप्रमाणे होत नाही आणि दुसरीकडे खर्चही मोठ्या प्रमाणावर वाढत जातात; साहजिकच उद्योगव्यवसायास आवश्यक भांडवल पुरेशा प्रमाणात उपलब्ध होत नाही. रोकड प्रवाहाची समस्या अधिकच गंभीर स्वरूप धारण करते जेव्हा तुम्हाला आयकर भरण्याची चिंता असेल (जर तुम्ही नफा कमावला असेल तरच आयकर भरावा लागतो) आणि अन्य कर भरावे लागतात की ज्या बाबतीत तुम्ही अनभिज्ञ आहात.

२) रोकड समस्या – जर प्रारंभीच्या समस्या सुटलेल्या असतील आणि व्यवसायाचा चांगला जम बसणार असला तरी दुसरी समस्या उद्‌भवण्याचा धोका आहेच (तो म्हणजे रोकड समस्या), कारण हाती असायला हव्या त्या रोख रकमेवर लक्ष देण्याऐवजी उद्योजक नफा आणि वाढ याकडे जरा जादाच लक्ष देतो आणि कच्चा माल साठ्यात जादा गुंतवणूक करतो किंवा विक्री वाढवण्याच्या उत्साहाच्या नादात, कर्जदार आणि येणे रक्कम यातच तो संपून जातो. जमीन, इमारत अथवा जादा यंत्रसामग्री यांच्यासारख्या स्थिर मालमत्तेमध्ये प्रचंड गुंतवणूक करून उद्योजक रोकड समस्या निर्माण करतो किंवा त्या समस्येला आमंत्रित करतो. जेव्हा विस्तारास लागणारा वेळ आणि विस्ताराचे टप्पे हे अनियोजित असतील तेव्हा रोकड रकमेची परिस्थिती अतिशय मजबूत असूनसुद्धा तो उद्योजक समस्येला आमंत्रित करतो. अशा प्रकारच्या सर्व परिस्थितीत रोकड समस्या निर्माण होतात.

३) अधिकार–प्रदान समस्या – जेव्हा उद्योग व्यवसायाची वाढ होते आणि उद्योजक यशस्वी होतो आणि उद्योग–व्यवसाय सुस्थिर होतो (साधारणत: उद्योग–व्यवसायाच्या पाचव्या किंवा सहाव्या वर्षात) तेव्हा असा टप्पा येतो की, उद्योजकाला अगदी अशक्य नसले तरी त्याला एकट्याने त्या उद्योग व्यवसायाचे व्यवस्थापन करणे अवघड जाते. 'jack of all trades' अशी उद्योजकाची एकखांबी तंबूची अवस्था संपुष्टात येते. अशा परिस्थितीत तिसरी व्यावसायिक समस्या उद्‌भवते, कारण असते अधिकार–प्रदान करण्यातील आणि निर्णय घेण्याच्या प्रक्रियेतील दडपणात सहभागी व्हायला कुणी नाही हे! ही एक मानसशास्त्रीय समस्या असते आणि ती पुढील घटकांतून उद्‌भवते - अ) तो स्वत: एकटाच सर्व व्याप चांगल्या पद्धतीने सांभाळू शकेल, ब) इतरांना मार्गदर्शन करणे आणि घडविणे याबाबत असमर्थता आणि विशेष करून क) हाताखालील सहकाऱ्यांवरील अविश्वास. ह्याशिवाय अधिकार–प्रदानात आणि इतरांवर विश्वास टाकण्यातील जोखीम घेण्यात त्यांचा उपजत अटकाव. हळूहळू ह्याचा परिणाम असा होतो की, दैनंदिन कामकाजावरील नियंत्रणाचा अभाव निर्माण होतो. समस्येची सुरुवातीची लक्षणे दुर्लक्षित केली जातात आणि चुका व्हायला लागतात, मालाच्या डिलीव्हरीला विलंब होतो, बँकरकडे लक्ष दिले जात नाही, कामाच्या ताणामुळे निविदांच्या (टेंडर) तारखांचे विस्मरण होते, ग्राहकांकडे दुर्लक्ष होते, कर्मचाऱ्यांच्या मागण्यांकडे वेळेत लक्ष दिले जात नाही आणि कुटुंबीयांनासुद्धा असे वाटते की, त्यांच्याकडे सपशेल दुर्लक्ष होत आहे. प्रत्येकाकडे आणि प्रत्येक गोष्टीकडे लक्ष द्यायला फुरसत होत नाही. व्यवसायाची वाढ झाली आहे, परंतु दिवसाच्या तासांत वाढ झालेली नाही. म्हणून व्यवसायात हे सर्व सोसायला लागते, समस्या उद्‌भवते आणि यशाचे रूपांतर अपयशात किंवा आजारपणात होते.

४) नेतृत्व समस्या – विक्री, कर्मचारी आणि स्थिर मालमत्ता ह्या अनुषंगाने उद्योग–व्यवसाय जेव्हा वाढतो, तेव्हा नेतृत्व समस्या उद्‌भवते आणि याचे कारण म्हणजे व्यवस्थापन संघ विकसित करण्यातील अपयश. एकटा उद्योजक किंवा भागीदारांचा किंवा व्यवस्थापकांचा समूह यांना फार मोठ्या व्यवसाय संस्थेचे व्यवस्थापन करणे ही फार मोठी जबाबदारी असते. वास्तविक काही जबाबदाऱ्या अगोदरच इतरांवर टाकणे अतिशय महत्त्वाचे, येथे यामागील मूलभूत कारण समजून घेणे उचित ठरेल. प्रत्येक गोष्ट आपण स्वत:च करणे आणि तपासणे आणि माहितीवर आधारित व्यवस्थापन करायला शिकण्याऐवजी स्वत:च प्रत्यक्ष तपासणी करणे ह्या गोष्टी करण्याची मानसिकता चालूच ठेवण्याची चूक केली जाते; वास्तविक काय करायला हवे तर व्यवस्थापनाची संपूर्ण नवीन

पद्धती अंमलात आणायला हवी की ज्याद्वारे अधिकार आणि जबाबदाऱ्या यांचे दुसऱ्यांना आणखी वाटप करणे, परिणामकारक नेतृत्व प्रस्थापित करणे ह्या गोष्टी शक्य होतील.

५) वित्त समस्या – जेव्हा उद्योजक उद्योग व्यवसायाच्या विस्तारासाठी आवश्यक असलेल्या भांडवल उभारणीचा योग्य स्रोत निवडण्यात किंवा सुयोग्य आगाऊ नियोजन करण्यात अपयशी ठरतो तेव्हा ह्या वित्त समस्येमुळे उद्योगव्यवसायाच्या वाढीच्या प्रक्रियेस पुढे आणखी खिळ बसते. (येथे हे लक्षात घ्यावयास हवे की रोकड समस्या आणि वित्त समस्या भिन्न-भिन्न आहेत.) कर्जाऊ भांडवलावर जादा प्रमाणात अवलंबून राहिल्याने व्याजाचा बोजा जास्त प्रमाणात पडतो आणि त्यामुळेच ही समस्या उद्‌भवते. फाजील महत्त्वाकांक्षी किंवा अवास्तव योजनांमुळे काय नुकसान होते ते पहा– जादा शिल्लक पूर्णपणे वापरली जाते, रोकड समस्या उद्‌भवते आणि त्यानंतर खासगी स्रोतांमधून प्रचंड खर्चीक अशी कर्ज उभारणी केली जाते आणि जेव्हा एखाद्याने खरोखरच जनतेपर्यंत पोहचून, भाग विक्री करून, भांडवल उभारणी करायला हवी तेव्हा उद्योजक आपले नियंत्रण घालवून बसण्याच्या भयाने तसे काहीच करत नाही. वास्तविक हे ध्यानात घ्यायला हवे की, उतरती कळा असलेल्या उद्योगाच्या १००% मालकीपेक्षा मोठ्या यशस्वी उद्योग-व्यवसायातील ८०% मालकी ही कधीही अधिक चांगली.

६) उत्कर्ष समस्या – त्यानंतर टप्पा येतो तो उत्कर्षाचा, जेव्हा नफा चांगल्या प्रमाणात होत असतो, बाजारपेठ सुस्थिर असते, उद्योग-व्यवसाय मध्यम आकारमानाचा झालेला असतो. आश्चर्याची गोष्ट म्हणजे अनेक उद्योग ह्या पार पुढच्या टप्प्यातसुद्धा अयशस्वी होतात आणि त्याचे कारण म्हणजे उत्कर्ष समस्या की जो उद्योजकांचा सहावा शत्रू आहे. उद्योजक फाजील आत्मविश्वास बाळगतो आणि तो शिथिल बनायला लागतो, मिळालेल्या यशातच समाधान मानतो. त्यानंतर तो अनभिज्ञ राहतो. कच्चा माल पर्याय, नवनवीन उत्पादने आणि तंत्रज्ञान, ग्राहकांच्या बदलत्या आवडीनिवडी आणि गरजा यातील बदल इत्यादींबाबत बदललेल्या परिस्थितीची तो दखलच घेत नाही. ह्या सर्व बाबतीत त्याचा कानाडोळा होतो. एकाएकी उद्योग व्यवसाय बाजारपेठेतील आपला हिस्सा गमावून बसतो, नफ्यात घट होते आणि यशाचे रूपांतर समस्येत होते. याउलट, काही उत्कर्षाच्या वाटेवर असणारे उद्योजक फाजील आत्मविश्वासापोटी काही समस्या ओढवून घेतात. ते कुवतीपेक्षा फार मोठी उडी मारतात, अत्यंत महत्त्वाकांक्षी अशी विस्तार योजना आखतात, वास्तविक त्यासाठी त्यांची संपूर्ण तयारी झालेली नसते; ज्या उत्पादनांशी त्यांचा फारसा परिचय नाही, अशा उत्पादनांच्या क्षेत्रात ते प्रवेश करतात. उत्कर्षातून आळस निर्माण होणे हे जेवढे वाईट तेवढेच यशाचा कैफ/अंमल निर्माण होणे वाईट.

७) व्यवस्थापन वारसा/परंपरा समस्या – ह्या शेवटच्या समस्येचे थेट कारण उद्योजकाच्या हाती नसले तरी त्याचे मूळ मात्र पुन्हा उद्योजकापाशीच जाते. जेव्हा सर्व काही सुरळीत चाललेले असते तेव्हा कंपनी पंधरा ते वीस वर्षांची झालेली असते, उद्योजकसुद्धा मध्यमवयीन झालेला असतो आणि त्याच सुमारास प्रदीर्घ आजारपण, अपघात किंवा अगदी अनपेक्षित मृत्यू किंवा उद्योजकाची असमर्थता इ. बाबी ही समस्या निर्माण करतात. कारण काय ? तर तोपर्यंत जो स्वतंत्रपणे व्यवस्थापन जबाबदारी घेऊ शकेल, अशी व्यक्तीच विकसित झालेली नाही, किंवा अन्य गुंतवणूकदार/भागधारक यांच्या हस्तक्षेपाला रोखू शकेल इतक्या प्रमाणात गुंतवणूक असलेली दुसरी व्यक्तीच विकसित झालेली नाही. ही समस्या (death duty/estate duty) आणि तत्सम कायदेशीर जबाबदाऱ्यांमुळे उद्‌भवू शकते आणि त्यामुळे रोकड रकमेचा तुटवडा निर्माण होतो. अधिकार प्रदान करण्यात अपयश येणे, दीर्घ मुदतीच्या नियोजनाचा अभाव आणि फाजील आत्मविश्वास ह्या बाबी उद्योजकाला गाठतात.

व्यावसायिक समस्यांचे वर्गीकरण आणखी एका प्रकारे केले जाते. ते म्हणजे बहिर्गत आणि अंतर्गत. बहिर्गत घटक हे व्यवसायाच्या नियंत्रणाबाहेरील असतात परंतु ते व्यावसायिक पर्यावरणावर परिणाम करतात.

बहिर्गत घटकात कौटुंबिक समस्या किंवा दिवाळखोरीत निघालेल्या ग्राहकाने व्यावसायिकाची देणी बुडवणे किंवा प्राप्त झालेले (मालाचे) आदेश रद्द होणे. आग, पूर, बॉम्बस्फोट इत्यादी संकटांचाही ह्या घटकात समावेश होतो.

अंतर्गत घटक हे व्यवसायांतर्गत उद्भवतात. त्यांचा बहिर्गत पर्यावरणावर अगदी किरकोळ किंवा जवळजवळ नाही इतका परिणाम होतो. अंतर्गत समस्यांचे उदाहरण म्हणजे वीज पुरवठ्यात किंवा यंत्रसामग्रीत बिघाड, संगणकातील समस्या, संगणकातील माहितीत अपभ्रंश (Corruption) होणे, दैनंदिनी, ब्रीफकेस अथवा फॅक्स गहाळ होणे इ.

समस्या कशा टाळाव्यात? (How to avoid Crises)

प्रारंभीच्या समस्या कशा पद्धतीने टाळाव्यात ह्याबद्दल आपण माहिति घेतलेली आहे. रोकड समस्येसाठी, की जी कोणत्याही टप्प्यात उद्भवू शकते, उद्योजकाला नफा आणि रोकड, मालमत्ता आणि रोकड यातील फरक समजायलाच हवा. एकदा ह्याचे आकलन झाले की रोकड रकमेचा विनियोग किफायतशीरपणे कसा करायचा ह्याचे मार्ग आपोआप सुचतील. एखादा चांगला अकाउंटंट, बँकर आणि वित्तीय तज्ज्ञ यांच्या सल्लामसलतीने ह्या संदर्भात खूप चांगली मदत करू शकतो. म्हणूनच चांगल्या अकाउंटंटची गुंतवणूक करणे हे कधीही लाभदायकच ठरते आणि ह्या गोष्टीला सर्वोच्च प्राधान्यसुद्धा द्यायला हवे. सातत्याने रोकड रकमेची काय परिस्थिती आहे याचा मागोवा घेणे आणि रोकड प्रवाह विवरण अतिशय काटेकोरपणे बनविणे. (विशेषत: आगाऊ - दर तीन महिन्यांनी) अत्यावश्यक आहे. कच्चा मालसाठा, अर्धवट पक्क्या मालाचा साठा आणि तयार मालाचा साठा यावर काटेकोरपणे लक्ष देणे गरजेचे आहे. तसेच, उधारी वसुलीवर विशेष लक्ष दिले पाहिजे की ज्यामुळे रोकड रकमेची परिस्थिती सुदृढ राहील.

अधिकार-प्रदानाच्या टप्प्यातच मन आणि कार्यप्रणाली यात बदल व्हायलाच हवा. उद्योजकाला सहकार्य करून जबाबदाऱ्या स्वीकारणारी फळी शोधून काढून विकसित करणे, ह्यामध्येच अधिकार-प्रदान समस्येवरील उपाय दडलेला आहे. तुम्हाला व्यवस्थापन सल्लागाराची मदत घ्यावी लागेल किंवा एखाद्या वरिष्ठ सहकाऱ्याची मदत घ्यावी लागेल आणि त्यांच्या साहाय्याने तुमच्या स्वत:च्या दुर्बलता शोधून काढून त्या दुर्बलतांवर मात करू शकेल अशा परस्पर-पूरक सहकारी व्यक्तीचा शोध त्याला घ्यावा लागेल. कदाचित तुम्हाला स्वत:लाच तुमच्या दुर्बलता कोणत्या आहेत हे शोधणे अवघड असू शकेल. उद्योग-व्यवसायाचा दीर्घ मुदतीचा विचार करून नफ्यामधील हिस्सा देऊ करून किंवा आकर्षक पगार देऊ करून मौल्यवान अशी दुसरी फळी टिकवून ठेवणे गरजेचे असते. तुम्ही निर्णय घेण्याचा अधिकार देऊ शकाल अशी व्यक्ती शोधणे, त्याचा विकास करणे आणि त्याच्यावर पूर्ण विश्वास टाकणे, ही बाब तशी अवघडच आहे. म्हणून, आधीच शोधलेली आणि निवडलेली व्यक्ती टिकवून ठेवणे महत्त्वाचे.

जेव्हा तुमची उद्योगसंस्था विकसित होऊन मध्यम किंवा मोठ्या आकारमानाची होते तेव्हा तुम्ही स्वत:ला नवनवीन व्यवस्थापन कौशल्ये आणि कार्यप्रणाली यादृष्टीने प्रशिक्षित करायला हवे, अधिक शिस्त अंगी बाणवली पाहिजे आणि पुनर्शिक्षित केले पाहिजे. एक किंवा दोनच सहकाऱ्यांबरोबर उद्योग व्यवसाय तुम्ही सुरू केला, त्यावेळच्या जुन्या ज्ञानाचा आणि जुन्या सवयींचा वापर करून आता तुम्हाला उद्योगसंस्थेचे व्यवस्थापन करता येणार नाही. प्रत्येक गोष्टीत तुम्ही स्वत: लक्ष घालून आता व्यवस्थापन करू शकणार नाही. दैनंदिन आणि अत्यंत किरकोळ बाबींमध्ये लक्ष घालणे आता तुम्ही थांबवले पाहिजे. आता तुम्हाला निव्वळ व्यवस्थापक किंवा पर्यवेक्षक अशी भूमिका पार पाडण्यापेक्षासुद्धा नेत्याची भूमिका पार पाडायला हवी. तुम्ही तुमचा वेळ कशा तऱ्हेने खर्च करता याचे सातत्याने मूल्यमापन करायला हवे. केवळ दैनंदिन निर्णयच नव्हे तर अन्य महत्त्वाचे निर्णय घेण्याचे अधिकार

असलेल्या अधिकाऱ्यांचा समूह तुम्ही विकसित केला पाहिजे. नेता म्हणून आता तुम्ही माहिती, प्रगतीबाबतची माहिती आणि अहवाल यांच्या साहाय्याने व्यवस्थापन करायला हवे, मार्गदर्शन करायला हवे व सूचना द्यायला हव्यात. डावपेचात्मक नियोजन करणे, स्पर्धेच्या धोक्यांकडे लक्ष देणे, तसेच नवीन तंत्रज्ञान, शासकीय धोरणे याकडे लक्ष देण्यात तुम्ही तुमचा वेळ खर्च करायला हवा.

चांगला संघ (team), पुरेसे अधिकार-प्रदान, व्यवस्थापन आणि बारकाईने देखरेख करणे, यांच्या साहाय्याने सुयोग्य नियोजन केल्यामुळे काय साध्य होईल तर विस्तारासाठी भांडवल उभारणीचे सर्वोत्तम स्रोत आणि पद्धती निवडण्यासाठी तज्ज्ञ सल्लागार आणि बँकर यांचेशी संपर्क साधण्यासाठी पुरेसा अवधी मिळतो आणि मुख्य म्हणजे उत्कर्षाच्या टप्प्यात तुमच्या बदललेल्या शैलीमुळे तुम्ही निष्क्रिय, फाजील आत्मविश्वासयुक्त अथवा दुर्बल, निष्काळजी बनण्याऐवजी ठामपणे आक्रमक राहता. ह्या टप्प्यात, उद्योजकाने आहे त्यात अजिबात समाधानी राहता कामा नये. नेत्याने अंतर्गत आणि बहिर्गत विकासाच्या कार्यक्रमांवर लक्ष केंद्रित करायला हवे.

तुमच्यातील उद्योजक म्हणून मानसशास्त्रीय बदल हा व्यवस्थापन वारसा/परंपरा ह्या अनुषंगाने नियोजन करण्याच्या दृष्टीने व्हायला हवा. तुम्ही त्याबाबतचे संशय, भीती पूर्णपणे दूर करायला हवी; कोणतीही अडचण दूर करण्यास तयार असलेला वारसदार फार आधीच शोधून विकसित करायला हवा. उद्योजकाच्या अंगी असलेली अद्वितीय बलस्थाने असलेली एकच व्यक्ती मिळणे अवघड असल्याने सर्वसामान्य व्यवस्थापन कौशल्ये प्राप्त केलेली एक व्यक्ती शोधायला हवी आणि अन्य अशा काही व्यक्ती शोधून काढायला हव्यात की ज्या उद्योजकाची इतर खास कौशल्ये संपादन केलेल्या असतील. एकच राजपुत्र शोधण्याऐवजी दोन किंवा तीन जणांचा समूह विकसित करणे हे कधीही चांगले.

ह्या संदर्भात शिफारस अशी आहे की, संचालक मंडळावर सक्षम व्यक्तींना आमंत्रित करावे किंवा चर्चेसाठी एकसारखी विचारसरणी असलेल्या व्यावसायिकांचा क्लब विकसित करावा आणि यासाठी उद्योजकाने मनाने खूप मोकळे असले पाहिजे. तुमचे बँकर आणि गुंतवणूकदार यांचेशी सातत्याने विचार-विनिमय करा. थोडक्यात, तुमचे कान-डोळे सतत उघडे ठेवा आणि इतरांना सल्ला विचारण्यास आणि घेण्यास सदैव तयार असा.

वारसा/परंपरेची लेखी योजना तयार करा आणि दर सहा महिन्यांनी त्याचा आढावा घ्या म्हणजे खरोखरच जेव्हा गरज असेल तेव्हा अनिश्चितता आणि पोकळी निर्माण होणार नाही. कंपनीच्या वारसाच्या फायद्यासाठी कंपनीच्या यशाकरता आवश्यक असलेली बलस्थाने आणि खास वैशिष्ट्ये कोणती ते लिहून काढा. तसेच, मालमत्ता आणि संपत्ती हवाली करा आणि मोठ्या देण्यांसाठी योजना करा. भाग हस्तांतर, इच्छापत्राची अंमलबजावणी आणि वारसदाराच्या कामगिरीवर बारकाईने देखरेख (वारसदार अगदी उद्योजकाचा तरुण मुलगा अथवा कुटुंब सदस्य असला तरी) ह्या संदर्भात वेळीच कायदेशीर आणि मित्रत्वाचा सल्ला घ्या.

अनुमान - वरील चर्चेवरून आपण दोन अनुमान काढू शकतो. पहिले म्हणजे, उद्योग व्यवसाय यशस्वीपणे चालवण्यासाठी केवळ वित्त किंवा उत्पादन याबाबत ज्ञान असून उपयोगाचे नाही तर त्यापेक्षा अधिक महत्त्वाचे आहे व्यक्तिगत कौशल्ये (विशेषत: Soft Skills), अभिवृत्ती, उद्योजकाची विचारसरणी आणि वर्तन. थोडक्यात, वरीलपैकी बहुतेक समस्यांमागील मर्यादा ह्या उद्योजक म्हणून असलेल्या मालक-व्यवस्थापकातच असतात. लघुउद्योगाच्या यशस्वीतेसाठी आणि जे उद्योग विकासाच्या किंवा विकासाच्या टप्प्याच्या उंबरठ्यावर आहेत, त्यांच्या बाबतीत गंभीर असे घटक कोणते आहेत तर ते म्हणजे जबाबदारीचे वाटप आणि नेत्याने नवीन व्यवस्थापन प्रणाली अंगीकारणे. ती एक मानसशास्त्रीय समस्या असते; योग्य वेळी अधिकार प्रदान करून, संघ विकसित करून, पूरक सल्लागार आणून आणि त्याद्वारे विकासाचे ओझे वाटून घेऊन विकास व्यवस्थापन यशस्वीपणे करण्यासाठी

अभिवृत्ती, भीती, मानसिकता आणि कार्यप्रणाली बदलायला हवी.

दुसरे म्हणजे, नियोजन ही यशाची पूर्वअट आहे. फक्त बड्या उद्योगसंस्थांनीच नियोजन करायला हवे किंवा फक्त त्याच संस्था नियोजन करू शकतात असे नाही. उलट, मर्मभेद्य (Vulnerable) अशा लघुउद्योगांनी इतर उद्योगांपेक्षा नियोजन करण्याची गरज अधिक आहे. अस्तित्व टिकवण्यासाठी नियोजन करा, स्पर्धेसाठी नियोजन करा आणि विविधीकरण (Diversification) आणि विकासासाठी नियोजन करा. उत्तुंग विकासाचे यश संपादन केलेले आहे असे सत्त्व उद्योजक हे अतिशय चांगले नियोजनकार आहेत. उद्योजक हे फार मोठी जोखीम पत्करणारे असतात आणि म्हणून सुसंघटित पद्धतीने ते वेगाने प्रगती करतात हे खोटे आहे. उलट, यशस्वी उद्योजकांकडे उत्तुंग ध्येय असते आणि त्यांच्यात नियोजनाबद्दल कमालीची आस्था असते. ते कोणतीही गोष्ट तात्कालिक पद्धतीने करत नाही.

$$\boxed{\text{निवडक प्रश्न}}$$

१) व्यावसायिक समस्या संकल्पना स्पष्ट करा.

२) व्यवसायाच्या सात समस्या कोणत्या ते सांगा.

३) व्यावसायिक समस्या आणि उद्योग यावर थोडक्यात टीप लिहा.

४) व्यवसायाच्या खालील समस्यांची चर्चा करा –

अ) प्रारंभीच्या समस्या

आ) रोकड समस्या

इ) अधिकार-प्रदान समस्या

ई) नेतृत्व समस्या

ओ) व्यवस्थापन वारसा/परंपरा समस्या

५) व्यावसायिक समस्या कशा टाळाव्यात यावर सविस्तर टीप लिहा.

६. व्यावसायिक समस्या आणि आजारपण (भाग २)
(Business Crises and Sickness)

औद्योगिक आजारपण (Industrial Sickness)

औद्योगिक आजारपण ही आधुनिक काळात निर्माण झालेली एक व्यावसायिक समस्या आहे. त्याचा संबंध व्यवसायाच्या उभारणीशी तसेच आर्थिक क्षमतेशी आहे. औद्योगिकीकरणाच्या वाढीबरोबर औद्योगिक आजारपण वाढत आहे असे दिसून येते. आजारपण हे कोणत्याही प्रमाणावरील उद्योगाशी निगडित असले तरी लघुउद्योग क्षेत्रात 'आजारपण' या घटनेला विशेष अर्थ आहे. उद्योजकता विकास प्रक्रियेद्वारा तसेच शासकीय साहाय्य आणि बँका व वित्तपुरवठा संस्था यांची मदत याद्वारे लघुउद्योग अस्तित्वात आलेला असतो. विकास प्रक्रियेद्वारे आणि अनेकांच्या प्रेरणेने उभा राहिलेला 'उद्योजक' हा त्याचा व्यवसाय जेव्हा आजारी पडतो तेव्हा तो हबकून जातो. एका उद्योगातील किंवा एका भागातील एखादा उद्योग जेव्हा आजारी पडतो तेव्हा त्याची लागण त्या उद्योगात किंवा त्या भागात अन्यत्र होते. यातून आजारी उद्योगांची संख्या वाढते. आजारी उद्योगाबाबत आणखी असे म्हणता येईल की, व्यवस्थापनात धंदेवाईकपणा-व्यावसायिकता यांचा अभाव दिसून आला की, उद्योग आजारी पडतात. लघुउद्योगात धंदेवाईक पद्धतीने व्यावसायिक व्यवस्थापन शक्य नसते. म्हणूनच औद्योगिक आजारपण ही समस्या लघुउद्योगात वेगळ्या पद्धतीने हाताळावी लागते! एकूण आजारी उद्योगांचा आढावा घेतला असता सुमारे ६०% पेक्षा अधिक आजारी उद्योग हे लघुउद्योग आहेत, असे दिसून येते. म्हणजेच आजारी उद्योगात लघु उद्योगांचे प्रमाण सर्वाधिक आहे; आजारी उद्योगांवरील उपाययोजना पुनर्वसन किंवा आर्थिक साहाय्य याबाबत लघुउद्योगांसाठी वेगळा विचार करणे आवश्यक आहे. या प्रकरणात औद्योगिक आजारपण ही संकल्पना आर्थिक, तांत्रिक व विविध व्यापारी कसोट्या लावून सुस्पष्ट केली आहे. त्यानंतर आजारपणाचे मापन तसेच आजारपणाचे स्वरूप, कारणे आणि त्यावरील उपाययोजना यांची चर्चा केली आहे.

संकल्पना

अर्थशास्त्रीयदृष्ट्या औद्योगिक आजारपण म्हणजे अशी स्थिती की जेथे गुंतवलेल्या भांडवलावर नफा मिळवण्याचे प्रमाण धोक्याच्या तुलनेने सातत्याने घटत आहे. म्हणजेच उत्पादन खर्च आणि उत्पन्नावरील सरासरी नफा यांच्यापेक्षा व्यवसायाचे उत्पन्न कमी असते. मात्र, आजारपण म्हणजे दिवाळखोरीची अवस्था नव्हे. दिवाळखोरीमध्ये व्यावसायिक संस्थेची एकूण संपत्ती ही तिच्या एकूण भांडवल व देयतेपेक्षा कितीतरी कमी असते.

दुसऱ्या एका व्याख्येनुसार ज्या औद्योगिक संस्थेत प्रस्थापित क्षमतेच्या २०% पेक्षा कमी क्षमता वापरात आलेली असते असा उद्योग आजारी उद्योग म्हणून मानला जातो. आजारी उद्योग म्हणजे असा उद्योग की जो व्यवसायातून अंतर्गत पद्धतीने नफा दर्शवित नाही.

बँकांनी विविध अभ्यास करून आजारी उद्योगांची व्याख्या केलेली आहे. मोठ्या उद्योगाला अभिप्रेत

असलेला औद्योगिक आजारपणाचा अर्थ हा लघुउद्योगाला लागू होतो.

रिझर्व्ह बँकेने, 'अशा उद्योगांना विस्तृत पुनर्वसन कार्यक्रमाची गरज असते' असे नमूद केले आहे. तसेच अशा उद्योगांना पुढील काही काळ आर्थिक व्यवहारात अतिदक्ष रहावे लागते. रिझर्व्ह बँकेने उद्योग, अशक्त उद्योग आणि आजारी पडण्याच्या मार्गावरील उद्योग अशी विभागणी केली आहे.

स्टेट बँक ऑफ इंडियाने नेमलेल्या अभ्यास गटाने १९७५मध्ये आजारी उद्योगाची केलेली व्याख्या पुढीलप्रमाणे –

''ज्या उद्योगाला सातत्याने लाभाधिक्य मिळविता येत नाही, तसेच स्वतःचे अस्तित्व टिकवून ठेवण्यासाठी नेहमी बाह्य आर्थिक मदतीवर अवलंबून रहावे लागते.''

"A unit which fails to generate internal surplus on a continuing basis and depends for its survial on frequent infusion of external funds."

रिझर्व्ह बँकेने मान्य केलेला तसेच अन्य बँका व वित्त पुरवठा संस्था यांनी स्वीकारलेला आजारी उद्योगाबाबतचा आधार पुढीलप्रमाणे आहे–

बँक व वित्तपुरवठा संस्थांच्या मते ज्या औद्योगिक संस्थेत पुढील तीन गोष्टी दिसून येतील, त्या संस्थेला आजारी संस्था म्हटले जावे –

अ) कर्जाचे मुद्दल व व्याज हप्ते सतत दोन वर्षे थकले आहेत.

ब) संस्थेची निव्वळ संपत्ती ५०% नी घटली असून सतत दोन वर्षे संस्था तोट्यात आहे.

क) कायदेशीर आणि आर्थिक देणी गेल्या १-२ वर्षांपासून थकलेली आहेत.

रिझर्व्ह बँकेच्या मार्गदर्शक तत्त्वानुसार आजारी उद्योगाची लक्षणे स्वतंत्रपणे सांगितली आहे.

अ) मागील वर्षी उद्योगाला तोटा झालेला असून चालू वर्षातदेखील तोटा होण्याची शक्यता दिसत आहे आणि संस्थेच्या, उद्योगाच्या निव्वळ संपत्तीत ५०% किंवा त्यापेक्षा अधिक घट झालेली आहे.

ब) ओळीने सलग बँकेच्या कर्जाचे चार तिमाही हप्ते व व्याज थकले आहे. (लघुत्तम उद्योग क्षेत्राला यांपैकी केवळ (ब) मधील लक्षण असल्यास चालते) लघुउद्योग मंडळ, नवी दिल्ली यांनी जुलै ८४मध्ये आजारी उद्योगाची स्वीकारलेली संकल्पना पुढीलप्रमाणे –

''मागील हिशोबवर्षात तोटा झालेला असेल; चालू हिशेबवर्षात तोटा होणार असेल आणि निव्वळ संपत्तीत २५% घट झाली असेल किंवा वसूल भांडवल कमी झाले असेल.''

वर दिलेले निकष परिपूर्ण आहेत असे नव्हे. प्रत्यक्षात लघुउद्योगात दैनंदिन हिशेब ठेवण्याची पद्धती व व्यवस्थापकीय नियंत्रण यावर अनेक गोष्टी अवलंबून असतात. मात्र, उद्योग आजारी आहे किंवा नाही हे ठरविताना सर्व तांत्रिक बाजू विचारात घ्याव्या लागतात.

आजारपणाची कारणे व त्यावरील उपाययोजना पाहण्यापूर्वी आजारपण उद्भवण्याची प्रक्रिया तपासणे गरजेचे आहे.

आजारपणाची लक्षणे

औद्योगिक संस्था ही जेव्हा आजारी नसते तेव्हा ती सशक्त मानली जाते. संस्था नफ्यात चालते; देयकता आणि संपत्ती तसेच निव्वळ संपत्ती यांचे प्रमाण उचित राहते; कर्जाऊ भांडवल व स्वतःचे भांडवल यांचे परस्पर प्रमाण चांगले असते. ही सर्व कारणे म्हणजे औद्योगिक संस्था आजारी नसल्याची आहेत.

आजारपणातील पहिली पायरी म्हणजे उद्योगाच्या कोणत्या तरी एका क्रियेला पर्यावरणात्मक अडथळा

भेडसावू लागतो. या वेळी औद्योगिक संस्था आजारी पडणार आहे हे गृहीत धरायला हरकत नाही. मागील वर्षापेक्षा नफा घटणे, तोटा होणे ही यातील सुरुवात होय. याचेच रूपांतर पुढे कायमस्वरूपी आजारात होते.

आजारीपणाची लक्षणे प्रथम व्यवस्थापनाच्या लक्षात येतात. त्यानंतर ती इतर घटकांना म्हणजे सेवक, धनको, ग्राहक, शासन यांच्या नजरेस येतात. उत्पादन आणि विक्री घटते. रोखतेवर परिणाम होतो उधारी थकते. त्यातून पुढे हिशेबाची तोंडमिळवणी करण्यासाठी व्यवस्थापनाकडून हिशेब जुळवाजुळवी सुरू होते. हे लक्षात येताच बँका पतपुरवठा आवळून धरतात. कच्चा माल पुरविणारे रोखीच्या व्यवहारावर आडून बसतात. ग्राहक कमी होऊ लागतात.

वरील आर्थिक लक्षणाबरोबरच आजारपणाची काही बिगर आर्थिक लक्षणे देखील आहेत. कर्मचारी आणि व्यवस्थापन यांचे नीतिधैर्य ढासळते. वितरकांना वेळेवर माल न मिळाल्याने धक्का बसतो. बाजारपेठेतील संस्थेचे नाव झपाट्याने बाजूला पडते.

औद्योगिक आजारपण ही केवळ भारतापुरती मर्यादित समस्या नसून सर्व देशांत आढळून येते. गरीब व विकसनशील देशांत या समस्येची तीव्रता अधिक आहे एवढेच. जपानमध्ये औद्योगिक आजारपण ही एक तांत्रिक व व्यापारी अवस्था मानण्यात येते. आजारी पडलेल्या उद्योगातील यंत्रसामग्री आणि तंत्रज्ञान अन्यत्र विकले जाते. आजारी उद्योगाचे पुनर्वसन केले जात नाही. ज्या उद्योगातील संचित तोटे हे मूळ भांडवलापेक्षा अधिक वाढतात आणि ज्या उद्योगांना आपल्या कामगारांना व्यवस्थितपणे काम देता येत नाही अशा उद्योगांना आजारी उद्योग मानले जाते. अशा उद्योगांना शासन मदत करते. पश्चिम जर्मनी आणि फ्रान्स येथे औद्योगिक आजारपण दूर करण्यासाठी आधुनिकीकरण केले जाते आणि असे उद्योग बँका पुढाकार घेऊन चालवितात.

भारतातील आजारी लघुउद्योग

सन २००१-०२मध्ये १.७७ लाख आजारी लघुउद्योग होते आणि त्यातून ४,८१९ कोटी रुपयांपेक्षा अधिक रक्कम बँक कर्जात गुंतून पडलेली होती. मात्र, २००५-०६मध्ये आजारी उद्योगांची संख्या १.०४ लाखांपर्यंत घटली. बँक कर्जात गुंतलेली रक्कम मात्र ५,३८० कोटी रुपये होती. २००१-०२मध्ये लघुउद्योगांचे बँक कर्जात अडकलेली सरासरी रक्कम २.७२ लाख होती ती २००९मध्ये ३.४८ लाख रुपये होती.

तक्ता क्र. ६.१ : आजारी उद्योग आणि बँक कर्जात गुंतलेली रक्कम

वर्ष	आजारी लघुउद्योगांची संख्या	आजारी उद्योगांना दिलेले कर्ज (कोटी रुपयांत)	प्रत्येक युनिटचे सरासरी कर्ज (लाख रुपयांत)
२००१	१,७७,०००	४,८१९	२.७२
२००५	१,३८,०००	५,३८०	३.९०
२००८	८५,१८७	३,०८३	३.६२
२००९	१,०३,९९६	३,६२०	३.४८

(संदर्भ : रिझर्व्ह बँक ऑफ इंडियाचे हँडबुक ऑफ स्टॅटिस्टिक्स ऑन इंडियन इकॉनॉमी २००९-१०)

लघुउद्योग आणि लघुतम उद्योगात आजारपण असण्याची दोन महत्त्वाची कारणे म्हणजे- १) पुरेशा प्रमाणात कर्ज उपलब्ध नसणे - विशेषतः खेळते भांडवल आणि २) वस्तूंचे विपणन करण्यात समस्या असणे ह्या संदर्भात लघुउद्योग संघटनांनी महत्त्वाचे मांडलेले मुद्दे खालीलप्रमाणे आहेत—

- १.९५ टक्के लघुउद्योगात अद्यापही संयंत्र व यंत्रसामग्रीमध्ये (Plant and Machinery) गुंतवणुकीचे प्रमाण ५ लाख रुपयांपेक्षाही कमी आहे.

- आश्चर्यकारक बाब म्हणजे लघुउद्योगांच्या बाबतीत असलेला एक विरोधाभास. ९५ टक्के लघुउद्योगातून फॅक्टरी क्षेत्रातील ३३ टक्के रोजगार उपलब्ध करून दिला जातो. मात्र, ह्या लघुउद्योगांना आवश्यक असलेल्या कर्जाच्या ३ टक्के कर्जपुरवठासुद्धा केला जात नाही.

- १९९१-९२मध्ये लघुउद्योगांना उपलब्ध असलेला कर्जपुरवठा हा उत्पादनाच्या ७ टक्के होता. हाच १९९५-९६मध्ये ६.५ टक्क्यांवर आला आहे.

- ब्रॅण्डनेम अभावी आणि मोठ्या उद्योगांप्रमाणे जाहिरात करण्याची ताकद नसल्याने लघुउद्योग त्यांच्या उत्पादनांचे विपणन परिणामकारकपणे करू शकत नाहीत.

आजारी लघुउद्योगांची लक्षणे व त्यात होणारे बदल पाहिल्यानंतर आजारी लघुउद्योगांची कारणे शोधणे महत्त्वाचे आहे. आजारपणाबाबत धोरण ठरविण्याच्या दृष्टीने तसेच उपाययोजनांचा विचार करण्यासाठी कारणांचा शोध घेणे योग्य होय.

आजारपणाची कारणे

औद्योगिक आजापणाच्या काही प्रमुख कारणांची चर्चा या ठिकाणी केली आहे–

१) **सदोष व्यावसायिक नियोजन** – आजारपणाचे एक कारण व्यवसायाच्या स्थापनेत सापडते. व्यवसायाची योजना किंवा प्रकल्प हा घाईने तयार केले असेल तर व्यवसाय काही काळाने आजारी पडणार, हे निश्चित! व्यवसायसंधीचा शोध घेणे, बाजारपेठेचे सर्वेक्षण करणे, तांत्रिक व आर्थिक क्षमता अजमाविणे, नफ्याचे अंदाज शास्त्रशुद्ध मांडणे या गोष्टी झाल्या नाहीत तर बँकेचा मिळालेला पैसा हा योग्य कारणासाठी खर्च होत नाही. ग्राहकवर्ग कमी होतो. पर्यायाने उत्पादन घटते, बँकेची देणी वाढतात. देणी भागवण्यासाठी बाहेरून कर्जे काढली जातात. याचे रूपांतर उद्योग आजारी पडण्यात होते.

२) **अयोग्य आर्थिक रचना** – व्यवसायाची आर्थिक रचना म्हणजेच स्थिर व खेळते भांडवल उभारणीचे मार्ग, त्यांचे परस्पर प्रमाण यामध्ये आर्थिक तत्त्वांकडे दुर्लक्ष झाल्यास उद्योग आजारी पडतो. परिणामी व्यवसायात भांडवल नुसते पडून राहते किंवा भांडवलाची कमतरता निर्माण होते. या दोन्ही गोष्टी अयोग्य आणि हानिकारक ठरतात. त्यामुळे व्यावसायिक संस्थेच्या प्राथमिक अवस्थेत आजारपणा येऊ शकते.

३) **कारखान्याची जागा आणि उत्पादन तंत्र यातील दोष** – एखादी औद्योगिक संस्था चुकीच्या जागी स्थापन झालेली असेल तरी तिला वाहतूक बाजारपेठ आणि अन्य दळणवळणविषयक समस्या भेडसावू लागतात. अशा संस्थेतील अप्रत्यक्ष खर्च वाढत जातो. परिणामी संस्थेची आर्थिक क्षमता नष्ट होऊन नफ्याचे प्रमाण घसरते. संस्था वापरत असलेले तंत्रज्ञान हे जुने, कालबाह्य ठरले गेले तर बाजारपेठेतील वाढत्या स्पर्धेमुळे उद्योगाचा टिकाव लागत नाही क्रमश: उलाढाल मर्यादित होत जाते आणि संस्था आजारी पडते.

४) **उत्पादन नियोजन आणि गुणवत्ता नियंत्रण याकडे दुर्लक्ष** – औद्योगिक संस्था काही वेळा आपल्या उपलब्ध क्षमतेचा संपूर्ण वापर करण्याचे कामी अपुरी पडते. पूर्ण क्षमता वापरली न गेल्याने उत्पादन खर्च वाढतो. कच्च्या मालाची खरेदी, यंत्राची देखभाल यातील कार्यक्रम कोसळून पडतात. उत्पादनाची गुणवत्ता

हा उत्पादन व्यवस्थापनातील आत्मा असतो. गुणवत्तेकडे दुर्लक्ष झाले की विक्रीसंबंधी समस्या उभ्या राहतात त्यातून आजारपण बळावते.

५) **बिघडलेले औद्योगिक संबंध –** कामगार आणि व्यवस्थापन ही औद्योगिक रथाची दोन चाके आहेत. या दोन घटकातील परस्परसंबंधांवर उद्योगाचे यश अवलंबून असते. व्यवस्थापनाने पुढाकार घेऊन विविध मार्गाने चांगले औद्योगिक संबंध टिकवले नाही तर कारखान्यात संप, टाळेबंदी, हळूकाम, लाक्षणिक संप अशा घटना घडून त्यामुळे उत्पादन आणि उत्पादकता घटू लागते. सौहार्दपणे कामगार आणि व्यवस्थापन यांच्या अभावी औद्योगिक संस्था ही आजारी पडण्याची शक्यता असते.

६) **कच्चा माल आणि अन्य सेवा सुविधा यांचा तुटवडा –** आजारपणाचे हे बाह्य कारण असू शकते. कच्चा माल पुरवठादारांनी केलेली अडवणूक किंवा सुटे भाग तयार करणाऱ्या कारखान्यातील संप यामुळे पुरवठा वेळापत्रक गडगडते. तसेच काही नैसर्गिक आपत्तींमुळे उदा. महापूर, भूकंप, चक्रीवादळ, इ. वीज, पाणीपुरवठा, वाहतूक यंत्रणा यामध्ये आलेले अडथळे या सर्वांमुळे उत्पादन थांबते. अप्रत्यक्ष व स्थिर खर्च वाढतो. त्याचा परिणाम आर्थिक संतुलन बिघडण्यात होतो.

७) **वित्तपुरवठ्याचा अभाव –** पैसा किंवा वित्तपुरवठा ही उद्योगाची संजीवनी असते. विशेषत: पुरेसे व नियमित खेळते भांडवल लाभले तर उत्पादन कार्य सुरळीत चालू राहते. बँकांचे धोरण किंवा वित्तपुरवठा संस्थांची बदललेली पद्धती यांसारख्या कारणाने पैशांचा ओघ खंडित झाला तर औद्योगिक संस्थेच्या कामकाजावर विपरीत परिणाम होतो.

८) **शासकीय धोरण –** शासकीय धोरण किंवा त्यातील बदल किंवा त्यात केलेली नवी तरतूद यामुळे औद्योगिक आजार बळावण्याची शक्यता असते. कर, परवाने, आयात-निर्यात पतपुरवठा कारखाने कायदा, कामगारविषयक कायदे इ. मधील बदलांचा किंवा जाचक तरतुदींचा व्यवसायावर प्रतिकूल परिणाम घडू शकतो.

९) **अकार्यक्षम व्यवस्थापन –** व्यवसाय व्यवस्थापन पद्धती आणि धोरण यांचा औद्योगिक निरोगीपणाशी फार जवळचा संबंध आहे. उद्योगातील मानवी संबंध नीट राखणे, कामगारांना कार्यसमाधान लाभणे, विविध व्यावसायिक कार्यात सुसूत्रता साधणे. ही व्यवस्थापनापुढील आव्हाने असतात. व्यवस्थापनातील जुनाट विचारसरणी, अव्यावहारिकपणा, हुकूमशाहीपणा यामुळे व्यवसायातील नियोजन सुसूत्रीकरण आणि नियोजन यावर प्रतिकूल आघात होतात. कालांतराने असे व्यवसाय आजारी पडतात.

आजारपणाचे निदान व उपाययोजना

औद्योगिक आजारपणाची कारणे पाहिल्यानंतर आजारपणावर उपाययोजना करणे क्रमप्राप्त आहे. परंतु, त्यापूर्वी आजारी उद्योगाचे नीट विश्लेषण करून रोगाचे निदान करणे आवश्यक असते. कारण म्हणजे निदान नव्हे, निदान नीट झाले नाही तर उपाययोजना चुकते. निदानासाठी आजारी उद्योगाची तपासणी व परीक्षण होणे आवश्यक असते. यामध्ये संस्थेची उत्पादने, उत्पादन क्षमतेचा वापर, विक्री, उत्पादन खर्च, नफ्याचे प्रमाण, देण्यांची थकबाकी, बँक कर्ज खात्यातील व्यवहार आणि धंद्याचे पुढील भवितव्य इत्यादी दृष्टिकोनातून आजारी उद्योगाचे परीक्षण केले पाहिजे. असे परीक्षण केले असता आजारपणाची अंतर्गत कारणे अधिक स्पष्ट होण्यास मदत होते. याबाबत व्यवस्थापनाने पुढाकार घेतला पाहिजे. एखाद्या वित्त क्षेत्रातील तज्ज्ञाला पाचारण करून उद्योजकाने हिशेब व व्यवहार यांची तपासणी करून घेतली पाहिजे. आजारपणाच्या बाह्य कारणांचा विचार केला असता असे दिसून येते की, बँका, वित्तसंस्था आणि शासन यांनी या कामी पुढाकार घेण्याची गरज आहे.

तक्ता क्र. ६.२ : लघुउद्योगातील आजारपण कारणांचा तक्ता

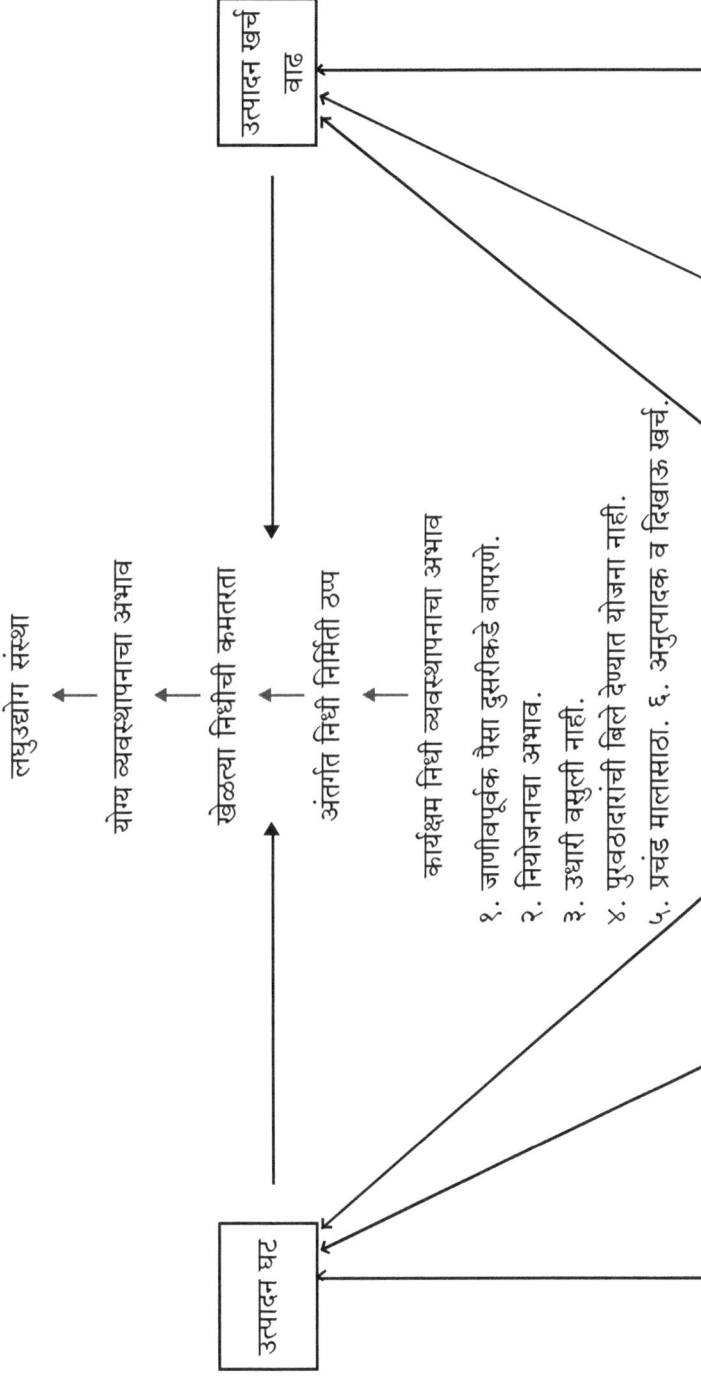

लघुउद्योग संस्था
योग्य व्यवस्थापनाचा अभाव
खेळत्या निधीची कमतरता
उत्पादन घट
उत्पादन खर्च वाढ
अंतर्गत निधी निर्मिती ठप्प
कार्यक्षम निधी व्यवस्थापनाचा अभाव
१. जाणीवपूर्वक पैसा दुसरीकडे वापरणे.
२. नियोजनाचा अभाव.
३. उधारी वसुली नाही.
४. पुरवठादारांची बिले देण्यात योजना नाही.
५. प्रचंड मालासाठा. ६. अनुत्पादक व दिखाऊ खर्च.

उत्पादन समस्या	कामाचा (आदेशांचा) अभाव	कच्च्या मालाचा अभाव	कच्च्या मालाची वाढलेली किंमत	वरखर्चातील वाढ	वाढते कर
• यंत्र नादुरुस्ती व अकार्यक्षम देखभाल • खराब कच्चा माल	• स्पर्धा • सर्वसाधारण मंदी • तांत्रिक अकार्यक्षमता	• राष्ट्रीय किंवा प्रादेशिक टंचाई स्थिती • किमतीत वाढ	• चुकीच्या कॉस्टींगमुळे कच्च्या मालाची वाढीव किंमत अंतिम	• अकार्यक्षम उत्पादन • न वापरलेली यंत्र क्षमता	• जकात • विक्रीकर • उत्पादन शुल्क रु.

पुढे पाहा

• कामगारांची उत्पादकता कमी • वीज टंचाई • उत्पादनात खंड • सुटे भाग मिळण्यात अडचणी • चांगल्या कामगार संबंधांचा अभाव	• काम वेळेवर पूर्ण न होणे • अकार्यक्षम विक्री प्रयत्न • अद्ययावतपणाचा अभाव • वीज कपात • शासकीय धोरण	• पूर्वीचे देणे • निकृष्ट दर्जाचा माल • अनिश्चित पुरवठा • नियोजनाचा अभाव	वस्तूच्या किमतीत न येणे • सतत वाढत्या किमती असतात, ठरावीक किमतीला भरमसाट आदेश स्वीकारणे • कच्च्या मालाची प्रचंड नासधूस • कच्चा माल व सामग्री यावरील प्रचंड खर्च • नियोजित भांडवल खर्च	• प्रचंड कर्ज बोजा व जबर व्याज • वाढता प्रशासकीय व विक्री खर्च	• स्थानिक सार्वजनिक देणी व कर

शासन आणि आजारपण

भांडवलाचा उत्पादक वापर होणे आणि उद्योगातील अन्य उत्पादन घटकांचा विचार करणे यादृष्टीने शासनाची आजारपणाबाबतची भूमिका ठरली पाहिजे. आपल्या देशात औद्योगिक आजारपणाबाबत सुरुवातीपासून सामाजिक जाणिवेतून धोरण ठरविण्यात आले होते. आजारी उद्योग सरकारने चालवायला घेणे हे नित्याचे होते. आजारी उद्योगांना करसवलती तसेच अनेक अन्य सेवाविषयक सवलती उपलब्ध होत्या. परंतु, काही उद्योजक या तरतुदींचा गैरवापर करून लागले म्हणून आजारी उद्योग सरसकटपणे ताब्यात न घेणे हे सरकारला योग्य वाटले. तसेच आजारी उद्योगाबाबत उद्योजक किंवा संबंधित व्यवस्थापक यांच्यावर जबाबदारी ठेवण्यात आली. केंद्रसरकारने १९८५मध्ये आजारी उद्योग कंपन्यांसाठी स्वतंत्र कायदा संमत केला. त्या अंतर्गत १२ जानेवारी १९८७ रोजी औद्योगिक आणि वित्तीय पुनर्वसन मंडळ स्थापन करण्यात आले. या मंडळाकडे खालील अधिकार देण्यात आले.

पुनर्रचनेची योजना तयार करणे, यामध्ये व्यवस्थापन ताब्यात घेणे, त्यात फेरबदल करणे, दोन संस्थांचे एकत्रीकरण करणे, सर्व किंवा पूर्ण उद्योग विकणे इत्यादी. जर मंडळाला आवश्यकता वाटली तर आजारपणाची संपूर्ण चौकशी करण्यासाठी मंडळ औद्योगिक पत आणि गुंतवणूक महामंडळ, औद्योगिक वित्त महामंडळ आणि भारतीय औद्योगिक विकास बँक यांना नेमता येते. या कायद्यानुसार कंपन्यात गैरव्यवहार करून आजारपणास कारणीभूत ठरलेल्या संचालकाची नावे आर्थिकदृष्ट्या काळ्या यादीत समाविष्ट करण्याची तरतूद आहे. या कायद्यानुसार मंडळ एखादा आजारी उद्योग त्या उद्योगातील कर्मचाऱ्याच्या सहकारी संस्थेला विकू शकते.

उद्योगधंद्यावरील शासकीय पकड ढिली व्हावी व बाजारपेठ प्रवाहानुसार अर्थव्यवस्था चालावी या उद्देशाने १९९२मध्ये सरकारने काही ठोस निर्णय घेतले. त्यानुसार आजारी उद्योगाच्या पुनर्वसनापेक्षा सदर उद्योग बंद करण्याकडे शासकीय कल आहे.

अशा तऱ्हेने आजारपणाबाबत शासनाची भूमिका सामाजिक आशयाबरोबरच आजारी उद्योगाच्या व्यवस्थापकांना धडा शिकविणारी आहे.

वित्त संस्था, बँका आणि आजारपण

१९७१मध्ये सर्वप्रथम आजारी उद्योगांचे पुनर्वसन करण्यासाठी, त्यांना अर्थसाहाय्य देण्यासाठी भारतीय औद्योगिक पुनर्वसन महामंडळ स्थापन करण्यात आले. मार्च १९८५मध्ये सरकारने औद्योगिक पुनर्वसन बँक स्थापन केली आणि या बँकेमार्फत पुनर्वसनासाठी आजारी उद्योगांना अर्थसाहाय्य करणे सुरू झाले. शासकीय धोरणानुसार बँकांनी स्वतंत्र तपासणी यंत्रणा स्थापन करून औद्योगिक आजारपणाचे निदान करण्याचे काम सुरू केले. या कामी रिझर्व्ह बँकेने व्यापारी बँकांना मार्गदर्शन केले. बँक आणि वित्तीय संस्था आजारी उद्योगांना पुनर्वसनासाठी कसे व किती प्रमाणात सहकार्य करतात हे पुढील तक्त्यावरून स्पष्ट होईल.

तक्ता क्र. ६.३ : आजारी लघुउद्योगांचे पुनर्वसन (बँका/वित्तसंस्थांची भूमिका)

वर्ष	आजारी लघुउद्योग (संख्या)	कर्ज थकबाकी (रु. कोटी)	आर्थिक देखभाल चालू असलेले उद्योग
१९७७	१६७३०	१२७	---
१९७८	१८९५०	१४८	---
१९७९	३०३२६	२३१	---
१९८०	२१२५५	३०२	२०२९
१९८१	२२३६०	३२२	१९८२
१९८२	२६९९३	३९४	२१००
१९८३	३०८२६	३९०	२४००
१९८४	३७७००	४१०	३१००
१९८५	४३८०९	४१९	३३००
१९८६	४६७८१	४२६	३८००
१९८७	५१२०१	४३३	४००१
१९८८	५७३०९	४४३	४८१०

टंडन समितीने सुचविलेल्या निकषानुसार बँकांनी आजारी उद्योगांपैकी आर्थिकदृष्ट्या सक्षम व सुधारणायोग्य उद्योगांचे आर्थिक पुनर्वसन कार्यक्रमाखाली घेण्यास १९७९ पासून सुरुवात केली. परंतु, एकूण आजारी उद्योगांची संख्या विचारात घेता पुनर्वसन योजनेखाली घेतलेल्या उद्योगांची संख्या बरीच कमी असून मोठ्या संख्येला बँकांनी विचारात घेतल्याचे दिसत नाही. १९८३ नंतर संख्येत वाढ दिसून येत आहे. तसेच बँकेच्या दृष्टिकोनातही बदल दिसून येतो.

औद्योगिक आजारपणावरील पुनरुज्जीवन योजना (Revival Schemes of Industrial Illness)

औद्योगिक आजारपणावरील उपाययोजना दोन गटात मोडतात.

१) प्रतिबंधक उपाययोजना आणि २) आजार निर्मूलन उपाययोजना

१) प्रतिबंधक उपाययोजना – या योजना म्हणजे सर्वसाधारण स्वरूपाच्या असतात. त्यामध्ये बँका किंवा वित्तीय संस्थांचे प्रतिनिधी यांचेकडून आजारी उद्योगांवर निगराणी ठेवणे आणि त्यांनी अशा उद्योगांची प्रगती तपासून पहाणे. अर्थात, यासाठी बँकेचे अधिकारी आणि उद्योजक यांच्यात परस्पर विश्वासाचे वातावरण हवे. अनेक वेळा बँका किंवा वित्तीय संस्था यांच्या प्रतिनिधींना संस्था पातळीवरील प्रश्न लक्षात येत नाहीत. तसेच बँक अधिकाऱ्याचे व्यावसायिक कार्यातील ज्ञान अपुरे पडते.

२) आजारपणातील उपाययोजना – यामध्ये सर्व प्रथम अंतर्गत व बाह्य कारणांचा विचार केला जातो. एखादा उद्योग आजारी पडल्यानंतर पुढील पर्याय राहतात.

१) आजारी उद्योगाचे पुनर्वसन करणे, २) एक आजारी उद्योग आणि एक सशक्त उद्योग यांचे विलीनीकरण करणे.

आजारी उद्योगाचे पुनर्वसन करण्याची योजना

सुरुवातीला आजारी उद्योगाची तपासणी केली जाते. ही तपासणी स्वत: उद्योगाकडून किंवा बाहेरील तज्ज्ञाकडून केली जाते. त्यांच्या तपासणी अहवालानुसार 'पुनर्वसन योजना' आखली जाते. या योजनेत समाविष्ट होणारे घटक पुढीलप्रमाणे–

१) प्रवर्तकांकडून व्याजमुक्त कर्जे घेतली जातात.

२) पूर्वीच्या कर्जावरील व्याजाचा हक्क सोडून देण्यास प्रवर्तकांना सांगितले जाते. तसेच कर्ज किंवा ठेवी यांची मुदतवाढ दिली जाते.

३) वित्तीय संस्था आणि बँका यांना अधिक यंत्रसामग्री किंवा खेळते भांडवल यासाठी अतिरिक्त अर्थसाहाय्य मंजूर करण्यास सांगितले जाते. अशा कर्जावरील तसेच पूर्वीच्या कर्जावरील व्याजाचा दर कमी करण्यास सांगितले जाते.

४) कामगारांना काही काळ वेतन गोठविण्याबाबत सुचविले जाते, तसेच नुकसानभरपाई देऊन त्यांना कामावरून कमी केले जाते. शासनाला कर रूपाने असणारे देणे हे हप्त्याने देण्याबाबत सांगितले जाते.

कंपनीच्या संचालक मंडळात बदल करण्यास सांगितले जातात, तसेच एखाद्या वित्तीय नियंत्रकाची किंवा ऑडिटरची नेमणूक करण्यास सांगितली जाते.

वरील उपाययोजनेव्यतिरिक्त आजारी कंपनीबाबत खालील पद्धतीने कार्यवाही करून सदर कंपनीला पुन्हा आर्थिकदृष्ट्या मदत केली जाते. यामध्ये आजारी उद्योगाचे पुनर्वसन करण्याच्या खालील योजना समाविष्ट आहेत.

१) आजारी कंपनी भाडेपट्टीने दुसऱ्या कंपनीला देणे. सामान्यत: एकाच उद्योगातील दोन्ही कंपन्या असतील तर अशा प्रकारचे पुनर्वसन शक्य होते.

२) एकत्रीकरण आणि विलीनीकरण ही आजारपण दूर करण्याची एक सार्वत्रिक स्वरूपाची पद्धत आहे. कंपनीचे भागधारक ही एकत्रीकरणाची योजना तयार करतात.

३) आजारी उद्योग नव्या उद्योजकाकडे सोपविणे. आपल्या देशात असे उद्योग घेण्यासाठी नवे उद्योजक पुढे येत नाहीत. त्यासाठी शासन सार्वजनिक क्षेत्रात स्वतंत्र महामंडळ स्थापन करून असे उद्योग चालविते.

४) आजारी उद्योग दिवाळखोरीत काढणे.

५) रिझर्व्ह बँकेच्या मार्गदर्शक सूचनेनुसार व्यापारी बँकांनी आजारी उद्योजकाच्या पुनर्वसनाची योजना तयार करून ती राबविणे.

६) शासनाने आजारी उद्योग ताब्यात घेणे. यामध्ये राष्ट्रीयीकरण करणे किंवा सदर कंपनी स्वतंत्रपणे चालविणे हे पर्याय उपलब्ध होतात.

महाराष्ट्रातील आजारी उद्योगांची वाढती संख्या विचारात घेता राज्य शासनाने आजारी उद्योगांना साहाय्य करण्याची एक योजना तयार केली आहे. या योजनेनुसार उद्योग संचनालयात या प्रकरणाचा विचार करण्यास स्वतंत्र विभाग स्थापन करण्यात आला आहे. आजारी उद्योगांवरील कर्जाचा बोजा, कर्जहप्ते इत्यादींबाबत गरज भासल्यास बँकांना शासनातर्फे हमी दिली जाते.

खालील बाबतीत आजारी उद्योगांना सवलती मिळतात

व्याजाचा दर ६% खेळत्या भांडवलासाठी मार्जीन कमी करणे; विक्रीकर, आयकर, वीज व अन्य शासकीय देणी ही पुढे ढकलण्याची किंवा हप्त्यांनी देण्याची सवलत; विक्री व आयकर जादा दराने व आकारण्याची सवलत, आयकर कायद्याप्रमाणे पाच वर्षांपेक्षा जास्त काळासाठी तोटे पुढे ओढण्याची सवलत.

विविध बँका, अभ्यास गट, सरकारी व बिगर सरकारी पाहणी समित्या यांनी लघुउद्योगातील आजारपणाबाबत विविध दृष्टिकोनातून अभ्यास केलेला आहे. यावरून एक गोष्ट स्पष्ट दिसून येते की, लघुउद्योगांच्या मूलभूत संघटन वैशिष्ट्यांमुळे या उद्योगात आजारपण बळावते. यामध्ये लघु किंवा लहानपणा हे एक मूलभूत वैशिष्ट्य आहे. व्यावसायिक आकारमान लहान असल्याने अशा उद्योगांचे स्वतःचे भांडवल कमी असते. तसेच उद्योजकांना त्यात सहज वाढ करता येणे शक्य नसते. अनेक उद्योजक हे अननुभवी आणि तांत्रिक बाजू कमकुवत असणारे असतात. तसेच या व्यवसायात उत्पादन, अर्थ पुरवठा आणि विक्री यात नियोजनाचा अभाव दिसून येतो. अशा तऱ्हेने लघु उद्योगांची आर्थिक व व्यापारी क्षमता हीच मुळी कमकुवत असल्याने व्यावसायिक क्रियेत व पर्यावरणात घडून येणारे व्याप हे या उद्योगांना सहन होत नाहीत.

तक्ता क्र. ६.४ : मार्च १९९७ अखेरचे भारतातील औद्योगिक आजारपण

	आजारी उद्योगांची संख्या	बँकांना देय कर्ज (कोटी रु.)	टक्केवारी
१) लघुउद्योगेतर उद्योग	३३१७	२१२७०	८२.५
२) लघुउद्योग	२४९६३०	४५०५	१७.५
एकूण	२५२९४७	२५७७५	१००.०

(संदर्भ : इकॉनॉमिक सर्व्हे (२००२-२००३))

तक्ता क्र. ६.५ : लघुउद्योगेतर दुर्बल आजारी आणि लघुउद्योगेतर दुर्बल युनिटचे उद्योगनिहाय वर्गीकरण (३१ मार्च १९९७)

युनिट	लघुउद्योगेतर आजारी युनिट			लघुउद्योगेतर दुर्बल युनिट			आजारी आणि दुर्बल	
	संख्या	बँकेची कर्ज थकबाकी (कोटी रु.)	टक्केवारी	संख्या	बँकेची कर्ज थकबाकी (कोटी रु.)	टक्केवारी	बँकेची कर्ज थकबाकी	टक्केवारी
कापड	३८०	१४१८	१६.५	६५	१३०	८.३	१५४८	१५.२
अभियांत्रिकी	२१२	११८१	१३.७	३५	८२	५.२	१२६३	१२.४
रसायन	१९०	८३८	९.७	४२	१५७	१०.०	९९५	९.८
लोखंड, पोलाद	१३७	६७२	७.८	२२	१७१	१०.९	८४३	८.३
विद्युत	८८	९०६	१०.५	१४	४०१	२५.६	१३०७	१२.८
धातु	७५	४२९	५.०	२१	९६	६.१	५२५	५.२
कागद	१११	२२७	२.६	९	२१	१.३	२४८	२.४
सिमेंट	५२	३००	३.५	१४	४५	२.९	३४५	३.४
साखर	२१	९९	१.१	७	१२	०.८	१११	१.१
ताग	२७	१६३	१.९	३	५	०.३	१६८	१.७
रबर	३३	९३	१.१	८	१२	०.८	१०५	१.०
किरकोळ	६९७	२२८८	२६.६	१८०	४३२	२७.६	२७२०	२६.७
एकूण	१९४८	८६१४	१००.०	४२०	१५६४	१००.०	१०१७८	१००.०

(संदर्भ : Indian Economy - Ruddar Datt, KPM Sundharam, 50th Edition)

तक्ता क्र. ६.६ : लघुउद्योगेतर दुर्बल आजारी आणि लघुउद्योगेतर दुर्बल युनिटचे उद्योगनिहाय वर्गीकरण (३१ मार्च १९९७)

युनिट	लघुउद्योगेतर आजारी युनिट			लघुउद्योगेतर दुर्बल युनिट			आजारी आणि दुर्बल	
	संख्या	बँकेची कर्ज थकबाकी (कोटी रु.)	टक्केवारी	संख्या	बँकेची कर्ज थकबाकी (कोटी रु.)	टक्केवारी	बँकेची कर्ज थकबाकी	टक्केवारी
कापड	३८०	१४१८	१६.५	६५	१३०	८.३	१५४८	१५.२
अभियांत्रिकी	२१२	११८१	१३.७	३५	८२	५.२	१२६३	१२.४
रसायन	१९०	८३८	९.७	४२	१५७	१०.०	९९५	९.८
लोखंड, पोलाद	१३७	६७२	७.८	२२	१७१	१०.९	८४३	८.३
विद्युत	८८	९०६	१०.५	१४	४०१	२५.६	१३०७	१२.८
धातु	७५	४२९	५.०	२१	९६	६.१	५२५	५.२
कागद	१११	२२७	२.६	९	२१	१.३	२४८	२.४
सिमेंट	५२	३००	३.५	१४	४५	२.९	३४५	३.४
साखर	२१	९९	१.१	७	१२	०.८	१११	१.१
ताग	२७	१६३	१.९	३	५	०.३	१६८	१.७
रबर	३३	९३	१.१	८	१२	०.८	१०५	१.०
किरकोळ	६९७	२२८८	२६.६	१८०	४३२	२७.६	२७२०	२६.७
एकूण	१९४८	८६१४	१००.०	४२०	१५६४	१००.०	१०१७८	१००.०

(संदर्भ : Indian Economy - Ruddar Datt, KPM Sundharam, 50th Edition)

तक्ता क्र. ६.७ : भारतातील राज्यनिहाय औद्योगिक आजारपणाचे विश्लेषण (३१ मार्च, १९९७)
(Statewise analysis of Industrial Sickness in India as on 31st March, 1997)

राज्य	युनिटची संख्या			बँकेची कर्ज थकबाकी (कोटी रु.)				
	लघु-उद्योगेतर आजारी	लघु-उद्योगेतर दुर्बल	लघु-उद्योग आजारी	लघु-उद्योगेतर आजारी	लघु-उद्योगेतर दुर्बल	लघु-उद्योग आजारी	एकूण	टक्केवारी
१) महाराष्ट्र	३४०	५९	१९३६०	१६१५	२२०	७६४	२५९९	१८.८
२) प. बंगाल	२१६	२७	५३४५१	१०३३	५३	३७२	१४५८	१०.६
३) उत्तर प्रदेश	१७०	३२	२३२८६	९१६	६५	२९९	१२८०	९.३
४) आंध्रप्रदेश	२२५	३९	१५४६०	१०६१	१२६	२१४	१४०१	१०.२
५) गुजरात	१७४	३९	६५१०	५८४	८१	१९७	८६२	६.२
६) तमिळनाडू	१४१	३४	९८०९	६२३	१०३	२०३	९२९	६.७
७) कर्नाटक	११०	३९	६९३७	५५६	४६८	३९९	१४२३	१०.३
उपबेरीज (१ ते ७)	१३७६ (७०.६)	२७९ (६६.४)	१३४८१३ (५७.३)	६३८८ (७४.२)	१११६ (७१.४)	२४४८ (६७.८)	९९५२ (७२.२)	७२.२

तक्ता क्र. ६.८ : भारतातील औद्योगिक आजारपणातील वाढ
(Growth of Industrial Sickness in India)

	लघु-उद्योगेतर युनिट (मोठे आणि मध्यम)	लघु उद्योग युनिट	एकूण
युनिटची संख्या			
डिसेंबर १९८०	१४०१	२३१४९	२४५५०
मार्च १९९६	२३७४	२६२३७६	२६४७५०
मार्च २००१	३३१७	२४९६३०	२५२८९४७
वर्षअखेरीस बँकेची कर्ज थकबाकी (कोटी रुपये)			
डिसेंबर १९८०	१५२० (८३.२)	३०६ (१६.७)	१८२६ (१००.०)
मार्च १९९६	१००२६ (७२.९)	३७२२ (२७.१)	१३७४८ (१००.०)
मार्च २००१	२१२७० (८२.५)	४५०५ (१७.५)	२५७७५ (१००.०)
प्रति आजारी युनिट बँकेची कर्ज थकबाकी (लाख रु.)			
डिसेंबर १९८०	१०८.५	१.३२	
मार्च १९९६	४२२.३	१.४२	
मार्च २००१	६४१.२	१.८०	
बँकेच्या कर्जाच्या वाढीचा सरासरी वार्षिक दर			
(१९८०-९६)	१२.५	१८.५	१३.५
(१९९०-९१)	१६.२	३.९	१३.३

(संदर्भ : Indian Economy - Ruddar Datt, KPM Sundharam, 50th Edition)

पुनरुत्थापन डावपेच (Turnaround Strategies)

संपूर्णपणे आजारी पडलेल्या किंवा मृतवत झालेल्या उद्योगव्यवसायाच्या कामगिरीत आमूलाग्र बदल घडवून आणण्याची ताकद पुनरुत्थापन डावपेचात (Turnaround Strategies) असते. ह्या संकल्पनेच्या दोन व्याख्या सुरुवातीस येथे उद्धृत केल्या आहेत. परंतु, नेमकी ही संकल्पना काय आहे आणि हा डावपेच राबवला जातो म्हणजे नेमके काय केले जाते ते ह्याच प्रकरणाच्या शेवटी दिलेल्या इंडियन बँकेच्या यशस्वी केसवरून वाचकांना लक्षात येईल.

अनमोल डिक्शनरी ऑफ कॉमर्समध्ये पुनरुत्थापनाची व्याख्या पुढीलप्रमाणे देण्यात आलेली आहे– ''अशी परिस्थिती की ज्यामध्ये कंपनीच्या विक्री आणि/किंवा उत्पन्न यांना लागलेली उतरती कळा उलटविली जाते.'' (The situtation wherein a company's trend of declining sales and/or earnings in reversed.) ऑक्सफर्ड युनिव्हर्सिटी प्रेसच्या व्यवसाय शब्दकोशानुसार पुनरुत्थापन करणे (क्रियापद) म्हणजे तोट्यात चालणाऱ्या कंपनीत बदल घडवून आणून ती नफ्यात चालविणे. (Turnaround (verb) - to make a company change from making loss to became profitable.)

प्रा. प्रदीप एन. खांडवाला यांनी सार्वजनिक आणि खासगी क्षेत्रातील कंपन्यांच्या पुनरुत्थापन कृतींचा अभ्यास केला आणि पुनरुत्थापनासाठी त्या कंपन्यांनी जे काही केले ते खालील वर्गीकरणाद्वारे मांडले–

अ) कर्मचाऱ्यातील बदल (Personnel Changes) :

- उच्च व्यवस्थापनातील चेअरमन, प्रेसिडेंट आणि व्यवस्थापकीय संचालक यांच्यात बदल.
- सर्व स्तरांवरील व्यवस्थापकीय कर्मचाऱ्यांचे induction.

ब) निदान करणे आणि समस्या शोधणे (Diagnosing and trouble-shooting) :

- व्यावसायिक समस्या शोधण्यासाठी.
- बाहेरील् तज्ज्ञांच्या सल्लामसलतीने औपचारिक पद्धतीने निदान करणे. व्यवस्थापनाच्या सभा, समस्या सोडवणूक, तंटा सोडवणूक, इ. गोष्टी सुरू करणे.

क) भागधारक किंवा जनता व्यवस्थापन (Shareholder or People Management) :

- व्यवस्थापनाच्या विश्वसनीयता निर्माण करण्याच्या दृष्टीने कृती, मालक कुटुंबाने नवीन भांडवल व्यवसायात आणणे, जनसंपर्काची जोरदार मोहीम.
- शासन, वित्तीय संस्था, कर्मचारी संघटना आणि प्रमुख ग्राहक यांसारख्या महत्त्वाच्या गुंतवणूकदारांचा आणि महत्त्वाच्या गटांचे सहकार्य मिळविणे.
- उत्पादकता, गुणवत्ता आणि कार्यक्षमता यांच्यात वाढ होण्याच्या दृष्टीने व्यवस्थापक आणि स्टाफचे प्रशिक्षण वाढवणे.
- कंपनीच्या जीवितकार्याचा आणि ध्येय यांचा जनतेसाठी स्पष्टोच्चार. (mission)
- कनिष्ठ स्तरावरील व्यवस्थापकांबरोबर उच्च व्यवस्थापनाने सुसंवाद साधणे.
- मनुष्यबळाच्या सर्व स्तरांवर प्रोत्साहने, संप्रेरण आणि तक्रार निवारण.
- विशेष एकवाक्यता आणि स्वयं-शिस्त उच्च व्यवस्थापनानेच स्वत:च्या वर्तनातून दाखवून आदर्श निर्माण करणे.
- अयोग्य व्यवस्थापक आणि स्टाफ यांना रागावून किंवा शिक्षा करून शिस्त लावणे.
- अधिक चांगली संघटनात्मक एकवाक्यता, सहभागाचे व्यवस्थापन, सहकाऱ्यांबरोबर अधिक चांगले नाते-संबंध निर्माण करणे, संघ निर्मिती आणि
- मूलभूत नीतिमूल्यांवर भर देऊन नवीन संस्कृती निर्माण करणे.

ड) कार्यकृती व्यवस्थापन (Operations Management) :

- कमालीची कर्मचारी कपात, मोठ्या प्रमाणावर कर्मचारी कपात आणि/किंवा सुविधा बंद करून खर्चात कपात करणे.

- जाहिरातीवरील अंदाजपत्रकीय तरतूद कमी करून, स्वस्तातील क्वार्टरमध्ये स्थलांतर, कमी व्याजदराबद्दल घासाघीस करणे आणि अशाच काही उपायांद्वारे, म्हणजेच केवळ कर्मचारी कपातीव्यतिरिक्त अन्य उपाययोजना करून खर्चात कपात करणे.
- उत्पादकता, सामर्थ्य, कार्य गुणवत्ता आणि क्षमता यांचा वापर होण्यासाठी अधिक कार्यक्षमता आणि कृती होण्याच्या दृष्टीने संयंत्राचे आधुनिकीकरण करणे.
- किंमत वाढ, वाढती जाहिरात खर्चाची अंदाजपत्रकीय तरतूद, जादा विक्री केंद्रे सुरू करणे इत्यादींच्या माध्यमातून विपणनविषयक बाबी विक्रयवृद्धीसाठी करणे.

ई) व्यवस्थापन प्रणाली आणि रचना (Management System and Structure) :

- अंदाजपत्रकीय आणि वित्तीय नियंत्रणे आणि संगणकीकरण यांच्या माध्यमातून व्यवस्थापकीय नियंत्रण वाढवणाऱ्या कृती करणे.
- सुधारित उत्पादन नियोजन आणि कार्यवेळापत्रकाच्या माध्यमातून उत्पादनकार्यांचे व्यावसायिकीकरण (Professionalisation) करणे.
- विभागीकरण, नफा केंद्रे प्रस्थापित करणे, अधिकार प्रदान करणे, कामगिरीसाठी सुस्पष्ट जबाबदारी निश्चित करणे इत्यादींच्या माध्यमातून पुनर्रचना (विकेंद्रीकरण) करणे.

ई) वित्तीय उपाययोजना (Financial Initiatives) :

- चालू मालमत्ता (current liabilities) आणि ऋणको (debtors) आणि भांडवल यांसारख्या दायित्वांचे (liabilities) विलोपन (liquidation) करणे, पुरवठादार, अग्रिम देणे (advances) इत्यादी चालू दायित्व कमी करणे किंवा विलोपन करणे.
- कर्जाऊ रकमेच्या माध्यमातून निधिउभारणी करणे, ठेवी प्राप्त करणे आणि भागभांडवल उभारणे.

फ) व्यूहात्मक व्यवस्थापन (Strategic Management) :

- ज्या उत्पादनांबाबत कामगिरी दुर्बल असेल ती उत्पादने बंद करणे, फायदेशीर उत्पादने वाढवणे आणि अन्य विकास डावपेचांच्या माध्यमातून विविधीकरण (diversification), उत्पादन साखळी सुसूत्रीकरण आणि विस्तार (Product line rationalisation) साध्य करणे.
- संयंत्राची विक्री, दीर्घ मुदतीच्या कर्जांची परतफेड करणे किंवा विभागणी करणे या माध्यमातून स्थिर मालमत्ता (Fixed assets) आणि दीर्घ मुदतीची दायित्वे कमी करणे आणि विलोपन करणे.
- तांत्रिक बदल, संशोधन आणि विकास वाढ, अधिक चांगल्या दर्जाचे आयात तंत्रज्ञान आणि संयुक्त प्रकल्प यांच्या साहाय्याने नवनिर्मिती आणि नवीन उत्पादन विकास करणे.

ग) संकीर्ण (Miscellaneous) :

मालमत्ता निर्लेखित करणे (write-off of assets), स्वीकार प्रतिबंध (Presention of take-overs), राजकीय अथवा अन्य विरोध निष्फळ करणे, अशा प्रकारच्या अन्य व्यवस्थापनात्मक उपाययोजना करणे.

आता आपण ९७ वर्षांची असलेली इंडियन बँक की जी सन २०००मध्ये सर्वांत दुर्बल झालेली बँक होती. ती पुनरुत्थापनाच्या साहाय्याने कशी प्रगतिपथावर आली, याची माहिती करून घेऊ या.

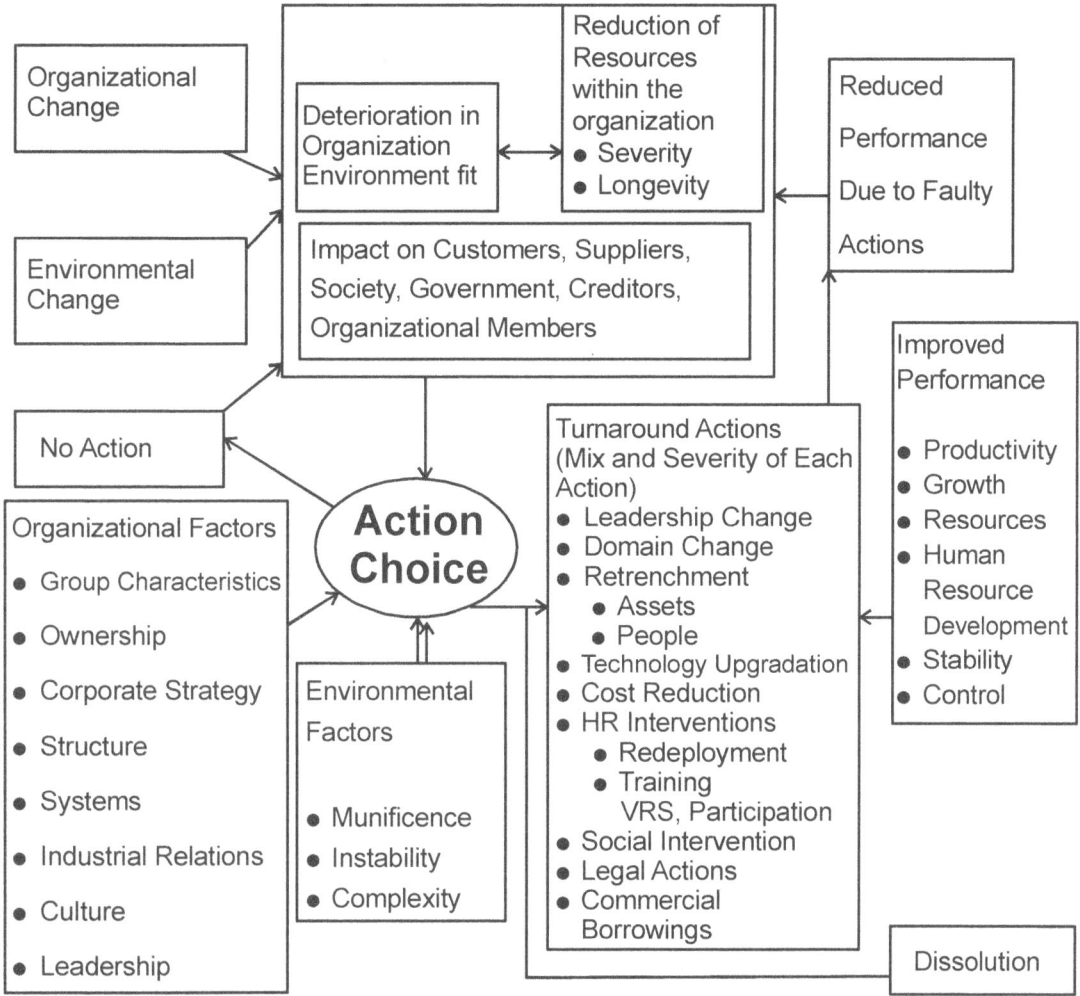

आकृती क्र. ६.१ : Framework of Organizational Decline and Turnaround Management

(Ref : Maheshwari Sunil Kumar "Organizational Decline and Turnaround Management : A Contingency Framework" Research Article : Vikalpa - vol. 25, No. 4, October - December 2000)

भारत सरकारच्या मालकीच्या, ९७ वर्षे जुन्या बँकेच्या-इंडियन बँकेच्या – अध्यक्षा आणि व्यवस्थापकीय संचालिका रंजना कुमार यांनी भारतातील बँकिंग क्षेत्राच्या इतिहासातील अत्यंत महत्त्वपूर्ण पुनरुत्थापन प्रभावीपणे करून दाखवले.

सन २०००मध्ये बँकेची काय अवस्था होती पहा – १३% ऋण भांडवल पर्याप्ति (negative capital adequacy), ४३% अनुत्पादक जिंदगी (non-performing assets) (उद्योग जगताच्या तुलनेत हा दर प्रचंड आहे.) सातत्याने सलग आठ वर्षे तोटा, बँकेच्या अध्यक्षाचे पद बऱ्याचदा रिक्त, कर्मचाऱ्यांचे मनोबल खच्चीकरण, सातत्याने होणाऱ्या तोट्यामुळे ऋण निव्वळ मत्ता (negative net worth), १९९६ ते १९९९ या कालावधीत

बँकेने कर्ज देणे बंद केले होते, (कारण त्याआधीच्या काळात बँकेतर्फे मोठ्या प्रमाणात तारतम्यहीन कर्ज वाटप), परिणामत: बँकेने बाजारपेठेतील हिस्सा व ग्राहक गमावले, बँकेने अनेक प्रकरणांची गुप्तचर विभागामार्फत (सी.बी.आय.) चौकशीचे आदेश दिल्याने कर्मचाऱ्यांची/अधिकाऱ्यांची भययुक्त विकृत मन:स्थिती (fear psychosis), परिणामत: बँकेतील निर्णय घेण्याची क्षमता आणि जोखीम स्वीकारण्याची क्षमता, एकदम दुर्बल झाली, मानव संसाधन विकासाकडे संपूर्णत: दुर्लक्ष झाले, सहा वर्षांत नवीन भरती पूर्णपणे बंद होती तर किरकोळ अपवाद वगळता अंतर्गत बढती थंडावलेली, अनेक शाखा अव्यवहार्य, सात वर्षांत बँकेची कोणत्याही प्रकारची जाहिरात नाही, मुदत ठेवींचा खर्च ८.७% पेक्षा जास्त (आज हाच खर्च केवळ ५.९% आहे), सर्वत्र नकारात्मक प्रसिद्धी (विशेषत: मुख्यालय असलेल्या चेन्नईमध्ये) कॉनफेडरेशन ऑफ इंडियन इंडस्ट्रीजच्या अहवालातही बँकेची प्रतिकूल जाहिरात झाली होती.

थोडक्यात, बँकेच्या एकूण परिस्थितीची वैशिष्ट्ये पुढीलप्रमाणे होती –

प्रचंड तोटा, दुर्बल कारभार, कायदेशीर गरजांची पूर्तता न होणे, ऋण निव्वळ मत्ता, ऋण भांडवल पर्याप्ति आणि खालावलेले मनोबल. १५०० शाखा (सिंगापूर आणि कोलंबिया येथील प्रत्येकी एकेक शाखा धरून) २६,००० कर्मचारी (९००० अधिकाऱ्यांसह) असलेल्या इंडियन बँकेची सन २०००मध्ये ही अवस्था होती.

बँकेचे पुनरुत्थापन (Resurrecting a Bank)

वरील परिस्थितीतून बँक प्रगतिपथावर कशी आणली, ह्या अनुषंगाने बँकेच्या अध्यक्षा आणि व्यवस्थापकीय संचालिका रंजना कुमार यांनी केलेल्या उपाययोजना खालीलप्रमाणे–

पुनरुत्थान करत असताना बँकेच्या पुनर्रचना योजनेखाली (restructuring plan) बँकेने सर्व उद्दिष्टे गाठली – दोन वर्षांच्या आत अनुत्पादक जिंदगी ४३% वरून १५% वर आणली. स्पर्धेच्या युगात ह्यातून बरेच काही शिकण्यासारखे आहे. बँकेपुढे अनेक आव्हाने होती, पण बँकेने अनेक डावपेच आखलेत. शासन अशा बँकेच्या बाबतीत पारंपरिक दृष्टिकोन ठेवून पुनर्भांडवलीकरणाचा अवलंब करते. परंतु, ह्या बँकेच्या बाबतीत मात्र, शासनाने बँकिंग क्षेत्राच्या इतिहासात प्रथमच निधी वाटपाचे वेळी काही अटी लादल्या. सामंजस्य करारावर सह्या झाल्या आणि अन्य बाबींव्यतिरिक्त अन्य बाबी म्हणजे कर्मचारी संघटना आणि अन्य संघटना यांनी व्यवस्थापनाला मुक्त वाव (free hand) द्यायचा हे मान्य केले आणि बँक नफ्यात आल्यानंतरच निधी वितरण करायचे ही अट घालण्यात आली. ह्यामुळे उत्तरदायित्वाची निश्चिती वाढली, बँकेने चांगली कामगिरी करावी यासाठी बँकेवर दबाव आला, याव्यतिरिक्त काही शाखांचे विलीनीकरण, स्तर कमी करणे आणि काही नावीन्यपूर्ण मानव संसाधन पद्धती यांच्या अनुषंगाने महत्त्वपूर्ण उपयुक्त निर्णय यांचा समावेश होता; ह्या सर्वच बाबींचा पुनर्रचना योजना यशस्वी करण्यासाठी खूप उपयोग झाला.

सन २०००मध्ये सर्वांत दुर्बल ठरलेल्या बँकेच्या काही जमेच्या बाजूही होत्या. त्या म्हणजे ही बँक ९३ वर्षे जुनी होती आणि बँकेचा चांगला आणि निष्ठावान ग्राहकवर्ग होता आणि १९९० अखेरपर्यंत बँक अत्यंत यशस्वीपणे चालली होती.

रिझर्व्ह बँक ऑफ इंडिया आणि शासनाच्या आदेशावरून व्यवस्थापन सल्लागार गटाने बँकेचा सखोल अभ्यास केला आणि त्यावर आधारित अहवाल सादर केला. त्यानुसार वास्तविक बँकेला २४०० कोटी रुपये पुनर्भांडवल म्हणून मिळाले होते. तथापि, सातत्याने होणाऱ्या तोट्याने हे भांडवल गिळंकृत केले. परिणामत: बँकेच्या तोट्याव्यतिरिक्त ऋण निव्वळ मत्ता हीसुद्धा समस्या होती.

आठ वर्षांच्या प्रदीर्घ कालावधीनंतर काहीजणांना बढती देण्यात आली. उच्च आत्मविश्वासाला प्रेरणा

देणाऱ्या संघटना संस्कृतीवर विश्वास ठेवण्यात आला. सेवा ज्येष्ठता आणि संघटनेतील श्रेणीनुसार प्रत्येकाला मान दिला जात असला तरी संघटनेतील सदस्यांना व्यक्तिगत मते असावीत अशी भूमिका घेण्यात आली.

बँकेतील जबाबदारी स्वीकारल्यानंतर रंजना कुमार यांनी तीन वर्षे कालावधीसाठीची सुस्पष्ट, तपशीलवार आणि सर्वसमावेशक पुनर्रचना योजना तयार केली. ठेवींमध्ये आणि कर्जांमध्ये सरासरी एकूण वाढ, अनुत्पादक जिंदगी कमी करणे आणि ढोबळ निव्वळ नफा वाढवणे ह्यावर योजनेत विशेष भर देण्यात आला. ही योजना म्हणजे प्रचंड प्रमाणात तपशीलवार बनवलेली योजना होती आणि त्यानुसार अनेक अंतर्गत प्रशासकीय बदल, तसेच धोरणे आणि कार्यपद्धती यामध्ये बदल करण्यात आले. कारण जेव्हा अशी पुनर्रचना करण्यात येते तेव्हा सर्व अंगांवर लक्ष देणे आणि एकाच वेळेस आवश्यक बदल करणे अत्यावश्यक असते. एकाच वेळेस एकीकडे नफा वाढविणे तर दुसरीकडे खर्च कमी करणे असा दुहेरी दृष्टिकोन घेतला गेला.

वरिष्ठ व्यवस्थापनाबरोबर महाव्यवस्थापकांच्याबरोबर सभा घेतली गेली. मुख्य म्हणजे त्यांना जबाबदार आणि सक्षम समजण्यात आले. चिरफाड करत वेळ घालवण्यापेक्षा सविस्तर निदान करण्यावर भर देण्यात आला. एकदा समस्या निश्चिती झाल्यावर सर्वप्रथम बँकेच्या विविध शाखांचे विलीनीकरण करण्यात आले. बँकेला शाखांच्या एवढ्या मोठ्या जाळ्याची गरज नव्हती आणि मुख्य म्हणजे त्यांपैकी काही शाखा चालवणे अव्यवहार्यसुद्धा होते. पुनर्रचना योजना अंमलात आणल्यानंतर पहिल्या दोनच वर्षांत ११९ शाखांचे विलीनीकरण करण्यात आले. कामगिरीवर आधारित आणि अत्यंत शास्त्रशुद्ध पद्धतीने हे केले गेले आणि जनतेलासुद्धा पुरेशी आगाऊ सूचना देण्यात आली. त्याद्वारे विलीनीकरण हे स्थान, तंत्रज्ञान, सेवा आणि ग्राहकांचे लाभ ह्या दृष्टिकोनातून अत्यंत उपयुक्त असल्याचे पटवण्यात आले. म्हणूनच विलीनीकरणाकडे 'नकारात्मक घटना' यादृष्टीने कधीच बघितले गेले नाही.

ह्या संदर्भात कर्मचारी संघटनांना सुयोग्य पद्धतीने सांगण्यात आले आणि उचललेले प्रत्येक पाऊल संघटनेच्या हिताचेच आहे, हेही त्यांना पटवून देण्यात आले.

दुसरा महत्त्वाचा बदल केला गेला तो स्तर कमी करण्याचा. अन्य बँकांप्रमाणे ह्याही बँकेत मुख्यालय, परिमंडल कार्यालय (zonal office), विभागीय कार्यालय आणि शाखा अशी चार स्तरांची रचना तीन स्तरांची करून बारा परिमंडल कार्यालये वगळून टाकली. विभागीय कार्यालयांचे नामकरण करून त्यांना 'मंडल कार्यालय' (circle office) असे नाव देण्यात आले. शाखा आणि मंडल कार्यालये अधिक शक्तिशाली बनावीत, निर्णय घेण्याची प्रक्रिया जलद व्हावी, खर्चात कपात व्हावी आणि मनुष्यबळाचा वापर अधिक विधायक पद्धतीने व्हावा, हा यामागील हेतू होता. (अशी उपाययोजना करणारी ही पहिलीच बँक ठरली आणि अन्य बँकाही त्यांचे अनुकरण करायला लागल्या आहेत.)

बँकेने स्वेच्छानिवृत्ती योजनाही अंमलात आणली. त्याद्वारे २००० अधिकाऱ्यांसह ३२०० कर्मचारी बँकेतून कमी करण्यात आले. शाखांचे विभागीकरण (segmentation) करण्यात आले. तेव्हा सर्व शाखा सर्व प्रकारांची कामे करत होत्या. मात्र, रिझर्व्ह बँकेच्या अहवालात एक टीकात्मक मुद्दा आला की १ कोटी रुपयांचे व्यापारी कर्ज प्रकरणांची छाननी ह्या शाखातून केली जाते. असे काम ४०० शाखातून केले जात होते. अशी संख्या ४०० हून ६६पर्यंत कमी करण्यात आली आणि अशी सुविधा फक्त मोठी शहरे आणि राजधान्यांच्या ठिकाणीच चालू ठेवण्यात आली. यांपैकी दहा शाखांना 'कॉर्पोरेट ब्रँच' म्हणून मान्यता देऊन त्याद्वारे २५ कोटी किंवा त्यापेक्षा अधिक रकमेच्या कर्ज प्रकरणांना मान्यता देण्याचे अधिकार त्या शाखांना देण्यात आले. अशा खास शाखांमध्ये असे अधिकारी नेमण्यात आलेले आहेत की, ज्यांना मोठी कर्ज प्रकरणे कशी हाताळावीत याचे पुरेसे ज्ञान आहे, अनुभव आहे. ह्या अधिकाऱ्यांना खास प्रशिक्षण दिले जाते. स्टेट बँक ऑफ इंडिया अपेक्स कॉलेजमध्ये ही सोय

उपलब्ध करून दिली जाते. Credit Monitoring and Review Department (CMRD)ची स्थापना करण्यात आली. हा विभाग कर्ज मंजुरी/मान्यता हे महत्त्वाचे काम करते. सध्या महाव्यवस्थापकाच्या नेतृत्वाखाली जोखीम व्यवस्थापन करण्यासाठी स्वतंत्र विभाग कार्यरत आहे.

बँकेचे व्याज उत्पन्न वाढावे यादृष्टीने विशेष प्रयत्न करण्यात आले. वित्त पुरवठा क्षेत्रात विशेष लक्ष घालण्यात आले. अतिशय साध्या-सोप्या, आकर्षक व्याज रचना असलेल्या कर्ज योजना जाहीर केल्या, ह्यामध्ये ग्राहक कर्ज, व्यक्तिगत कर्ज आणि वाहन कर्ज उपलब्ध करून देण्यात आले. ४८ तासात कर्ज उपलब्ध करून दिले जाईल अशी जाहिरात करण्यात आली. ही कर्जे साधी-सरळ असल्याने मंजूर करण्यास आणि सेवा देण्यास सोपी होती. सप्टेंबर २००३मध्ये अशा प्रकारच्या कर्जांची ८,१८,००० खाती होती. त्यातून ४,१०० कोटी रुपयांचे कर्ज वाटप केले गेले होते. ह्यामध्ये गृहकर्जाचाही समावेश आहे. गृहकर्जाच्या बाबतीत आक्रमक विपणन करण्यात इंडियन बँक स्टेट ऑफ इंडियाच्या बरोबरीची आहे असा निर्वाळा इकॉनॉमिक टाइम्सने डिसेंबर २००१मध्ये दिला.

बँकेची पुनर्रचना करताना रविवार आणि सुट्टीच्या दिवशी मोठ्या प्रमाणावर प्रचार करण्यात आला. ५०००हून अधिक बँक सदस्य ह्यात सहभागी झाले. संपूर्ण देशभर दारोदार जाऊन लोकांपर्यंत त्यांनी माहिती पोहचविली की, बँक व्यवसाय पूर्वीसारखाच जोमाने सुरू झालेला आहे आणि सुटीच्या दिवशीसुद्धा बँक व्यवहार चालू ठेवण्यात आले आहेत. तसेच ग्राहकांकडून त्यांचे अभिप्रायसुद्धा घेण्यात आले. ग्राहकांना द्यावयाच्या सेवांमध्ये वरचढ होणे, बँकेला व्यवसाय मिळणे, प्रसिद्धी मिळणे, प्रतिमा उजळ करणे आणि सहकाऱ्यांना बँकेच्या कार्यात गुंतवणे ह्या दृष्टीने डावपेचाचा हा एक भाग होत.

सन २००१च्या माध्यमातून विपणनाच्या दृष्टीने एम.बी.ए. झालेल्या विद्यार्थ्यांना प्रशिक्षणार्थी म्हणून उन्हाळी सुटीत तीन महिन्यांसाठी घेण्यास सुरुवात झाली. त्याचा चांगलाच उपयोग झाला. बँकेच्या मते, हे विद्यार्थी तरुण, चाणाक्ष, उत्साही आणि शिकण्यास तत्पर असलेले असतात. त्यांची कामगिरी पाहून त्यांना मंडल कार्यालयात काम करण्याची संधी देण्यात आली. ते बँकेचे जणू प्रवक्ते झाले आणि त्यांनी बँकेस मोठा व्यवसायसुद्धा प्राप्त करून दिला. त्यांच्याकडून बँकेला फारच मौलिक दृष्टिकोन प्राप्त झाले आणि युवा ग्राहक वर्ग आकर्षित करण्यास त्याचा चांगला उपयोग झाला. त्यापूर्वी युवा ग्राहक आकर्षित करण्यात बँकेला तितकेसे यश आलेले नव्हते. सन २००२च्या अखेरीस युवकांसाठी 'Power account for young achievers' नावाची विशेष अशी खाते उघडण्याची अतिशय सोपी योजना अंमलात आणली. ह्या योजनेच्या उद्घाटनाच्या निमित्ताने करमणुकीचे भरपूर कार्यक्रम जाहीर केले गेले आणि त्याला फार मोठी प्रसिद्धी दिली गेली.

राष्ट्रीयीकृत बँकेने एम.बी.ए. विद्यार्थ्यांना हाताशी धरून असे उपक्रम राबवणारी देशातील ही बहुधा पहिलीच बँक असेल. नंतरच्या टप्प्यात कृषीविषयक कर्ज डोळ्यांसमोर ठेवून कृषी महाविद्यालयांच्या विद्यार्थ्यांनासुद्धा ह्याप्रमाणे संधी देण्यात आली. त्याचा उपयोग कृषीविषयक कर्ज पुरवठ्यात सुधारणा करण्यासाठी झाला. कृषीक्षेत्रात सर्वोत्कृष्ट कार्य केल्याबद्दल बँकेला पुरस्कारही मिळाला.

पुनरुत्थापनाची यशस्वीपणे अंमलबजावणी करण्यासाठी काही अंतर्गत प्रणाली वापरण्यात आल्या. ह्या अनुषंगाने बँकेच्या सर्व अंतर्गत प्रणालींचा आढावा घेण्यात आला आणि उद्योगांची कर्जे त्याविषयीची बँकेची स्वत:ची धोरणे आखण्यात आली.

अध्यक्ष आणि कार्यकारी अधिकारी यांच्या नेतृत्वाखालील उच्च व्यवस्थापन समितीच्या मासिक सभा भरवण्यास सुरुवात केली गेली. ह्या सभांमध्ये मागील सभेनंतर काय काय विकास झाला याबद्दल चर्चा करण्यात येत असे – उदा. रिझर्व्ह बँक ऑफ इंडिया भेट, प्रशिक्षण कार्यक्रम, कार्यकारी संचालक आणि महाव्यवस्थापक यांनी भेटी दिलेल्या विविध विभागांबद्दल व शाखांबद्दल चर्चा, संचालक मंडळाच्या सभा आणि त्यांची निरीक्षणे,

ह्या सभांमधून कामगिरीचा आढावा घेणे आणि महत्त्वाच्या संबंधित बाबींवर विचार करणे या गोष्टी केल्या गेल्या. ह्या सभांमध्ये फक्त व्यवसाय विषयक चर्चा करण्यात येत असत; त्यात दैनंदिन कारभाराबद्दल किरकोळ गोष्टींवर चर्चा होत नाहीत. ह्या सभांचे इतिवृत्त मंडल कार्यालयात पाठवले जाते; त्यांच्यामार्फत ते शाखांना पाठवले जाते आणि त्यांच्या मासिक सभांमधून त्यावर चर्चा करण्यात येते. सुसंवादाची ही अतिशय प्रभावी पद्धती असून वरपासून-खालपर्यंत डावपेच आखणे सोयीचे होते. ज्या ठिकाणी व्यवस्थित समाधानकारक प्रगती होत आहे. ती क्षेत्रे संबंधितांना कळतात आणि त्यांच्या मते कोणत्या क्षेत्रात अधिक लक्ष घालणे गरजेचे आहे, हेही त्यामुळे कळते.

अध्यक्षांच्या नेतृत्वाखाली, कार्यकारी संचालक आणि सर्व महाव्यवस्थापक आणि उपमहाव्यवस्थापक यांचा समावेश असलेली मुख्यालय हिशेब तपासणी समिती स्थापन करण्यात आली असून ह्या समितीच्या सभांमध्ये हिशेब तपासणीतील निष्कर्ष आणि आढळलेल्या अनियमितता निदर्शनास आणल्या जातात. हा उपक्रम अतिशय महत्त्वाचा आहे. कारण ह्यामुळे सर्व संबंधित अधिकाऱ्यांकडून माहिती मिळते आणि त्यामुळेच हे कळते की, विशिष्ट शाखा वारंवार 'असमाधानकारक' ह्या सदराखाली का मोडते, काही अंतर्गत हिशेब पुस्तकांचा समतोल का साधला गेला नाही, शिस्तीच्या काही समस्या आहेत का, इत्यादी बाबी शोधल्या जातात.

बँकेमध्ये नफा क्षमतेबद्दल जाणीवजागृती निर्माण झाली की जी पूर्वी संपुष्टात आली होती. तारतम्यहीन कर्जवाटप, ठेवींवरील आणि बाजारपेठेतून घेतलेली कर्जे यांचा खर्च प्रचंड होता (कधी कधी हा खर्च ७०%पर्यंत असायचा) आणि ह्यामुळेच बँकेला सतत तोटा झाला. बँकेने जेव्हा पुनर्रचना योजना अंमलात आणली तेव्हा ठेवींचा खर्च ८.७% होता तो नंतर ५.९% झाला. आता बँक हा व्यवसाय आहे. धर्मादाय संस्था नव्हे, ही जाणीव निर्माण झालेली आहे.

बँकेच्या अध्यक्षा या नात्याने पहिल्या दीड वर्षांत रंजना कुमार कार्यकारी संचालकांबरोबर देशभर शक्य तितक्या स्टाफशी बोलल्या, प्रत्येक प्रशिक्षण कार्यक्रमाच्या उद्घाटनास आणि कार्यक्रमात उपस्थिती लावली. शाखा व्यवस्थापकांशी बोलून कामगिरीचा आढावा घेतला; सर्वसामान्यपणे हे काम मंडल प्रमुखाकडून केले जाते. ह्यातून महत्त्वाच्या पाच गोष्टींवर भर देण्यात आला - १) ठेवींचा खर्च, २) आगाऊ रकमांवर उत्पन्न, ३) एकूण उत्पन्न, ४) एकूण खर्च आणि ५) प्रमाणापासून दुय्यम प्रमाणापर्यंतची संभाव्य घसरण. ह्या मुद्द्यांच्या अनुषंगाने जाणीवजागृती निर्माण झाल्यामुळे ठेवींवरील खर्चात घट झाली. सर्व कर्मचाऱ्यांना विश्वासात घेऊन बँकेत नेमके काय घडते आहे हे सांगण्यात आले. ध्वनीफीत तयार करून त्या सर्वांना देण्यात आल्या. परिणामत: कर्मचारी संघटनांचा चांगला पाठिंबा मिळाला.

बँकेचे बाह्य पर्यावरण हे स्पर्धात्मक आणि सतत बदलणारे होते. बँकेच्या अध्यक्षाने चेन्नई, मुंबई, दिल्ली येथील बड्या व्यवसाय संस्थांना स्वत:भेटी दिल्या. सर्व अडचणींवर मात करून बँकेने काही व्यवसायांबरोबर पुन्हा संधान जुळवले.

सन २००१मध्ये सिंगापूर मॉनिटरी ॲथॉरिटीने बँकेची सिंगापूरमधील शाखा बंद करण्याचे सुचवले. परंतु, त्यातूनही बँक सहीसलामत सुटली.

आठ वर्षांच्या कालावधीनंतर २००२मध्ये बँकेने ३३ कोटी रुपये नफा मिळवला. शासनाने पुनर्भांडवलीकरणाचा संबंध बँकेच्या समाधानकारक कामगिरीशी जोडला आणि म्हणूनच कदाचित हे शक्य झाले.

सन २००१-०२मध्ये बँकेच्या अनुत्पादक जिंदगी २,५७८ कोटी रुपये होत्या. त्या सन २००२-०३मध्ये १,६३० कोटी रुपये झाल्या. पुनर्रचना योजना अंमलात आणण्यास सुरुवात केली तेव्हा निव्वळ अनुत्पादक जिंदगी १७% होती. त्यानंतर ६.१५%पर्यंत घसरल्या. म्हणजेच वसुली लक्षणीय झाली होती. रिझर्व्ह बँकेच्या One Time Settlement चा मार्ग इंडियन बँकेनेही अवलंबला. गरजेनुसार खात्यांची पुनर्रचना, थकीत कर्जदारांचे पुनर्वसन

आणि आजारी उद्योगांची पुनर्रचना, ह्या मार्गांचा अवलंब बँकेने केला आणि प्रगती साधली. बँकेचे संगणकीकरण करून बरीच प्रगती साधण्यात आली. बँकेच्या सर्वांना ह्या प्रक्रियेत सामावून घेणे ही बाब अत्यंत महत्त्वाची असते. बँकेने ते तर केलेच, पण कर्मचाऱ्यांना जास्तीत जास्त न्याय मिळवून देण्याचा प्रयत्न केला.

निवडक प्रश्न

१) 'औद्योगिक आजारपण' ही संकल्पना स्पष्ट करा. आजारपणाची ठळक वैशिष्ट्ये सांगा.

२) लघुउद्योगांची आजारपणाची प्रमुख कारणे विशद करा.

३) औद्योगिक आजारपणाची समस्या स्पष्ट करून त्याबाबत अ) शासन ब) बँका आणि क) वित्तीय संस्था यांची भूमिका स्पष्ट करा.

४) औद्योगिक आजारपणावरील उपाययोजना सांगून स्पष्ट करा.

५) पुनरुत्थापन (turnaround) म्हणजे काय ते स्पष्ट करा.

६) पुनरुत्थापन डावपेच आखताना काय काय उपाययोजना करता येतात ते सांगा.

७) ज्या एखाद्या उद्योग-व्यवसाय संस्थेत पुनरुत्थापन झालेले असेल त्या संस्थेचा अभ्यास करा.

७. कौशल्य विकास
(Skill Development)

ह्या प्रकरणाच्या प्रारंभी प्रस्तावित लघुउद्योगांसाठी आवश्यक परवाना प्राप्त करण्यासाठी आवश्यक पत्राचा नमुना आपण समजून घेणार आहोत.

प्रस्तावित लघुउद्योगांसाठी परवाना प्राप्त करण्याबाबतचे पत्र

कौशल एंटरप्राईजेस
११३, महेश सोसायटी,
बिबवेवाडी,
पुणे - ४४१ ०३७

मा. मुख्याधिकारी,
जिल्हा उद्योग केंद्र
शेतकी महाविद्यालय आवार,
शिवाजीनगर,
पुणे - ४११ ००५

विषय - लघुउद्योगांसाठी परवाना मिळणेबाबत

मा. महोदय,

मी कौशल देशपांडे, संचालक - कौशल एंटरप्राईजेस, पुणे

औद्योगिक उपयोगासाठी आवश्यक नट-बोल्टचे उत्पादन करणारा लघुउद्योग मला एम.आय.डी.सी., चाकण ह्या ठिकाणी सुरू करायचा आहे. हा उद्योग सुरू करण्याच्या दृष्टीने आवश्यक ती सर्व नोंदणी प्रमाणपत्रे मी प्राप्त केलेली आहेत. सोबत ह्या अनुषंगाने जोडलेल्या सत्यप्रती आपण पडताळून पहाव्यात. ह्या व्यतिरिक्त आणखी पूर्तता करायची आहे का हे कळवावे.

कौशल एंटरप्राईजेस या नावाने लघुउद्योग सुरू करण्यासाठी परवाना लवकरात लवकर मिळण्यासाठी मी हा विनंती अर्ज करीत आहे.

कृपया आवश्यक कार्यवाही करून सहकार्य करावे, ही विनंती.

कळावे, धन्यवाद!

आपला विश्वासु,
कौशल एंटरप्राईजेसकरिता

(कौशल देशपांडे)
संचालक

महाविद्यालयाच्या परिसरातील लघुउद्योगांच्या पाहणीचा अहवाल (A report on the survey of SSI units in the region where college is located)

आपल्या महाविद्यालयाच्या परिसरात विविध प्रकारचे लघुउद्योग असतील. त्यांच्या पाहणीचा अहवाल तयार करण्यासाठी खालील मुद्द्यांचा विचार करता येईल–

- लघुउद्योगाचे नाव व पत्ता
- मालकी प्रकार
- भांडवल गुंतवणूक
- मनुष्यबळ
- उत्पादनाचा प्रकार व स्वरूप
- उत्पादनाचे प्रमाण
- बाजारपेठ
- उलाढाल
- नफ्याचे प्रमाण
- नावीन्यपूर्णता
- प्राप्त पुरस्कार
- लघुउद्योगांच्या विविध टप्प्यातील समस्या व त्यावरील उपाययोजना

अशा प्रकारच्या पाहणीतून खालील उद्दिष्टे साध्य होऊ शकतात–

१) परिसरातील लघुउद्योगांबाबत माहिती संकलित होते.

२) पाहणीतून उद्योजक बनण्याची प्रेरणा मिळू शकते.

३) उद्योजकतेच्या संधींचे आकलन होऊ शकते.

४) कोणत्या प्रकारच्या उद्योगसंधीला वाव आहे हे कळू शकते.

५) नेमक्या कोणत्या प्रकारचा उद्योग सुरू करायचा याबद्दल जाण निर्माण होते. उदा. उत्पादन - सुटे भाग - विपणन - सेवा पुरवठा इ.

लघुउद्योगांना उपलब्ध असलेले वित्तीय साहाय्य आणि व्याजदर दर्शविणारा तक्ता (Chart showing financial assistance available to SSI along with rates of interest)

शासनातर्फे काही साहाय्य/सवलती उपलब्ध होऊ शकते. औद्योगिक धोरणात उल्लेख केलेली उद्दिष्टे साध्य व्हावीत ह्या दृष्टिकोनातून औद्योगिक क्षेत्रात होणाऱ्या नवीन गुंतवणुकीसाठी जे साहाय्य व सवलती देऊ केलेल्या आहेत यांचा विचार आपण येथे करणार आहोत. (अर्थात, वेळोवेळी ह्यात बदल होऊ शकतात हेही लक्षात ठेवावे.) १ एप्रिल २००१ ह्या दिवशी अथवा त्यानंतर विविध सवलती आणि लाभांसाठी ह्या सर्व तपशिलांची विभागणी चार प्रमुख विभागात अथवा परिमंडळात करण्यात आलेली आहे.

- विकसित भाग - परिमंडळ 'अ' आणि 'ब'
- मागास भाग - परिमंडळ 'क'
- विस्तार केंद्र/छोटे किंवा लघु विकास केंद्र - परिमंडळ 'ड'

नवीन सूक्ष्म उद्योगांना प्रोत्साहन मिळावे म्हणून शासन अनुदान देते. सूक्ष्म अथवा अति लघुउद्योगांना शासनातर्फे दिल्या जाणाऱ्या अनुदानाचे तपशील खालील तक्त्यात दिले आहेत—

तक्ता क्र. ७.१ : सूक्ष्म अथवा अति लघुउद्योगांना दिले जाणारे अनुदान

अनु.	परिमंडळ	तपशील	उद्योग	व्याज/अनुदान
१)	'अ'	विकसित क्षेत्र	निरंक	निरंक
२)	'ब'	विकसित क्षेत्र	अति लघुउद्योग	स्थिर मालमत्तेच्या किमतीच्या १०% कमाल ५ लाख रु.
३)	'क'	मागास क्षेत्र	अति लघुउद्योग	स्थिर मालमत्तेच्या किमतीच्या १०% कमाल १० लाख रु.
४)	'ड'	विस्तारणारे केंद्र	अति लघुउद्योग	स्थिर मालमत्तेच्या किमतीच्या २५% कमाल १२.५ लाख रु.

विशेष करून उद्योगाचे विस्तारीकरण, बदल अथवा परिवर्तन आणि आधुनिकीकरण ह्यासारख्या कामांसाठी नवीन गुंतवणूक करणाऱ्या उद्योगास गुंतवणूक अनुदान उपलब्ध करून दिले जाते. सर्व लघुउद्योग व सूक्ष्म उद्योगांच्या विस्तारीकरणाठी अनुदान दिले जाते.

परिमंडळ 'ड' व्यतिरिक्त इतर परिमंडळातील विशेष श्रेणीतील अति लघुउद्योगांकरिता त्या उद्योगाच्या स्थिर मालमत्तेच्या किमतीच्या ५ टक्के व कमाल अकरा लाख रुपयांपर्यंत जादा अनुदानसुद्धा दिले जाते. विशेष उल्लेखनीय बाब म्हणजे अनुसूचित जाती, अनुसूचित जमाती आणि महिला उद्योजकांसाठी विशेष अनुदान देऊन प्रोत्साहन दिले जाते.

लघु व अतिलघु उद्योगांबरोबरच मोठ्या व मध्यम उद्योगांसाठी नोंदणी करातून सूट दिली जाते. प्रकल्प सुरू करताना प्रत्यक्ष उत्पादन प्रक्रियेशी निगडित यंत्रे व उपकरणांसाठी नोंदणी करातून सूट दिली जाऊ शकते. मात्र, अशा प्रकारची सूट उद्योग सुरू झालेल्या तारखेपासून जास्तीत जास्त तीन वर्षांच्या कालावधीकरिता दिली जाते. व्यापारी तत्त्वावर उत्पादनास प्रारंभ झाल्यानंतर कच्चा माल, पूरक भाग, प्रक्रियेखालील उत्पादन, वापरावयाच्या बाबी, डिझेल, फर्नेस ऑईल आणि ऊर्जा निर्मिती संचासाठी वापरण्यात येणाऱ्या बाबींवर खालील तक्त्यात नमूद केल्याप्रमाणे करातील सूट देण्यात येते—

तक्ता क्र. ७.२ : करातील सूट

'अ'	विकसित क्षेत्र	निरंक
'ब'	विकसित क्षेत्र	३ वर्षे
'क'	मागास क्षेत्र	५ वर्षे
'ड'	विकसनशील क्षेत्र	८ वर्षे

जे उद्योग शंभर टक्के निर्यातक्षम उत्पादने बनवतात त्यांना शासन विशेष प्रोत्साहन देते. अशा उद्योगांना आयात परवानाविषयक करावयाच्या पूर्ततेमध्ये सूट प्राप्त होते. ह्या उद्योगांना भांडवली मालमत्ता, कच्चा माल, पूरक पदार्थ, सुटे भाग व उद्योगात वापरावयाच्या अन्य वस्तू आणि मुक्त सर्वसाधारण परवान्यांतर्गत येणाऱ्या बाबी

आयात करण्याची परवानगी असते. मात्र, ह्या उद्योगातून तयार होणारे सर्व उत्पादन निर्यात करण्याची अट असते.

कायद्यामधील दुरुस्तीच्या आधिन राहून कर सुट्टी, गुंतवणूक भत्ता, ग्रामीण भागातील व मागास भागातील लघुउद्योगांना सवलती, घसारा इ. सवलती लघुउद्योगांना असतील. शासनातर्फे लघुउद्योगांना प्रोत्साहन देण्याच्या दृष्टीने अबकारी करातून सूट दिली जाते. अबकारी कर कायद्यांतर्गत वेळोवेळी बदल करून अबकारी करात सवलती जाहीर केल्याच्या घोषणा करण्यात आल्या आहेत.

(टीप – अधिक माहितीसाठी परिशिष्टे पहा.)

परिसरातील उद्योजकांच्या यशोगाथा (Success stories of entrepreneurs in the region)

परिसरातील उद्योजकांच्या यशोगाथांचा अभ्यास अनेकविध कारणांसाठी महत्त्वाचा ठरतो. सर्वांत महत्त्वाचे म्हणजे आपल्याच परिसरातील यशस्वी उद्योजकाचा अभ्यास केल्याने आपल्यासमोर एक 'आदर्श' राहतो. अशा यशस्वी उद्योजकांपासून आपल्याला प्रेरणा मिळते. शून्यातून विश्व निर्माण करणे किंवा छोट्या प्रमाणावर सुरू केलेल्या उद्योगाचे रूपांतर मोठ्या उद्योगात होणे, हा आदर्श आपल्याला उद्योजक बनायला प्रेरणा देतो. स्थानिक यशस्वी उद्योजकतेचा अभ्यास करताना ती व्यक्ती उद्योजक कशी बनली, उद्योग व्यवसायाची निवड कशी केली, भांडवल उभारणी कशी केली, कुणाकुणाची मदत घेतली, अडचणींवर मात कशी केली, मार्केटिंग कसे केले, इत्यादी माहिती आपल्याला मिळते आणि आपल्यातही जाणीवजागृती निर्माण होते; आपणही सकारात्मक विचार करून उद्योजक बनण्याचा निर्धार करतो.

स्थानिक यशस्वी उद्योजकाचा अभ्यास करताना ढोबळमानाने कोणत्या मुद्द्यांचा विचार करायला हवा, ते खाली दिले आहे–

१) उद्योजकाची कौटुंबिक पार्श्वभूमी

२) पूर्वायुष्यातील करिअरविषयक अनुभव आणि अन्य अनुभव

३) वर्तनविषयक वैशिष्ट्ये

४) मनोभूमिका

५) व्यक्तिमत्त्वामधील गुण

६) उद्योजकता क्षेत्रातील करिअरमधील प्रवेश

७) प्रारंभीच्या टप्प्यातील उद्योग-व्यवसायाच्या आकारमानाचा व प्रकाराचा निर्णय

८) उद्योग-व्यवसायाचे व्यवस्थापन

९) उद्योजकीय कारकिर्दीतील अडचणी/अडथळे/समस्या

१०) भावी योजना/महत्त्वाकांक्षा

अशा अभ्यासासाठी आवश्यक प्रश्नावली तयार करावी.

निवडक प्रश्न

१) प्रस्तावित लघुउद्योगांसाठी परवाना पत्राचा नमुना तयार करा.

२) तुमच्या महाविद्यालयाच्या परिसरातील कोणत्याही तीन लघुउद्योगांचा पाहणी अहवाल तयार करा.

३) 'लघुउद्योगांना उपलब्ध असलेले वित्तीय साहाय्य' यावर टीप लिहा.

४) आपल्या परिसरातील उद्योजकांच्या यशोगाथा अभ्यासल्यामुळे नेमके काय फायदे होतात ?

५) आपल्या परिसरातील किमान दोन उद्योजकांच्या यशोगाथा तयार करा.

८. संघटनात्मक वर्तन
(Organizational Behaviour)

प्रस्तावना

उद्योग प्रवर्तन आणि संस्था उभारणीच्या कार्यात महत्त्वाचा भाग असतो तो म्हणजे संस्थेच्या व्यवस्थापनाचा ! संस्था ही दिशा आणि दिग्दर्शनानुसार चालते असे मानले तरी दिशादर्शन आणि त्यासाठी माणसांची जुळवाजुळव हे आवश्यक असते. त्यासाठी सर्वप्रथम सुयोग्य रीतीने कार्याचे संघटन करावे लागते. संघटना हीदेखील एखाद्या सांगाड्याप्रमाणे असते. त्यात प्राणवायू भरला जातो ते त्या काम करणाऱ्या जबाबदारीच्या जागा भूषविणाऱ्या माणसांकडून ! त्यामुळे संघटनेबरोबर येतात संघटनांतर्गत संबंध ! संघटन हे गरजेनुसार, कालमानानुसार असावे लागते. संघटन हे केवळ कागदोपत्री असून चालत नाही. 'संघटन वर्तणूक शास्त्र' हे मानव्यशास्त्रातील एक स्वतंत्र ज्ञानशाखा म्हणून हल्ली उदयास आली आहे. संघटना हीसुद्धा एक साधन (Resource) तसेच एक शक्ती (Power) असते. उद्योग व्यवसायाचे यश, स्पर्धात्मकता आणि उत्कर्ष हा त्या उद्योगाच्या संघटन क्षमतेवर अवलंबून असतो. म्हणून अलीकडील काळात या ज्ञानशाखेत संशोधनातून अनेक नवे विचार तसेच तत्त्वे यांची भर पडत आहे. उद्योजकता विकासात उद्योग संस्था उभारणी टप्पा, हा एक स्वप्नपूर्तीचा अंतिम टप्पा म्हणून मानला जातो. त्यासाठी त्याला संघटन तत्त्वे आणि संघटनात्मक वर्तनशास्त्र आत्मसात करावे लागते.

प्रस्तुत प्रकरणात सुरुवातीला 'संघटन' संज्ञा, तत्त्वे यांचा विचार केला असून त्या पुढील भागात संघटनात्मक वर्तन या संकल्पनेचे विश्लेषण दिले आहे. संघटनात्मक वर्तन, विश्लेषणामुळे संघटनेत बदल करणे, संघटनेचा विकास घडवून आणणे या गोष्टी शक्य होतात. म्हणून असे मानण्यात येते की, संघटनात्मक बदल आणि विकास हे संघटनात्मक वर्तनशास्त्राचे उद्दिष्ट आहे.

व्यवसायवाढ, तंत्रज्ञान बदल, मानवी घटकाचे वाढलेले महत्त्व विचारात घेता शास्त्रीय पद्धतीने 'संघटनात्मक वर्तनाचा' विचार होणे अपरिहार्य ठरले आहे. मानवी घटक हा आधुनिक व्यवसाय व्यवस्थापनात कळीचा मुद्दा ठरला आहे. त्यामुळे शेवटी संघटनात्मक वर्तन किंवा बदल आणि विकास म्हणजे संघटनेतील मानवी संबंधाचा विकास, त्यांचे भाव-भावनिक प्रश्न, ताण-तणाव इ. गोष्टी होत. म्हणून संघटनात्मक वर्तन (Organizational Behaviour) ही ज्ञानशाखा संघटनेतील किंवा उद्योगातील मानवी सहभाग जोपासणारी महत्त्वाची बैठक आहे.

संघटन : अर्थ, व्याख्या, उद्दिष्टे, दृष्टिकोन (Organization : Meaning, Definitions, Goals, Approaches)

'संघटन' ही संज्ञा इंग्रजी Organization या संज्ञेचे प्रतिरूप आहे. त्याचे शब्दकोषातील वर्णन Act of Organizing किंवा A number of individuals systematically united for some end or work, as a business enterprise, a political party, club, religious activities etc. म्हणजेच एखाद्या विशिष्ट कामासाठी

किंवा उद्दिष्टासाठी पद्धतशीरपणे माणसे जेव्हा एकत्र येतात, त्या क्रियेला 'संघटन' अशी संज्ञा आहे. व्यवस्थापनात 'संघटन' संकल्पनेचा अगदी मूलभूत विचार सर्वच तज्ज्ञांनी केलेला दिसून येतो. कारण मानवी संस्कृतीप्रमाणेच संघटन कल्पना उत्क्रांत होत गेली आहे. संघटन करताना, तसेच संघटन झाल्यानंतर आणि संघटनांतर्गत अशा विविध टप्प्यांवर समस्या उद्भवतात, त्यांचे निराकरण करणे याला व्यवसाय व्यवस्थापनात अग्रक्रम दिलेला आहे. त्यामुळे व्यवस्थापन विकास म्हणजे संघटनात्मक विकास हे तत्त्व रूढ झाले.

संघटन – संज्ञा, व्याख्या, सिद्धान्त : वर पाहिल्याप्रमाणे 'संघटन' या मराठी शब्दाचा इंग्रजी प्रतिशब्द Organisation हा Organism या मूळ शब्दापासून बनला असून त्याचा शब्दकोशातील आणखी एक अर्थ 'An organised body' सुसंघटित रचना (शरीर) असाही आहे. एकसूत्रतेसाठी केलेली रचना म्हणजे संघटन! असे सामान्यपणे म्हणता येईल. विशिष्ट उद्दिष्ट साध्य करण्यासाठी विविध घटकांमध्ये प्रस्थापित केलेली निश्चित सुसंबद्धता म्हणजे संघटन. ही सुसंबद्धता स्वाभाविक व औपचारिक असेल किंवा कार्यानुसार, अंतर्गत क्रियांनुसार त्याची आखणी करावी लागेल. ऋतुचक्र, हे एक सृष्टीचे पर्यावरण संघटन आहे. शरीर हे जैविक संघटन आहे. मानवी शरीर हे अनेक अवयवात विभागले आहे. हात, पाय, डोळे, कान, मेंदू, हृदय इ. प्रत्येकाचे स्वतंत्र काम आहे. त्यांचे अस्तित्व स्वतंत्र आहे. परंतु, असे असूनही 'जीवधारणा' या अंतिम उद्दिष्टाशी सर्वांची कामे निगडित आहेत. मानवी शरीराप्रमाणे कोणत्याही प्रकारच्या कार्यउद्दिष्टाला संघटन गरजेचे असते. संरक्षण, अर्थकारण, कृषी, व्यवसाय, संशोधन व शिक्षण इ. समाजाची विविध कार्ये सुव्यवस्थित चालण्यासाठी 'संघटन' हे सर्वप्रथम पुढे येते!

संघटन ही कल्पना विविध तज्ज्ञांच्या लिखाणातून सुस्पष्ट होत गेली आहे. हॅने यांनी केलेली व्याख्या पुढीलप्रमाणे –

''कोणत्याही सर्वसाधारण उद्दिष्टांच्या पूर्ततेकरिता विविध कामांमध्ये सुयोग्य समन्वय प्रस्थापित करण्याची क्रिया म्हणजे संघटन होय!''

औद्योगिक उपक्रमाच्या संदर्भात विल्यम स्प्रिगल यांची पुढील व्याख्या उल्लेखनीय आहे. ''उपक्रमाच्या विविध घटकांमध्ये असलेला रचनात्मक संबंध म्हणजे संघटन होय.'' अर्विक यांनी आपल्या व्याख्येत संघटन प्रक्रियेच्या वर्णनावर भर दिलेला आहे. ''विशिष्ट कार्य करण्यासाठी कोणत्या क्रिया करण्याची गरज आहे हे निश्चित करून त्यांची जबाबदारी संबंधित व्यक्तीवर सोपविण्याच्या कार्याला संघटन असे म्हणतात.'' – अर्विक

या व्याख्येनुसार 'संघटन' या संज्ञेत १) उद्दिष्ट गाठण्यासाठी कोणत्या क्रिया करण्याची गरज आहे हे निश्चित करणे. २) कामांची जबाबदारी संबंधित व्यक्तीवर सोपविणे, या कार्यांचा समावेश होतो.

कून्टझ यांनी संघटन या संकल्पनेत पुढील क्रिया येतात हे सांगितले आहे.

अ) उपक्रमातील आवश्यक क्रिया जाणून घेऊन त्यांचे बर्गीकरण करणे.

ब) उद्दिष्ट गाठण्यासाठी आवश्यकतेनुसार कार्यात्मक (उदा. तांत्रिक कार्य, प्रशासकीय कार्ये, बौद्धिक कार्य, यांत्रिक कार्ये इ.) गट पाडणे.

क) प्रत्येक कार्यगट योग्य अधिकाऱ्याच्या स्वाधीन करणे.

ड) एकसूत्रता व समन्वय साधला जाईल अशा प्रकारे अधिकाऱ्यांच्या कामाची वाटणी करणे.

इ.एफ.एल. ब्रेच यांनी 'संघटन' म्हणजे व्यवस्थापनाची सूत्रबद्ध रचना (Framework of management) असे म्हटले असून त्यात एकूण कार्य आणि जबाबदारी यांची विभागणी केली जाते असे नमूद केले आहे.

वरील विविध व्याख्यांवरून 'संघटन' या संकल्पनेबाबत पुढील गोष्टी सूत्रबद्धपणे मांडता येतील.

कोणत्याही कार्याच्या विविध अंगांमध्ये सुमेळ साधण्यासाठी त्या कार्याची केलेली विभागणी व त्यानुसार कार्य-गटावर सोपविलेली जबाबदारी म्हणजे संघटन होय!

महत्त्व : चांगल्या व्यवस्थापनासाठी चांगले संघटन अपरिहार्य असते. समूह उद्दिष्ट पार पाडण्यासाठी सर्व क्रिया परस्परावलंबी बनवाव्या लागतात. त्यांच्यातील समान सूत्र शोधावे लागते. व्यक्तींच्या क्षमतेनुसार व कार्याच्या स्वरूपानुसार कार्य विभाजन केल्यामुळे विशेषीकरणाचे लाभ होतात. मार्गदर्शन, सुसूत्रीकरण व नियंत्रण संघटनांमुळे ते शक्य होते. सामूहिक कार्यात संप्रेषण महत्त्वाचे असते. कार्यक्षम संघटन नसेल तर संप्रेषण पद्धती कुचकामी ठरेल. संघटनांमुळे अधिकार व जबाबदारी निश्चित होते व त्याद्वारे व्यवस्थापन सुकर होते. संघटन हे समूहात परस्पर सहकार्य व एकीची भावना राबविण्याचे माध्यम आहे. मानवी जीवनाचे प्रत्येक क्षेत्र हे त्याच्या अंगभूत गुणांमुळे भिन्न असते, एवढेच काय प्रत्येक व्यवसाय एकमेकांपासून भिन्न असतो, त्यामुळे त्यांच्या संघटनातदेखील भिन्नता असू शकते. शैक्षणिक कार्याचे संघटन, साखर कारखान्यांचे संघटन, कुरियर सेवेचे संघटन, विमान कंपनीचे संघटन, शेतीचे संघटन यात भिन्नता असणे स्वाभाविक आहे. मात्र, या कोणत्याही कार्याचे अंतिम उद्दिष्ट गाठण्याच्या दृष्टीने, त्या कार्यात अत्युच्च प्रतीची गुणवत्ता प्राप्त करण्याच्या दृष्टीने संघटन हे प्रभावी हत्यार आहे.

संघटन सिद्धान्त : आखलेली उद्दिष्टे प्रत्यक्षात उतरविण्याच्या दृष्टीने एक साधन म्हणून संघटनेचा अधिक उपयोग होण्यासाठी व्यवस्थापन तज्ज्ञ तसेच विचारवंत यांनी विविध दृष्टिकोनातून विचार मांडले आहेत. हे विचार जरी परिस्थितीजन्य असले आणि उत्क्रांत होत गेले असले तरी संपूर्ण व्यवस्थापन ज्ञानशाखेवर त्यांचा सखोल ठसा उमटला असल्याचे दिसून येते. संघटन या संकल्पनेसंबंधी विविध विचारधारा किंवा तत्त्वे यांची विभागणी पुढील तीन प्रकारात केली जाते.

१) पुराणमतवादी सिद्धान्त

२) नवमतवादी सिद्धान्त किंवा मानवी संबंध सिद्धान्त

३) आधुनिक सिद्धान्त

१) पुराणमतवादी सिद्धान्त : हे फ्रेडरिक टेलरच्या शास्त्रीय व्यवस्थापन संकल्पनेशी निगडित आहेत. संघटनेतील कामाचे वाटप हे कामाला लागणारी वेळ आणि कामासाठी कर्मचाऱ्याला करावी लागणारी हालचाल यांच्या अभ्यासातून केले पाहिजे असे त्याचे सूत्र आहे. त्यातून काम योग्य पद्धतीने आखण्याचा आदर्श मार्ग शोधता येतो. हेन्री फेयॉल याने याच संदर्भात संघटनेची १४ तत्त्वे मांडली. त्यात प्रामुख्याने कामाचे वाटप, आदेश एकवाक्यता, केंद्रीकरण, अधिकार आणि जबाबदारी, कार्याची प्रमाण साखळी इ. ही तत्त्वे विचारात घेऊन संघटन उभारणी केली तर परिणामकारक होऊ शकते, असा सिद्धान्त त्याने मांडला. मॅक्स वेबर याने नोकरशाही संघटन तत्त्व मांडले. त्याच्या मते, कामाचे विशेषीकरण, वाजवीकरण, देयता इ. गोष्टींचा आधार संघटनेला असला पाहिजे. संघटना ही एक यंत्रणा आहे असे त्याचे सूत्र होते. नंतरच्या काळातील मूने, रेली इ. तज्ज्ञांनीदेखील कामाचे प्रमाण, सुसूत्रीकरण आणि कार्याचे स्वरूप या गोष्टींवर आधारित संघटन असले पाहिजे, असे प्रतिपादन केले. मेरी फॉलेट, अर्विक या तज्ज्ञांनीदेखील पुराणमतवादी दृष्टिकोनाला मोठा हातभार लावला आहे.

थोडक्यात, पुराणमतवादी सिद्धान्तार्गत संघटनेची तत्त्वे पुढीलप्रमाणे सांगता येतील.

१) श्रमविभागणी २) कामाचे प्रमाण आणि कार्य प्रणाली ३) रचना ४) नियंत्रण कक्षा

या विचारप्रणालींवर नंतरच्या काळात टीका झाली. त्यांचा संघटनेकडे पाहण्याचा दृष्टिकोन हा केवळ यांत्रिक किंवा कृत्रिम होता, हा प्रमुख आरोप केला गेला. अर्थात, ही एक मर्यादा म्हणावी लागेल. त्यामुळे या आद्य तज्ज्ञांनी मांडलेले विचारधन मार्गदर्शक नव्हते असे म्हणता येणार नाही.

२) नवमतवादी सिद्धान्त किंवा मानवी संबंध सिद्धान्त : या अंतर्गत एल्टन मेयो, डग्लस मॅक्ग्रेगर, रेनेलिझ लीकर्ट, कर्ट लाविन, ख्रिस अर्जिरिस, कीथ डेव्हिस इ. तज्ज्ञांनी मांडलेले विचार मोडतात.

या कालखंडात मानवी संबंध किंवा मानवतावादी चळवळ ही जगात पुढे आली होती. अन्य क्षेत्रातदेखील या चळवळीचा शिरकाव झालेला होता. यातील सर्वांत महत्त्वाचे संशोधन हे एल्टन मेयो आणि मॅक्ग्रेगर यांचे असल्याने आणि आधार मानवी संबंध हा असल्याने त्यांची सविस्तर चर्चा याच प्रकरणात पुढे आली आहे. यातील तत्त्वे पुढीलप्रमाणे आहेत.

१) विकेंद्रीकरण आणि अधिकाराचे प्रदान

२) कार्य पुनर्रचना

३) सहभाग आणि सहमतीद्वारे व्यवस्थापन

४) कार्य मूल्यांकन

हा दृष्टिकोन केवळ मानवी बाजू विचारात घेऊन मांडला असल्याची टीका झाली, शिवाय संघटनेच्या इतर बाजू उदा. संघटनेचा आराखडा, शिस्त इ. गोष्टी दुर्लक्षून चालणार नाही असेही या सिद्धान्तावर टीका करणारे तज्ज्ञ सांगतात.

३) आधुनिक सिद्धान्त : पुराणमतवादी सिद्धान्त आणि नवमतवादी सिद्धान्त हे दोन्ही परस्परांना छेद देणारे सिद्धान्त असल्याचे दिसून येते. आधुनिक काळातील व्यवस्थापन तज्ज्ञांनी या दोन्ही दृष्टिकोनात समन्वय साधण्याचा प्रयत्न केला. त्यांच्या मते, संघटना ही परिस्थिती सापेक्ष तसेच गरजेबरहुकूम असली पाहिजे. अंतर्गत स्थिती आणि सभोवतालचे वातावरण यानुसार संघटना असणे उचित ठरते. त्यामुळे 'System' किंवा 'प्रणाली तत्त्व' मूलाधार मानून संघटना बांधली तरच ती कार्यक्षम होऊ शकते. मानवी शरीराप्रमाणेच संघटना हीदेखील एक प्रणाली आहे. तिची अंगे म्हणजे संघटनेचे उद्देश, ध्येय धोरणे, वापरातील तंत्रज्ञान, व्यक्तिगत वर्तन आणि प्रेरणा, आराखडा, वातावरण इ. पुढील आकृतीवरून संघटनेचा हा सिद्धान्त अधिक सुस्पष्ट होईल.

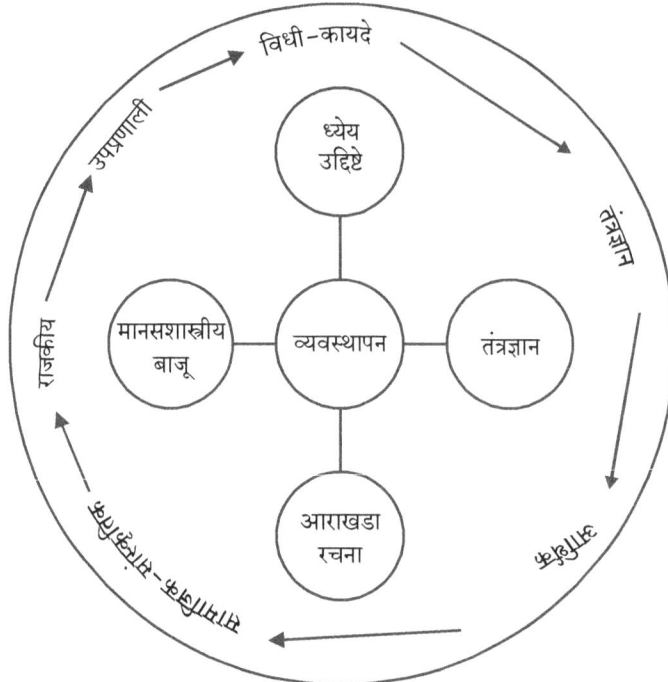

आकृती क्र. ८.१ : संघटनेचा सिद्धान्त

संघटनेचा प्रणाली सिद्धान्त (आधुनिक सिद्धान्त) : थॉम्पसन या तज्ज्ञाने संघटनेतील उपप्रणालीचे स्वरूप हे एकत्रित, परस्पर पूरक आणि परस्परावलंबी असते असे प्रतिपादन केले. या सिद्धान्तात अनौपचारिक संघटनेस जणू मान्यता मिळाल्याचे दिसते. कारण संघटनेतील अंतर्गत बाजूवर बाह्य वातावरणाचे होणारे आघात, प्रभाव यांना विचारात घेतले गेले आहे.

प्रणाली सिद्धान्त हा आधुनिक सिद्धान्त म्हणून मान्यता पावला गेला असला तरी त्याचे संपूर्ण चित्र अद्याप अस्पष्ट आहे. संघटन हे त्यामुळेच व्यवस्थापनात सतत संशोधनाचा विषय बनले आहे. संघटन रचना उभारताना आधुनिक सिद्धान्तातील तत्त्वे मार्गदर्शक ठरतात.

संघटनात्मक वर्तन : अर्थ, व्याख्या आणि व्याप्ती (Organizational Behaviour : Meaning, Definitions and Scope)

या प्रकरणाच्या सुरुवातीला आपण 'संघटन' व्याख्येचा विचार केला. संघटना जरी कृत्रिम निर्मिती असली तरी तिची निर्मिती, तिचे संगोपन तिचे सारथ्य तसेच योगक्षेम हे मानवी कौशल्याचे फलित होय! संघटनकार्य माणसेच पार पाडतात. त्यांची शारीरिक क्षमता, त्यांनी संपादन केलेली कौशल्ये, प्रशासकीय तांत्रिक कौशल्ये आणि संघटन क्षमता महत्त्वाची ठरते. ही कौशल्ये, या क्षमता आणि सुप्त गुण यांची सांगड संघटनेशी तिच्या उद्दिष्टांशी घालावी लागते. या ठिकाणी 'संघटनात्मक वर्तन शास्त्र' अवतरते!

व्याख्या : संघटनात्मक वर्तन या संकल्पनेचे स्पष्टीकरण अनेक तज्ज्ञ आणि संशोधक यांनी केलेले आहे. कीथ डेव्हिस, न्यूस्ट्रॉम यांनी त्यांच्या 'Human Behaviour at Work' या प्रसिद्ध ग्रंथात (१९८५) 'संघटनात्मक वर्तन' या संज्ञेची व्याख्या पुढीलप्रमाणे दिलेली आहे.

"Organizational behaviour is the study and application of knowledge about how people act within organizations. It is a human tool for human benefit. It applies broadly to the behaviour of people in all types of organizations such as business, government, schools and services."

संघटन वर्तन म्हणजे संघटने अंतर्गत माणसे कशी वागतात याचा अभ्यास आणि अशा ज्ञानाचे अवलंबन होय. ते एक प्रकारे मानवी फायद्यांसाठी असलेले मानवी साधन होय. त्याचा वापर शाळा, शासन आणि सेवा अशा सर्व प्रकारच्या संघटनेतील माणसांच्या वर्तनासंबंधात होतो.

या व्याख्येनुसार संघटन वर्तन हे 'माणसाच्या फायद्यासाठीचे साधन' असे म्हटले आहे. फ्रेड लूथान्स यांनी १९८९मध्ये केलेल्या व्याख्येनुसार,

"Organizational behaviour is directly concerned with the understanding, prediction and control of human behaviour in organization."

संघटनात्मक वर्तन हे संघटनेतील मानवी वर्तनाचे ज्ञान, आकलन आणि नियंत्रण यांच्याशी प्रत्यक्ष संबंधित आहे.

या वर्णनात्मक व्याख्येत संघटनात्मक वर्तनांतर्गत येणारे अभ्यासविषय दिलेले आहेत. अन्य काही तज्ज्ञांच्या व्याख्या पुढे दिल्या आहेत.

"It is a field of study that investigates the impact that individuals, groups and structure have on behaviour within organizations for the purpose of applying such knowledge towards improving an organization effectiveness."

- Stephen Robbins

"Organizational behaviour means the study of the behaviour of individuals and groups in organizations and organization themselves as they act and interact to attain desired outcomes."

- Randolph Bobbit

वरील विविध व्याख्या तसेच तज्ज्ञांचे विचार यांचे परिशीलन केले असता 'संव (OB)' या संज्ञेचे स्वरूप अधिक स्पष्ट होते. त्याची वैशिष्ट्ये एकत्रितरीत्या पुढीलप्रमाणे संकलित करता येतील.

१) संव (OB) म्हणजे मानवी वर्तनाचा अभ्यास होय.

२) हा अभ्यास संघटनात्मक वर्तनाचा असून त्या ज्ञानामुळे संघटनेची परिणामकारकता सुधारण्यास मदत होते.

संघटनात्मक वर्तनाची गरज (Need of OB)

मेरी पार्कर फॉलेट यांनी 'व्यवस्थापन' संकल्पनेची व्याख्या खालीलप्रमाणे केली –

"Management is an art of getting things done with and through people. If management is to be effective, then managers need to have well developed people skills."

''व्यवस्थापन ही लोकांबरोबरीने आणि लोकांकडून काम करवून घेण्याची कला आहे. जर व्यवस्थापन प्रभावी व्हायले असेल तर, व्यवस्थापकांनी लोकांविषयीची कौशल्ये चांगल्या पद्धतीने विकसित केलेली असली पाहिजेत.''

संघटनात्मक वर्तन अशी चौकट उपलब्ध करून देते की ज्यामध्ये व्यवस्थापकांना खालील गोष्टी उपलब्ध होतात –

१) कल्पना आणि संकल्पनांच्या बाबतीत अशी शब्दसंपदा की ज्याच्या साहाय्याने कार्यानुभवाचे सुस्पष्टपणे विश्लेषण करता येईल तसेच त्याबाबत देवाणघेवाण व चर्चा करता येईल, आणि

२) कार्यांगणात साधारणपणे ज्या समस्या आणि संधी उद्भवतात त्या हाताळण्यासाठी तंत्रे उपलब्ध करून देणे.

वरील पार्श्वभूमीवर संघटनात्मक वर्तनाची गरज अधोरेखित होते.

संघटनात्मक वर्तनाचे स्वरूप (Nature of Organizational Behaviour)

संघटनेत कार्य करणाऱ्या लोकांच्या वर्तनाशी आणि त्या लोकांची कार्यप्रगती अथवा परिणामकारकता यांच्याशी संघटनात्मक वर्तन संबंधित असते. दुसऱ्या शब्दांत सांगायचे तर, संघटनात्मक वर्तन हे संघटनेतील मानवी वर्तनाशी संबंधित आहे. थोडक्यात, संघटना चालविण्यासाठी व त्याचे व्यवस्थापन करण्यासाठी नेमलेल्या लोकांच्या कृती आणि उपक्रम, तसेच अशा कृती आणि उपक्रमांचा संघटनेच्या कार्यप्रगतीवर आणि उत्पादकतेवर होणारा परिणाम यांच्याशी संबंधित संघटनात्मक वर्तन असते.

संघटनात्मक वर्तनाचे महत्त्व (Importance of Organizational Behaviour)

संघटनात्मक वर्तनाचा अभ्यास करणे विविध कारणांसाठी अत्यंत महत्त्वाचे असते. त्यांपैकी ठळक मुद्द्यांची चर्चा येथे केली आहे.

१) व्यक्तीला स्वतःला आणि इतरांना अधिक चांगल्या प्रकारे समजून घेण्यात संघटनात्मक वर्तनाची मदत होते. संघटनात्मक वर्तनात काळजीयुक्त देखरेख, आकलन, अध्ययन, अभिवृत्ती, क्षमता, व्यक्तिमत्त्वे, सुसंवाद, नेतृत्व इ. संकल्पनांचा अभ्यास केल्यामुळे आंतरव्यक्ती संबंध फार मोठ्या प्रमाणात सुधारण्यास हातभार लागतो.

२) व्यवस्थापकाला संघटनेची उद्दिष्टे साध्य होण्यात स्वारस्य असते. इतरांच्या कष्टाच्या व प्रयत्नांच्या साहाय्याने तो ही उद्दिष्टे साध्य करू शकतो. त्यासाठी त्याला त्याच्या सहकाऱ्यांना नियमितपणे प्रेरणा देणे गरजेचे असते. संघटनात्मक वर्तनाच्या अभ्यासामुळे व्यवस्थापकाला सहकाऱ्यांना द्यावयाच्या प्रेरणेचा पाया व आधार काय आहे हे समजून येईल आणि इतरांना प्रेरणा देण्यासाठी त्याने नेमके काय करायला हवे, याचे आकलन होईल.

३) संघटनात्मक वर्तनाचे आकलन सौहार्दपूर्ण औद्योगिक संबंध राखण्यास अत्यंत उपयुक्त ठरते. व्यवस्थापन आणि कर्मचारी यांच्यातील परस्पर-संबंध अनेकदा तणावपूर्ण होतात ते संघटनात्मक किंवा तांत्रिक कारणांमुळे नव्हे तर व्यक्तिगत कारणांमुळे. हे वास्तव संघटनेच्या दृष्टीने अतिशय महत्त्वाचे आहे. मानवी समस्यांचे आकलन होण्यासाठी ह्या संदर्भातील (insight) आणि उपाययोजना (Solutions) यांची चांगली जाणीव असणे फार महत्त्वाचे आहे. आधुनिक मानव संसाधन व्यवस्थापनासाठी संघटनात्मक वर्तन हे त्या विषयाचे जणू पूर्वचिन्ह आहे.

४) बाजारपेठेचे आकलन होण्याच्या दृष्टीने मानवाचे वर्तन समजून घेणे अत्यंत महत्त्वाचे आहे. ग्राहक वर्तन आणि त्याचे अग्रक्रम यांचे आकलन होणे बऱ्याचदा अवघड असते. वर्तनात्मक शास्त्र संशोधनात प्रभावाचे स्वरूप आणि गुंतलेली प्रणाली हे विलक्षण महत्त्वाचे ठरते. नवनिर्मिती आणि नवीन उत्पादनांचा प्रसार, सृजनशीलता आणि प्रतिसादांचे अध्ययन ह्या तितक्याच महत्त्वाच्या सामाजिक आणि व्यक्तिगत दृक्चमत्कार ठरतात ज्यांना एकूणच विपणन प्रक्रियेत महत्त्वाचे स्थान असते.

५) संघटनात्मक वर्तनाचे महत्त्व आणखी एका कारणासाठी आहे आणि ते म्हणजे व्यवस्थापन एक पेशा म्हणून त्यात करिअरच्या संधी उपलब्ध असणे.

वरील चर्चेवरून संघटनात्मक वर्तनाचे महत्त्व अधोरेखित होते. संघटनात्मक वर्तनाच्या चांगल्या आकलनाचा व्यवस्थापकाने त्याची संघटना, त्यातील समूह आणि व्यक्ती यांच्या लाभासाठी उपयोग करून घेतला पाहिजे.

व्याप्ती : संघटनात्मक वर्तन हे आधुनिक व्यवस्थापन विश्वात पुढे आलेले एक अत्यंत आव्हानात्मक तसेच गुंतागुंतीचे शास्त्र आहे. संघटना किंवा संस्था ही परिस्थितिजन्य असते. मानवी वर्तन तसेच संघटना या दोन्ही गोष्टी परिस्थितीनुसार एकमेकांवर आघात-प्रत्याघात करीत असतात.

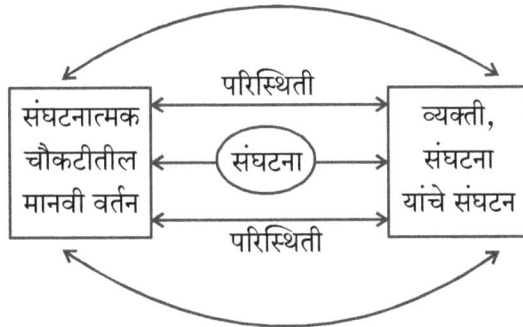

आकृती क्र. ८.२ : मानवी वर्तन तसेच संघटना एकमेकांवर आघात-प्रत्याघात करतात.

सामान्यत: व्यक्ती-व्यक्तीमध्ये मतभिन्नता असते. 'व्यक्ती तितक्या प्रकृती' असे म्हणतात. व्यक्तीचे वर्तन हे कार्यकारण-भावाशी निगडित असते. प्रत्येक व्यक्तीला एक व्यक्तिमत्त्व असते. संघटना म्हणजे प्रणाली असतात, व्यक्ती या त्यातील घटक असतात. व्यक्तिगत उद्दिष्टे आणि संघटनेची उद्दिष्टे जुळली तरच संघटना कार्यक्षम ठरते.

अशा तऱ्हेने संघटनात्मक वर्तन हा विषय बहुपेडी आहे. त्यात १) व्यक्ती-व्यक्तींमधील वर्तन २) व्यक्तीअंतर्गत वर्तन आणि ३) संघटना असे उपविषय येतात.

सुरुवातीला, वर्तन शास्त्रज्ञांनी वरील तीन विषयांना अलग अलग ज्ञानशाखेत विभागले होते. व्यक्ती वर्तन हे मानसशास्त्रात आणि व्यक्तीअंतर्गत वर्तन हे वर्तनशास्त्रात समाविष्ट केले जात असे. संघटन हा विषय प्रशासन किंवा व्यवस्थापन शास्त्रात मोडला जाई. विशेषतः १९८० नंतर या तीन विषयांमधील दुवे संशोधनाअंती सिद्ध झाल्यामुळे हे तीन विषय एकात्म दृष्टीने एकाच अभ्यास विषयात समाविष्ट झाले.

सुरुवातीला केवळ उत्पादन व्यवस्थापन क्षेत्रात या शास्त्राचा अवलंब होत असे. त्यानंतर आर्थिक, व्यापारी, औद्योगिक, सेवा अशा सर्व क्षेत्रात, सेवा उद्योगासह शासन, धार्मिक संस्था इ. सर्व संघटना यांना संघटनात्मक वर्तनशास्त्र उपयोगी ठरू लागले. मानसशास्त्र, समाजशास्त्र, मानववंशशास्त्र, राज्यशास्त्र इ. विविध शास्त्रांमधून संघटनात्मक वर्तनशास्त्र हे विकसित झाले आहे, म्हणूनच ते १०० टक्के उपयोजित स्वरूपी शास्त्र आहे. या शास्त्राच्या अभ्यासामुळे अनेक लाभ होतात. त्यात प्रामुख्याने माणसाला स्वतःची तसेच इतरांची अधिक चांगल्या प्रकारे माहिती होण्यास साहाय्य मिळते. संघटनेतील व्यक्तींना प्रेरणा, प्रोत्साहन देण्याच्या दृष्टीने या शास्त्राचा उपयोग होतो. संघटनेमधील मानवी संबंध चांगल्या तऱ्हेने जोपासता येतात. हे शास्त्र ग्राहकांचे वर्तन समजण्यासदेखील उपयोगी पडते. विपणनातील एक साधन म्हणून या शास्त्राचा लाभ करून घेता येतो.

संव (OB) अभ्यासाचे विविध दृष्टिकोन : संघटनात्मक वर्तन या विषयाची व्याप्ती पाहिल्यावर त्याच्या अभ्यासाचे विविध दृष्टिकोन पाहणे इष्ट ठरेल. विविध तज्ज्ञांनी अशा अभ्यासाचे पुढील चार दृष्टिकोन मांडले आहेत.

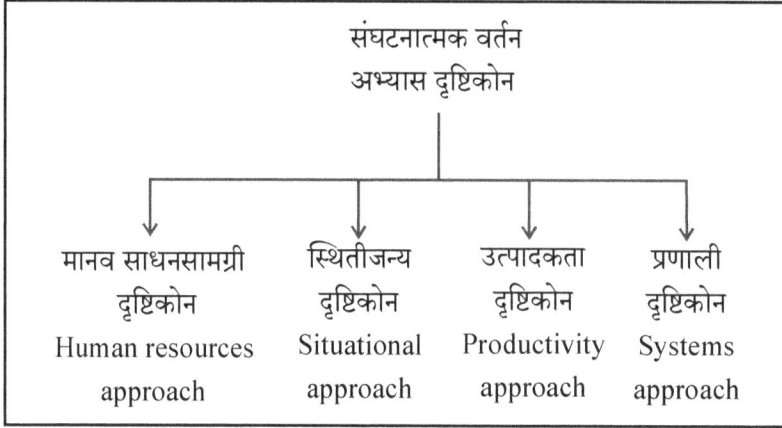

आकृती ८.३ : संघटनात्मक वर्तन अभ्यासाचे विविध दृष्टिकोन

मानव साधनसामग्री दृष्टिकोन : यानुसार 'कोणत्याही संघटनेत मानवी घटक हा सर्वांत श्रेष्ठ होय' असा मूलभूत विचार केलेला असतो. त्यामुळे संघटनेतील माणसांची काळजी घेतली तर ती माणसे संघटनेला प्रगतिपथावर नेतात. या दृष्टिकोनानुसार मानवी संबंध अभ्यासले आणि त्यानुसार मानवी व्यवस्थापन केले तर फायद्याचे ठरते.

स्थितीजन्य दृष्टिकोन : यामध्ये असे गृहीत तत्त्व मांडले जाते की एका विशिष्ट स्थितीमध्ये दिसून आलेले वर्तन किंवा वर्तन प्रकार हा दुसऱ्या स्थितीत किंवा बदललेल्या स्थितीत तसाच परिणाम करेल असे नसते. उदा. पगाराच्या दिवशी कर्मचाऱ्याची कामाकडे पाहण्याची दृष्टी ही त्याला चूक दर्शविली असता होणाऱ्या दृष्टीप्रमाणे राहणार नाही. त्यामुळे 'वर्तन अभ्यास' हा स्थितीनुसार करावा लागतो. वर्तनाचे विश्लेषण करताना ज्या स्थितीत

वर्तन घडले त्या स्थितीचे म्हणजे वर्तनपूर्व स्थितीचे सविस्तर आकलन करून घ्यावे लागते.

उत्पादकता दृष्टिकोन : उत्पादकता म्हणजे उत्पादनासाठी कामी आलेली साधने (Inputs) आणि त्यापासून लाभलेले फळ (Output) यांचे परस्पर प्रमाण किंवा गुणोत्तर होय. उत्पादकता हे संघटनेच्या परिणामकारकतेचे मापन होय. ते व्यवस्थापनाच्या कार्यक्षमतेचे प्रतीक मानले जाते. संघटनात्मक वर्तन हे त्यामुळे उत्पादकता वाढ, घट याच्याशी संबंधित ठेवणे इष्ट ठरते.

प्रणाली दृष्टिकोन : या दृष्टिकोनानुसार संघटना म्हणजे एक प्रणाली मानली जाते, त्यामुळे त्याकडे पाहण्याचा उद्देश हा एकात्म, सलग किंवा परस्परावलंबी असला पाहिजे. संघटना म्हणजे व्यक्ती, रचना, समूह, नेता इ. विविध घटकांची एकात्मिक, परस्परांशी निगडित साखळी होय. या दृष्टीमुळे संघटनेतील प्रत्येक व्यक्तीकडे पाहण्याची सवय लागते. तो कितीही निम्नस्तरावर असला तरी त्याचा संबंध संघटनेशी असतो असे यात गृहीत धरले जाते.

'संव' (OB) हे अशा प्रकारे विविध दृष्टिकोन आधारभूत धरून विशद केले जाते. त्यानुसार कार्यवाहीसाठी विविध प्रारूपे (Models) तयार केली जातात. त्या अंतर्गत प्रयोग पार पाडले जातात. 'संव' हे खऱ्या अर्थाने प्रायोगिक शास्त्र आहे असे म्हटले जाते ते याच कारणामुळे!

संघटनात्मक वर्तन – ऐतिहासिक संबंध (Organizational Behaviour - Historical roots)

पूर्वी पाहिल्याप्रमाणे संघटना आणि माणसाचे वर्तन हे अगदी मानवी उत्क्रांतीशी निगडित आहेत. मात्र, त्याचे उगम व्यवसाय–आर्थिक आदी व्यवहारात आहेत. मानवी कल्याणाचा विषय ख्रिस्तपूर्व १८००मध्ये सापडतो. बॅबिलोनियन कोडमध्ये किमान वेतन दराबद्दल उल्लेख सापडतात. चौथ्या शतकात भारतात कौटिल्य अर्थशास्त्र ग्रंथात मानवी श्रमाच्या व्यवस्थेबाबत नियम आढळतात. संघटनात्मक वर्तनाचा ऐतिहासिक मागोवा घेताना आपणास पुढील प्रमुख टप्पे स्पष्ट होतात.

१) औद्योगिक क्रांती   २) शास्त्रीय व्यवस्थापन

३) मानवी संबंध चळवळ   ४) हॉथ्रोन अभ्यास

१) औद्योगिक क्रांती (Industrial Revolution) : १८ व्या शतकाच्या उत्तरार्धात युरोपमध्ये औद्योगिक क्रांती घडून आली. अनेक शास्त्रीय शोध लागले. क्रॉम्प्टनचे म्यूल, आर्कराईटची पाणचक्की, हायग्रीव्हज्ची जेनी, जेम्स वॅटचे इंजिन इ. या यंत्रांचा वापर औद्योगिक उत्पादनात होऊ लागला. मागणीपूर्व उत्पादन, मोठ्या प्रमाणावर उत्पादन, नव्या वस्तूंचे उत्पादन अशी त्याची विविध रूपे दिसू लागली.

कारखानदारी वाढली, नोकऱ्या वाढल्या, कामगारांचा मोबदला वाढला, औद्योगिक संघटनेत नव्याने अनेक प्रश्न निर्माण झाले. शिस्त, कामातील रटाळपणा, यांत्रिकीकरणामुळे कामगारांना प्राप्त झालेला अतिरिक्त फावला वेळ, कामाचे स्वातंत्र्य, विशेषीकरण इ. या सर्व कारणांमुळे कामाच्या ठिकाणी वर्तनविषयक समस्या निर्माण झाल्या. रॉबर्ट ओवेन या वेल्समधील तरुण कारखानदाराने कारखान्याच्या संदर्भात मानवी गरजांसंबंधी प्रथम आवाज उठवला. बाल कामगार भरती त्याने बंद केली. कामाच्या स्थितीबाबत त्याने जागरूकता दाखविली. कामगार म्हणजे यंत्रे नाहीत हे तत्त्व मानून त्याने कारखान्यात सुयोग्य, पूरक वातावरण, स्वच्छता असणे महत्त्वाचे असते हे स्वतःच्या कारखान्यात बदल घडवून आणून सिद्ध केले. १८८५मध्ये अँड्र्यूउर यांनी Philosophy of Manufacturing हा ग्रंथ लिहिला. त्यात त्यांनी 'मानवी घटक' हा उत्पादनातील यंत्रसामग्री, पैसा, कच्चा माल याचप्रमाणे एक महत्त्वाचा घटक असल्याचे सर्वप्रथम मांडले! भारतातदेखील युरोपीय विचारांचे वारे वाहू लागले. जमशेटजी टाटा यांनी जमशेटपूर येथील कारखान्यात सर्वप्रथम कामगारांच्या आरोग्याच्या दृष्टिकोनातून अनेकविध

उपकरणे, सोयी, स्वत:पुढाकार घेऊन निर्माण केल्या. त्यात पाण्याचे फवारे, वायुविजन यंत्रणा इ. प्रमुख होत्या.

या सर्व कल्पना तसेच विचारधारा नंतरच्या काळात एक उपचाराचा भाग बनल्या. त्यात एक प्रकारची उपकाराची भावना रुजली गेली. 'यंत्रामागील माणूस हा यंत्राएवढाच किंबहुना त्यापेक्षा महत्त्वाचा आहे' हे तत्त्व अमान्यच केले गेले, त्यातूनच 'शास्त्रीय व्यवस्थापन' संकल्पनेचा उगम झाला.

२) शास्त्रीय व्यवस्थापन (Scientific Management) : फ्रेडरिक विन्स्लो टेलर यास शास्त्रीय व्यवस्थापनाचा प्रणेता असे मानले जाते. इ. स. १९००मध्ये त्याने सर्वप्रथम कारखान्यातील कामाच्या संदर्भात शास्त्रीय सूत्रे मांडली. योग्य कामासाठी योग्य माणसांची निवड, प्रशिक्षण, काम प्रदान आणि योग्य मोबदला अशी त्याने मांडणी केली. त्याने लिहिलेल्या आणि नंतर १९११मध्ये प्रसिद्ध झालेला 'Principles of Scientific Management' हा ग्रंथ व्यवस्थापन शास्त्रातील आद्य सुसूत्र तात्त्विक मांडणी म्हणून मान्यता पावला. टेलरने प्रामुख्याने तीन गटात आपले संशोधन मांडले.

१) काल आणि पद्धती अभ्यास यावर आधारित काम पार पाडण्याचा चांगला मार्ग ठरविणे.

२) कामगाराला चांगल्या पद्धतीने आपले काम करण्यास प्रोत्साहन मिळावे यासाठी मोबदला देऊन प्रेरित करणे.

३) विशेष तज्ज्ञाला कामावर देखरेख करण्यासाठी नियुक्त करणे.

टेलरच्या तत्त्वज्ञानामुळे कारखानदारी व्यवस्थापनातील मालकांची 'लहर आणि इच्छा' हे घटक बाजूला पडून त्यांची जागा 'नियमाने' घेतली. लिलियन गिलब्रिथ आणि अन्य तज्ज्ञांनी टेलरच्या विचारांवर आधारित संशोधन केले. त्यांनी 'Time and Motion' अभ्यास हे तत्त्व उत्पादन व्यवस्थापनात जगन्मान्य केले. त्याचा उपयोग वेतन निश्चिती, कार्य प्रदान, प्रशिक्षण इ. साठी आजदेखील केला जातो. आधुनिक संघटन वर्तन शास्त्राचे मूळ अशा तऱ्हेने टेलरच्या तत्त्वज्ञानात आहे.

३) मानवी संबंध चळवळ (Human Relations Movement) : टेलरच्या विचारांना युरोपातील कामगार सूत्रांनी तसेच नेत्यांनी विरोध केला. त्यांच्या मते, टेलरच्या विश्लेषणात कारखानदारांचा लाभ दडलेला आहे. तसेच 'काल आणि हालचाली' अभ्यासामुळे त्याच कामाला लागणारी माणसे कमी होऊ शकतात. त्यापासून बेकारी वाढीस लागेल असे त्यांचे मत बनले. १९२९मध्ये अमेरिकेत मंदीची लाट आली. ती पुढे जगभर फोफावल्याने त्या काळास 'जागतिक महामंदीचा काळ' असे संबोधले जाऊ लागले. बाजारपेठा कोसळल्या, गिऱ्हाईक कमी झाले, उत्पन्न घटल्याने राहणीमान घसरले. आर्थिक आघाडीवर सामसूम झाल्याने कारखानदारी क्षेत्रात खळबळ न माजली तरच नवल! केवळ उत्पादनाकडे लक्ष देणारे कारखानदार व्यवसायाच्या अन्य कार्याकडे होत असलेल्या दुर्लक्षांबाबत जागरूक होऊ लागले. विक्री, विपणन, वीज, कर्मचारी इ. गोष्टींकडे लक्ष दिल्याखेरीज कारखानदारी टिकणार नाही हे त्यांनी जाणले.

कर्मचारी समस्या, त्यांचे कल्याण हाताळण्यासाठी कारखान्यात स्वतंत्र विभाग करण्यात आला. कामाचे तास, उचित वेचन, कामावरील योग्य स्थिती, स्वच्छता, सुरक्षा इ. बाबत नियम करण्यात आले. याबाबत युरोपात कायदे अस्तित्वात आले. कामगारात जागृती होऊन कामगार संघटना अस्तित्त्वात आल्या. त्यासाठी कायदे करण्यात येऊन त्यांना कारखानदारांना मान्यता द्यावी लागली. औद्योगिक क्षेत्रातील व्यवस्थापनात तिहेरी लवाद पद्धती मान्य करण्यात आली - कामगारसंघटना, कारखानदार आणि शासन.

याच संदर्भात काही व्यवस्थापन सल्लागार, तंत्रज्ञ, यांनी विविध प्रयोग करून कारखानदारीत मानवी वर्तन आणि ते हाताळण्याची विविध प्रारूपे किंवा पद्धती विकसित केल्या. त्याची सविस्तर चर्चा पुढे दिली आहे.

एल्टन मेयो : (Eltan Mayo - १८८० ते १९४९)

प्राध्यापक एल्टन मेयो हे ऑस्ट्रेलियन नागरिक हॉर्वर्ड युनिव्हर्सिटीमध्ये प्राध्यापक म्हणून काम करीत असत. त्यांनी 'Graduates School of Business Administration' या संस्थेत प्राध्यापक व संशोधन विभागप्रमुख म्हणून महत्त्वपूर्ण कार्य केले. त्यांनी केलेल्या एकूण संशोधनांपैकी शिकागोमधील वेस्टर्न इलेक्ट्रिक कंपनीचा त्यांनी केलेला संशोधन प्रकल्प सतत पाच वर्षे चालू होता व या प्रकल्पातील अभ्यासामुळेच प्रा. मेयो यांना व्यवस्थापन शास्त्रज्ञ म्हणून जागतिक मान्यता मिळाली. त्यांच्या जीवनातील बहुतेक सर्व काळ त्यांनी अध्यापन व संशोधन यामध्ये खर्च केला असला तरी निवृत्तीपूर्वीचा काही काळ त्यांनी ब्रिटिश सरकारचे सल्लागार म्हणूनही काम केले होते हे विशेष नमूद केले पाहिजे.

प्रा. एल्टन मेयो यांच्या संशोधनाचे मर्म म्हणजे त्यांनी उद्योग व्यवसायातील मानवी संबंधांचे महत्त्व स्पष्ट केले, त्यामुळे एल्टन मेयो यांना मानवी संबंध व औद्योगिक समाजशास्त्र या विषयाचे जनक म्हणून मान्यता मिळाली. व्यक्ती व गट यांतील परस्परसंबंध, व्यक्तीची कार्यकुशलता, कोणत्या गटाने जास्तीत जास्त कार्य घडवून आणण्यासाठी कोणती पथ्ये पाळली पाहिजेत अशा अनेक विषयांबाबत एल्टन मेयो यांनी संशोधनाच्या आधारे आपली मते मांडली असून ती जगप्रसिद्ध आहेत. विशेषत:प्राध्यापक म्हणून केवळ तात्त्विक स्वरूपाची चर्चा न करता त्यांनी उद्योग व्यवसायात काम करणाऱ्या व्यवस्थापकांना उद्योगधंद्यातील प्रश्न कसे सोडवावेत याविषयी केलेले अचूक मार्गदर्शन विशेष महत्त्वाचे समजले पाहिजे.

प्रा. एल्टन मेयो यांना त्यांच्या अनेक मित्रांप्रमाणेच प्रथमत: काही विशिष्ट विषयांमध्येच गोडी निर्माण झाली होती. उदा. त्यांनी केलेला पहिला प्रकल्प हा फिलाडेल्फिमधील एका स्पिनिंग मिलचा होता. या गिरणीमध्ये एका विभागात मजुरांच्या नोकऱ्या बदलण्याची प्रवृत्ती २५० टक्के होती. सामान्यत: त्याच प्रकारच्या गिरण्यांमध्ये हे प्रमाण केवळ ६ टक्के होते. प्रा. एल्टन मेयो यांना या प्रश्नाचा अभ्यास करण्याची संधी मिळाली. उद्योगधंद्यामध्ये कामगार नोकऱ्या का सोडतात ? एकूण शारीरिक श्रम कामगारांना किती पडतात ? या विषयामध्ये मेयो यांना विशेष रस असल्यामुळे या प्रश्नाचा अभ्यास त्यांनी केला. अभ्यासानंतर असे दिसून आले की, कामगारांना काम करीत असताना वेळोवेळी काही विश्रांती आवश्यक असते (rest pauses). परंतु, या कारखान्यामध्ये अशी विश्रांती दिली जात नसे. पुढे शास्त्रीय पद्धतीने अशी विश्रांती देण्याची सुरुवात केल्यावर त्या विभागातील नोकरांच्या अदलाबदलीचे प्रमाण खूपच कमी झाले असे दिसून आले. शिवाय एकूण कारखान्यात योग्य प्रमाणात विश्रांती देण्याची पद्धत सुरू झाल्यामुळे एकूण कामगारांचे नीतिधैर्य वाढले. कार्यक्षमताही बऱ्याच मोठ्या प्रमाणात वाढली. ज्या विभागातून पूर्वी नोकऱ्या सोडण्याचे प्रमाण जास्त होते, त्या विभागात सरासरीपेक्षाही हे प्रमाण कमी झाले, हे लक्षात घेता प्रा. एल्टन मेयो यांचे प्रयोग कसे यशस्वी झाले हे लक्षात येईल. याच प्रयोगामध्ये कामगारांना कामामध्ये विशेष आनंद वाटावा, त्यांचे शारीरिक श्रम कमी व्हावेत व मानसिक तणाव कमी व्हावा या उद्देशाने काही बदल घडवून आणण्याचे ठरविले व या सगळ्याचा परिणाम कार्यक्षमता वाढण्यामध्ये झाला.

प्रा. एल्टन मेयो याने आपल्या प्रयोगाला सुरुवात करण्यापूर्वी वेस्टर्न इलेक्ट्रिक कंपनीमध्ये काही प्रयोग करून पाहिले होते. विशेषत: कारखान्यातील प्रकाश कमी केल्यामुळे कारखान्याच्या उत्पादनात काही प्रतिकूल परिणाम होतो काय ? हे पाहण्याचा प्रयत्न झाला. त्या वेळी असे दिसून आले की, काही प्रमाणात प्रकाश कमी झाला असतानाही उत्पादनाच्या प्रमाणात विशेष फरक घडून आला नाही, या प्रयोगानंतर प्रा. एल्टन मेयो यांच्या संघटनेने 'Hawthrane Experiments' या नावाचा प्रयोग १९२७ ते १९३२ या काळात केला. या प्रयोगाच्या पहिल्या अवस्थेस 'Relay assembly test room' प्रयोग असे म्हणतात. या खोलीमध्ये सहा मुली टेलिफोनच्या

जुळवणीचे काम करीत असत व या मुलींना इतर विभागांपासून निराळे काढून सातत्याने त्यांच्यावर प्रयोग करण्याचे ठरविण्यात आले होते. त्यांच्या सभोवतालची एकूण परिस्थिती वेळोवेळी बदलली असता उत्पादनात काही फरक पडतो काय, या विषयी प्रयोग करावयाचा होता. प्रथमच गट मोबदला पद्धती 'Group Payment Scheme' सुरू करण्यात आली. त्यापूर्वी याच मुलींना एकूण शंभराच्या गटामध्ये ज्या पद्धतीने मोबदला व प्रेरक वेतन दिले जात असे त्या पद्धतीत व नव्या गट पद्धतीत काय फरक होतो याचेही निरीक्षण करावयाचे होते. या गटावर अनेक मनोरंजक प्रयोग करण्यात आले. त्या मुलींना निरनिराळ्या दिवशी निरनिराळ्या पद्धतीने विश्रांती देण्यास प्रारंभ झाला. विश्रांतीचा कालावधीही कमी–अधिक करण्यात आला. विश्रांतीबरोबरच अल्पोपाहाराची सोय करण्यात आली. अशा प्रकारे दहा निरनिराळे बदल विश्रांतीबाबत करण्यात आले. प्रत्यक्ष प्रयोग सुरू करण्यापूर्वी हा प्रयोग करणाऱ्या व्यक्ती या मुलींशी मोकळेपणाने चर्चा करीत व त्यांना प्रयोगाचे महत्त्व समजावून देत असत. संपूर्ण प्रयोग संपेपर्यंत संशोधन करणाऱ्या व्यक्ती व प्रयोगात भाग घेणाऱ्या मुली यांच्यामध्ये वैचारिक देवाणघेवाण फार चांगल्या प्रकारे होते, असे नोंदण्यात आले. विशेषत: लक्षात घेण्यासारखी गोष्ट म्हणजे प्रत्येक बदल केल्यानंतर विशेष वाढ झालेली दिसून आली.

प्रयोगाच्या दुसऱ्या अवस्थेत असे ठरविण्यात आले की, पहिली अवस्था पूर्ण झाल्यावर पुन्हा मूळ पद्धतीने काम चालू करावयाचे. थोडक्यात म्हणजे, पूर्वीच्या आठवड्यापासून सहा दिवस काम करण्याची व एकूण ४८ तास काम करण्याची पद्धत सुरू करण्यात आली. विशेषत: प्रेरक वेतन न देता, विश्रांतीची शास्त्रशुद्ध व्यवस्था न करता, अल्पोपाहाराची व्यवस्था न करता उत्पादनावर काय परिणाम होतो हे पहावयाचे होते. अत्यंत आश्चर्याची गोष्ट म्हणजे जुनी पद्धत सुरू केल्यावर पहिल्या अवस्थेतील प्रयोगापेक्षा जास्त कार्यक्षमतेने कार्य झाल्याचे दिसून आले. प्रयोगातील हे अनुमान तर खरोखरीच विस्मयचकित करण्यासारखे होते. कोणाचीही अशी अपेक्षा असणार की, अधिक शास्त्रशुद्ध विश्रांती, अधिक प्रेरक वेतन यांच्यामुळेच उत्पादन वाढेल व या सोयी कमी केल्यास उत्पादनात प्रचंड घट होईल. प्रा. एल्टन मेयो यांनी जेव्हा प्रयोगातील अनुमानाचा मागोवा घेण्याचा प्रयत्न केला तेव्हा असे दिसून आले की, मूळ पद्धतीत जास्त उत्पादन होण्याचे प्रमुख कारण म्हणजे काम करणाऱ्या मुलींना देण्यात आलेल्या अधिक सेवा होय. या प्रयोगामध्ये असेही दिसून आले की, हा प्रयोग करण्यात आलेल्या सहा मुलींचा एक फार चांगल्या प्रकारचा गट तयार होऊन त्यांच्यामध्ये चांगल्या प्रकारची सहकार्याची भावना निर्माण झाली. या गटामध्ये एकसूत्रीपणा निर्माण झाला. एकमेकांतील सहकार्य, जीवनमूल्ये याविषयी नवे समज साधारणपणे विकसित झाले हेही फार महत्त्वाचे समजले पाहिजे. या प्रयोगामध्ये पर्यवेक्षकांनीसुद्धा विशेष लक्ष घातले, प्रत्यक्ष काम करणाऱ्या मुलींबाबत सलोख्याचे संबंध प्रस्थापित झाल्यामुळे एकूण गटाचे काम अधिक चांगल्या प्रकारे होऊ शकले. गटामध्ये निर्णय घेणे, सर्वांना सहभागी करून घेऊन निर्णय घेण्याची प्रवृत्ती वाढली. या सर्व प्रकारांचा एकूण कार्यक्षमता वाढण्याच्या दृष्टीने महत्त्वपूर्ण उपयोग झाला. 'व्यक्तींच्या भावनिक कल्पना' यांना योग्य ते महत्त्व दिले तर त्या व्यक्ती अधिक काम करण्यास तयार होतात. व्यक्तींचा गट व एकमेकांतील संबंध यावर एकूण गटाची कार्यक्षमता खूपच अवलंबून असते. असे काही महत्त्वपूर्ण अनुमान काही वर्षांनंतर प्रा. एल्टन मेयो यांनी प्रसिद्ध केले.

प्रत्यक्ष प्रयोग जेव्हा चालू होता, तेव्हा सतत वाढत असलेले उत्पादन हा एक कुतूहलाचा विषय होता. हे औत्सुक्य इतके वाढले की, या मुलींची प्रत्यक्ष मुलाखत घेण्याची आवश्यकता स्पष्ट झाली. कारखान्यातील इतर व्यक्ती या मुलींशी या प्रयोगाबाबत बोलत असत. त्या वेळी त्यांच्यातील संभाषण, कार्यक्षमता वाढण्याच्या दृष्टीने विशेष बोलके होते. या गटांमध्ये निर्माण झालेले संबंध व त्यांच्या कार्यक्षमतेमधील वाढ हा अभ्यासाचा, संशोधनाचा व कुतूहलाचा विषय ठरला. प्रा. एल्टन मेयो यांच्या मते, या प्रयोगावरून असे दिसून आले की, व्यवस्थापक हे

सदैव आपला खर्च नियंत्रित करून, कार्यक्षमतेच्या कसोट्या या पद्धतीने कामाचा वेग वाढावा अशी अपेक्षा करतो, तर दुसऱ्या बाजूला कामगार हा एक प्रकारच्या भावनात्मक दृष्टीने त्याच्या कामाकडे पाहत असतो. केवळ काही विशिष्ट काम, विशिष्ट वेळेत पूर्ण करावयाचे अशी कमालीची संघटनेची दृष्टी कामगारांची असू शकत नाही. सामान्य व्यक्तीला काम हे एक प्रकारचे भावनात्मक बंधन वाटते. व्यवस्थापक व कामगार यांच्यामध्ये होणारा संघर्ष हा या सर्व दृष्टिकोनातून स्पष्ट होण्यासारखा आहे.

प्रयोगाच्या तिसऱ्या अवस्थेमध्ये काम करणारा गट हा अत्यंत स्वाभाविक वातावरणात काम करील, त्यांच्यावर कोणतीही बंधने नसतील व संशोधनासाठी कोणतीही विशेष परिस्थिती निर्माण केली जाणार नाही हे पाहिले गेले. वायरिंगचे काम करणाऱ्या कामगारांवर, त्यांच्या हालचालींवर, एकूण उत्पादनावर त्यांच्या नकळत सतत लक्ष ठेवण्यात येत होते. या अवस्थेमध्ये असे दिसून आले की प्रत्येक गट आपल्या कामाबद्दल काही वैशिष्ट्यपूर्ण मानके (Standards) ठरवित असे व कोणतीही व्यक्ती या मालकापेक्षा जास्त काम कधीच करीत नसे. कंपनीने आर्थिक प्रलोभन देण्याचे मान्य करूनसुद्धा अनेक व्यक्ती या आर्थिक प्रलोभनाबाबत उदासीन होत्या असे दिसून आले. ज्या गटाचे निरीक्षण करण्यात आले तोही गट एका अर्थी स्वतंत्र अस्तित्व व व्यक्तिमत्त्व असलेला गट होता. या गटांचे नियंत्रण, कार्यपद्धती यांच्यात व व्यवस्थापकांच्या दृष्टिकोनात कमालीचे अंतर होते. या गटाचा एकूण विचार असा असावा की, फार कमी काम करून व्यवस्थापकांच्या कामात अडचणी निर्माण करावयाच्या नाहीत व फार काम करून विशेष कार्यक्षमताही दाखवावयाची नाही. या गटाची अशी प्रवृत्ती होण्याचे मुख्य कारण असे असावे की, या गटाला कंपनीच्या व्यवस्थापनामध्ये कोणतीही प्रतिष्ठा नव्हती. या गटातील संघटन चांगल्या प्रकारचे असूनही व्यवस्थापक व गट यांच्यामध्ये विसंवाद असल्यामुळे एका चांगल्या गटाच्या व्यवस्थापकांना कार्यक्षमता वाढविण्याच्या दृष्टीने उपयोग होऊ शकला नाही असे दिसते. या गटाला नेमून देण्यात आलेले काम, त्यांचे एकूण संघटनेतील स्थान याबाबत व्यवस्थापकांनी काही वैशिष्ट्यपूर्ण काम केल्याचे कधीच दिसून आले नाही.

प्रा. एल्टन मेयो यांनी हा जो महत्त्वपूर्ण प्रयोग केला त्यावरून काही गोष्टी मान्य झाल्या. परंतु, पूर्वी माहिती नसलेला एक महत्त्वाचा विचार स्पष्ट होतो. तो म्हणजे प्रत्येक संघटनेमध्ये व्यवस्थापकांनी सुचविलेल्या सुसंघटित रचनेशिवाय व्यक्तींनी स्वत:च्या मनाप्रमाणे व सोयीप्रमाणे एकमेकांना अनौपचारिक नात्यावर आधारलेली अशी एक स्वतंत्र संघटना बनवलेली असते (Informal Organization). कोणतीही कामे केवळ कंपनीने आखून दिलेल्या संघटनेच्या आराखड्याप्रमाणेच होतात असे मानणे योग्य ठरणार नाही. उलट, असे दिसून आले की, कंपनीच्या लहान-मोठ्या गटांमध्ये जे मित्रत्वाचे, खेळीमेळीचे संबंध असतात त्या संबंधांमुळेच कार्यक्षमतेमध्ये खूपच मोठ्या प्रमाणात वाढ होऊ शकते.

आत्तापर्यंत फ्रेड्रीक टेलर, हेन्री फेयॉल, कर्नल आर्विक इत्यादी व्यवस्थापन शास्त्रज्ञांच्या निरनिराळ्या कल्पनांचा आपण अभ्यास केला. परंतु, वरील शास्त्रज्ञांशी तुलना करता प्रा. एल्टन मेयो यांनी व्यवस्थापन शास्त्रात घातलेली भर विशेष मोलाची वाटते. कोणत्याही संघटनेमध्ये व्यक्तीला केवळ कामगार अशी वागणूक न मिळता 'व्यक्ती' म्हणून महत्त्व मिळाले पाहिजे. तसेच कामगार हा केवळ यंत्राप्रमाणे काम करणारा निर्जीव घटक नसून भावना व कल्पना असणारा एक स्वतंत्र व्यक्तिमत्त्व असलेला घटक आहे, याची जाणीव एल्टन मेयोच्या संशोधनामुळेच झाली. मानवी संबंधांचे महत्त्व आज नव्याने सांगावयास पाहिजे असे नाही, परंतु मेयोने ज्या काळात हे प्रयोग केले त्या काळात व्यवस्थापकांना मानवी संबंधांचे विशेष महत्त्व समजले नसावे असे वाटते.

प्रा. एल्टन मेयो यांना व्यवस्थापन शास्त्रज्ञ म्हणून मान्यता मिळण्याचे दुसरे महत्त्वाचे कारण म्हणजे उद्योगधंद्यामधील अनौपचारिक संबंधांचे स्थान व महत्त्व त्यांनी स्पष्ट केले. कोणत्याही उद्योगधंद्यात एकूण

कार्यक्षमतेच्या संदर्भात मानवी घटकांचे महत्त्व आज जवळ जवळ मान्य झाले आहे. व्यवस्थापन, पर्यवेक्षक व कामगार यांच्यात दोन प्रकारचे संबंध असतात. पहिला म्हणजे औपचारिक संबंध जो एकमेकांना समजावून घेण्यामुळे, एकमेकांशी चांगल्या प्रकारे वागण्यामुळे व मित्रत्वाचे नाते जोडल्यामुळे निर्माण होतो. मेयो यांच्या शब्दांत सांगावयाचे तर,

"Management succeed or fails in proportion, as it is accepted without reservation by the group as authority and leader" मेयो यांनी 'वैयक्तिक संबंध' व 'एखाद्या गटाने व्यक्तीला नेता म्हणून मान्य करणे' या घटकांना खूपच महत्त्व दिलेले दिसते.

याच प्रकारचा विचार पुढे अधिक तपशिलामध्ये डग्लस मॅक्ग्रेगर, पीटर ड्रकर इत्यादी व्यक्तींनी पुढे मांडला.

डग्लस मॅक्ग्रेगर (१९०६ ते १९६४) : मॅक्ग्रेगर हे समाज - मानसशास्त्रज्ञ म्हणून ओळखले जातात. त्यांनी अनेक संशोधनपर प्रबंध प्रकाशित केले. त्यांनी अनेक वर्षे महाविद्यालयाचा अध्यक्ष या नात्याने घालविली. संशोधनाबरोबरच उच्च दर्जाची शासकीय कामेही केली. आपल्या जीवनातील शेवटची दहा वर्षे त्यांनी एम.आय.टी.मध्ये व्यवस्थापन शास्त्राचा प्राध्यापक म्हणून काम केले. मॅक्ग्रेगर यांनी एकूण मानवी प्रतिक्रिया - विषयक विशेष अभ्यास केलेला दिसतो. एखादी व्यक्ती व्यवस्थापक म्हणून एखादे कृत्य का करते व त्यामागची भूमिका कोणती, या विषयीचा सखोल अभ्यास डग्लस मॅक्ग्रेगर यांनी केला. याबाबतचे पारंपरिक विचार म्हणजे, व्यवस्थापकाने आपले प्रशासकीय काम करताना मुख्यत: दिग्दर्शन व नियंत्रण ही कामे करावयाची असतात. डग्लस मॅक्ग्रेगर यांना ही पारंपरिक विचारसरणी तितकीशी बरोबर वाटली नाही. मॅक्ग्रेगर यांनी या विचारसरणीला 'थिअरी एक्स' असे नाव दिले आहे. त्यांच्या मते, 'थिअरी एक्स'मध्ये पुढील वैशिष्ट्ये समाविष्ट होतात.

१) सामान्य व्यक्तीमध्ये नोकरीतील कामाबाबत एक प्रकारची अप्रीती असते व शक्यतो हे काम करण्याचे त्या व्यक्ती टाळतात. अर्थातच कार्यप्रवृत्त होण्यासाठी व्यवस्थापकांना निरनिराळ्या प्रलोभनांचा उपयोग करावा लागतो. अधिक उत्पादकता, संपूर्ण दिवसाचे न्याय्य वेतन व चांगले वातावरण अशा निरनिराळ्या घटकांचा उपयोग करून उत्पादन कमी कसे होणार नाही याकडे व्यवस्थापकांना लक्ष घालावे लागते.

२) ज्या अर्थी अनेक व्यक्तींना नोकरीतील कामाविषयी अप्रीती असते, त्या अर्थी बहुतेक सर्व व्यक्तींना कामासाठी विशेष सक्ती करणे आवश्यक आहे. थोडक्यात म्हणजे, सतत नियंत्रण करावे लागते. मार्गदर्शनाच्या निमित्ताने वेळोवेळी कामाची कितपत प्रगती झाली आहे याचा मागोवा घ्यावा लागतो व एखाद्या प्रसंगी नोकराच्या मनात 'नोकरी जाण्याची भीती' निर्माण करावी लागते. शिवाय निरनिराळ्या प्रकारच्या शिक्षा, शासन या सर्वांचा वापर करून संघटनेचे उद्दिष्ट पार पाडण्याचा प्रयत्न व्यवस्थापकांना करावा लागतो.

३) अनेक सामान्य व्यक्ती इतरांना मार्गदर्शन करण्याऐवजी इतरांकडून मार्गदर्शन करवून घेणे पसंत करतात. सामान्य व्यक्तींना नेतृत्वाची हाव नसते. उलट, त्यांना सांगकामेपणा करून कमीत कमी काम करण्यासाठी पुरेसा वाव हवा असतो. कामाची सुरक्षितता ही त्याला जास्त महत्त्वाची वाटते. त्याला फारशी महत्त्वाकांक्षा नसते. जास्त वेतनासाठी अधिक कष्ट सोसण्याची इच्छा नसते.

वरील सर्व विधाने ही जुन्या पद्धतीची लक्षणे आहेत हे समजण्यासारखे आहे. परंतु, डग्लस मॅक्ग्रेगर यांनी ज्या कौशल्याने ही विधाने मांडून जुनाट दृष्टिकोन स्पष्ट केला आहे त्याबद्दल त्यांचे विशेष अभिनंदन केले पाहिजे. अनेक व्यवस्थापकांना आजही असे वाटते की, 'थिअरी एक्स' हीच बरोबर आहे. व्यक्तींना फारशी महत्त्वाकांक्षा नसते व केवळ सांगकामेपणाने कामे करण्यात त्यांना आनंद वाटतो. एका दृष्टीने असे म्हणता येईल की, पूर्वीचे

ब्रिटिश राज्यकर्ते म्हणत असत की, 'आम्हाला भारताला स्वातंत्र्य देण्याची खूप इच्छा आहे. परंतु, भारतातील लोक व लोकप्रतिनिधी हे स्वातंत्र्य संभाळू शकतील असा आम्हाला विश्वास वाटत नसल्यामुळे सध्या आम्ही राज्य करीत आहोत!' हा विचार सोईस्कर असला तरी सत्य परिस्थिती स्पष्ट करणारा नाही, इतर लोक कमी महत्त्वाकांक्षी असतात असे म्हटल्यामुळेच उच्च व्यवस्थापक अधिक महत्त्वाकांक्षी होतो काय? खरे तर हा सोईस्कर विचार आहे, शास्त्रशुद्ध विचार नव्हे!

डग्लस मॅक्ग्रेगर यांनी वरील थिअरी एक्सवर भरपूर टीका केली असून आपल्या 'Human side of the Enterprise' या प्रसिद्ध लेखामध्ये आपली स्वतंत्र 'थिअरी वाय' मांडली आहे. या थिअरीमध्ये पुढील वैशिष्ट्यांचा समावेश आहे.

१) कोणतेही काम करीत असताना जी शारीरिक व मानसिक झीज होते, ती अत्यंत स्वाभाविक असून कोणताही खेळ खेळत असताना कितीही विश्रांती घेतली असतानासुद्धा होणाऱ्या शारीरिक व मानसिक ताणाशी तुलना करण्यासारखेच असते. हा घटक स्पष्ट करीत असताना मॅक्ग्रेगर यांनी सामान्य माणसाचा विचार केला आहे. त्यांच्या मते, सामान्य माणसाला नोकरीतील कामामध्ये अप्रीती असते असे म्हणणे अन्यायाचे ठरेल. अशीही शक्यता आहे की, नोकरीच्या एकूण वातावरणामुळे त्या व्यक्तीच्या मनात नोकरीविषयी प्रतिकूल मत निर्माण होईल. थोडक्यात म्हणजे, नोकरीविषयी आवड निर्माण होणे, न होणे हे त्या परिस्थितीवर अवलंबून आहे. सामान्य व्यक्तीला एकदम त्यामुळे दोष देणे योग्य ठरणार नाही.

२) मॅक्ग्रेगर यांच्या मते, बहिर्गत नियंत्रण हा एकूण प्रयत्नांचे नियंत्रण करण्याचा एकमेव मार्ग नव्हे. स्वयंनियंत्रण हेसुद्धा प्रभावी असू शकेल व उपयुक्त ठरू शकेल. प्रत्येक व्यक्ती स्वतःहून काही विशिष्ट बंधने स्वतःवर घालून घेते व विशिष्ट तत्त्वांकरिता, विशिष्ट मूल्यांकरिता व्यक्ती स्वतःच्या प्रयत्नांचे मार्गदर्शन व नियंत्रण करू शकते.

३) व्यक्तीला सर्वांत मोठा मोबदला जर कोणता मिळू शकत असेल तर तो म्हणजे 'कामापासून मिळणारे समाधान' (Job satisfaction) होय. त्या समाधानाची तुलना पैशांपासून मिळणाऱ्या समाधानाशी करून कार्य करण्याचे महत्त्व कमी लेखता कामा नये. प्रत्यक्षात नेहमी असे दिसून येते की, व्यक्तीची महत्त्वाकांक्षा विषयक गरज भागू लागली तर तो अधिक कार्य करण्यास प्रेरित होतो. थोडक्यात म्हणजे, 'समाधान' अधिक प्रमाणात देऊ शकलात तर व्यक्तीकडून अधिक कार्यक्षमता मिळण्यास कोणतीच हरकत नाही.

४) सर्वसामान्य मनुष्य योग्य वातावरणामध्ये केवळ नवी जबाबदारी स्वीकारतोच असे नव्हे तर नव्या नव्या जबाबदाऱ्यांची मागणी करतो. या वैशिष्ट्यांवरून थिअरी एक्स किती पारंपरिक व जुनाट पद्धतीने मांडली होती हे स्पष्ट होते. 'व्यक्तीला अजिबात महत्त्वाकांक्षा नसते. व्यक्तींना सांगकामे म्हणून काम करणे आवडते' या प्रकारची विधाने किती अतिशयोक्तीपूर्ण व अवास्तव आहेत हे समजते. आपण आपल्या सभोवतालच्या परिस्थितीशी तुलना करून सहज हे समजू शकतो.

५) सध्याच्या व्यवस्थापनामध्ये निर्माणक्षम (creative) कामे फार थोड्या व्यक्ती करतात. परंतु, अनेक संघटनात्मक प्रश्नांबाबत निर्माणक्षम विचार संघटनेतील अनेक व्यक्ती करू शकतील.

डग्लस मॅक्ग्रेगरने आपली 'थिअरी वाय' व्यवस्थापकांपुढे मांडून संघटना कशी चालवावी याचे आधुनिक काळास योग्य असे विवरण केले आहे. त्याचे लक्ष मुख्यतः व्यक्तीकरिता उपलब्ध करून दिलेले वातावरण, अनौपचारिक संबंध, व्यक्तींना मिळणारा मोबदला, त्यांच्या बढतीसाठी केलेले प्रयत्न अशा निरनिराळ्या मुद्द्यांकडे होते. थोडक्यात म्हणजे, मॅक्ग्रेगर यांच्या मते, संघटनेचे कार्य यशस्वीरीतीने चालण्यासाठी जुनाट दृष्टी टाकून देऊन

व्यक्तीच्या महत्त्वाकांक्षेला पुरेशी संधी देणारे नवे वातावरण, नवे अनौपचारिक संबंध व व्यवस्थापनाची नवी शैली आवश्यक आहे. मॅक्ग्रेगर यांनी मांडलेल्या अनेक विचारांमधून पुढील अनेक शास्त्रज्ञांनी या घटकांचा तपशीलावर अभ्यास केलेला दिसतो. उदा. 'American Management Association' ने काम व खेळ या दोन कल्पना अधिक स्पष्ट करण्याविषयी प्रयत्न करून मूलत: काम व खेळ हे सामुदायिक उपक्रम आहेत व ज्या प्रमाणात कोणत्याही व्यक्ती खेळ खेळत असताना जास्तीत जास्त कार्यक्षमता देतात, त्या प्रमाणात कोणत्याही व्यक्ती नेमून दिलेले काम करीत असतानासुद्धा जास्तीत जास्त कार्यक्षमता देऊ शकतील. या कल्पनांचा उत्तरोत्तर विस्तार केलेला विद्यार्थ्यांना वाचावयास मिळेलच परंतु त्याची सामान्य भूमिका पुढीलप्रमाणे आहे.

खेळाकडे बघण्याची माणसाची दृष्टी कितीतरी निराळी असते. अनेक वेळा खेळासाठी व्यक्तीला स्वत:चा पैसा खर्च करावा लागतो. विशिष्ट खेळात आपण जिंकू अशी खात्री नसते. शनिवार दुपारपासून सोमवारी पहाटेपर्यंत रमीचे डाव टाकणारी मंडळी इतक्या प्रदीर्घ खेळामुळे फारशी थकली भागलेली दिसत नाहीत. यावरून काय स्पष्ट होते, याउलट रमी खेळणाऱ्या गटांना कारखान्यामध्ये दोन तास अधिक काम करण्याविषयी विनंती केली तर त्यांची प्रतिक्रिया काय असेल ? कामामध्ये सक्तीने केलेली योजना व खेळामध्ये स्वयंस्फूर्तीने निवडलेला उपक्रम अशी स्पष्ट विभागणी केली की, वरील वागणुकीचे रहस्य समजते. जे काम आपण स्वत: अर्ज करून मिळविले ते काम आपल्यावर लादलेले आहे, असे म्हणणे योग्य ठरणार नाही. आपण निवड व्हावी यासाठी प्रयत्न केला, आपल्यातील काही गुणवत्तेमुळे आपली निवड झाली. आपल्यावर काही जबाबदारी सोपविण्यात आली. अशा वेळी काम म्हणजे यांत्रिक, रूक्ष, अप्रिय अशा प्रकारची भावना योग्य ठरत नाही. किमान सुशिक्षित व्यक्तीबाबत तरी काम म्हणजे खेळ अशी परिस्थिती होऊ शकली तर कार्यक्षमता निश्चितच वाढण्यास मदत होईल.

संघटनात्मक वर्तन प्रारूप (Organizational Behaviour Model)

आदर्श किंवा नमुनेदार, मार्गदर्शक असे संघटनात्मक वर्तनाचे प्रारूप हे पूर्वी नमूद केलेल्या व उत्क्रांत होत गेलेल्या तात्त्विक दृष्टिकोनावर अवलंबून आहे. त्यात मुख्यत: मानवी संबंध 'तत्त्व, थिअरी एक्स, थिअरी वाय' तसेच मॅक्ग्रेगर यांचे तत्त्व यांचा विचार केला जातो. कोणतेही नमुनेदार 'वर्तन' हे त्याच्या सर्व बाजूंचा विचार करणारे असले पाहिजे. मूलत: संघटनात्मक वर्तन हे संघटना, व्यक्ती आणि समूह अशा त्रिस्तरीय वर्तन वैचित्र्यावरून ठरते.

कोणताही संघटनात्मक वर्तन प्रारूप हा अंतिमत: संघटनात्मक परिणामकारकतेला बळकटी आणणारा असतो. संघटनात्मक परिणामकारकता आणि त्रिस्तरीय वर्तन यांचा परस्पर संबंध प्रस्थापित करणारा आणि त्याद्वारे वर्तनविषयक समस्या सोडविणारा संघटन वर्तन प्रारूप विकसित करण्यावर भर दिला पाहिजे. अशा प्रारूप स्वरूप पुढील आकृतीवरून दर्शविता येईल. सदर आकृतीत त्रिस्तरीय वर्तन दुवे हे कशा प्रकारे संघटनात्मक परिणामकारकतेला वृद्धिंगत करतात हे दिसून येईल.

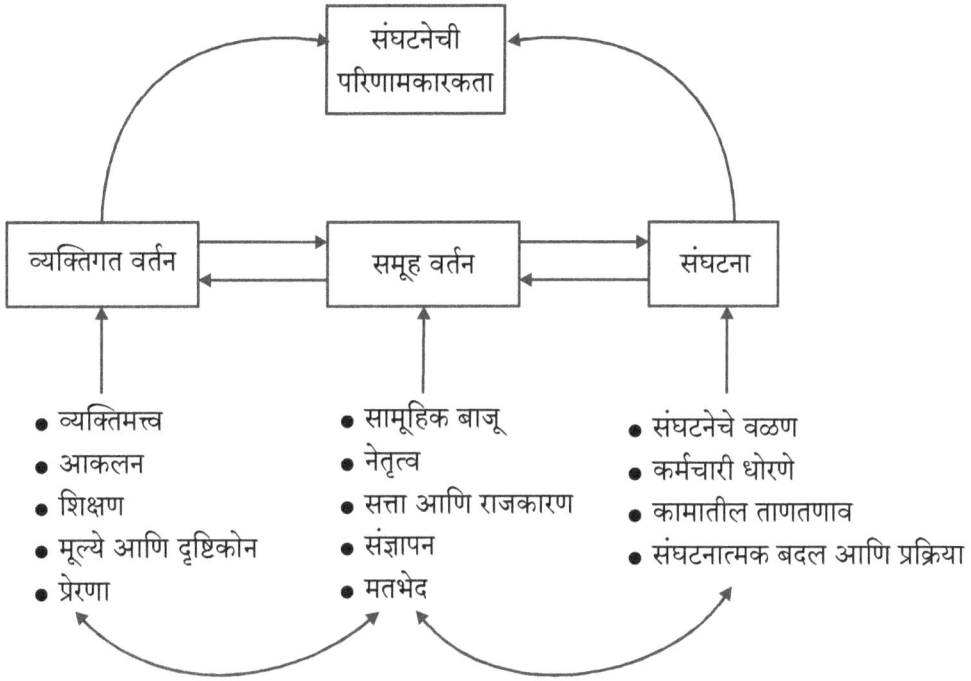

आकृती ८.४ : संघटनात्मक वर्तनाचे प्रारूप

वरील आकृतीवरून नमुनेदार 'संघटन वर्तन' म्हणजे एक प्रकारचा सर्वसमावेशक दृष्टिकोन स्वीकारण्यासारखे आहे हे लक्षात येईल. व्यक्तिगत वर्तन, समूह वर्तन आणि संघटना अशी त्याची व्याप्ती ठरवावी लागेल. यातील एखाद्या घटकाचा विचार सोडून दिला तर चालणार नाही. आगामी काळात माणूस केंद्रस्थानी मानून संघटनात्मक विकास साधावा लागणार आहे. ज्ञानाधिष्ठित व्यवस्थापन, जागतिकीकरण आणि कार्य विस्तार व कार्य वैविध्य इ. मुळे संघटनात्मक वर्तन या विषयाचे महत्त्व अधिक वाढणार आहे.

संघटनात्मक वर्तन प्रारूप (Organizational Behaviour Models)

संघटनात्मक वर्तन हा संघटनेतील मानवी वर्तनाचाच अभ्यास असतो. संघटनेतील व्यक्ती आणि समूह ह्यांच्यातील परस्पर-संबंधातून संघटनात्मक वर्तन आकार घेत असते. अनेक घटक आणि संकल्पना संघटनेतील परस्पर-संबंधांचे प्रकार ठरवित असतात. हे सर्वच घटक आणि संकल्पना व्यवस्थापकाला समजणे अवघड असते आणि नेमकी हीच अडचण सोडविण्यासाठी मानवी वर्तनाचे विविध प्रारूप विकसित करण्यात आले. प्रत्येक प्रारूप लोकांविषयीची विशिष्ट गृहीते विचारात घेऊन सुरू होते आणि त्यातूनच त्या त्या घटनेचा अन्वयार्थ लावला जातो. म्हणूनच हे प्रारूप व्यवस्थापकीय वर्तनाचे सक्षम असे मार्गदर्शक आहेत. व्यवस्थापक जसा विचार करतात तसे ते वागण्यास प्रवृत्त होतात आणि म्हणूनच संघटनेचे व्यवस्थापन ज्या प्रकारचे प्रारूप अंगीकारते तेच त्या संपूर्ण संघटनाभर व्यापून असते. ह्याच कारणासाठी संघटनात्मक वर्तनाचे प्रारूप अतिशय महत्त्वाचे ठरतात.

संघटनात्मक वर्तन प्रारूपाचे प्रकार

संघटनात्मक वर्तन प्रारूपाच्या विविध प्रकारांची चर्चा खालील परिच्छेदातून करण्यात आली आहे.

१) हुकूमशाही प्रारूप (Autocratic Model) : प्रारूपाच्या नावावरूनच ज्याप्रमाणे लक्षात येते त्याप्रमाणे

हे प्रारूप संपूर्णपणे साहेबांच्या शक्तीवर (Power) अवलंबून असते. 'जे अधिकारपदावर असतात त्यांना मागणी करण्याची ताकदही असते' ह्या तत्त्वावर हे प्रारूप चालते. अशी मागणी जोपर्यंत कनिष्ठ कर्मचाऱ्यांकडे केली जात नाही, तोपर्यंत वरिष्ठ अधिकारी काम करवून घेऊ शकत नाही. हुकूमशाही प्रारूपांतर्गत, वरिष्ठ अधिकारी संघटनेतील सर्वच कामे कर्मचाऱ्यांकडून 'साहेबांची ताकद' या साहाय्यानेच करवून घेतात. व्यवस्थापक त्यांच्या कर्मचाऱ्यांवर हुकमत गाजवतात. ते कर्मचाऱ्यांना हुकूम सोडतात आणि त्यांचे पालन कर्मचाऱ्यांना करावे लागते. साहेबाप्रती आदर नव्हे तर फक्त आज्ञाधारकपणा कर्मचाऱ्यांनी बाळगावा, अशीच मानसिकता कर्मचाऱ्यांकडून अपेक्षित केली जाते. कर्मचारी काम करतात कारण त्यांना ते करण्याची सक्तीच केली जाते. ह्या प्रारूपाखाली कर्मचारी संपूर्ण दबावाखाली काम करतात. आपली छळवणूक केली जाते आणि आपण दीन-दुबळे आहोत असेच त्यांना वाटते. ते भीतीच्या छायेतच काम करतात आणि म्हणूनच हुकूमशाही प्रारूपांतर्गत कर्मचाऱ्यांची कार्यप्रगती अगदीच नीचतम असते. व्यवस्थापनाच्या रूढीबद्ध दृष्टिकोनामुळे कार्यांगणातील कर्मचाऱ्यांवर कठोर नियंत्रण ठेवले जाते. मात्र, काही कर्मचारी चांगली कार्यप्रगती साधतात; यामागील कारण पुढीलपैकी असू शकते - १) व्यक्तिश: त्या कर्मचाऱ्याला वरिष्ठ अधिकारी आवडतो, २) त्यांची स्वत:ची काही साध्य करण्याची ऊर्मी अथवा ३) अन्य कारण वा घटक.

सत्ताधीश वातावरण असलेल्या संघटना ह्या अधिकारप्रधान असतात. व्यवस्थापनाचा असा ठाम विश्वास असतो की संघटना आणि संघटनेतील सहभागी घटकांसाठी सर्वोत्कृष्ट काय आहे हे सर्वोत्तम पद्धतीने फक्त तेच ठरवू शकते आणि त्यांनी दिलेल्या आज्ञांचे पालन कर्मचाऱ्यांनी करायचे असते. व्यवस्थापनाने असे गृहीतच धरलेले असते की कर्मचाऱ्यांना दिशा द्यावी लागेल, त्यांचे मन वळवावे लागेल आणि कार्यप्रगती साधण्यासाठी त्यांना पुढे ढकलावे लागेल. व्यवस्थापन विचार करण्याचे कार्य करते तर कर्मचारी आज्ञांचे पालन करतात. डग्लस मॅक्ग्रेगर यांनी त्यांच्या 'सिद्धान्त क्ष' मध्ये संघटनाविषयक हाच दृष्टिकोन विकसित केलेला आहे. अशा रूढीबद्ध दृष्टिकोनामुळेच कार्यांगणातील कर्मचाऱ्यांवर कठोर नियंत्रण ठेवले जाते.

हुकूमशाही प्रारूपात कर्मचाऱ्यांना किमान वेतन दिले जाते. फ्रेड्रिक विन्स्लो टेलर यांच्या शास्त्रशुद्ध व्यवस्थापनाने व्यवस्थापनाच्या रूढीबद्ध विचारसरणीला खतपाणी घातले. कर्मचारी नाखुशीनेच किमान कार्यप्रगती साधतात कारण त्यांना त्यांच्या निर्वाहाच्या आणि कुटुंबाच्या गरजा भागवायच्या असतात. ह्या प्रारूपातील नेतृत्व हे नकारात्मक असल्यानेच कर्मचाऱ्यांबरोबर पुरेसा सुसंवाद नसतो, त्यांना असुरक्षित आणि भयप्रद वाटते.

ज्या वातावरणात कर्मचारी आळशी असतात आणि कामाची टाळाटाळ करण्याची त्यांची प्रवृत्ती असते, तेथे सत्ताधारी प्रारूप यशस्वी होते. जेव्हा एखाद्या परिस्थितीत ते विशिष्ट काम ठरावीक मुदतीतच पार पाडायला हवे असेल, तेव्हासुद्धा हे प्रारूप आवश्यक ठरते. जर कर्मचाऱ्यांनी व्यवस्थापकांच्या आज्ञांचे पालन केले नाही तर त्यांचे मोबदले अथवा वेतन रोखले जाईल असे कर्मचाऱ्यांना धमकावले जाते.

आजच्या जमान्यात असे प्रारूप शब्दश: अंमलात आणणे शक्य नाही कारण बहुतांश देशांमध्ये 'किमान वेतन कायदा' लागू झालेला आहे. म्हणूनच कर्मचाऱ्यांचे मोबदले अथवा वेतन यांच्यात कपात करण्याची धमकी व्यवस्थापक कर्मचाऱ्यांना देऊ शकत नाही. याशिवाय, कर्मचारी आता शिक्षित आणि संघटित झालेले असल्याने व्यवस्थापक सदैव हुकूमशाही चालवू शकत नाहीत.

२) पालकत्वप्रधान प्रारूप (Custodial Model) : सत्ताधारी प्रारूपामध्ये काम करताना कर्मचाऱ्यांना नैराश्य आल्याची आणि आपली छळवणूक झाल्याची भावना त्यांच्यात निर्माण होते. आपली नोकरी, कुटुंब, एवढेच नव्हे तर आयुष्यसुद्धा असुरक्षित असल्याची भावना कर्मचाऱ्यांच्या मनात वारंवार येते. म्हणूनच व्यवस्थापन

आणि कर्मचारी यांच्यातील परस्पर-संबंध अधिक चांगले असण्याची गरज अधोरेखित झाली. ह्यामुळे कर्मचाऱ्यांना सुरक्षित वाटेल, आपली छळवणूक होत आहे ही भावना त्यांच्या मनातून दूर होईल आणि त्यांच्या नैराश्याची पातळीसुद्धा खाली येऊन संघटनेचे कामकाज सुरळीतपणे होऊ शकेल. अन्यथा, कर्मचारी त्यांचे नैराश्य वरिष्ठ अधिकारी, कुटुंब आणि कधी कधी तर शेजारी यांचेशी वागतानासुद्धा प्रगट करतात. व्यवस्थापकांनी कर्मचाऱ्यांच्या समाधानाचा आणि सुरक्षिततेचा विचार करण्यास सुरुवात केली. म्हणूनच कर्मचाऱ्यांच्या सुरक्षितता विषयक गरजांचे समाधान करण्याच्या दृष्टीने कल्याणकारी उपक्रम अंमलात आणण्याची आवश्यकता निर्माण झाली. कल्याणकारी उपक्रमांमुळे कर्मचाऱ्यांचे वरिष्ठ अधिकाऱ्याऐवजी संघटनेवरील अवलंबित्व वाढते. अर्थात, कर्मचाऱ्यांना अनेक लाभ उपलब्ध करून दिलेत तरी ते त्यांची सर्वोत्तम उत्पादकता संघटनेला देतीलच याची शाश्वती नाही. पैसा हा प्रेरणा देणारा अत्युत्तम घटक आहे या गृहीतकावर हे प्रारूप आधारित आहे. कर्मचाऱ्यांकडून काम करवून घेताना चांगल्या व्यवस्थापकाने कर्मचाऱ्यांच्या इतर गरजांकडेही लक्ष पुरवणे महत्त्वाचे असते. म्हणूनच पालकत्वप्रधान प्रारूप अथवा पालकांसारखी भूमिका बजावणारे हे प्रारूप महत्त्वाचे आहे.

३) साहाय्यकारी प्रारूप (Supportive Model) : साहाय्यकारी प्रारूप हे कोणताही अधिकार अथवा आर्थिक मोबदल्यावर आधारित नसून ते नेतृत्वावर अवलंबून असते. आपल्या अनुयायांना विकासासाठी आणि त्यांची कार्यपूर्तता होण्याच्या दृष्टीने व्यवस्थापकांनी काय करायला हवे हे नेतृत्वशैली ठरवेल.

"The leadership and other process of the organisation must be such as to ensure a maximum probability that in all interactions and all relationships with the organization, each member will, in the light of his background, values and expectations view the experiences as supportive and one which builds and maintains his sense of personal worth and importance." - Renis Likert ह्या प्रारूपांतर्गत संघटनेची उद्दिष्टे साध्य करण्याच्या दृष्टीने कर्मचाऱ्यांची कार्यप्रगती साधण्याकरिता व्यवस्थापनाचा प्रयत्न असतो.

ह्या प्रारूपाची वैशिष्ट्ये खालीलप्रमाणे आहेत–

अ) अधिकार व पैसा नव्हे तर साहाय्यकारी प्रारूप हे नेतृत्वावर अवलंबून असते. साहाय्यकारी नेतृत्व देऊन व्यवस्थापक संघटनात्मक वातावरण अनुकूल बनवतात. त्यामध्ये कर्मचाऱ्यांना त्यांची जास्तीत जास्त क्षमता वाढविण्यास आणि ज्या गोष्टी ते करू शकतात त्यासाठी आवश्यक कौशल्ये वाढविण्यासाठी आणि त्यायोगे संघटनेची उद्दिष्टे साध्य करण्यास व्यवस्थापक मदत करतात.

आ) नेता असे गृहीत धरतो की संधी दिल्यास कर्मचारी जबाबदारी स्वीकारतील, त्यांचे योगदान देतील आणि स्वत:मध्ये सुधारणा घडवून आणतील. कर्मचारी हे उपजत आळशी नसतात व कामचुकार नसतात हे गृहीत धरले जाते. जर कर्मचाऱ्यांना योग्य पद्धतीने प्रेरणा दिली तर कर्मचारी स्वत:ला दिशा देऊ शकतात आणि सृजनशील बनू शकतात.

इ) कर्मचाऱ्यांना केवळ वेतन आणि लाभ देण्यापेक्षा ह्या प्रारूपांतर्गत व्यवस्थापन कर्मचाऱ्यांना त्यांची कार्यप्रगती सुधारण्यासाठी साहाय्य करते.

ई) कर्मचाऱ्यांच्या उपजीविकेच्या आणि सुरक्षिततेच्या गरजांबरोबरच व्यवस्थापन ह्या प्रारूपांतर्गत मानसशास्त्रीय गरजांची पण पूर्तता करते. डग्लस मॅक्ग्रेगर यांच्या 'सिद्धान्त य' सारखेच हे आहे.

आधी ज्या दोन प्रारूपांविषयी आपण चर्चा केली त्यामध्ये सुधारणा करूनच साहाय्यकारी प्रारूप विकसित झाले. साहाय्यकारी वर्तनामुळे वरिष्ठ अधिकारी आणि त्यांच्या हाताखाली काम करणारे कर्मचारी यांच्यात मैत्रीपूर्ण संबंध निर्माण होतात.

४) शिक्षकप्रधान प्रारूप (Collegial Model) : साहाय्यकारी प्रारूपात सुधारणा करूनच हे प्रारूप विकसित करण्यात आले. 'शिक्षकप्रधान प्रारूप' ही संकल्पना ज्या व्यक्तींच्या समूहाची उद्दिष्टे समान आहेत अशा संदर्भातील आहे. 'कर्मचाऱ्यांना भागीदार म्हणून सन्मानाने वागवणे' ह्या संकल्पनेवर आधारित हे प्रारूप आहे. कर्मचारी हे संघटनेचे महत्त्वाचे घटक आहेत ही भावना त्यांच्या मनात निर्माण व्हावी यासाठी असे केले जाते. अर्थात, ह्यासाठी संघटनेप्रती निष्ठावंत असणे, कठोर परिश्रम करणारे, प्रामाणिक आणि समर्पण भावनेचे असणे यासाठी कर्मचाऱ्यांनी विशेष प्रयत्न केले पाहिजेत. असे करण्यामागे पुढील उद्देश असतात – संघ निर्माण करणे, अधिक काम करणे, व्यापारचिन्ह प्रस्थापित करणे, गुणवत्ता जोपासणे आणि संघटनेची उद्दिष्टे अधिक सहजतेने आणि परिणामकारकपणे साधणे.

ह्या प्रारूपाची वैशिष्ट्ये खालीलप्रमाणे आहेत –

अ) हे प्रारूप संघटनेमध्ये अनुकूल वातावरण निर्माण करीत असल्याने कर्मचाऱ्यांच्या मनात आपण संघटनेचे घटक आहोत ही भावना प्रबळ होते. ते व्यवस्थापकांकडे त्यांचे 'साहेब' म्हणून पहात नाहीत तर 'संयुक्तरीत्या योगदान देणारे' म्हणून पाहतात. व्यवस्थापन आणि कर्मचारी, दोघेही एकमेकांचा आदर करतात.

आ) ह्या प्रारूपात संघटनेत सांघिक भावना जोपासली जाते. कर्मचारी जबाबदाऱ्या स्वीकारतात कारण असे करणे हे त्यांचे कर्तव्यच आहे असे मानतात. अर्थात, व्यवस्थापन आपल्याला शिक्षा करेल या भयाने ते असे करीत नाहीत. संघटनेत स्वयं-शिस्तीची प्रणाली विकसित होण्यासाठी याची मदत होते.

इ) शिक्षकप्रधान प्रारूपात वातावरणात कर्मचाऱ्यांना कार्यसमाधान लाभते, त्यांचा कार्यातील सहभाग वाढतो, कार्याप्रती वचनबद्धता निर्माण होते आणि परिपूर्ततेची भावना काही अंशी विकसित होते.

ई) विशेष करून संशोधन प्रयोगशाळा आणि तत्सम अन्य संघटनांमध्ये हे प्रारूप उपयुक्त ठरते. ह्या प्रारूपात शिक्षकासारखी भूमिका बजावली जाते.

५) प्रणाली प्रारूप (System Model) : प्रणाली प्रारूप हे अलीकडच्या काळात विकसित झालेले आहे. आजच्या काळातील कर्मचाऱ्यांचा कामाकडे पाहण्याचा दृष्टिकोन अधिक प्रगत आहे. ते कामाकडे जास्त अर्थपूर्णपणे पाहतात. त्यांना केवळ मिळणाऱ्या वेतनात आणि नोकरीच्या सुरक्षिततेत स्वारस्य नाही. ते कार्यांगणात अनेक तास खर्च करतात. तेथे त्यांना नैतिकता, सचोटी आणि विश्वास यावर आधारित वातावरण निर्माण करायचे असते. ह्या प्रारूपांतर्गत कर्मचाऱ्यांमध्ये समाजाप्रती वाढती जाणीव निर्माण करण्याची संधी उपलब्ध होते. ह्याची पूर्तता करण्यासाठी, व्यवस्थापकांनी विशेष प्रयत्न करावे लागतात. उदा. जास्त प्रमाणात आपुलकी, दया, करुणा प्रगट करणे, कर्मचाऱ्यांच्या बदलत्या गरजा, व्यक्तिगत आणि कुटुंबाच्या गरजा याबाबत संवेदनशील असणे, इ. प्रत्येक कर्मचाऱ्याच्या मनात अशी भावना निर्माण केली जाते की तो कर्मचारी संपूर्ण संघटनेचा अत्यंत महत्त्वपूर्ण घटक आहे आणि व्यवस्थापक कर्मचाऱ्यांच्या कार्यपूर्ततेसाठी साहाय्यभूत असतील. परिणामत: कर्मचारी संघटनात्मक उद्दिष्टे साध्य करताना वचनबद्ध आणि समर्पण भावना राखलेले बनतात. ह्यातून त्यांची सृजनशीलता, निष्ठा प्रगट होते आणि त्यांचा उलाढाल दरसुद्धा किमान राहतो.

तक्ता क्र. ८.१ : संघटनात्मक वर्तन प्रारूपांची वैशिष्ट्ये

अनु.	प्रारूप आधार	सत्ताधारी	कस्टोडिअल	साहाय्यकारी	कलेजिअल	प्रणाली
१)	प्रारूपाचा आधार	ताकद	आर्थिक संसाधने	नेतृत्व	भागीदारी	विश्वास, समाज
२)	व्यवस्थापकीय ओळख	अधिकार	पैसा	साहाय्य	सांघिक कार्य	अधिक आपुलकी दया/करुणा
३)	कर्मचारी ओळख	आज्ञाधारकपणा	सुरक्षितता आणि लाभ	कार्यप्रगती	जबाबदार वर्तन	मानसशास्त्रीय स्वामित्व
४)	कर्मचारी मानसशास्त्रीय फलित	वरिष्ठ अधिकाऱ्यावर अवलंबित्व	संघटनेवर अवलंबित्व	सहभाग	स्वयं-शिस्त	स्वयं-प्रेरणा
५)	कर्मचाऱ्यांच्या गरजांची पूर्तता	निर्वाह	सुरक्षितता	संघटनेतील स्थान व मान्यता	स्वयं-जाणीव	विस्तृत आवाका
६)	कार्यप्रगती फलित	किमान	निष्क्रिय सहकार्य	जागृत प्रेरणा	वाजवी उत्साह	संघटनात्मक उद्दिष्टांबद्दल विलक्षण आस्था व सपर्मण भावना

आत्तापर्यंत ज्या संघटनात्मक वर्तन प्रारूपांची चर्चा केली, त्यांपैकी एकही प्रारूप असे नाही की जे दीर्घ मुदतीत यशस्वी ठरेल. याचे कारण म्हणजे एखादे प्रारूप आपल्याला सर्वोत्कृष्ट वाटते, ते त्या वेळच्या मानवी वर्तनाच्या संदर्भात सर्वोत्कृष्ट असते. म्हणूनच व्यवस्थापकाने संघटनात्मक वर्तन प्रारूपांची निवड करताना ते आपल्या संघटनेला त्या विशिष्ट परिस्थितीत ते सर्वोत्कृष्ट आहे ना, याची खातरजमा करून घेणे गरजेचे आहे. साहजिकच, प्रारूपाची निवड करताना व्यवस्थापकाला लवचीक असणे गरजेचे आहे. तरच संघटनेला त्याचे लाभ होतील.

६) S-O-B-C प्रारूप : हे प्रारूप संघटनात्मक वर्तनातील बदलणारे विविध घटक शोधण्यासाठी आणि त्यांचा परस्पर-संबंध कसा आहे हे दाखवण्यासाठी उपयुक्त ठरते. S-O-B-C प्रारूपात ही वर्णाक्षरे खालीलप्रमाणे वापरली जातात.

S - Stimulus - उद्दिपक

O - Organism - परिपूर्ण जीव

B - Behaviour - वर्तन

C - Consequences - परिणाम

ह्या प्रारूपानुसार अंतर्गत जाणिवेमुळे (internal cognitions) वर्तन घडते. वर्तनविषयक अंदाज वर्तविणे आणि वर्तनावर नियंत्रण ठेवण्यासाठी विशेष लक्षात येणाऱ्या आकस्मिक गोष्टींवर (S आणि C) S-B-C प्रारूपात

भर दिला जातो. S-O-B-C हे त्याचे विस्तारित रूप असून सर्वंकष माहिती देणारे पर्यावरणाचे स्वरूप आणि व्यक्तींच्या जाणिवा वर्तन ठरविण्यात ते उपयुक्त ठरते. ह्या प्रारूपानुसार वर्तनामागील कारणे आणि वर्तनाचे परिणाम हे दृश्य आणि लक्षात न येणारे अशा दोन प्रकारचे असतात. हे प्रारूप वर्तनावरील भर दुर्लक्षित करीत नाही; ते महत्त्वपूर्ण प्रक्रियांचा दृश्य आणि लक्षात न येणाऱ्या वर्तनाच्या संदर्भातील अनित्य बाबींचा समूह विस्तारित करते.

निवडक प्रश्न

१) 'संघटन' या संज्ञेचा अर्थ सांगा. संघटन का महत्त्वाचे आहे ?

२) संघटन सिद्धान्त थोडक्यात वर्णन करा.

३) संघटनात्मक वर्तन या संकल्पनेची व्याख्या करा.

४) संघटनात्मक वर्तनाची व्याप्ती वर्णन करा.

५) संघटनात्मक वर्तन विचाराचा ऐतिहासिक मागोवा घ्या.

६) संघटनात्मक वर्तनाचे विविध प्रारूप स्पष्ट करा.

७) टिपा लिहा.

    १) संघटनात्मक वर्तन अभ्यासाचे दृष्टिकोन

    २) उद्योगातील मानवी संबंध आणि एल्टन मेयो

    ३) संघटनात्मक वर्तनाची गरज

    ४) डग्लस मॅक्ग्रेगर यांचे विचार

    ५) संघटनात्मक वर्तन प्रारूप

    ६) औद्योगिक क्रांती आणि शास्त्रीय व्यवस्थापन यांचा संघटनात्मक वर्तनाशी असलेला संबंध

९. व्यक्तिगत वर्तन आणि व्यक्तिमत्त्व
(Individual Behaviour and Personality)

प्रस्तावना

सर्वच संघटना विविध प्रकारच्या व्यक्तींनी बनलेल्या असतात. व्यक्तींशिवाय संघटना अस्तित्वातच असू शकत नाही. व्यक्ती कार्यांगणात (Work Place) ज्या प्रकारे आपले वर्तन ठेवतात त्याचा त्या संघटनेच्या कार्यप्रगतीवर फार मोठा परिणाम होत असतो. विविध प्रकारची वैशिष्ट्ये असलेल्या व्यक्तींचे एकसारख्या आणि वेगवेगळ्या परिस्थितीत/प्रसंगात वर्तन भिन्न-भिन्न असते, यासाठीच व्यवस्थापकाने/उद्योजकाने व्यक्तिगत/मानवी वर्तन समजून घेणे अत्यंत गरजेचे आहे. ह्यामुळे ह्या सर्व व्यक्तींकडून सर्वोत्कृष्ट आणि अधिकाधिक योगदान प्राप्त करून घेता येते.

संघटना ही अनेक व्यक्तींची बनलेली असते. त्यांच्यामध्ये अनेक प्रकारच्या आंतरक्रिया घडून येत असतात. या आंतरक्रिया वाढाव्यात आणि त्यामध्ये जास्तीत जास्त सुसूत्रता, सुसंवाद असावा असा संघटकांचा प्रयत्न असतो, परंतु त्याकरिता त्याला आंतरक्रियांचे, वर्तनाचे स्वरूप समजावून घ्यावे लागते. वर्तनाचा अभ्यास मानसशास्त्र करते. मात्र, १९ व्या शतकापर्यंत मानसशास्त्रामध्ये आत्म्याचा किंवा मनाचा अभ्यास केला जात होता. मानसशास्त्र या शब्दासाठी इंग्रजीमध्ये जो Psychology असा शब्द आहे, तो मूळ ग्रीक शब्दापासून बनलेला आहे. Psukhe म्हणजे आत्मा आणि Logos म्हणजे शास्त्र.

त्यामुळेच १७ व्या शतकापर्यंत मानसशास्त्र हा तत्त्वज्ञानाचा एक भाग होता, तो स्वतंत्र विषय नव्हता. ॲरिस्टॉटल (Aristotle) या तत्त्ववेत्त्याने लिहिलेल्या 'De Anima' या ग्रंथात मानसशास्त्राची पहिली व्याख्या आढळते. मानसशास्त्र म्हणजे आत्म्याचा अभ्यास करणारे शास्त्र अशी व्याख्या तेव्हा केली गेली होती. बराच काळ ही व्याख्या प्रचलित होती. परंतु, आत्मा म्हणजे काय? त्याला आकार आहे का? तो शरीरात कोठे असतो? अशा प्रश्नांची उत्तरे मिळत नव्हती. त्यामुळे त्याचा शास्त्रशुद्ध अभ्यास करता येत नव्हता. परिणामी ही संकल्पना नाहीशी झाली.

नंतर मनाचे शास्त्र ते मानसशास्त्र, असा विचार रूढ झाला. आत्म्यापेक्षा ही व्याख्या समजायला सोपी वाटू लागली, परंतु अनुभव येत असला तरी मन म्हणजे काय? त्याचे स्वरूप कसे असते? या प्रश्नांना उत्तरे मिळत नसल्यामुळे त्याची वस्तुनिष्ठता तपासून पाहता येत नव्हती. हळूहळू ही व्याख्यासुद्धा लोप पावली.

मन संकल्पना अमूर्त असल्यामुळे वर्तन ही संकल्पना अस्तित्वात आली. विल्यम मॅकडुगल (William McDougal) आणि जॉन वॅट्सन (John Watson) यांनी हा बदल घडवून आणला. वर्तन हे मूर्त, दृश्य, निरीक्षण करता येण्याजोगे व अनुभवाला येत असल्यामुळे अभ्यासकांनी ही संकल्पना स्वीकारली व मानसशास्त्र वर्तनाचे

अभ्यास करणारे शास्त्र बनले. पण मग वर्तन ही संकल्पना आहे तरी काय ? याचाच मागोवा आता आपण घेणार आहोत.

वर्तन : व्याख्या आणि स्वरूप (Behaviour : Definition and Nature)

व्यक्ती ज्या वेगवेगळ्या प्रकारच्या हालचाली, क्रिया करतात त्याला वर्तन म्हणता येईल. खाणे, पिणे, चालणे, बोलणे, पोहणे, याबरोबरच विचार करणे या सर्वांचा समावेश वर्तनामध्ये होतो.

शास्त्रीय भाषेत वर्तनाची व्याख्या पुढीलप्रमाणे केली जाते, ''उद्दीपकाला अनुसरून दिली जाणारी प्रतिक्रिया म्हणजे वर्तन.'' उदा. वरिष्ठ समोर आल्यानंतर उभे राहणे यामध्ये वरिष्ठ हे उद्दीपक असतात व उभे राहण्याची प्रतिक्रिया त्यास केली जाते.

''मिळालेल्या उद्दीपकांना शरीरांतर्गत घडामोडींच्या आधारे दिलेली अनुक्रिया म्हणजे 'वर्तन' होय.''

"Behaviour simply means as a response to certain stimuli which is observable directly or indirectly."

वर्तन ही संकल्पना व्यापक आहे. वर्तनाला तीन बाजू आढळतात –

१) बोधात्मक (Cognitive) – अध्ययन, स्मरण, विचार, भावना, संवेदन यांसारख्या मानसिक क्रियांचा वर्तनामध्ये समावेश असतो.

२) क्रियाशील (Conative) – चालणे, बोलणे, हसणे, पोहणे, सायकल चालविणे, संगणकावर काम करणे वगैरे कृतींचा वर्तनामध्ये विचार केला जातो.

३) भावात्मक (Affective) – वर्तनामध्ये सुख, दुःख, राग, भीती, किळस, आदर वगैरे भावनांचा समावेश होतो.

यावरून असे लक्षात येते की, मानसशास्त्रात मानवाच्या दृश्यस्वरूप कृतींचाच अभ्यास केला जातो असे नव्हे तर त्यामध्ये मनोव्यापारांचासुद्धा विचार केला जातो.

रसायनशास्त्र, भौतिकशास्त्र, जीवशास्त्र या शास्त्रांप्रमाणे मानसशास्त्रामध्ये वर्तनाचा शास्त्रीय पद्धतीने अभ्यास केला जातो. प्रयोग, निरीक्षण पद्धती त्यासाठी वापरल्या जातात. त्यावरून वर्तनाविषयी वस्तुनिष्ठ निष्कर्ष काढले जातात. काढलेल्या निष्कर्षाचा पडताळा घेतला जातो. प्राप्त माहितीच्या आधारे वर्तनाविषयी सर्वसामान्य नियम केले जातात परंतु हे नियम लागू करताना व्यक्तिभिन्नतेचाही विचार केला जातो. व्यक्तीपरत्वे आणि परिस्थितीप्रमाणे जरी वर्तनामध्ये बदल होत असले तरी वर्तनामध्ये स्थिरतासुद्धा आढळते. वर्तन सुसंघटित, एकसंध आढळते.

तहान, भूक, यांसारख्या शारीरिक प्रेरणा; कर्तृत्व, वर्चस्व, संग्रह, महत्त्वाकांक्षा, सहवास यांसारख्या मानसिक प्रेरणा वर्तनाला दिशा देतात. तर निरनिराळ्या भावना वर्तन निश्चिती करतात.

वर्तनविषयक सूत्र (Formula of Behaviour) : वर्तनविषयक सूत्र पुढीलप्रमाणे केले जाते.

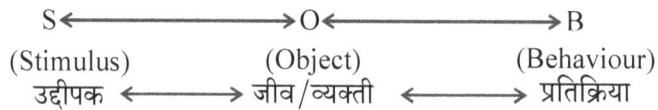

$$S \longleftrightarrow O \longleftrightarrow B$$

(Stimulus)	(Object)	(Behaviour)
उद्दीपक ⟷	जीव/व्यक्ती ⟷	प्रतिक्रिया

म्हणजेच ज्ञानेंद्रियांच्या मदतीने व्यक्ती उद्दीपक ग्रहण करते, त्याचा योग्य तो अर्थ लावून परिस्थितीला अनुसरून अशी प्रतिक्रिया दिली जाते.

आणखी स्पष्टपणे बोलायचे झाले तर वर्तनाला सुरुवात उद्दीपकाने होते. व्यक्तीच्या बाह्य व अंतर्गत वातावरणात अनेक उद्दीपके असतात. या सर्वच उद्दीपकांचा व्यक्ती स्वीकार करीत नाही, तर योग्य त्या उद्दीपकाची

निवड केली जाते. ज्ञानेंद्रियांमार्फत उद्दीपक ग्रहण करून त्याचा अर्थ लावला जातो. उद्दीपक कसा आहे किंवा परिस्थिती कशी आहे याचा विचार केला जातो किंवा त्याची कारणे शोधली जातात किंवा समस्या सोडविली जाते आणि त्यानुसार प्रतिक्रिया केली जाते, असे सतत चालू राहते.

व्यक्तिगत वर्तन ठरविणारे घटक (Determinants of Individual Behaviour)

व्यक्तिगत वर्तन ठरविणारे घटक विविध प्रकारचे आहेत. वर्तन हे त्या व्यक्तीची वैशिष्ट्ये आणि ती व्यक्ती ज्या वातावरणात कार्य करते त्या वातावरणाची वैशिष्ट्ये यांच्या आंतरक्रियेतून घडते. दुसऱ्या शब्दांत सांगायचे तर वर्तन हे व्यक्ती आणि वातावरण या दोन्हींचे फलित आहे. प्रत्येक व्यक्ती तिच्या वैशिष्ट्यांमुळे अन्य सर्वांपासून वेगळी व वैशिष्ट्यपूर्ण असते. ह्यापैकी काही वैशिष्ट्ये ही उपजत वारशाने आलेली असतात, तर काही कालांतराने शिकून आत्मसात केलेली असतात. व्यक्तिगत वैशिष्ट्ये ही त्या व्यक्तीच्या आतच असतात, तर पर्यावरणात्मक वैशिष्ट्ये त्या व्यक्तीबाहेर असतात. ही व्यक्तिगत आणि पर्यावरणात्मक वैशिष्ट्येच व्यक्तीचे वर्तन निश्चित करतात, ठरवितात. ह्या वैशिष्ट्यांची चर्चा खालील परिच्छेदातून केलेली आहे.

व्यक्तिगत आणि पर्यावरणात्मक घटकात नेमक्या कोणकोणत्या घटकांचा समावेश होतो हे पुढील आकृतीवरून स्पष्ट होईल.

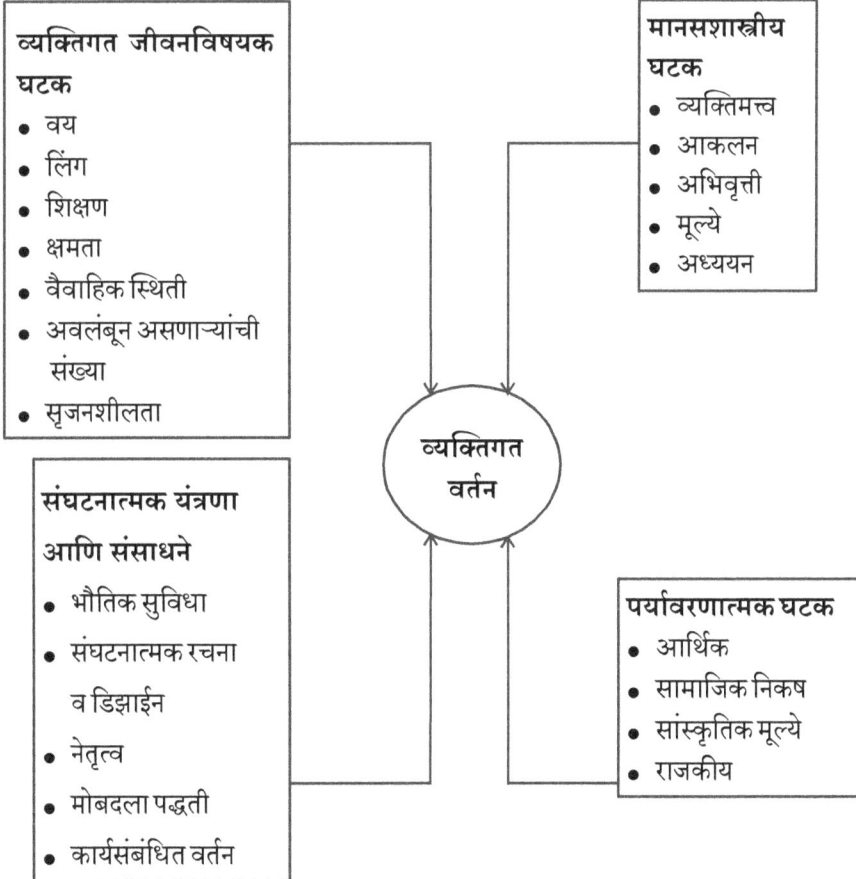

आकृती क्र. ९.१ : व्यक्तिगत वर्तन ठणविणारे घटक

व्यक्तिगत वर्तन ठरविणाऱ्या घटकांच्या आकृतीवरून हे लक्षात येते की हे घटक चार प्रकारात मोडतात. ह्या चारही प्रकारातील घटकांची माहिती आपण आता करून घेऊ या.

अ) व्यक्तिगत जीवनविषयक घटक (Personal Biographical Factors)

१) वय (Age) : वय हा घटक बहुविध बाजू असलेला आणि व्यक्तीसापेक्ष आहे. ह्या घटकाचा कार्यप्रगती, उलाढाल, गैरहजेरी, उत्पादकता आणि समाधान ह्यावर परिणाम होतो. कार्यप्रगती वयावर अवलंबून असते. जसजसे वय वाढत जाते, तसतशी कार्यप्रगती घसरत जाते. तसेच, वयाचा परिणाम उलाढालीवरसुद्धा होतो. माणसाचे वय जसजसे वाढते तसतशी त्याने नोकरी सोडण्याची शक्यता दुरावत जाते. गैरहजेरी टाळता येण्याजोगी आहे की अटळ आहे यावर गैरहजरी आणि वय यांच्यातील संबंध अवलंबून असतात. सर्वसामान्यपणे, तरुण कर्मचाऱ्यांच्या तुलनेत वयाने जास्त असलेल्या कर्मचाऱ्यांमध्ये टाळता येण्याजोग्या गैरहजरीचे प्रमाण कमी असते. कदाचित जास्त वयामुळे उद्भवणाऱ्या अनारोग्यामुळे असे होत असावे. उतारवयामुळे उत्पादकतेवरही परिणाम होतो. ती कमी होते. वयाने जेव्हा व्यक्ती जास्त वाढते तेव्हा त्याची व्यक्तिगत कौशल्ये कमी होतात. वय आणि समाधान यामध्ये मात्र सकारात्मक संबंध असतो. मात्र, तंत्रज्ञानातील बदलामुळे हे समीकरण बदलू शकते. जेव्हा नाट्यमय बदलामुळे कर्मचाऱ्यांची कौशल्ये कालबाह्य ठरतात तेव्हा नव्या कर्मचाऱ्यांच्या तुलनेत जुन्या कर्मचाऱ्यांची समाधानाची पातळी अधिक प्रमाणात खालावते. उदा. संगणकीकरणामुळे परिणाम होणारे जुने कर्मचारी.

संयोजकतेमध्ये (adaptability) वय हा घटक महत्त्वाचा असतो; सर्वच जास्त वयाच्या लोकांना असंयोजक (unadaptable) म्हणणं असयुक्तिक व चुकीचे ठरेल. 'वयाचा परिणाम' हा संघटनात्मक घटकांच्या पलीकडचा आहे. वयाप्रमाणे लिंगसुद्धा (Sex) सामाजिक भेदाचे मूळ असते. 'वयस्कर लोकांचे' समाजातील स्थान बऱ्याचदा आपल्या आकलनावर परिणाम करते. समाजात बऱ्याचदा वयानुसार थर केले जातात आणि ही थरांची रचना संस्कृती-संस्कृतीत बदलते. एखादा समाज वयस्कर लोकांविषयी विलक्षण पूज्यभाव बाळगून त्यांना आदराची वागणूक देईल, तर दुसऱ्या एखाद्या समाजात त्यांची 'अनुत्पादक' आणि 'अवघड' म्हणून हेटाळणी केली जाईल. तिबेटियन भाषा बोलणारे शेरपा हे बुद्धवादी लोक वयस्कर लोकांना मूर्तीचा दर्जा देतात, तसेच अंदमान बेटावर वयस्कर लोकांचे समाजरचनेतील स्थान फार मोठे असते. अर्थात, सर्वच समाजात वयस्कर लोकांची काळजी घेण्याची आणि त्यांना किंमत देण्याची परंपरा नाही.

२) लिंग (Sex) : विद्वान पंडित, सामाजशास्त्रज्ञ आणि संशोधक या सर्वांचे लक्ष पुरुष आणि महिला कर्मचारी या विषयाकडे मोठ्या प्रमाणात आकर्षित झाले आहे. संशोधनाने हे सिद्धच केले आहे की समस्या सोडविण्याची क्षमता, विश्लेषण कौशल्ये, स्पर्धात्मकतेचा जोश, संप्रेरण, नेतृत्व, सामाजिकता किंवा अध्ययन क्षमता ही कर्मचारी, पुरुष आहे की महिला आहे यावर अवलंबून नसते. मात्र, आपल्या पुरुष-प्रधान समाजात, संघटनेमध्ये महिला कर्मचारी असण्यास प्रोत्साहन दिले जात नाही किंवा त्याला फारशी किंमत दिली जात नाही.

लिंग ह्या घटकाचा उलाढाल आणि गैरहजेरी यावर परिणाम होतो. नोकरी बदलणे आणि नोकरीपासून दूर राहणे ही प्रवृत्ती पुरुषांच्या तुलनेत महिलांमध्ये अधिक आहे असे संशोधनांती आढळून आले आहे. ह्यामागील तार्किक कारण म्हणजे आपल्या समाजाने परंपरेने घर आणि कुटुंबाच्या जबाबदाऱ्या महिलांवर टाकल्या आहेत. जेव्हा लहान मूल आजारी असते किंवा नळ दुरुस्तीसाठी प्लंबर घरी येणार असतो तेव्हा नोकरीवर न जाता वेळ काढून घरीच थांबण्याची जबाबदारी गृहिणीचीच असते.

३) शिक्षण (Education) : प्राप्त केलेल्या शिक्षणाचा दर्जा आणि प्रकार यांचा परिणाम मोठ्या प्रमाणावर व्यक्तिगत वर्तनावर होतो. शिक्षणाच्या दर्जात झालेल्या वाढीमुळे व्यक्तीच्या सकारात्मक फलनिष्पत्तीबाबत अपेक्षा

वाढतात. समाधानकारक नोकरी, अधिक उच्च उत्पन्न आणि नोकरी–धंद्याचे अधिक पर्यायी वाव उपलब्ध होणे म्हणजेच 'चांगले आयुष्य', असे ह्या सकारात्मक फलनिष्पत्तींचे आकलन असते. जेव्हा अपेक्षित फलनिष्पत्ती मिळत नाही तेव्हा भ्रमनिरास होतो.

ज्या प्रकारचे शिक्षण मिळते, त्याचाही परिणाम व्यक्तिगत वर्तनावर होतो. शिक्षण हे 'सर्वसाधारण' किंवा 'विशेष' असू शकते. 'सर्वसाधारण' शिक्षणात कला, मानव्य आणि सामाजिक शास्त्रांचा समावेश होतो तर 'विशेष' शिक्षणात अभियांत्रिकी, औषध, संगणकशास्त्र आणि तत्सम विद्याशाखांचा समावेश होतो. 'सर्वसाधारण' शिक्षण हे 'विशेष' शिक्षणाच्या तुलनेत व्यक्तींना आकर्षित करून वेगळ्या पद्धतीने विकसित करते, 'विशेष' शिक्षणक्रम हे मर्यादित आणि विशिष्ट विषयाला वाहिलेले असे असतात. तर 'सर्वसाधारण' शिक्षण कार्यक्रम हे व्यक्तीला अनेक विषयांचे ज्ञान मिळवून देते आणि एकूणच संकल्पना आणि विषयांचे एकूण आकलन व्हावे यादृष्टीने त्यांची रचना करण्यात आलेली असते.

४) क्षमता (Abilities) : क्षमता म्हणजे एखाद्या व्यक्तीची नोकरीतील विविध कार्ये करण्याची कुवत/ताकद. ही कुवत त्या व्यक्तीतील दोन प्रकारच्या कौशल्यांनी बनलेली असते – बौद्धिक (Intellectual) आणि शारीरिक (Physical), मानसिक (Mental) उपक्रम करण्यासाठी बौद्धिक क्षमतेची आवश्यकता असते. उदा. बुद्ध्यंक (IQ) चाचणी ही त्या व्यक्तीची बौद्धिक क्षमता मापन करण्यासाठी तयार करण्यात आलेली असते म्हणूनच GRE, GMAT, CAT यांसारख्या चाचण्या लोकप्रिय झाल्या. बौद्धिक चाचणीच्या आणखी काही बाजू आहेत, त्या खालील तक्त्यावरून स्पष्ट होतील–

तक्ता क्र. ९.१ : बौद्धिक कौशल्याच्या बाजू

बाजू	वर्णन	कामाचे उदाहरण
अंक कल	वेगाने व अचूकतेने गणित सोडवण्याची क्षमता	अकाउंटंट आणि वस्तूंवरील विक्रीकर काढणे.
शाब्दिक आकलन	वाचलेले अथवा ऐकलेले असेल त्याचे आकलन होण्याची तसेच शब्दांचा परस्पर संबंध यांचे आकलन होण्याची क्षमता	कारखाना व्यवस्थापक – जो कारखान्याच्या धोरणांचा पाठपुरावा करतो.
आकलन वेग	दृश्य साम्ये आणि फरक तत्परतेने व अचूकतेने शोधून काढण्याची क्षमता	आगीची चौकशी करणारा – जाळपोळीचा गुन्हा शाबीत करण्यासाठी कारणे शोधणे.
अनुमानाचे कार्यकारण	समस्येतील तार्किक क्रम शोधण्याची आणि समस्या सोडवण्याची क्षमता	बाजारपेठ संशोधक – भावी काळातील मागणी विषयक अंदाज बांधणे.
अनुमानित कार्यकारण	तर्कशास्त्राचा उपयोग करण्याची क्षमता आणि वादविवादाचा ध्वन्यर्थ काढण्याची क्षमता	पर्यवेक्षक – कर्मचाऱ्यांनी सुचविलेल्या दोन विभिन्न शिफारशींमधून निवड करणे.
अवकाशासंबंधीचे काल्पनिक चित्र	जर वस्तूची अवकाशातील वस्तूचे स्थान बदलल्यास ती कशी दिसेल याची कल्पना करण्याची क्षमता	अंतर्गत सजावटकार – कचेरीची पुनर्सजावट करणे.

बाजू	वर्णन	कामाचे उदाहरण
स्मरणशक्ती	गत-अनुभव मनात ठेवण्याची आणि पुन्हा आठवण्याची क्षमता	विक्रेता – ग्राहकांची नावे स्मरणात ठेवणे.

(संदर्भ : Stephen P. Robins : Organizational Behaviour : P. 46)

एखाद्याची कुवत (Stamina), हस्तकौशल्ये (Manual dexterity), पायातील ताकद, इत्यादी बाबींचा समावेश शारीरिक क्षमतांमध्ये होतो. जर एखादे कार्य करण्यासाठी ह्या आणि तत्सम क्षमतांची गरज असेल तर व्यवस्थापनाने कर्मचाऱ्यांच्या ह्या शारीरिक क्षमता शोधायलाच हव्यात.

नऊ शारीरिक क्षमता निश्चित करण्यात आल्या आहेत. (खालील तक्ता पहा.)

तक्ता क्र. ९.२ : नऊ मूलभूत शारीरिक क्षमता

	बलस्थान घटक	
१)	चैतन्यदायी बलस्थान	स्नायुंच्या ताकदीचा वारंवार अथवा सातत्याने वापर करण्याची क्षमता
२)	धड बलस्थान	धडाचा उपयोग करून स्नायुंच्या ताकदीचा वापर करण्याची क्षमता (विशेषत: पोटाचे स्नायू)
३)	स्थिर बलस्थान	बाह्य वस्तूच्या विरोधात ताकद वापरण्याची क्षमता
४)	विस्तारक बलस्थान	एका अथवा अधिक कृतींच्या मालिकेत कमाल ताकद विस्तारण्याची क्षमता
	लवचिकता घटक	
५)	विस्तार लवचिकता	धड/पाठ स्नायूंची शक्य तितक्या प्रमाणात हालचाल करण्याची क्षमता
६)	चैतन्यदायी लवचिकता	वेगाने, वारंवार वाकण्याची कृती करण्याची क्षमता
	अन्य घटक	
७)	शरीर समन्वय	शरीराच्या विविध भागांच्या एकाच वेळेस होणाऱ्या हालचालींमध्ये समन्वय साधणे.
८)	समतोल	विविध दबाव असले तरी समतोल राखण्याची क्षमता
९)	कुवत	प्रदीर्घ काळ कष्ट करण्यासाठी करावे लागणारे प्रयत्न जास्तीत जास्त करण्याची क्षमता

(संदर्भ : Organizational Behaviour - Stephen R. Robbins, P. 46)

व्यक्ती ज्या प्रमाणात ह्या क्षमता धारण करतात त्या प्रमाणात त्या एकमेकांपासून भिन्न-भिन्न ठरतात. त्यांच्यामध्ये फारच थोडे साधर्म्य व नाते असते यात आश्चर्य अजिबात नाही. एक शारीरिक क्षमता उच्च पातळीची

असल्यास दुसरीही शारीरिक क्षमता तेवढ्याच उच्च पातळीची असेल असे नाही. व्यवस्थापन जेव्हा एखादे कार्य करण्यासाठी ह्या नऊ क्षमतांची किती प्रमाणात आवश्यकता आहे हे ठरविते आणि नंतर आपल्या कर्मचाऱ्यात ह्या क्षमता आवश्यक त्या प्रमाणात आहेत ना याची खात्री करून घेते, तेव्हा कर्मचाऱ्यांची कार्यप्रगती खूप मोठ्या प्रमाणात झालेली आढळते. जेव्हा कार्ययोग्य क्षमता (Ability-Job fit) कर्मचाऱ्यात असतात तेव्हा त्या कर्मचाऱ्याची कार्यप्रगती उच्च पातळीवरील असते. अर्थात, नेमकी कार्य योग्य क्षमता गाठणे क्वचितच शक्य होते. कारण कर्मचारी कामावर नेमण्याची प्रक्रिया बऱ्याचदा परिपूर्ण नसते. कधीकधी व्यवस्थापक कर्मचाऱ्याच्या फक्त क्षमतांवरच लक्ष केंद्रित करतात किंवा विशिष्ट कार्य करण्यासाठी आवश्यक असलेल्या विशिष्ट क्षमतेवरच लक्ष केंद्रित करतात आणि अन्य बाबींकडे दुर्लक्ष करतात. शिवाय संघटना आणि माणसे बदलतात. जेव्हा एखादी व्यक्ती नोकरीत रुजू होते तेव्हा ते कार्य अतिशय उत्तेजक आणि उद्दीपित करणारे वाटले तरी काही वर्षांनंतर तेच कार्य त्याला एकसुरी आणि कंटाळवाणे वाटायला लागते. ज्या संघटनेत नवीन तंत्रज्ञान अंमलात आणले जाते, त्या संघटनेत कर्मचाऱ्यांत नवीन कौशल्ये असावीत ही गरज असते. वास्तविक प्रत्येक व्यक्ती ही स्वतंत्र व वैशिष्ट्यपूर्ण असते. कौशल्ये आणि कार्यप्रगती मोजणे हे अतिशय अवघड काम असते. अभिवृत्ती आणि व्यक्तिमत्त्व यांचे मूल्यमापन करणे ही अतिशय किचकट प्रक्रिया आहे.

जेव्हा कार्य-योग्य क्षमता नसतात तेव्हा काय होते? जर कर्मचाऱ्यात आवश्यक क्षमता कमी प्रमाणात असतील तर त्यांना अपयश येण्याची शक्यता असते. कार्यप्रगतीवर दुष्परिणाम होतो, मग कर्मचाऱ्याला उच्च संप्रेरण असले आणि सकारात्मक अभिवृत्ती असल्या तरी. जर कर्मचाऱ्याच्या क्षमता अपेक्षेपेक्षाही फारच कमी असतील तरीसुद्धा परिणाम वेगळा होईल. कार्यप्रगती पुरेशी होण्याची शक्यता असेल, पण मग अशा संघटनेत संघटनात्मक अपरिणामकारकता असेल आणि कार्य समाधानात घट होईल.

५) वैवाहिक स्थिती (Marital Status) : वैवाहिक स्थितीचा परिणाम गैरहजेरी, उलाढाल आणि समाधान यावर होतो. विवाहित कर्मचाऱ्यात गैरहजेरी आणि उलाढालीचे प्रमाण कमी असते, तर नोकरीबाबत समाधान जास्त असते. विवाहामुळे व्यक्तीवर अधिक जबाबदाऱ्या पडतात, त्यामुळे स्थिर नोकरी आणि स्थिर उत्पन्नाची गरज असते.

६) अवलंबून असणाऱ्यांची संख्या (Number of Dependents) : कर्मचाऱ्यांची अनुपस्थिती आणि समाधान यांचा आणि कर्मचाऱ्यांवर अवलंबून असणाऱ्यांची संख्या यांचा परस्पर संबंध आहे. कर्मचाऱ्यांना असलेली मुले यांचाही निकटचा संबंध आहे. कर्मचाऱ्यांच्या गैरहजेरीशी – विशेषत: महिला कर्मचारी असल्यास, तसेच अवलंबून असलेल्यांची संख्या आणि समाधान यांचा परस्पर संबंध आहे.

७) सृजनशीलता (Creativity) : व्यक्तिगत वर्तनावर परिणाम करणारा हा आणखी एक घटक. एखाद्या समस्येकडे नव्या दृष्टिकोनातून पाहणे किंवा सोडविणे यासाठी केलेल्या ज्ञानयुक्त उपक्रमाला 'सृजनशीलता' म्हणतात. सृजनशीलता असणे अत्यंत गरजेचे आहे, कारण त्यातूनच विविध क्षेत्रातील उत्तुंग निर्मिती होतात. सृजनशील व्यक्तिंमध्ये वैशिष्ट्यपूर्ण गुण असतात.

संघटना सृजनशीलतेला प्रोत्साहन देऊन ती जणू काही संघटनात्मक संस्कृतीचा हिस्सा बनवतात. ज्या संघटना खरोखरच सृजनशीलतेला प्रोत्साहन देतात त्या भविष्यात काही उत्पन्न नवीन उत्पादनातून मिळवण्याचे ध्येय ठरवितात. म्हणजेच सृजनशीलता आणि नवनिर्मिती यांना संघटनेत फार वरचे स्थान असते.

सृजनशीलतेत यश मिळाल्यास त्याचा योग्य गौरव संघटनेत केला जातो. परंतु, सृजनशीलतेत अपयश

आल्यास मात्र शिक्षा केली जात नाही, कारवाई केली जात नाही. अन्यथा, इतरांना सृजनशीलतेत पुढाकार घेण्यातच रोखले जाईल.

ब) पर्यावरणात्मक घटक (Environmental Factors)

पर्यावरणात्मक घटकात आर्थिक, सामाजिक आणि तत्सम घटकांचा समावेश होतो. हे घटक बहिर्गत स्वरूपाचे असतात आणि ते वैयक्तिक वर्तनावर विलक्षण प्रभाव पाडतात. मुख्य म्हणजे व्यक्तीचा/व्यक्तींचा ह्या घटकावर सर्वसाधारणपणे प्रभाव पडत नाही.

आर्थिक घटक अत्यंत महत्त्वाचा असून त्याच्याशी निगडित घटक पुढीलप्रमाणे आहेत – रोजगार संधी उपलब्धता, वेतन दर, आर्थिक दृष्टिकोन, तांत्रिक बदल इ. सांस्कृतिक पर्यावरण असाच आणखी एक महत्त्वाचा घटक आहे की, जो व्यक्तिगत वर्तनावर भरपूर प्रमाणात परिणाम करतो. ह्यामध्ये कार्य नीतिमूल्ये, सिद्धी गरजा, परिणाम-मोबदला अपेक्षा आणि मूल्ये ह्या घटकांचा समावेश होतो.

राजकीय घटकसुद्धा वैयक्तिक वर्तनावर परिणाम करतो. ह्या घटकातील पुढील विशेष बाबी हे परिणाम घडवून आणतात – स्थिर शासन आणि रोजगार संधी, नियंत्रित आणि खुली अर्थव्यवस्था इ.

क) संघटनात्मक यंत्रणा आणि संसाधने (Organisational Systems and Resources)

भौतिक सुविधा, संघटनात्मक रचना आणि डिझाईन, नेतृत्व आणि मोबदला पद्धती हे घटकसुद्धा व्यक्तिगत वर्तनावर परिणाम करतात. भौतिक सुविधांमध्ये पुढील बाबींचा समावेश होतो – प्रकाश योजना, वायुवीजन, वातानुकूलन, सजावट, प्रत्येक कर्मचाऱ्याला उपलब्ध जागा, साधने इ.

संघटनात्मक रचना आणि डिझाईनमध्ये पुढील बाबींचा समावेश होतो – संघटनेतील विविध समूह व विभाग यांची रचना, अहवाल सादरीकरण, सुसंवाद इ.

नेतृत्वात पुढील बाबींचा समावेश होतो – निर्देशन, सहकार्य, सल्ला, मार्गदर्शन इ. मोबदला पद्धतीची परिणामकारकता महत्त्वपूर्ण ठरते. कार्यसंबंधित वर्तनाच्या अनुषंगाने असलेले महत्त्वाचे घटक खालील आकृतीत दाखविण्यात आले आहेत –

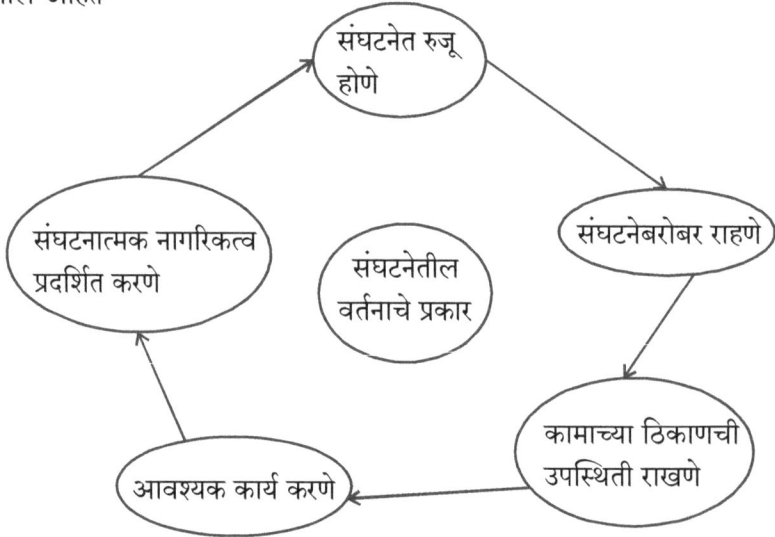

आकृती क्र. ९.२ : संघटनात्मक यंत्रणा आणि संसाधने

ड) मानसशास्त्रीय घटक (Psychological Factors)

मानसशास्त्रीय घटकात पुढील महत्त्वाच्या बाबींचा समावेश होतो - व्यक्तिमत्त्व, आकलन, अभिवृत्ती, मूल्ये आणि अध्ययन. ह्या घटकांचा व्यक्तिगत वर्तनावर विशेष परिणाम होतो.

अध्ययन (Learning) : सर्व किचकट असे वर्तन शिकले जाते. जर आपल्याला व्यक्तीचे वर्तन स्पष्ट करायचे असेल किंवा त्याच्या वर्तनाचा अंदाज बांधायचा असेल तर लोक अध्ययन कसे करतात, हे जाणून घेणे गरजेचे आहे.

"You cannot teach a man anything. You can only help him discover it within himself."
- Galileo

अनेक कर्मचाऱ्यांना विशिष्ट संघटनेला धरून ठेवण्यासाठी अध्ययन हे अत्यंत प्रभावी प्रोत्साहन आहे. अनेक कर्मचारी असे म्हणताना आपण ऐकतो की, ''आम्ही येथे अधिक पगार मिळतोय म्हणून राहत नाही तर आम्हाला भरपूर शिकायला मिळते म्हणून.'' अध्ययनाचा व्यक्तिगत वर्तनावर विलक्षण प्रभाव पडतो. त्यामुळे व्यक्तीच्या क्षमता, भूमिका आकलन आणि संप्रेरण यावर परिणाम होतो. ज्ञान व्यवस्थापनासाठीसुद्धा (Knowledge Management) अध्ययनाची गरज भासते. ज्ञान व्यवस्थापनामुळे संघटनेचे अस्तित्व आणि यश यामध्ये सुधारणा घडवून आणण्याच्या दृष्टीने संघटना ज्ञान प्राप्त करू शकते, ती दुसऱ्याशी देवाणघेवाण करू शकते आणि त्याचा योग्य वापर करू शकते.

आजच्या वेगाने बदलत्या काळात, कर्मचाऱ्याला ठरावीक कालावधीनंतर नवीन ज्ञान कौशल्ये आत्मसात करावीच लागतात. उदा. इंटरनेटचा वाढता वापर.

व्यक्तिमत्त्व : अर्थ व व्याख्या (Personality : Meaning and Definition)

संघटना अनेक व्यक्तींची बनलेली असते. 'व्यक्ती तितक्या प्रकृती' या उक्तीप्रमाणे प्रत्येक व्यक्ती भिन्न असते. अशा भिन्न भिन्न प्रकारच्या व्यक्तींना संघटित करण्याचे काम संघटकाला करायचे असते. व्यक्तिमत्त्व म्हणजे काय ? त्याचे स्वरूप काय आहे ? हे त्याला कळले तरच ही 'विविधतेतून एकता' साधणे शक्य होईल.

व्यवहारात 'व्यक्तिमत्त्व' या शब्दाचा अर्थ आपण वेगवेगळ्या प्रकारे लावून घेत असतो. 'काय छान व्यक्तिमत्त्व आहे, कशी सणसणीत उंची आहे!' असे आपण म्हणतो. ''किती आकर्षक व्यक्तिमत्त्व आहे, कशी 'स्मार्ट' व्यक्ती आहे नाही का ?'' असेही आपण म्हणतो. 'राजीव गांधींचे व्यक्तिमत्त्व किती सुरेख होते, पण लालबहादूर शास्त्रींना मात्र व्यक्तिमत्त्वच नव्हते' असाही शेरा देऊन आपण मोकळे होतो. थोडक्यात म्हणजे, सणसणीत उंची, गोरा रंग, चांगले रूप म्हणजे व्यक्तिमत्त्व असे आपल्याला वाटते. पण प्रत्यक्षात मात्र व्यक्तिमत्त्व हा शब्द इतका संकुचित अर्थाने वापरला जात नाही.

व्यक्तिमत्त्व या शब्दासाठी इंग्रजीमध्ये वापरला जाणारा 'Personality' हा शब्द 'Per Sonare' या लॅटिन शब्दापासून बनला आहे. त्याचा अर्थ (To speak through) च्या माध्यमातून बोलणे. पूर्वी ग्रीक, रोमन नाटकांमध्ये अभिनय करणाऱ्या व्यक्ती आपापल्या भूमिकेनुसार मुखवटे धारण करीत असत. हा मुखवटा म्हणजे त्याचे व्यक्तिमत्त्व ! पण या कारणाने 'Personality' हा शब्द व्यवहारात आला तरी तो व्यक्तिमत्त्वाचा व्यापक अर्थ सांगत नाही.

अनेक मानसशास्त्रज्ञांनी आपापल्या दृष्टिकोनातून व्यक्तिमत्त्वाच्या व्याख्या केल्या. त्यांपैकी व्यक्तिमत्त्वाची एकच एक व्याख्या प्रत्येक परिस्थितीमध्ये उपयोगी पडू शकते, असे मात्र दिसून येत नाही. त्यामुळे काही व्याख्यांच्या आधारे व्यक्तिमत्त्वाची संकल्पना समजावून घ्यावी लागते. आयझेंक (Eysenck) या मानसशास्त्रज्ञाच्या मते, ''व्यक्तिमत्त्व म्हणजे व्यक्तीचे चारित्र्य, स्वभाव, बुद्धी व शरीरयष्टी यांचे कमी-जास्त आणि टिकाऊ स्वरूपाचे

संघटन होय की जे घटक व्यक्तीचे त्याच्या परिवेशाशी झालेले वैशिष्ट्यपूर्ण समायोजन निर्धारित करते.''

तर मन (Munn) यांच्या दृष्टीने, ''व्यक्तिमत्त्व म्हणजे व्यक्तीची शरीररचना, वर्तनविशेष, अभिरुची, अभिवृत्ती, क्षमता, योग्यता आणि अभिक्षमता यांचे वैशिष्ट्यपूर्ण संघटन होय.''

ऑलपोर्ट (Allport) यांनी व्यक्तिमत्त्वाची व्याख्या करताना म्हटले आहे की, ''व्यक्तीच्या वर्तनाची गुणवैशिष्ट्ये व विचार निर्धारित करणाऱ्या मनोशारीरिक प्रणालीच्या गतिशील संघटनाला व्यक्तिमत्त्व असे म्हणतात.''

या सर्व व्याख्यांचा विचार केला असता असे दिसते की, व्यक्तिमत्त्वामध्ये शारीरिक व मानसिक अशा दोन्ही प्रकारच्या गुणवैशिष्ट्यांचा समावेश होतो. शरीराचा बांधा, उंची, रंग, डोळ्यांचा आकार, नाकाचा सरळपणा, केसांचा कुरळेपणा यांसारख्या शारीरिक गुणांबरोबर बुद्धी, स्मृती, अभिक्षमता, अभिरुची, स्वभाव वैशिष्ट्ये यांसारख्या मानसिक गुणधर्मांचे मिळून व्यक्तिमत्त्व बनते.

प्रत्येक व्यक्तीमध्ये शारीरिक व मानसिक गुणधर्म असतात. या गुणधर्मांचे प्रमाण प्रत्येकामध्ये सारखे नसते. त्यातूनच व्यक्ती एकमेव बनते. पण म्हणूनच एखाद्याला व्यक्तिमत्त्व आहे आणि एखाद्याला व्यक्तिमत्त्व नाही, असे मात्र कधीच होत नाही! व्यक्तिमत्त्वाची जडणघडण होते कशी हे समजावून घेतल्यावर व्यक्तिमत्त्वाची संकल्पना अधिक स्पष्ट होते.

व्यक्तिमत्त्व घडविणारे घटक (Determinants of Personality) : व्यक्तिमत्त्वाच्या जडणघडणीमध्ये अनुवंश व परिवेश या दोन घटकांचा सारख्याच प्रमाणात पण महत्त्वपूर्ण सहभाग असतो. म्हणून दोघांचाही विचार करणे आवश्यक ठरते.

अ) अनुवंश (Heredity) : मागील पिढीकडून पुढील पिढीकडे जो गुणसमुच्चय संक्रमित केला जातो, त्यास 'अनुवंश' असे म्हणतात. शरीराचा बांधा, उंची, रंग, डोळ्यांचा आकार, नाकाचा सरळपणा, केसांचा रंग यासारख्या शारीरिक गोष्टी व सहनशीलता, बुद्धी वगैरे मानसिक गुणधर्म अनुवंशाने निश्चित होतात.

अनुवंश यंत्रणा (Mechanism of Heredity) : अनुवंशाची यंत्रणा ही अतिशय गुंतागुतीची प्रक्रिया आहे. त्यामध्ये पुढील घटकांचा समावेश होतो.

गुणसूत्रे (Chromosomes) : मातेकडील डिंबपेशी व पित्याच्या शरीरातील शुक्राणू यांच्या संयोगातून फलित पेशी तयार होते. या पेशीचे एका पेशीपासून दोन, दोनापासून चार, चारापासून आठ,... अशा पद्धतीने विभाजन होत जाते. त्यातून निर्माण झालेल्या लाखो पेशींपासून शरीर बनते.

फलितांड पेशीमध्ये एकूण गुणसूत्राच्या २३ जोड्या असतात. स्त्रीच्या शरीरातील सर्व २३ जोड्या या XX प्रकारच्या असतात तर पुरुषाच्या शरीरातील २२ जोड्या या XX प्रकारच्या आणि २३ वी जोडी XY प्रकारची असते.

लिंग निश्चिती (Determination of Sex) : जर संयोग होताना २३ व्या जोडीमध्ये स्त्रीकडून X व पुरुषाकडून X प्रकारची गुणसूत्रे एकत्र आली तर मुलगी जन्माला येते. पण २३ व्या जोडीमध्ये स्त्रीकडून X व पुरुषाकडून Y अशी दोन गुणसूत्रे एकत्र आली तर मुलगा जन्माला येतो. म्हणजेच बालकाची लिंग निश्चिती पित्याकडून होते. येथे व्यक्तिमत्त्वावरचा अनुवंशाचा पहिला परिणाम आपल्याला जाणवतो.

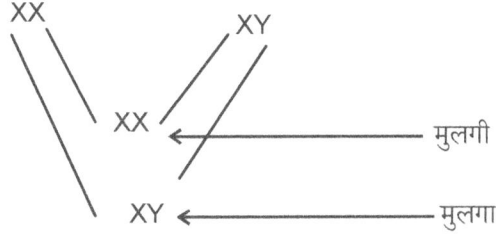

आकृती क्र. ९.३ : लिंग निश्चिती

द्विबीज/अनेकांड जुळी (Fraternal Twins) : एकाच वेळी दोन वेगवेगळ्या शुक्रपेशींचे दोन निरनिराळ्या डिंबपेशींशी फलन होऊन जेव्हा दोन बालके स्वतंत्रपणे वाढतात तेव्हा त्यांना 'द्विबीज जुळी' असे म्हणतात. याच पद्धतीने तिळी जन्माला येतात. यांचा अनुवंश सारखा नसतो.

एकांड जुळी (Identical Twins) : जेव्हा एकाच फलितांडाचे विभाजन होऊन त्यापासून दोन बालके वाढू लागतात, तेव्हा त्यांना 'एकांड जुळी' म्हणतात. यांचा अनुवंश सारखा मानला जातो. ही जुळी समान लिंगाची असतात.

घट व विभाजन (Reduction and Division of Chromosomes) : डिंबपेशीकडून २३ गुणसूत्रांच्या जोड्या व शुक्रपेशीकडून २३ गुणसूत्रांच्या जोड्या, अशा एकूण ४६ जोड्या फलितांडामध्ये यायला हव्यात. प्रत्यक्षात जोडीपैकी २३ गुणसूत्रांचा त्याग केला जातो व २३ गुणसूत्रे ठेवली जातात. त्यामुळे पुढच्या पिढीत मातेकडून २३ व पित्याकडून २३ अशा प्रकारे २३ गुणसूत्रांच्या जोड्या उतरतात. जोडीपैकी कोणती २३ गुणसूत्रे ठेवली जातील व कोणती सोडून दिली जातील यासाठी कोणताच नियम आढळत नाही. त्याचा व्यक्तिमत्त्व घडण्यावर परिणाम होतो. त्यामुळे दोन सख्ख्या भावंडांमध्येसुद्धा फरक आढळतो.

प्रभावी व अप्रभावी जिन्स (Dominant and Recessive Genes) : एकाच गुणासाठी मातेकडून आणि पित्याकडून पुढच्या पिढीकडे जिन्स संक्रमित केले जातात. प्रत्येक गुणसूत्रात हजारो जिन्स असतात. त्यांनाच 'अनुवंशाचे वाहक' म्हटले जाते. कारण प्रत्येक जिन विशिष्ट गुणाच्या प्रकटीकरणासाठी जबाबदार असतो. काही गुण अनेक जिन्सच्या एकत्रीकरणातून निर्माण होतात. बालकामध्ये मात्र पित्याचे किंवा मातेचे गुण संक्रमित होताना दिसतात. कारण जिन्स प्रभावी किंवा अप्रभावी प्रकारचे असतात. प्रभावी जिन्सचे गुण बालकात येतात. अप्रभावी जिन तशीच सुप्त अवस्थेत राहते. पुढच्या काळात या अप्रभावी जिनचा प्रभावी जिनशी संपर्क आल्यास, मागच्या पिढीत न आढळलेले गुण पुढच्या पिढीत दिसतात. उदा. आई-वडील गोरे पण मूल मात्र काळ्या वर्णाचे निपजणे.

जिन्समधील उत्परिवर्तने (Genetic Mutation) : काही वेळा जिन्समध्ये अचानक बदल घडून आलेले असतात. पण असे बदल बहुधा दोष निर्माण करणारे असतात.

अशा विविध कारणांमुळे प्रत्येक व्यक्ती दुसऱ्या व्यक्तिपेक्षा वेगळी आढळते. प्रत्येकीचे व्यक्तिमत्त्व निराळे बनते.

ब) परिवेश/वातावरण (Environment) : अनुवंशाइतकाच व्यक्तिमत्त्वावर प्रभाव पाडणारा घटक आहे परिवेश. ज्या वातावरणात व्यक्ती राहते ते वातावरण व्यक्तीच्या उपजत गुणांना आकार देते. यामुळेसुद्धा प्रत्येकाचे व्यक्तिमत्त्व निराळे होण्यासाठी हातभार लागतो.

या वातावरणाचे किंवा परिवेशाचे दोन भाग करता येतात – १) जन्मपूर्व परिवेश २) जन्मोत्तर परिवेश.

१) जन्मपूर्व परिवेश (Pre-natal Environment)

पेशीच्या फलनापासून ते बालकाच्या जन्मापर्यंतच्या काळामध्ये जे जे घटक बालकाच्या घडणीवर परिणाम करतात त्यांना जन्मपूर्व परिवेशामध्ये घातले जाते. असे घटक अनेक आहेत की जे गर्भावर परिणाम करतात—

१. **मातेचा आहार (Mother's Diet)** : मातेच्या आहारातून गर्भाचे पोषण होत असते. तिच्या आहारातून प्रथिने, जीवनसत्त्वे, विशेषत: क, ब, ब आल्यास गर्भाचा विकास चांगला होतो.

२. **मातेचे वय (Mother's Age)** : फार लहान वयात किंवा प्रौढ वयात गर्भधारणा झाल्यास त्याचा गर्भाच्या विकासावर विपरीत परिणाम होतो.

३. **मातेची भावनिक स्थिती (Mother's Emotional Stage)** : संघर्षयुक्त किंवा अति ताण निर्माण करणारी भावनिक परिस्थिती मातेच्या व परिणामी गर्भाच्या प्रकृतीवर प्रतिकूल परिणाम करते. अशी मुले जन्मापासून चिंतातुर स्वभावाची बनतात.

४. **मातेने घेतलेली औषधे (Medicines which Mother Takes)** : डॉक्टरांच्या सल्ल्याने मातेने योग्य औषध घेतल्यास गर्भाच्या विकासासाठी त्याची मदत होते. परंतु, अयोग्य औषधांमुळे बालकांमध्ये शारीरिक किंवा मानसिक दोष निर्माण होण्याची शक्यता असते.

५. **मातेला असलेली व्यसने (Mother's Addiction)** : गर्द, कोकेन, ब्राऊन शुगर यांसारख्या मादक पदार्थांचे मातेला फार काळापासून व्यसन असेल तर त्याचा गर्भाच्या वाढीवर विपरीत परिणाम होतो.

६. **पालकांचा रक्तगट (Parent's Blood Group)** : आई-वडिलांचा रक्तगट अनुकूल असेल तर बालक निकोप जन्मते. अन्यथा त्याच्यामध्ये दोष निर्माण होतात.

गर्भावस्थेमध्ये यासारखे अनेक घटक गर्भाच्या वाढीवर परिणाम करतात. अर्थातच त्याचा व्यक्तिमत्त्व घडणीवर परिणाम होत जातो.

२) जन्मोत्तर परिवेश (Post-natal Environment)

जन्माला आल्यानंतर बालकाला त्याच्या आजूबाजूच्या वातावरणातील घटकांच्या संपर्कात यावे लागते. कळत-नकळतपणे त्यांचाही व्यक्तिमत्त्व घडणीवर परिणाम होत राहतो. हे घटक त्याच्या व्यक्तिमत्त्वाला आकार देत राहतात. अशा प्रकारे जन्मापासून ते मृत्यूपर्यंत जे घटक व्यक्तिमत्त्व विकासावर परिणाम करतात, त्यांचा जन्मोत्तर परिवेशामध्ये समावेश होतो. कुटुंब, शाळा, सवंगडी, संस्कृती या गोष्टी जन्मोत्तर परिवेशामध्ये येतात.

१. कुटुंब (Family) : व्यक्तिमत्त्वाला आकार देणारा हा सर्वांत महत्त्वाचा घटक आहे. व्यक्तिमत्त्वाचा पाया कुटुंबामध्ये घातला जातो, असे त्यामुळेच म्हटले जाते. व्यक्तीच्या जन्मापासून ते मृत्यूपर्यंतचा बराचसा काळ कुटुंबात जातो. प्रथम बाळाचा आईशी संबंध येतो. नंतर कुटुंबातील इतर सभासदांच्या संपर्कात ते येऊ लागते. त्यांच्याशी होणाऱ्या आंतरक्रिया (Interactions) यामधून सामाजिकीकरणाच्या (Socialization) प्रक्रियेस सुरुवात होते. त्यातूनच व्यक्तिमत्त्वाला आकार मिळू लागतो.

कुटुंबातून बालकाचे पालनपोषण होते. ज्या वयात ते परावलंबी असते अशा वेळी त्याला अन्न देणे, त्याचे थंडी, ऊन, वारा, पाऊस यांपासून संरक्षण करणे, आजारपणात औषधोपचार करणे या गोष्टी कुटुंब करते. सर्वांत महत्त्वाचे म्हणजे बालकाला आई-वडिलांची माया मिळते. कुटुंबातील इतरांचे प्रेम मिळते. या सर्व कारणांमुळे त्याचा शारीरिक विकास चांगला होतो आणि भावनिकदृष्ट्या ते सुरक्षित बनते. अशी मुले पुढील काळात स्वावलंबी व सुसमायोजित, जबाबदार व्यक्ती बनतात.

याउलट, कुटुंबातून योग्य ती शारीरिक व मानसिक काळजी घेतली न गेल्यास बालक निरोगी बनत नाही.

त्याच्या सतत शारीरिक तक्रारी चालू राहतात. समायोजन करण्यामध्ये त्याला अनेक समस्या येऊ लागतात. कुटुंबात वाढलेल्या व अनाथालयातून वाढणाऱ्या मुलांची तुलना केली असता अशी मोठी तफावत आढळून येते.

बालक थोडे मोठे झाल्यावर पालक त्याला योग्य व अयोग्य वर्तनातील फरक समजावून देतात. शिक्षा व बक्षीस या माध्यमांचा योग्य प्रकारे वापर करून ते बालकाच्या वर्तनाला शिस्त लावण्याचा प्रयत्न करतात.

सर्वच पालकांना बालसंगोपनाची माहिती असतेच असे नाही. त्यांच्या सदोष संगोपन पद्धतीचा बालकाच्या व्यक्तिमत्त्व विकासावर विपरीत परिणाम होतो. व्यक्तिमत्त्वाच्या घडणीचा अभ्यास करताना त्यांचाही विचार करावा लागतो.

२. सदोष पालक–बालक संबंध (Child-Parent Faulty Relations) : सदोष संगोपन पद्धती अनेक प्रकारच्या आढळतात. पालकांची बालकाविषयी अति काळजी घेण्याची किंवा अति संरक्षण करण्याची वृत्ती बालकाला परावलंबी बनविते. कारण यामध्ये पालक अन्न घेण्यापासून ते खेळापर्यंतचे सर्व बालकाने घ्यावयाचे निर्णय स्वत:च घेत असतात. त्यामुळे बालकाला स्वत:चे स्वत: निर्णय घेताच येत नाहीत, त्याच्यामध्ये न्यूनगंडाची भावना वाढीस लागते. अशा मुलांना मोठेपणी समायोजन करण्यामध्ये अनेक समस्या येतात, तर काही पालक फार उदार वृत्तीचे असतात. त्यामधून ते मुलांचे अति लाड करतात. त्यांची प्रत्येक इच्छा पूर्ण करतात. त्यांना नको इतके स्वातंत्र्य देतात. अशा मुलांना 'नकार' ऐकण्याचा अनुभव येत नाही. त्याचा त्यांना नंतर त्रास होतो.

आपल्याच अपत्याचा स्वीकार न करणारे पालकही असतात. त्यांच्या या उपेक्षावृत्तीतून ते बालकाकडे लक्ष देत नाहीत. त्यामुळे मुलांना आपल्यात काही कमी आहे, आपण क्षुद्र आहोत आणि म्हणून आपण पालकांना नकोसे झालो आहोत, असे वाटू लागते. योग्य–अयोग्य वर्तनाबाबतचे शिक्षण पालकांकडून त्यांना मिळत नाही. त्यातून त्यांचे व्यक्तिमत्त्व वेगळेच बनते.

आपल्या अपत्यांना वेगवेगळ्या प्रकारे वागविणारे पालक काही वेळा आढळतात. एका अपत्याचे अतिशय लाड करायचे व दुसऱ्याला सारखे घालूनपाडून बोलायचे, अशी त्यांची वागणूक असते. त्यामुळे दुसऱ्या बालकामध्ये पालकांविषयी, ज्याचे लाड केले जातात त्या भावंडाविषयी द्वेषाची भावना निर्माण होते. त्यांचा सूड घेण्याची संधी ते शोधू लागते.

हुकूमशाही वृत्तीच्या पालकांची मुले भित्रट, परावलंबी बनतात किंवा लबाड, स्वार्थी होतात. गुन्हे करणाऱ्या पालकांच्या मुलांना लहानपणापासून त्यांचा आदर्श मिळत राहतो. अशा प्रकारे घरातून मुलांना लोकशाही वातावरण मिळेल व त्यांचे व्यक्तिमत्त्व प्रगल्भ बनेल असे नसते. म्हणूनच एकाच घरातील मुलांचे व्यक्तिमत्त्व वेगवेगळे आढळते.

१) जन्मक्रम (Birth Sequence) : कुटुंब आणि व्यक्तिमत्त्व यांचा विचार करताना आणखी एक गोष्ट लक्षात घ्यावी लागते. ती म्हणजे मुलाचा जन्मक्रम. ॲडलर यांच्या मते, मूल कोणत्या क्रमावर जन्माला येते याचा व त्याच्या व्यक्तिमत्त्वाचा जवळचा संबंध आहे.

साधारणपणे, पहिले मूल हे कुटुंबाचे आकर्षण असते. सर्वांचे ते लाडके असते. विशेष करून, पालकांना बालसंगोपनाचा अनुभव नसल्यामुळे ते त्याची फार काळजी घेतात. या सर्वांमधून बालकाच्या मनात आत्मश्रेष्ठत्वाची भावना निर्माण होते. पण दुसऱ्या भावंडाच्या जन्मामुळे त्याच्याकडे दुर्लक्ष होऊ लागते. 'तू मोठा आहेस' असे सारखे ऐकविले जाऊ लागते. यामुळे असे मूल अंतर्मुख स्वभावाचे, जबाबदार बनते.

दुसऱ्या मुलाच्या वेळी पालकांना बाळाला वाढविण्याचा अनुभव आलेला असतो. त्यामुळे ते निष्काळजी असतात. बालकाकडे त्यांचे लक्ष त्या मानाने कमी असते. त्यामुळे ही मुले स्वावलंबी, बहिर्मुख, विनोदी स्वभावाची

बनतात. जन्मक्रमात शेवटी असणाऱ्या मुलांचे अतिशय लाड होतात. त्यांना बरेच स्वातंत्र्य मिळते. म्हणून ही मुले हट्टी, परावलंबी बनतात. एकुलते एक मूल हे सतत मोठ्यांच्या सहवासात असते. त्यामुळे ते समायोजन करण्यास शिकते. परंतु, त्याच्या मनात एकाकीपणाची भावना असते. अशा प्रकारे, जन्मक्रम व्यक्तिमत्त्वाच्या जडणघडणीवर परिणाम करताना दिसतो.

२) शाळा (School) : कुटुंबानंतर व्यक्तिमत्त्वावर परिणाम करणारा दुसरा महत्त्वाचा घटक म्हणजे शाळा. शाळेमध्ये जाण्यापूर्वी बालकाची योग्य ती मानसिक तयारी करून घ्यावी लागते. कारण ते प्रथमच घरापासून व पालकांपासून दूर जाणार असते. त्याच्यासाठी ही संक्रमणाची अवस्था असते. त्यामुळे बालकाला त्याच्याशी समायोजन करावे लागते. म्हणूनच शाळेत गेल्यानंतर थोड्याच काळात जर त्याला विपरीत अनुभव आला तर त्याच्या मनात 'शालेय भयगंड' निर्माण होतो. परिणामी शिक्षक, सहअध्यायी, अभ्यासक्रम, परीक्षा, शालेय शिस्त वगैरे घटकांशी समायोजन साधणे त्याला अवघड होऊन बसते व ते अपयशी होते. ज्ञानदान, एवढ्या संकुचित हेतूने शाळा काम करीत नसते, तर 'बालकाचा सर्वांगीण विकास' हे शाळेचे ध्येय असते. अनुशासन यापेक्षा स्वयंशिस्त ही महत्त्वाची गोष्ट असते. विविध माध्यमांच्या उपयोजनातून या गोष्टी साधण्याचा प्रयत्न केला जात असतो.

अभ्यासक्रमाच्या परिचयातून विद्यार्थ्यांच्या मनातील कुतूहलाची प्रेरणा पूर्ण करण्याचा प्रयत्न केला जातो. त्याच्या बुद्धीच्या विविध पैलूंना चालना दिली जाते. स्नेहसंमेलने व विविध स्पर्धा यामधून नृत्य, नाट्य, संगीत, चित्रकला, लेखन वगैरे कलाकौशल्यांना वाव दिला जातो. शाळेमध्ये थोर व्यक्तींच्या जयंती, पुण्यतिथीच्या निमित्ताने होणाऱ्या कार्यक्रमांमधून जीवनासाठी आदर्श कसा असावा, यासाठी उदाहरणे दिली जातात.

शिक्षक हे तर विद्यार्थ्यांसाठी दैवत असते, परंतु हे शिक्षक ज्ञानी, सहनशील, निर्व्यसनी, मैत्रीने वागणारे असतील तरच विद्यार्थ्याला त्यांचे अनुकरण करता येईल. अन्यथा आपल्या विषयाचे ज्ञान कमी असणारे, दुष्ट, असहनशील शिक्षक विद्यार्थ्यांसाठी एक समस्या निर्माण करतात. कळत–नकळत त्याचाही परिणाम विद्यार्थ्यांच्या व्यक्तिमत्त्वावर होतो.

वर्गातील सहअध्यायीसुद्धा विद्यार्थ्यांवर आपला प्रभाव पाडत असतात. त्यांचे गुण, सवयी, आदर्श दुसऱ्या विद्यार्थ्यांच्या मनात काही बीजे रुजवतात.

या सर्व कारणांनी व्यक्तिमत्त्वाचा अभ्यास करताना शाळा या घटकाचा विचार करावा लागतो.

३) सवंगडी/समवयस्क (Peer Group) : समवयस्कांचा सहवास ही सर्वच पातळ्यांवरची गरज असते. लहान वयामध्ये इतर मुलांबरोबर जे खेळ खेळले जातात त्यातून सहकार्य करणे, त्याग करण्यास तयार होणे, पराभव पत्करणे, ज्ञानात भर पडणे, आयुष्याचे ध्येय व ते मिळविण्याचे मार्ग ठरविणे, मनातील जिज्ञासा पूर्ण करणे, नेतृत्व गुणांचा विकास होणे इत्यादी फायदे होतात.

याबरोबरच शिव्या देण्यास शिकणे, गुन्हे करणे, व्यसने लागणे अशासारख्या वाईट गोष्टी समवयस्कांकडून शिकल्या जातात.

४) संस्कृती (Culture) : योग्य व अयोग्य वर्तनातील फरक ठरविण्यासाठी, ध्येय निवडण्यासाठी, हे ध्येय मिळविण्याचे मार्ग पक्के करण्यासाठी संस्कृतीचा मार्गदर्शकासारखा उपयोग होतो. निर्णय घेण्याचे काम आपल्याला दिवसभरात सातत्याने करावे लागते. हे निर्णय घेताना ते आपण संस्कृतीच्या दगडावर घासून पाहत असतो. स्वातंत्र्य, आक्रमकता, स्पर्धा, सहकार्य या गोष्टींबाबत संस्कृतीमुळे विचाराला वळण लागते.

संस्कृतीची शिकवण एका पिढीकडून दुसऱ्या पिढीकडे पोहचविली जाते. त्यांनाच रूढी, परंपरा, रीती–

रिवाज असे वेगवेगळे शब्द वापरले जातात. परिस्थितीनुसार या शिकवणुकीमध्ये थोडेफार बदल होत राहतात. पण फार मोठ्या बदलांसाठी मात्र समाजसुधारकांना बरेच प्रयत्न करावे लागतात. उदा. सतीची प्रथा बंद करणे.

प्रत्येक समाज कोणत्या गोष्टीला महत्त्व देईल ते त्या समाजाच्या संस्कृतीनुसार ठरत असते. काही संस्कृती व्यापाराला महत्त्व देईल तर काही आक्रमकतेला. काही संस्कृती आपल्या समाजाला सत्यतेची शिकवण देईल तर काही शौर्याचा संदेश देईल. त्याचे सामाजिकीकरणाच्या माध्यमातून आत्मीकरण केले जाते. त्यानुसार व्यक्तिमत्त्वाला वळण लागते.

आत्तापर्यंत पाहिलेल्या वेगवेगळ्या घटकांबरोबरच हवामान, तापमान, ग्रामीणीकरण किंवा औद्योगिकीकरण, अन्नप्रकार, धर्म, शेजारी–पाजारी असे घटक परिवेशामध्ये येतात व ते व्यक्तिमत्त्वावर परिणाम करतात. महाभारतात कर्णाच्या तोंडी आलेले उद्गार यादृष्टीने उल्लेखनीय ठरतात.

''दैवायत्तं कुले जन्म, मदायत्तं तु पौरूषम् !''

''कोणत्या कुळात जन्मावे हे दैवाधीन असते, परंतु पराक्रमी व्यक्तिमत्त्व मात्र माझ्या हाती आहे !''

व्यक्तिमत्त्व गुणतत्त्वे (Personality Traits)

व्यक्तिमत्त्व गुणतत्त्वांचा अभ्यास गुणतत्त्वावर आधारित व्यक्तिमत्त्वविषयक सिद्धान्तांच्या साहाय्याने आपल्याला समजून घेता येईल.

गुणतत्त्वावर आधारित व्यक्तिमत्त्वविषयक सिद्धान्त (Trait Theory of Personality)

व्यक्तीच्या वर्तनात सातत्याने दिसून येणाऱ्या ठळक गुणवैशिष्ट्यांना व्यक्तिमत्त्व गुण म्हणतात. बुद्धिमान, सहनशील, प्रामाणिक, धाडसी, संशयी, संकोची अशी अनेक गुणवैशिष्ट्ये आपण व्यवहारात वापरतो.

ऑलपोर्ट व ऑडबर्ट (१९३६) यांनी इंग्रजी शब्दकोशातून व्यक्तिमत्त्वाचे गुण दर्शविणारी १८,००० विशेषणे शोधली. अनेकांनी अशा ठळकपणे आढळणाऱ्या गुणांच्या आधारे व्यक्तिमत्त्वाचे सिद्धान्त मांडले. त्यांपैकी काही महत्त्वाचे सिद्धान्त पुढीलप्रमाणे –

१. ऑलपोर्ट यांचा गुणतत्त्व सिद्धान्त (Allport's Trait Theory of Personality) : ऑलपोर्ट व ऑडबर्ट यांनी इंग्रजी शब्दकोशातून जे १८,००० गुणविशेष शोधून काढले त्याचे घटक विश्लेषण केले व त्यातून ३,५०० स्थिर व्यक्तिमत्त्व गुणविशेष निवडले. घटक विश्लेषणाच्या अंतिम टप्प्यात हे सर्व स्थिर गुणविशेष तीन प्रकारात विभागले– १. दुय्यम गुणवैशिष्ट्ये (Secondary Traits) २. केंद्रीय गुणवैशिष्ट्ये (Central Traits) ३. प्रधान गुणवैशिष्ट्ये (Cardinal Traits)

१. **दुय्यम गुणवैशिष्ट्ये (Secondary Traits) :** व्यक्तीच्या वागण्यातून जे ठळक गुण आढळतात त्यांना दुय्यम गुणवैशिष्ट्ये म्हणतात. परंतु, त्यांच्यावरून व्यक्तिमत्त्वाचे फार थोड्या प्रमाणात विश्लेषण करता येते. उदा. घराच्या रचनेची व रंगाची निवड.

२. **केंद्रीय गुणवैशिष्ट्ये (Central Traits) :** व्यक्तीच्या व्यक्तिमत्त्वामधून अत्यंत ठळकपणे सातत्याने प्रकट होणाऱ्या गुणांना केंद्रीय गुण म्हणतात. ऑलपोर्ट यांच्या मते, प्रत्येकामध्ये चार ते दहा केंद्रीय गुण आढळतात व त्यावरून व्यक्तिमत्त्वाचे विश्लेषण करता येते. जसे, पं. जवाहरलाल नेहरू यांचे नाव घेतले की लेखक, देशभक्त, उत्तम प्रशासक म्हणून त्यांची आठवण होते.

३. **प्रधान गुणवैशिष्ट्ये (Cardinal Traits) :** एखादा गुणधर्म हा व्यक्तिमत्त्वाचाच भाग बनलेला असतो. तो तिचा प्रधान गुण असतो. त्या गुणावरून व्यक्तीची ओळख होते. उदा. शिवाजी महाराज शूर होते. मात्र, सर्वांमध्ये प्रधान गुण आढळेलच असे नव्हे.

२. कॅटेलचा गुणतत्त्व सिद्धान्त (Cattell's Trait Theory of Personality) : कॅटेल यांनी अनेकांच्या जीवनवृत्तांतांचा अभ्यास केला. त्यातून अनेक व्यक्तींविषयी माहिती मिळविली. तसेच व्यक्तिमत्त्व मापनाची चाचणी व प्रश्नावली यांच्या आधारे माहिती मिळवून व्यक्तींच्या गुणांचे संकलन केले. त्यावरून व्यक्तिमत्त्व गुणांचे दोन प्रकार सांगितले – १) दर्शनी गुण (Surface Traits) २) मूलाधार गुण (Source Traits) व्यक्तीमध्ये वरवर दिसणाऱ्या गुणांना त्यांनी 'दर्शनी गुण' म्हटले तर कायमस्वरूपी दिसून येणाऱ्या गुणांना 'मूलाधार गुण' म्हटले.

तक्ता क्र. ९.३ : याचबरोबर व्यक्तिमत्त्वामध्ये महत्त्वाची भूमिका करणारे असे १६ गुण कॅटेल यांनी सांगितले. हे (16 PF - 16 Personality Factors) पुढीलप्रमाणे –

१) मनमिळाऊ	(Outgoing)	आतल्यागाठीचा	(Resreved)
२) अति बुद्धिमान	(Intelligent)	अल्प बुद्धिमान	(Less Intelligent)
३) स्थिर	(Stable)	भावनाशील	(Emotional)
४) अधीन	(Submissive)	वर्चस्व वृत्तीचा	(Dominant)
५) गंभीर	(Serious)	उत्साही	(Enthusiastic)
६) तात्पुरता फायदा पाहणारा	(Expedient)	विवेकी	(Conscientious)
७) संकोची	(Shy)	धाडसी	(Venturesome)
८) कणखर	(Tough Minded)	मृदू मनाचा	(Tender Minded)
९) विश्वासू	(Trusting)	संशयी	(Suspicious)
१०) व्यवहारी	(Practical)	कल्पक	(Imaginative)
११) सरळ	(Forthright)	बेरकी	(Shrewd)
१२) आत्मविश्वासू	(Self-assured)	भयभीत	(Apprehensive)
१३) पुराणमतवादी	(Conservative)	प्रायोगिक	(Experimenting)
१४) समूहाधिष्ठित	(Group-Oriented)	स्वयंपूर्ण	(Self-sufficient)
१५) बेशिस्त	(Undisciplined)	नियंत्रित	(Controlled)
१६) आरामप्रिय	(Relaxed)	तणावपूर्ण	(Tense)

३. आयझेंक यांचा गुणतत्त्व सिद्धान्त (Eysenck's Trait Theory of Personality) : आयझेंक यांचा सिद्धान्त आनुवंशिक आणि जैविक अशा दोन घटकांवर आधारित आहे. त्यांच्या मते, स्वायत्त मज्जासंस्थेच्या कमी–अधिक उत्तेजित होण्यामुळे त्याचा अंतस्रावी जैविक घटकांवर प्रभाव पडतो व विशिष्ट प्रकारचा स्वभाव तयार होतो. घटक विश्लेषण तंत्राद्वारे त्यांनी पुढील चार प्रकारचे दोन टोकांकडील दाखविणारे व्यक्तिमत्त्वाविषयीचे घटक सांगितले.

१) अंतर्मुखता – बहिर्मुखता (Introversion-Extroversion)

२) चेतापदशिता–भावनिक स्थिरता (Neuroticims-Emotional Stability)

३) मनोविक्षिप्ती (Psychoticism)

४) बुद्धिमत्ता (Intelligence)

यांपैकी बुद्धिमता ही क्षमता असल्यामुळे त्याला वर्तन मानता येत नाही. परंतु, त्यांनी अंतर्मुखता आणि चेतापदशिता - भावनिक स्थिरता या घटकांचे आकृतीच्या साहाय्याने स्पष्टीकरण दिले आहे.

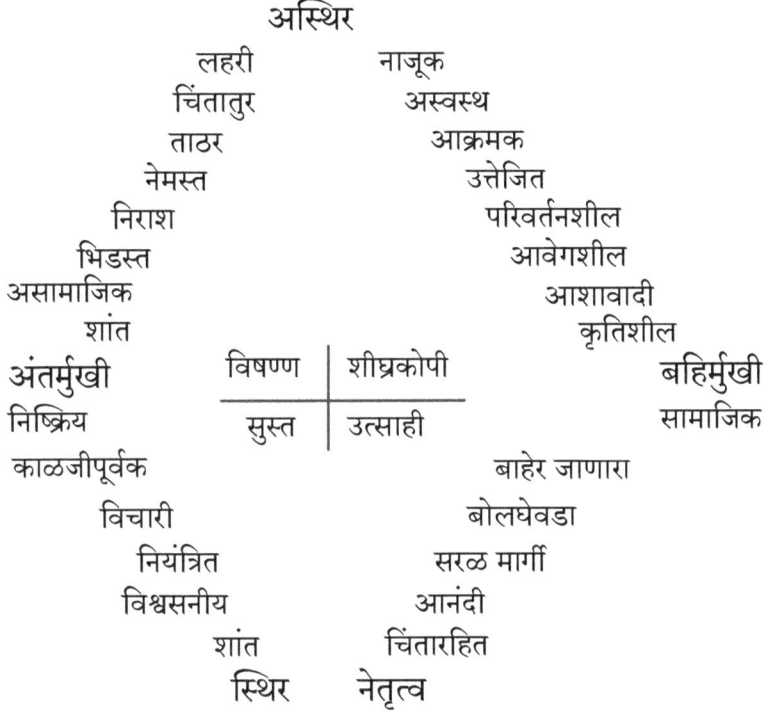

अस्थिर
लहरी
नाजूक
चिंतातुर
अस्वस्थ
ताठर
आक्रमक
नेमस्त
उत्तेजित
निराश
परिवर्तनशील
भिडस्त
आवेगशील
असामाजिक
आशावादी
शांत
कृतिशील
अंतर्मुखी
विषण्ण
शीघ्रकोपी
बहिर्मुखी
निष्क्रिय
सुस्त
उत्साही
सामाजिक
काळजीपूर्वक
बाहेर जाणारा
विचारी
बोलघेवडा
नियंत्रित
सरळ मार्गी
विश्वसनीय
आनंदी
शांत
चिंतारहित
स्थिर
नेतृत्व

आकृती क्र. ९.४ : आयझेंकच्या व्यक्तिमत्त्व सिद्धान्ताची परिमिती

आयझेंक यांच्या सिद्धान्तातील महत्त्वाच्या घटकांचा अर्थ पुढीलप्रमाणे देता येईल-

१) **अंतर्मुखता-बहिर्मुखता (Inroversion-Extroversion) :** अंतर्मुख व्यक्ती या इतरांपासून दूर राहणाऱ्या, स्वत:च्या विश्वात रमणाऱ्या, एकलकोंड्या, अबोल, संकोची, भावनाशील असतात तर बहिर्मुख व्यक्ती बाह्य जगात रुची घेणाऱ्या, वास्तववादी, उत्साही, धाडसी, बोलक्या असतात.

२) **चेतापदशिता-भावनिक स्थिरता (Neuroticism - Emotional Stability) :** चेतापदशिता व्यक्ती अस्वस्थ, अतिचिंता करणाऱ्या, लहरी, ताठर असतात तर दुसऱ्या टोकावर असलेल्या भावनिकदृष्ट्या स्थिर व्यक्ती या शांत, विश्वसनीय, विचारी, नियंत्रित असतात.

३) **मनोविक्षिप्त (Psychoticism) :** विक्षिप्तपणाचे प्रमाण कमी असणाऱ्या व्यक्तींचे स्वत:वर नियंत्रण असते. त्यांचा स्वभाव समजूतदार असतो. पण विक्षिप्तपणाचे प्रमाण जास्त असणाऱ्या व्यक्ती त्रासदायक, सामाजिक नीतीनियम न पाळणाऱ्या, आक्रमक, समाजविरोधी वर्तन करणाऱ्या असतात. बुद्धिमान पण विक्षिप्त व्यक्ती जीवनात यशस्वी होतात तर अंतर्मुख असलेल्या विक्षिप्त व्यक्ती क्रूर स्वभावाच्या असतात.

थोडक्यात असे म्हणता येईल की, आयझेंक यांनी गुणतत्त्व व वर्गतत्त्व अशा दोन दृष्टिकोनातून व्यक्तिमत्त्वाचा अभ्यास केला आहे.

४) गोल्डबर्ग यांचा प्रमुख पंचघटक सिद्धान्त (Goldberg's Big Five Model) : ऑलपोर्ट यांनी इंग्रजी शब्दकोशातून निवडलेल्या गुणवैशिष्ट्यांचे वेगळ्या पद्धतीने विविध क्षेत्रातील लोकांवर संशोधन करून नॉर्मन, कॉस्टा, मॅक्क्रे यांनी व्यक्तिमत्त्वाचे प्रमुख पाच घटक प्रतिपादन केले आहेत. दोन टोकांवरील गुणधर्मांचा विचार करून या पाच घटकांचे पुढीलप्रमाणे स्पष्टीकरण मिळते.

१) **चेतापदशिता (Neuroticism) :** चेतापदशित व्यक्ती उदास, अस्थिर, चिंतातुर, भावनाशील, बेचैन आढळतात तर त्याच्याविरुद्ध टोकावरच्या व्यक्ती स्थिर, शांत, संयमी आढळतात.

२) **बहिर्मुखता (Extroversion) :** बहिर्मुख व्यक्ती बोलक्या, सामाजिक, भावना दाबून न ठेवणाऱ्या, धाडसी असतात तर दुसऱ्या टोकावरच्या व्यक्ती असामाजिक, शांत, सावध, उदासीन असतात.

३) **सहमतीदर्शक (Agreeable) :** या गुणधर्माच्या एका टोकावरील व्यक्ती दयाळू, सहकार्यशील, सुस्वभावी असतात तर दुसऱ्या टोकावरील व्यक्ती दुष्ट, चिडखोर, उद्धट असतात.

४) **विवेकशीलता (Conscientiousness) :** याच्या एका टोकावरील व्यक्ती जबाबदार, दक्ष, सुसंघटित, स्वयंशिस्तप्रिय, काळजी घेणाऱ्या असतात तर दुसऱ्या कडेच्या व्यक्ती असंघटित, बेजबाबदार, निष्काळजी स्वभावाच्या असतात.

५) **अनुभवांचा मुक्तपणे स्वीकार करणारा (Openness to Experience) :** यामध्ये एका बाजूच्या व्यक्ती सर्जनशील, मोकळ्या मनाच्या, बुद्धिवान, सुसंस्कृत, कल्पक असतात तर दुसऱ्या बाजूच्या व्यक्ती दुष्ट, संकोची, प्रतिभाशून्य, साध्या असतात.

व्यक्तिमत्त्व विकास (Personality Development)

उद्योजकता विषयाचा अभ्यास करीत असताना व्यक्तीच्या आयुष्यात वेगवेगळ्या टप्प्यांवर त्याच्या व्यक्तिमत्त्वाला कसे कसे पैलू पडत जातात, ह्या व्यक्तिमत्त्वाचा विकास कशा प्रकारे घडून येतो हे समजून घेणे आवश्यक आहे. ह्या दृष्टीनेच येथे चर्चा करण्यात आली आहे.

नवजात शिशूंच्या वर्तनातील काही फरक वाढत्या वयानुसार कायम राहिल्याचे दिसून येते. व्यक्तिमत्त्वाचा मूळ गाभा जन्मत:च अस्तित्त्वात येतो. जन्मानंतर एक वर्षाच्या अवधीत काही व्यक्तिमत्त्व-लक्षणे विकसित होऊ लागतात. वाढत्या वयानुसार निरनिराळ्या अनेक लक्षणांचा परिपोष होऊ लागतो. व्यक्तिमत्त्वाच्या मूळ केंद्राच्या संदर्भात ही लक्षणे संयुक्त होतात. निरनिराळ्या वयोमानाच्या पातळीवर नवीन नवीन लक्षणे निर्माण होऊन व्यक्तिमत्त्वाची घडण होते. व्यक्तिमत्त्वाचे मूळ केंद्र हे सुप्त घटकांनी तयार झालेले असून त्याचे स्वरूप प्रेरणात्मक असते. व्यक्तिमत्त्वाचा हा प्रमुख प्रवाह होय. ह्या प्रमुख प्रवाहाभोवती निरनिराळी लक्षणे संयुक्त होऊन व्यक्तिमत्त्वाला वैशिष्ट्यपूर्ण आकार प्राप्त होतो.

अ) व्यक्तिमत्त्व विकासाचे सामाजिक निर्धारक : घर, शाळा आणि समाज हे व्यक्तिमत्त्व विकास प्रभावित करणारे घटक येथे वर्णन केलेले आहेत.

१) घरच्या परिस्थितीचा प्रभाव – मुलाच्या घरच्या परिस्थितीचा त्याच्या व्यक्तिमत्त्व विकासावर पुष्कळच प्रभाव पडतो. कुटुंबे लहान-मोठी, एकत्र-विभक्त असू शकतात. काही कुटुंबातून आई-वडील या दोहोंपैकी एखादा घटक निवर्तलेला असेल, आई सावत्र असेल, एखादे मूल आई-वडिलांचे एकुलते एक असेल तर एखाद्या मुलाला पुष्कळच भावंडे असतील. कुटुंबाची आर्थिक परिस्थिती सुदृढ किंवा हलाखीची असू शकेल.

ह्या सर्व गोष्टींचा व्यक्तिमत्त्व-विकासावर तीव्र परिणाम होत असतो.

सामान्यत: कुटुंबातील वडील मंडळींचे वर्तन सामाजिक व सांस्कृतिक आदर्शांना अनुसरून होत असते. मुलाच्या वर्तनालाही तसेच वळण लावण्याचा त्यांचा प्रयत्न असतो. मुलाने वागण्यासंबंधी निरनिराळे निर्बंध त्याच्या मनावर बिंबविण्याचा प्रयत्न आई-वडिलांकडून वेळोवेळी होत असतो. त्यामुळे ते निर्बंध हळूहळू मुलांकडून आत्मसात केले जातात व शेवटी आई-वडिलांकडून घातली गेलेली वर्तनावरील नियंत्रणे मुलांकडून स्वयंप्रेरित रीतीने स्वत:च्या वर्तनावर घातली जाऊ शकतात. आई-वडिलांकडून घातल्या जाणाऱ्या नियंत्रणाचे व शाब्दिक प्रहाराचे अशा प्रकारे 'अंतरीकरण' (Internalization) होते. हे अंतरीकरण म्हणजेच सदसद्विवेकाचे किंवा आदर्शात्म्याचे व्यक्त स्वरूप होय.

मुलाच्या व्यक्तिमत्त्वावर पडणारा आई-वडिलांचा प्रभाव केवळ नकारात्मकच असतो असे नव्हे. त्यांच्या वर्तनाचा ठसा मुलाच्या व्यक्तिमत्त्वावर उमटतो व त्यामुळे त्याच्या वागणुकीवर स्वत: संबंधीच्या व इतरांसंबंधीच्या अभिवृत्तींवर प्रभाव पडतो. अशा प्रकारे त्याचा विकास होत असताना मुलांचे आदर्श, त्याची जीवनमूल्ये, त्याच्या सामाजिक अभिवृत्ती व भोवतालच्या एकंदर परिस्थितीत स्वत:च्या भूमिकेसंबंधीच्या कल्पना हळूहळू आकार धारण करून विकसित होत असतात. बालवय विविध आदर्श संपादन करण्याच्या दृष्टीने अत्यंत लवचीक असते. बालवयात मूल आई-वडिलांच्या संपर्कात जास्तीत जास्त प्रमाणात असल्याने त्याच्या व्यक्तिमत्त्व-विकासाच्या दृष्टीने आई-वडिलांचा प्रभाव मध्यवर्ती, महत्त्वाचा असतो.

घरातील वातावरण, मुलांना दिली जाणारी वागणूक, जन्मक्रम, इ. घटकांचा परिणाम खचितच व्यक्तिमत्त्व विकासावर होतो.

२) व्यक्तिमत्त्वावर शालेय वातावरणाचा प्रभाव – मुलाच्या व्यक्तिमत्त्वावर शालेय वातावरणाचाही फार प्रभाव पडतो. शिक्षक व इतर मित्रपरिवार ह्या घटकांचा प्रभाव ह्या ठिकाणी उल्लेखनीय आहे.

शिक्षकाचे व्यक्तिमत्त्व आणि त्यांच्याकडून मुलाला दिली जाणारी वागणूक ह्या दोन्ही गोष्टींचा मुलाच्या व्यक्तिमत्त्वावर परिणाम होतो. शाळेत शिक्षकाशी मुलाचे तादात्म्य होते. शिक्षकाचे व्यक्तिमत्त्व प्रभावी असेल तर अशा तादात्म्यामुळे मुलाच्या व्यक्तिमत्त्वालाही योग्य वळण लागते. शिक्षकाचे विचार व नैतिक आचरण यांचा मुलाच्या व्यक्तिमत्त्वावर परिणाम होतो. जिव्हाळ्याने मुलांना शिकवणारा शिक्षक मुलांच्या मनात जिव्हाळा निर्माण करतो.

मित्रांचा प्रभाव : शाळेत मुलाचा इतर विद्यार्थ्यांशी संबंध येतो. त्याच्याच वर्गातील आणि वरच्या वर्गातील मुलांशी त्याचा संपर्क येतो. त्यांच्याशी असलेल्या संबंधांचा परिणाम मुलावर होतो. द्वेष, असूया, वैरभाव, परिश्रमशीलता, चिकाटी अशा अनेक बाबी वाढीला लागतात. क्रीडासमूहात मुलाच्या व्यक्तिमत्त्वावर तीव्र प्रभाव पडतो.

अशा तऱ्हेने शिक्षक व मित्रपरिवार यांचा मुलाच्या सामाजिक जीवनावर फार तीव्र परिणाम होऊ शकतो. मुलाच्या व्यक्तिमत्त्व विकासावर आणि चारित्र्य संपादनावर कमी-अधिक प्रमाणात स्थायी स्वरूपाचा प्रभाव पाडणारे हे शालेय वातावरणातील प्रमुख घटक होत.

३) व्यक्तिमत्त्वावर समाजाचा प्रभाव : व्यक्ती आणि समाज यांचा अत्यंत घनिष्ठ संबंध आहे. व्यक्तीचा समाजावर व समाजाचा व्यक्तीवर प्रभाव पडतो. समाजाचे व्यक्तीवर नियंत्रण असते. रूढी व परंपरा, सामाजिक नीतिनियम इत्यादींचा व्यक्तीच्या जीवनशैलीवर व्यापक प्रभाव पडतो. मनुष्याचा कार्यभागच नव्हे तर त्याच्या विचारांवर व निरनिराळ्या प्रवृत्तींच्या अभिव्यक्तीकरणावरही सामाजिक नियमांचे बंधन असते. ह्या गोष्टींचा त्याच्या

व्यक्तिमत्त्वावर प्रभाव पडतो. समाजात राहून मनुष्याला सामाजिक आदर्शांचा अंगीकार करावा लागतो. माणूस सामाजिक आदर्शांचा अंगीकार करून त्याप्रमाणे आपली वागणूक ठेवतो.

समाजात काही लोक प्रस्थापित नियमांचा विरोध करणारे असतात तर काही लोक परंपराप्रिय आढळतात. व्यक्ती व समाजाच्या अशा संघर्षामुळे व्यक्तिमत्त्व विकासात अनेक अडचणी निर्माण होतात. प्रत्येक जण आपापल्या सदसद्विवेकाला अनुसरून ह्या अडचणींचे निवारण करण्याचा प्रयत्न करतो व त्यातून त्याच्या व्यक्तिमत्त्वाचे स्वरूप निश्चित होते.

भावनिक बुद्धिमत्ता (Emotional Intelligence)

आंतरिक शारीरिक बदल व मनोभाव आणि या अवस्था ज्यातून व्यक्त होतात अशा वार्तनिक प्रतिक्रिया या सर्वांनी मिळून जो अनुभव एखाद्या परिस्थितीच्या किंवा घटनेच्या बोधनातून निष्पन्न होतो त्याला 'भावना' असे म्हणतात.

व्यक्तिवर्तनाचे एक अंग म्हणजे तिच्या भावना असतात. ''व्यक्तीच्या मानवी व शरीराची प्रक्षुब्ध अवस्था म्हणजे भावना.''

''मनाची उत्तेजित अवस्था म्हणजे भावना.''

अलीकडच्या काळात EI चे म्हणजेच Emotional Intelligence चे भावनिक बुद्धिमत्तेचे महत्त्व विलक्षण वाढत आहे. गुणवैशिष्ट्ये सिद्धान्तात वर्णन केलेल्या गुणांव्यतिरिक्त, बहुराष्ट्रीय नेत्याजवळ आणखी काही खास गुणवत्ता असल्या पाहिजेत, तरच त्याचा ह्या जागतिक बाजारपेठेत निभाव लागेल. त्याला कशाची गरज आहे तर भावनिक बुद्धिमत्तेची.

भावनिक बुद्धिमत्तेमध्ये पुढील पाच वैयक्तिक आणि सामाजिक क्षमतांच्या संचाचा संबंध असतो –

१) स्वयं-जाणीव (Self-awareness)

२) स्वयं-नियंत्रण (Self-regulation)

३) संप्रेरण (Motivation)

४) आपण दुसराच कोणी आहोत असे मानण्याची व त्या दुसऱ्याचे अनुभव अनुभवण्याची कुवत (Empathy)

५) सामाजिक कौशल्ये (Social skills)

स्वयं-जाणीव ही अशी क्षमता आहे की, ज्यामध्ये स्वत:ची मन:स्थिती (mood), भावना आणि जबर शक्ती यांची जाण असते आणि त्यांचा इतरांवर नेमका काय परिणाम होईल हे समजणे. ज्या नेत्यांमध्ये स्वयं-जाणीव जबरदस्त असते त्यांच्यात जबरदस्त आत्मविश्वास असतो, वास्तव स्वयं-मूल्यमापन ते करू शकतात, स्वत:वर टीका करण्यासाठीची विनोदबुद्धी त्यांच्याकडे असते.

स्वयं-नियंत्रणामध्ये, एखादी कृती करण्यापूर्वी विघातक भावनावशता आणि मन:स्थिती यावर नियंत्रण ठेवणे किंवा त्याला दुसरी दिशा देणे या क्षमतेचा समावेश होतो. ज्या नेत्यांमध्ये स्वयं-नियंत्रण असते त्यांच्यात जबरदस्त विश्वासार्हता, प्रामाणिकपणा, बदलास खुलेपणा इ. गुण असतात.

संप्रेरणामध्ये, एखादे कार्य निव्वळ पैसा अथवा समाजातील स्थानासाठी करणे यापलीकडे जाऊन कार्य करण्याच्या विलक्षण तळमळीचा समावेश होतो. ज्या नेत्यांमध्ये जबरदस्त संप्रेरण असते ते संघटनात्मक बांधिलकी, काहीतरी साध्य करण्याची उत्कट इच्छा आणि (अगदी अपयशाच्या परिस्थितीतसुद्धा) पर्याप्ततेचा (optimism) आविष्कार दाखवितात.

भावनिक बुद्धमत्तेतील चौथी गुणवत्ता आहे आपण दुसराच कोणी आहोत असे मानण्याची आणि त्या

दुसऱ्याचे अनुभव अनुभवण्याची कुवत असण्याची. ह्यामध्ये पुढील दोन बाबींचा समावेश होतो. इतरांच्या भावना समजून घेणे आणि लोकांच्या भावनिक प्रतिक्रियांना प्रतिसाद देणे. ते आपल्या संघटनेतील (इतरांची) बुद्धिमत्ता टिकवून ठेवू शकतात, वाढवू शकतात, सांस्कृतिक भावना जोपासू शकतात आणि ग्राहकांना मोठ्या प्रमाणात सेवा देण्यासाठी ज्ञात होतात.

सामाजिक कौशल्ये ही पाचवी व शेवटची गुणवत्ता. त्यामध्ये नातेसंबंध, व्यवस्थापन करण्याची क्षमता, जाळे निर्माण करणे आणि जबरदस्त संबंध प्रस्थापित करणे इत्यादींचा समावेश होतो. अशा पद्धतीची गुणवत्ता अधिक प्रमाणात असणारे नेते बदलाचे नेतृत्व प्रभावीपणे करतात, संघ उभारणी आणि संघ नेतृत्व उत्कृष्ट पद्धतीने करतात आणि इतरांची मने वळवण्याची ते जबरदस्त क्षमता वापरतात.

उद्योजकीय व्यक्तिमत्त्व (Entrepreneurial Personality)

उद्योजकीय व्यक्तिमत्त्वाचा विचार करताना सामान्य माणूस आणि उद्योजकीय स्वभावाचा माणूस यांचे वर्तन समजून घेणे गरजेचे आहे.

सामान्य माणूस आणि उद्योजकीय स्वभावाचा माणूस यांची जेव्हा आपण तुलना करतो तेव्हा उद्योजकाचे वर्तन हे सामान्यजनांहून फार वेगळे आहे असे आढळते. उद्योजकीय व्यक्ती सिद्धी-प्रेरित असतात. सामान्यजनांहून उद्योजकीय वर्तन वेगळे कसे असते हे खालील परिच्छेदातून स्पष्ट होईल.

उद्योजकीय स्वभावाच्या व्यक्तीस स्वत:च्या ध्येयाबद्दल स्पष्ट कल्पना असते. उद्योजकास स्वत:ची ओळख स्पष्टपणे झालेली असते. तसेच भविष्याबद्दलची स्पष्ट कल्पना असते आणि तो ध्येय-प्रेरित होऊन काम करतो. त्याला स्वत:बद्दल व्यावहारिक, वास्तविक जाणीव असते. व्यक्तिगत निष्ठांशी प्रामाणिक राहून तो आपले काम करीत असतो; नेहमीच आघाडीवर राहतो व पुढाकार घेतो. उद्योजकीय स्वभावाची व्यक्ती Compliance स्वभावाची नसते; ती प्रश्न सोडविणारी असते.

अनेक सामान्य माणसे ही एक तर केवळ दैनंदिन कामकाजातच गुरफटलेली दिसतात किंवा दैनंदिन कामकाजाच्या बाबतीत धरसोडपणा करणारी आढळतात. साहजिकच ह्या दोन्ही प्रकारच्या व्यक्ती मर्यादित प्रगतीच करणार हे उघड आहे. मात्र, उद्योजकीय व्यक्ती सिद्धी-प्रेरित असल्याने उद्योजकाचे वर्तन वेगळ्या प्रकारचे असते. सिद्धी-प्रेरित व्यक्ती स्वत:बरोबरच इतरांबरोबरच्या स्पर्धेमध्ये यशस्वी होण्याची जबरदस्त इच्छा बाळगतात. मात्र, ते सुदृढ व पोषक स्पर्धा करतात. ह्या व्यक्ती एखादे काम करण्यापूर्वी त्याचा उत्कृष्ट दर्जा ठरवतात आणि तो गाठण्याची जबरदस्त इच्छा बाळगतात. सिद्धी-प्रेरित व्यक्ती काहीतरी नवीन, आगळेवेगळे करून दाखवितात. त्यांच्यातील नावीन्यपूर्णतेची गुणवत्ता ह्यामध्ये त्यांना उपयुक्त ठरते. अशा व्यक्ती आपण निवडलेल्या ध्येयामधील सहभाग दीर्घ मुदतीचा ठेवतात; दिवसाच्या चोवीस तासातील जास्तीत जास्त वेळ ठरविलेले यश संपादण्यासाठी वापरत असतात.

सिद्धी-प्रेरित व्यक्ती यशाच्या एका सलग किंवा अखंड कल्पनेत वावरताना दिसतात. त्यांनी त्यांचे ध्येय स्पष्ट ठरविलेले असते. ते ध्येयाची गरजही समजून घेतात. या कामात खात्रीने आपण यशस्वी होऊ असा त्यांना आत्मविश्वास असतो.

उद्योजकीय स्वभावाच्या व्यक्तींना आव्हाने स्वीकारायला आवडते. अर्थात, ह्या व्यक्ती कोणत्याही कामात वाजवी साहस पत्करतात. कुवतीच्या थोडेसे पलीकडचे पण आवाक्यात आहे अशा कामात किंवा ज्या कामात अंतिम निकालाबद्दल, फलश्रुतीबद्दल अनिश्चितता असते, तरीही अपेक्षित निकाल मिळविण्याचा निर्धार असतो अशी आव्हानात्मक कामे अंगीकारतो आणि त्यात यश प्राप्तीसाठी स्वत:ची क्षमता पणाला लावतो. एक आव्हानात्मक

काम पूर्ण केल्यावर तेच काम त्याला दुसरे आव्हानात्मक काम करण्यास प्रवृत्त करीत असते. पूर्ण आवाक्याबाहेरील काम आणि ज्यामध्ये अपयशाची खात्री आहे असे काम उद्योजक करीत नाही.

उद्योजकीय वर्तनाचा अभ्यास करताना एक महत्त्वाची बाब लक्षात येते आणि ती म्हणजे त्याचे असमाधान. त्याचे हे असमाधान समजून घेणं आवश्यक आहे. अवघड कामात मिळविलेल्या यशाचे समाधान त्यांना असते. परंतु, यापेक्षासुद्धा अधिक यश प्राप्त करायला हवे आणि अजून ते मिळविता आलेले नाही याचे असमाधान त्याला असते आणि हे असमाधानच त्याला अधिक उत्तुंग यश प्राप्तीसाठी प्रेरणा देते. वाजवी आव्हानांमुळे उद्योजकाच्या क्षमतांनाही वाजवी ताण देण्याची गरज भासल्याने त्याची प्रगती होते.

उद्योजकीय स्वभावाच्या व्यक्तींना कठीण काम पूर्ण करण्याबद्दल आत्मविश्वास असतो. त्यांना स्वतःच्या ध्येयाबद्दल सुस्पष्ट कल्पना असते आणि ध्येय ठरविताना ते अगदी सावधपणे ठरवित असतात; ज्या कामात खरोखरच आव्हान आहे आणि जे काम पार पाडल्याने समाधान प्राप्त होईल अशा दोन्ही घटकांचा विचार ध्येय ठरविताना उद्योजक करतो. उद्योजकीय स्वभावाच्या व्यक्ती ध्येय ठरविण्याच्या पद्धतीत बाह्य वातावरण आणि परिस्थितीबाबत अतिशय संवेदनशील असतात. ध्येय ठरविताना तो परिस्थितीमधील सर्व बारकाव्यांची तुलना स्वतःची क्षमता, कल्पना आणि कौशल्ये यांच्याशी करतो. त्यातूनच जणू तो कामातील उत्कृष्टता आणि यश सूचित करतो.

उद्योजकीय स्वभावाच्या व्यक्ती, स्वतःच्या कामामधून मिळणारा अभिप्राय आणि मिळणारा अनुभव याबद्दल विलक्षण आदर बाळगतात. पूर्वानुभवातून तो सतत शिकत असतो. कामात आलेले यशापयश तो मान्य करतो आणि आपण यशस्वी/अयशस्वी का झालो याचे विश्लेषण करतो. याशिवाय उद्योजकीय स्वभावाच्या व्यक्तींना केलेल्या कामाची जबाबदारी स्वीकारण्यास आवडते. यशापयशाचे विश्लेषण त्याला कामाचे नियोजन करण्याकरिता, परिस्थितीतील घटक शक्य तितक्या नियंत्रणात ठेवण्यासाठी आणि शक्य तितकी निर्दोष कार्यपद्धती ठरविण्यासाठी होते. चूक झालेली असेल तर तो खुल्या मनाने तो ती मान्य करतो. उद्योजकीय स्वभावाच्या व्यक्ती अवघड काम करीत असताना यशाबद्दल खात्री बाळगतात; अपयशाला अजिबात घाबरत नाहीत.

उद्योजक कठीण काम करतो तेव्हा त्या विचारसरणी, कार्यपद्धती, भावना आणि प्रत्येक कृतीवर तसेच कामाच्या फलनिष्पतीवर परिणाम करणारे घटक असतात. उद्योजक अशा घटकांचा शोध घेऊन त्यांचा अभ्यास करतो.

आव्हानात्मक कामाच्या नियोजनात उद्योजक विविध घटक विचारात घेतो. अंगीकारलेल्या अवघड कामाच्या योजनेतील सहभागी उद्योजक स्वतःला त्या कामाच्या योग्यतेचा समजतो. काम अवघड आहे म्हणूनच तर आपली गरज आहे आणि आपण ते पूर्ण करू शकू असे उद्योजकाला वाटते. स्वतःबद्दलच्या वास्तव समजामुळे उद्योजकाला आव्हानात्मक ध्येय निवडून त्यामध्ये यशस्वी होण्याचा आत्मविश्वास असतो. ह्या व्यक्ती भोवतालच्या वस्तू, माणसे, दिसणाऱ्या गोष्टी किंवा त्या परिस्थितीत उपलब्ध साधनसामग्री याबाबत एकदम जागरूक व संवेदनशील असतात आणि विशेष म्हणजे त्यांना परिस्थितीतील केवळ प्रगट घटकच नव्हे तर अप्रगट किंवा सुप्त घटकही दिसतात. तो सारासार विचार करून योग्य संधी साधण्यासाठी पुढाकार घेतो. आव्हानात्मक कामे पार पाडताना उद्योजकाला ताणतणावांना सामोरे जावे लागते. त्यासाठी तो परिस्थितीला तोंड देतो, निर्धाराने परिस्थितीशी सामना करतो. वेळेस दुर्मीळ साधन समजतो.

उद्योजक सहकाऱ्यांना अथवा कर्मचाऱ्यांना मदतीचा हात पुढे करतो. त्यांच्यातील योग्यता विकसित करणे, त्यांचा कामातील सहभाग, उत्कृष्टता आणि गती वाढविणे, त्यांचा निर्णयात सहभाग राखणे अथवा त्यांना स्वतंत्रपणे योग्य निर्णय घेण्यालायक बनविणे इत्यादी गोष्टींशी उद्योजकाचा संबंध येतो.

वरील परिच्छेदात वर्णन केलेल्या उद्योजकीय स्वभावाच्या व्यक्तींच्या वैशिष्ट्यांवरून, कृतींवरून त्यांचे

उद्योजकीय वर्तन स्पष्ट होते. उद्योजकांचा जेवढ्या जास्त प्रमाणात अभ्यास केला जाईल तेवढ्या जास्त प्रमाणात उद्योजकीय वर्तनाचे आकलन होईल; अर्थात, याचा उपयोग आपले व्यक्तिमत्त्व उद्योजकीय बनवण्याच्या दृष्टीने, आपले वर्तन उद्योजकीय बनवण्याच्या दृष्टीने निश्चितच होईल.

$$\boxed{\text{निवडक प्रश्न}}$$

१) 'वर्तन' संकल्पनेची व्याख्या व स्वरूप स्पष्ट करा.

२) 'वर्तनविषयक सूत्र' यावर टीप लिहा.

३) वैयक्तिक वर्तन ठरविणारे घटक स्पष्ट करा.

४) 'अध्ययन' संकल्पना स्पष्ट करा.

५) 'अध्ययन' संकल्पनेची व्याख्या देऊन अध्ययनाबाबत सविस्तर विवेचन करा.

६) 'व्यक्तिमत्त्व' संकल्पनेचा अर्थ व व्याख्या स्पष्ट करा.

७) व्यक्तिमत्त्व घडविणारे घटक स्पष्ट करा.

८) विविध व्यक्तिमत्त्व सिद्धान्त स्पष्ट करा.

९) 'व्यक्तिमत्त्व विकास' यावर सविस्तर टीप लिहा.

१०) 'भावनिक बुद्धिमत्ता' यावर सविस्तर टीप लिहा.

११) 'उद्योजकीय व्यक्तिमत्त्व' यावर सविस्तर टीप लिहा.

१०. उद्योजकांच्या चरित्रांचा अभ्यास
(Study of Biographies of Entrepreneurs)

प्रस्तावना

उद्योजकतेची प्रेरणा आणि उद्योजकांबाबतची जाणीवजागृती होण्याच्या दृष्टीने उद्योजकांच्या चरित्रांचा अभ्यास, तसेच त्यांनी निर्माण केलेल्या उद्योगांची यशोगाथा यांचे परिशीलन हे अत्यंत प्रभावी माध्यम ठरते.

उद्योजकाची जडणघडण ही काट्याकुट्यांनी भरलेली, तसेच आशा-निराशा यांनी व्यापलेली कर्म कहाणी असते. बाह्य जगाला मात्र त्याचे उद्योजक, उद्गाता म्हणून फक्त आजची प्रतिमाच तेवढी माहिती असते.

वाचकांना आपल्या आवतीभोवती ह्या प्रकरणात वर्णन केलेल्या व्यक्तींसारखीच, उद्योजकीय व्यक्तिमत्त्वे शोधता येतील. अशा व्यक्तींच्या सहवासातून खूप शिकता येते. प्रस्तुत प्रकरणात उद्योजकीय क्षेत्रावर आपला ठसा उमटवणाऱ्या निवडक उद्योजकांचा, उद्योजकीय व्यक्तिमत्त्वांचा अभ्यास आपण करणार आहोत. प्रत्येक उद्योजकाकडून उद्योजकतेचे विविधांगी वस्तुपाठ आपल्याला मिळतील.

पद्मश्री डॉ. नीळकंठ कल्याणी

राजकीय, सामाजिक व शैक्षणिक क्रांतीच्या प्रयत्नांनी ख्यातनाम झालेल्या सातारा जिल्ह्यातील, कराड तालुक्यातील कोळे या २ हजार वस्तीच्या छोट्या गावातील कल्याणी कुटुंबात डॉ. नीळकंठ कल्याणी यांचा जन्म २० ऑगस्ट, १९२८ रोजी झाला. शेतकरी ते थेट जागतिक पातळीवरील एक यशस्वी उद्योजक असा व्यावसायिक प्रवास करणारे अगदी क्वचित आढळणारे व्यक्तिमत्त्व म्हणजे डॉ. नीळकंठराव कल्याणी होत. ते खऱ्या अर्थाने 'जागदेशिक' उद्योजक होते.

महाराष्ट्र राज्याच्या स्थापनेनंतर, राज्यात त्या वेळचे मुख्यमंत्री स्वर्गीय यशवंतराव चव्हाण ह्यांच्या दूरदृष्टीने, पुढाकाराने व प्रोत्साहनाने महाराष्ट्राला औद्योगिकीकरणात प्रथम स्थान प्राप्त करून देणारे जे आघाडीचे शिलेदार होते त्यात डॉ. नीळकंठराव कल्याणी यांचा समावेश होतो. डॉ. कल्याणी केवळ आपला उद्योग उभारून, वाढवून, यशस्वी करून थांबले नाहीत तर सिकॉमसारख्या महाराष्ट्राच्या अग्रगण्य औद्योगिक विकास व वित्तीयसाहाय्य संस्था ह्यांना व त्यासारख्या अनेक संस्थांना त्यांनी अध्यक्षपदाची धुरा सक्षमपणे पेलत धोरण व दिशा दिली. महाराष्ट्र राज्याचे मुख्यमंत्री, मंत्री व अनेक उच्च शासकीय अधिकाऱ्यांना औद्योगिक प्रश्नांवर व समस्यांवर वेळोवेळी त्यांच्या अनुभवाचा, ज्ञानाचा व विचारांचा धोरण ठरवण्यात फायदा झाला. प्रत्यक्ष व अप्रत्यक्षरीत्या सिकॉमसारख्या संस्थांच्या माध्यमातून त्यांनी अनेक लघु, मध्यम उद्योजक घडवले आणि ह्यातील अनेक उद्योग मोठे झाले.

आपल्या वडिलांच्या मृत्युनंतर वेगळ्या मार्गाने जाण्याचे डॉ. नीळकंठरावांनी ठरवले आणि एक धाडसी निर्णय घेतला. मुंबई, चिपळूण, कऱ्हाड, सांगली येथे असलेला व्यापार आणि तेलाचे कारखाने बंद करण्याचा

त्यांनी निर्णय घेतला आणि सट्टेबाजीला रामराम करून आधुनिक शेती करण्याचे ठरवले. शेतीत सुधारणा केल्या, विहिरी खोदल्या, पंप बसवले, शेतीसाठी आधुनिक यंत्रसामग्री आणली व शेती फायदेशीर करून दाखविली. यशवंतराव मोहिते ह्यांच्या बरोबरीने रेठऱ्यात त्यांनी साखर कारखाना सुरू केला. सन १९५५ ते १९६० या काळात डॉ. कल्याणी कारखान्याच्या संचालक पदावर होते.

उद्योजक संकल्पना आणि उद्योजकाच्या अंगी आवश्यक गुण डॉ. नीळकंठ यांच्या व्यक्तिमत्त्वावरूनच बेतले असावेत. उद्योजक धाडसी असतो, एकदा ध्येय ठरवल्यावर तो थांबत नाही तर पूर्व निर्धारित दुसऱ्या ध्येयाच्या मागे लागतो. यशस्वी उद्योजकाला दूरदृष्टी लागते व ती दूरदृष्टी सामान्य व्यक्तींपेक्षा खूपच स्पष्ट व दूरची असते. संकटे, कष्ट, आव्हाने ह्यांना तो घाबरत नाही. ह्या सर्व गुणवत्ता डॉ. नीळकंठरावांमध्ये एकवटलेल्या दिसतात.

नैतिकता–मौल्यवान संपत्ती

आजकाल अनेकविध क्षेत्रातील भ्रष्टाचार सामान्य माणसाची मती कुंठित करणारा आहे. बऱ्याचदा नैतिकता हरवलेली माणसे भ्रष्टाचार करतात. ह्या पार्श्वभूमीवर डॉ. नीळकंठ कल्याणींच्या आयुष्यातील हा प्रसंग डोळ्यात अंजन घालणारा व उद्‌बोधक आहे.

डॉ. नीळकंठ कल्याणींचे वडील व्यापारानिमित्त बाहेरगावी गेलेले असताना डॉ. नीळकंठ यांनी हळदीच्या वायदे व्यापाराची संधी साधली आणि अवघ्या चार दिवसात तब्बल दोन लाख रुपये नफा मिळविला. (१९४५ सालची ही गोष्ट आहे!) वडील रात्री परतले. त्यांनी नेहमीप्रमाणे आपल्या गैरहजेरीत झालेल्या कामाचा आढावा घेतला. दोन लाख रुपये नफा झाल्याचे सांगितले. ते एक शब्दही न बोलता तडक देवघरात गेले. डॉ. नीळकंठ सुन्न झाले. दुसऱ्या दिवशी पहाटे मातोश्री त्यांना व त्यांच्या वडिलांना घेऊन कुलदैवत 'रेवणसिद्ध स्वामी' दर्शनाला घेऊन गेल्या. वडिलांनी त्यांच्या मनात डाचत असलेले विचार सांगितले, ''सट्ट्यात काही कष्ट न करता मिळणाऱ्या पैशांची व यशाची धुंदी माणसाला कुठल्या टोकाला नेते हे तुला ठाऊक नाही. ते तू समजून घे. हा तुझा अध:पात मला मुळीच पाहवणार नाही. तेव्हा यापुढे अशा प्रकारचा सट्टा परत आयुष्यात कधीही खेळणार नाही, अशी शपथ, आपल्या कुलदैवताला स्मरून घे!'' डॉ. नीळकंठ यांनी शपथ घेतली आणि निष्ठेने आई–वडिलांच्या मृत्युनंतरही पाळली. अशा अनेक अनुभवांनी त्यांच्या मनात एक खूणगाठ बसली होती, ती अशी – श्रमाशिवाय पैसा नाही. बिनश्रमाचा पैसा त्याज्य आणि पैशाला मोल आहे पण पैशाने सर्व काही मिळते हे खरे नाही!

...आणि डॉ. कल्याणी ह्या करारी व्यक्तिमत्त्वाने कारखानदारीकडे वळण्याचा पक्का निश्चय केला आणि शेती व पारंपरिक व्यवसाय सोडून औद्योगिक क्षेत्रांत स्वत:ला झोकून दिले. वास्तविक डॉ. कल्याणींना कुठलाही औद्योगिक अनुभव, तांत्रिक शिक्षण व कुठलेही आर्थिक व इतर पाठबळ नव्हते हे विशेष उल्लेखनीय आहे.

सन १९५८च्या सुमारास शंतनुराव किर्लोस्कर, नानासाहेब गुर्जर ह्यांच्या सल्ल्याने डॉ. नीळकंठरावांनी फोर्जिंग कारखाना काढण्याचे ठरवले. न्यूयॉर्कच्या सी. एच. स्मिथ ज्युनियर, जे सिफ्को ह्या अमेरिकन कंपनीचे ते अध्यक्ष होते व ॲलिसन बेलिस ह्यांची शंतनुरावांच्या उपस्थितीत भेट घेऊन भारत फोर्ज ह्या प्रचंड मोठ्या होणाऱ्या प्रकल्पाची त्यांनी मुहूर्तमेढ रोवली. हा नुसता उल्लेख करणे सोपे आहे. परंतु, हा सारा प्रवास आणि त्यातील घडामोडी रोमहर्षक व तेवढ्याच वैचित्र्यपूर्ण वाटाव्यात. एक कर्तबगार अधिकारी उद्योग मंत्रालयातील डायरेक्टर बी. पी. सिन्हा यांचे साहाय्यक श्री. शर्मा डॉ. नीळकंठरावांबद्दल सांगतात, ''हा तरुण (डॉ. नीळकंठराव) उद्योगाच्या क्षेत्रातला अगदीच नवखा. कोणता उद्योग काढावयाचा याची नीट कल्पना नाही. ज्ञान तर नाहीच नाही. वेश पाहावा

तर इतका साधा की हा कसला कारखाना काढतोय असे वाटावे! पण आमच्या खात्याचे कामच हे होते की, जो कोणी कारखानदार होऊ म्हणेल त्याला पारखून घ्यायचा. निरनिराळे उद्योग त्याला सुचवायचे. त्याचा कल आणि शक्ती अजमावयाची आणि परवाना द्यायचा. कल्याणींचा वेश आणि उद्योगांबाबतचे अज्ञान याचा आम्हाला पहिल्या दोन-तीन भेटींतच विसर पडला. ते सारखे प्रश्न विचारत. आमच्या बॉसने (बी. पी. सिन्हा) त्यांना वार्षिक तीन हजार टन फोर्जिंगचे लायसेन्स दिले. अत्यंत महत्त्वाची गोष्ट म्हणजे या माणसाने आम्हाला कायद्याबाहेर असे कधीही काहीही मागितले नाही.''

अनेक अडचणींना तोंड देत डॉ. नीळकंठरावांनी भारत फोर्ज हा प्रकल्प उभारला, वाढवला आणि आज त्यांचे कर्तबगार सुपुत्र डॉ. बाबासाहेब ह्यांनी भारत फोर्ज ही कंपनी जगातील नंबर दोनच्या स्थानावर नेऊन ठेवली आहे.

उद्योजकतेच्या अभ्यासकांनी व वाचकांनी डॉ. नीळकंठरावांचे विचार समजून घेणे गरजेचे आहे. उद्योगात प्रथम महत्त्व हे उत्पादकतेला देणे जरुरी आहे. धंद्याच्या उलाढालीतून निर्माण होणारा पैसा सर्वप्रथम गुणवत्तापूर्ण उत्पादनाकरता आहे व वायफळ खर्चासाठी नाही. निर्यात हे चांगल्या मालाची कसोटी आहे. जेव्हा उत्पादन निर्माण होईल तेव्हा तुमचे उत्पादन जागतिक दर्जाचे आहे हे दाखवून देईल, हे त्यांचे स्पष्ट विचार होते.

डॉ. कल्याणींनी त्यांच्या दूरदृष्टीने व शोधक नजरेने त्यांनी पोलाद उत्पादन, मोटार गाड्यांचे भाग, इलेक्ट्रॉनिक्स इत्यादी क्षेत्रे पुढील उद्योगाच्या विस्तारासाठी निवडली व त्यातून कल्याणी स्टील, कल्याणी शार्प, कल्याणी ब्रेक्स कंपन्यांची बेन्दिक्स, रॉकवेल इंटरनॅशनल कॉर्पोरेशन इत्यादी जगप्रसिद्ध कंपन्यांबरोबर सहकार्य व भागीदारी करून उभारणी केली.

परकीय सहकार्याचा करार सरकारकडून मंजूर करवून घेण्यासाठी दिल्लीत जाऊन ते तब्बल ९७ दिवस तेथे तळ ठोकून होते. सरकारची मंजुरी घेऊनच यशस्वी परत आले. ह्यातून त्यांची कामावरची निष्ठा, जिद्द व चिकाटी दिसते. ह्यातून त्यांच्यातील मुत्सद्दी, आग्रही, कुशल उद्योजकसुद्धा दिसून येतो. ते परदेशात असताना औद्योगिक क्षेत्रात विशेषत: तंत्रज्ञान, व्यवस्थापन शास्त्र यात नेमके काय नावीन्यपूर्ण आहे याचा शोध घेत असत आणि योग्य तंत्रज्ञान, यंत्रसामग्री स्वदेशात आणत. कोणतेही तांत्रिक शिक्षण नसताना अशी जाण असणे हे त्यांच्या कुशाग्रबुद्धीचे द्योतक आहे.

डॉ. नीळकंठरावांनी अनेक कंपन्यांमध्ये अध्यक्ष, संचालक इत्यादी नात्यांनी फार मोलाच्या भूमिका बजावल्या. अगदीच मोजक्या कंपन्या खालीलप्रमाणे-

- कल्याणी फोर्ज लिमिटेड
- महाराष्ट्र सहकारी भूविकास बँक
- कायनेटिक इंजिनिअरिंग लिमिटेड
- सुदर्शन केमिकल्स इंडस्ट्रीज लिमिटेड
- कल्याणी इन्स्टिट्यूट ऑफ सायंटिफिक रिसर्च
- कल्याणी मेडीकल फाऊंडेशन
- कल्याणी इन्स्टिट्यूट ऑफ पोल्ट्री रिसर्च
- अबोली इन्व्हेस्टमेंट प्रा. लि.
- कौटिल्स इंजिनिअरिंग ॲन्ड मॅन्युफॅक्चरिंग प्रा. लि.
- गजानन इन्व्हेस्टमेंट प्रा. लि.

- उत्तरा ॲग्रो प्रा. लि.
- पूर्वा ॲग्रो प्रा. लि.
- अनुराधा ॲग्रो प्रा. लि.
- पुनर्वसु ॲग्रो प्रा. लि.
- विशाखा ॲग्रो प्रा. लि.
- कल्याणी फ्लोरिटेक प्रा. लि.
- आश्लेषा ॲग्रो प्रा. लि.
- उत्तरसाधना ॲग्रो प्रा. लि.
- धनिष्ट ॲग्रो प्रा. लि.
- सरस्वती ॲग्रोटेक प्रा. लि.
- रोहिणी ॲग्रोटेक प्रा. लि.
- कल्याणी ॲग्रो ॲन्ड एक्स्पोर्ट्स प्रा. लि.
- भद्रपदा ॲग्रो प्रा. लि.
- कल्याणी हॉर्टिकल्चर प्रा. लि.
- द्रोणाचार्य इन्व्हेस्टमेंट ॲन्ड ट्रेडिंग प्रा. लि.
- दंडकारण्य इन्व्हेस्टमेंट ॲन्ड ट्रेडिंग प्रा. लि.
- मराठा चेंबर ऑफ कॉमर्स, इंडस्ट्रीज ॲन्ड ॲग्रिकल्चर
- हस्तिनापुर इन्व्हेस्टमेंट ॲन्ड ट्रेडिंग प्रा. लि.
- इंटरनॅशनल कन्व्हेन्शन्स इंडिया प्रा. लि.
- टाटा ट्रस्टी कं. प्रा. लि.
- फिनोलेक्स इंडस्ट्रीज लि.
- किर्लोस्कर इंडस्ट्रीज लि. (पूर्वीची किर्लोस्कर ऑईल इंजिन्स लि.)
- हिंदुस्थान कन्स्ट्रक्शन कं. लि.
- फिनोलेक्स केबल्स लि.

उल्लेखनीय गौरव

डॉ. नीळकंठराव कल्याणींना भारताच्या राष्ट्रपतींच्या हस्ते पद्मश्री पुरस्काराने गौरविण्यात आले. कृषी, उद्योग आणि सहकार या क्षेत्रातील त्यांच्या भरीव व मोलाच्या योगदानाबद्दल ह्या पुरस्काराने त्यांना सन्मानित करण्यात आले. कर्नाटक विद्यापीठाने त्यांना विज्ञान क्षेत्रातील डॉक्टरेट बहाल केली.

डॉ. कल्याणींनी नवीन उद्योजकांना नेहमीच प्रोत्साहन दिले, आर्थिक साहाय्य केले. शंतनुराव किर्लोस्करांच्या आदर्शांचा कित्ता गिरवत त्यांनी त्यांच्या कारखान्यातील कुशल कामगारांना स्वतंत्र उद्योग काढण्यात त्यांनी मदतीचा हात दिला. ह्यातच त्यांची सामाजिक जाण दिसून येते. सन १९६२मध्ये डॉ. नीळकंठरावांनी लँड मॉरगेज बँकेचे अध्यक्षपद भूषविले. या बँकेमार्फत त्यांनी अनेक शेतकऱ्यांना साहाय्य केले. सावकारी पाशातून त्यांच्या जमिनी सोडवून त्यांना नवे आयुष्य जगण्याचा मार्ग दाखवला. १९६२ ते १९७३ या काळात त्यांनी बँकेचे अध्यक्षपद भूषविताना शेतकऱ्यांत बँकेच्या शेती विकास कार्यक्रमाबद्दल मोठा विश्वास निर्माण केला. परिणामत: बँकेचे नाव

अखिल भारतीय पातळीवर पोहचले. आपल्याबरोबर आपल्या समाजाचीही प्रगती व्हावी असे त्यांना वाटत असे म्हणून त्यांच्या गावी कोळे येथे त्यांनी प्राथमिक शाळेला भरपूर मदत केली. शाळा बांधून दिली. पाणीपुरवठा योजनेसाठी आर्थिक साहाय्य केले. घारेवाडीच्या शाळेला स्वतःची जमीन दिली, वडगाव शिंदे या पुण्याजवळील शाळेला मदत केली. कारखान्यासाठी कम्युनिटी सेंटर, ग्रंथालय इ. प्रकल्पांना मदत केली. आज आपण सर्वांगीण विकासावर चर्चा करतो, परंतु डॉ. कल्याणींनी त्याचा विचार खूप आधीच केला होता व तो आपल्या परीने अंमलात आणलासुद्धा.

खालील परिच्छेदातून डॉ. नीळकंठरावांचे आणखी काही पैलू उलगडतील.

उच्च विचारसरणी

डॉ. नीळकंठांच्या आयुष्यातील हा प्रसंग त्यांची उच्च विचारसरणी सिद्ध करतो. हलकर्णी (बेळगाव) गावच्या हत्तरगी कुटुंबातील सुलोचना ही वधू निवडण्यात आली. डॉ. नीळकंठराव महात्मा गांधींच्या खादी तत्त्वाने भारावून गेलेले होते. म्हणूनच त्यांची अट होती, ''माझे लग्न अगदी साधेपणाने झाले पाहिजे. माझे लग्नातले कपडे तर शुद्ध खादीचे असतीलच पण वधूने नेसावयाच्या साड्यासुद्धा खादीच्या असल्या पाहिजेत.'' दोन्ही घरांतून ह्या अटी मान्य झाल्या. लग्न हलकर्णीला अगदी साधेपणाने झाले. डामडौलाची आणि आपल्या संपत्तीचे उथळ प्रदर्शन करण्याची हौस त्यांच्या वडिलांना कधीच नव्हती.

मनाचे औदार्य

डॉ. नीळकंठरावांचे वडील आण्णाप्पांनी वाढवलेला व्याप, मिळविलेली स्थावर जंगम संपत्ती मोठी होती. त्यांचा सामाजिक दर्जा खूप उंचावला होता. त्या सर्व समृद्धीचा वारस एकटे होते डॉ. नीळकंठराव. त्यांनी मनाशी निर्णय घेतला की लौकिक अर्थाने नातेवाइकांपैकी ज्यांना जे द्यावयाचे किंवा ज्यांनी जे अपेक्षिले असते ते आपणहून त्यांना देऊन टाकायचे! निर्णय अवघड होता. सामान्य व्यवहारात बसणारा नव्हता. (वास्तविक कल्याणी कुटुंबाची तीन पिढ्यांची मिळकत त्यांच्या वारसांनी विक्री वा गहाण रूपाने गमावली होती!) परंतु, त्यांनी तसा निर्णय घेतला. असा निर्णय घेण्यात त्यांनी कौटुंबिक जिव्हाळा, मनाची उदारता तर दाखविलीच. पण व्यवहाराच्या दृष्टीनेही हा निर्णय योग्य आणि आवश्यक होता असे दिसले. शिवाय स्वतःची बुद्धी, कर्तबगारी आणि श्रमशक्तीवर डॉ. नीळकंठरावांचा प्रचंड विश्वास होता.

पाच थोर व्यक्तींचे स्मरण करून ते म्हणायचे हे माझे पंचगुरू आहेत. हे पंचगुरू म्हणजे – १) पिता, अण्णाप्पा कल्याणी, २) यशवंतराव चव्हाण, ३) प्रो. डी. जी. कर्वे (पुण्यातील पहिल्या वाणिज्य महाविद्यालयातील म्हणजेच बृहन्महाराष्ट्र कॉलेज ऑफ कॉमर्स येथील प्राचार्य) ४) धनंजयराव गाडगीळ आणि ५) शंतनुराव किर्लोस्कर.

डॉ. नीळकंठराव कल्याणींना दि. २४ ऑगस्ट, २०१३ रोजी देवाज्ञा झाली. त्यामुळे एक कर्तबगार नि कल्पक उद्योजक आपल्यातून निघून गेला असला तरी त्यांची मार्गदर्शक तत्त्वे आणि यशस्वीतेचा मंत्र पुढील पिढीला दीपस्तंभाप्रमाणे मार्गदर्शक ठरेल, यात संदेह नाही.

बहुआयामी डॉ. डीएसके

शब्दशः शून्यातून विश्व निर्मिती करणारे बांधकाम व्यावसायिक डॉ. श्री. दीपक सखाराम कुलकर्णी तथा 'डीएसके' एक बहुआयामी व्यक्तिमत्त्व आहे. व्यवसायाच्या यशस्वीतेसाठी झपाटणारी १०० व्यक्तिमत्त्वे तयार करण्याची योजना आखून १०० डीएसके घडविण्याचा संकल्प त्यांनी केलेला आहे. चणे, बोरे, भाजी विकण्याच्या कामापासून त्यांनी अर्थार्जनाला सुरुवात केली आणि आज त्यांची ओळख सुप्रसिद्ध बांधकाम व्यावसायिक,

यशस्वी उद्योजक, समाजसेवी, कलाप्रेमी, दानशूर, प्रभावी वक्ता अशी निर्माण झालेली आहे.

डीएसके यांचा जन्म २८ जून १९५० रोजी पुण्यात झाला. त्यांची आई श्रमप्रतिष्ठा जोपासणारी असल्याने डीएसकेंवर श्रमसंस्कार झाले. आई शिक्षिका होती. वडील पोलीस कॉन्स्टेबल होते. त्यांनी पुण्याच्या 'हाय एक्स्प्लोझिव्ह फॅक्टरी' येथे संरक्षक म्हणून नोकरी केली. आईने श्रमसंस्कार करताना, स्वत: छोटी-छोटी कामे करताना कमीपणा मानला नाही. कष्ट करण्याची लाज वाटू दिली नाही. त्या माउलीने अखंड कार्यमग्नतेचा संस्कार डीएसकेंवर केला. आईची कार्यप्रवणता त्यांना प्रेरणादायी ठरली. आईने डीएसकेंच्या मनात उद्योजक होण्याची स्वप्ने रुजवली आणि स्वप्नपूर्ती झालीसुद्धा.

बालउद्योजक

डीएसकेंनी बालपणी चणे-फुटाणे विकताना ग्राहक आकर्षित करण्यासाठी शक्कल लढविली. अन्य विक्रेत्यांपेक्षा आपल्याकडे अधिक ग्राहक आकर्षित करण्यासाठी त्यांनी स्वच्छ, रुबाबदार इस्त्री केलेले कपडे घातले. डोक्याला तेल लावून व्यवस्थित भांग पाडला. चण्यामण्यांना हलकासा तेलाचा हात लावला. चकचकीत चण्यामण्यांनी मुलांना आकर्षित केले. माल हातोहात विकला जाऊ लागला. डीएसकेंनी बालपणी अनेकविध छोटे-छोटे उद्योग केले. त्यांनी भाजी विकली, घोड्यांना खरारा केला, फुलांचे गजरे विकले, तयार कपड्यांना कांजी करण्याचे कष्टाचे काम केले, कपड्यांना बटणे लावून दिली, कैऱ्या व बोरे विकली, पेपरची लाईन टाकली, फटाके विकले. अर्थात, हे सारे करताना डीएसकेंनी नेहमीच चाकोरीबाहेर जाऊन विचार केला, त्यात नावीन्य आणले. भारत हायस्कूलमध्ये शिकता शिकता ते व्यावहारिक जगातले धडे गिरवायला लागले. ह्या बालउद्योजकात 'आपण काहीही विकू शकतो' हा आत्मविश्वास जागा झाला.

कोणतेही काम सांगा...

डीएसके गरवारे महाविद्यालयात शिकत असताना किर्लोस्कर ऑईल इंजिन्समध्ये प्रशिक्षण घेत होते. तेथे त्यांना टेलिफोन ऑपरेटरचे काम शिकून घेण्याची इच्छा झाली. पण हेडफोन लावून बोलण्याच्या वेळी स्पीकरमधून डेटॉलचा उग्र दर्प आला. 'ह्याऐवजी अत्तरासारखा सुवास आला तर?' ही चमकदार कल्पना डीएसकेंना सुचली. त्यातूनच 'टेलिस्मेल' कंपनीचा जन्म झाला. टेलिफोन स्वच्छ पुसून माऊथपीसवर एक सुगंधी काळी पट्टी बसविली जायची. हा व्यवसाय ते सायकलवरून करीत. हा व्यवसाय करीत असताना त्यांना चर्चा ऐकू यायच्या - ''आमच्या घरातील नळ गळतोय, खुर्ची मोडलीय, बाथरुमची फरशी उखडलीय इ. इ. पण अशा छोट्या कामांना माणसं मिळत नाहीत.'' डीएसकेंनी आवश्यक कारागीर बरोबर घेऊन ही कामे स्वत: करून द्यायला सुरुवात केली. शब्दश: 'कोणतेही काम सांगा आणि निर्धास्त व्हा' हा दिलासा डीएसकेंनी दिला. गवंडी काम, सुतारकाम, प्लंबिंग, रंगकाम, फर्निचर तयार करणे, वायरिंग बदलून देणे, गळके छप्पर दुरुस्त करणे, स्वयंपाक घरातील ओटे बांधणे, वॉटरप्रुफींग करणे, भिंतीची ओल घालवणे, दुकानांच्या पाट्या स्वच्छ करणे, अशी एक ना अनेक कामे त्यांनी केली. अर्थात, हे सारे करताना दिलेली वेळ पाळून गुणवत्तेलासुद्धा प्राधान्य दिले. ग्राहकांचा विश्वास त्यांनी संपादन केला.

अल्पवयात डीएसकेंनी शंतनुरावांचा विश्वास कमावला. त्यांच्या सहकार्यामुळेच डीएसकेंना टेलिस्मेल, वॉटरप्रुफींग आणि रंगकाम ह्या व्यवसायांमध्ये प्रोत्साहन मिळाले. टेलिस्मेलसाठी ऑफीस घेताना मालकाची अट होती ते रंगवून घेण्याची. डीएसकेंनी ही अट स्वत: रंगकाम करून पूर्ण करताना रंगकामातील नफा अनुभवला. ते मोठी स्वप्ने पाहू लागले. किर्लोस्कर कंपनीची फॅक्टरी आठ दिवसात रंगवून दिली. किर्लोस्करांच्या लकाकी

कंपाउंडमधील बंगला रंगवून दिला. रंगकाम करणाऱ्या स्वत:च्या पेंटॉल कंपनीचे ते मालक झाले. एक नवीन प्रवास सुरू झाला.

भुताटकीचा वाडा अन् गृह प्रकल्प प्रारंभ

डीएसकेंच्या गृह प्रकल्पाची सुरुवात व्हायला एक अद्‌भुत घटना कारणीभूत ठरली. पुण्यातील रास्ता पेठेतील एका वाड्याला आग लागली. डीएसकेंनी हा वाडा विकत घेतला. हा जळका वाडा म्हणजे भुताटकीचा वाडा असे लोक सांगू लागले. ह्या खरेदीत फसल्याचे लोक सांगू लागले. पण डीएसकेंनी खंबीर मनाने व जोमाने कार्यारंभ केला. पाया खणला. पण शेजारच्या वाड्याची भिंत कोसळली. त्या घरमालकाला डीएसकेंनी आधार दिला. या वाड्याच्या ठिकाणी आपल्या कन्येच्या नावाने अश्विनी अपार्टमेंट डीएसकेंनी उभारले आणि १९८०मध्ये घरदुरुस्ती करणारे डीएसके प्रमोटर व बिल्डर झाले. डी. एस. कुलकर्णी अँन्ड कं. ह्या बांधकाम व्यवसायातील अग्रगण्य उद्योगाचा शुभारंभ झाला.... आणि त्यांनी नंतर मागे वळून पाहिलेच नाही. 'घराला घरपण देणारी माणसं' ही जाहिरात त्यांनी सार्थ केली. जाहिरातींमध्ये नावीन्य व ताजेपणा आणून कल्पक जाहिरातींच्या साहाय्याने त्यांनी जाहिराती वाचण्याचा ट्रेंड निर्माण केला. डीएसके गृह प्रकल्पाचे भूमीपूजन आणि फ्लॅट ग्राहकाच्या ताब्यात देतानाचे समारंभसुद्धा अत्यंत दिमाखदार व संस्मरणीय असेच करतात. डीएसके म्हणजे दिलेला शब्द पाळून ग्राहकाला संपूर्ण समाधान देणारे असा नावलौकिक निर्माण केला. आजकाल आपण बांधकाम व्यावसायिकाने फ्लॅटचा ताबा वेळेवर दिला नाही म्हणून ग्राहक मंचाकडे केलेल्या तक्रारी आणि त्या व्यावसायिकाला झालेली शिक्षा याबद्दल वाचतो. परंतु, डीएसके दिलेल्या तारखेला फ्लॅटचा ताबा देतात. न दिल्यास भरपाई म्हणून दर दिवसाला किती रक्कम देणार याचाही उल्लेख करारात करतात. ही खरी नैतिकता!

जुना वाडा पाडून त्या जागेवर इमारत बांधताना 'व्यक्ती तितक्या प्रकृती' हा अनुभव त्यांना यायचा. प्रत्येकाच्या वेगवेगळ्या अपेक्षा शांतपणे ऐकायच्या. बोलणाऱ्याला भरपूर बोलू देऊन तो थकल्यावरच आपले म्हणणे मांडायचे. अडचणींवर शांतपणे पण त्वरेने ते मात करतात. डीएसके विश्व हा संपूर्ण गाव वसवणारा गृहप्रकल्प म्हणजे डीएसके द्रष्टे असल्याचेच द्योतक आहे. मुंबईत त्यांनीसुद्धा कफ परेड ह्या श्रीमंत भागात सतत बारा वर्षे

> ''कोणत्याही परिस्थितीला धैर्याने सामोरे जायला आणि लढायला शिका; तरच तुम्ही बिल गेट्स, अंबानी बनू शकता. तुमचे हे यश पाहताना आमची मान इतकी उंच करायला लागू दे की ती दुखायला पाहिजे. उत्तुंग यश गाठा. संकटाला नेहमी मित्र मानल्यास तुम्हाला वेगळे आयुष्य पाहायला मिळेल. वशिला लावून यशापर्यंत पोचता येत नाही. कष्टानेच माणूस यशस्वी होतो.''
>
> – डीएसके

प्रेमपूर्वक पाठपुरावा करून जागा मिळवली. 'दुर्गामाता टॉवर्स' ही ३२ मजली वास्तू डौलानं उभी केली. केवळ अठराच फ्लॅटधारक असलेल्या ह्या प्रकल्पाला सीएनबीसी आवाजचा 'भारतातील सर्वोत्कृष्ट प्रकल्प' अ‍ॅवॉर्डने गौरविण्यात आले. (डीएसकेंना मिळालेले विविध पुरस्कार परिशिष्ट क्र. १ मध्ये पहा.)

डीएसकेंचा अटकेपार झेंडा

महाराष्ट्राबाहेर बंगळुरू येथे डीएसके पिनॅकल टॉवर ही ४२ मजली इमारत उभारली. या इमारतीवर विमाने उतरविण्यासाठी हॅलीपॅडची सुविधा आहे. डीएसकेंनी भारतभर गृहप्रकल्प उभारलेच. पण भारताबाहेर अमेरिकेत – तेही तेथे मंदीची लाट असताना–बंगले बांधून सर्वच्या सर्व विकले. एका चिनी उद्योजकाला इंग्रजीमधून संभाषण

करून बंगला विकत घ्यायला तयार केले. पण आईने बंगला पसंत करून तिने 'होकार' दिल्याशिवाय निर्णय घेणार नाही असे त्याने सांगितले. चिनी उद्योजक आईला घेऊन आला. तिने 'नो इंग्लिश' म्हणून बजावले. डीएसके त्या बाईंना चक्क मराठीतून सारं काही सांगत होते. पण त्याच्या जोडीला त्यांनी हात, डोळे, हावभाव, आवाजातील चढउतार यांचा वापर करून, देहबोलीचा योग्य वापर करून, त्या बाईंना जिंकले आणि अखेरीस डीएसकेंनी मराठीतून चिनी उद्योजकाला अमेरिकेत बंगला विकला.

जगातील सर्वांत सुंदर शहर पुण्यात असावे म्हणून 'इकोफ्रेंडली ड्रीम सिटी' प्रकल्प ३०० एकरात हडपसरच्या पुढे साकारतोय. या नूतन शहरात नदी असणार आहे, नौकाविहाराची सोय असणार आहे. घरी जायचे तेही बोटीतून. हाँगकाँगची ट्राम, लंडनच्या बॅटरी ऑपरेटेड सायकली, १५० फूट उंच उडणारं कारंज, वॉटर स्पोर्ट्स, क्रिकेट, फूटबॉल इत्यादींसारखे ३६ स्पोर्ट्स, ९ अॅकेडमीज येथे असणार आहेत. सुखावणाऱ्या मोठमोठ्या बागा असणार आहेत. पावसाचा थेंब न थेंब वापरला जाणार, लागणारी वीज तेथेच निर्माण होणार. निर्माण होणारा कचरा इथेच वापरून त्यातून गॅस व खताची निर्मिती होणार आहे. सूर्यशक्तीचा पुरेपूर वापर होणार आहे. डीएसकेंची कल्पकता अतिशय उच्च प्रतीची आहे.

'आधी घर, पैसे नंतर' ही अफलातून नावीन्यपूर्ण योजना डीएसकेंनी अंमलात आणली. त्याला ग्राहकांनी उदंड प्रतिसाद दिला. डीएसकेंची विचारधारा मार्केटींगच्या पलीकडची आहे.

नवनवीन उद्योगात पदार्पण

डीएसकेंनी नवनवीन उद्योगात पदार्पण केले. पण नवनवीन उद्योगात प्रवेश करावा ही त्यांची सदैव धडपड असते. मॅकडॉनल्ड ह्या अमेरिकास्थित जागतिक कीर्तीच्या व्यवसायाची फ्रँचायझी त्यांना मिळाली – तीही बंगळुरू शहरासाठी. पण हा पुणेरी उद्योजक बंगळुरूमध्ये त्यासाठी गेला. तेथे त्यांना कळले की टोयोटा कंपनी त्यांचा व्यवसाय तेथे सुरू करीत आहे. डीएसके मॅकडॉनल्डचे प्रतिनिधी म्हणून तेथे गेले आणि साहजिकच त्यांचे अतिशय चांगले स्वागत झाले. चहापानाच्या दरम्यान, टोयोटाच्या अधिकाऱ्यांनी डीएसकेंना पुण्यासाठी टोयोटाची एजन्सी देऊ केली आणि डीएसकेंनी ती तत्काळ स्वीकारलीपण.

सन २०००मध्ये पुण्यात डीएसके टोयोटाची प्रचंड शोरुम उभी केली. पुण्यापाठोपाठ डीएसकेंनी महाराष्ट्रात अनेक ठिकाणी शोरुम उघडल्या. टोयोटा कंपनीने डीएसके टोयोटाला गुणवत्तेबद्दल डीलरशीप अॅवॉर्ड हे अगदी पहिल्या वर्षातच प्रदान केले. आशिया खंडातील सर्वांत मोठी शोरुम हा मान पुण्यातील हडपसर येथील शोरुमने पटकावला आहे.

डीएसके होसुंग

डीएसके ग्रुपने गरवारे मोटर्स ही नामवंत कंपनी खरेदी केली. डीएसके होसुंगच्या माध्यमातून सळसळत्या रक्ताच्या तरुणांना होसुंग ही जागतिक कीर्तीची दर्जेदार व सर्वोत्कृष्ट मोटरबाईक उपलब्ध करून दिली. २०१३मध्ये 'डीएसके होसुंग अॅक्वीला प्रो' ही मोटरसायकल बाजारात आणली. त्यालाच 'बाईक ऑफ दि इअर अॅवॉर्ड २०१३' कंपनीने देऊन सन्मानित केले. टोयोटा ग्रुप कंपनीच्या हिनो गाड्यांसाठी कंपनीने डीएसके टोयोटाबरोबर करार केलेला आहे. याअंतर्गत आरामबस, नाशवंत माल वाहून नेणारी शीतगृहाची सुविधा असलेली गाडी यांचा समावेश आहे.

ॲनिमेशन शिक्षण

आजूबाजूच्या कारखान्यांना, उद्योगव्यवसायाला ज्या प्रकारचे मानव संसाधन आवश्यक असते त्याचाही डीएसकेंनी विचार केला. 'डीएसके सुपर इन्फोकॉम इंटरनॅशनल कॅम्पस' ही शिक्षण संस्था ह्यासाठी त्यांना स्थापन केली. डीएसके एज्युकेशन रिसर्च प्रा.लि. आणि चेंबर ऑफ कॉमर्स ऑफ ग्रँड हेनॉट, नॉर्द द फ्रान्स यांच्या संयुक्त विद्यमाने स्थापन झाली. अभ्यासक्रम पूर्ण होताच विद्यार्थ्यास आंतरराष्ट्रीय पदवी प्राप्त होते. फ्रान्स आणि युरोपमधून तज्ज्ञ या संस्थेत शिकवायला येतात. येथील विद्यार्थी आंतरराष्ट्रीय स्पर्धांमध्ये सहभागी होऊन सुवर्ण पुरस्कार प्राप्त करतात. फेरारी ह्या वाहन उत्पादक कंपनीसाठी डिझाईन बनवून देण्याचे महत्त्वपूर्ण काम ह्या विद्यार्थ्यांना करायला मिळाले.

डीएसके ट्रॅव्हल कॉर्पोरेशन

प्रवाशांना वाजवी दरात, तत्पर प्रवासी सेवा देणे ह्या उद्देशाने डीएसके ट्रॅव्हल कॉर्पोरेशनची स्थापना केली. ह्यामार्फत प्रवासाविषयी सर्व काही उपलब्ध करून दिले जाते. उदा. देश-विदेश प्रवासाची विमानांची तिकिटे, व्हीसा मिळविणे, परदेशी चलन व्यवहार, पासपोर्ट साहाय्य, हॉटेल बुकींग, रेल्वे बुकींग, व्होल्वो बुकींग, प्रवासी विमा, भाडेतत्त्वावर कार उपलब्ध करून देणे, इत्यादी सेवांचा ह्यात समावेश होतो.

डीएसके मोबीलीस

डीएसकेंनी भारताचे माजी राष्ट्रपती डॉ. ए.पी.जे. अब्दुल कलाम, ज्येष्ठ शास्त्रज्ञ डॉ. रघुनाथ माशेलकर या शास्त्रज्ञांचा आदर्श ठेवून त्यांच्यापासून प्रेरणा घेतली. ह्या सर्वांनी विद्यार्थ्यांना सतत प्रेरणा दिली आणि समाजाला उपयुक्त असे नवे सतत दिले. ह्याच विचाराने डीएसके मोबीलीस नावाचा कमी वजनाचा (केवळ ९०० ग्रॅम) संगणक बाजारात आणला. हा सूर्यशक्तीवर चालतो. ह्या संगणकात अनेकविध सुविधा आहेत. डीएसके डिजिटल टेक्नॉलॉजीस प्रा. लि. ही कंपनी ह्यासाठी स्थापन करण्यात आली आहे.

हॉलिवुड फिल्म कंपनी

डीएसकेंचे एक खास वैशिष्ट्य म्हणजे त्यांच्या दृष्टीला संधी फार लवकर दिसतात. 'मूनस्कूप' हे नाव मनोरंजन क्षेत्रात जगन्मान्य आहे. या कंपनीच्या सहकार्याने डीएसके एंटरटेनमेंट ॲनिमेटेड मालिका निर्माण केल्या जातात. सन २०१३मध्ये तयार केलेल्या 'सब्रीना' चित्रपटास 'ॲमी' अॅवॉर्ड मिळाले. ॲनिमेशनमधील सर्वोत्कृष्ट काय असते याचं हा सिनेमा प्रत्यंतर देतो. आज डीएसके ह्या माध्यमातून जगाच्या कानाकोपऱ्यात पोहोचले आहेत.

धवलक्रांतीतील योगदान

भारतातील धवलक्रांतीस डीएसकेंनी भरीव योगदान देऊन फार मोठा हातभार लावला आहे. डीएसके मिल्कोट्रॉनिक्स प्रा. लि. या कंपनीने जनावरांचे दूध काढणे, दुधाचे वजन करणे अशी कामे करणारा यंत्रमानव अर्थात रोबो तयार केला आहे. भारतात तब्बल ६,००० दूध संकलन केंद्रात ही यंत्रणा कार्यान्वित केली आहे. विशेष म्हणजे सूर्यशक्तीवरही ही यंत्रणा काम करू शकते.

आधुनिक, आकर्षक, ओपन टू स्काय जणू मंगल कार्यालय असलेले 'घरकुल लॉन्स' डीएसकेंनी विकसित केले. येथे विवाह समारंभ, स्वागत समारंभ, गायनाचे कार्यक्रम, व्याख्याने, डीएसके गप्पा इ. कार्यक्रम होतात.

पूर्व प्राथमिकपासून माध्यमिक शालान्त परीक्षेपर्यंतचे शिक्षण देणारी 'डीएसके स्कूल' धायरीच्या डीएसके विश्व परिसरात सुरू करण्यात आली आहे. विद्यार्थ्यांची ३६०° प्रगती ह्या शाळेत साधली जाते. नवी दिल्लीच्या

आयसीएसई बोर्डशी ही शाळा संलग्न आहे. गरीब व मध्यमवर्गातील मुलांना आंतरराष्ट्रीय दर्जाचे शिक्षण येथे मिळू लागले.

फूटबॉल खेळामध्ये जागतिक स्तरावरील संस्था म्हणजे 'लिव्हरपूल फूटबॉल क्लब.' या क्लबशी करार करून भारतात तरुणांना फूटबॉलचे प्रशिक्षण देण्याची सोय डीएसके शिवाजीयन्सच्या माध्यमातून केली. त्याद्वारे देव रॉजर्स आणि मायकेल विल्यम राईस यांचे मार्गदर्शन लाभते.

डीएसके गप्पा, डीएसके सेल्फमेड मॅन पुरस्कार, ज्योती कुलकर्णी रिसर्च फाउंडेशन, सवाई गंधर्व संगीत महोत्सवाचे प्रायोजकत्व, डीएसके फाउंडेशन असे अनेकविध परंतु प्रत्येक उपक्रमाचे खास वेगळेपण जोपासणारे उपक्रम डीएसके यशस्वीपणे समाजाच्या भल्यासाठी चालवत आहेत.

अशा ह्या बहुआयामी उद्योजकाला प्रवरा इन्स्टिट्यूट ऑफ मेडिकल सायन्सेस (अभिमत विद्यापीठ) यांनी डॉक्टरेट पदवीने सन्मानित केले आहे.

डीएसके यांचे उद्योजकीय गुण

डीएसकेंचे उद्योजकीय गुण अनेक आहेत. त्यातील मोजक्या गुणांचा उल्लेख येथे केला आहे. 'उद्योजकांक्षी'

''भविष्यात जर यशस्वी व्हायचे असेल तर आपले पाय हे मातीचेच असायला हवेत. थोड्या थोडक्या यशाने डोक्यात हवा जाऊ न देता शांत, संयमाने आपल्या कामावर निष्ठा ठेवत काम केले पाहिजे. गरिबी ही आपल्या मानसिकतेत आहे. ती पहिल्यांदा बदला; तरच यशस्वी होता येईल. मी स्वत: अतिशय प्रतिकूल परिस्थितीवर मात करत, संकटांना सामोरे जात यशस्वी उद्योजक होऊ शकलो. देवाने दिलेले हात हे भीक मागण्यासाठी नव्हे; तर ते नोकरी देण्यासाठी आहेत. आपल्या विचारांमध्ये स्पष्टता ठेवा. तीच तुम्हाला वर येण्यासाठी मदत करणार आहे. तुमच्या बोलण्यात, वागण्यात, व्यवहारात तुमचे धन हे तुमची स्पष्टता ठरणार आहे. तुम्हाला कोणत्याही कामाची लाज वाटता कामा नये. स्वत:ला कामात झोकून द्या. वाटेल ते काम करा. मग यश तुमच्याकडे दोन्ही हातांनी चालत येईल. धाडसाला पर्याय नाही. प्रत्येक वेळी नशिबावर अवलंबून राहू नका. जो नशिबावर अवलंबून राहात नाही, त्यालाच नशीब साथ देते. आयुष्यात येणाऱ्या आडवळणांना घाबरू नका. त्यांना सामोरे जा. व्यवसायात पडणाऱ्यांना सांगावेसे वाटते की, भांडवलाची मुळीच चिंता करू नका. पैशाने कुठेच अडत नाही. संधिसाधू व्हा. जी संधी मिळेल तिचा लाभ घेण्याचे कसब आत्मसात करा. आयुष्यात कोणत्याही गोष्टीला 'नाही' म्हणण्याचे धैर्य तुमच्यात यायला हवे. आपलं आयुष्य हे रानातल्या खळाळत्या झऱ्यासारखे असावे. वेडीवाकडी वळणे घेत जीवन आनंदाने आपणाला जगता यायला हवे.''

–डीएसके

वाचकांनी त्यातून प्रेरणा घेऊन आपल्यातही हे गुण बाणवून यशस्वी उद्योजक व्हावे.

- चाकोरीबाहेर जाऊन धाडसी विचार करणे.
- कष्ट करण्याची तयारी.
- सचोटी, हातोटी, चिकाटी व लिखोटी.
- प्रामाणिकपणा.
- स्वयं-विकसित विक्रयकला.
- ग्राहकांच्या गरजा व आवडीनिवडी समजून घेऊन त्यांच्याशी समरस होणे.

- कामात जीव ओतून जास्तीत जास्त योगदान देणे.
- कल्पकता.
- उत्तुंग झेप.
- माणसं वाचायची कला.
- कालबद्धता - वेळेचे भान.
- दूरदृष्टी.

असा हा बहुआयामी उद्योजक शब्दबद्ध करणे अवघडच. हा पहिल्या पिढीचा उद्योजक तर आहेच पण सामाजिक उद्योजकही (Social Entrepreneur) आहे. डीएसकेंच्या कर्तृत्वाला सलाम!

आदित्य विक्रम बिर्ला

'भारताचे पहिले जागतिक कारखानदार' असा ज्यांचा गौरव केला गेला ते उद्योगपती म्हणजे कै. आदित्य विक्रम बिर्ला. त्यांचा जन्म भारतातील सर्वांत मोठ्या व्यावसायिक कुटुंबात झाला. टेक्स्टाईल, पेट्रोकेमिकल्स आणि टेलिकम्युनिकेशन्स ह्या उद्योगक्षेत्रात त्यांनी आपल्या कर्तृत्वाची मोहोर उमटवली. भारताबाहेर औद्योगिक साम्राज्य विस्तारणारे ते पहिले भारतीय कारखानदार होते. दक्षिण पूर्व आशिया, फिलिपाईन्स, इजिप्त आणि अन्य देशांमध्ये त्यांनी आपले कारखाने उभारले. परंतु, वयाच्या ५२ व्या वर्षी आदित्य विक्रम बिर्ला यांचे दु:खद निधन झाले. त्यांच्या पश्चात कंपन्यांची सूत्रं त्यांच्या मुलाकडे आली. सुरुवातीस त्याच्या कर्तृत्वावर संशय घेतला गेला. मात्र, त्याने यश संपादन केले. त्याला परोपकारी चळवळीचा वडिलोपार्जित वारसा मिळाला आहे.

१४ नोव्हेंबर, १९४३ रोजी कोलकात्यातील उद्योगपती बसंत कुमार आणि सरला बिर्ला यांच्या मुलाचा - आदित्यचा जन्म झाला. महात्मा गांधींचे सहकारी असलेले, ॲम्बॅसिडर कारचे उत्पादक घन:श्यामदास बिर्ला हे त्यांचे आजोबा. कोलकात्यातील महाविद्यालयीन शिक्षण पूर्ण केल्यावर आदित्य बिर्ला यांनी मॅसॅच्युसेट्स इन्स्टिट्यूट ऑफ टेक्नॉलॉजी येथून रसायन अभियांत्रिकी ही पदवी प्राप्त केली. त्यांचा विवाह राजश्री यांचेशी झाला. वासवदत्त हे कन्यारत्न तर कुमार मंगलम हे त्यांचे पुत्ररत्न. आदित्य बिर्ला समूहाची धुरा आता कुमार मंगलम सांभाळत आहेत.

सन १९६५मध्ये भारतात परतल्यानंतर आदित्य बिर्ला यांनी स्वत:चा टेक्स्टाईल व्यवसायाचा प्रारंभ केला. कोलकात्यातील ईस्टर्न स्पिनिंग मिल्स हा त्यांचा व्यवसाय अल्पावधीत यशस्वी झाला आणि बिर्ला उद्योग समूहातील डबघाईला आलेल्या रेयॉन व टेक्स्टाईल व्यवसायांना त्यांनी नवसंजीवनी प्राप्त करून दिली. त्यानंतर आदित्य बिर्ला यांच्यावर उद्योग समूहातील ऑईल सेक्टरमधील विस्ताराची जबाबदारी सोपविण्यात आली. त्या काळात तत्कालीन पंतप्रधान इंदिरा गांधींची बँकांचे राष्ट्रीयीकरण आणि खासगी गुंतवणुकांवर नियंत्रण ह्याबाबत आग्रही भूमिका होती. आदित्य बिर्लांच्या उद्योग विस्ताराच्या प्रयत्नांना ह्यामुळे खिळ बसून त्यांना नाउमेद केले.

आदित्य बिर्लांनी सन १९६९मध्ये इंडो-थाई सिंथेटिक्स कंपनी लिमिटेड ह्या कंपनीची मुहूर्तमेढ रोवली. ही त्यांनी परदेशात स्थापन केलेली पहिली कंपनी. सन १९७३मध्ये स्पन यार्नचे उत्पादन करण्यासाठी पी. टी. एलिगन्ट टेक्स्टाईल ह्या उद्योगाची स्थापना केली. त्यांच्या उद्योगसमूहातील इंडोनेशियातील हा पहिला उद्योग. सन १९७४मध्ये थाई रेयॉनची स्थापना थायलंड येथे करण्यात आली. सन १९७५मध्ये पहिला इंडो-फिलिपिनो संयुक्त प्रकल्प, इंडो-फिल उद्योग समूह स्पन यार्नच्या उत्पादनासाठी स्थापन करण्यात आला. पॅन सेंचुरी एडिबल ऑईल्स ही कंपनी मलेशियामध्ये सन १९७७मध्ये स्थापन करण्यात आली. एकाच ठिकाणी एवढ्या मोठ्या प्रमाणात उद्योग करणारी जगातील सर्वांत मोठी अशी ही पाम ऑईल रिफायनरी आहे. सन १९७८मध्ये बिर्ला उद्योग समूहातील पहिली

कार्बन ब्लॅक कंपनी, थाई कार्बन ब्लॅक थायलंडमध्ये स्थापन करण्यात आली. सन १९८२मध्ये इंडोनेशियामध्ये पी. टी. इंडो भारत रेयॉन ही कंपनी आदित्य बिर्लांनी स्थापन केली. बिर्ला उद्योग समूहाने ह्या सर्व उद्योगसंस्थांच्या माध्यमातून जगाच्या नकाशावर आपले व्यावसायिक स्थानच केवळ निर्माण केले असे नाही तर भारतीय उद्योग क्षेत्रासाठी जगाच्या नकाशावर एक खास जागा निर्माण केली. आदित्य बिर्लांच्या समर्थ नेतृत्वाखाली व्हिस्कोस स्टॅपल फायबर आणि पाम ऑईलचे रिफायनर म्हणून सर्वांत मोठे उद्योजक असे स्थान त्यांनी निर्माण केले.

घन:श्यामदास बिर्ला यांचे सन १९८३मध्ये दु:खद निधन झाले. त्यांनी त्यांच्या मृत्युपत्रात लिहून ठेवल्याप्रमाणे त्यांचा नातू आदित्य बिर्ला यांच्याकडे बहुतांश कंपन्या आल्या. आदित्य विक्रम बिर्ला यांच्या अध्यक्षीय कारकिर्दीत, बिर्ला उद्योग समूहाने प्रचंड यश संपादन केले. हिंदुस्थान गॅसचा विस्तार करण्यात आला. तरलता अरिष्ट (लिक्विडिटी क्रायसीस) असलेली इंडो-गल्फ फर्टिलायझर्स अॅन्ड केमिकल्स लिमिटेड ह्या कंपनीचे रूपांतर उत्तम शेअर असणाऱ्या (ब्ल्यू चीप कंपनीत) यशस्वीपणे केले.

२.३ बिलियन डॉलर्स एवढे प्रचंड मूल्य असलेल्या बिर्ला उद्योग समूहाचे अध्यक्ष आणि विदेशात भारतीय उद्योगांचा विस्तार करण्याचे खंदे समर्थक, आदित्य विक्रम बिर्ला यांचे देहावसान दि. १ ऑक्टोबर, १९९५ रोजी झाले. भारताचे माजी पंतप्रधान डॉ. मनमोहन सिंग आदित्य बिर्लांचे वर्णन गौरवाने 'among the best and brightest citizens of India' अशा शब्दांत केले होते. यावरूनच त्यांच्या उद्योजकीय महनीयतेची प्रचिती येते.

भारतातील प्रथितयश शिक्षण संस्थातील हुशार विद्यार्थी आणि संभाव्य भावी नेत्यांना प्रोत्साहन देण्यासाठी आदित्य बिर्ला उद्योग समूहाने, आदित्य विक्रम बिर्ला यांच्या स्मरणार्थ शिष्यवृत्ती सुरू केल्या. दरवर्षी सहा इंडियन इन्स्टिट्यूट्स ऑफ मॅनेजमेंट, सात इंडियन इन्स्टिट्यूट्स ऑफ टेक्नॉलॉजी आणि बिर्ला इन्स्टिट्यूट ऑफ टेक्नॉलॉजी अॅन्ड सायन्स या शैक्षणिक संस्थातून ४० पेक्षा जास्त स्कॉलर्सना शिष्यवृत्ती प्रदान केल्या जातात. सन २०१२-१३ पासून ह्या शिष्यवृत्ती चार विधी (लॉ) संस्थातील विद्यार्थ्यांनाही प्रदान करण्यात येत आहेत.

पुण्यातील पिंपरी-चिंचवड येथील 'आदित्य बिर्ला मेमोरियल हॉस्पिटल' त्यांच्या स्मरणार्थ सुरू करण्यात आले आहे. परफॉर्मिंग आर्ट्सला प्रोत्साहन देण्यासाठी आणि त्याला खतपाणी घालण्यासाठी आदित्य विक्रम बिर्ला यांनी सन १९७३मध्ये संगीत कला केंद्राची (एसकेके) स्थापना केली. ह्यामार्फत सन १९९६ पासून दरवर्षी थिएटर आणि परफॉर्मिंग आर्ट्समधील सर्वोत्कृष्ट कामगिरीबद्दल 'आदित्य विक्रम बिर्ला कलाशिखर आणि कलाकिरण पुरस्कार' प्रदान करण्यात येतात.

भारत सरकारने १४ जानेवारी, २०१३ रोजी आदित्य विक्रम बिर्ला यांचा 'India's first Global Industrialist' असा गौरव करून त्यांचे स्मरणार्थ विशेष तिकीट जारी केले. ह्यातच आदित्य बिर्ला ह्या उद्योगपतीचे प्रचंड साहस, कर्तृत्व आणि यश अधोरेखित होते.

डॉ. दिलीप नारायण बोरावके

गेले अर्धेशतक डॉ. दिलीप नारायणराव बोरावके यांनी उद्योजकतेचा ठसा विविध क्षेत्रांवर उमटवला आहे. केवळ पैसा/संपत्ती निर्माण करणारी उद्योजकता नव्हे तर ही उद्योजकता बहुआयामी आहे. उद्योगव्यवसाय, शेती, साखर उद्योग, शिक्षण, सामाजिक-सांस्कृतिक, क्रीडा व कला, अशा विविध क्षेत्रात डॉ. बोरावके यांनी आपल्या उद्योजकतेचा व कर्तृत्वाचा ठसा उमटविला आहे. त्यांच्या जडणघडणीत त्यांचे वडील रावबहादूर नारायणराव सोपानराव बोरावके आणि श्री शिवाजी प्रिपरेटरी मिलिटरी स्कूल यांचा सिंहाचा वाटा आहे. वडिलांचे आणि शाळेचे संस्कार डॉ. बोरावकेंच्या आयुष्यात अत्यंत महत्त्वाचे ठरले. शाळेतील खानोलकर सरांचा विशेष ठसा डॉ. बोरावकेंवर उमटला.

वडिलांबद्दल - एक सामर्थ्यशील, धीरोदात्त, गुणसंपन्न, विवेकी, प्रतिभाशाली असे रावबहादुरांचे (नारायणरावांचे) व्यक्तिमत्त्व होते. ते २० व्या शतकातील पहिल्या ५०-६० वर्षांत महाराष्ट्रातील व भारताच्या दक्षिण पठारी प्रदेशातील कर्तृत्ववान, कृषिऔद्योगिक क्षेत्रातील यशस्वी कारखानदार, मराठी भाषिकांच्या सांस्कृतिक भरणपोषणासाठी तन्मयतेने सृजनात्मक कार्य करून दाखविलेले, प्रकाशझोतापासून शक्यतो स्वत:ला बाजूला राखणारे एक ऐतिहासिक स्वयंभू महापुरुष होते.

रावबहादुरांच्या जीवनाची सुरुवात शून्यापासून अतिशय प्रतिकूल परिस्थितीत होऊन, आयुष्यभर कष्टाने, अभ्यासूपणाने, कल्पकतेने, निश्चयाने, दूरदृष्टीने, आधुनिकता व तंत्रज्ञानाच्या आधाराने कृषी उद्योग, उद्योग, सहकार, शिक्षण व सामाजिक क्षेत्रांमध्ये अलौकिक यश व संपदा त्यांनी प्राप्त केली. शेती विकास, शेती उद्योग विकास, शैक्षणिक व राष्ट्रीय कार्यांमध्ये सहभाग घेण्यातील सातत्य, ग्राम, शहर व समाज, त्यातील सुधारणांसाठी वेगवेगळ्या क्रियाशील पद्धतींचा जाणीवपूर्वक अवलंब या नेत्रदीपक भरीव कार्याबद्दल, बुद्धिचातुर्यता आणि कर्तव्यदक्षतेबद्दल तत्कालीन ब्रिटिश इंडिया सरकारने रावसाहेबांना १ जानेवारी, १९४६ रोजी त्या काळी सर्वोच्च मानला जाणारा 'रावबहादूर' हा किताब सनदेच्या रूपाने देऊन भारताचे व्हाईसरॉय लॉर्ड वेवल यांनी सुवर्णपदक प्रदान करून सन्मानित केले.

रावबहादूर यांचे जीवनदर्शन अनेक दृष्टींनी उद्‌बोधक आहे. एका सामान्य कुटुंबात जन्मलेला हा मुलगा. बालपणीच पितृसुखाला पारखा होतो काय, केवळ मातेच्या वात्सल्याच्या छायेत प्रतिकूल परिस्थितीत वाढतो काय, लहानपणीच आपल्या बुद्धिमत्तेची, परिश्रमशीलतेची, व्यवहार चातुर्याची आणि वर्धिष्णू कार्यक्षमतेची चुणूक दाखवतो काय, परिस्थितीमुळे शिक्षणाला मुकलेला असताना विद्वानांनीही नतमस्तक व्हावे अशी प्रतिभा प्रगट करतो काय, छोट्याशा शेतीच्या क्षेत्रातून महाराष्ट्रातले कृषिक्षेत्र उजळतो काय, एकाच व्यक्तिमत्त्वामध्ये शेतकरी, व्यापारी, कारखानदार अशा चढत्या श्रेणीने लौकिक मिळवून शेतकऱ्यांचा तारणहार होतो काय आणि एकंदरीने धर्म, अर्थ, काम व मोक्ष या चारही पुरुषार्थांचा समन्वय करीत आपले जीवन कृतार्थ करतो काय हा सर्व जीवनपट डॉ. बोरावकेंप्रमाणेच अनेकांना प्रेरणादायी ठरतो, यात शंकाच नाही.

सासवडच्या सामान्य सोपानपुत्राचे अवघड अशा जीवनमंदिराच्या सोपानपायऱ्या जिद्दीने चढत चढत जाऊन सोपानमार्गाचे वैश्वशिखर गाठावे असा हा जीवनगौरव आहे.

क्षत्रिय माळी कुटुंबात जन्मलेल्या रावबहादुरांना इमान, स्वाभिमान, शिस्त, कर्तव्य व कष्टाचे संस्कार लाभले. त्यांना साईबाबांचा आशीर्वाद व मार्गदर्शन लाभल्याने, त्यांचे दर्शन झाल्याने ते धन्य झाले.

डॉ. दिलीप बोरावके यांची जडणघडण अशा उत्तुंग व्यक्तिमत्त्वाच्या वडिलांनी केली.

जन्म व शिक्षण

डॉ. दिलीप नारायणराव बोरावके यांचा जन्म १६ नोव्हेंबर १९४४ रोजी झाला. त्यांचे शिक्षण पुण्यातील प्रसिद्ध अशा श्री शिवाजी प्रिपरेटरी मिलिटरी स्कूलमध्ये झाले. त्यांनी शाळेत असताना वर्गात अभ्यासामध्ये सातत्याने प्रथम वर्ग व प्रथम क्रमांक पटकावला. डॉ. बोरावके हे सर्व प्रकारच्या क्रीडा, कलाकौशल्य व विविध अभ्यासेतर कार्यक्रमांमध्ये भाग घेणारे व प्रावीण्य मिळविणारे विद्यार्थी होते. त्यांच्या शालेय कारकिर्दीबद्दल शाळेतील सर्वोत्कृष्ट विद्यार्थी पुरस्कार त्यांना मिळाला होता. ते शाळेच्या काउन्सिलचे जनरल सेक्रेटरीदेखील होते. तसेच माजी विद्यार्थ्यांच्या शिवाजी असोसिएशनचे उपाध्यक्ष या पदावरही त्यांनी काम पाहिले व गेली काही वर्षे अध्यक्ष म्हणूनही काम पाहिले.

शालेय शिक्षणानंतर त्यांचे महाविद्यालयीन शिक्षण पुण्यातील फर्ग्युसन महाविद्यालयात झाले. त्यानंतर

शिक्षणामध्ये सतत भर पडत जावी म्हणून त्यांनी सर्वसाधारण औपचारिक व आवश्यक अर्थपूर्ण विषयांचे सखोलपणे वाचन करून आपल्या ज्ञानात भर घालीत राहिले. जीवनोपयोगी अनेक विषयात वाचनाचा छंद त्यांना जडला.

उद्योग-व्यवसाय क्षेत्रातील कार्य

डॉ. दिलीप बोरावके यांनी १९६५मध्ये उद्योग व्यवसाय क्षेत्रात पदार्पण केले. २०१५ हे वर्ष त्यांचे उद्योग व्यवसायातील सुवर्ण महोत्सवी वर्ष आहे. डॉ. बोरावके सध्या एका खासगी मर्यादित कंपनीचे अध्यक्ष आहेत. तसेच एका खासगी कंपनीचे व्यवस्थापकीय संचालक व एका खासगी कंपनीचे संचालक आहेत. प्रारंभापासून म्हणजेच १९६५ पासून आजतागायत डॉ. बोरावके सातत्याने धंद्याच्या निकोप वाढीसाठी झटत आहेत. त्याचप्रमाणे हॉटेल्स, चित्रपटगृहे व शेतकी उद्योग व पुण्यनगरीत अद्ययावत निवासी वसाहतींची निर्मिती यांसारखे उपक्रम त्यांनी हाती घेऊन यशस्वीरीत्या चालवले आहेत.

साखर कारखान्यांच्या विकासासाठी स्थापन झालेल्या डेक्कन शुगर टेक्नॉलॉजी संघटनेचे ते आजीव सदस्य आहेत. महाराष्ट्र राज्य द्राक्ष बागाईतदार संघाचे सुरुवातीला ते अनेक वर्षे मानद सचिव होते. त्याकाळी संघाचा पाया आधुनिक तंत्रज्ञानाचे अवलोकन करून भक्कम झाला. (या संघाचे त्यांचे परमपूज्य पिताश्री संस्थापक व अध्यक्ष होते.)

डॉ. दिलीप बोरावके पुण्यातील मराठा चेंबर ऑफ कॉमर्स, इंडस्ट्रीज ॲन्ड ॲग्रिकल्चरचे १९७० पासून सदस्य आहेत. वेळोवेळी त्यांनी अनेक चर्चासत्रात व अभ्यासक्रमात भाग घेतला आहे. १९८२मध्ये त्यांची संचालक मंडळाच्या कार्यकारिणीत कार्यकारी मंडळाचे सदस्य म्हणून निवड झाली व ते आजतागायत दरवर्षी सातत्याने निवडून आलेले आहेत. पुणे क्षेत्रातील निर्यात वाढीसाठी स्थापन झालेल्या निर्यात कार्यकारी मंडळाचे डॉ. बोरावके सदस्य झाले. नवी दिल्ली येथे आंतरराष्ट्रीय चेंबर्स ऑफ कॉमर्सच्या राष्ट्रीय समितीवर सभासद म्हणून काही वर्षे काम केलेले आहे. फिकीच्या राष्ट्रीय व्यवस्थापन संस्थेवर व ॲग्रिकल्चर ॲन्ड रुरल डेव्हलपमेंट आणि टुरिझम व सिव्हिल एव्हिएशन विशेष समितीचे ते सभासद होते. डॉ. बोरावके मराठा चेंबर ऑफ कॉमर्स ॲन्ड इंडस्ट्रीजचे खजिनदार असताना वार्षिक राष्ट्रीय औद्योगिक प्रदर्शन (पुणे एक्स्पो) सुरू करण्यात आले. त्याचप्रमाणे इंटरनॅशनल कन्व्हेंशन सेंटरचाही प्रारंभ झाला.

डॉ. बोरावके पुणे मॅनेजमेंट असोसिएशनच्या कार्यकारी मंडळाचे अनेक वर्षं सदस्य आहेत व सहा वर्षे अध्यक्ष म्हणूनही जबाबदारी त्यांनी यशस्वीपणे पार पाडलेली आहे. त्यांनी पुण्यामधील अनेक मॅनेजमेंट इन्स्टिट्यूट्सला संबोधित केले आहे. डॉ. बोरावके नवी दिल्लीच्या 'ऑल इंडिया मॅनेजमेंट असोसिएशन'चे सभासद आहेत.

गेली अनेक वर्षे डॉ. बोरावके महाराष्ट्र अर्थ विकास महामंडळ, मुंबई यांचे सदस्य आहेत. फेडरेशन ऑफ हॉटेल्स ॲन्ड रेस्टॉरंट्स असोसिएशन ऑफ इंडियाचे ते सदस्य आहेत. अनेक राष्ट्रीय अधिवेशनात त्यांनी भाग घेतला होता. त्यामध्ये त्यांनी भारतात पर्यटनाचा विकास होण्यासाठी वारंवार राष्ट्रीय कार्यकारिणीपुढे सूचना मांडल्या आहेत. चायनामध्ये झालेल्या ह्या संस्थेच्या वार्षिक अधिवेशनात डॉ. बोरावके यांनी भाग घेतला होता. ते भारतीय थिएटर मालक संघटनेचे सदस्य होते. तसेच, अहमदनगर जिल्हा चित्रपट प्रदर्शक व मालक संघटनेचे ते अनेक वर्षे अध्यक्ष होते.

मुंबईतून प्रसिद्ध होणाऱ्या 'टुरिस्ट ट्रेड ऑफ इंडिया' या राष्ट्रीय पातळीवरील मासिकाच्या सल्लागार मंडळावरही त्यांनी काम पाहिले आहे. डॉ. बोरावके हे वेस्टर्न इंडिया हॉर्टिकल्चर (फळबाग) सोसायटीचे आजीव सभासद आहेत. पुण्याच्या रेसकोर्सजवळ या संस्थेचे 'एम्प्रेस बोटॅनिकल गार्डन' आहे. गेली अनेक वर्षे ते ह्या संस्थेच्या कार्यकारिणीवर होते.

महाराष्ट्र व केंद्र सरकारी, निमसरकारी, वरिष्ठ अधिकारी, उद्योगपती/उद्योजक सभासद असलेल्या पुण्यातील टॉप मॅनेजमेंट क्लबचे ते सुरुवातीपासून सभासद आहेत.

डॉ. बोरावके यांची मराठा चेंबर ऑफ कॉमर्स, इंडस्ट्रीज अॅन्ड अॅग्रिकल्चरने नॅशनल अॅग्रिकल्चर अॅन्ड फूड अॅनॅलिसिस रिसर्च इन्स्टिट्यूटवर (NAFARI) गव्हर्निंग काउन्सिल सभासद म्हणून नियुक्ती केलेली असून त्यांचा सहभाग व योगदान स्थापनेपासून आजतागायत आहे.

गेली अनेक वर्षे डॉ. बोरावके राष्ट्रीय दर्जा असलेल्या 'इन्स्टिट्यूट ऑफ टॉक्सिकॉलॉजीकल इन्स्टिट्यूट'च्या एथिकल कमिटीवर सभासद म्हणून कार्य करीत आहेत.

ब्रिटिश सरकारच्या प्रेरणेने व सहकार्याने पुण्यामध्ये स्थापन झालेल्या ब्रिटिश बिझिनेस ग्रुपचे डॉ. बोरावके सभासद आहेत. या ग्रुपमध्ये भारतातील ब्रिटिश सहयोग असलेल्या कंपन्या सभासद आहेत तसेच ब्रिटन व भारतामधील सहकार्य वाढावे, संयुक्त भांडवल कंपन्या वाढाव्यात व विविध क्षेत्रातील देवाणघेवाण वाढावी हा उद्देश आहे.

भारताचे माननीय राष्ट्रपती, पंतप्रधान, राज्यपाल, मुख्यमंत्री व अनेक मंत्री (केंद्रीय व राज्य), सरकारी वरिष्ठ अधिकारी, ख्यातनाम उद्योगपती व राष्ट्रीय संस्थांचे अध्यक्ष यांच्या भेटीचा डॉ. बोरावके यांना अनेकदा योग आला आहे. त्यात त्यांनी आपले विचार प्रत्यक्ष मांडले. तसेच पत्राद्वारे राष्ट्रहिताच्या व विकासाच्या दृष्टिकोनातून वेळोवेळी सुधारणा सुचविल्या आहेत.

शिक्षण क्षेत्रातील योगदान

डॉ. दिलीप बोरावके यांचे शिक्षण क्षेत्रातील योगदान व कर्तृत्व उदंड आहे. त्यांच्या ज्ञानाचा व अनुभवाचा शिक्षण क्षेत्राला फार मोठा लाभ झाला आहे.

कर्वे इन्स्टिट्यूट ऑफ सोशल सर्व्हिसेस या संस्थेचे ते आजीव सदस्य आहेत व त्यांनी या संस्थेच्या कार्यकारी व विकास समितीवर अनेक वर्षे कार्य केले आहे. समाजकार्यातील पदवी शिक्षण व पदव्युत्तर शिक्षण ही संस्था देते. गेली अनेक वर्षे डॉ. बोरावके या संस्थेचे उपाध्यक्ष आहेत.

मूक–बधिरांच्या सामाजिक व शैक्षणिक कार्यासाठी वाहून घेतलेल्या सुहृद मंडळ या संस्थेचे ते आजीव सभासद आहेत. निराश्रित, विधवा व निष्पाप मुलांच्या विकासासाठी व उद्धारासाठी स्थापन झालेल्या महिला ग्रामसेवाचेही ते आजीव सभासद आहेत. जवाहरलाल एज्युकेशन सोसायटीच्या जवाहरलाल इंग्रजी माध्यमाच्या शाळेच्या काउन्सिलवर सदस्य म्हणून डॉ. बोरावके यांनी अनेक वर्षे काम पाहिले आहे.

व्यवस्थापन संस्थांचे जनक म्हणून मानले जाणारे डॉ. पी. सी. शेजवलकर यांचेबरोबर अनेक वर्षे काम करण्याचा डॉ. बोरावके यांना योग आला. पुण्यातील पहिल्या इन्स्टिट्यूट ऑफ मॅनेजमेंट व डेव्हलपमेंट रिसर्चचे ते १० वर्षे अॅकॅडेमिक काउन्सिल सदस्य होते. थोर समाजसेवक व दानशूर श्री. रावबहादूर नारायणराव सोपानराव बोरावके कॉलेज ऑफ आर्ट्स अॅन्ड सायन्स कॉलेजचे (श्रीरामपूर) ते सदस्य आहेत. पुण्याजवळील सासवड येथील वाघिरे कॉलेज ऑफ आर्ट्स अॅन्ड कॉमर्सच्या कार्यकारी समितीवर ते सदस्य होते. ग्रामीण भागात महाविद्यालय काढण्यामागे त्यांचा मोठा सहभाग होता. ग्रामीण भागातून येणाऱ्या शेतकरी वर्गाच्या मुलांच्या फायद्यासाठी जास्तीत जास्त शैक्षणिक कार्य करण्याच्या दृष्टीने हे महाविद्यालय सुरू झाले आहे.

अलायन्स फ्रान्सेस दि पूना ही संस्था सुरू करण्यात डॉ. बोरावके यांचा मोलाचा वाटा आहे. ते ह्या संस्थेचे आजीव संस्थापक सभासद आहेत. ही संस्था फ्रेंच सरकार पुरस्कृत मान्यताप्राप्त असून फ्रेंच भाषा शिकविण्याचे कार्य करीत आहे. सुरुवातीपासून सुमारे ३५ वर्षे ते या संस्थेच्या कार्यकारी मंडळावर सदस्य म्हणून होते व दोनदा प्रत्येकी दोन वर्षे अध्यक्ष म्हणूनही त्यांनी जबाबदारी सांभाळली आहे. व्यक्तिमत्त्व विकास संस्था, पुणेच्या सल्लागार

मंडळावरील एक सदस्य म्हणूनही डॉ. बोरावके कार्य करीत आहेत.

डॉ. दिलीप बोरावके हे ब्रिटिश सरकार पुरस्कृत कॉमनवेल्थ लोकसत्ताकच्या इंग्लिश स्पिकिंग युनियनचे संस्थापक सभासद आहेत व पुणे शाखेच्या स्थापनेपासून कार्यकारी मंडळावर सदस्य आहेत. १९८२ ला याच संस्थेच्या भारतातील पुणे शाखेचे अध्यक्षपद त्यांनी भूषविले. राणी एलिझाबेथ ही या इंग्लिश स्पिकिंग युनियनची पुरस्कर्ता-आश्रयदाता-पेट्रन आहे. तर एडिनबर्गचे ड्यूक रॉयल हायनेस प्रिन्स फिलिप (राणीचे यजमान) या संस्थेचे आंतरराष्ट्रीय अध्यक्ष आहेत. या संस्थेचे मुख्य ध्येय अमेरिका, ब्रिटन, कॉमनवेल्थ व जगातील विविध देशांतील संबंध वृद्धिंगत करणे तसेच परस्पर सामंजस्य, संस्कृती, कलावारसा इ. व लोकांची अदलाबदल करून इंग्रजी भाषा हे माध्यम वापरून ज्ञान व कल्पना, योजनांची देवाणघेवाण करून प्रोत्साहन देण्याचे कार्य ही संस्था करीत आहे. या संस्थेची सर्व कार्ये व योजना-ज्ञानाच्या सर्वतोपरी विकासासाठी व पुढे परस्पर सामंजस्य व मित्रत्व इतर देशांशी प्रस्थापित करण्यासाठी प्रयत्न करणे की जेथे इंग्रजी ही प्रामुख्याने एक सहभागी भाषा म्हणून वापरली जाते. जुलै १९८२मध्ये काही गट स्कॉटलंड येथे पाठवून व ब्रिटिश गटही भारत-पुण्यात पाठवण्यात आले व ते भारतीय कुटुंबात राहिले. त्याप्रमाणे सभासद पुणे व मुंबई येथून यासाठीच प्रतिनिधी म्हणून आंतरराष्ट्रीय उन्हाळी संमेलनासाठी ऑक्सफर्ड विद्यापीठात पाठविले गेले. त्यामध्ये डॉ. बोरावकेंची निवड पुढे १९९३मध्ये झाली होती. तत्पूर्वी डॉ. बोरावके १९८३मध्ये ऑस्ट्रेलियातील मेलबर्न येथे झालेल्या जागतिक सदस्यांच्या परिषदेत हजर राहून चर्चासत्रात सहभागी झाले. त्याचप्रमाणे इ. एस. यु.च्या परदेशातील अनेक देशातून झालेल्या सभांना ते हजर राहिले व त्यामध्ये भाषणे केली तसेच मार्गदर्शन केले. दरवर्षी ऑक्सफर्ड, केंब्रिज व लंडनला चालू घडामोडींवर संमेलनासाठी, परिषदांसाठी (कला व संस्कृती) व आंतरराष्ट्रीय स्पर्धेसाठी (वक्तृत्व) स्पर्धेसाठी ते भारतातून सभासदांना शिष्यवृत्ती देऊन पाठवितात.

१९८९मध्ये डॉ. बोरावके यांनी चितारी ॲकेडमी ऑफ फाईन आर्ट्स ही संस्था स्थापन केली व त्यांनी त्या संस्थेचे संस्थापक अध्यक्ष म्हणून काम पाहिले आहे. या संस्थेचे रवीन्द्र कलाकुंज कलादालन आहे. चित्रकलेचे सातत्याने हौशी कलाकारांसाठी नियमित वर्ग भरविले जातात.

डॉ. दिलीप बोरावके हे सिम्बॉयसीस इन्स्टिट्यूट ऑफ बिझनेस या संस्थेच्या सल्लागार मंडळावर सदस्य होते. ही संस्था पुणे विद्यापीठाशी संलग्न असून जास्तीत जास्त परदेशी विद्यार्थ्यांना शैक्षणिक सेवा-सुविधा उपलब्ध करून देण्याचे कार्य करते. 'बियाँड लाईफ' ह्या मासिकाच्या सल्लागार मंडळावर ते सदस्य होते. फुडक्राफ्टच्या संस्थेतील विद्यार्थ्यांच्या अभ्यासक्रमातील प्रात्यक्षिक शिक्षणाचे विषय - धडे अभ्यासासाठी निवडण्याकरिता नेमलेल्या कार्यकारी मंडळात त्यांची सदस्य म्हणून नियुक्ती केली गेली होती. फुडक्राफ्ट इन्स्टिट्यूट पुणे येथे आहे. आता ते हॉटेल व केटरिंग कॉलेज म्हणून पुण्यात अग्रेसर समजले जाते.

पुण्यातील ख्यातनाम डेक्कन एज्युकेशन सोसायटीचे डॉ. बोरावके पेट्रन आहेत व फर्ग्युसन महाविद्यालय माजी विद्यार्थी संघटनेचे आजीव सदस्य आहेत. या महाविद्यालयातील गार्डन मेंटेनन्स व नर्सरी डेव्हलपमेंट कोर्स डॉ. बोरावके यांचे हस्ते सुरू झाला. ह्या कोर्समधील विद्यार्थ्यांना त्यांचे मार्गदर्शन लाभते.

मराठवाडा मित्रमंडळाच्या शैक्षणिक समूहाच्या कनेक्टिव्हिटी कमिटीवर सभासद म्हणून डॉ. बोरावके यांनी अनेक वर्षे योगदान दिले आहे.

डॉ. बोरावके यांची नियुक्ती कुंझरु इन्स्टिट्यूट ऑफ डिफेन्स स्टडीजवर कार्यकारी मंडळ सभासद म्हणून झाली आहे. भारतातील अंतर्गत सुरक्षा व बाहेरील संरक्षण या विषयावरही ही संस्था विचारविनिमय करते. या समितीवर उच्च सनदी (आय.ए.एस. व आय. एफ. एस.), लष्करी अधिकारी व नामवंत शिक्षण तज्ज्ञ व उद्योगपतींचा समावेश आहे.

१९९१ पासून डॉ. बोरावके यांनी पुण्यातील नूतन बाल शिक्षण संघ (१६ शाळांचा समूह) यांचे विश्वस्त म्हणून धुरा सांभाळली आहे.

सामाजिक-सांस्कृतिक क्षेत्रातील योगदान

डॉ. दिलीप बोरावके यांचे सामाजिक-सांस्कृतिक क्षेत्रातील योगदान विलक्षण आहे, विविधांगी आहे. एका मान्यवर, प्रतिष्ठित व उत्कृष्ट ख्याती असलेल्या पूना क्लब लिमिटेडचे ते १९६५मध्ये सभासद झाले. १९६९-७३ या चार वर्षांसाठी त्याची निवड ह्या क्लबच्या कार्यकारी समितीवर एक संचालक म्हणून झाली. १९९०-९२मध्येही ते क्लबच्या समितीवर होते. पुणे व मुंबई येथील रॉयल वेस्टर्न इंडिया टर्फ क्लब लि.चे ते आजीव सभासद आहेत. डॉ. बोरावके महाराष्ट्र सांस्कृतिक केंद्राचे सदस्य झाले. हे केंद्र दृक्-श्राव्य संगीताचा व रंगभूमीचा मुख्यत्वे प्रचार-प्रसार होण्यासाठी कार्य करते. ह्या केंद्राच्या कार्यकारी समितीवर सदस्य म्हणून अनेक वर्षे त्यांनी कार्य केलेले असून सध्या ते या केंद्राचे अध्यक्ष आहेत. पुण्यातील प्रख्यात अशा डेक्कन जिमखाना क्लबचे वंशपरंपरागत आजीव सभासद आहेत.

डॉ. बोरावके यूथ होस्टेल आंतरराष्ट्रीय असोसिएशनचे संस्थापक सदस्य असून पुणे शाखेचे उपाध्यक्ष होते. पर्वतारोहण, सायकल सवारी, गिर्यारोहण यासारख्या अनेक उपक्रमांचे आयोजन या संस्थेतून केले जाते. हे युनिट स्थापन होण्यासाठी त्यांनी आघाडीचे नेतृत्व स्वीकारले होते.

पर्यटनाचा प्रसार-प्रचार करण्यासाठी पुण्यात आंतरराष्ट्रीय स्कॉल इंटरनॅशनल ही संस्था स्थापन करण्यात त्यांचा सिंहाचा वाटा आहे. ही संस्था स्कॉल आंतरराष्ट्रीय संस्थेची मान्यताप्राप्त व संलग्न अशी संस्था आहे. एअरलाइन्स, प्रवासी एजन्सीज, हॉटेल्स व यात्रा संयोजक या स्कॉलचे सभासद आहेत. आंतरराष्ट्रीय स्कॉल क्लब-न्यूयॉर्क (अमेरिका), मेलबर्न (ऑस्ट्रेलिया), ओकासा (जपान), पॅरिस (फ्रान्स), कोपनहेगन (डेन्मार्क), सिंगापूर, इस्तंबुल (टर्की), टुरकु (फिनलँड), बुडापेस्ट, हंगेरी येथील सभातून डॉ. बोरावके यांनी व्याख्याने दिलेली आहेत. याखेरीज त्यांनी अनेक जागतिक संमेलनात सक्रिय भाग घेऊन भारताचे प्रतिनिधित्व केले. काही वर्षे अध्यक्ष म्हणूनही जबाबदारी सांभाळली आहे.

डॉ. बोरावके 'द फ्रेंड्स ऑफ फ्रान्स' संघटनेचे सभासद असून त्यांनी स्वत:च्या निवासस्थानी अनेक फ्रेंच पाहुण्यांचा अनेकदा पाहुणचार केलेला आहे. १९७०मध्ये भारतीय शिष्टमंडळाबरोबर एक प्रतिनिधी म्हणून ते फ्रान्सला गेले होते व तेथे त्यांनी फ्रेंच कुटुंबात वास्तव्य केले होते. फ्रान्स दूरचित्रवाणीवर त्यांची मुलाखत झाली. डॉ. बोरावके जर्मन संघटनेचेही आजीव सदस्य आहेत व अनेक जर्मन पाहुण्यांचा स्वत:च्या निवासस्थानी पाहुणचारही केला आहे.

पुण्यातील डेक्कन जिमखान्याच्या हीरक महोत्सव सोहळ्याचे त्यांनी उपाध्यक्षपद भूषविले. गेली अनेक वर्षे ते डेक्कन जिमखाना कॉलनीचे उपाध्यक्ष व तद्नंतर अध्यक्ष या नात्याने त्यांनी धुरा वाहिली. डेक्कन जिमखान्यावरील गोखले स्मारक चौक गणेशोत्सव मंडळाचे ते १० वर्षे अध्यक्ष होते. आळंदीच्या श्री ज्ञानदेव प्रतिष्ठानचे डॉ. बोरावके हे अनेक वर्षे विश्वस्त होते. हे प्रतिष्ठान ग्रामीण विकास आणि कल्याणाचे कार्य करीत आहे.

रावबहादूर नारायणराव व श्रीमती लक्ष्मीबाई नारायणराव बोरावके सार्वजनिक धर्मादाय संस्थेचे डॉ. दिलीप बोरावके विश्वस्त आहेत. ही संस्था शैक्षणिक, आरोग्य तसेच समाजातील आर्थिकदृष्ट्या मागास लोकांना मदतीचे कार्य करते. कला-छाया, पुणे या कथ्थक नृत्य संस्थेच्या विकास कार्याशीही त्यांचा संबंध आहे. मानसिकदृष्ट्या मतिमंद असलेल्या मुला-मुलींच्या संगोपन व मदतीसाठी व कल्याणासाठी स्थापन झालेल्या कामायनी या संस्थेच्या हितसंवर्धनासाठी डॉ. बोरावके यांनी विशेष प्रयत्न केले आहेत.

जानेवारी १९८३मध्ये २७ कॅनेडियन प्रतिनिधींच्या सांस्कृतिक देवाणघेवाणीच्या कार्यक्रमाचे डॉ. बोरावके यांनी यशस्वीपणे संघटन-नियोजन केले होते.

क्रीडा व कला

क्रीडा व कला क्षेत्रातही डॉ. बोरावके यांनी आपल्या कर्तृत्वाचा ठसा उमटवला आहे. महाराष्ट्र राज्य कयाकिंग व कनोयींग (रोविंग स्पोर्ट) असोसिएशनचे सुरुवातीपासून उपाध्यक्ष होते. डॉ. बोरावके यांना पोहण्याचा छंद आहे. तसेच इतरही क्रीडाप्रकारात ते रस घेतात. त्यांच्या तैलचित्रांचे व चित्रकलेचे प्रदर्शन पुण्यातील बालगंधर्व रंगमंदिराच्या कलादालनात भरले होते. त्यांना दृक्-श्राव्य संगीताचीही फार आवड आहे. ते सध्या शास्त्रीय गायन व सतार शिकत आहेत. त्यांना फोटोग्राफीचा छंद आहे. जीवनोपयोगी अनेक विषयांवरील चौफेर वाचनाच्या छंदामुळे स्वत:चे एक मोठे ग्रंथालय तयार झाले आहे.

विपुल लेखन

डॉ. दिलीप बोरावके यांनी विपुल लेखन केलेले आहे. अनेकविध विषयांवर त्यांनी पुष्कळ वेळा राज्य व राष्ट्रीय स्तरावरील, तसेच स्थानिक वर्तमानपत्रातून व मासिकातून लेख लिहिले आहेत. व्यवस्थापन संस्थांमधून, रोटरी क्लब, लायन्स क्लब, जेसीस क्लब, लष्करातील अधिकारी, विद्यापीठीय विद्यार्थ्यांपुढे, तसेच शाळा-महाविद्यालयात वारंवार अनेक विषयांवर व्याख्याने डॉ. बोरावके यांनी दिलेली आहेत.

> कर्तबगार माणसाच्या जीवनक्रमात तर चढ-उतारांची रेलचेल झालेली दिसून येते. उतारांवर मात करून पुन्हा भरभराटीला येणे ही अशा व्यक्तींच्या जीवनातील सवय बनलेली असते.

जगभर प्रवास

डॉ. दिलीप बोरावके यांनी संपूर्ण जगभर प्रवास केलेला आहे. हा प्रवास केवळ पर्यटन म्हणून नव्हे तर विविध तज्ज्ञ व्याख्यानांसाठीसुद्धा केलेला आहे. त्याचप्रमाणे अनेकदा भारतभर त्यांनी प्रवास केला आहे. अनेक सभांमधून त्यांनी तज्ज्ञ व्याख्याने दिलेली आहेत. डॉ. बोरावके यांनी गव्हर्नर जनरल, राजदूत, उद्योगपती व इतर विविध विकसित देशातील महत्त्वाच्या व्यक्तींची भेट घेतलेली आहे व महत्त्वाच्या विषयांवर चर्चा केल्या आहेत.

समाजकार्य

डॉ. दिलीप बोरावके यांना समाजोपयोगी कार्य करण्याची आवड आहे व ते प्रामाणिकपणे समाजकार्यही करत आलेले आहेत आणि म्हणूनच विविध संघटनांमध्ये त्यांचा समावेश करण्यात आला आहे. चिल्ड्रेन सोसायटीच्या (बालक संस्था) संस्थापक सदस्यांपैकी ते आहेत. पुढे ते या संस्थेचे मानद सचिव होते. ही संस्था आर्थिकदृष्ट्या मागासलेल्या मुलांचा शारीरिक आणि नैतिक दर्जा सुधारण्यासाठी, वाढीसाठी म्हणून स्थापन करण्यात आलेली आहे.

१९६७मध्ये डॉ. दिलीप बोरावके लायन्स क्लब ऑफ पूनाचे सदस्य झाले. १९६९-७०मध्ये सचिव आणि नंतर संचालक झाले. विविध समित्यांवर ते अध्यक्षही होते. १९८०मध्ये लायन्स क्लब आंतरराष्ट्रीय संमेलनात त्यांनी शिकागो (अमेरिका) येथे भाग घेतला. १९८२-८३मध्ये श्री. बोरावके यांनी पुण्याच्या लायन्स क्लबचे अध्यक्ष म्हणून सूत्रे सांभाळली. त्यांची क्षेत्रीय अध्यक्ष म्हणून ३२३ डी जिल्ह्यांसाठी (पश्चिम महाराष्ट्र राज्य) व समाज कल्याणासाठी निवड झाली होती. आंतरराष्ट्रीय सामंजस्य व संबंध समितीचे अध्यक्ष म्हणून त्यांनी जबाबदारी

सांभाळली. जगातील विविध देशातील लायन्स क्लबच्या २० सभांमधून व चर्चासत्रातून त्यांनी अनेकवेळा व्याख्याने दिलेली आहेत. वृक्षारोपण, पब्लिक स्पिकिंग इ. समित्यांचे अध्यक्ष म्हणून जबाबदारी सांभाळली.

विकास-सूर्य....

१९९२ साली कै. रावबहादूर नारायणराव सोपानराव बोरावके यांचे जीवनावर डॉ. दिलीप बोरावके यांनी 'विकास-सूर्य रावबहादूर नारायणराव सोपानराव बोरावके' हे चरित्र लिहिले आणि त्यांच्या जन्मशताब्दी दिनी १७ ऑक्टोबर १९९२ रोजी जाहीर मुख्य समारंभात उद्योगपती श्री. शंतनुराव किर्लोस्कर यांचे हस्ते प्रकाशित केले. प्राचार्य शिवाजीराव भोसले प्रमुख वक्ते होते. मा. श्री. बाळासाहेब भारदे (महाराष्ट्र विधानसभेचे सभापती) यांची चरित्रग्रंथास प्रस्तावना आहे. त्यांनी कै. रावबहादूर बोरावके यांना 'महाराष्ट्राचे कृषीनारायण' असे संबोधिले आहे. अशा या थोर व मान्यता पावलेल्या व्यक्तीची जीवनगाथा एकूण समाजासमोर यावी व त्यातून विशेषत: तरुणांना, ग्रामीण असो अथवा शहरी असो, प्रेरणा मिळावी व त्याचबरोबर त्यांच्याविषयी कुतूहल असलेल्या नागरिकांना, हितचिंतकांना, कुटुंबीयांना त्यांच्या जीवनपटाची सांगोपांग माहिती मिळावी या हेतूने त्यांचे जीवनचरित्र लिहिले. सध्या डॉ. दिलीप बोरावके आपल्या वडिलांच्या जीवनावर इंग्रजी भाषेतून चरित्र लिहित आहेत.

विविध पुरस्कारांनी, सत्कारांनी सन्मानित

डॉ. दिलीप नारायणराव बोरावके यांना विविध पुरस्कारांनी सन्मानित करण्यात आले आहे. त्यांच्या कार्य-कर्तृत्वाचा ठसा किती विविधांगी क्षेत्रांवर उमटलेला आहे याची प्रचिती ह्यातून येते.

- १९९५मध्ये नवी दिल्ली येथे अनेक केंद्रीय मंत्र्यांच्या उपस्थितीत राजीव गांधी नॅशनल एकात्मता पुरस्कार बहाल.
- ऑगस्ट १९९७मध्ये भारताच्या स्वातंत्र्याच्या सुवर्ण महोत्सवी वर्षात नवी दिल्ली येथे केंद्रीय नियोजन मंत्री यांच्या हस्ते 'हिंद गौरव पुरस्कारा'ने सन्मानित.
- सप्टेंबर १९९७मध्ये आचार्य प्र. के. अत्रे जन्मशताब्दी समितीतर्फे सासवड येथे एक प्रथितयश उद्योजक व समाजसेवक म्हणून शिवशाहीर श्रीमान बाबासाहेब पुरंदरे यांचे अध्यक्षतेखाली विशेष जाहीर सत्कार.
- २००२मध्ये ॲग्रिकल्चरल मॅनेजमेंटबद्दल महाराष्ट्र ॲकॅडमी ऑफ सायन्सेसचे (NCL) फेलो म्हणून निवड. (ह्या संस्थेने भारतातील प्रथितयश व नामवंत शास्त्रज्ञांना फेलोशिप बहाल केलेली आहे.)
- मे २००५मध्ये ऑल इंडिया बिझिनेस डेव्हलपमेंट असोसिएशनतर्फे नवी दिल्ली येथे राष्ट्रीय संमेलनात 'राष्ट्रीय विकास रतन २००४' हा सन्मान बहाल.
- ३० सप्टेंबर, २००५ रोजी नेशन्स इकॉनॉमिक फॉर हेल्थ अॅन्ड एज्युकेशनल ग्रोथतर्फे 'लाईफ टाईम अचिव्हमेंट गोल्ड मेडल ॲवॉर्ड'ने सन्मानित.
- वैयक्तिक यश आणि राष्ट्र विकासात हातभार यासाठी ऑगस्ट २००७मध्ये नवी दिल्ली येथे 'सुवर्ण पदक व राष्ट्रीय सन्मान' बहाल.
- २०१०मध्ये नवी दिल्ली येथे इंडियन ऑर्गनायझेशन ऑफ कॉमर्स अॅन्ड इंडस्ट्रीजतर्फे 'भारत विभूषण' सन्मान बहाल.
- २०१०मध्ये नवी दिल्ली येथे पर्यटन क्षेत्रातील 'इंडियन अचिव्हर्स ॲवॉर्ड फॉर टुरिझम एक्सलन्स' बहाल.

- २०१०मध्ये इंडियन अचिव्हर्स समिटमध्ये चॅलेंजेस ऑफ इकॉनॉमिक ग्रोथ ॲन्ड सोशल डेव्हलपमेंट 'Excellence in Economic Development Award 2010' देऊन सन्मानित.
- २०११मध्ये हिज रॉयल हायनेस प्रिन्स फिलीप यांनी राजशाही कार्यक्रमासाठी लंडन येथील बंकिंगहॅम पॅलेस येथे निमंत्रित केले होते.
- २०११मध्ये Indo-British Friendship Banquet मध्ये ग्लोबल अचिव्हर्स फाउंडेशनने लंडन येथे 'Glory of India International Award' देऊन गौरविण्यात आले.
- विविध क्षेत्रात उल्लेखनीय कामगिरी केल्याबद्दल २०१२मध्ये मेडिसीनच्या जागतिक काँग्रेसमध्ये आंतरराष्ट्रीय विद्यापीठातर्फे डॉक्टरेट देऊन सन्मानित.
- केलेल्या विविधांगी सामाजिक कार्याबद्दल नवी दिल्ली येथे २०१३मध्ये इंडिया सॉलिरॅडिटी काउन्सिलच्या मदर तेरेसा शिरोमणी पुरस्काराने सन्मानित.
- २०१३मध्ये बँकॉक, थायलंड येथे एशिया पॅसिफिक आंतरराष्ट्रीय सन्मान बहाल.
- २०१३मध्ये इंटरनॅशनल एज्युकेशन एक्सलन्स व आंतरराष्ट्रीय सामंजस्याबद्दल सन्मान.
- ऑक्टोबर २०१३मध्ये नवी दिल्ली येथे 'भारतज्योती' सन्मान बहाल.
- २०१३मध्ये आंतरराष्ट्रीय प्रकाशन संस्थेने आंतरराष्ट्रीय ग्रंथात 'भारतातील उत्तम नागरिक' म्हणून उपाधीने गौरव.
- मार्च २०१४मध्ये नवी दिल्ली येथे 'इंदिरा गांधी शिरोमणी' सन्मानाने विभूषित.
- ऑगस्ट २०१४मध्ये सिंगापूर येथे सीएमओ एशियामार्फत 'हॉटेल व्यवसायातील उत्कृष्ट व्यवस्थापकीय संचालक' म्हणून गौरव पारितोषिक प्रदान.
- जून २०१४मध्ये ताश्कंद येथे एशिया पॅसिफिकचा 'आंतरराष्ट्रीय इंटेलेक्चुयल पुरस्कार' बहाल.
- १२ ऑगस्ट, २०१५ रोजी सिंगापूर येथे दि वर्ल्ड ब्रॅण्ड काँग्रेसमध्ये 'M. D. of the Year' ह्या पुरस्काराने सन्मानित.

आशावादी डॉ. बोरावके

डॉ. दिलीप बोरावके हे भारताच्या चांगल्या, उज्ज्वल भवितव्याबाबत फार आशावादी आहेत. सरकारने आवश्यक गोष्टीसंबंधी एक योग्य दृष्टिकोन व नियमांची-कायद्यांची आखणी करून राबवावी या मताचे डॉ. बोरावके आहेत. जर राज्यकर्त्यांनी अनुशासनाचा पुरस्कार केला, असन्मानित राजकारण सुधारले आणि स्वत:जवळचे देशहितवादी विचार आचरणात आणून, भारताच्या चांगल्या भवितव्यासाठी सातत्याने प्रयत्न केले तर आपल्या देशाला पुढे चांगल्या भवितव्याची आशा राहील. डॉ. बोरावके मानतात की जरी आपल्या देशाची लोकसंख्या मोठी आहे व त्याचा भार आपल्या आर्थिक व्यवस्थेवर ताण करून दारिद्र्याची समस्या बळावते व त्यासाठी आपल्याला दारिद्र्य नष्ट करण्यासाठी अनेकविध प्रकारची जनशक्ती, नैसर्गिक साधनसंपत्ती यांचा योग्य विनियोग करून भारतातील जीवनमानाचा दर्जा चांगला होऊ शकतो व सुधारू शकतो. एक वैभवशाली उद्दिष्ट साध्य करण्यासाठी जर भारतातील नागरिकांनी जाणीवपूर्वक प्रयत्न केला तर भारत हे जगातील एक चांगले, प्रगतिशील राष्ट्र होऊ शकेल.

डॉ. दिलीप बोरावके यांच्या बहुआयामी उद्योजकतेला सलाम!

ज्योती नाईक

महिलांचा, महिलांसाठी आणि महिलांनी चालविलेल्या उद्योगाची – श्री महिला गृहउद्योग लिज्जत पापडची – धुरा यशस्वीपणे अध्यक्षा म्हणून सौ. ज्योती नाईक यांनी सांभाळलेली आहे. लिज्जत हा ब्रॅण्ड केवळ भारतातच नव्हे तर भारताबाहेरही त्याच्या गुणवत्तापूर्ण पापडांसाठी सुप्रसिद्ध आहे. सन १९५९मध्ये सात महिलांनी अवघ्या ८० रुपये भांडवलावर (अक्षरी रुपये ऐंशी फक्त!) हा उद्योग स्थापन केला. आज ह्या छोट्या रोपट्याचे प्रचंड वृक्षात रूपांतर झालेले आहे. लिज्जत ही एक यशस्वी उद्योजकीय कथा बनली असून ह्या उद्योगाची उलाढाल शेकडो कोटी रुपयांची झालेली आहे. सन १९७३मध्ये वयाच्या अवघ्या १२ व्या वर्षी ज्योती नाईक आईला मदत करण्यासाठी म्हणून 'लिज्जत'मध्ये दाखल झाल्या. कष्ट करीत करीत ही चिमुरडी यशाची एकेक पायरी पादाक्रांत करत लिज्जत उद्योगाची अध्यक्षा बनली. महिला सक्षमीकरणाचे 'लिज्जत' हे ज्वलंत उदाहरण असून ३०,००० हून अधिक महिलांना ह्या उद्योगाने रोजगार उपलब्ध करून दिलेला आहे.

'लिज्जत' ह्या महिलांना केवळ उत्पन्नाचे साधन उपलब्ध करून देत नाही तर ते एक अद्वितीय व्यावसायिक प्रारूप (business model) म्हणून नावारूपास आले आहे. हा उद्योग महिला कर्मचाऱ्यात समता आणि न्यायाची भावना जागवतो. तसेच ह्या महिलांना हा उद्योग आदरयुक्त मान्यता, स्वयंपूर्णता आणि स्वयंआदरही देतो. ५० वर्षांहून अधिक काळ 'लिज्जत'ने आपली मूळ मूल्ये जोपासली आहेत आणि सातत्यपूर्ण उत्कृष्ट गुणवत्ता हा अत्यंत महत्त्वाचा घटक आहे अशी दृढ श्रद्धा 'लिज्जत'चे व्यवस्थापन बाळगते.

सौ. ज्योती नाईक यांना त्यांच्या नावीन्यपूर्ण गोष्टी सर्वप्रथम करण्यासाठी अनेकदा मान्यता लाभली. इकॉनॉमिक टाइम्सने त्यांचा 'Businesswoman of the Year Award for Corporate Excellence' ह्या मानाचा समजल्या जाणाऱ्या पुरस्काराने सन्मानित केले. त्यांच्या नेतृत्वाखालील श्री महिला गृह उद्योग लिज्जत पापड ह्या उद्योगाला २००३मध्ये सर्वोत्कृष्ट ग्रामीण उद्योगसंस्था तर २०११मध्ये ब्रॅण्ड पॉवर अॅवॉर्डने सन्मानित करण्यात आले.

सौ. ज्योती नाईक यांचा आणि लिज्जत पापडचा प्रवास 'शून्यातून विश्व-निर्मिती' ह्या सदरात मोडणारा आहे. उदंड कष्ट केले, परिश्रम घेतले की यश प्राप्ती होते हेच ह्या उदाहरणांवरून सिद्ध होते. सौ. नाईक ह्या तळागाळातल्या महिलांपर्यंत पोहचल्या आणि त्या महिलांचे सक्षमीकरण त्यांनी केले. एक कुटीरोद्योग 'महिलांसाठी असलेली राष्ट्रीय चळवळ' बनते ही बाब खचितच विशेष उल्लेखनीय आहे. 'नीतिमूल्ये आणि नीतिमत्ता' ह्या गोष्टी आजच्या जीवघेण्या स्पर्धेच्या युगातसुद्धा अमूल्य ठरतात हे सौ. नाईक आणि 'लिज्जत'ने सिद्ध केले आहे.

रमेश जे. चव्हाण

इटालियन मूळ असलेल्या बिसलेरी लिमिटेडने 'बिसलेरी' ह्या नावाने 'काचेच्या बाटलीतून मिनरल वॉटर' ही कल्पना सर्वप्रथम मुंबईत राबवली. ही कंपनी Signor Felice Bisleri यांनी सुरू केली आणि त्यांनी बाटलीबंद पाणी विक्री ही संकल्पना भारतात सर्वप्रथम अंमलात आणली. पार्लेनी बिसलेरी (इंडिया) लिमिटेड १९६९मध्ये खरेदी केली आणि काचेच्या बाटल्यातून मिनरल वॉटर 'बिसलेरी' ह्या छाप नामाने (ब्रॅण्ड नेम) उपलब्ध करून द्यायला सुरुवात केली. त्यानंतर पार्लेनी पीव्हीसीच्या परत न करण्याच्या (non-returnable) बाटल्यातून आणि नंतरच्या टप्प्यात PET कंटेनर्समधून मिनरल वॉटर उपलब्ध करून दिले.

सन १९६९मध्ये बिसलेरी लिमिटेडचे अध्यक्ष आणि व्यवस्थापकीय संचालक, श्री. रमेश जे. चव्हाण यांनी बिसलेरीचे कार्य भरीवपणे विस्तारले आणि केवळ दहा वर्षांच्या कालावधीत उलाढाल २० पटींनी वाढवली तर याच कालावधीत सरासरी वृद्धिदर हा ४०%च्या वर होता. श्री. रमेश जे. चव्हाण यांचा विशेष गुण म्हणजे उदंड आत्मविश्वास आणि धडाडी.

कुटुंबातील विविध वयोगटातील २१ सदस्यांच्या छायाचित्रात लहान वयातील रमेश हे ठळकपणे उठून दिसत. एवढ्या लहान वयातसुद्धा ते एवढ्या मोठ्या समूहाच्या छायाचित्रात लक्ष वेधून घेतात. थम्स अप, गोल्ड स्पॉट आणि लिम्का ह्या ब्रॅण्डचे पूर्वीचे मालक यांचे हस्ते श्री. रमेश जे. चव्हाण यांच्या चरित्राचे मुंबईमध्ये विमोचन झाले. ह्या पुस्तकाचे लेखन न्यूजविक मॅगेझिनचे माजी यूएन ब्युरो प्रमुख आणि श्री. चव्हाण यांचे घनिष्ठ मित्र पॅट्रिसिआ जे. सेठी यांनी केले आहे आणि ते बिसलेरी इंटरनॅशनलने प्रकाशित केले आहे. पुस्तकाचे नाव आहे 'Thunder Unbottled, From Thums Up to Bisleri' ह्या पुस्तकातून श्री. चव्हाण यांचे सकारात्मकतेने भरलेले जीवन आणि त्यांचे उत्तुंग यश याचे वर्णन आहे. पुस्तकाचे शीर्षक हे थम्स अपच्या संस्मरणीय अशा पंचलाईनने – 'टेस्ट द थंडर' प्रेरित होऊनच बेतलेले आहे.

श्री. चव्हाण यांनी पार्ले सांभाळताना कोला-आधारित (थम्स अप), लेमन – आधारित (लिम्का) आणि ऑरेंज-आधारित (गोल्डस्पॉट) ही शीतपेये १९७० नंतरच्या दशकात आपल्या देशाला दिलीत आणि बिसलेरी हा बाटलीबंद पाण्याचा ब्रॅण्ड विलक्षण लोकप्रिय केला.

पुस्तकातून उद्योजकांना आणि विपणनकारांना ते 'आपला स्पर्धक आपली अकार्यक्षमता असते', असा संदेश देतात. श्री. चव्हाण असा मार्गदर्शनपर सल्ला देतात की, ''उद्योजक आणि विपणनकार यांनी आपले ग्राहक आणि बाजारपेठ याबाबत अतिशय संवेदनशील असले पाहिजे कारण ते आपल्याला आपल्या उत्पादनांबद्दल प्रचंड व महत्त्वाची माहिती देत असतात.'' त्यांच्या मते, ''आपण जे काही करतो त्यामध्ये उत्कटतेने स्वत:ला झोकून द्यायला हवे. सध्या व्यवसायाबद्दल भावना अथवा कशाबद्दलही भावना यांचा अभाव आढळून येतो. सर्व काही तांत्रिक झाले आहे.'' ह्याबद्दल ह्या उद्योजकाला विलक्षण हळहळ वाटते.

उद्योजकाने आपले स्पर्धक किंवा त्या स्पर्धकांचा बाजारपेठेतील हिस्सा याबद्दल अति काळजी करू नये. ''जर तुमचा बाजारपेठेतील हिस्सा कमी होत असेल तर तुम्ही काय कराल? तर तुम्ही त्याला आत्मविश्वासाने सामोरे जा. जर नेमके काय करायचे आहे हे तुम्हाला ठाऊक असेल तर निर्धाराने पुढे जा आणि ते विश्वासाने करा. तुम्ही तुमचा बाजारपेठेतील हिस्सा अजिबात गमावणार नाही.'' श्री. चव्हाण यांचे उद्योजक म्हणून हे मार्गदर्शन फार मोलाचे आहे.

हा कर्तृत्ववान उद्योजक तितकाच भावुकपण आहे. जेव्हा पार्लेने सन १९९३मध्ये अेअरेटेड व्यवसाय कोका-कोलाला विकला तेव्हा करारावर स्वाक्षरी करताना भावविवश होऊन श्री. चव्हाणांना अश्रू अनावर झाले. आपले अपत्य आपण सोडून देत आहोत हीच भावना त्यांची त्या वेळी झाली होती.

बिसलेरीसाठी श्री. चव्हाण यांनी अतिशय महत्त्वाकांक्षी पावले उचलून अनेक उत्पादन केंद्रे आणि बॉटलिंग केंद्रे सुरू केलीत. त्यांच्या मते, बाजारपेठेची सर्वंकष माहिती आपल्याला असलीच पाहिजे. अशी माहिती पोकळीतून उपलब्ध होत नाही.

उद्योजक श्री. चव्हाण असा सल्ला देतात की, ''बाजारपेठेच्या मागण्यांबाबत तुम्ही सावध व संवेदनशील असाल तर नेमके काय करायला हवे आहे हे तुम्हाला नक्की कळेल.'' अर्थात, असेही काही दाखले आहेत की जेथे बाजारपेठ संशोधन हे गोंधळात समाप्त झाले आहे. श्री. चव्हाण अनुभवाधारित अत्यंत मोलाचा सल्ला देतात की, ''बाजारपेठ संशोधन करणे चांगलेच. परंतु, ते आंधळेपणाने आपण स्वीकारून त्याप्रमाणेच काही करू नये.''

निवडक प्रश्न

१) उद्योजकांच्या चरित्रांचा अभ्यास का करावा ?

२) खालील उद्योजकांच्या चरित्रांचा आढावा घ्या व त्यातून कोणते उद्योजकीय गुण तुम्हाला आढळले ते लिहा.

१) डॉ. नीळकंठ कल्याणी

२) श्री. डी. एस. कुलकर्णी

३) श्री. आदित्य विक्रम बिर्ला

४) सौ. ज्योती नाईक

५) श्री. रमेश जे. चव्हाण

६) डॉ. दिलीप नारायणराव बोरावके

११. समूह आणि समूह प्रेरक सामर्थ्य
(Group and Group Dynamics)

प्रस्तावना

'समूह' ही संज्ञा आपल्या परिचयाची आहे. एकत्रित आलेल्या व्यक्तींचा गट किंवा संघ म्हणजे समूह होय! प्राणिमात्रांची जी काही समान वैशिष्ट्ये आहेत त्यात समूह करून राहणे हे एक महत्त्वाचे वैशिष्ट्य आहे. 'समानशीले व्यसनेषु सख्यम्' असे वचन आहे. आचार, विचार, विहार आणि कार्य यात समानता असलेली माणसे एकत्रित येऊन समूह करतात. मानवी उत्क्रांतीचा इतिहास तसेच मानवी संस्कृतीचा विकास पाहिला असता समूह हे किती नैसर्गिक पद्धतीने अस्तित्वात येतात हे सहज स्पष्ट होते. समाजशास्त्रीयदृष्ट्या आधुनिक काळातील धर्म, जाती म्हणजे मूलतः समूह होत!

समूहातील व्यक्तीत मात्र असमानता असते. प्रत्येकाचे वय, पार्श्वभूमी, ज्ञान, अनुभव यात फरक असतो. वातावरण भिन्न असते. कार्य समूहात या सर्व व्यक्ती विशिष्ट ध्येयाने प्रेरित होऊन विशिष्ट कार्य सिद्धीस नेण्यासाठी एकत्र येतात. त्यातून समूह संबंध वाढीस लागतात.

'सामूहिक कार्य' या संकल्पनेत कामाची पद्धती, गरजा, मोबदला इत्यादी घटकांचा विचार वेगळ्या पद्धतीने करावा लागतो. संघभावना ही एक प्रेरक शक्ती आहे. ही भावना प्रत्येक व्यक्तीत असली पाहिजे, तसेच ती टिकून राहिली पाहिजे. समूहाची कार्यक्षमता, मर्यादा याबाबत समूहातील प्रत्येकाला योग्य कल्पना असली पाहिजे. संघटनेत संघभावना नसेल तर सामूहिक जबाबदारी अर्थशून्य आहे. त्यासाठी उद्योजकाला म्हणजेच नेत्याला प्रयत्न करावे लागतात.

समूह–संज्ञा आणि स्वरूप (Group : Concept and Nature)

विविध व्यक्तींचे एकत्र येणे म्हणजे समूह होय! हे एकत्र येणे विशिष्ट कार्य साध्य करण्यासाठी असते. अशा प्रकारचे समूह आपणास सामाजिक, औद्योगिक, क्रीडा व शिक्षण क्षेत्रात दिसून येतात. संघटन व्यवस्थापनात कर्ट लेविन या तज्ज्ञाने समूह संकल्पना सर्वप्रथम रूढ केली. समूहाकडून काम करून घेण्याच्या दृष्टीने आवश्यक असलेल्या नेतृत्वगुणांची त्याने छाननी केली.

"A group may be defined as a collection of people who have a common purpose or objective, interact with each other to accomplish their objective, are aware of one another, perceive themselves to be part of group."

''समूह म्हणजे समान उद्दिष्टांसाठी एकत्र आलेल्या व्यक्ती. अशा व्यक्ती उद्दिष्ट पूर्तीसाठी अन्योन्यक्रिया करतात, त्यांना परस्परांची जाण असते, तसेच एक सामूहिक जबाबदारीदेखील असते.''

कार्य सहभाग, परस्पर जाण आणि समूह म्हणून ओळख अशी तीन ठळक वैशिष्ट्ये म्हणजे 'समूह' असे वर्णन करता येईल. समूह संकल्पनेच्या आणखी काही व्याख्या येथे उद्धृत केलेल्या आहेत.

"A Group is a collection of two or more interacting individuals with a stable pattern of relationship between them, who share common goals and who perceive themselves as being a group."

- Robert A. Baron

"A group may be defined as two or more people acting interdependently in a unified manner towards the achievement of common goals."

"A group is an association of two or more persons interacting with one another in such a manner that each person influences and is infulenced by each other person."

वरील व्याख्यांवरून असे निदर्शनास येते की समूहामध्ये एका व्यक्तीची दुसऱ्या व्यक्तीशी देवाणघेवाण होते, व्यक्तींना मानसशास्त्रीयदृष्ट्या परस्परांची जाण असते आणि व्यक्ती स्वत:ला समूहाचा घटक म्हणून ओळखते. केवळ एकत्र येणे म्हणजे 'समूह' नाही. त्याला फार तर जमाव किंवा गर्दी म्हणता येईल. उदा. दूरदर्शन संच विक्री करणाऱ्या दुकानासमोर भारत-पाकिस्तान क्रिकेट सामना पाहणारे लोक, त्यांना जमाव किंवा गर्दी म्हणावे लागेल. समूहातील व्यक्तींना परस्परांची जाणीव असणे महत्त्वाचे आहे. तसेच त्यांना एकत्रितरीत्या सामूहिक जबाबदारीचे भानदेखील असले पाहिजे. या व्याख्येत व्यक्तींची संख्या किती ? या प्रश्नाला तसे महत्त्व नाही. समूहातील व्यक्तींना स्वतंत्र व्यक्तिमत्त्व आहे आणि त्याची जाण सर्वांना असणे महत्त्वाचे आहे. आधुनिक व्यवस्थापनात जाणीवपूर्वक समूह संकल्पना आणली आहे. भिन्न कौशल्य, विचार असलेली गुणी माणसे विशिष्ट ध्येयासाठी एकत्र आणली जातात व समूह निर्माण केला जातो. प्रत्येक उद्योगामध्ये अशा प्रकारचे समूह आढळून येतात व ते आपल्याकडे असलेले काम पार पाडण्याचा प्रयत्न करीत असतात. अशा प्रत्येक समूहाला एक समूह प्रमुख असतो. इंग्रजीत त्याला Captain of the Team असे म्हणतात. हा नेता कुशल, सगळ्यांना बरोबर नेणारा व कार्यक्षम व्यवस्थापक असतो. त्याची नेमणूक कायम स्वरूपाची असते. हा समूह प्रमुख, समूहाकडे सोपविण्यात आलेले काम पूर्ण करून घेण्याची जबाबदारी पार पाडण्याचा प्रयत्न करतो. सामूहिक कार्य आणि सामूहिक व्यवस्थापन यांचे एक वेगळेच महत्त्वपूर्ण वैशिष्ट्य आहे. समूहातील घटक व्यक्ती वेगवेगळी पार्श्वभूमी असलेल्या कौशल्य, ज्ञान आणि विभिन्न कुटुंबातून आलेल्या असतात. प्रत्येक समूह नेत्याच्या आदेशाप्रमाणे काम करीत असतो. समूहामध्ये निरीक्षक किंवा कनिष्ठ अधिकारी नसतात. मात्र, काही वेळा उपनेता असतो. समूहामध्ये विविध व्यक्तींमध्ये भेदभाव केला जात नाही. अधिकारी व कामगार असे वर्गीकरण नसते. परंतु, अनुभवी व कमी अनुभव असलेले असे लोक असतात. समूहातील लोक गरजेनुसार बदलले जातात. परंतु, समूहाची तत्त्वे वा ध्येयधोरणे तीच राहतात. कामानुसार समूहातील व्यक्तींची विभागणी केली जाते. विविध प्रकारच्या व्यक्ती अनेक समूहात एकाच वेळी काम करण्याची शक्यता असते.

समूहाचे प्रमुख कार्य विशिष्ट काम वा कार्य पूर्ण करणे वा तडीस नेणे होय. विशिष्ट कामासाठी समूहाची नेमणूक होते तर काही वेळा कायमस्वरूपी समूह असतो. एकापाठोपाठ एक कामे समूहाकडे दिली जातात.

समूह व्यवस्थापनासाठी एखाद्या छोट्या कारखान्याचे उदाहरण देता येईल. उत्पादन कार्य हे कौशल्यपूर्ण वैयक्तिक स्वरूपाचे असते. परंतु, व्यक्तिगतरीत्या न चालता विभागाचे वा समूहाचे म्हणून चालते. म्हणून विभाग प्रमुख संपूर्ण समूहाचे नेतृत्व करतात. शाळा-महाविद्यालये, हॉस्पिटल्स, इमारत बांधकाम उद्योग ही समूह व्यवस्थापनाची उदाहरणे होत.

समूहाची वैशिष्ट्ये (Characteristics of Group)

आपण आत्तापर्यंत समूह संकल्पनेच्या विविध व्याख्या व स्वरूप यांचा अभ्यास केला. त्या आधारे समूहाची वैशिष्ट्ये खालीलप्रमाणे सांगता येतील.

१) **दोन वा अधिक व्यक्ती (Two or more persons) :** एकच व्यक्ती समूहाची स्थापना करू शकत नाही. समूह निर्माणासाठी किमान दोन व्यक्तींची गरज असतेच. समूह निर्माणासाठी व्यक्तींच्या कमाल संख्येवर कोणतेही बंधन नाही.

२) **सामुदायिक तादात्म्य (Collective Identity) :** समूहातील प्रत्येक सदस्य अन्य सदस्यांना ठाऊक असतो. समूहातील प्रत्येक सदस्याला हे ज्ञात असते की तो समूहाचा एक भाग आहे.

३) **अन्योन्यक्रिया (Interaction) :** समूहातील सदस्यांमध्ये अन्योन्यक्रिया असते. प्रत्येक सदस्य आपल्या कल्पनांची देवाणघेवाण समूहातील अन्य सदस्यांबरोबर करतो; यासाठी समक्ष भेटणे, लिहून, दूरध्वनीवरून आणि संगणक जाळे वापरून, अशा विविध मार्गांतून तो हे करतो.

४) **सामाईक उद्देश (Common Purpose) :** समूहातील सदस्य सामाईक उद्देश किंवा उद्दिष्ट साधण्यासाठी एकत्र काम करतात. खरं तर हे सामाईक उद्देश/उद्दिष्टच समूहातील सदस्यांना एकत्रित बांधून ठेवतात. हे उद्दिष्ट वस्तू विकास करणे, उत्पादन करणे किंवा नवीन उत्पादनाचे विपणन करणे हे असू शकते.

५) **सदस्यांच्या भूमिका (Roles of Members) :** समूहातील सदस्य विशिष्ट भूमिका स्वीकारतात व पार पाडतात. साहजिकच ह्या भूमिका समूहाची उद्दिष्टे साध्य करण्याच्या संदर्भातीलच असतात.

६) **समूह निकष (Group Norms) :** समूह काही निकषसुद्धा विकसित करतो; या माध्यमातून समूहातील सदस्यांचे वर्तन ठरते. जर समूह सदस्य या निकषांपासून दूर जात असतील तर त्यांना तशी जाणीव करून देऊन सुधारणा करावयास सांगितले जाते.

समूहांचे वर्गीकरण (Classification of Groups)

समूहांचे वर्गीकरण प्रामुख्याने दोन प्रकारात केले जाते – औपचारिक समूह (Formal Group) आणि अनौपचारिक समूह (Informal Group). औपचारिक आणि अनौपचारिक समूहाचे विविध प्रकार खालील तक्त्यात देण्यात आले आहेत.

ह्या समूह प्रकारांचे थोडक्यात वर्णन खालील परिच्छेदातून दिलेले आहे.

तक्ता क्र. ११.१ : समूहाचे प्रकार

औपचारिक समूह	अनौपचारिक समूह
अधिकार समूह	मैत्री समूह
कार्य समूह	स्वारस्य समूह
प्रकल्प समूह	संदर्भ समूह
समित्या	

औपचारिक समूह : संघटनात्मक उद्दिष्ट साध्य करण्याच्या दृष्टीने स्थापन करण्यात आलेल्या समूहाला 'औपचारिक समूह' असे म्हणतात. अशा समूहातील सदस्यांचे वर्तन कसे असावे, हे संघटना ठरविते आणि हे

वर्तन संघटनात्मक उद्दिष्ट साध्य करण्याच्या दृष्टीने असते. सर्वसाधारणपणे अशा समूहातील सदस्य संघटनेकडून नियुक्त केले जातात. अर्थात, प्रत्येक समूहाच्या बाबतीत असेच व्हायला हवे असे नाही. विशिष्ट कार्य पूर्ण करण्यासाठी निश्चित केलेल्या लोकांचा समूह बनतो. समिती हे अशा प्रकारच्या समूहाचे एक उदाहरण आहे; लहान विभाग (डिपार्टमेंट) संशोधन आणि विकास प्रयोगशाळा, व्यवस्थापन संघ किंवा लहानशी असेंम्ब्ली लाईन इ. कार्यगट अशा प्रकारच्या समूहाची अन्य उदाहरणे होत. औपचारिक समूहाचे एक खास वैशिष्ट्य असे की यामध्ये अधिकार साखळी असते आणि प्रत्येक सदस्यासाठी नियम व कायदे असतात. नियम, कायदे, प्रोत्साहने आणि अनुज्ञा (Sanctions) या बाबीच लहान समूहाचे वर्तन ठरवितात.

औपचारिक समूहांचे उपवर्गीकरण खालीलप्रमाणे करता येईल.

१) **अधिकार समूह (Command Group) :** ह्या समूहांनाच 'Standing Task Group' असेही म्हटले जाते. अधिकार समूह हा पर्यवेक्षक (व्यवस्थापक) आणि त्यांचे दुय्यम सहकारी यांचा मिळून बनलेला असतो. दुय्यम सहकारी थेट त्यांच्या पर्यवेक्षकाला किंवा व्यवस्थापकाला अहवाल सादर करतात. संघटन तक्त्याच्या माध्यमातून अधिकार समूह निश्चित केला जातो. उदा. विद्यापीठात वाणिज्यशास्त्र विभागात विभागप्रमुख आणि त्या विभागातील अन्य अध्यापक मिळून अधिकार समूह तयार होईल. पर्यवेक्षक/व्यवस्थापक दुय्यम सहकाऱ्यांवर आपला औपचारिक अधिकार गाजवतो.

२) **कार्य समूह (Task Group) :** विशिष्ट समस्या सोडविण्यासाठी हंगामी औपचारिक समूह निर्माण केला जातो. विशिष्ट कार्य अथवा प्रकल्प पूर्ण करण्यासाठी कर्मचाऱ्यांचा समूह तयार झालेला असतो. मात्र, ह्या समूहातील सदस्यांनी त्यांच्याच पर्यवेक्षकाला अहवाल सादर केला पाहिजे असे नाही. हे कर्मचारी वेगवेगळ्या विभागातील असू शकतील. कार्य पूर्ण होईपर्यंत ते एकत्र राहतात आणि एकदा कार्य पूर्ण झाले की हा समूह मोडण्यात येतो आणि समूहातील सदस्य त्यांच्या त्यांच्या मूळ कार्य समूहात परततात.

३) **प्रकल्प समूह (Project Group) :** वरीलप्रमाणेच विशिष्ट प्रकल्प पूर्ण करण्यासाठी प्रकल्प समूह तयार करण्यात येतो. प्रकल्प समूहाचे आयुष्य त्यातील प्रकल्पाच्या आयुष्याएवढे असते. विद्यापीठ अनुदान आयोगाने एखाद्या प्राध्यापकास मंजूर केलेला संशोधनाचा प्रकल्प हे प्रकल्प समूहाचे उदाहरण ठरू शकते.

४) **समित्या (Committees) :** वारंवार उद्भवणाऱ्या समस्या सोडविण्यासाठी अधिकार समूहाव्यतिरिक्त त्या कक्षेच्या बाहेरील समित्या स्थापन केल्या जातात. समितीचे आयुष्य हे अल्प अथवा दीर्घ असू शकते. विद्यापीठाने परीक्षांमधील शिस्त राखण्याच्या दृष्टीने स्थापन केलेल्या समितीचे उदाहरण येथे लागू पडते.

अनौपचारिक समूह (Informal Groups) : जे समूह औपचारिक नसतात ते समूह अनौपचारिक असतात. अनौपचारिक समूहांनाच कंपू (Clique) असेही म्हणतात. असे समूह औपचारिकरीत्यासुद्धा तयार होत नाहीत आणि संघटन पातळीवरसुद्धा तयार होत नाहीत. कार्यांगणातील पर्यावरणातील सामाजिक संपर्काच्या गरजेला प्रतिसाद म्हणून निसर्गत:च अशा प्रकारचे अनौपचारिक समूह निर्माण होतात. औपचारिक समूहातील सदस्यातूनच अशा प्रकारचे अनौपचारिक समूह निर्माण होतात. जी मूल्ये आणि महत्त्वपूर्ण बाबी आपण इतरांशी आपसात देवाणघेवाण करू शकू असे ज्या सदस्यांना वाटते ते सदस्य अनौपचारिक समूहात एकत्र येतात. औपचारिक समूहांच्या बाहेरसुद्धा असे समूह निर्माण होऊ शकतात. कोणत्याही मार्गाने निर्माण झालेले असले तरी अनौपचारिक समूहांना कोणत्याही प्रकारची औपचारिक रचना नसते. किंबहुना, अशा समूहातील सदस्यांच्या भूमिकासुद्धा स्वैरपणे निश्चित केलेली असते, ती सदस्यांच्या अपेक्षांवर आधारित असते. तसेच एका विशिष्ट वेळेस असणाऱ्या समूहाच्या गरजांनुसार ह्या भूमिका ठरतात. सामाजिक दृष्ट्या काय योग्य आणि स्वीकार्य आहे आणि काय नाही याबाबत त्या

सदस्याचे जसे आकलन झालेले असेल त्याप्रमाणे त्या सदस्याचे वर्तन होते. चार निरनिराळ्या विभागांचे कर्मचारी एकत्र येतात आणि भोजन करतात हे अनौपचारिक समूहाचे उदाहरण होय. अनौपचारिक समूहाचे विविध प्रकार खालीलप्रमाणे आहेत.

१) **मैत्री समूह (Friendship Group) :** जे लोक एकमेकांना आवडतात आणि ज्यांना एकत्रित असणे आवडते अशा लोकांचा मैत्रीसमूह निर्माण होतो. असे समूह निर्माण होतात, कारण ह्या समूह सदस्यांमध्ये एक किंवा एकापेक्षा अधिक वैशिष्ट्ये समान असतात. उदा. वय, पूर्वज, राजकीय श्रद्धा, धार्मिक मूल्ये, संगीत, विवाहित/अविवाहित, महाविद्यालयाबाबतची आपुलकी, क्रीडा इ. मैत्री समूह महत्त्वपूर्ण असतात कारण त्यांची मान्यतेची गरज त्यातून पूर्ण होते. खरा ज्ञानी व्यवस्थापक मैत्री समूहांबरोबर सलोख्याचे संबंध ठेवतो. कारण त्याला ठाऊक असते की अशा समूहांचा त्यांच्या सदस्यांवर प्रचंड प्रभाव असतो आणि नेमकी हीच बाब व्यवस्थापक संघटनात्मक उद्दिष्ट गाठण्याच्या दृष्टिकोनातून वापरू शकतो.

२) **स्वारस्य समूह (Interest Group) :** स्वारस्य समूहात असे सदस्य असतात की जे परस्परांचे स्वारस्य उद्दिष्ट साध्य करण्यासाठी एकत्र येतात आणि मुख्य म्हणजे या सदस्यांच्या औपचारिक कार्यगटाच्या सदस्यत्वाशी याचा काहीही संबंध नसतो. कार्यांगणात पाळणाघराची सोय, लवचीक कार्य वेळा, सुयोग्य कार्यवाटप इत्यादींसाठी नोकरी करणाऱ्या माता आपल्या व्यवसाय संस्थेकडे आग्रह धरू शकतात.

३) **संदर्भ समूह (Reference Group) :** स्वत:चे मूल्यमापन करण्यासाठी निर्माण होणारा हा खास प्रकारचा अनौपचारिक समूह आहे. संदर्भ समूह हा प्रत्यक्ष भेटणाऱ्यांचा समूह असेलच असे नाही. तर तो काल्पनिक समूह (imaginary group) असू शकतो. संदर्भ समूह हे अनेक स्वारस्य समूहांचे आणि मैत्री समूहाचे आधार ठरतात. मात्र, ते संघटनेबाहेर अस्तित्वात असू शकतात आणि तरीसुद्धा या समूहाच्या सदस्यांच्या कार्यांगणातील वर्तनावर परिणाम करतात. वंश/जात, स्त्री/पुरुष, राजकारण, धर्म, सामाजिक वर्ग, शैक्षणिक पातळी, पेशा इ. घटकांच्या आधारे संदर्भ समूह निर्माण होतात.

अनौपचारिक समूह जरी व्यक्तिगत गरजा भागविण्यासाठी अस्तित्त्वात येतात तरीसुद्धा ते औपचारिक समूहांनासुद्धा मोठी मदत करतात.

औपचारिक समूहाचे लाभ

संघटनेला होणारे लाभ

१) अवघड आणि एकट्या व्यक्तीच्या क्षमतेच्या पलीकडे असणारी कार्ये पूर्ण करणे.

२) नवीन कल्पनांची निर्मिती.

३) आंतरविभागीय प्रयत्नात समन्वय.

४) भरपूर माहितीची आणि वास्तवाची जाण आवश्यक असणाऱ्या अवघड समस्या सोडविणे.

५) कृती योजनांची अंमलबजावणी करणे.

६) नवागतांना सहवास-योग्य करणे आणि प्रशिक्षण देणे.

व्यक्तींना होणारे लाभ

१) समूहाकडून स्वीकार होण्याची गरज पूर्ण होणे.

२) स्वत:ची ओळख निश्चित होणे आणि स्वयंप्रशंसा वाढणे.

३) सामाजिक वास्तवाचे आकलन होणे आणि त्यामध्ये सहभागी होणे.

४) असुरक्षितता आणि कमकुवतपणाची भावना कमी होणे.
५) व्यक्तिगत आणि आंतर-व्यक्ती समस्या सोडविण्यासाठी यंत्रणा उपलब्ध होणे.

अनौपचारिक समूहाचे लाभ

व्यक्तींना होणारे लाभ

१) समाज आणि समूहाकडून स्वीकार होण्याची गरज पूर्ण होणे.
२) सुरक्षितता आणि सहकार्य यांच्या गरजांची पूर्तता होणे.
३) जर इतरांकडून तो समूह प्रतिष्ठेचा मानला जात असेल तर समूहातील सदस्यांचे संघटनेतील/समाजातील स्थान उंचावते.
४) जर समूहातील अन्य सदस्यांकडून एखाद्या सदस्याला आदरयुक्त मान्यता दिली जात असेल तर त्या सदस्याची स्वयं-प्रशंसा वाढते.
५) प्रभाव टाकण्यासाठी आणि एखादी गोष्ट प्राप्त करण्यासाठी समूहाची ताकद वापरावयास मिळाल्यामुळे अधिक कार्यक्षम झाल्याची भावना निर्माण होते.

संघटनेला होणारे लाभ

१) संघटनेच्या संस्कृतीशी एकरूप होणारी समान सामाजिक मूल्ये आणि अपेक्षा अधिक घट्ट/पक्क्या करणे.
२) सुयोग्य वर्तनासाठी मार्गदर्शक सूचना करून त्या अंमलात आणणे.
३) समूह सदस्याला सामाजिक समाधान प्राप्त करून देणे जे एरवी त्याला अनुभवास येणे अवघड असते.
४) स्वत:ची ओळख निर्माण होण्याची भावना निर्माण करणे, यामध्ये सामाजिक संघटनेतील स्थानाचा समावेश होतो.
५) सदस्यांना माहिती मिळणे शक्य होते.
६) संघटनेच्या औपचारिक अपेक्षा पूर्ण करण्यासाठी नवीन कर्मचाऱ्यांना मदत करणे.

खुले आणि बंदिस्त समूह (Open and Closed Groups)

समूहांचे वर्गीकरण आणखी एका निकषाद्वारे करण्यात येते आणि ते म्हणजे समूह खुला आहे की बंदिस्त आहे. अगदीच एक टोक असे आहे की जेथे समूह खुला आहे आणि हा सतत बदलत्या स्थितीत असतो. याउलट, दुसरे टोक असे आहे की जेथे बंदिस्त समूह आहे आणि हा अगदी स्थिर/अचल आहे. खुले समूह बंदिस्त समूहांच्या तुलनेत पुढील चार बाबतीत वेगळे असतात - बदलते सदस्यत्व, संदर्भांची-विचारांची चौकट, नवीन दिशा, समतोलपणा.

खुल्या समूहात सदस्य बदलत राहतात - नवीन सदस्य समूहात दाखल होतात तर अस्तित्वात असलेले सदस्य समूह सोडून जातात. नवीन सदस्यांचे सामाजिकीकरण करण्यासाठी भरपूर वेळ खर्च केला जातो. बंदिस्त समूहात तुलनेने सदस्यत्व स्थिर असते. विशिष्ट कालावधीत फारच थोडे सदस्य समूह सोडून जातात आणि नवीन सदस्य समूहात दाखल होतात. सत्ता आणि समूहातील स्थान सर्वसाधारणपणे निश्चित आणि सुव्यवस्थितपणे ठरविलेले असते.

खुल्या समूहात सदस्यांची मोठ्या प्रमाणात उलाढाल होत असल्याने त्यामध्ये संदर्भांची/विचारांची चौकट विस्तृत होण्यास मदत होते. समूहात आलेले नवीन सदस्य समूहाच्या उपक्रमांना आणि सदस्यांना नवीन दिशा देतात. संदर्भाच्या विचारांच्या विस्तृत चौकटीमुळे सृजनशीलतेला वाव मिळतो आणि ती वाढीस लागते. याउलट,

बंदिस्त समूहातील स्थिर सदस्यत्वामुळे त्या समूहात तुलनेने संदर्भाची/विचारांची चौकट मर्यादित असते. बंदिस्त समूहात नवीन ताज्या कल्पना असलेले फारसे सदस्य दाखल होत नसल्याने बंदिस्त समूह त्यांच्या प्रस्थापित विचारसरणीत विशेष बदल करण्यास तयार नसतात.

खुल्या समूहाला तुलनेने लहान कालावधीसाठी दिशा मिळते. खुल्या समूहाचे असलेले अस्थैर्य आणि सतत बदलणारा समूह यामुळे अशा समूहाला दीर्घकालीन दिशा लाभत नाही. खुल्या समूहाचे सदस्यत्व तुलनेने अल्पकालीन असल्यामुळे त्यांचे विचार व कृती त्या विशिष्ट कालावधीसाठी किंवा नजिकच्या भविष्याचा विचार करूनच केलेल्या असतात. याउलट, बंदिस्त समूहात स्थिर सदस्यत्व असल्याने प्रदीर्घ कालावधीच्या क्षितिजांचा विचार राखणे त्यांना शक्य होते. बंदिस्त समूहातील सदस्यत्व दीर्घकाळ असल्याने सदस्यांना समूहाची पार्श्वभूमी ठाऊक असते. तसेच त्यांच्या अपेक्षा ठाऊक असतात. त्यामुळे त्यांना दीर्घकाळाचे नियोजन करणे शक्य होते.

समतोलपणाची प्रक्रिया म्हणजे असमतोलपणा आणि अस्थैर्य या अवस्थेपासून समतोल आणि स्थैर्य या अवस्थेपर्यंत समूह नेणे. बदलत्या सदस्यत्वामुळे खुल्या समूहाला असमतोल आणि अस्थैर्य या समस्या नेहमीच भेडसावतात तर बंदिस्त समूह तुलनेने या समस्यांपासून मुक्त असतात. या पार्श्वभूमीवर खुल्या समूहाने काही उपाययोजना करणे गरजेचे ठरते. उदा. सदस्य संख्या वाढविणे. यामुळे समूह अधिक स्थिर होईल. दुसरा उपाय म्हणजे, समूहातील सदस्यांना समूहाच्या आदर्शांबाबत वचनबद्ध बनविणे. संघटनेमध्ये खुले आणि बंदिस्त असे दोन्ही समूह असू शकतात.

लोक समूहात का सहभागी होतात? (Why do people join groups?)

लोक समूहात का सहभागी होतात यामागे ठरावीक असे एक कारण नाही. लोक एकाच वेळी विविध समूहांचे सदस्य असल्यामुळे प्रत्येक समूहाकडून विविध आकर्षणे आणि लाभ सदस्यांना मिळतात. समूहात सहभागी होण्यामागील प्रमुख कारणे पुढीलप्रमाणे असतात - सुरक्षिततेची गरज, प्रशंसा, इतरांशी संबंध, ताकद, स्वतःची ओळख, एकत्र येणे, नेमून दिलेल्या कामाबाबतच्या कृती करणे, इ.

समूह कार्य (Group Task) : आपण या प्रकरणात आधी पाहिलेच आहे की, समूहामुळे संघटनात्मक कार्य-पूर्तता होण्यास मोठीच मदत होते. आता आपण हे पाहणार आहोत की समूह नेमकं करतो काय? म्हणजेच समूहाचे कार्य (group task) काय? समूहाची कार्य-प्रगती ही तो समूह कोणत्या प्रकारचे कार्य करतो यावर अवलंबून असते.

कार्याचे प्रकार (Types of Tasks) : कालावधीची चौकट (Time frame), कार्यासाठी आवश्यक बाबी (Task requirements) आणि कार्याची उद्दिष्टे (Task objective) ह्या तीन बाबींवर आधारित कार्याचे प्रकार पडतात. कालावधीची चौकट म्हणजे एखादे विशिष्ट कार्य करण्यासाठी समूहाला लागणारा कालावधी, या कालावधीवर आधारित कार्ये ही अल्प-मुदतीची (Short-term) आणि दीर्घ-मुदतीची (Long-term) कार्ये असे वर्गीकरण करण्यात येते.

कार्यासाठी आवश्यक बाबींमध्ये पुढील बाबींचा समावेश होतो - जमा करावयाच्या माहितीची व्याप्ती, प्रक्रिया करावयाची माहिती आणि प्रसारित करावयाची माहिती, समूह सदस्यातील सुसंवादासाठी आवश्यक पातळी आणि समूह सदस्यांकडे आवश्यक असणारी कौशल्ये. आवश्यक बाबींच्या आधारित निकषांवर, कार्यांचे वर्गीकरण नित्यकर्म/परिपाठ (routine) आणि गुंतागुंतीचे (Complex) कार्य असे केले जाते. नित्यकर्म ही साधी आणि प्रमाणित असतात. गुंतागुंतीची कार्ये ही नवीन तऱ्हेची आणि नित्यकर्म नसलेली (non-routine) स्वरूपाची असतात. साध्या आणि गुंतागुंतीच्या कार्यांची वैशिष्ट्ये पुढील तक्त्यावरून स्पष्ट होतात.

तक्ता क्र. ११.२ : **Attributes of Simple and Complex Tasks**

Task Attributes	**Characterstics of Simple Tasks**	**Characteristics of Complex Tasks**
Programmability	Single acceptable solution achieved via a single path and easily verified as correct. People who must perform, task have experience with the task. Task requirements remain constant.	May alterntive solutions and means to solutions, any given solution not easily verified. People who must perform the task do not have experience with the task. Task requirements very.
Difficulty	Little effort is required. Few operations are reqired. Involves low level skills.	Great deal of effort required. Many operations are required. Involves complex skills.
Information Diffusion	Required Knowledge is centralised. Involves few skills.	Knowledge and skills are widely distributed. Several skills or areas of knowledge are necessary.
Member Orientation	Agreement on means and ends.	Ego involved Disagreement over means and ends.

कार्य जेवढे जास्त गुंतागुंतीचे, तेवढे पर्यायी कार्य पद्धतींवर चर्चा केल्यामुळे समूहाला जास्त फायदे होतात. जर कार्य एकदम सोपे असले तर समूहातील सदस्यांना अशा प्रकारच्या पर्यायांची चर्चा करण्याची गरज पडत नाही.

कार्यांच्या वर्गीकरणातील आणखी एक प्रकार म्हणजे कार्यामागील उद्दिष्टे. या आधारे, उत्पादन कार्य, चर्चा, कार्य आणि समस्या सोडवणूक कार्य, असे वर्गीकरण करता येते. समूह सदस्यांकडून व्यक्तिगत इनपुट आणि नंतर त्यांचे एकत्रित युनिटमध्ये संयोग यांचा समावेश उत्पादन कार्यात केला जातो. चर्चेच्या कार्यात पुढील बाबी अपेक्षित असतात – समूहातील सदस्यांनी चर्चा करून काही प्रश्न सोडविणे, त्यातील निष्कर्षांचा सारांश तयार करणे आणि ते वरिष्ठांना सादर करणे. समस्या सोडविण्याच्या कार्यामध्ये पुढील बाबींचा समावेश होतो – सदस्यांचा आढावा घेणे, संभाव्य उपाय शोधून काढणे आणि त्यातून एक सर्वोत्कृष्ट उपाय शोधून काढणे.

व्यवस्थापकाने वरील परिच्छेदातून वर्णन केलेल्या कार्यांच्या वर्गीकरणाचा एकत्रित विचार करणे आवश्यक आहे. त्यांचा स्वतंत्रपणे विचार करता कामा नये. म्हणजेच कोणत्याही समूहाचा व्यवस्थापक वरील तीन गटात कार्यांचे विभाजन करू शकला पाहिजे. अशा तऱ्हेने समूह वर्तनाचे आणि कार्यप्रगतीवरील प्रभाव घटकांचे अधिक सुस्पष्ट ज्ञान निश्चित करता येते आणि त्याचे मूल्यमापनही करता येते.

वरील वर्गीकरणातील कार्यांच्या आवश्यक बाबी हे सर्वांत सोपे आणि मोठ्या प्रमाणावर वापरले जाणारे वर्गीकरण आहे. समूहाची कार्य–प्रगती आणि समूहाचे समाधान हे सोप्या कार्यापेक्षा गुंतागुंतीच्या कार्यात अधिक प्रमाणात असते. आणखी स्पष्ट करून सांगायचे झाल्यास खालील परिस्थितीत समूहाला कठोर परिश्रम घ्यावे लागतात आणि समूहातील सदस्यांनासुद्धा समाधान मिळण्याची शक्यता असते.

अ) समूह कार्यामध्ये समूह सदस्यांनी तुलनेने उच्च दर्जाच्या गुणवत्तांचा अंगीकार करणे अपेक्षित आहे.

ब) समूह कार्य हे संपूर्ण आणि अर्थपूर्ण कार्य असून अंतिम फलित दृश्य स्वरूपाचे आहे.

क) समूहातील कार्याच्या दृश्य फलितांचा प्रभाव संघटनांतर्गत आणि संघटनेबाहेरील लोकांवर चांगले परिणाम करतात.

ड) समूह सदस्यांना कार्य करताना ते कशा प्रकारे करावे याबाबत पूर्ण स्वातंत्र्य लाभते.

इ) कार्य करताना करावयाच्या कृतींमुळे समूह किती चांगल्या प्रकारे कार्यातील प्रगती करीत आहे याबाबत नियमित आणि विश्वासार्ह मागोवा (feedback) प्राप्त होतो.

समूहाचे आकारमान (Group Size)

समूहाच्या आकारमानाचा पुढील बाबींवर परिणाम होत असतो – समस्या सोडविणे, संसाधन आणि संज्ञापन Trade off, सदस्य समाधान आणि समूह सदस्यत्वाचे वैशिष्ट्य.

आदर्श समूह किती सदस्य संख्येचा असावा हे नेमकेपणाने सांगणे अवघड असले तरी समस्या सोडविण्यासाठी पाच अथवा सात सदस्य संख्येचे समूह असल्यास काय होऊ शकते हे दाखविणे शक्य आहे.

अ) जर समूह सदस्य संख्या पाचपेक्षा कमी असेल तर त्याचे परिणाम खालीलप्रमाणे होतात –

१) कार्यातील जबाबदारी पेलणारे लोक कमी.

२) अधिक व्यक्तिगत चर्चा.

३) अधिक अपूर्ण सहभाग.

ब) जर समूह सदस्य संख्या सातपेक्षा अधिक असेल तर त्याचे परिणाम खालीलप्रमाणे होतात–

१) सहभागासाठी कमी प्रमाणात संधी.

२) अधिक सदस्य प्रतिबंध.

३) आक्रमक सदस्यांचे वर्चस्व.

४) उपगटांमध्ये विभागणी होण्याच्या शक्यता अधिक.

वरील चर्चेवरून आपल्याला असे दिसून येते की, आदर्श समूह सदस्यांची संख्या ही पाच आणि सात यामध्ये असते. हे ध्यानात ठेवले पाहिजे की समूह सदस्य संख्या कमी केल्यामुळे, एरवी जी संसाधने समूहाला मिळत नाहीत की ज्यांचा एरवी समूहाला आपली कार्ये पूर्ण करण्यासाठी उपयोग झाला असता. पण हेही ध्यानात ठेवले पाहिजे की समूह सदस्य संख्येत वाढ केली तर सुसंवाद आणि समन्वय अवघड होऊन बसेल. म्हणूनच प्रयत्न असा व्हायला हवा की समूह सदस्यांच्या वाढत्या संख्येबरोबर उद्भवणाऱ्या तोट्यांचे प्रमाण कमी करावे.

अभ्यासांती असे आढळून आले आहे की जेव्हा समूह सदस्य संख्या पाचपर्यंत पोहचते तेव्हा सदस्य समाधान वाढते तर त्यानंतर ते कमी होते. समूहाच्या आकारमानावरच समूहातील उलाढाल आणि गैरहजेरी यांचे प्रमाण वाढते. सर्वसाधारणपणे असे आढळते की, तुलनेने मोठ्या समूहात 'समूह परिणामकारकता' निकष पाळणे अवघड असते. त्यामध्ये काही तोटेसुद्धा होतात. तुलनेने लहान समूहांमध्ये सदस्य परस्परांशी अधिक वेळा विचारविनिमय करू शकतात आणि एकमेकांना अधिक चांगल्या प्रकारे जाणून घेऊ शकतात. यातूनच समूह सदस्यांचे समाधान वाढते.

समूहाच्या आकारमानासंबंधी आणखी एक महत्त्वाचा मुद्दा आहे सदस्य संख्या सम आहे की विषम. समूह सदस्य संख्या जेव्हा सम असते, तेव्हा विषम सदस्य संख्या असलेल्या समूहाच्या तुलनेने अधिक प्रमाणात असहमती

(disagreement) असते आणि कार्य करीत असताना मतभेद/भांडणे होतात. एकमेकांकडून सूचना घेण्याबाबतही फार कमी सदस्य उत्सुक असतात. हे सारं घडण्यामागील मुख्य कारण म्हणजे समूहातील विषम सदस्य संख्या. अशा समूहात गट तयार करणे आणि मतभेद मिटवण्यासाठी आपल्याकडील सर्वाधिक मतांचे बळ वापरणे सोपे असते. जेव्हा गतीची गरज असते तेव्हा हे वर्तन उपयुक्त ठरते. जेव्हा एखादा काळजीपूर्वक विचार करावयाचा असतो तेव्हा सम सदस्य संख्या असलेले समूह अधिक उपयुक्त ठरतात; अर्थात, निष्क्रियता आली नाही तर.

आणखी एक महत्त्वाचा मुद्दा आहे आणि तो म्हणजे समूहाचे आकारमान आणि उत्पादकता. तत्त्वत: जेव्हा समूहातील सदस्य संख्येत वाढ होते तेव्हा समूहाचे मानव संसाधन वाढते आणि त्याचा अधिक उत्पादक कामासाठी विनियोग करता येतो. खालील आकृतीत दर्शविल्याप्रमाणे तत्त्वत: समूह सदस्य संख्या ज्या प्रमाणात वाढेल, थेट त्या प्रमाणात समूहाची उत्पादकता वाढायला हवी, परंतु प्रत्यक्षात असे आढळते की सुरुवातीच्या वाढीनंतर समूहाची उत्पादकता प्रत्यक्षात समूह सदस्य संख्येच्या वाढीबरोबरच खालावते. समूह प्रत्यक्षात जी उत्पादकता देते आणि तत्त्वत: जेवढी उत्पादकता समूहाने द्यावयास हवी यातील तफावत म्हणजेच प्रक्रियेतील नुकसान.

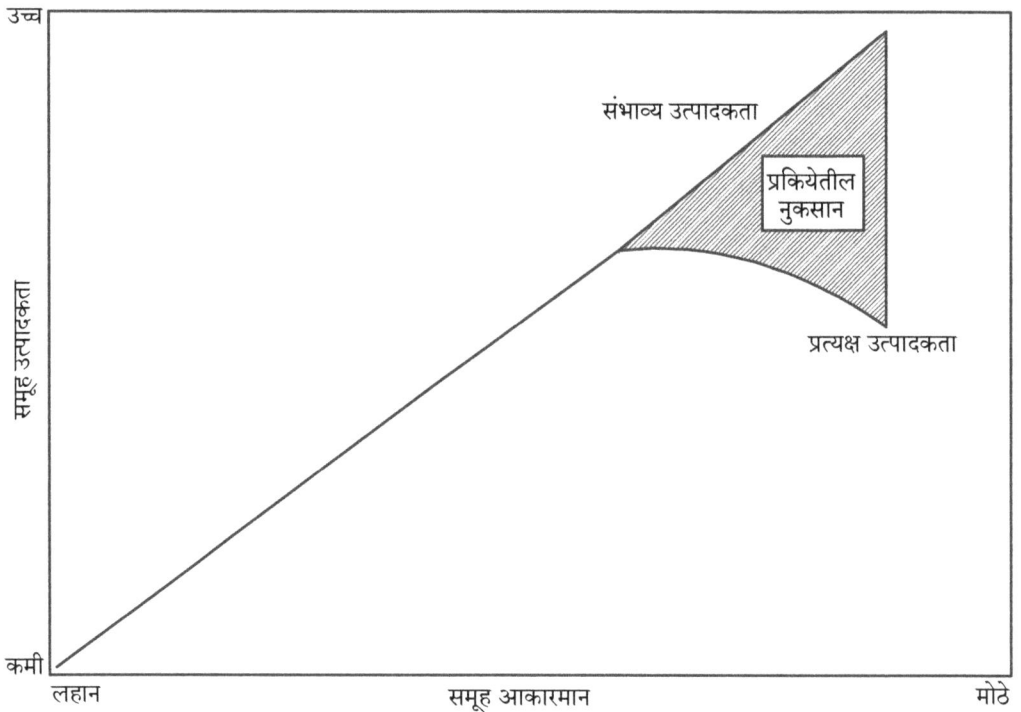

आकृती क्र. ११.१ : समूह आकारमान आणि प्रक्रियेतील नुकसान

समूहाच्या उत्पादकतेमध्ये असणाऱ्या काही अडथळ्यांमुळे असे होते; यांपैकी सर्वात अधिक प्रभाव टाकणारे घटक म्हणजे उत्पादनातील अडथळे, समूह देखभाल उपक्रम आणि सामाजिक आळस.

उत्पादनातील अडथळे निर्माण होतात ते कार्य करीत असताना जेव्हा कर्मचारी एकमेकांच्या वाटेत येतात तेव्हा उदा. एखादा कर्मचारी दरवाजातून लहान ट्रॉली बाहेर नेत असेल त्याच वेळेस दुसऱ्या कर्मचाऱ्याला त्याच दरवाजातून कच्चा माल आत न्यावयाचा असेल तेव्हा त्याला थांबावेच लागेल.

सुरळीतपणे कामकाज पार पाडण्यासाठी समूहातील सदस्यांनी विशिष्ट भूमिका पार पाडल्याच पाहिजेत. या भूमिकांसाठी सदस्यांचे आंतरव्यक्ती संबंध सुदृढ झाल्याने समूहाला दीर्घायुष्य लाभते. ह्यामध्ये खालील भूमिकांचा समावेश होतो.

प्रेरक (Encouragers) : समूहातील इतरांच्या कल्पनांचे कौतुक करून, कल्पना मान्य करून आणि स्वीकारून समूहातील उत्साह आणि दृढ ऐक्याची भावना वृद्धिंगत करणाऱ्यांचा समावेश प्रेरकांमध्ये होतो.

मेळ घालणारे (Harmonizers) : समूह सदस्यांमध्ये संघर्षामुळे निर्माण होणाऱ्या नकारात्मक भावना कमी करण्याचे काम मेळ घालणारे करतात.

प्रमाण निश्चित करणारे (Standard Setters) : या व्यक्ती समूहाच्या ध्येयाबद्दल आणि ध्येयपूर्तीबद्दल प्रश्न हाती घेतात आणि ध्येय गाठण्याची प्रमाणे निश्चित करतात, या प्रमाणांच्या साहाय्याने समूह त्यांच्या कार्य-प्रगतीचे मूल्यमापन करू शकतात.

वरील भूमिकांमुळे समूहाच्या सातत्यपूर्ण कार्यास मदत होते याबाबत संशयच नाही, परंतु याच भूमिका समूहाच्या कामकाजात ढवळाढवळसुद्धा करू शकतात. या भूमिका पार पाडण्याच्या नादात समूह सदस्यांचे उत्पादकतेकडे दुर्लक्ष होऊ शकते.

प्रक्रियेतील नुकसान सामाजिक आळसामुळेसुद्धा होऊ शकते. समूहातील काही सदस्य इतरांचा फायदा घेऊन स्वत: कमी काम करतात, मंद गतीने काम करतात किंवा अन्य मार्गाने समूहाची उत्पादकता स्वत:च्या योगदानाने (?) कमी करतात. एखाद्या व्यक्तीच्या आळसामुळेसुद्धा समूहाची उत्पादकता कमी होऊ शकते.

समूह रचना प्रक्रिया (Group Formation Process) : आयुष्याच्या कालचक्राप्रमाणेच समूहाचेसुद्धा आयुष्य कालचक्र असते. जन्मास येणे, वाढणे, विकसित होणे आणि मरणे. समूहाची परिणामकारकता ही समूहाच्या विकासाच्या टप्प्यावर आणि समूह सदस्य एकत्रितरीत्या काम करायला कशा प्रकारे शिकलेले आहे यावर अवलंबून असते. कोणत्याही समूहाच्या आयुष्याच्या कालचक्रात पाच टप्प्यांचा समावेश होतो. हे टप्पे पुढीलप्रमाणे - घडणे (Forming), वादळ निर्माण होणे (Storming), प्रमाण ठरणे (Norming), कार्य-प्रगती करणे (Performing) आणि तहकूब करणे (Adjourning). विविध समूह विकासाच्या विविध टप्प्यात विभिन्न कालावधीसाठी राहतील आणि काही समूह विशिष्ट टप्प्यावर कायमस्वरूपी राहतील. रचनेमुळे किंवा समूह इच्छेविरुद्ध तेथेच राहणे. समूहाच्या प्रक्रियेची जाणीव असल्यामुळे, समूहाचा नेता समूह सदस्यांच्या प्रत्येक टप्प्यातील कामकाज सुलभ करतो आणि विकासाच्या पुढील टप्प्यातील संक्रमण सुलभ करतो.

घडणे : ह्या टप्प्यात समूहाचा उद्देश, रचना आणि नेतृत्व याबाबत घडण्याच्या टप्प्यात मोठ्या प्रमाणात अनिश्चितता असते. मैत्री शोधणे आणि संभाव्य कार्य शोधणे यांच्याशीच सदस्य संबंधित असतात. समूहाचे कार्य पार पाडण्याच्या दृष्टीने त्यांच्याकडे कोणताही डावपेच नसतो. कोणत्या प्रकारचे वर्तन स्वीकारार्ह असेल याबाबतही त्यांना खात्री नसते, कारण ते स्वीकाराच्या गरजांची पूर्ती कशा प्रकारे करावयाची आणि व्यक्तिगत ध्येयपूर्तीसाठी विविध प्रकारे प्रयत्न कसे करायचे याबाबत पूर्ण जाण नसते. जसजशी जाणीव वाढत जाते. तसतसा समूह विकासाचा हा टप्पा पूर्ण केला जातो. सदस्य त्यांना स्वत:ला समूह म्हणून स्वीकारतात आणि समूह ध्येयाला वाहून घेतात.

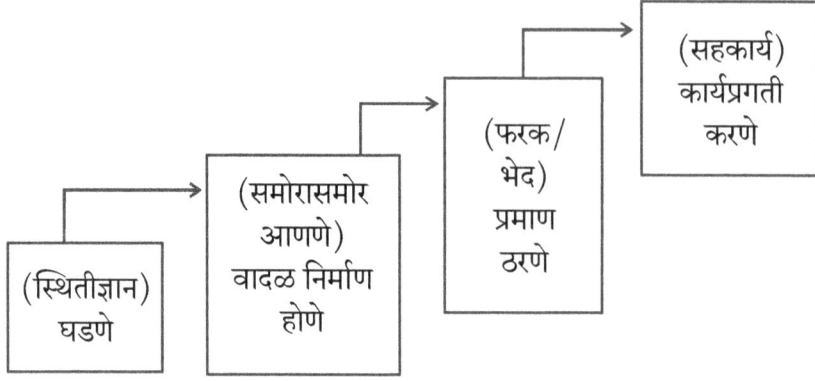

आकृती क्र. ११. २ : समूह रचना प्रक्रियेतील टप्पे

वादळ निर्माण होणे : समूह विकास प्रक्रियेच्या या टप्प्यात संघर्ष उद्‌भवतात कारण ह्या टप्प्यात भूमिका स्पष्ट करणे आणि वर्तनात्मक अपेक्षा ठरविणे याची गरज असते. समूहातील सदस्यांमध्ये असहमती असण्याची विविध कारणे असतात. उदा. कार्यप्रणाली ठरविणे, भूमिका वाटप, संबंध जोडण्याचा मार्ग, अधिकार प्रदान, इ. समूह विकास प्रक्रियेतील या टप्प्याचे उद्दिष्ट म्हणजे अधिकार आणि कार्यरचना या अनुषंगाने उद्‌भवणारे संघर्ष दूर करणे होय. दुसरे उद्दिष्ट असते ते प्रक्रियेतील दुसऱ्या टप्प्यात जाण्यासाठी आवश्यक असणारी स्वीकाराची आणि आपलेपणाची भावना शत्रुत्वाच्या भावनेच्या जागी वाढीस लावणे. ही उद्दिष्टे साध्य करण्यात अपयश आले तर या टप्प्यातच समूहात फूट पडेल.

प्रमाण ठरणे : या टप्प्यात एक नेता उदयास येतो आणि यामुळे एकी निर्माण होते. आता यामुळे समूहात तादात्म्याची आणि मैत्रीची भावना दृढ होते. सदस्यांसाठी नवीन समूह प्रमाण भूमिका आणि वर्तनातील अपेक्षा निश्चित केल्या जातात. समूहातील ऐक्य जसजसे निर्माण होईल तसतसा सदस्यांचा समूहातील सहभाग आणि सदस्यांचे मानसिक साहाय्य वाढणे ही फलनिष्पत्ती या टप्प्यात अपेक्षित आहे. या टप्प्यात समूहाने भगीरथ प्रयत्न केले तर, सदस्य या टप्प्यात शांत राहू शकतात कारण त्यांना संघर्ष निर्माण करावयाचा नसतो किंवा एखादी गोष्ट करण्याच्या प्रस्थापित मार्गाला आव्हानही द्यायचे नसते.

कार्यप्रगती करणे : सांघिक कार्य, भूमिकांची सुस्पष्टता आणि कार्यपूर्ती ही या टप्प्याची ठळक वैशिष्ट्ये असतात. समूहाची ताकद संघर्षाऐवजी कार्यपूर्तीकडे वळविली जाते. उत्पादकता शिगेला पोहचते. अपेक्षित फलनिष्पत्ती होते आणि अभिमान जोपासला जातो, उत्साह कमी होणे आणि गती राखून ठेवणे यातील अडथळे दूर केले जातात. कायमस्वरूपी समूह निर्माण होण्यात कार्यप्रगती हा अखेरचा टप्पा असतो.

तहकूब करणे : तात्पुरते/अल्पकालीन कार्य करण्यासाठी निर्माण झालेले समूह आणि तत्सम अन्य समूह की ज्यांना विशिष्ट कार्यच पूर्ण करायचे असते, त्यांच्या बाबतीत 'तहकूब करणे' हा अखेरचा टप्पा ठरतो. कार्यपूर्ती झाल्यानंतर समूह विसर्जित केला जातो. समूह विसर्जित करण्यामुळे पुढीलप्रमाणे भावना निर्माण होतात – मैत्री संपुष्टात आल्यामुळे होणारे दु:ख होणे आणि औदासीन्य येण्यापासून ते थेट, कार्यपूर्तीमुळे होणारा आनंद व समाधान. समूहाच्या कार्य–प्रगतीमुळे समूहाचा नेता कार्यपूर्तीबद्दल सदस्यांचे कौतुक करतो.

समूह रचना (Group Structure)

समूह रचनेचा समूह वर्तनावर फार मोठा परिणाम होतो. कार्य समूह संघटित व्यवस्था किंवा प्रणाली असतो.

त्यामध्ये रचना असते. ही रचनाच समूहातील सदस्यांचे समूहातील वर्तन आणि समूहाची कार्यपद्धती स्पष्ट करणे आणि त्याबाबतचे आडाखे बांधणे, यामुळे शक्य होते. समूह रचनेमध्ये प्रामुख्याने पुढील घटकांचा समावेश होतो – औपचारिक नेतृत्व, भूमिका, समूह आकारमान, समूहाचे संकेत, समूहाचे कार्य, स्थिती मेळ आणि समूहातील ऐक्य. या सर्वच घटकांची चर्चा आपण केलेली आहेच.

समूहाचे प्रेरक सामर्थ्य (Group dynamics)

जशी समूहाची एकच व्याख्या नाही, तसेच समूहाच्या प्रेरक सामार्थ्याचा सर्वत्र मान्य होईल असा अर्थ नाही. कर्ट लेविन (Kurt Lewin) यांना समूहाच्या सामर्थ्यांचा जनक म्हणून अत्यंत मान्यता पावलेली असली आणि १९३० नंतरच्या दशकात त्यांनी 'समूहाचे प्रेरक सामर्थ्य' संकल्पना जरी लोकप्रिय केलेली असली तरी या संकल्पनेला नंतर अनेक गर्भितार्थ (Connotations) देण्यात आले. असा एक दृष्टिकोन आहे की समूहाचे प्रेरक सामर्थ्य, समूह संघटन आणि वर्तन कसे असावे हे वर्णन करते. लोकशाही नेतृत्व, सदस्यांचा सहभाग आणि एकूणच सहकार्य यावर भर दिला जातो. समूहाच्या प्रेरक सामर्थ्याबद्दल दुसरा एक दृष्टिकोन असा आहे की, त्यामध्ये तंत्रांच्या संचाचा (set of techniques) समावेश होतो.

भूमिका पार पाडणे (role playing), वैचारिक वादळ (Brainstorming), क्रिया केंद्र समूह (focus groups), नेताविरहित समूह (Leaderless groups), समूह उपचारपद्धती (group therapy), संवेदनशीलता प्रशिक्षण (sensitivity training), संघ निर्मिती (team building), कार्यात्मक विश्लेषण (transactional analysis) आणि जोहारी खिडकी (Johari window) हे पारंपरिक पद्धतीने समूहाच्या प्रेरक सामार्थ्यासमान मानले जातात आणि ते स्वयं-प्रशासित संघ बनतात.

"Group dynamics is primarily concerned with the interaction of forces between group members in a social situation."

-Fred Luthans

"Group dynamics is the social process by which people interact face to face in small groups."

नवीन समूह तंत्राच्या अलीकडच्या उदाहरणाला सृजनात्मक अपघर्षण (Creative Abrasion) असे म्हणतात; यामध्ये व्यक्तिगत अपघर्षणापेक्षा विविध कल्पनांच्या चकमकीचा (Clash) शोध घेतला जातो. समूहाची सृजनशीलता/कल्पकता वृद्धिंगत करणे हा यामागील प्रमुख उद्देश आहे. हा तिसरा विचार लेविनच्या मूळ कल्पनेजवळ पोहचणारा आहे. समूहाचे प्रेरक सामर्थ्य समूहाच्या अंतर्गत स्वरूपाच्या वास्तवाच्या आधारे पाहिले जाते. उदा. त्यांची रचना कशी झाली, त्यांची रचना आणि प्रक्रिया, त्यांचे कार्य कसे चालते आणि व्यक्तिगत सदस्यांवर, अन्य समूहांवर आणि संघटनांवर परिणाम होतात. या तिसऱ्या विचारावर आधारित चर्चा खालील परिच्छेदातून विस्ताराने केलेली आहे.

समूहरचनेचे प्रेरक सामर्थ्य (The Dynamics of Group Formation) : व्यक्ती समूह का बनवितात ? प्रथमत: माणसं एकमेकांशी का जोडली जातात याचा मागोवा घेऊ. माणसं एकमेकांना जोडली जाण्यासंबंधी सर्वांत मूलभूत सिद्धान्त आहे, 'सान्निध्य/जवळपणा' (Propinquity). याचा अर्थ असा की, जागेच्या/स्थळाच्या सान्निध्यामुळे माणसं एकमेकांना जोडली जातात. उदा. परराज्यात शिकायला आलेले विद्यार्थी वर्गात बसताना आपापल्या भागातून आलेल्या विद्यार्थ्याबरोबरच बसतात. व्यवसायसंस्थेतील कर्मचारी किंवा अधिकारी किंवा व्यवस्थापक हे आपापल्या परिसरात राहणाऱ्यांबरोबरच समूह करतात, अन्य परिसरात राहणाऱ्यांबरोबर नव्हे. संशोधनांती या सिद्धान्तातील समूह रचनेमागील कारणाला पुष्टीच मिळते. मात्र, यातील एक दोष असा आहे की ते

विश्लेषणात्मक नाही आणि समूह रचनेतील किचकटता स्पष्ट करीत नाही; जागतिकीकरणातील आणि इलेक्ट्रॉनिक माध्यमातील आधुनिक विकास, ऑनलाईन संपर्क आणि टेलिकम्युनिकेशन या सर्व बाबी सान्निध्याला/भौगोलिक जवळपणाला एक वेगळाच अर्थ प्राप्त करून देतात.

समूहातील प्रभाव (Influence in Group) : समूहातील सदस्यांचे समाधान आणि कार्यपद्धती यामध्ये बदल घडवून आणणाऱ्याच्या मार्गांच्या माध्यमातून सदस्यांमध्ये बदल घडवून आणण्याच्या क्षमतांचा समावेश 'प्रभाव' संकल्पनेत होतो. सत्तेपेक्षासुद्धा नेतृत्वाशी प्रभाव जास्त प्रमाणात संबंधित असतो. मात्र, दोन्हींचा समावेश नेतृत्वात होतोच. अधिकार सत्तेपेक्षा वेगळा असतो कारण आहे अधिकाराचा कायदेशीरपणा आणि स्वीकार, आणि प्रभाव ही संकल्पना सत्तेपेक्षा विस्तृत आहे. मात्र, संकल्पनेच्या दृष्टीने ते इतके जवळपास सारखे आहे की दोन्ही संकल्पना समानार्थाने वापरल्या जातात. समूह सदस्यांवर प्रभाव टाकून उद्दिष्ट साध्य करता येते. प्रभावामुळे सदस्य आणि समूहात बदल घडून येतात. प्रभावात प्रभाव टाकणारा आणि ज्याच्यावर प्रभाव पडतो तो, अशा दोन पक्षांचा समावेश होतो. प्रभाव टाकणारी व्यक्ती खालीलपैकी एका प्रकारे प्रभाव टाकते.

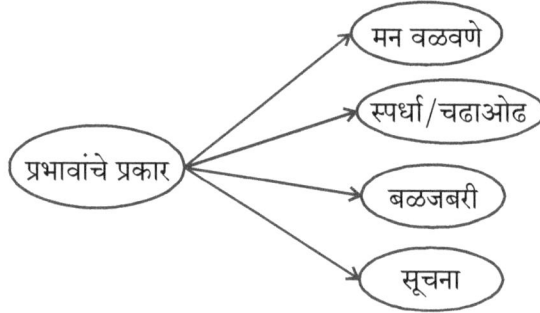

आकृती क्र. ११.३ : प्रभावांचे प्रकार

१) **मन वळवणे (Persuasion) :** एखाद्याने एखादी गोष्ट करावी अथवा करू नये यासाठी त्याचे मन वळवण्यासाठी जे करायचे त्यामध्ये पुढील बाबींचा समावेश होतो - स्पष्ट करणे, आग्रहपूर्वक सांगणे, कैफियत मांडून कळकळीची विनंती करणे इ. यामध्ये प्रभाव टाकणारा आणि ज्यावर प्रभाव टाकायचा यांच्यात थेट सुसंवाद होणे गरजेचे असते. प्रभाव टाकणारा जितका प्रभावशाली असेल तितका प्रभाव जास्त प्रमाणात पडतो.

२) **स्पर्धा/चढाओढ (Emulation) :** काही जण असे असतात की जे त्यांचा आदर्श आहे तो किंवा ज्या संदर्भ समूहाचा आदर्श आहे त्यांच्या वर्तनाचे अनुकरण करतात आणि तसे वर्तन अंगीकारण्याचा प्रयत्न करतात. हे सारे ते स्वेच्छेने करतात. अत्यंत यशस्वी उद्योजक हे त्यांच्या साहाय्यकाचे आदर्श बनतात आणि ते महत्त्वाकांक्षी अशा साहाय्यकावर प्रचंड प्रभाव टाकतात. काही कर्मचारी तर बरोबरीच्या समूह सदस्यांबरोबर राहण्यासाठी म्हणून त्यांच्यासारखेच वर्तन करतात.

३) **बळजबरी (Coercion) :** प्रभाव टाकण्याच्या अन्य कोणत्याही प्रकारापेक्षा हा मार्ग अधिक कठीण आहे. प्रत्यक्ष-अप्रत्यक्ष दबाव किंवा सक्ती ही ह्या प्रकारच्या प्रभावाची खास वैशिष्ट्ये आहेत. शिस्तभंगाच्या कारवाईचा धाकदपटशा दाखविण्याच्या प्रकाराचाही यात समावेश होतो.

४) **सूचना (Suggetions) :** एखाद्याने विचार करावा आणि स्वीकार करावा या हेतूने एखादी कल्पना त्या व्यक्तीच्या मनात रुजवणे याचा सूचना या प्रभाव माध्यमात समावेश होतो. अशा सूचनांचा स्वीकार हा

स्वेच्छेने केलेला असतो. सूचना या वरिष्ठांकडून कनिष्ठांना, कनिष्ठांकडून वरिष्ठांना किंवा समपातळीवरील व्यक्तींनी परस्परांना केलेल्या असू शकतात. या सूचना प्रत्यक्ष-अप्रत्यक्ष, गूढ किंवा ठाम अशा स्वरूपाच्या असू शकतात.

समूह मिलाफ (Group Cohesion) : 'समूह मिलाफ' याचा अर्थ पुढीलप्रमाणे सांगता येईल— ''समूहातील सदस्य परस्परांकडे आकर्षित होण्याचे आणि समूहात राहण्याचे प्रमाण''

"Group Cohesion means the degree to which the group members are attracted to each other and remain within the group."

समूहात असणारी सदस्यांची संलग्नता ही भिन्न-भिन्न असू शकते, कारण त्यांचे परस्परांकडे आकर्षित होण्याचे प्रमाण आणि समूहांतच राहण्यासाठी त्यांना असलेल्या प्रेरणेचे प्रमाण, उदा. काही समूह अतिशय संलग्न (more cohesion) असतात. कारण त्यातील सदस्यांनी प्रदीर्घ काळ एकत्रित व्यतीत केलेला असतो किंवा समूहाच्या लहान आकारमानामुळे सदस्यांचा परस्पर सुसंवाद अधिक प्रमाणात होतो किंवा समूहाला काही बहिर्गत

> The term 'cohesiveness' is understood as the extent of liking each member has towards others and how far everyone wants to remain as a member of the group.

धोके अनुभवास आल्यामुळे समूहातील सदस्य परस्परांच्या अधिक जवळ येतात. समूह मिलाफ सदस्यांचे विविध उपक्रम, त्यांच्यातील परस्पर सुसंवाद, त्यांच्या भावना यामुळे निर्माण होतो. समूह संलग्नतेमुळे संपूर्ण समूह म्हणजेच एक मानव म्हणून बांधणी होते आणि निर्धारित ध्येय गाठण्यास मदत होते. अत्यंत जास्त प्रमाणात संलग्न असलेल्या समूहातील व्यक्ती त्यांच्या समूहातील सदस्यत्वाला मौल्यवान मानतात आणि समूहातील अन्य सदस्यांबरोबर सकारात्मक संबंध जोडण्यासाठी निकराचा प्रयत्न करतात. समूहातील संबंधांमुळे सदस्यांना समाधान प्राप्त होते.

मिलाफ हे समूहाचे खास वैशिष्ट्य आहे. म्हणूनच व्यवस्थापकांनी पुढील दोन प्रश्नांची उत्तरे द्यायलाच हवीत—

१) समूह संलग्नता कशामुळे निर्माण होते आणि २) संलग्नतेतून नेमकी काय फलनिष्पत्ती अपेक्षित आहे?

समूह संलग्नता अत्यंत महत्त्वाची मानली जाते आणि त्याचे कारण म्हणजे समूह संलग्नता ही समूहाच्या उत्पादकतेशी संबंधित असल्याचे आढळून आले आहे.

संलग्नतेचे स्रोत (Sources of Cohesiveness)

समूह संलग्नतेवर परिणाम करणारे विविध घटक खालीलप्रमाणे सांगता येतील—

१) **अन्योन्यक्रिया (Interaction) :** वारंवार होणाऱ्या अन्योन्यक्रियेच्या शक्यतेवर समूह संलग्नता अवलंबून असते. जेव्हा सदस्य एकमेकांबरोबर अधिक वेळ खर्च करतात तेव्हा ते अधिक संलग्न बनतात.

२) **धोका (Threat) :** अ) जेव्हा धोका समूहाच्या बाहेरून असतो, ब) सहकार्य धोक्यावर मात करायला मदत करते आणि क) सुटकेसाठी अत्यल्प प्रमाणात किंवा अजिबात वाव नसतो, अशा वेळेस समूह अधिक संलग्न बनतो.

३) **प्रवेशातील कडकपणा (Severity in Initiation) :** समूहात मिळणाऱ्या प्रवेशातील अडचणीमुळेसुद्धा समूहातील संलग्नतेवर परिणाम होतो. या अडचणी जेवढ्या अधिक तेवढी समूहातील संलग्नता जास्त प्रमाणात असते.

४) **सहकार्य (Co-opertion) :** काही वेळा समूहातील सर्वसाधारण वातावरण समूहाची संलग्नता अधिक दृढ करते. एकूणच वातावरण समूहातील नेतृत्वावर अवलंबून असते.

५) **सामाईक ध्येय (Shared Goals) :** जे समूह सामाईक ध्येय ठेवतात ते सामाईक ध्येय न ठेवणाऱ्या समूहांपेक्षा अधिक संलग्न असतात. कोणत्या दिशेने प्रवास करायचा आणि काय उद्देशाने प्रवास करायचा (काय करायचे) याबाबत एकवाक्यता असल्यास समूह अधिक घट्टपणे संलग्न राहण्यास मदत होते.

६) **अभिवृत्ती आणि मूल्ये (Attitudes and Values) :** समूह संलग्नता टिकण्यामागील अत्यंत प्रबळ कारण म्हणजे समूहातील सदस्यांची अभिवृत्ती आणि मूल्याबांबत असलेली एकवाक्यता. आपल्यासारख्या व्यक्तिमत्त्वाच्या व्यक्तींकडे आपण का आकर्षित होतो यामागे दोन कारणे आहेत. पहिले म्हणजे ज्या व्यक्तींची मते आपल्यासारखीच असतात, ते आपल्याला पुढील कारणांसाठी सामाजिक बळकटी देतात – आपण योग्य आहोत ही भावना ती व्यक्ती आपल्याला देते. जर आपल्याबरोबर कुणी असहमती दर्शवली तर आपण चुकत आहोत ही भीती आपल्या मनात निर्माण होते. दुसरे म्हणजे ज्या व्यक्ती आपल्याबरोबर महत्त्वाच्या मुद्द्यांवर असहमती दर्शवतात, त्यांच्या वैशिष्ट्यांबद्दल आपण नकारात्मक मत बनवू शकतो. जर या मुद्द्यांबाबत आपण त्यांच्याबरोबर असहमत झालो तर अन्य मुद्द्यांबाबतसुद्धा आपली असहमतीच होईल असे आपल्यालाही प्रकर्षाने वाटते.

७) **आकारमान (Size) :** समूहाचे आकारमान जसजसे वाढत जाते, तसतशी समूहाची संलग्नता कमी कमी होत जाण्याची प्रवृत्ती आढळते. हा परिणाम सर्वसाधारणपणे किमान तीन मार्गांनी अनुभवास येतो. पहिले म्हणजे, मोठ्या समूहात सदस्यांमध्ये आपापसात होणारा सुसंवाद हा कमी प्रमाणात असतो. दुसरे म्हणजे, जसजसे आकारमान वाढत जाते, तसतसे सामाईक उद्दिष्ट आणि उपक्रम याबाबत एकवाक्यता होणे अवघड होऊन बसते आणि परिणामत: असहमती आणि असमाधान प्रगट होण्याचे प्रमाण वाढते. तिसरे म्हणजे, जसजसे समूहाचे आकारमान वाढते तसतशी कार्य विभाजनाची गरजही वाढते आणि यामुळेच समूहांतर्गत सुसंवादावर काही मर्यादा येतात आणि परिणामत: सामाईक उपक्रम कमी होतात.

समूह संलग्नता वाढविणे/घटविणे (Increase/Decrease Group Cohesiveness)

समूह संलग्नता वाढविणे अथवा घटविणे या अनुषंगाने व्यवस्थापक काही मार्गदर्शक सूचनांचा अवलंब करू शकतात. प्रथमत: समूह संलग्नता वाढविण्याच्या दृष्टीने आणि त्यानंतर घटविण्याच्या दृष्टीने मार्गदर्शक सूचना दिलेल्या आहेत.

समूह संलग्नता वाढविण्यासाठी मार्गदर्शक सूचना

१) समूहाच्या उद्दिष्टांबाबत एकवाक्यता होण्याच्या दृष्टीने मन वळविणे.

२) सदस्यत्व एकजिनसी असण्यावर भर देणे.

३) सदस्यातील परस्पर-सुसंवाद वाढविणे.

४) समूहाचे आकारमान कमी करणे.

५) अन्य समूहांबरोबर स्पर्धा लावणे.

६) व्यक्तीपेक्षासुद्धा समूहाला बक्षीस देणे.

७) अन्य समूहांपासून वेगळे अस्तित्व उपलब्ध करून देणे.

समूह संलग्नता घटविण्यासाठी मार्गदर्शक सूचना

१) समूह उद्दिष्टांबाबत असहमतीच्या दृष्टीने मन वळविणे.

२) सदस्यातील विधर्मकता (heterogeneity) वाढविणे.

३) सदस्यातील परस्पर-सुसंवादावर बंधने आणणे.

४) समूहाचे आकारमान वाढविणे.

५) संपूर्ण समूहापेक्षासुद्धा व्यक्तीला बक्षीस देणे.

६) अन्य समूहांपासून असणारे वेगळे अस्तित्व दूर करणे.

७) वर्चस्व गाजविणारा सदस्य समूहात निर्माण करणे.

८) समूहात विसकळीतपणा आणणे.

समूह संलग्नतेचे परिणाम (Consequences of Group Cohesiveness)

समूह संलग्नतेचे परिणाम सकारात्मक आहेत. संलग्न समूहाचे मनोबल (morale) अधिक उच्च असते. संलग्न समूहातील प्रत्येक सदस्याला अन्य सदस्य आवडतात, त्यांच्यातील परस्पर संबंध वाढतात, आपापसातील संघर्ष कमी होतात आणि सदस्यांमधील परस्पर सुसंवाद अधिक चांगल्या प्रकारे होतो. समूह संलग्नता आणि उत्पादकता-दुसरा आणि सर्वांत महत्त्वाचा असा समूह संलग्नतेचा फायदा म्हणजे उत्पादकतेवर होणारा परिणाम. संलग्नता उत्पादकता वाढीस मदत करू शकते कारण अ) संलग्न समूहातील सदस्यांना कार्य विषयक चिंता कमी प्रमाणात भेडसावतात, ब) उच्च संलग्नता असलेल्या समूहात गैरहजेरी आणि उलाढाल (absenteeism and turnover) कमी प्रमाणात असतात आणि क) संलग्नता उत्पादकताविषयक असलेले मतभेद कमी करते. संलग्न समूहातील सदस्य, संलग्न नसलेल्या समूहातील सदस्यांच्या तुलनेने अधिक प्रमाणात आपापसात सुसंवाद साधतात. समान आदर्श, उद्दिष्टे, पार्श्वभूमी अथवा अभिवृत्ती यामुळे संलग्न समूहातील सदस्यांना आपापसात बोलण्यासारखे भरपूर काही असते आणि अशा चर्चांमुळेच समूहाला अधिक बळकटी येते.

अनुरूपता आणि प्रभाव हे संलग्न समूहाचे अन्य फायदे आहेत. संलग्न समूह हे सदस्यांना निसर्गत:च अधिक आकर्षक वाटतात. सदस्य परस्परांना आवडतात आणि स्वत:ला ते अन्य सदस्यांसारखेच समजतात. ही वैशिष्ट्ये सदस्यांना समाधान मिळवून देण्यासाठी समूहावर अवलंबून राहण्याच्या दृष्टीने प्रेरित करतात आणि म्हणूनच समूहाचा प्रभाव पाडून घेण्यासाठी ते खुले असतात.

संलग्न समूहाचे वर उल्लेख केलेले फायदे जरी असलेत तरी प्रश्न हा आहे की, असे हे समूह ते ज्या संस्थेत आहेत त्या संस्थेला कितपत उपयुक्त आहेत? संलग्नतेचा परिणाम हा कार्यप्रगतीच्या निकषांवर अवलंबून असतो. समूहाच्या प्रेरक सामर्थ्याचा एक मूलभूत नियम असा आहे की, समूह जेवढा अधिक संलग्न तेवढी सदस्यांची समूहाच्या निकषांवर अधिक अनुरूपता असेल. जेव्हा कार्य-प्रगतीचा निकष सकारात्मक असेल तेव्हा उच्च अनुरूपतेचा परिणाम अधिक लाभदायक ठरतो.

पुढील तक्त्यात समूह संलग्नता आणि समूह उत्पादकता यांचा परस्पर संबंध दाखविला आहे.

तक्ता क्र. ११.३ : संलग्नता आणि उत्पादकता निकष समूह उत्पादकता कशा प्रकारे प्रभावित करतात.

उच्च	माफक उत्पादकता	उच्च उत्पादकता
	उच्च समूह उत्पादकतेच्या बाजूने असलेल्या निकषांच्या बाबतीत अंशत: सहमती	उच्च समूह उत्पादकतेच्या बाजूने असलेल्या निकषांच्या बाबतीत जबरदस्त सहमती
	माफक उत्पादकता	नीच उत्पादकता
नीच	नीच समूह उत्पादकतेच्या बाजूने असलेल्या निकषांच्या बाबतीत अंशत: सहमती	नीच समूह उत्पादकतेच्या बाजूने असलेल्या निकषांच्या बाबतीत जबरदस्त सहमती
	नीच समूह संलग्नता	उच्च

योग्य क्षमता असलेले कर्मचारी अधिक कष्ट करून समूहातील संबंधांमुळे कार्य-प्रगतीत यश आणि समाधान अशा दोन्ही बाबी प्राप्त करू शकतात. उच्च संलग्नता असलेला समूह आणि नीच पातळीवरील अथवा नकारात्मक कार्य-प्रगती निकष, ही परिस्थिती व्यवस्थापकाच्या दृष्टीने सर्वाधिक वाईट असते. अशा उदाहरणात सदस्य एकमेकांना सहकार्य करण्यात प्रेरित असतात आणि ते व्यक्तिगत समाधानही प्राप्त करू शकतात, मात्र संघटनेचे नुकसान होते कारण असा समूह आपली कार्यप्रगती ही नीच किंवा नकारात्मक निकषांच्या पातळीवर मर्यादित ठेवतो.

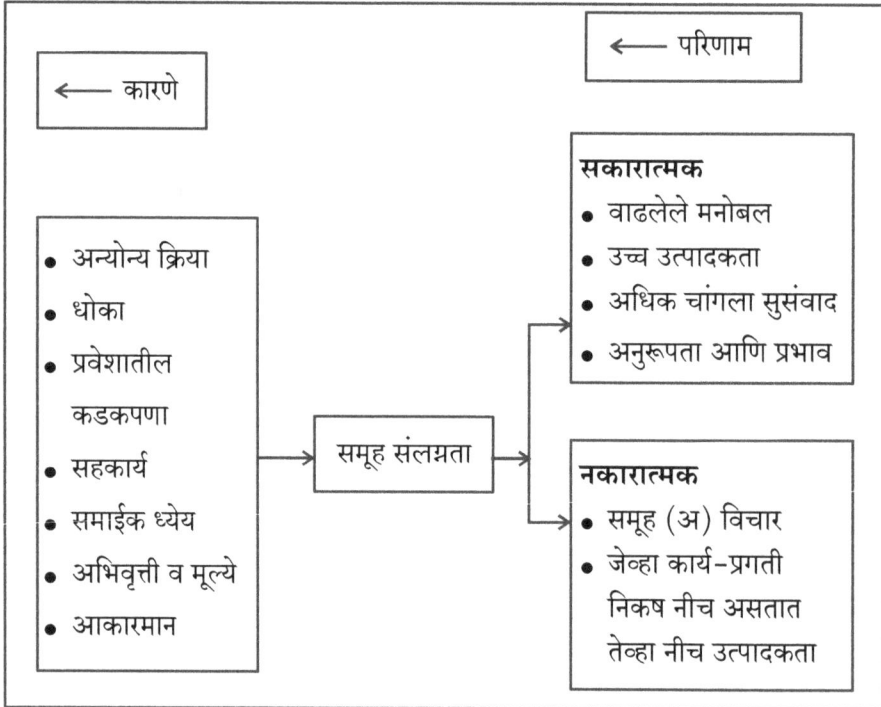

आकृती क्र. ११.४ : समूह संलग्नता – कारणे व परिणाम

समूह संलग्नतेतील नकारात्मक बाजूंकडे दुर्लक्ष करून चालणार नाही. संलग्नतेमध्ये एक महत्त्वाची समस्या असते ती समूह विचाराची (group think) खरे तर समूह अविचाराची ! जेव्हा समूह इतका संलग्न असतो की समूह तुटेल की काय या भयापोटी तो अंतिम उद्दिष्टे काय आहेत हेही दृष्टिआड करतो. समूह संलग्नतेची कारणे व परिणाम मागील आकृतीद्वारे स्पष्ट केले आहेत.

व्यवस्थापकापुढे सर्वांत महत्त्वाचा प्रश्न असतो तो उच्च संलग्न समूहाच्या कृती संघटनात्मक उद्दिष्ट साध्य करण्याच्या दिशेने कशा वळवायच्या. ह्यासाठी उपाययोजना करता येऊ शकतात, त्यांपैकी ठळक म्हणजे–

१) कार्य पूर्तीवर भर देणे (Emphasis on Task Accomplishment)

२) सहभागाचे व्यवस्थापन (Participative Management)

३) आंतरसमूह स्पर्धा (Inter Group Competition)

४) समूह विसकळीत करणे (Disband the Group)

साहाय्यकारी वर्तन–सहकार्य आणि स्पर्धा (Helping Behaviour-co-operation and competition)

समूहातील सदस्यांनी आपापसात साहाय्यकारी वर्तन ठेवल्यास संपूर्ण समूहाला त्याचा लाभ होईल. समूहाचे प्रेरक सामर्थ्य, समूह संलग्नता यांचा विचार करताना साहाय्यकारी वर्तनाची भूमिका महत्त्वाची ठरते. सर्वसाधारणपणे मानवाची वृत्ती मदत करण्याची, साहाय्य करण्याची असते. लोक कधी मदत करतात, का मदत करतात, मदत

> *"If you don't go to somebody's funeral, they won't come to yours."*
> *- Yogi Berra*

केल्यामुळे काय लाभ होतात हे समजून घेतले तर समूहातील सदस्यांना त्याचे महत्त्व पटेल. उद्योजक व व्यवस्थापकाने ह्या प्रश्नांची उत्तरे जाणीवपूर्वक समूह सदस्यांवर बिंबवली पाहिजेत. सदस्यांनी मदत करावी, परस्परांना साहाय्य करावे, असे वातावरण त्यासाठी निर्माण करणे महत्त्वाचे. परस्पर सहकार्यातूनच व्यक्तीचा, समूहाचा आणि संघटनेचा उत्कर्ष साधणे शक्य होईल. ''एकमेका साहाय्य करू । अवघे धरू सुपंथ '' किंवा ''विनासहकार नहीं उद्धार '' हे फक्त सुविचारापुरतेच मर्यादित न राहता ते प्रत्यक्षात अंमलात आणले तरच स्पर्धेच्या युगात टिकून राहणे शक्य होईल.

मानसशास्त्रातील दोन संकल्पना येथे मुद्दाम उद्धृत केल्या आहेत. त्यावरून साहाय्यकारी वर्तनावर आणखी प्रकाश पडेल.

Prosocial Behaviour

"A helpful action that benefits other people without necessarily providing any direct benefits to the person performing the act, and may even involve a risk for the person who helps."

Altruism

"Behaviour that reflects on unselfish concern for the welfare of others."

समूहामध्ये विविध कारणांसाठी आणि विविध परिस्थितीत/प्रसंगात समूह सदस्यांना मदत करावी लागेल, साहाय्य द्यावे लागेल. अगदी आणीबाणीच उद्भवली तर काय करायचे–

आणीबाणीच्या प्रसंगी मदत करण्याचा निर्णय घेण्यातील टप्पे –

- आणीबाणीची जाणीव होणे.
- आणीबाणी ही आणीबाणीच आहे याची खात्री करून घेणे.
- मदत करणे ही तुमचीच जबाबदारी आहे असे मानणे.
- नेमके काय करायला हवे हे समजून घेणे.
- कृतीची अंमलबजावणी करणे.

थोडक्यात, समूहातील सदस्यांनी साहाय्यकारी वर्तनाच्या माध्यमातून समूहाला सहकार्य केले तर स्पर्धेला सक्षमपणे तोंड देऊन यश प्राप्त करता येईल.

सुधारित कार्य समूह (Improved Work Group)

कार्य समूहामध्ये कार्य करताना सदस्याला अन्य सदस्यांकडून साहाय्य व सहकार्य प्राप्त झाले की त्याचे मनोबल उंचावते, त्याची कार्यप्रगती साधते. सकारात्मक व निकोप दृष्टिकोन वाढायला याची मदत होते. अशा तऱ्हेने प्रत्येक सदस्यात सुधारणा झाल्यामुळे एकूण समूहाचे कार्य अतिशय प्रभावी होते. सर्व सदस्य कार्यक्षमपणे कार्य करीत असल्याने एकूण खर्चात बचत व्हायला मदत होते. असे सुधारित कार्य समूहच एखाद्या व्यवसाय संस्थेला उदंड यश प्राप्त करून देतात.

निवडक प्रश्न

१) 'समूह' संकल्पनेच्या व्याख्या देऊन समूहाचे स्वरूप स्पष्ट करा.

२) 'समूह' संकल्पना सोदाहरण स्पष्ट करा.

३) समूहाची वैशिष्ट्ये स्पष्ट करा.

४) 'समूहांचे वर्गीकरण' यावर सविस्तर टीप लिहा.

५) औपचारिक व अनौपचारिक समूह म्हणजे काय ते सांगून त्यांचे लाभ सांगा.

६) खुले आणि बंदिस्त समूह यावर टीप लिहा.

७) लोक समूहात का सहभागी होतात ते सांगा.

८) कार्याचे प्रकार स्पष्ट करा.

९) 'समूहाचे आकारमान' यावर सविस्तर टीप लिहा.

१०) 'समूह रचना प्रक्रिया' म्हणजे काय ते सांगा आणि त्यातील विविध टप्पे स्पष्ट करा.

११) 'समूह रचना' यावर टीप लिहा.

१२) समूहाचे प्रेरक सामर्थ्य म्हणजे काय ते सांगा.

१३) 'समूह रचनेचे प्रेरक सामर्थ्य' यावर टीप लिहा.

१४) 'समूहातील प्रभाव' यावर टीप लिहा.

१५) 'समूह मिलाफ' संकल्पना स्पष्ट करा आणि संलग्नतेचे स्रोत वर्णन करा.

१६) समूह संलग्नता वाढविणे व घटविणे यासाठी उपाययोजना सुचवा.

१७) समूह संलग्ननेचे काय परिणाम होतात ते सांगा.

१८) साहाय्यकारी वर्तन – सहकार्य आणि स्पर्धा यावर विवेचन करा.

१९) 'सुधारित कार्य समूह' यावर टीप लिहा.

२०) थोडक्यात टिपा लिहा.

   १) समूह संकल्पना
   २) समूहाची वैशिष्ट्ये
   ३) औपचारिक समूह
   ४) अनौपचारिक समूह
   ५) खुले आणि बंदिस्त समूह
   ६) समूहाचे आकारमान
   ७) समूह रचना प्रक्रिया
   ८) समूह रचना
   ९) समूहाचे प्रेरक सामर्थ्य
   १०) समूह रचनेचे प्रेरक सामर्थ्य
   ११) समूहातील प्रभाव
   १२) समूह मिलाफ
   १३) संलग्नतेचे स्रोत
   १४) समूह संलग्नता वाढविणे/घटविणे
   १५) समूह संलग्नतेचे परिणाम
   १६) सुधारित कार्यसमूह
   १७) साहाय्यकारी वर्तन.

१२. संघ निर्मिती
(Team Building)

"Coming together is a beginning.
Keeping together is progress.
Working together is success."

- Henry Ford

प्रस्तावना

समान उद्दिष्ट गाठण्यासाठी कार्यरत असणाऱ्या लोकांच्या समूहालाच 'संघ' (Team) असे म्हणतात.

उत्पादकता वाढीसाठी, कार्य अधिक अर्थपूर्ण होण्यासाठी, कर्मचाऱ्यांमध्ये एकीची आणि आपुलकीची भावना जोपासण्यासाठी आणि जागतिक स्पर्धेच्या आव्हानांना समर्थपणे तोंड देण्यासाठी, 'संघ' आवश्यकच असतो, हे आता सर्वच कंपन्यांमध्ये सार्वत्रिकपणे मान्य केले गेलेले सत्य आहे.

***TEAM** = Together Everyone Achieves More*

Anonymous

परिणामकारक संघाचा अतिशय जबरदस्त परिणाम संघटना आणि व्यक्तींवर होत असतो. संघटनेचे व्यवस्थापन करण्यासाठी त्याची गरज असते. प्रगतशील व्यवस्थापनासाठी 'संघ' ही अतिशय महत्त्वाची बाब ठरते.

"Tomorrow's organizations will be flatter, information based, and organised around teams."

- Peter F. Drucker

संघ : अर्थ आणि व्याख्या (Team : Meaning and Definitions)

'संघ' संकल्पनेच्या व्याख्या खालीलप्रमाणे सांगता येतील –

''समान उद्दिष्ट गाठण्यासाठी कार्यरत असणाऱ्या लोकांच्या समूहाला 'संघ' असे म्हणतात.''

John R. Katzenbach आणि Douglas K. Smith यांनी त्यांच्या 'The Wisdom of Teams : Creating the High-Performance Organization' या ग्रंथात 'संघ' संकल्पनेची व्याख्या खालीलप्रमाणे दिली आहे –

''सामाईक उद्देश, कार्यप्रगती उद्दिष्ट आणि विचारसरणी यासाठी स्वत:लाच समजून घेऊन जबाबदार धरणाऱ्या, पूरक कौशल्ये असलेल्या व संख्येने कमी असलेल्या लोकांच्या समूहाला 'संघ' असे म्हणतात.''

("A Small number of people with complementary skills who are committed to a common purpose, performance goals, and approch for which they hold themselves mutually accountable")

> *Leaders are best*
>
> *When people barely know they exist,*
>
> *Not so good when people acclaim them,*
>
> *Worst when they despise them,*
>
> *But of a good leader, who talks little,*
>
> *When their work is done, their aim fulfilled,*
>
> *Their people will all say "We did this ourselves."*
>
> *- Lao-Tse*
> *(Ancient Chinese Philosopher)*

वरील व्याख्येचे आणखी स्पष्टीकरण देणे आवश्यक आहे. संघामध्ये कमी लोकांचा समावेश असतो. कारण कार्य करीत असताना परस्परांशी सुसंवाद आणि प्रभाव प्रक्रिया महत्त्वाच्या ठरत असल्याने ह्या बाबी साधणे, संघातील सदस्यांची संख्या कमी असेल तरच शक्य होईल. जेव्हा सदस्य संख्या वाढेल तेव्हा परस्परांशी सुसंवाद साधणे आणि एकमेकांवर प्रभाव टाकणे अवघड होऊन बसेल.

कार्यपूर्तीसाठी आवश्यक कौशल्ये प्राप्त असलेल्या व्यक्तींचाच समूहात समावेश होतो. संघातील सदस्यांना पुढील कौशल्ये अवगत असावीत – तांत्रिक समस्या सोडविणे, निर्णय घेणे आणि आंतर-व्यक्ती कौशल्ये (Inter - Personal skills). आवश्यक असलेली कौशल्ये सर्वच सदस्यांकडे असतील असे नाही तर वेगवेगळ्या सदस्यांकडे वेगवेगळी कौशल्ये असतील. मात्र, जसजसा संघ मोठा होत जातो, विकसित आणि परिपक्व होतो, तसतशी सदस्यांना अधिक कौशल्ये प्राप्त करण्याची गरज भासेल.

सामाईक उद्देश आणि सामाईक कार्यप्रगती उद्दिष्टच संघाचा नूर आणि दिशा ठरवतात. उद्दिष्ट गाठण्याच्या दिशेने कृती करण्यासाठी संघ सदस्य एकत्र येतात. संघामध्ये उद्देश केंद्रस्थानी असतो. सामाईक विचारसरणीवर संघात एकमत होणे अत्यंत गरजेचे आहे कारण ही विचारसरणीच दुसऱ्या संघाच्या विचारसरणीपासून संघाला वेगळा करते. संघाच्या विचारसरणीत सर्वसाधारणपणे पुढील बाबींचा समावेश होतो.

कार्य कसे केले जाईल, पोशाखाबाबतचे सामाजिक निकष, सभांमधील उपस्थिती, धिमेपणा, नैतिक वर्तनातील योग्यतेचे निकष आणि संघाच्या उपक्रमात कोणत्या बाबींचा समावेश होईल आणि होणार नाही.

उद्दिष्ट-पूर्तीसाठी संघातील सदस्यांकडून, स्वत:लाच समजून घेऊन जबाबदारी व उत्तरदायित्व पार पाडण्याच्या दृष्टीने वचनबद्ध असणे अत्यंत गरजेचे आहे आणि यासाठी आवश्यकता असते सर्व सदस्यांच्या वचनबद्धतेची आणि विश्वासाची.

संघाची खास वैशिष्ट्ये खालीलप्रमाणे सांगता येतील –

१) विविध व्यवस्थापकीय आणि नेतृत्वाच्या कार्यांमध्ये सहभागी होण्याचे सामर्थ्य त्यांना (सदस्यांना) प्राप्त होते.

२) स्वत:च्या कार्य प्रक्रियांचे ते नियोजन, नियंत्रण करतात व त्यात सुधारणा करतात.

३) ते स्वतःच त्यांची उद्दिष्टे ठरवितात आणि स्वतःच स्वतःच्या कार्याची तपासणी करतात.

४) बऱ्याचदा त्यांचे कार्य वेळापत्रक तेच तयार करतात आणि एक गट म्हणून त्यांच्या कार्यप्रगतीचा आढावा घेतात.

५) ते त्यांचे अंदाजपत्रकही तयार करू शकतात आणि अन्य विभागांबरोबर त्यांच्या कार्याचा ते समन्वय घडवतात.

६) सामान्यपणे ते त्यांच्या मालाचे आदेश देतात, साठा ठेवतात आणि पुरवठादार हाताळतात.

७) त्यांना आवश्यक असणारे नवीन प्रशिक्षण प्राप्त करणे याची जबाबदारी त्यांचीच असते.

८) स्वतःच्या जागेवर ते दुसऱ्याला नेमू शकतात किंवा स्वतःच्या सदस्यांना शिस्त लावण्याची जबाबदारी ते घेतात.

९) त्यांच्या उत्पादनाच्या आणि सेवेच्या दर्जाची जबाबदारी ते घेतात.

संघ खालील संज्ञांनीसुद्धा ओळखले जातात –

अ) समर्थ संघ (Empowered Teams)

ब) स्वयं दिग्दर्शित संघ (Self Directed Teams)

क) स्वयंव्यवस्थापन संघ (Self Management Teams)

संघाकडून होणारे फायदे (Benefits from Teams)

संघटनेला समूहाकडून अनेकविध फायदे होतात. त्यांपैकी महत्त्वाचे फायदे पुढीलप्रमाणे –

अधिक चांगली कार्यप्रगती, कर्मचाऱ्यांना फायदे, कमी खर्च, गुणवत्तापूर्ण निर्णय, सुधारित प्रक्रिया, जागतिक स्पर्धात्मकता, संघटनात्मक विकास, इत्यादी.

अधिक चांगली कार्यप्रगती : अधिक चांगली कार्यप्रगती पुढील विविध मार्गांनी साध्य होते– वाढीव उत्पादकता, सुधारित गुणवत्ता आणि सुधारित ग्राहक सेवा. संघात काम केल्याने श्रम वाया जाणे टाळता येते, चुका कमी होतात आणि ग्राहकांना अधिक चांगला प्रतिसाद दिला जातो. परिणामतः कर्मचारी जे इनपुट गुंतवतात त्यापेक्षा अधिक आऊटपुट प्राप्त होते.

कर्मचाऱ्यांना फायदे : कर्मचाऱ्यांना संघाकडून होणाऱ्या फायद्यात पुढील फायद्यांचा समावेश होतो– कार्य आयुष्याचा दर्जा सुधारणे, ताणतणाव कमी होणे, पारंपरिक व्यवस्थापन स्तरांची, व्यवस्थापक - प्रधान पद्धती यावर अवलंबून न राहता, संघ कर्मचाऱ्यांना स्वातंत्र्य बहाल करतो की जेणेकरून ते स्वतःच व्यवस्थापन करून विकसित होतील, त्यांना मानसन्मान मिळेल, प्रतिष्ठा मिळेल, त्यांच्या कार्याबाबत तेच निर्णय घेतील आणि खरोखरच त्यांच्या भोवतालच्या जगात बदल घडवून आणतील. परिणामतः कर्मचाऱ्यांना संघाकडून प्रचंड लाभ होतात.

कमी खर्च : संघामुळे खर्च कमी होतो तो पुढील कारणांमुळे – टाकाऊ मालाचे प्रमाण कमी होणे, कमी चुका, कमी प्रमाणात मोबदल्याची मागणी, कमी प्रमाणात कर्मचारी उलाढाल आणि कमी प्रमाणात गैरहजेरी. सदस्य हे संघाच्या कार्यप्रगतीसाठी वचनबद्ध असतात. त्यांना त्यांच्या संघाला कमीपणा येऊ द्यायचा नसतो. संघाच्या कार्यप्रगतीस वचनबद्ध असल्याने सदस्य उत्पादन खर्चाबाबत जागरूक असतात.

गुणवत्तापूर्ण निर्णय : संघामुळे अधिक गुणवत्तापूर्ण निर्णय घेतले जातात. भिन्न-भिन्न पार्श्वभूमी, बाह्य जगताशी संपर्क आणि अनुभव लाभलेल्या लोकांच्या गटाकडून सांघिक कार्यासाठी सामुदायिक प्रयत्न केले जातात. जसजसा जास्त जास्त कल्पना आणि पर्याय यांचा विचार केला जातो, तसतसा संघ अधिक चांगले निर्णय

घेऊ शकतो. हे निर्णय अधिक परिणामकारक असतात कारण सर्वांगीण बाजू आणि हितसंबंध विचारात घेऊनच हे निर्णय घेतले जातात.

सुधारित प्रक्रिया : संघामुळे प्रक्रियासुद्धा सुधारित होतात. संघ सदस्यातील परस्पर समन्वयामुळे आणि त्यांच्या आपापसातील अध्ययन हस्तांतरणामुळे प्राप्त परिस्थितीत संघटित विचारसरणीचा अतिशय चांगला परिणाम होतो. उदा. जसजसा प्रकल्प विकसित होत जाईल, तसतसे प्रकल्पाचे तपासणी बिंदू आणि नियोजन पद्धती यामध्ये एकट्या व्यक्तिपेक्षा संघ अधिक प्रमाणात योगदान देऊ शकतो. मोठ्या प्रमाणावरील कार्य अधिक वेगाने व्हावे आणि समस्याही अधिक कार्यक्षमपणे हाताळल्या जाव्यात हे संघामुळेच शक्य होते.

जागतिक स्पर्धात्मकता : व्यवसायसंस्थेच्या जागतिक स्पर्धात्मकतेमध्ये संघ योगदान देतो. अमेरिकेतील अनेक उद्योगसंस्था जागतिक अर्थव्यवस्थेत स्पर्धा करण्यासाठी मोठ्या प्रमाणावर अवलंबून राहत आहेत विभिन्न संघांवर! अशा व्यवसायसंस्थांकडे अनेक कौशल्ये आणि सर्वांगीण बाजूंचे ज्ञान असलेले संघ असतात की जे एकट्या व्यक्तीकडे कधी नसतात. विविध प्रकारच्या कौशल्यांमुळे व्यवसायसंस्थेची स्पर्धेतील धार वाढते.

संघटनात्मक विकास : संघामुळे होणाऱ्या संघटनात्मक विकासामुळे व्यवस्थापनाचा लाभ होतो. यामध्ये नवनिर्मिती, सृजनशीलता आणि लवचिकता यांचा समावेश होतो. संघ अनावश्यक अशा नोकरशाही स्तरांना बगल देऊ शकतो आणि मोठ्या व्यवसायसंस्थेतील व्यवस्थापनात सपाटी आणू शकतो. कर्मचाऱ्यांचासुद्धा वरिष्ठ व्यवस्थापनाबरोबर सुसंवाद अधिक चांगल्या प्रकारे होतो. याशिवाय संघातील वातावरण सातत्याने संघाला नवनिर्मिती करण्याचे आणि समस्या सृजनशीलतेने/कल्पकतेने सोडविण्याचे आव्हान करते. संघटनात्मक सुधारणा मोठ्या प्रमाणावर होतात.

भारतातील अनेक कंपन्यात समर्थ संघ निर्माण झालेले आहेत. उदा. टायटन, रिलायन्स, टाटा इन्फर्मेशन सिस्टम लि., जीई प्लास्टिक्स इंडिया लि., फिलिप्स, विप्रो. इ.

संघ इतके लोकमान्य का ? (Why Teams are so Popular)

साधारणपणे २५-३० वर्षांपूर्वी जेव्हा W.I. Gore, Voho आणि जनरल फूड्स या कंपन्यांनी त्यांच्या उत्पादन प्रक्रियात संघाच्या वापराची सुरुवात केली तेव्हा त्याची फार मोठी 'बातमी' झाली, कारण अशा प्रकारचे संघ त्या काळी कुणीच वापरत नव्हते. आज नेमकी याच्या विरुद्ध परिस्थिती आहे. ज्या संघटनेत संघ नसतात ती संघटना आता 'बातमीयोग्य' ठरते. 'फॉर्च्यून ५००' मधील ८० टक्के कंपन्यातील कर्मचाऱ्यांपैकी ५० टक्क्याहून अधिक कर्मचारी संघात काम करतात. अमेरिकेतील सुमारे ६८ टक्के लघुउद्योजक त्यांच्या उत्पादन कार्यात संघाचा वापर करतात.

संघांना एवढी लोकमान्यता का लाभली आहे ? हे सिद्धच झाले आहे की, जेव्हा एखाद्या कार्यात विविध कौशल्ये, विचारशक्ती आणि अनुभव यांची गरज असते तेव्हा एकट्या व्यक्तीपेक्षा संघ अधिक चांगली कामगिरी बजावतो. स्पर्धेत अधिक परिणामकारकपणे आणि कार्यक्षमतेने कामगिरी करण्याच्या दृष्टीने संघटनांची पुनर्रचना करण्यात येते की जेणेकरून संघाच्या माध्यमातून त्यांच्या कर्मचाऱ्यांच्या बुद्धिमत्तेचा/कर्तृत्वाचा अधिक चांगला उपयोग करून घेता येईल. या संघटनांच्या व्यवस्थापनाला असेही आढळून आले आहे की, पारंपरिक विभाग किंवा कायमस्वरूपी गट यापेक्षासुद्धा संघ हे बदलत्या परिस्थितीत अधिक लवचीक असतात, योग्य प्रतिसाद देणारे असतात. संघामध्ये तत्परतेने एकत्रित येण्याची, सदस्यांची पुनर्रचना करण्याची, केंद्रस्थानी संघातील दुसऱ्यांनी येण्याची आणि संघटना मोडून स्वतंत्र मार्गाने जाण्याची ताकद असते. संघाच्या प्रेरणात्मक वैशिष्ट्यांकडे मात्र दुर्लक्ष करून चालणार नाही. कर्मचाऱ्यांच्या निर्णय घेण्याच्या प्रक्रियेतील सहभाग हा प्रेरक म्हणून जेव्हा आपण

विचारात घेतो तेव्हा असे लक्षात येते की, संघामध्ये कार्यात्मक निर्णय प्रक्रियेत कर्मचाऱ्यांना सहभागी करून घेतले जाते. उदा. John Deere ह्या कंपनीतील जुळणी विभागातील (assembly - line) ग्राहक हाताळताना कर्मचारी हे विक्री संघाचे सदस्य असतात. पारंपरिक विक्री प्रतिनिधीपेक्षा ह्या कर्मचाऱ्यांना उत्पादित वस्तूबद्दल अधिक ज्ञान असते. भरपूर व्यवसाय दौरे करून आणि शेतकऱ्यांशी सुसंवाद साधून, हे कर्मचारी नवनवीन कौशल्ये विकसित करतात आणि त्यांच्या कार्यात ते अधिक चांगल्या प्रकारे स्वतःला गुंतवतात. संघटना लोकशाही स्वरूपाच्या होण्याचा आणि कर्मचाऱ्यांची प्रेरणा वृद्धिंगत होण्याचा फायदा होत असल्याने संघ हे व्यवस्थापनाच्या दृष्टिकोनातून अतिशय महत्त्वाचे व परिणामकारक साधन ठरतात.

चांगला संघ कशाने बनतो ?

चांगला संघ हा चैतन्यदायी आणि सातत्याने बदलत राहणारा असतो, अशा संघात अनेक जण एकत्र येतात. संघ सदस्य त्यांच्या उद्दिष्टांवर चर्चा करतात, कल्पनांचे मूल्यमापन करतात, निर्णय घेतात आणि त्यांच्या ध्येयाप्रत एकत्रितरीत्या कार्य करतात.

समूह आणि संघ यातील फरक (Difference Between Groups and Teams)

'संघ' संकल्पनेचा अर्थ विचारात घेतला असता समूह आणि संघ ह्या संकल्पनात फारसा फरक आढळत नाही. परंतु, संघ आणि समूह ह्या संकल्पना एकसारख्या नाहीत.

'समूह' म्हणजे ''दोन किंवा अधिक व्यक्ती परस्परावलंबनातून एकत्रितरीत्या समाईक उद्दिष्ट गाठण्यासाठी कार्य करतात'' ("A Group may be defined as two or more people acting interdependently in a unified manner toward the achievement of common goals.") समूह हा केवळ व्यक्तींच्या एकत्रित येण्यापेक्षासुद्धा काही अधिक आहे. ह्या व्यक्तींच्या परस्पर सुसंवादातून नवीन ताकद आणि नवीन वैशिष्ट्ये निर्माण होतात की जी शोधून त्यांचा अभ्यास करणे गरजेचे असते. उद्दिष्ट विशिष्ट कृतीशी संबंधित असेल, परंतु त्याचा अर्थ असाही असू शकतो की ते काही सामाईक चिंता किंवा मूल्ये किंवा आदर्श जोपासतात. म्हणजेच समूहातील सदस्य परस्परांकडे काही सामाजिक बंधातून आकर्षित होतात.

समूहाची वैशिष्ट्ये पुढीलप्रमाणे सांगता येतील.

१) समूहातील सदस्य एक किंवा अधिक सामाईक उद्दिष्टे बाळगतात.

२) सर्वसामान्यत: ह्या सदस्यांमध्ये परस्पर संवाद आणि सुसंवाद असावा.

३) समूहातील सदस्य विशिष्ट भूमिका पार पाडतात.

४) सामान्यपणे समूह हा मोठ्या समूहाचा एक भाग असतो.

५) समूहाचे काही निकष विकसित केलेले असतात की जे सदस्यांकडून अपेक्षित असलेले वर्तन दर्शवितात. जर सदस्याने ते पाळले नाहीत तर त्याला ते पाळायला भाग पाडले जाते. संघाबद्दल आपण आधी वरील मुद्द्यांच्या अनुषंगाने चर्चा केलेलीच आहे. आता समूह आणि संघ यात नेमका काय फरक आहे ते समजून घेऊ या.

समूह आणि संघ यातील फरक

१) समूहामध्ये कार्यप्रगती ही खास करून व्यक्तिगत सदस्याच्या कार्यावरच अवलंबून असते. मात्र, संघाची कार्यप्रगती ही दोन्हींवर अवलंबून असते – वैयक्तिक योगदान आणि संघसदस्यांचे सामूहिक प्रयत्न.

समूह	निकष	संघ
औपचारिकरीत्या स्थापन	⟵ नेतृत्व ⟶	वाटून घेतलेल्या भूमिका
व्यक्तिगत	⟵ उत्तरदायित्व ⟶	सामाईक आणि व्यक्तिगत
व्यक्तीचे एकूण एकत्रित आऊटपुट	⟵ कार्यप्रगती ⟶	सामूहिक आणि सिनर्जिस्टिक
भिन्न-भिन्न	⟵ कौशल्ये ⟶	परस्पर-पूरक
सामाईक उद्दिष्ट	प्रेरणा	सामाईक जबाबदारी

आकृती क्र. १२.१ : समूह आणि संघ यातील फरक

२) समूह आणि संघ यात त्यांच्यातील उत्तरदायित्वाच्या मुद्यावर फरक आहे. खास करून समूहातील सदस्य उद्दिष्टपूर्तीसाठी संसाधने स्वत:कडे खेचून घेतात; वास्तविक मोबदला देताना त्यांची वैयक्तिक कार्य-प्रगतीच विचारात घेतली जाते. सर्वसामान्यपणे स्वत:च्या फलनिष्पत्तीव्यतिरिक्त अन्य कोणत्याही फलनिष्पत्तीची जबाबदारी स्वीकारत नाहीत. याउलट, संघामध्ये वैयक्तिक आणि परस्पर उत्तरदायित्व अशा दोन्हींना महत्त्व दिले जाते. विशिष्ट उद्दिष्ट साध्य करण्यासाठी संघातील सदस्य एकत्रितरीत्या कार्य करतात आणि ते त्यांचे एकत्रित प्रयत्न असतात आणि प्रत्येक सदस्य होणाऱ्या फलनिष्पत्तीची जबाबदारी स्वीकारतो. म्हणजेच, समूहात पर्यवेक्षक समूह सदस्यांना कार्यासाठी व्यक्तिगत जबाबदार धरतो तर संघामध्ये सदस्य स्वत:चे स्वत:ला जबाबदार समजतात.

३) समूह सदस्य समाईक उद्दिष्टात सहभागी होतात, परंतु संघ सदस्य उद्दिष्टासाठीची सामाईक जबाबदारी स्वीकारतात. उद्दिष्टपूर्तीच्या वचनबद्धतेच्या मुद्यावरच संघ आणि समूह परस्परांपासून अलग दिसून येतात. उदा. आर्थिकदृष्ट्या कमकुवत झालेल्या एखाद्या प्लान्टमधील संघ सदस्य, तो प्लान्ट सर्वोच्च शिखरावर नेण्याच्या उद्दिष्टासाठी वचनबद्ध असतात. अशा प्रकारची वचनबद्धता, जबाबदारी समूहात आढळत नाही; जरी ते सदस्य सामाईक उद्दिष्टात सहभागी होत असले तरी.

४) समूह आणि संघ त्यांचे व्यवस्थापनाशी असलेल्या संबंधाबाबतही परस्पर भिन्न आहेत. व्यवस्थापनाने नियमितपणे केलेल्या मागण्यांना समूहाने प्रतिसाद देणे आवश्यक असते. याउलट, व्यवस्थापनाने संघासाठी जीवितकार्य (mission) निश्चित केले आणि संघाने गाठावयाचे उद्दिष्ट ठरवले की, कोणत्याही हस्तक्षेपाशिवाय व्यवस्थापन संघाला कार्य करण्यासाठी पुरेसे स्वातंत्र्य आणि लवचिकता प्रदान करतो. दुसऱ्या शब्दांत सांगायचे तर संघ हे त्यांची ध्येये, कालावधी आणि विचारसरणी ठरविण्यास पूर्णपणे स्वतंत्र असतात आणि यामध्ये व्यवस्थापनाचा हस्तक्षेप अजिबात नसतो. संघात स्वयं-व्यवस्थापन असते आणि संघ हे स्वायत्त (Autonomous) असतात.

५) समूहातील सदस्यांकडे भिन्न-भिन्न कौशल्ये असतात तर संघातील सदस्यांकडे परस्पर-पूरक कौशल्ये असतात.

६) चांगल्या पद्धतीने विकसित झालेल्या संघामध्ये संघर्ष आणि मतभेद यांना प्रोत्साहन दिले जाते; अर्थात, संघर्ष/मतभेद करतानासुद्धा प्रत्येक सदस्याला चांगले वाटावे अशा पद्धतीनेच केले जातात. समूहामध्ये असे आढळत नाही.

७) समूहाच्या संधी अनेक असतात परंतु संघाच्या संधी त्या तुलनेत कमी असतात.

संघाचे प्रकार (Types of Team)

संघाच्या वाढत्या लोकमान्यतेमुळे विविध प्रकारचे संघ अस्तित्त्वात येतात. संघाचे प्रकार समजून घेण्याचा एक सोपा मार्ग आहे आणि तो म्हणजे संघाच्या कार्यानुसार प्रकार पाडणे. उदा. एखादी गोष्ट करणे, एखादी गोष्ट सुचविणे, एखादी गोष्ट चालविणे म्हणजेच उत्पादन करणे, सेवा पुरविणे, व्यवहार करणे, प्रकल्पांचा समन्वय साधणे, निर्णय घेणे इ. येथे आपण सर्वाधिक प्रमाणात आढळणाऱ्या संघाच्या चार प्रकारांबाबत चर्चा करणार आहोत.

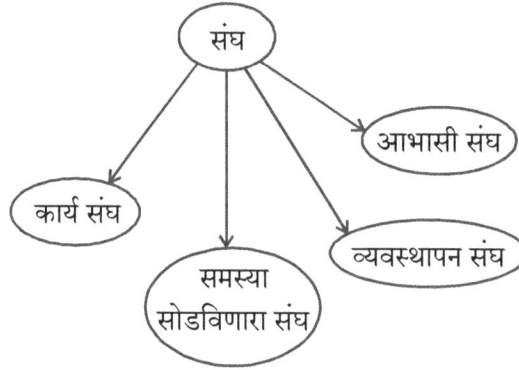

आकृती क्र. १२.२ : संघाचे प्रकार

१) **कार्य संघ (Work Teams) :** प्रामुख्याने हे संघ संघटनेत केल्या जाणाऱ्या कार्याशी संबंधित असतात. उदा. नवीन उत्पादने विकसित करणे आणि उत्पादित करणे, ग्राहकांना सेवा पुरविणे इत्यादींवर त्यांचा मुख्य भर असतो. संघटनेची संसाधने अधिकाधिक परिणामकारकरीत्या कशा पद्धतीने वापरता येतील ह्या अनुषंगाने संघटनांना फार मोठ्या प्रमाणात अधिकार दिले जातात.

२) **समस्या सोडविणारे संघ (Problem-Solving Teams) :** संघटनेतील विशिष्ट समस्या सोडविण्यासाठी तात्पुरत्या स्वरूपात नेमलेला हा संघ असतो. समस्या सोडविल्यानंतर, समान्यत: संघ विसर्जित केला जातो आणि सदस्यांना त्यांच्या मूळ कामावर पाठविले जाते. समस्या सोडविणाऱ्या संघांना Cross-functional Teams असेही संबोधतात कारण अशा संघातील सदस्य विविध कार्यात्मक क्षेत्रातून संघात येतात. सर्वसाधारणपणे हे संघ इतरांनी अंमलात आणावयाच्या शिफारशी सुचवितात.

३) **व्यवस्थापन संघ (Management Teams) :** ह्यामध्ये विविध क्षेत्रातील व्यवस्थापक सदस्य म्हणून असतात आणि ते कार्यसंघाचा समन्वय घडवून आणतात. तुलनेने हे संघ कायमस्वरूपी असतात कारण त्यांचे कार्य एखादी समस्या सोडविण्याबरोबर किंवा एखादा प्रकल्प होण्याबरोबर संपुष्टात येत नाही. ज्या संघाचा संघटनेच्या एकूणच कामकाजावर परिणाम होणार असतो, अशा संघावर व्यवस्थापन संघांनी लक्ष केंद्रित केले पाहिजे. स्वत:चे निर्णय स्वत:च घेऊन आपल्या संघाचे व्यवस्थापन आपणच करावे यादृष्टीने

त्या संघांना मार्गदर्शन करण्याची आणि सल्ला देण्याची प्राथमिक जबाबदारी व्यवस्थापन संघाची असते. काही प्रमाणात परस्परावलंबी असलेल्या कार्य संघाच्या कार्यांमध्ये समन्वय घडवून आणणे ही व्यवस्थापन संघाची दुसरी महत्त्वाची जबाबदारी असते.

४) **आभासी संघ (Virtual Teams)** : आभासी संघ असे असतात की जे एका खोलीत प्रत्यक्ष कधीही भेटणारे नसतात. त्यांचे कामकाज टेलिकॉन्फरन्सिंग आणि अन्य इलेक्ट्रॉनिक माहिती यंत्रणांच्या मार्फत संगणकाद्वारा चालते. संपूर्ण जगभर विखुरलेले सदस्य दृक्-श्राव्य माध्यमातून एकमेकांबरोबर फाईल्सची इंटरनेटच्या माध्यमातून, तसेच इलेक्ट्रॉनिक मेल आणि अन्य संपर्क जाळ्यांच्या माध्यमातून देवाणघेवाण करू शकतात, एकाच वेळी सर्व जण ड्रॉईंग, प्रिंट किंवा मोजमाप पाहू शकतात. निर्णय खूप वेगाने घेतले जातात. इलेक्ट्रॉनिक सुसंवाद यंत्रणांच्या साहाय्याने आवश्यकतेनुसार संघ सदस्य एकमेकांशी परिणामकारकपणे संपर्क साधू शकतात.

ह्या संघाची खास वैशिष्ट्ये आहेत उद्दिष्टे, लोक आणि दुवा (link). उद्दिष्टे कोणत्याही संघासाठी महत्त्वाची असतात, मात्र आभासी संघासाठी ती जास्तच महत्त्वाची असतात. सुस्पष्ट, नेमकी आणि परस्पर संमतीने ठरविलेली उद्दिष्टे आभासी संघ एकत्रित घट्ट धरून ठेवायला मदत करतात. अधिकार साखळी, नोकरशाही फलनिष्पत्तीसाठी नियम व कायदे, ह्या सर्वांचे प्रमाण आभासी संघात कमी केलेले असते.

वरील संघ प्रकारांव्यतिरिक्त संघाचे औपचारिक संघ (Formal Teams) आणि अनौपचारिक संघ (Informal Teams) असे आणखी दोन प्रकार पाडण्यात येतात.

उच्च कार्यप्रगती साध्य करणाऱ्या संघाची निर्मिती करणे (Creating High Performance Teams)

उच्च कार्यप्रगती साध्य करू शकणाऱ्या संघाची निर्मिती करणे अत्यंत महत्त्वाचे आहे.

'व्यवस्थापनाची मूलतत्त्वे' ह्या शरू रांगणेकर यांच्या (मराठी अनुवाद–प्रकाश अल्मेडा) पुस्तकातील ह्या अनुषंगाने असलेले विचार मोलाचे आहेत.

''जर वाद्यवृंद एकसाथ सुरावटीत चालायचा असेल तर सर्व वाद्यवृंदातील सर्व वादक मंडळींमध्ये वाद्यवृंद यशस्वी करण्यासाठीची प्रेरणा असायला हवी. त्याचप्रमाणे, संघटना परिणामकारक व्हायला त्यांच्या घटकांना एकत्र काम करण्याची प्रेरणा हवी.''

हाताखालच्या माणसांसह संघटना परिणामकारक करण्यासाठी संघ उभारणे हे काही एका वेळेचं काम नव्हे. हा सतत चालणारा प्रयास असतो. संघटनेची परिणामकारकता कशी पारखायची ही समस्या आहे. लाभदायकता किंवा विक्रीवाढ यासारखे निर्देशक नेहमीच विश्वसनीय असण्याची शक्यता नसते. एखादी प्रभावी परिणामकारक संघटना ओळखण्यासाठी व्यवस्थापकाने त्यांच्या संघात चार अत्यावश्यक महत्त्वाच्या वैशिष्ट्यांचा शोध घ्यायलाच हवा – १) स्वकर्तव्याची जाणीव २) जागरूकता ३) हाताखालील व्यक्तीविषयी वाटणारी चिंता ४) एकत्रितपणे काम पार पाडण्याची इच्छा.

> If you want to succeed, you've got to have fun doing what you are doing. It is all about passionate teamwork and how you drive your team to help them grow.

उच्च कार्यप्रगती साध्य करण्यासाठी जी संघनिर्मिती करायची त्यासाठी महत्त्वाच्या मार्गदर्शक सूचना खालीलप्रमाणे आहेत –

१) संघ लहान असावा – सदस्य संख्या १२ पेक्षा जास्त नसावी.

२) अशी खात्री करून घ्या की, संघ सदस्यात पुढील प्रकारची कौशल्ये असलेले सदस्य आहेत - तांत्रिक कौशल्ये, समस्या सोडविण्याची कौशल्ये आणि निर्णय घेण्याची कौशल्ये आणि आंतर-व्यक्ती कौशल्ये.
३) संघाला विशिष्ट उद्दिष्ट असायला हवे आणि हे उद्दिष्ट साध्य होण्यासाठी वचनबद्धता निर्माण व्हावी.
४) सुयोग्य नेतृत्व आणि रचना संघासाठी असावी. नेतृत्व आणि रचना यांनी क्रियाकेंद्र आणि दिशा द्यावी.
५) सदस्यांना संघात लपू देऊन का आणि सामाजिक आळसात त्यांना तृप्त होऊ देऊ नका.
६) कार्यप्रगती मूल्यमापनाची सुयोग्य पद्धती अंमलात आणा आणि योग्य मोबदला पद्धती विकसित करा.
७) सदस्यांना परस्पर विश्वास वाढेल असे पहा. हे लक्षात घ्यायला हवं की, उच्च कार्यप्रगती साधणाऱ्या संघाचे 'परस्पर विश्वास' हे वैशिष्ट्य असते.
८) कार्यप्रगतीचे प्रमाण (Standards) निश्चित करा आणि निर्देशन करा.
९) पहिल्याच सभेत निकडीची जाण (Sense of Urgency) निर्माण करा.
१०) वर्तनाचे सुस्पष्ट नियम तयार करा.
११) नवीन प्रकल्पांचे आव्हान संघापुढे नियमितपणे ठेवावे, तसेच समस्या सोडविण्यासाठी आवाहन करावे.

संघ खेळाडू/सदस्य (Team Players)

संघटनेत असे अनेक जण असतात की जे स्वभावत:च संघाचे सदस्य नसतात. ते एकाकी असतात किंवा त्यांच्या यशाने ते ओळखले जावेत असे त्यांना वाटते. 'मी-माझे' यातून ते बाहेर यावेत. व्यक्तीला संघ सदस्यांमध्ये रूपांतरित करण्यासाठी व्यवस्थापन खालील पर्यायांचा विचार करू शकेल –

निवड (Selection) : काही व्यक्ती अशा असतात की ज्यांच्यात निसर्गत:च परिणामकारक संघ सदस्य बनण्याच्या दृष्टीने आवश्यक अशी आंतरव्यक्ती कौशल्ये असतात. संघ सदस्यांची निवड करताना ते सदस्य कार्यपूर्तीसाठी तांत्रिक कौशल्ये अवगत आहेत ना हे अजमावून घेण्याव्यतिरिक्त ते त्यांची संघातील भूमिका (Role) व्यवस्थितपणे पार पाडू शकतील ना, याची खात्री करून घेणे आवश्यक आहे. अनेक जण असे असतात की, ज्यांच्याकडे कार्यपूर्तीसाठी आवश्यक कौशल्ये आहेत. मात्र, संघ सदस्य म्हणून जी कौशल्ये असावी लागतात त्यांची उणीव असते. विशेषत: ज्या व्यक्ती फक्त वैयक्तिक योगदानाच्या भोवतीच गुरफटलेल्या असतात त्यांच्या बाबतीत हे अधिक प्रमाणात होते. त्यांची सामाजिक मानसिकताच तशी झालेली असते. जेव्हा व्यवस्थापकाला अशा प्रकारच्या सदस्यांना हाताळायचे असते तेव्हा त्याच्यापुढे खालील तीन पर्याय उपलब्ध असतात.

अ) सदस्य 'संघ सदस्य' म्हणून भूमिका पार पाडण्याच्या दृष्टीने प्रशिक्षण घेऊ शकतात. हे शक्य नसेल अथवा त्याचा उपयोग होत नसेल तर पुढच्या पर्यायांचा विचार करता येतो.
ब) संघटनांतर्गत असलेल्या अन्य अशा युनिटमध्ये अशा सदस्यांची बदली करायची की जेथे संघ नाही (ही शक्यता असल्यास) अथवा
क) नवीन सदस्यच घेऊ नका.

जेव्हा प्रस्थापित व्यवसाय संघटनात संघाभोवतालच्या कार्यांची पुनर्रचना करण्यात येते तेव्हा हे अपेक्षितच आहे की काही संघ सदस्य ह्याला प्रतिकार करतील किंवा ते प्रशिक्षण योग्य नसतील. दुर्दैवाने असे लोक संघ विचारसरणीबाबत अयोग्य असतात.

प्रशिक्षण (Training)

वैयक्तिक कार्यप्रगतीच्या जोडीला प्रशिक्षण दिले तर त्या व्यक्ती संघ सदस्य म्हणून परिणामकारक भूमिका

पार पाडू शकतात असा सकारात्मक विचार केला जातो. प्रशिक्षण तज्ज्ञ असे काही उपक्रम आयोजित करतात की ज्याद्वारे सांघिक कार्यातून काय समाधान लाभते याचा अनुभव सदस्य घेऊ शकतात. असे तज्ज्ञ ह्या सदस्यांसाठी 'समस्या सोडविणे', 'सुसंवाद साधणे', 'वाटाघाटी करणे', 'समस्या व्यवस्थापन करणे' आणि 'मार्गदर्शन कौशल्ये' यावर विशेष अशा कार्यशाळांचे आयोजन करतात. कर्मचारी पाच टप्प्यांचे समूह विकासाचे मॉडेल शिकतात.

ईमर्सन इलेक्ट्रिकच्या मिसोरी येथील स्पेशालिटी मोटर डिव्हिजनमध्ये ६५० कर्मचाऱ्यांनी संघ प्रशिक्षण केवळ स्वीकारलेच असे नाही तर त्यांनी त्याचे प्रचंड स्वागतही केलेले आहे. संघामध्ये काम करण्यासाठी आवश्यक असलेली व्यावहारिक कौशल्ये संघटनेबाहेरील खास तज्ज्ञांद्वारा देण्यात आली. एक वर्षाच्या आत, कर्मचाऱ्यांनी अत्यंत उत्साहाने सांघिक कार्याची मूल्ये स्वीकारली.

मोबदले (Rewards)

स्पर्धात्मक प्रयत्नांपेक्षासुद्धा सहकार्यात्मक प्रयत्न वाढीस लागावेत यादृष्टीने मोबदला पद्धतीची पुनर्रचना करणे गरजेचे असते. उदा. हॉलमार्क कार्ड्स उद्योगात उद्दिष्टपूर्तीसाठीच्या वैयक्तिक यशासाठी असलेल्या प्रोत्साहनांव्यतिरिक्त संघाने मिळवलेल्या यशाच्या आधारे प्रोत्साहने द्यायला सुरुवात करण्यात आली. त्याचा अतिशय चांगला उपयोग झाला.

बढती, पगारवाढ आणि अन्य लाभ व्यक्तींना ते जितक्या प्रमाणात एकत्रित संघ सदस्य म्हणून परिणामकारक ठरतात, त्या प्रमाणात द्यायला हवेत. ह्याचा अर्थ असाही नाही की ह्यामध्ये वैयक्तिक योगदान दुर्लक्षित केलेले आहे; उलट, संघामधील नि:स्वार्थ योगदानाच्या अनुषंगाने ह्या लाभांचा समतोलच राखला जातो. ज्या वर्तनासाठी विशेष मोबदले दिले जावेत त्यामध्ये पुढील बाबींचा समावेश होतो– नवीन सहकाऱ्यांना प्रशिक्षण देणे, संघ सदस्यांबरोबर माहितीची देवाणघेवाण करणे, संघातील समस्या/तंटा सोडविण्यास सहकार्य करणे आणि संघाला गरज आहे परंतु संघामध्ये उणीव आहे अशी नवीन कौशल्ये आत्मसात करणे.

सरतेशेवटी, संघाकडून कर्मचाऱ्यांना मिळणारे स्वाभाविक मोबदले विसरून चालणार नाही. संघ (Camaraderie) यशस्वी संघाचे सदस्य असल्यामुळे आत्मिक समाधान लाभते, मन हुरळून जाते. वैयक्तिक विकास होणे आणि सहकार्यांच्या विकासाला हातभार लावणे ह्या बाबी व्यक्तीला खचितच समाधान आणि आनंददायक अनुभव मिळवून देतात.

संघ व्यवस्थापन करणे (Managing Team)

संघ व्यवस्थापन परिणामकारक करणे अत्यंत गरजेचे आहे. ते केले तरच संघाचे लाभ संघटनेला मिळू शकतील. ह्यासाठी व्यवस्थापनाने काही महत्त्वाच्या मार्गदर्शन सूचनांचा अवलंब करणे अत्यावश्यक आहे. ह्या अनुषंगाने चर्चा खालील परिच्छेदातून केलेली आहे.

१) सुस्पष्ट आणि अर्थपूर्ण उद्दिष्टे निश्चित करा : तुमचा संघ आंधळेपणाने एखाद्या लक्ष्यावर वार करू शकणार नाही. उद्दिष्टे ही सुस्पष्ट आणि विशिष्ट गोष्टीवर केंद्रित झालेली असावीत. जेथे जेथे शक्य असेल तेथे तेथे आकडेवारी द्या - उदा. रुपये, टक्केवारी किंवा अन्य मूल्य की जे तपासता येईल आणि वस्तुनिष्ठपणे मोजता येईल.

मात्र, एवढ्यावरच थांबू नका. याची खात्री करून घ्या की तुमच्या संघाची उद्दिष्टे इतकी अर्थपूर्ण आहेत की त्यामुळे संघ सदस्यांना काही गोष्टींचा त्याग करून संघासाठी काही करावे यासाठी प्रेरणा मिळेल. वैयक्तिक मान-मान्यता आणि यश ते बाजूला ठेवतील. ''माझ्यासाठी त्यात काय आहे?'' या प्रश्नापेक्षा ''आमच्यासाठी त्यात काय आहे?'' या प्रश्नाला महत्त्व असावे.

संघाची उद्दिष्टे अर्थपूर्ण होण्यासाठी एक प्रभावी तंत्र वापरता येते आणि ते म्हणजे संघ सदस्यांना प्रारंभापासून या संदर्भातील लिखाणात सहभागी करून घेणे. ह्यामुळेच ही उद्दिष्टे त्यांची होतात, 'दुसऱ्या कुणाची' नाही. संघ सदस्यांनी जे मान्य केलेले असते त्यामध्ये त्यांना स्वारस्य असते आणि त्यातील फलनिष्पत्तीमध्ये आपला वाटा आहे असे त्यांना वाटते.

थोड्या नाट्यमय पद्धतीने आणि सुसंवादाच्या माध्यमातून ही उद्दिष्टे संघ सदस्यांपर्यंत पोहचवा. म्हणजे मग सदस्यांना त्यांची कौशल्ये आणि परिश्रम याबद्दल महत्त्व वाटेल.

२) परस्पर–विश्वास वृद्धिंगत करा : स्वारस्याप्रमाणे विश्वाससुद्धा आधीच देता येत नाही. तो प्रतिदिन मिळवावा लागतो. सदस्यांना असा विश्वास दिला जावा की तुम्ही त्यांचे नुकसान होऊ देणार नाही आणि परस्परांवर विश्वास टाकू शकता.

विश्वासाचा आणखी एक अर्थ असा आहे की, संघ सदस्यांनी तुमच्याबरोबर चांगल्या आणि वाईट दोन्ही प्रकारच्या बातम्यांबाबत देवाणघेवाण करायला हवी – अगदी खुलेपणाने.

३) संयम राखा : जे संघ आणि संघनायक अल्पावधीत जग जिंकण्याचे स्वप्न पाहतात त्यांना अपयश आल्यावर तो अनुभव नुकसानकारक आणि नाऊमेद करणारा असतो. छोटा विजय संपादन करून, गती प्राप्त करून, एकसंध युनिट म्हणून विकसित होऊन (एक फूटाऐवजी) एक इंच पुढे सरकणे/प्रगती करणे हे अधिक श्रेयस्कर. छोटे–छोटे यश आत्मविश्वास वृद्धिंगत करतात, संघाला प्रगतीचा अनुभव व जाणीव देतात आणि महत्त्वाकांक्षी प्रकल्प हाताळण्यासाठी आणि मोठी जोखीम पत्करण्यासाठी प्रेरणा देतात. अर्थात, हे सारे घडून येण्यासाठी संयम असावा लागतो.

४) उच्च व्यवस्थापनाचा पाठिंबा मिळवा : तुमच्या संघ सदस्यांचा आदर आणि निष्ठा मिळविण्यासाठी संघाचे नेते म्हणून त्यांच्यासाठी लढा (त्यांचे प्रतिनिधित्व करा) आणि उच्च व्यवस्थापनाकडे त्यांचे सर्वांत मोठे समर्थक बना. सांघिक कार्य होण्याच्या दृष्टीने प्रबोधन करण्यासाठी आणि प्रशिक्षण देण्यासाठी लॉबी करा. संघ सदस्यांनी 'संघाभिमुख' होण्यासाठी धोरणे, कार्यपद्धती आणि कार्यप्रक्रिया यांच्यात बदल घडवून आणा. संघ सदस्यांबरोबरचा सुसंवाद आणि कार्यप्रवाह सुरळीत व्हावा, त्यात सोपेपणा यावा यासाठी उच्च व्यवस्थापनाने जे बदल करायला हवेत त्यासाठी संघ सदस्यांबरोबर एकी करा, त्यांना सहयोग द्या.

५) संघ–प्रधान व्यक्तिगत आणि समूह प्रशिक्षण प्राप्त करा : सांघिक कार्याच्या यशाची ही एक अत्यंत महत्त्वाची बाब ठरते. जर तुमच्या संघटनेने संघ नुकताच स्थापन केलेला असेल तर संघ सदस्यांना प्रशिक्षण मिळायलाच हवे आणि ते पुढील बाबतीत मिळावे – उद्दिष्ट ठरविणे, समस्या सोडविणे, वाटाघाटी करणे, कार्य प्रक्रियांचे विश्लेषण करणे आणि सुधारणा करणे, आंतर–व्यक्ती संघर्ष सोडविणे, समूहाच्या कार्य–प्रगतीचे मूल्यमापन करणे, मतैक्याने निर्णय घेणे आणि सुसंवाद करणे. संघाबरोबर लक्षपूर्वक काम करा आणि सदस्यांच्या गरजा शोधून काढा आणि त्या कितपत पूर्ण केल्या जात आहेत याची पडताळणी करा.

६) नियंत्रण स्वाधीन करा : हे प्रत्यक्षात करून दाखवण्यापेक्षा म्हणणेच फार सोपे आहे, मात्र तितकेच ते गरजेचे आहे. तुम्ही पूर्वी व्यवस्थापक असाल आणि आता संघाचे नेते बनला असाल तर खालील सूचना आवर्जून लक्षात घ्या.

अ) संघ सदस्य आणि तुमच्यात योग्य अंतर राखा.

ब) तुमचा जो सहकारी पारंपरिक व्यवस्थापकापासून संघनायक बनलेला आहे अशा विश्वासू व्यक्तीला तुमचा सन्मित्र बनवा.

क) तुम्ही संघ सदस्यांचा योग्य सन्मान करणार आहात याचा विश्वास द्या म्हणजे त्यांची प्रेरणा वाढेल.

ड) नियमितपणे विविध मार्गांनी/माध्यमांनी संघ सदस्यांशी संपर्क साधा.

७) उच्च स्तरावरील कार्यप्रगती प्रमाणे निश्चित करा : ठरावीक कालावधीत उच्च स्तरावरील कार्यप्रगती साध्य व्हावी याबाबतची जबाबदारी संघाचा नेता या नात्याने तुमच्यावरच आहे. या अनुषंगाने खालील प्रश्नांची उत्तरे शोधा –

– आपण कशी आणि कुठे सुधारणा करू शकतो ?

– आपल्याला अमुक एक गोष्ट अमुक प्रकारेच का करायची आहे ?

– कुणाकडे अधिक चांगली कल्पना आहे ?

– हेच कार्य अन्य बेंचमार्किंग संघटनांमध्ये, विभागांमध्ये, संघांमध्ये कशा प्रकारे केले जाते ?

– आपण आपल्या पूर्ण ताकदीनिशी कुठे कार्य करीत नाही ?

– ह्यापेक्षा अधिक चांगले आपण का करू शकत नाही ?

– आपण नेमके मागे कशामुळे पडतो ?

– आपण सर्वोत्कृष्ट का नाही ?

– आपण प्रामाणिकपणे आपल्याला आव्हान देतो का ?

– आपण एखाद्या विशिष्ट गोष्टीकडे सर्व बाजूंनी पाहिले आहे का ?

८) विविधतेचा मागोवा घ्या : येथे 'विविधता' संकल्पनेचा रूढ अर्थ मर्यादित नाही. जे नेते संघाच्या विविधतेचा मागोवा घेतात ते असे लोक एकत्र आणण्याचा निकराचा प्रयत्न करतात की ज्या लोकांकडे वैविध्यपूर्ण व्यक्तिमत्त्व, दृष्टिकोन, विचारप्रक्रिया, पार्श्वभूमी, प्रशिक्षण, शिक्षण आणि अनुभव आहे. दुसऱ्या शब्दांत सांगायचे तर तत्त्वज्ञान, अग्रक्रम आणि अभिवृत्ती एकत्रित आणा.

अशा प्रकारची विविधता हा सृजनात्मक जोखीम पत्करण्याचा आणि समस्या सोडवणुकीचा आत्मा असतो.

९) मन खुले ठेवा : वैविध्यपूर्ण विचार करणाऱ्यांचा संघ एकत्रित बांधून ठेवण्याच्या दृष्टीने हे गरजेचे असते; पण एवढेच पुरेसे नाही. संघाचा नेता म्हणून तुम्ही सातत्याने शिकलेच पाहिजे. नवीन कल्पना ऐकून घेतल्या पाहिजेत, मग त्या कुठूनही येवोत! सृजनशीलतेचे कुणाचेही पेटंट नसते. नवीन कल्पना तुम्ही आकर्षित करू शकला पाहिजेत, विविध दृष्टिकोनांचे स्वागत तुम्ही करायला हवे.

१०) संघ–प्रधान शब्दसंग्रह विकसित करा : जेव्हा संघकार्याचा प्रश्न उद्भवतो तेव्हा तुमच्या कृतींप्रमाणेच तुमचे शब्द हे तुमच्या अभिवृत्ती, भावना आणि मानसिकता ह्या गोष्टी स्पष्ट करीत असतात. संघ सदस्य तुम्ही काय बोलता आणि कसे बोलता यावरून झटकन समजून घेऊ शकतात. तुम्ही संघकार्याच्या तत्त्वज्ञानाशी एकनिष्ठ आहात की तुम्ही फक्त शाब्दिक बुडबुडे सोडताय हे कळेल.

उदा. –

तक्ता क्र. १२.३ : संघकार्याची भाषा

पारंपरिक व्यवस्थापकाची भाषा	संघनेत्याची भाषा
१) मी	१) आम्ही
२) तुमचा	२) आपला
३) मी असहमत आहे	३) तुम्ही याचा विचार केला आहे?
४) तुम्ही हे अधिक चांगल्या प्रकारे करू शकला असता.	४) आपण सर्व जण मिळून हे अधिक चांगल्या प्रकारे करू शकू.
५) तुम्ही काय करणार आहात?	५) आपण काय करायला हवे?
६) मी असे सुचवितो की...	६) तुम्ही काय सुचवू शकता?
७) येथे मला असे वाटते की...	७) आपलं एकमत आहे काय?
८) तुम्ही हे वेगळेपणाने करायला हवे होते.	८) पुढच्या वेळेस आपण हे वेगळ्या पद्धतीने कसे करू शकतो?
९) असे काही आहे का की जे मी करू शकतो?	९) सांगा, मी कशा प्रकारे मदत करू.
१०) तुम्हाला समस्या आहे.	१०) आपल्याला समस्या आहे.

‘आम्ही’ आणि ‘मी’ यांचे प्रमाण हे संघ विकसन ठरविणारे सर्वोत्कृष्ट द्योतक आहे.

निवडक प्रश्न

१) संघ म्हणजे काय?
२) ‘संघ’ संकल्पनेचा अर्थ सांगून व्याख्या द्या आणि संघाची खास वैशिष्ट्ये कोणती ते स्पष्ट करा.
३) संघाचे फायदे कोणते ते स्पष्ट करा.
४) संघ इतक्या मोठ्या प्रमाणात लोकमान्य का झाले?
५) समूह आणि संघ यातील फरक स्पष्ट करा.
६) संघाचे विविध प्रकार स्पष्ट करा.
७) उच्च कार्य प्रगती साध्य करणाऱ्या संघाची निर्मिती करताना तुम्ही कोणत्या मार्गदर्शक सूचना विचारात घ्याल?
८) व्यक्तीला संघ सदस्यामध्ये रूपांतरित करण्यासाठी कोणत्या पर्यायांचा विचार होऊ शकतो ते विस्ताराने सांगा.
९) संघ व्यवस्थापन यशस्वीपणे करण्याच्या दृष्टिकोनातून अंमलात आणावयाच्या मार्गदर्शक सूचना स्पष्ट करा.
१०) थोडक्यात टिपा लिहा –
  १) संघ व समूह संकल्पना
  २) संघाची वैशिष्ट्ये
  ३) संघाचे फायदे
  ४) संघांची लोकमान्यता
  ५) कार्यसंघ
  ६) समस्या सोडविणारा संघ
  ७) आभासी संघ
  ८) व्यवस्थापन संघ
  ९) उच्च कार्यप्रगती आणि संघ
  १०) संघ खेळाडू (Team Players)
  ११) संघ व्यवस्थापन

१३. ताणतणाव आणि संघर्ष व्यवस्थापन (भाग १)
(Stress and Conflict Management)

प्रस्तावना

जागतिक आरोग्य संघटनेने (World Health Organisation - WHO) २००१मध्ये केलेल्या पाहणीत असे आढळून आले की, जगातील प्रत्येक चार व्यक्तींमधील एक व्यक्ती उच्च ताणतणावामुळे ग्रस्त असते. २०२० पर्यंत, हृदयरोगापाठोपाठ शहरी भागात depression हे अनारोग्याचे महत्त्वाचे कारण असेल. तांत्रिक बदल प्रचंड झपाट्याने होत जाणाऱ्या जगात अधिकाधिक लोक ताणतणावाचे बळी ठरत आहेत; सर्व प्रकारच्या संस्थांमध्ये सर्व स्तरांवरच हे भयाण वास्तव असल्याचे आढळते. तुलनेने ग्रामीण भागातील जीवनाची गती मंद असते, तेथे दैनंदिन जीवनात ताणतणावाचे बळी अभावाने आढळतात. अपवाद असतात त्या अपघात अथवा अकाली मृत्यूच्या घटना.

आता हेच उदाहरण पहा. केवळ ३१ वर्षे वयाच्या एका कंपनी अधिकाऱ्याने कंपनीच्या सातव्या मजल्यावरून उडी मारून आत्महत्या केली. आपली जीवनयात्रा संपविली. एका अत्यंत कर्तबगार अधिकाऱ्याचा दुर्दैवी मृत्यू झाला. कारण ? कारण एकच, अति ताणतणाव. एम. टेक. आणि एम. बी. ए. झालेला आणि नेहमीच यशाच्या सर्वोच्च शिखरावर असणारा हा अधिकारी एका सुप्रसिद्ध नावाजलेल्या कंपनीचा पश्चिम विभागाचा प्रमुख होता. त्याने व त्याच्या संघातील सहकाऱ्यांनी मिळून जवळजवळ ५० टक्के उत्पन्न व नफा कंपनीला प्राप्त करून दिला होता. १९९४ पासून अचानक विक्रीत घट झाली आणि ही परिस्थिती सलग तीन वर्षे टिकली. वास्तविक ह्या अधिकाऱ्याने त्याच्या प्रयत्नात व कर्तव्यात कुठेही कसूर केलेली नव्हती.

परंतु, कंपनीच्या प्रमुख कार्यकारी अधिकाऱ्याने ह्या अधिकाऱ्यालाच सर्वस्वी जबाबदार धरले, त्याच्यावर सतत दोषारोप ठेवले. ह्या अधिकाऱ्याने व्यक्तिश: हे सारे बोलणे मनाला लावून घेतले. त्याची मानसिक शांतता ढळली, निद्रानाशाचा विकार जडला, मानसिक संतुलन बिघडले आणि त्याचा आत्मविश्वास गेला, ह्याची परिणती त्याने आत्महत्या करण्यात झाली. अति ताणतणावाचा एक बळी गेला.

ह्या अधिकाऱ्यासारखे शेकडो अधिकारी असतील. त्यांनी कदाचित आत्महत्या केलेली नसेल, परंतु ताणतणावाचा त्रास ते शांतपणे आणि असाहाय्यपणे सहन करीत आहेत.

उद्योजकालासुद्धा अनेक ताणतणावांना सामोरे जावे लागते. ताणतणाव म्हणजे नेमके काय, त्याचे स्वरूप काय, त्याची लक्षणे, परिणाम, कारणे, उपाय, इत्यादींवर आपण चर्चा करणार आहोत.

ताणाची संकल्पना (Concept of Stress)

तसा ताण हा शब्द सामाजिक शास्त्रांनी उचलला तो भौतिकशास्त्रामधून ! डॉ. हन्स सेले (Dr. Hans

Selye), ज्यांना 'ताणांचा जनक' (Father of Stress) असे म्हटले जाते. त्यांच्या 'ताण' या विषयावरील अभ्यासापासून, त्यांनी लिहिलेल्या पुस्तकापासून या विषयावरील विचाराला चालना मिळाली. त्यानंतर अनेक पुस्तके, शोधनिबंध प्रसिद्ध होत गेले.

ताणतणावांचा अनुभव हा आपल्या जीवनाचा अविभाज्य भाग आहे. त्यापासून सुटका करून घेण्याची आपण अविरत धडपड करीत असतो. परंतु, काही दबावच नाही अशा अवस्थेला आपण काही पोहचत नाही. तसे ते होत नाही हेच बरे! कारण तसे झाले तर आपली अवस्था फार अवघड होईल. ताणविरहित अवस्थेमुळे आपण अतिशय अक्रियाशील, मंद, अनुत्पादक असे बनू. त्यामुळे थोड्या प्रमाणात का होईना ताण असणे आवश्यक आहे. तो प्रेरणादायी, चैतन्य देणारा ठरतो. हाती घेतलेले काम त्यामुळेच पूर्ण होऊ शकते.

पण प्रमाणाबाहेर येणारा ताण विपरीत परिणाम करणारा असतो. असा ताण आपल्या कार्यक्षमता कमी करतो; जोम-उत्साह खाली आणतो; भावनिकदृष्ट्या असंतुलित करतो; आपल्या संवेदना, इतरांशी असणारे संबंध, जीवनाकडून असलेल्या अपेक्षा, शारीरिक क्षमता यांना ताणामुळे धक्का पोहचतो. कामावर लक्ष केंद्रित करणे अवघड होऊन बसते, कामातील चुकांचे प्रमाण वाढते. त्यामुळेच त्याच्यावर नियंत्रण ठेवण्याचा विचार करावा लागतो.

ताणाच्या व्याख्या (Definitions of Stress)

''मानसिक किंवा भावनिक स्थितीत व्यत्यय आणणारी किंवा असमाधान निर्माण करणारी अवस्था. ती दुःखकारक, क्लेशदायक अशी परिस्थिती आहे.''

डॉ. हर्बर्ट बेन्सन यांच्या मते, "We define Stress as environmental condition that requires behavioural adjustment." बाह्य परिस्थितीशी जुळवून घेण्याची आवश्यकता म्हणजे ताणतणाव. ह्या व्याख्येत डॉ. हर्बर्ट बेन्सन यांनी थेट मनालाच हात घातला आहे. कारण परिस्थितीशी जुळवून घेण्याची क्षमता हा मानवाचाच गुणधर्म आहे.

"Stress is an adaptive response to an external situation that results in physical, psychological and/or behavioural deviations for organizational participants." - Fred Luthans

''फ्रेड लुथान्स यांच्या मते, ताणतणाव म्हणजे बाह्य परिस्थितीला दिलेला अनुकूल प्रतिसाद होय की ज्यामुळे संघटनांमध्ये सहभागी होणाऱ्यांच्या शारीरिक, मानसशास्त्रीय आणि/अथवा वर्तनात्मक मार्गच्युति निष्पन्न होतात.''

Stress in individuals is defined as any interference that disturbs a person's healthy, mental and physical wellbeing.

''व्यक्तीतील ताणतणाव म्हणजे अशी कोणतीही ढवळाढवळ की ज्यामुळे व्यक्तीची आरोग्याची, मानसिक आणि शारीरिक सुस्थिती बिघडवते.''

A widely used working definition is an adaptive response, mediated by individual differences and/or psychological processes, that is a consequence of any external (environmental) action, or event that places excessive psychological and/or physical demands on a person.

John M. Ivancevich and Michael T. Matteson define stress simply as "the interaction of the individual with the environment."

"Stress is a condition arising from the interaction of people and their jobs and characterised by changes within people that force them to deviate from their normal functioning."

- Terry A Beehr and J.E. Newman

Etymologically, the word stress is derived from the Latin word 'stringer', which means to 'draw tight'. Perhaps no other word could have been a better choice for 'stress!' The word itself brings to us immediately a mental image of an individual with a noose of uneasiness and distress that is gradually tightening its hold, taking all in its grip, till it eventually, strangulates the individual.

Stress is a dynamic condition in which an individual is confronted with an opportunity constraint or demand related to what he or she desires and for which the outcome is perceived to be both uncertain and important.

-R.S.Schuler

Stressors : It is actually the situations in our life that provide external stimuli. These stimuli or stress causing factors are stressors.

Eustress : Eustress is the term used to describe positive stress. Eustress is often viewed as motivator since, in its absence, the individual lacks that edge necessary for peak performance.

Distress : When stress becomes too unpleasant it becomes distress and the burn-out is not far away.

ताणाची संकल्पना, व्याख्या आणि आनुषंगिक संकल्पनांच्या चर्चेवरून आपल्याला असे म्हणता येईल की जीवनात काही ताण आवश्यक असतात. डॉ. जे. ओसवॉल्ड सँडर्स यांनी यथार्थपणे असे म्हटले आहे की, वीणा अथवा सारंगी या वाद्यातील तारा योग्य पद्धतीने ताणल्या नाहीत तर त्या वाद्यातून संगीत निर्माण होऊ शकत नाही. जीवनाचेसुद्धा तसेच असते. थोडासा ताण, थोडासा संघर्ष असल्याशिवाय आपल्याला जीवन जगण्याची प्रेरणा मिळत नाही. जीवनातील सर्वांत मोठी यशस्विता म्हणजे योग्य कारणासाठी केलेले प्रयत्न व त्यातून गाठलेली ध्येयपूर्ती आणि त्याचे समाधान आणि ताणाशिवाय हे यश मिळविणे अशक्यच आहे. म्हणूनच ताणाचे रूपांतर जाणीवपूर्वक दृष्टिकोन बदलण्याने आनंदात करता येऊ शकते.

ताणतणाव म्हणजे काय नाही ? (What is not stress?)

ताणतणाव म्हणजे काय हे अधिक स्पष्ट होण्यासाठी ताणतणाव म्हणजे काय नाही हे लक्षात घेणे गरजेचे आहे. खालीलपैकी कोणतीच गोष्ट म्हणजे ताणतणाव नाही–

केवळ चिंता किंवा भययुक्त बिकट स्थिती म्हणजे ताणतणाव नव्हे : ही लक्षणे म्हणजे ताणतणाव नव्हे. ज्या व्यक्तींमध्ये ही लक्षणे आढळतात, त्या ताणतणावाखाली असतीलच असे नाही. तसेच ज्या व्यक्ती ताणतणावाखाली आहेत, त्या चिंता किंवा भययुक्त बिकट स्थिती दर्शवतीलच असे नाही.

ताणतणाव प्रत्येक वेळी हानिकारक असायलाच हवा असे नाही : अनेक व्यक्ती ताणतणाव कोणताही दबाव न घेता अनुभवतात. दैनंदिन जीवनातील कृत्येही ताणतणावपूर्ण असू शकतील, पण हानिकारक अजिबात नाही.

जादा काम केल्याने कधीही ताणतणाव येत नाही : ताणतणावग्रस्त व्यक्ती ह्या जादा काम करणाऱ्या असत नाहीत. करण्यासाठी अगदीच कमी काम असेल तरीसुद्धा ताणतणाव येऊ शकतो.

ताणतणाव टाळता येत नाही : ताणतणाव हा जीवनाचा अविभाज्य भाग आहे. तो टाळता येत नाही, ह्या वास्तवाचे भान असायला हवे. काय टाळायला हवे तर ताणतणावाला नकारात्मक पद्धतीने प्रतिक्रिया देणे.

शरीराची प्रतिसाद देण्याची क्षमता मर्यादित असते : ताणतणाव हे शरीराच्या जीवशास्त्राशी संबंधित प्रतिसाद तंत्र आहे. परंतु, ताणतणाव निर्माण करणाऱ्या घटकांना प्रतिसाद देण्यासाठी शरीराची प्रतिसाद शक्ती मर्यादित असते. कार्यांगण (Work Place) तेथील व्यक्तींकडून अनेक प्रकारच्या गोष्टींची अपेक्षा करीत असते आणि प्रदीर्घ काळासाठी त्यांच्यावर प्रचंड ताणतणाव राहिला तर ताणतणाव निर्माण करणाऱ्या घटकांना सामोरे जाण्याची त्यांची क्षमताच संपुष्टात येईल. (ह्या प्रकरणाच्या प्रारंभी दिलेले उदाहरण आठवून पहावे.)

ताणाचे स्वरूप (Nature of Stress)

आत्तापर्यंतच्या चर्चेनुसार ताण हा धनात्मक व ऋणात्मक अशा दोन्ही स्वरूपात आढळतो. परंतु, व्यवहारात जेव्हा हा शब्द वापरला जातो तेव्हा तो नकारात्मक अर्थानेच घेतला जातो.

प्रत्येकाला अनुभवाला येणारा ताण सारख्या प्रमाणातच असेल, असे म्हणता येणार नाही. कारण प्रसंग एकच असला तरी प्रत्येक व्यक्ती त्या प्रसंगाकडे कोणत्या दृष्टिकोनातून पाहते हे महत्त्वाचे आहे. याबरोबरच व्यक्ती कोणत्या प्रकारच्या कौटुंबिक परिस्थितीत वाढली, तिचे संगोपन पालकांनी कोणत्या पद्धतीने केले, व्यक्तींचे शिक्षण, वय, आयुष्यात आलेले अनुभव, ज्या परिस्थितीत ती सध्या जगत आहे ती परिस्थिती. जीवनाकडे पाहण्याचा दृष्टिकोन, आयुष्याकडून असलेल्या अपेक्षा, श्रद्धा, शारीरिक निरोगीपणा, रोजच्या जेवणात येणारे अन्नपदार्थ, शारीरिक क्षमता, समायोजन करण्याची ताकद, सवयी, व्यक्तीचे व्यक्तिमत्त्व या सर्व गोष्टी ताणाला तोंड देण्यात व्यक्ती कितपत यशस्वी होऊ शकते, हे ठरवित असते. आर्थिक विवंचना आहेत का, कामाचा ताण किती आहे, कोणकोणत्या समस्यांना व्यक्तीला एकाच वेळी तोंड द्यावे लागत आहे, ध्वनिप्रदूषण यांसारखे घटक व्यक्तीच्या ताणाची तीव्रता ठरवित असतात; त्यांचाही ताणाला तोंड देण्याच्या क्षमतेवर निश्चितच परिणाम होतो.

ताणाचे ढोबळमानाने तीन प्रकार पडतात. ते खालील आकृतीवरून स्पष्ट होतील –

ताणाचे ढोबळ प्रकार

ताणाची अपरिहार्यता	आवश्यक ताण	अनावश्यक ताण

१) **ताणाची अपरिहार्यता** – ताणाची अपरिहार्यता म्हणजे आयुष्यात कोणत्या ना कोणत्या स्वरूपाचा ताणतणाव हा असणारच. याचे कारण असे की हे जग परस्पर-विरोधावर आधारित आहे. म्हणूनच काही प्रश्न, संघर्ष, ताणतणाव हे आयुष्यात अपरिहार्यच आहेत.

२) **आवश्यक ताण** – काही प्रमाणात ताण जगण्यासाठी आवश्यकच असतो. अधिक कार्य करण्यासाठी प्रेरणा म्हणून काही प्रमाणात ताणांचा उपयोग होतो. महत्त्वाकांक्षा, स्पर्धा, उत्पादनाचा सर्वोत्कृष्ट दर्जा, श्रीमंतीची इच्छा, इ. गोष्टी कर्तबगारीची प्रेरणा असेल तरच साध्य होऊ शकेल. म्हणूनच आयुष्यात ताणतणाव हे काही प्रमाणात आवश्यक आहेत.

३) **अनावश्यक ताण** – काही ताणतणाव असे असतात की ते माणूस स्वतःच्या स्वभावाने निर्माण करतो आणि वास्तविक पाहता ते अनावश्यक असतात. ते धोकादायकही ठरू शकतात. कारण प्रमाणाबाहेरील ताण घातकच असतात. प्रसंगी ते जिवावर बेतू शकतात.

ताणाचे प्रमाण हे व्यक्तिपरत्वे, घटनेपरत्वे कमी-जास्त प्रमाणात असते. कारण ते व्यक्तीसापेक्ष आणि परिस्थिती-सापेक्ष असते.

ताणाची लक्षणे आणि परिणाम (Symptoms and Effects of Stress)

ताण निर्माण झाला की नेमके काय होते, याचे या प्रश्नाचे उत्तर एका वाक्यात द्यायचे झाले तर शारीरिक व मानसिक, भावनिक असंतुलन होणे हे ताणाचे प्रमुख लक्षण आहे.

ताणाला सामोरे जाणाऱ्या व्यक्तीच्या शारीरिक आणि मानसिक स्थितीत फरक पडत जातो. शरीर त्याच्याशी सामना तरी करते, नाही तर पलायनवाद तरी स्वीकारते. परकोटीचा ताण निर्माण झाला की शारीरिक व मानसिक, भावनिक असंतुलन व्हायला लागते.

सुरुवातीला पाहिले त्याप्रमाणे काही एका प्रमाणात ताण असणे आपल्याला आवश्यक असते. असा ताण आपल्याला प्रोत्साहन देतो, कार्यप्रवृत्त करतो. परंतु, अति प्रमाणातील व सतत अनुभवाला येणारा ताण हा शारीरिक, मानसिक आणि वर्तनात्मकदृष्ट्या घातक ठरतो. अशा ह्या ताणतणावाची लक्षणे खालीलप्रमाणे आहेत–

१) **ताणाचे शारीरिक परिणाम (Physiological Effects of Stress) :** पचनशक्ती बिघडणे, निद्रानाशाचा विकार जडणे, श्वसनक्रिया असंतुलित होणे, डोकेदुखी जडणे, हृदयाच्या कार्यावर विपरीत परिणाम होणे, अल्सर, कॅन्सर, हृदयविकाराची लक्षणे दिसू लागणे, सतत थकवा जाणवू लागणे, वजन कमी किंवा फार जास्त होणे.

२) **ताणाचे मानसिक परिणाम (Psychological Effects of Stress) :** अति चिंता, राग, विफलता येणे, उत्साह कमी होणे, अनामिक भीती निर्माण होणे, अपयशाची भावना येणे, एकाकीपणा वाटणे, आत्मविश्वास कमी होणे, गोंधळल्यासारखी अवस्था होणे, अस्वस्थता आढळणे, जगण्याची इच्छा कमी होणे, मन एकाग्र करणे अवघड होणे, निर्णय क्षमतेवर विपरीत परिणाम होणे, स्मरणाच्या प्रक्रियेत बाधा येणे.

३) **ताणाचे वर्तनात्मक परिणाम (Behavioural Effects of Stress) :** अपघात प्रणवता येणे, स्वत:कडे दुर्लक्ष केले जाणे, कामाची गुणवत्ता कमी होणे, खाण्याचे प्रमाण नेहमीपेक्षा कमी किंवा जास्त होणे, मित्र-मैत्रिणींशी असलेले संपर्क कमी केले जाणे, नखे खाणे किंवा सतत पाय हलविणे (यातून अस्वस्थता दिसून येते).

या विविध परिणामांपासून/लक्षणांपासून स्वत:ला वाचविण्यासाठी प्रत्येक व्यक्ती प्रयत्न करीत राहते. काही व्यक्ती संघर्षांना, ताणांना प्रत्यक्ष तोंड देण्यापेक्षा संरक्षण यंत्रणा (Defence Mechanism) या अप्रत्यक्ष मार्गाचा अवलंब करतात. दिवास्वप्न पाहणे, दमन करणे, एखादी भावना पाहिजे त्या ठिकाणी व्यक्त न करता आल्यास दुसऱ्या ठिकाणी व्यक्त करणे म्हणजेच 'भाव-विस्थापन' करणे, जेथे यश मिळविणे शक्य झालेले नाही, त्या क्षेत्रात दुसऱ्या व्यक्तीने यश मिळविल्यास त्या आनंदात सहभागी होऊन म्हणजे 'तादात्मीकरण' करून ताण कमी करण्याचा प्रयत्न केला जातो. तर काही व्यक्ती अति धूम्रपान करणे, दारू पिणे, मादक पदार्थांचे सेवन करणे यातून ताणाला बाहेर काढण्याचा प्रयत्न करतात; पण हे ताणावर विजय मिळविण्याचे अयशस्वी मार्ग आहेत.

> *The greatest stressors are the psychic stressors, the unpleasant emotions. The unpleasant emotions can stimulate any or all of the many harmones. What is more, a very acute emotion will produce immediate, profound effects to a much greater degree than will any other typeof stressor.*
>
> *- Dr. Hans Selye*

हार्वर्ड विद्यापीठातील डॉ. वॉल्टर कॅनन व डॉ. हन्स सेले यांना संशोधनात असे आढळून आले की, मानसिक ताणामुळे शरीरातील संप्रेरकात मोठ्या प्रमाणात बदल घडतात व त्याची बाह्य चिन्हे शारीरिक रोगाच्या रूपाने नंतर आढळतात. सततच्या मानसिक संघर्षाने शरीरात दीर्घ मुदतीचे रासायनिक बदल घडून आल्याने त्यातूनच उच्च रक्तदाब, अल्सर, धमनी काठिण्य, रोग प्रतिकारक शक्ती कमी होणे इत्यादी रोग होऊ शकतात. शास्त्रज्ञांच्या मते संशोधनांती हे सिद्ध झालेले आहे की, विशिष्ट प्रकारचे ताण आणि विशिष्ट प्रकारचे रोग यात काही संबंध आढळतो.

तक्ता क्र. १३.१ : वैद्यकीय संशोधनानुसार रोगातील लक्षणांचा उगम भावनिक तणावातच असतो. तो किती प्रमाणात असतो त्याचा तक्ता–

आजार	टक्के
१) गॅस होणे	९९.४४
२) घशास गाठ	९०
३) थकवा	९०
४) भोवळ येणे	८०
५) डोकेदुखी	८०
६) मानेच्या मागील भागास दुखणे	७५
७) बद्धकोष्ठता	७०
८) पित्ताशयातील वेदनेप्रमाणे वेदना	५०
९) अल्सर (व्रण) सारखे दुखणे	५०

ताणतणावाची स्थिती निर्माण झाल्याची लक्षणे

ताण सहन करण्याची प्रत्येक व्यक्तीची क्षमता भिन्न भिन्न असते. त्या क्षमतेच्या मर्यादेत असणारे छोटे–मोठे ताण सोसतच तो जगत असतो. तो सहनही केला जातो. मात्र, मर्यादेपलीकडील ताणांचे परिणाम मन आणि शरीर या दोहोंवर होतात, समतोल बिघडतो आणि या स्थितीलाच 'ताणस्थिती' असे म्हणतात. मन, भावना व शरीर यावर ताणाचा वेगवेगळा परिणाम होतो. तो प्रत्येक वेळी, प्रत्येकावर एकच व सारखा असेल असे नाही. ह्या लक्षणांचे वर्गीकरण ३ भागात केलेले असून ते खालीलप्रमाणे–

अ) शारीरिक ताणाची लक्षणे

१) श्वसनाचा त्रास, २) विश्रांतीच्या वेळेसही श्वसनाचा त्रास, ३) तोंड कोरडे पडणे, ४) घाम येणे, ५) थरथरणे, ६) पाठदुखी, ७) घसा, छाती, पोट, मान, जबडा, खांदे अशा ठिकाणी ताण येणे, ८) हात–पाय थंड होणे, ९) डोकेदुखी, अर्धशिशी, १०) आवाजाची तीव्रता वाढणे, ११) घसादुखी, १२) स्नायूंचे अनैच्छिक आखडणे - (चेहरा, डोळे, तोंड इ.) १३) तोंड कोरडे पडणे, १४) अल्सर, १५) भोवळ येणे, १६) अतिसार, १७) पोटदुखी, पोटात गोळा येणे, १८) तिटकारा, १९) क्षीण वाटणे, २०) थकवा येणे, २१) लैंगिक समस्या, २२) अपचन, २३) झोपेच्या तक्रारी, २४) मूत्रविकार इ.

ब) मानसिक ताणाची लक्षणे

१) साध्या साध्या गोष्टी अवघड वाटणे (बेरीज–वजाबाकी करणे, सोपी यंत्रे हाताळणे), २) एकाग्रतेचा

अभाव, ३) लोक किंवा घटना यांचे चुकीचे अर्थ लावणे, ३) ग्रह करून घेणे, ४) नुकत्याच घडलेल्या घटना लक्षात न राहणे, ५) अतार्किक आणि घाईघाईने चुकीचे निर्णय घेणे, ६) सुसूत्रता न करता येणे, ७) क्षुल्लक गोष्टीत अवास्तव लक्ष घालणे, ८) विसराळूपणा, ९) अचूकता कमी होणे, १०) नवीन माहिती स्वीकारण्याची क्षमता नसणे, ११) वारंवार चुका होणे, १२) अनिश्चय.

क) भावनिक ताणाची लक्षणे

१) उपहास वृत्ती, २) विनोदीवृत्तीचा अभाव, ३) छळ होत असल्याची भावना, ४) अनावश्यक काळजी करणे, ५) अन्यायाची भावना, ६) अकारण तीव्र भीती, ७) औदासिन्य, ८) चिंता, ९) निवृत्ती, १०) घबराट होणे, ११) एकाकीपणा, १२) राग येणे, १३) स्वप्नाळूपणा

ताणाचे स्रोत (Sources of Stress) : अनुभवाला येणाऱ्या ताणांच्या कारणांचे आपण वर्गीकरण करू शकतो.

१) **भौतिक घटक (Physiological Determinants) :** विविध प्रकारची प्रदुषके, काही औषधे, विषारी वातावरण, रासायनिक घटक, कर्कश्य आवाज, अति उष्ण किंवा अति थंड हवामान, अशासारखे भौतिक घटक ताण निर्माण करतात.

२) **सामाजिक घटक (Social Determinants) :** इतर व्यक्तींबरोबर आपल्या सतत आंतरक्रिया घडून येत असतात. त्यांच्याशी होणाऱ्या संपर्कातून काही ताणांची उत्पत्ती होत असते. जसे कौटुंबिक सभासदांशी न पटणे, प्रिय व्यक्तीशी फारकत, याप्रमाणे जवळच्या व्यक्तीचा मृत्यू, नोकरी जाणे, राहण्याची जागा बदलणे, सेवानिवृत्ती, नवीन आर्थिक जबाबदाऱ्या या गोष्टी व्यक्तीला ताणाखाली आणतात.

३) **मानसिक घटक (Psychological Determinants) :** मानसिक स्वरूपाचे ताण शारीरिक कारणांमधून किंवा सामाजिक घटकांमधून किंवा आपण स्वत: निर्माण केलेले असू शकतात. मानसिक ताण हे तीव्र नकारात्मक भावनांच्या रूपात असतात. भीती, क्रोध, अपराधीपणा, तिरस्कार, चिंता, दु:ख, न्यूनगंड, वैफल्य, अशांसारख्या भावना आपली शक्ती खर्च करतात.

असे भौतिक, सामाजिक, मानसिक ताण निर्माण करणारे घटक आपल्या नित्य अनुभवाला येतात. त्यांचा विचार आपल्याला करावा लागतोच. परंतु, ज्या कामामध्ये, व्यवसायामध्ये आपला दिवसातील बराच वेळ आणि आयुष्यातील बराच काळ जातो त्या व्यवसायाशी संबंधित असेही ताण निर्माण करणारे अनेक घटक असतात. आपल्या संशोधनातून कूपर आणि मार्शल (Cooper and Marshall) यांनी कामातील पुढील बाबी या ताण निर्माण करू शकतात असे नमूद केले आहे.

अ) ज्या वातावरणात काम करावे लागते ते वातावरण, कामाचा बोजा असणे किंवा फार कमी काम असणे, कामाचे बरेच तास, कामासाठी करावा लागणारा अतिप्रवास, कामाच्या संदर्भात सतत घ्यावे लागणारे निर्णय, काम पूर्ण करण्याच्या वेळेच्या सीमारेषा या गोष्टी व्यक्तीवर बराच ताण आणतात.

ब) कोणते तरी काम करण्यासाठी व्यक्तीला नोकरीवर ठेवले जाते. परंतु, आपली भूमिका कोणती हेच न कळणे, वेगवेगळ्या भूमिका एकाच वेळी पार पाडाव्या लागण्यातून निर्माण होणारी भूमिका - संघर्ष, इतर व्यक्तींच्या बाबत किंवा साधनांबाबत असणारी जबाबदारी यातून व्यक्तीवर ताण येऊ शकतो. निर्णय प्रक्रियेमध्ये सहभागी होता न येणे, वरिष्ठांचे सहकार्य नसणे, स्वत:च्या कामाचा दर्जा सातत्याने प्रगतिपथावर ठेवण्याची गरज असणे, अशासारखे घटक ताणामध्ये भर टाकतात.

क) ज्या कामासाठी व्यक्तींची नेमणूक झाली त्या पदामध्ये कसलाही बदल न होता सेवानिवृत्त होण्याची वेळ

येणे ही फार मोठी विफलता आणणारी बाब असते, जी ताण निर्माण करते; नोकरीची हमी नसल्यामुळे येणारी असुरक्षितता, सेवानिवृत्तीच्या वयापूर्वी सेवानिवृत्त होण्यास भाग पाडणे किंवा कोणत्याही दिवशी कामावरून काढून टाकण्याची भीती या बाबी व्यक्तीसाठी तणाव निर्माण करतात.

ड) सहकाऱ्यांशी संघर्ष, पदोन्नतीसाठी संधी नसणे, प्रगती करण्यासाठी वाव नसणे, कामाचे मोठ्या प्रमाणातील केंद्रीकरण, औद्योगिक मंदीमुळे होणारे व्यावसायिक नुकसान या गोष्टी ताण आणण्यास कारणीभूत होतात.

इ) कामाबाहेरील वातावरणातील घटक कामामध्ये ताण आणू शकतात. मोठ्या प्रमाणात सामाजिक बदल होणे, तांत्रिक बदल, कौटुंबिक समस्या, जीवनाच्या इतर क्षेत्रातील समस्या, कामावर लक्ष केंद्रित करणे अवघड करतात. काही वेळा शारीरिक, मानसिक आरोग्यावर त्याचा विपरीत परिणाम होऊ शकतो.

वरील मुद्द्यांव्यतिरिक्त ह्या संदर्भात आणखी काही मुद्द्यांची चर्चा येथे केलेली आहे.

ताणतणावांच्या स्रोतांनाच (Sources) ताणतणाव निर्मिती करणारे घटक (Stressors) म्हणतात. हे घटक म्हणजे जणू काही ताणतणावाचा पूर्वगामी शब्द (antecedents) आहे असे म्हटले तरी वावगे ठरणार नाही. ह्या घटकांचे चार भागात वर्गीकरण करता येते – पर्यावरणात्मक (Environmental), संघटनात्मक (Organisational) समूह (Group) आणि व्यक्तिगत (Individual) हे खालील आकृतीत दर्शविण्यात आले आहेत.

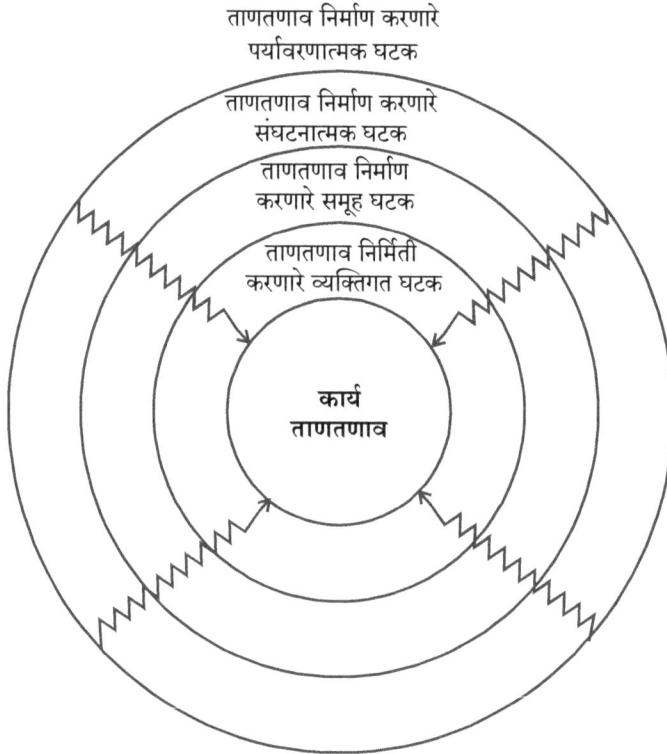

आकृती क्र. १३.१ : ताणतणावाचे स्रोत

ह्या घटकांमध्ये कोणकोणत्या मुद्द्यांचा समावेश होतो हे समजल्यास आपल्या आयुष्यात त्याबद्दल आपण अधिक जागरूक राहू.

अ) ताणतणाव निर्मितीचे पर्यावरणात्मक घटक – ह्या घटकांचा परिणाम संघटनेवर होतो आणि परिणामत: ताणतणावावरसुद्धा होतो. संघटनेतील कर्मचाऱ्यांना ज्या घटकांना सामोरे जावे लागते त्यामध्ये प्रामुख्याने अतिशय वेगाने होणारे तांत्रिक बदल, कुटुंबाकडून अपेक्षा आणि इच्छा, आर्थिक आणि वित्तीय परिस्थिती, जाती-धर्म, वंश, राष्ट्रीयत्व, इ.

वैद्यकशास्त्राने एकीकडे प्रगती करून माणसाचे आयुर्मान वाढवलेले आहे तर दुसरीकडे आधुनिक जीवनशैलीने माणसाला ताणतणाव निर्माण केलेले आहेत. अति धावपळ, फिरस्ती, शहरीकरण आणि खच्चून गर्दी यामुळे माणसाचे स्वास्थ्य हरवले आहे आणि कार्यांगणातील ताणतणाव वाढीस लागला आहे. अलीकडच्या काळात आर्थिकदृष्ट्या कमकुवत असणारे एक तर स्वत: जादा काम करून पैसा मिळवितात किंवा त्यांचा जोडीदारसुद्धा नोकरी करतो आणि कमावतो. ह्यामुळे त्यांचा करमणूक, विश्रांती आणि कौटुंबिक कार्यक्रमांसाठी आवश्यक वेळ कमी झाला आहे. कर्मचाऱ्यांवर अधिक ताण हाच त्याचा परिणाम झालेला आहे.

ब) ताणतणाव निर्मिती करणारे संघटनात्मक घटक – ताणतणाव निर्माण करणारे घटक केवळ संघटनेबाहेरच असतात असे नव्हे तर संघटनांतर्गत घटकसुद्धा असतात. धोरणे आणि व्यूहरचना, रचना आणि डिझाईन, प्रक्रिया आणि कार्य परिस्थिती, इत्यादींचा समावेश ह्या घटकात होतो. निरनिराळी आव्हाने पेलण्यासाठी जे संघटनात्मक बदल केले जातात, त्यापाठोपाठ काही ताणतणावही येतातच. उदा. संघटनेची Downsizing Policy ह्यामुळे कर्मचाऱ्यांच्या संख्येत प्रचंड कपात केली जाते आणि साहजिकच त्या संघटनेत उरलेल्या अन्य कर्मचाऱ्यांवर कामाचा प्रचंड बोजा येतो, ते वेडेपिसे होतात. अन्य देशातील (उदा. जपान) व्यवस्थापकांबरोबर स्पर्धा करायची म्हटलं तर जादा तास काम करावे लागते आणि त्याचाही ताण त्या व्यवस्थापकांवर येतो. कर्मचारी आणि व्यवस्थापन यांच्यातील संघर्ष वाढीस लागतो. त्यामुळेही ताणतणाव निर्माण होतो. महिला कर्मचाऱ्यांनासुद्धा कामाच्या जादा बोजामुळे ताण निर्माण होतो. ह्या व्यतिरिक्त कार्यांगणात प्रचंड गर्दी, ध्वनिप्रदूषण, उष्णता, थंड आणि दूषित हवा, उग्र दुर्गंध, अपुरी प्रकाश योजना, इत्यादीसुद्धा ताणतणाव निर्मिती करणारे घटक ठरू शकतात.

क) ताणतणाव निर्मिती करणारे समूह घटक – लोक बऱ्याचदा औपचारिक आणि अनौपचारिक समूहाचे सदस्य असतात. ज्या विभागात अथवा खात्यात तो कर्मचारी कार्यरत असतो, तो त्याचा औपचारिक समूह असतो आणि ह्या समूहाचा त्या व्यक्तीवर प्रचंड प्रभाव असतो. तोच समूह ताणतणाव निर्मितीचा घटकसुद्धा ठरू शकतो ह्या घटकांचे तीन भागात वर्गीकरण करता येईल–

१) **एकत्रितपणाचा अभाव –** एकत्रितपणामुळे कर्मचाऱ्यांना समाधान लाभते. एकत्रितपणाच्या अभावामुळे मात्र संघर्ष निर्माण होतो आणि ताणतणाव निर्मितीला हा घटक कारणीभूत ठरतो. विकासाची संधी कर्मचाऱ्याला नाकारली जाणे आणि त्याचा कर्मचारी म्हणून अन्य कर्मचाऱ्यांनी स्वीकार न करणे ह्यामुळेसुद्धा कर्मचाऱ्यात ताणतणाव निर्माण होतो.

२) **सामाजिक सहकार्याचा अभाव –** आनंदाच्या आणि दु:खाच्या प्रसंगी आपण आपल्या समूहातील सहकाऱ्याकडून सहकार्याची अपेक्षा करतो. जर असे सहकार्य मिळाले तर आपल्याला खूप बरे वाटते. अशा सहकार्याचा अभाव असेल तरीसुद्धा ताण निर्माण होऊ शकतो.

३) **आंतर–व्यक्ती आणि आंतर–समूह संघर्ष –** गरजा आणि मूल्यं यांच्याबाबत समूहातील सहकाऱ्यांबरोबर काही मतभेद असतील, विसंगती असेल तर आंतर-व्यक्ती संघर्ष निर्माण होतो. तसेच उद्दिष्ट आणि ध्येय याबाबत समूहा-समूहात मतभेद असतील, विसंगती असेल तर आंतरसमूह संघर्ष निर्माण होतो. ह्यामुळेसुद्धा व्यक्तींमध्ये ताणतणाव निर्माण होतो.

ड) ताणतणाव निर्माण करणारे व्यक्तिगत घटक – वरील परिच्छेदातून वर्णन केलेल्या घटकांव्यतिरिक्त ताणतणाव निर्माण करणारे व्यक्तिगत घटकही असतात, ते खालीलप्रमाणे–

१) भूमिका संघर्ष आणि संदिग्धता – कर्मचाऱ्याला संघटनांतर्गत आणि संघटनेबाहेर विविध प्रकारच्या भूमिका पार पाडाव्या लागतात. उदा. वरिष्ठ, कनिष्ठ, सहकारी, कुटुंब, समाज, इ. ह्या विविध भूमिकांमधून अन्य सदस्यांकडून काही अपेक्षा असतात. ह्या अपेक्षांमध्ये तफावत पडल्यास भूमिकांमध्ये संदिग्धता निर्माण होते. ह्या अपेक्षांमधून कर्मचाऱ्याकडून संघर्षात्मक मागण्या केल्या गेल्या तर भूमिकांमधील संघर्ष अनुभवास येतो.

२) व्यक्तिमत्त्वातील गुणवैशिष्ट्ये – व्यक्तिमत्त्वाचा परिणाम वर्तनावर होतो. गुणवैशिष्ट्ये व्यक्तिपरत्वे भिन्न-भिन्न असतात. व्यक्तीची व्यक्तिमत्त्वाची ठेवण व ताण यांचा जवळचा संबंध आहे. फ्रीडमन आणि रोझेनमन (Friedman and Rosenman) यांनी व्यक्तिमत्त्वाचा प्रकार आणि ताण यांचा एकमेकांशी संबंध असण्यावर भर दिला. त्यांनी 'व्यक्तिमत्त्व प्रकार-अ' (Type 'A' Personality) आणि 'व्यक्तिमत्त्व प्रकार-ब' (Type 'B' Personality) असे व्यक्तिमत्त्वाचे दोन प्रकार सांगितले. यांपैकी 'व्यक्तिमत्त्व प्रकार-अ' या वर्गीकरणातील व्यक्ती ताण जास्त दाखवितात. कारण अशा व्यक्ती सतत कोणत्या ना कोणत्या कारणाने प्रेरित झालेल्या असतात. त्यांचे चालणे-बोलणे-खाणे अतिशय जलद गतीने होते. त्या स्वभावाने अस्वस्थ असतात, एकाच वेळी दोन गोष्टी करण्याचा त्यांचा प्रयत्न असतो, विश्रांती घेणे त्यांना जमत नाही, या व्यक्ती यश संख्येने मोजतात, त्या आक्रमक व स्पर्धा वृत्तीच्या असतात, सतत प्रत्येक गोष्ट वेळेत करून देण्याचे त्या दडपण घेतात. त्या अतिशय महत्त्वाकांक्षी असतात, कायम हालचाल करणाऱ्या आणि फावल्या वेळेत गप्प न बसणाऱ्या असतात. या त्यांच्या स्वभाव गुणधर्मामुळे त्यांना 'ताण-प्रवण' (Stress Prone) व्यक्ती म्हणता येते. साहजिकच अशा व्यक्ती सतत दडपणाखाली आढळतात.

याउलट, 'व्यक्तिमत्त्व प्रकार-ब' या वर्गीकरणातील व्यक्तिमत्त्वाच्या व्यक्ती वेळेचे दडपण घेत नाहीत, शांत असतात, खेळतानासुद्धा जिंकण्यापेक्षा गंमत म्हणून खेळण्याची मनोवृत्ती दाखवितात. अपराधीपणा मनात न ठेवता विश्रांती घेऊ शकतात. अंतिम सीमारेषा ठरवून काम करीत नाहीत, कधीच घाईत नसतात. सहकार्य करणाऱ्या असतात आणि यश गुणात्मक दृष्टिकोनातून मोजतात. एकूण या व्यक्तींचे स्वभाव गुणधर्म ताण न घेण्याकडे झुकलेले दिसतात. साहजिकच ताणाची समस्या त्यांनी कमी प्रमाणात भेडसावते.

हृदयरोग तज्ज्ञांच्या मते, 'व्यक्तिमत्त्व प्रकार अ'चे कर्मचारी विलक्षण ताण अनुभवतात. याउलट, 'व्यक्तिमत्त्व प्रकार ब' चे कर्मचारी धीमे आणि निवांत असल्यामुळे विशाल दृष्टिकोन स्वीकारतात. परिणामत: ते कमी ताण-प्रवण असतात.

३) आयुष्य आणि जीवनक्रम (Career) बदल – आयुष्यातील काही बदल हे अतिशय संथ असतात. (उदा. माणूस वयस्कर होणे) तर काही बदल हे अतिशय अचानक आणि शीघ्र असतात (उदा. जोडीदाराचे मरण). विशेषत: जे बदल अचानक आणि शीघ्र असतात, त्यांच्याबाबत माणसावर नाट्यमय परिणाम होतो. वैद्यकीय संशोधनाने असे सिद्ध झालेले आहे की एखाद्याच्या आयुष्यात अशा प्रकारचे बदल वारंवार येत राहिले तर आरोग्यावर त्याचे दुष्परिणाम होत जातात. जीवनक्रम बदलामुळेसुद्धा हे होऊ शकते. वारंवार आणि अचानकपणे जीवनक्रमात बदल, कामाच्या स्वरूपात आणि जबाबदारीत बदल, बेरोजगारी, इत्यादींमुळे ताणतणाव निर्माण होऊ शकतात.

याखेरीज विशेष करून भारतीय कर्मचाऱ्यांच्या बाबतीत विशिष्ट परिस्थिती उद्‌भवतात. ज्यामध्ये त्यांच्यात ताणतणाव निर्माण होतो. ताणतणाव व्यवस्थापन क्षेत्रातील तज्ज्ञांचे असे मत आहे की, भारतीय कर्मचाऱ्यांच्या

बाबतीत ताणतणाव निर्माण होण्याची बव्हंशी कारणे पुढील घटकात सामावलेली आहेत – कुटुंब, नातेवाईक, मित्रमंडळी, समाज यांच्याकडून वेळ आणि पैसा यांची मागणी, समाजासाठी आणि नातेसंबंधांसाठी द्यावयाचा रिकामा वेळ, इ. मानसशास्त्रज्ञांनी असे सिद्ध केलेले आहे की, कौटुंबिक समस्यांमुळे माणसाच्या कामाच्या ठिकाणी चिंता उत्पन्न होते आणि कामामध्ये ताण निर्माण होतो. अल्पावधीमध्ये बरेच काही साध्य करण्यामुळेसुद्धा व्यक्तिगत आयुष्यात ताणतणाव निर्माण होऊ शकतात. भारतीय व्यवस्थापक आणि व्यावसायिक ३५ ते ४५ वयाच्या कालखंडातील वैशिष्ट्यपूर्ण बदलाच्या प्रक्रियेतून जातात. जे लोक ह्या कालखंडाशी व्यवस्थितपणे एकरूप होत नाहीत त्यांच्या प्रवृत्ती बदलतात आणि जीवनक्रमाच्या उर्वरित कालखंडात ताणतणाव सहन करतात. परिणामत: त्यांना मज्जातंतूंचा विकार जडतो आणि त्यातून व्यवस्थापक आणि व्यावसायिकांना ताणतणाव निर्माण होतो.

ताणतणावांचे व्यवस्थापन – वैयक्तिक आणि संघटनात्मक मार्ग (Stress Management - Personal and Organizational Approach)

जशी ताण निर्माण होण्याची कारणे अनेक आहेत, त्याप्रमाणे व्यक्तिपरत्वे ताणाला तोंड देण्याच्या पद्धती वेगवेगळ्या दिसतात. अनुभवातून व्यक्ती ताणातून बाहेर पडण्यासाठी निरनिराळे उपाय शोधत राहतात. सर्वसाधारण परिस्थितीत पुढील मार्गांनी ताणाशी सामना करता येईल –

अ) वैयक्तिक पातळ्यांवरील ताणांना तोंड देण्याचे मार्ग आणि ब) संघटनेच्या पातळीवरील ताणांना तोंड देण्याचे मार्ग.

अ) वैयक्तिक पातळीवर ताणांना तोंड देण्याचे मार्ग (Control of Stress at Individual Level) -

१) समस्यात्मक परिस्थिती आणि तिचे होणारे परिणाम याबाबत जागृत राहून ती कशी टाळता येईल याचे पूर्व नियोजन करणे उपयोगाचे ठरते. त्यामुळे ताण निर्माण होण्यापूर्वीच तो टाळता येईल.

२) ताणाचे धनात्मक ताणात रूपांतर करण्याचे कौशल्य आत्मसात करता आल्यास नुकसान तर होत नाहीच, तर समस्येतून फायदा करून घेण्याचे तंत्र अवगत होते. समस्या ही प्रगतीसाठी संधी बनते.

३) आत्मपरीक्षणातून समस्येच्या मुळाशी जाता आल्यास समस्या काय आहेत, ते कळते व त्यातूनच अनेक मार्ग सुचून ताण कमी करता येतो.

४) प्रत्येक परिस्थितीकडे धनात्मक दृष्टीने पाहण्याची सवय जडल्यास ताण निर्माण करणारे प्रसंग कमी होत जातात.

५) न चुकता रोज व्यायाम करण्याने शारीरिक निरोगीपण वाढते आणि त्याचबरोबर ताणाला तोंड देण्याची क्षमताही वृद्धीस लागते. म्हणूनच चालणे, उड्या मारणे, पोहणे, सायकल चालविणे, विविध प्रकारचे मैदानी खेळ खेळणे आवश्यक आहे. यांपैकी एकाची तरी निवड करावी.

६) १५ ते २० मिनिटे स्वस्थ (Relax) होऊन बसण्याने आपली सहनशक्ती वाढते असे संशोधनातून दिसून आले आहे. त्याचप्रमाणे पांढऱ्या पेशींच्या संख्येत वाढ होते आणि शरीराची ताणाला अचूक प्रतिक्रिया देण्याची क्षमता वृद्धिंगत होते. स्वस्थ चित्त होण्यासाठी अनेक पद्धती निर्माण केल्या आहेत–

   i) प्रतिभरण (Feedback) पद्धतीतून आपण किती शांत होत चाललो आहोत हे यंत्राच्या साहाय्याने कळते व हळूहळू स्वस्थ होण्याची सवय आपण लावून घेऊ शकतो.

   ii) ध्यानधारणा (Meditation) अशीच एक लोकप्रिय पद्धत आहे. ध्यानातून ताणविरहित अवस्थेपर्यंत पोहचता येते हे संशोधनातून सिद्ध झाले आहे.

   iii) परिस्थितीने आपल्याला नियंत्रित करण्यापेक्षा जर परिस्थितीवर ताबा मिळविता आला तर ताण कमी

होऊ शकतो. त्याकरिता ताण निर्माण करणाऱ्या व्यक्ती किंवा प्रसंग कसे टाळता येतील याचे तंत्र अवगत करून घ्यायला हवे.

iv) आपल्याला आपल्या कोणत्याही प्रसंगात पाठीशी उभे राहू शकतील अशा व्यक्तींशी चांगले संबंध साधता आले तर त्याचाही ताण कमी करण्याकरिता बराच उपयोग होऊ शकतो.

v) प्राणायाम, योगासने ही ताणांवर उपायकारक ठरू शकतात.

७) आपले छंद, आपले ताण हलके करण्यामध्ये मोठा वाटा उचलू शकतात. अशा छंदांमुळे मानसिक ताणापासून थोडा वेळ का होईना दूर राहता येते व ताण घालविण्यासाठी मार्ग शोधण्याकरिता या वेळेची मदत होऊ शकते. म्हणूनच संगीत, वाचन, चित्रकला, बागकाम, खेळ, प्रवास, समाजसेवा यांपैकी एखादा आपल्याला आवडणारा छंद असावा, तो जोपासावा.

८) याबरोबरच व्यक्तीचे ताण कमी करण्याचे एखादे तत्त्वज्ञान व्यक्तीला समस्येतून तारून नेऊ शकते.

९) कामाचे व वेळेचे योग्य असे नियोजन करणे, प्रसंगाप्रमाणे केव्हा 'हो' म्हणावे व 'नाही' म्हणावे; केव्हा विनंती करावी, संभाषण कसे चालू करावे व ते कधी थांबवावे याचे ज्ञान व्यक्तीला ताणापासून दूर नेऊ शकते.

१०) काही घटना या अटळ असतात, हे सत्य पचविण्याचा प्रयत्न करण्याने बरेच प्रश्न सुटू शकतात. मृत्यू, पूर, भूकंप, दुष्काळ, आर्थिक नुकसान, आजार या गोष्टींवर आपण नियंत्रण ठेवू शकत नाही, हे तत्त्व स्वीकारल्यास ताणाची तीव्रता कमी होऊ शकते.

ब) संघटनेच्या पातळीवरील ताणांना तोंड देण्याचे मार्ग (Control of stress at organizational Level) -

अर्थार्जनासाठी कोणते ना कोणते तरी काम आपल्याला करावे लागते. व्यक्ती स्वत:च्या पातळीवर कामाच्या ठिकाणी ताण निर्माण होऊ न शकण्यासाठी प्रयत्न करीत असतोच व त्याचा आपल्या कामावर विपरीत परिणाम होणार नाही, असे घडवून आणण्यासाठीही व्यक्तीची धडपड चालू असतेच. पण प्रत्येक वेळी त्यामुळे पूर्णपणे यशस्वी होता येईल, असे मात्र नसते. अशा प्रसंगामध्ये संघटना (Management/Organization) काही विशेष उपाय अंमलात आणू शकते. त्यातील काही महत्त्वाचे मार्ग असे सांगता येतील -

१) काम करणाऱ्याला स्व-प्रतिष्ठा जपता येईल अशा प्रकारचे वातावरण संघटनेत निर्माण करावे. सर्वच जण महत्त्वाचे, ही भावना संघटनेतील सदस्यांच्या मनात रुजवता आल्यास त्याचा समायोजन करण्यासाठी बराच उपयोग होतो.

२) कामामध्ये, कामाच्या पद्धतीमध्ये बदल घडवून आणण्यापूर्वी संघटनेने सदस्यांना विश्वासात घेतले, त्यावरील निर्णयामध्ये त्यांचा सहभाग घेतला तर त्यानुसार बदल करणे सदस्यांना सोपे जाऊ शकते. अचानक बदल घडवून आणण्यातून जी नकारात्मक वृत्ती तयार होते, ती टाळता येते.

३) संघटनेची ध्येये काय आहेत हे सदस्यांना सांगितले व त्यानुसार सदस्यांच्या भूमिका काय असाव्यात हे स्पष्ट केल्यास सदस्यांना कामाशी जमवून घेणे सोपे होते. परिणामी ताणापासून बचाव होतो.

४) ताण आलेल्या सदस्यांना मदत करणे व योग्य ते मार्गदर्शन करून पुन्हा परिस्थितीशी जुळवून घेण्याची तयारी करून घेण्यासाठी सोय संघटनेने करावी. याकरिता मानसशास्त्रज्ञांची नेमणूक करणे जरुरीचे आहे.

५) सदस्य जे काम करतो, त्यातून कामाची प्रगती होईल व सदस्याच्या व्यक्तिमत्त्वाचा विकास होईल अशा प्रकारे कामाचे नियोजन केल्याने बरेच फायदे होऊ शकतात.

६) सदस्यांच्या संप्रेषणाचे (Communication) मार्ग अशा प्रकारे आयोजित करणे की ज्यामुळे कामाची प्रगती व गुणवत्ता वाढविता येऊ शकेल.

७) अति काम किंवा फार कमी काम अशी परिस्थिती टाळता येण्यासाठी प्रयत्न करावेत.

८) सदस्यांना काम करण्यासाठी प्रोत्साहन देण्याकरिता बोनस, भत्ते, कामासाठी सुविधा देण्याबरोबरच त्यांच्यातील कलागुणांना वाव देण्यासाठी सांस्कृतिक कार्यक्रम, स्पर्धा यांचे नियोजन ताण कमी करण्याकरिता महत्त्वाचे ठरू शकेल.

९) शक्य असेल तेव्हा सदस्यांच्या कामामध्ये, जबाबदाऱ्यांमध्ये बदल करणे हे ताण कमी करण्यासाठी मदत करेल.

१०) सदस्यांचे व्यावसायिक समाधान वाढविण्याकरिता शक्य त्या संघटनेच्या विकासाच्या कार्यक्रमात सहभागी करून घ्यावे व आवश्यक तेव्हा कामाचे प्रशिक्षण द्यावे. सदस्यांना समायोजन करण्यासाठी हे फायद्याचे ठरेल. अशा व इतर अनेक मार्गांनी ताणांवर नियंत्रण आणता येते.

ताणतणाव उच्चाटन

''ताणतणाव निर्माण करणाऱ्या घटकांना टाळण्याचे जाणीवपूर्वक शिका; त्याची जागा ताणतणावाचे उच्चाटन करणाऱ्या विचारांनी घेऊ द्या. दिलासा देण्याच्या मार्गाने तुम्ही स्वत:शीच बोलून तुम्ही तुमचा ताणतणाव दूर करू शकता. ताणतणाव उच्चाटन करण्यामधूनच तुम्हाला दिलासा देण्याच्या मार्गातील विचार मिळतात. तुमच्या 'नकारात्मक' विचारांची जागा 'सकारात्मक' विचारांनी घेऊ द्यात. ह्यासाठी सराव आवश्यक असतो पण त्याची फलनिष्पती मात्र जबरदस्त असते. वस्तुस्थितीचा आढावा घ्या, त्या घटनेकडे पाहण्याचा आणखी एखादा विचार आहे का ? जर नाही, तर मग असा विचार करा की घडून-घडून वाईटात वाईट काय घडेल ? तुम्ही जे केवळ अशक्यप्रायच आहे, अशाच बाबींवर भर देता; कोणत्याही प्रकारे शक्य असणाऱ्या फलनिष्पत्तीवर मात्र लक्ष देत नाही. सकारात्मक विचार हे ताणतणाव नाहीसे करणारे तर नकारात्मक विचार हे ताणतणाव निर्माण करणारे असतात हे लक्षात ठेवा.''

तक्ता क्र. १३.२ : ताणतणाव निर्माण करणारे आणि दूर करणारे संवाद

ताणतणाव निर्माण करणारे संवाद	ताणतणाव दूर करणारे संवाद
''मी हा प्रकल्प कधीही वेळेत पूर्ण करू शकणार नाही.''	''मी जर लक्ष केंद्रित केलं आणि एका वेळेस एकेक टप्पा ओलांडला तर सातत्याने प्रगती करू शकेन.''
''माझ्या पर्यवेक्षकाने मला सुप्रभात म्हटले नाही. तो कदाचित माझ्या कामावर नाखूश असेल, आणि माझे मूल्यमापन वाईटच होईल.''	''मी अनुमान काढण्याची घाई करतोय. माझा पर्यवेक्षक चांगल्या मन:स्थितीत नसेल. आत्तापर्यंतचे माझे मूल्यमापन अतिशय चांगले झाले आहे. म्हणूनच माझ्या पर्यवेक्षकाकडून एखादा नकारात्मक अहवाल येईपर्यंत मी असेच गृहीत धरेन की माझा पर्यवेक्षक माझ्या कामावर खूश आहे.''

(अहवालातील पृष्ठ क्र. १५३ वरील वाक्य "माझी चूक माझ्या मनातून काही केल्या जात नाही. अहवालाची वाट लागली, मी प्रत्येकालाच नाराज केले आहे.''	"कुणीच पूर्ण निष्णात नसते. मी माझे काम सर्वोत्कृष्ट केले आहे. एकूण अहवाल तर चांगलाच झालाय; मी एखाद्याच चुकीचा फारच बाऊ करतोय.''

ताणतणाव दूर करणारे संवाद तुमच्या आयुष्यात वाढवा. त्यामुळे कार्यांगणातील आव्हानांना यशस्वीपणे सामोरे जाण्याची तुमची क्षमता वाढेल आणि आयुष्याच्या अन्य क्षेत्रातही तुमचे लाभ वृद्धिंगत होतील.

निवडक प्रश्न

१) खालील संकल्पना व्याख्या देऊन स्पष्ट करा.

   अ) ताणतणाव (Stress)

   ब) ताणतणाव निर्मिती करणारे घटक (Stressors)

२) 'ताणतणावांचा अनुभव हा आपल्या जीवनाचा अविभाज्य भाग आहे.' चर्चा करा.

३) 'थोड्या प्रमाणात ताण असणे आवश्यक असते.' ह्या विधानाशी तुम्ही सहमत आहात का? स्पष्टीकरण द्या.

४) 'थोड्या प्रमाणातील ताण प्रेरणादायी, चैतन्य देणारा असतो' चर्चा करा.

५) 'प्रमाणाबाहेर येणारा ताण विपरीत परिणाम करणारा असतो' सकारण स्पष्ट करा.

६) ताणतणाव म्हणजे काय नाही ते स्पष्ट करा.

७) ताणाचे स्वरूप थोडक्यात स्पष्ट करा.

८) 'ताण हा धनात्मक व ऋणात्मक असतो' चर्चा करा.

९) 'प्रत्येकाला अनुभवाला येणारा ताण सारख्या प्रमाणातच असेल असे नाही' ह्या विधानावर चर्चा करा.

१०) ताणाचे ढोबळमानाने केले जाणारे प्रकार स्पष्ट करा.

११) ताणाची लक्षणे सोदाहरण स्पष्ट करा.

१२) ताणाचे परिणाम कोणते ते स्पष्ट करा.

१३) ताणाचे शारीरिक, मानसिक आणि वर्तनात्मक परिणाम स्पष्ट करा.

१४) संरक्षण यंत्रणा (Defence Mechanism) म्हणजे काय ते स्पष्ट करा.

१५) ताणतणाव निर्माण झाल्याची लक्षणे स्पष्ट करा.

१६) शारीरिक ताणाची लक्षणे, मानसिक ताणाची लक्षणे आणि भावनिक ताणाची लक्षणे स्पष्ट करा.

१७) ताणांचे विविध स्रोत स्पष्ट करा.

१८) ताणतणाव निर्मितीचे खालील प्रकार स्पष्ट करा.

   अ) ताणतणाव निर्मितीचे पर्यावरणात्मक घटक

   ब) ताणतणाव निर्मिती करणारे समूह घटक

   क) ताणतणाव निर्मिती करणारे संघटनात्मक घटक

   ड) ताणतणाव निर्मिती करणारे व्यक्तिगत घटक

१९) ताणतणाव निर्मिती आणि व्यक्तिमत्त्व प्रकार 'अ' आणि 'ब' यांचा परस्पर संबंध स्पष्ट करा.

२०) 'ताणतणावांचे व्यवस्थापन' यावर सविस्तर टीप लिहा.

२१) वैयक्तिक पातळीवरील ताणतणावांचे व्यवस्थापन स्पष्ट करा.

२२) संघटनात्मक पातळीवरील ताणतणावांचे व्यवस्थापन यावर टीप लिहा.

२३) टिपा लिहा –

१) ताणतणाव संकल्पना

२) ताणतणाव व्यवस्थापन

३) डॉ. हन्स सेले यांची ताण संकल्पनेची व्याख्या

४) थोड्या प्रमाणावरील ताण

५) अति प्रमाणावरील ताण

६) ताणाचे स्वरूप

७) ताणाचे ढोबळ प्रकार

८) ताणाची अपरिहार्यता

९) आवश्यक ताण

१०) अनावश्यक ताण

११) ताणाची लक्षणे

१२) ताणाचे परिणाम

१३) ताणाचे शारीरिक परिणाम

१४) ताणाचे मानसिक परिणाम

१५) ताणाचे वर्तनात्मक परिणाम

१६) ताणाचे स्रोत

१७) ताणतणाव निर्मितीचे पर्यावरणात्मक घटक

१८) ताणतणाव निर्मिती करणारे संघटनात्मक घटक

१९) ताणतणाव निर्मिती करणारे समूह घटक

२०) ताणतणाव निर्मिती करणारे व्यक्तिगत घटक

२१) ताणतणाव आणि व्यक्तिमत्त्व प्रकार 'अ' आणि 'ब'

२२) ताणतणावांचे व्यवस्थापन – वैयक्तिक मार्ग

२३) ताणतणावांचे व्यवस्थापन – संघटनात्मक मार्ग

१३. ताणतणाव आणि संघर्ष व्यवस्थापन (भाग २)
(Stress and Conflict Management)

प्रस्तावना

संघर्ष ही वर्तनाचीच निष्पती असल्याने तो मानवी जीवनाचा अविभाज्य भाग बनलेला आहे. संघर्ष ही एखाद्या संघटनेची गंभीर समस्या असू शकते. त्यामुळे इतकी गोंधळाची परिस्थिती निर्माण होते की कर्मचाऱ्यांना एकत्र काम करणे जवळजवळ अशक्य होऊन बसते. परंतु, संघर्षाची दुसरीही पण अल्प-परिचित असलेली बाजू आहे - ती म्हणजे 'संघर्षाची सकारात्मक बाजू.'

संघर्ष का निर्माण होतात तर लोकांच्या अभिवृत्ती, मूल्ये आणि उद्दिष्टे भिन्न-भिन्न असतात आणि मग साहजिकच संघर्ष अटळ ठरतात. व्यवस्थापनाचा कल असे संघर्ष टाळण्याकडे नसतो (ते अशक्यही आहे) तर संघटना आणि व्यक्ती यांनाही ते उपयुक्त ठरावेत याकडे असतो.

व्यक्तिगत संघर्ष हे अधिक करून भावनात्मक असतात आणि त्यातून भावना, राग, अविश्वास, भीती, संताप, व्यक्तिमत्त्वातील खटका, विरोध, ताणतणाव इ. प्रत्ययास येतात. याउलट, संघटनात्मक संघर्षामध्ये काही मुद्द्यांवर असहमती/मतभेद असतात. या मुद्यांची उदाहरणे म्हणजे संसाधनांचे वाटप, उद्दिष्टे आणि ध्येय यांचे स्वरूप, संघटनात्मक धोरणे आणि कार्यपद्धती, कामकाजाचे स्वरूप आणि मोबदल्याचे वाटप.

An organization is more stable if members have the right to express their differences and solve their conflicts within it.

- Machiavelli

संघर्ष : अर्थ व व्याख्या

उद्योजकता विषयाचा अभ्यास करताना औद्योगिक संबंधांच्या एका अंगाचा म्हणजेच मालक/व्यवस्थापक व कर्मचारी यांच्यातील सहकार्याचा विचार केल्यानंतर अप्रिय वाटणाऱ्या, परंतु अपरिहार्य असणाऱ्या दुसऱ्या अंगाचा म्हणजेच औद्योगिक संघर्षाचाही विचार करावयास हवा. दोन अथवा अधिक व्यक्ती किंवा व्यक्तिसमूह यांच्या परस्पर हित-अहितांमध्ये झगडा सुरू झाल्यास संघर्षाची अवस्था निर्माण होते. उद्योग-व्यवसाय संघटनेत मालक व कर्मचारी यांच्यात अथवा कर्मचाऱ्यांच्याच दोन गटात आपापसात संघर्ष निर्माण होऊ शकतो. अशा ह्या संघर्षाच्या काही व्याख्या येथे दिलेल्या आहेत.

''संघर्ष अशी एक प्रक्रिया आहे की, जिच्यामध्ये एक व्यक्ती किंवा घटकाकडून तिचे उद्दिष्ट साध्य होत नाही किंवा हितसंबंध राखणे शक्य होत नाही.''

– एस. पी. रॉबिन्स

"Conflict is a process in which an effort is purposefully made by one person or unit to block another that results in frustrating the attainment of other's goals or the furthering of his or her interests."

- S. P. Robbins

Conflict is a tension or collision or disagreement.

Kae H. Chung and Leon C.

''संघर्ष म्हणजे बिकट स्थिती किंवा जोराचा आघात किंवा मतभेद''

"Megginson has defined conflict as the struggle between incompatible or opposing needs, wishes, ideas, interests, or people. Conflict arises when individuals or groups encounter goals that both parties cannot obtain satisfactorily."

''विसंगत अथवा विरुद्ध गरजा, इच्छा, कल्पना, हित अथवा लोक यामध्ये झगडा म्हणजे संघर्ष अशी व्याख्या मेगिन्सनने केली आहे. जेव्हा व्यक्ती किंवा समूह यांच्या ध्येयाबाबत झगडा होऊन ते दोघेही ते ध्येय समाधानकारकपणे गाठू शकत नाहीत तेव्हा संघर्ष उद्भवतो.''

K. W. Thomas has defined conflict as a process that begins when one party has negatively affected or is about to negatively affect, something that the first party cares about.

''*जेव्हा एखादा गट एखाद्या गोष्टीबाबत विशेष काळजी घेत असेल आणि दुसरा गट त्या गोष्टीबाबत नकारात्मक परिणाम करीत असेल किंवा नकारात्मक परिणाम करण्याच्या बेतात असेल तेव्हा संघर्षाची प्रक्रिया सुरू होते.*''

– के. डब्ल्यू. थॉमस

According to D. M. Kolb and J. M. Bartinek (EDs.), conflict can be a disagreement, the presence of tension, or some other difficulty within or between two or more parties. Conflict can be public or private, formal or informal, or be approached rationally or irrationally.

संघर्ष हा सार्वजनिक किंवा खासगी, औपचारिक किंवा अनौपचारिक असू शकतो; तसेच तो समंजसपणाचा किंवा असमंजसपणाचा असू शकतो.

संघर्षाची वैशिष्ट्ये (Features of Conflict)

संघर्ष संकल्पनेच्या विविध व्याख्यांवरून संघर्षाची वैशिष्ट्ये खालीलप्रमाणे सांगता येतील –

१) संघर्ष ही एक प्रक्रिया असून व्यक्ती किंवा संस्थेच्या जीवनात संघर्ष सतत सुरू असतात. त्यामुळे संघर्षाला प्रक्रिया म्हटले जाते.

२) जेव्हा दोन किंवा अधिक पक्ष किंवा घटकांमध्ये उद्दिष्टांबद्दल, मूल्यांबद्दल किंवा घटनांबद्दल परस्परविरोध असतो त्या वेळी संघर्ष निर्माण होतात.

३) बऱ्याचदा संघर्ष हे जाणून-बुजून निर्माण केले जातात. एखादी घटना अथवा क्रिया अचानकपणे कोणताही उद्देश नसताना घडते त्या वेळी संघर्ष निर्माण होत नाही, कारण एक पक्ष दुसऱ्या पक्षाच्या विरोधात कोणतेही काम किंवा क्रिया करत नाही. संघर्ष परस्परविरोधी हितामुळे निर्माण होतात. त्यामुळे ते हेतुपुरस्सर निर्माण केले जातात.

४) संघर्ष व स्पर्धा वेगवेगळे आहेत. संघर्षामध्ये एक पक्ष दुसऱ्या पक्षाच्या कृतीचे किंवा क्रियात हस्तक्षेप करतो. परंतु, स्पर्धेत प्रत्येक पक्ष यश प्राप्त करण्याचा प्रयत्न करतो. पण दुसऱ्या पक्षाच्या कृतीमध्ये प्रत्यक्ष हस्तक्षेप करीत नाही. स्पर्धेमध्ये कुणीतरी एकजण विजयी होतो, त्यामुळे दुसऱ्याला यश-प्राप्तीपासून रोखले जाते.

संघर्षाचे प्रकार (Types of Conflicts)

संघर्ष संकल्पनेला 'सकारात्मक' आणि 'नकारात्मक' असे दोन्ही अर्थ लाभलेले असल्यामुळे त्याकडे काळजीपूर्वक लक्ष देऊन त्याचे सुयोग्य व्यवस्थापन करावे लागते. व्यवस्थापनाने परिस्थितीची पाहणी करून संघर्षाला प्रोत्साहन द्यावयाचे की तो संघर्ष दूर करावयाचा, हे ठरवावे लागते. Kenneth W. Thomas आणि Warren H. Schmidt यांच्या मते, व्यवस्थापकाचा जवळजवळ २०% वेळ हा संघर्ष हाताळण्यातच खर्च होतो. म्हणून, व्यवस्थापकाला हे कळणे अत्यंत गरजेचे आहे की, संघर्ष नेमका कोणत्या प्रकारचा आहे. म्हणजे मग प्रत्येक प्रकारचा संघर्ष सोडवण्यासाठी ते वैशिष्ट्यपूर्ण प्रमाणित असे तंत्र विकसित करू शकतील. संघर्षाचे खालील पाच प्रकार पडतात–

१) व्यक्तीचा अंतर्गत संघर्ष (Conflict Within the Individual) : व्यक्तीचा अंतर्गत संघर्ष हा सर्वसामान्यपणे मूल्यांशी संबंधित असतो. जेव्हा त्याच्या मूल्यांशी सुसंगत नसलेल्या भूमिका त्याला पार पाडाव्या लागतात तेव्हा अशा प्रकारचा संघर्ष उद्भवतो. उदा. आपले साहेब कार्यालयात असतानासुद्धा त्यांच्या सचिवाला ''साहेब कार्यालयात नाहीत'' असं खोटं बोलावं लागतं आणि का, तर नको असलेले लोक भेटायला आले असतील किंवा त्यांनी दूरध्वनी केलेला असला तर त्यांना टाळण्यासाठी. अशा प्रकारामुळे सदैव खरं बोलण्याचं नीतिमूल्य जपणाऱ्या सचिवाच्या मनात संघर्ष निर्माण होतो. तसेच अमेरिकेत जाणाऱ्या शाकाहारी भारतीयांना 'शाकाहारी कशाला रहायचं' अशा प्रकारच्या प्रश्नांमुळे मानसिक त्रास होतो, मनात संघर्ष निर्माण होतो.

ह्या नीतिमूल्यांच्या संघर्षाखेरीज भूमिकासंघर्षही असू शकतो जो त्या व्यक्तीला त्रासदायक ठरतो. उदा. टेलिफोन ऑपरेटरला अशा सूचना दिलेल्या असतील की ग्राहकाशी अतिशय सौजन्याने बोलायचे आणि दुसरीकडे ग्राहकाबरोबर जास्त वेळ दूरध्वनीवर बोलल्याबद्दल रागवायचे. ह्यामुळे सचिवाच्या मनात भूमिका संघर्ष निर्माण होतो. जेव्हा एकसमान दोन पर्यायातून किंवा एकसमान दोन उद्दिष्टांतून एकाची निवड करायची असेल तेव्हा व्यक्तीच्या मनात भूमिका संघर्ष निर्माण होतो.

२) आंतर-व्यक्ती संघर्ष (Interpersonal Conflict) : ह्यामध्ये व्यक्तीव्यक्तींमधील संघर्षाचा समावेश होतो आणि बहुत करून आढळणारा आणि सर्व परिचित असा हा संघर्षाचा प्रकार आहे. मर्यादित भांडवल आणि मनुष्यबळासाठी झगडणाऱ्या दोन व्यवस्थापकांमध्ये अशा प्रकारचा संघर्ष आढळतो. तसेच, जेव्हा एकाच पात्रतेचे तीन अध्यापक बढतीसाठी लायक असतील, मात्र अंदाजपत्रकीय तरतूदही मर्यादित आहे आणि एकालाच कुणाला तरी बढती मिळणार असेल तेव्हासुद्धा संघर्ष उद्भवतो. जेव्हा तुटपुंजी संसाधने वाटून घेता येत नाहीत आणि स्वत:लाच ती मिळवावी पण लागतात तेव्हा हा संघर्ष आणखी तीव्र होत जातो.

आंतरव्यक्ती संघर्षाचे आणखी एक उदाहरण म्हणजे संघटनेची ध्येये आणि उद्दिष्टे याबाबत मतभेद असणे. उदा. शालेय व्यवस्थापन समितीमधील काही सदस्यांना असे वाटत असेल की शालेय विद्यार्थ्यांना लैंगिक शिक्षणाचे पाठ द्यावेत तर काहींच्या मते हे नैतिकतेला धरून होणार नाही; अशा प्रसंगी आंतर-व्यक्ती संघर्ष निर्माण होतो. (सध्या आरक्षणावरून असाच वाद उफाळून आलेला आहे.) संघटनेचे ध्येय कोणत्या मार्गांनी गाठायचे यावरूनसुद्धा अशा प्रकारचे संघर्ष उद्भवतात. उदा. विक्रय वृद्धीसाठी नेमक्या कोणत्या मार्गांचा अवलंब करायचा यावरून दोन

विपणन व्यवस्थापकांमध्ये मतभेद होऊन संघर्ष निर्माण होऊ शकतो. जेव्हा वस्तुस्थितीपेक्षासुद्धा मतांवर आधारित असे हे मतभेद असतात तेव्हा ते जास्त प्रखर होतात. वस्तुस्थिती ही सामान्यत: निर्विवाद असल्याने त्याबाबत सहमती होते, मात्र मतं ही निव्वळ व्यक्तिगत असतात, आत्मनिष्ठ असतात. ही मतं टीका आणि असहमती यांनी युक्त असतात.

हे संघर्ष बऱ्याचदा व्यक्तिगत खटक्यातून निर्माण होतात. ज्या व्यक्तीच्या अभिवृत्ती आणि वैशिष्ट्ये फार मोठ्या प्रमाणावर मतभेद निर्माण करणारे असतील तर हमखास त्यांचे विचार आणि उद्दिष्टे इतरांशी अजिबात जुळत नाहीत.

३) व्यक्ती आणि समूह यांच्यातील संघर्ष (Conflict between the individual and the group) :

समूह औपचारिक असो अथवा अनौपचारिक असो, त्या प्रत्येक समूहाचे संकेत आणि कार्यात्मक प्रमाणे ठरलेली असतात आणि समूहातील सभासदांनी त्यांचे पालन करावे अशी अपेक्षा असते. व्यक्तीला सामाजिक गरजा भागवण्यासाठी समूहामध्ये असावे असे वाटत असते पण त्याच समूहातील पद्धतींशी तो असहमत असू शकतो. उदा. एखाद्या उपाहारगृहात वाढपी आणि वाढपीणी असतील आणि त्यांना मिळणारी बक्षिसी (टीप) आपापसात एकसारखी वाटून घेतली जात असेल. परंतु, त्यातील काही वाढपीणी अशा असतील की त्या अतिशय विनम्र आणि कार्यक्षम आहेत, त्यांना असे वाटू शकेल की त्यांना अधिक काही मिळायला हवे; परिणामत: समूहामध्ये संघर्ष निर्माण होतो. तसेच, जर काही कारणाने समूह संपावर जाणार असेल तर काही सदस्य या कारणांशी सहमत होतीलच असे नाही किंवा संपावर जाणे त्यांना परवडण्याजोगे नसेलही; परिणामत: समूहामध्ये संघर्ष निर्माण होतात.

हा संघर्ष व्यवस्थापक आणि त्याचे कनिष्ठ सहकारी एका समूहाचे घटक म्हणून किंवा नेता आणि त्याचे अनुयायी यांच्यातील असू शकेल. व्यवस्थापकाने समूहातील सदस्यावर शिस्तभंगाची कारवाई केलेली असेल तर संघर्ष निर्माण होऊन त्याचा परिणाम उत्पादकता कमी होण्यात होऊ शकतो.

४) आंतर–समूह संघर्ष (Inter-group Conflict) :

कोणतीही संघटना ही विविध समूह, विभाग, खाती किंवा कार्य करणारे संघ यांचे परस्परात विणलेले जाळे असते. आंतर–समूह संघर्ष फारसे वैयक्तिक स्वरूपाचे नसतात तर संघटनात्मक रचनेत असणाऱ्या स्वाभाविक घटकांमुळे ते होतात. उदा. व्यवस्थापन आणि कर्मचारी संघटना यांच्यात सावध आणि सातत्याने चालणारा संघर्ष असतो. दुर्दैवाने अगदी सर्वसामान्यपणे आढळणारा संघर्ष हा लाईन आणि स्टाफ यांच्यामधील असतो. लाईन व्यवस्थापक त्यांना हव्या असलेल्या माहिती व शिफारशींसाठी त्यांच्या स्टाफवर अवलंबून राहतात. आपले निर्णय अंमलात आणणे आणि शिफारशींचा स्वीकार होणे याबाबत स्टाफ त्यांची असमर्थता प्रगट करतो. ह्या परस्परावलंबनातूनच संघर्ष निर्माण होतो.

वेगवेगळ्या विभागांसाठी आणि गटांसाठी असलेले मोबदले आणि यशाचे/प्रगतीचे निकष यामध्ये सातत्याने एकवाक्यता नसेल, विसंगती असेल तर संघर्ष निर्माण होतो. उदा. ज्या विक्रेत्यांना मोबदला म्हणून कमिशन मिळते त्या विक्रेत्यांनी त्यांच्या ग्राहकांना माल विक्री आणि माल उपलब्धता याबाबत शब्द दिलेला असेल आणि उत्पादन विभाग मात्र माल उपलब्ध करून द्यायला असमर्थता दर्शवित असेल तर ह्या दोन विभागात संघर्ष निर्माण होतो.

आपापल्या गटाची उद्दिष्टे भिन्न-भिन्न असल्यामुळेसुद्धा संघटनेतील कार्यात्मक गटात संघर्ष निर्माण होऊ शकतात. रचना आणि प्रक्रिया यांच्या संदर्भात संघटनेतील युनिटमध्ये मूलभूत मतभेद असल्यास प्रत्येक युनिट आपली स्वतंत्र अशी उपसंस्कृती निर्माण करते.

आधी उल्लेख केल्याप्रमाणे विक्री-विभाग आणि उत्पादन-विभाग यामध्ये संघर्ष असू शकतो. विक्री-

विभाग हा ग्राहक-प्रवण असतो आणि ह्या विभागाला असे वाटत असते की, तत्परतेने डिलीव्हरी देण्याच्या दृष्टीने मोठ्या प्रमाणात मालसाठा असावा तर नेमके याउलट उत्पादन विभागाला असे वाटते की खर्चाच्या आणि किमतीच्या दृष्टीने तयार मालसाठा शक्य तितक्या कमी प्रमाणात असावा.

दिवस पाळीत आणि रात्र पाळीत काम करणाऱ्या कर्मचाऱ्यांच्या गटांमध्येसुद्धा देखभालीसाठी आवश्यक असलेली हत्यारे/साधने हरवण्यावरून संघर्ष होत असतात; प्रत्येक गट आपापली जबाबदारी झटकून टाकतो आणि दुसऱ्या गटांवर ठपका ठेवून त्यांना जबाबदार धरण्याचा प्रयत्न करतो.

५) संघटना-संघटनातील संघर्ष (Inter-organizational Conflict) : ज्या संघटना परस्परांवर अवलंबून असतात, त्या संघटनांमध्ये संघर्ष निर्माण होऊ शकतात. हे संघर्ष खरेदीदार संघटना आणि विक्रेती संघटना यांच्यामध्ये पुढील कारणांवरून उद्भवू शकतात - नग/संख्या, मालाचा दर्जा, कच्च्या मालाच्या डिलीव्हरीस लागलेला कालावधी आणि अन्य धोरणविषयक मुद्दे, इ. तसेच, कर्मचारी संघटना आणि अशा संघटनेच्या सदस्यांना नेमणाऱ्या उद्योग-व्यवसाय संघटना यांच्यामध्ये ठरावीक संघटनांवर नियंत्रण ठेवणाऱ्या शासकीय यंत्रणा आणि ह्या संघटना यांच्यामध्येसुद्धा संघर्ष निर्माण होऊ शकतात. दोन्ही प्रकारच्या संघटनांच्या परस्परपूरक लाभाच्या दृष्टीने ह्या संघर्षाची हाताळणी योग्य पद्धतीने व्हायला हवी.

संघर्षाबाबत बदलते दृष्टिकोन (Changing Views of Conflict)

संघर्षाबाबतचे दृष्टिकोन, मनोभूमिका यामध्ये गेल्या सत्तर वर्षांत कमालीचा बदल झालेला आहे. पारंपरिक आणि सध्याचा दृष्टिकोन यांमधील फरक खालील तक्त्यात स्पष्ट केला आहे-

तक्ता क्र. १३.३ : संघर्षाबाबतचे पारंपरिक आणि सध्याचे दृष्टिकोन

पारंपरिक दृष्टिकोन	सध्याचा दृष्टिकोन
१) संघर्ष हा टाळता येण्याजोगा असतो.	संघर्ष हा अटळ असतो.
२) संघटनेची रचना करणाऱ्या व्यवस्थापकाकडून झालेल्या चुकीमुळे अथवा त्रास देणाऱ्यांमुळे संघर्ष निर्माण होतो.	संघर्ष अनेक कारणांमुळे निर्माण होतो. उदा. संघटनात्मक रचना, ध्येयांबाबत असणारे अटळ मतभेद, विशेषीकरण प्राप्त केलेल्या व्यक्तींच्या आकलन आणि मूल्य यातील तफावत, इत्यादी.
३) संघर्षामुळे संघटनेचे तुकडे-तुकडे होतात, संघटना खिळखिळी होते.	संघर्षाचे योगदानच असते आणि संघटनात्मक प्रगती वेगवेगळ्या प्रमाणात करवून घेते आणि संघटनेची पर्याप्त प्रगती.
४) संघर्ष होणार नाही हे पाहणे हे व्यवस्थापनाचे कार्य आहे.	संघर्षाची पातळी राखणे आणि संघटनेच्या पर्याप्त प्रगतीसाठी तो संघर्ष सोडविणे ही व्यवस्थापनाची जबाबदारी आहे.
५) संघटनेची पर्याप्त प्रगती होण्यासाठी संघर्ष पूर्णपणे मिटवून टाकणे गरजेचे आहे.	संघटनेची पर्याप्त प्रगती होण्यासाठी माफक प्रमाणात संघर्ष असणे गरजेचे आहे.

१९३० ते १९४०च्या दरम्यान संघर्षाबाबत असा दृष्टिकोन होता की, संघटनेतील संघर्ष हा अनावश्यक आणि घातक आहे. त्या काळचे व्यवस्थापक आणि व्यवस्थापन यांचा दृष्टिकोन असाच होता की, संघटनेत संघर्ष उद्‌भवत असेल तर संघटनेत काही तरी चुकते आहे याचा तो स्पष्ट संकेत आहे. त्यांची धारणा अशीच होती की, संघर्ष तेव्हाच निर्माण होतो जेव्हा व्यवस्थापक सुदृढ व्यवस्थापनाची तत्त्वे अंमलात आणण्यात अयशस्वी ठरत असतील किंवा व्यवस्थापन आणि कर्मचारी यांना एकत्रित घट्ट बांधून ठेवू शकेल अशा पद्धतीचा सुसंवाद करण्यात ते व्यवस्थापक अयशस्वी ठरत असतील तेव्हाच. जर ह्याबाबत काही दुरुस्ती केली तर संघटना अतिशय सुरळीतपणे चालू शकतील असा त्यांचा दावा होता. उदा. फ्रेड्रीक विन्स्लो टेलर यांना असा विश्वास होता की, शास्त्रशुद्ध व्यवस्थापनाची तत्त्वे अंमलात आणली तर व्यवस्थापन आणि कर्मचारी यांच्यातील कितीही जुना संघर्ष निश्चितच दूर होईल.

जेव्हा संघटनात्मक वर्तन संशोधकांनी आणि लेखकांनी, संघटनात्मक संघर्षाची कारणे ही व्यवस्थापनाच्या चुका नसून अन्य काही आहेत आणि परिणामकारकपणे हाताळलेल्या संघर्षाचे फायदेच होतात, हे प्रतिपादन करायला सुरुवात केल्यावर, संघर्षाबाबत असलेल्या पारंपरिक दृष्टिकोनात बदल व्हायला लागला. सध्याच्या दृष्टिकोनानुसार मात्र संघटनेचे संघटन आणि कामकाज कशाही प्रकारे केले जात असले तरी संघर्ष अटळ आहे आणि तो गरजेचासुद्धा आहे. ह्या दृष्टिकोनाला परस्परक्रिया करणारा दृष्टिकोन (interactionist view) असे म्हणतात. हा दृष्टिकोन असेसुद्धा सुचवतो की, जादा प्रमाणातील संघर्ष हा अकार्यात्मक (dysfunctional) स्वरूपाचा असतो; ते व्यक्तीला अपायकारक ठरू शकते आणि संघटनेचे ध्येय गाठण्यात अडथळे निर्माण करू शकते. परंतु, काही संघर्ष हे कार्यात्मक (functional) असू शकतात, कारण ते संघटना अधिक परिणामकारक बनवतात. संघर्ष उपाययोजनांचा शोध घेण्यास प्रवृत्त करतो. म्हणूनच संघर्ष हा संघटनात्मक नवनिर्मिती आणि बदलाचे साधन आहे.

संघर्षाचे महत्त्व (Significance of Conflict)

> *'It is neither desirable nor practicable to eliminate conflict altogether. Yet our life is a continous experience of achieving harmony or accord out of disharmony or discord. 'All problems of existence are essentially problems of harmony.'*
>
> *- Shri Aurobindo*

आत्तापर्यंत आपण पाहिले की संघटनेमधील संघर्ष अटळ आहे. म्हणूनच हे वास्तव एक प्रश्न निर्माण करते की संघर्ष हा संघटनेसाठी चांगला असतो की वाईट असतो. दुसऱ्या शब्दांत सांगायचे तर व्यवस्थापनाला हे समजलेच पाहिजे की, संघटनेसाठी संघर्ष चांगला आहे की वाईट आहे. ह्यावर आधारितच संघटनेतील संघर्ष हे दोन प्रकारची वैशिष्ट्ये असलेले आढळतात. एक म्हणजे कार्यात्मक आणि दुसरे म्हणजे अकार्यात्मक. कार्यात्मक संघर्ष म्हणजे ज्याचा काही उपयोग होऊ शकेल आणि अकार्यात्मक संघर्ष म्हणजे ज्याचा सकारात्मक उपयोग होऊ शकणार नाही. 'कार्यात्मक' आणि 'अकार्यात्मक' संघर्षांचे वर्णन खालील परिच्छेदात केलेले आहे–

कार्यात्मक संघर्ष (Functional Conflict)

समूहाच्या ध्येयाला पुष्टी देणाऱ्या आणि त्या समूहाची प्रगती सुधारण्यासाठी जे संघर्ष असतात त्याला 'कार्यात्मक संघर्ष' असे म्हणतात. (Conflicts that support the goals of the group and improve the performance are known as 'Functional Conflicts'.) संशोधनांती असे निदर्शनास आले आहे की काही

संघर्ष उपयुक्त नसतात परंतु ते सर्जनशीलता (Creativity) आणि सुधारणा (Improvement) घडवून आणण्यासाठी उपयुक्त असतात.

संघटनेमध्ये उद्‌भवणाऱ्या संघर्षाच्या महत्त्वाच्या कार्यात्मक बाजू खालीलप्रमाणे आहेत–

- संघर्ष समूहामध्ये परस्पर आकर्षण निर्माण करतो.
- संघर्ष समूहातील सदस्यांना संघटनेबाबत आस्था निर्माण करण्याच्या दृष्टीने प्रेरणा देतो.
- संघर्ष समूहातील सदस्यांच्या सर्जनशीलतेला प्रोत्साहान देतो.
- संघर्षातून नवनिर्मिती होण्यास हातभार लागतो.
- संघर्षातून बदल घडून येणं संभवतं.
- संघर्षातून उच्च गुणवत्तेचे निर्णय घेतले जाणं संभवतं.

आधी उल्लेख केल्याप्रमाणे संघर्ष आणि संघटनात्मक प्रगती यांचा निकटचा संबंध आहे. माफक किंवा पर्याप्त पातळीवरील संघर्ष संघटनात्मक प्रगती साधण्यास हातभार लावतो. याउलट, अत्यंत खालच्या पातळीवरील वा एकदम उच्च पातळीवरील संघर्ष संघटनात्मक प्रगतीला अडसरच ठरतो.

अकार्यात्मक संघर्ष (Dysfunctional Conflict)

विध्वंसक स्वरूपाचा संघर्ष समूहाच्या प्रगतीला अडसर ठरतो. त्यांना 'अकार्यात्मक संघर्ष' असे म्हणतात. असे संघर्ष संघटनात्मक किंवा समूहाच्या ध्येयांचा विध्वंस करतात किंवा ते गाठण्यात अडथळा निर्माण करतात. जेव्हा संघर्ष फारच विकोपाला जातो तेव्हा संघटनेचा विनाश व्हायला लागतो. ह्यामुळे कार्यांगणातील सदस्यांचे परस्पर-संबंध बिघडतात आणि संघटनात्मक प्रगती विलक्षणरीत्या खालावते. खालील आकृतीत आंतरसमूह संघर्ष आणि संघटनात्मक प्रगती यांचा संबंध काय आहे ते दिसून येते.

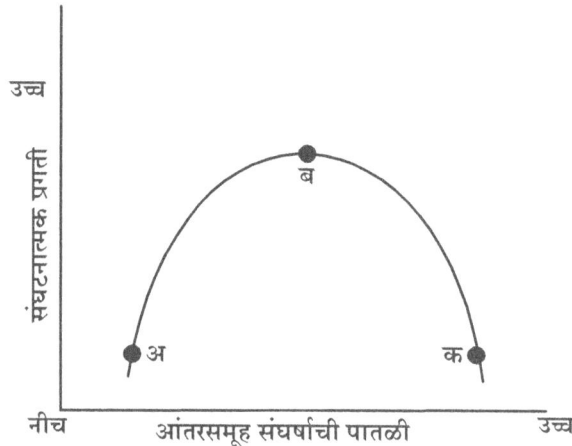

आकृती क्र. १३.२ : संघटनात्मक संघर्ष आणि संघटनात्मक प्रगती यांचा परस्पर–संबंध

जेव्हा संघटनात्मक संघर्षाची पातळी एकदम नीचतम पातळीवर किंवा एकदम उच्च पातळीवर असेल तेव्हा संघटनात्मक प्रगतीसुद्धा नीचतम पातळीवर असते. जेव्हा संघर्ष 'अ' ह्या नीचतम ठिकाणी आहे तेव्हा जागृती आणि उत्तेजना कमी असल्याने संघटनात्मक प्रगती कमी आहे असे आढळते. जेव्हा संघर्ष 'क' ह्या उच्चतम ठिकाणी आहे, तेव्हा अपुरे समन्वय आणि सहकार्य अनुभवास येते. परिणामत: संघटनात्मक प्रगती घसरते. जेव्हा

संघर्ष पर्याप्त पातळीवर असतो, म्हणजेच 'ब' बिंदुवर असतो, तेव्हा संघटनात्मक प्रगती सर्वाधिक असते. कारण पुरेशा संघर्षातून नवनवीन कल्पना आणि सर्जनशील शोध यांचा उपयोग समस्या सोडवण्यासाठी झाल्याने संघटनात्मक प्रगती उंचावते.

कार्यात्मक आणि अकार्यात्मक संघर्षांच्या मधील सीमारेषा सुस्पष्टही नाही आणि निश्चितही नाही. वास्तविक पाहता, संघर्षाची अशी विशेष पातळी ठरवता येत नाही की जी पातळी एखादा संघर्ष स्वीकारार्ह म्हणजेच कार्यात्मक असेल किंवा अस्वीकारार्ह म्हणजेच अकार्यात्मक असेल. शिवाय, आज जो संघर्ष एखाद्या संघटनेत जितक्या प्रमाणात सुदृढ आणि सकारात्मक वाटत असेल तोच संघर्ष दुसऱ्या एखाद्या संघटनेत तितक्याच प्रमाणात सुदृढ आणि सकारात्मक वाटेलच असे नाही. एवढेच नव्हे तर त्याच संघटनेत वेगवेगळ्या कालावधीत तोच संघर्ष तितक्याच प्रमाणात सुदृढ आणि सकारात्मक ठरेलच असे नाही.

संघर्षाची कारणे/संघर्षाचे स्रोत (Causes of Conflict/Sources of Conflict)

संघर्ष अनेक कारणांनी उद्‌भवू शकतो. दुसऱ्या शब्दांत सांगायचे तर संघर्षाचे स्रोत अनेक आहेत. ह्यांचे वर्गीकरण ढोबळपणे दोन भागात करता येईल – रचनात्मक घटक (Structural Factors) आणि व्यक्तिगत घटक (Personal Factors). रचनात्मक घटक हे संघटनेच्या स्वरूपातून आणि त्या संघटनेतील कामकाज कशा प्रकारे चालते त्या प्रकारातून उद्‌भवतात. व्यक्तिगत घटक हे व्यक्ती-व्यक्तींमधील मतभेदांमळे उद्‌भवतात. खालील आकृतीत ह्या दोन्ही प्रकारच्या कारणांचा/स्रोतांचा उल्लेख केलेला आहे–

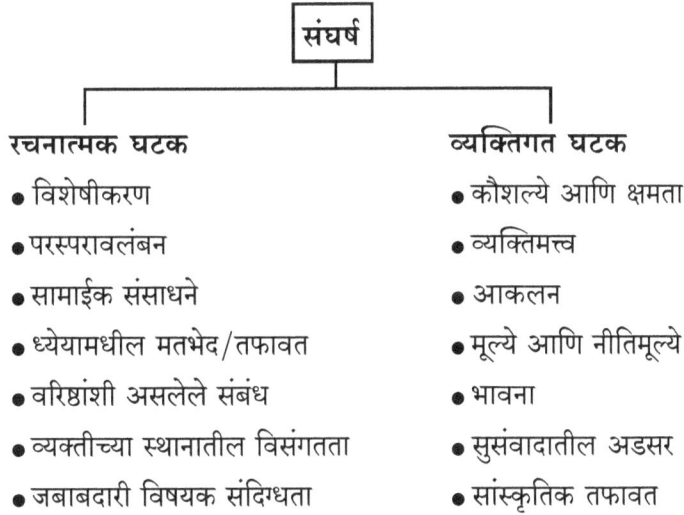

संघर्ष

रचनात्मक घटक	**व्यक्तिगत घटक**
• विशेषीकरण	• कौशल्ये आणि क्षमता
• परस्परावलंबन	• व्यक्तिमत्त्व
• सामाईक संसाधने	• आकलन
• ध्येयामधील मतभेद/तफावत	• मूल्ये आणि नीतिमूल्ये
• वरिष्ठांशी असलेले संबंध	• भावना
• व्यक्तीच्या स्थानातील विसंगतता	• सुसंवादातील अडसर
• जबाबदारी विषयक संदिग्धता	• सांस्कृतिक तफावत

आकृती क्र. १३.३ : संघटनेतील संघर्षाचे स्रोत/कारणे

रचनात्मक घटकांनाच बहिर्गत घटक (External Factors) आणि व्यक्तिगत घटकांनाच अंतर्गत घटक (Internal Factors) असे म्हणतात. महत्त्वाच्या घटकांची चर्चा खालील परिच्छेदातून करण्यात आली आहे–

विशेषीकरण : जेव्हा एखादे काम मोठ्या प्रमाणात विशेषीकरणाचे असते तेव्हा कर्मचारी एखाद्या विशिष्ट कार्यात निपुण बनतात. उदा. सॉफ्टवेअर कंपनीबाबत असे आढळते की माहितीकोशासाठी (Data base) एक विशेषज्ञ आहे, संख्याशास्त्रीय (Statistical) पॅकेजसाठी एक विशेषज्ञ आहे तर Expert System साठी आणखी

कुणीतरी विशेषज्ञ आहे. बव्हंशी असे होते की जे उच्च दर्जाचे विशेषज्ञ आहेत, ते इतर जी कार्ये करतात, त्यांच्या कार्यांबाबत फारशी जाणीवजागृती नसते. ह्यामुळेसुद्धा विशेषज्ञांमध्ये संघर्षाची परिस्थिती निर्माण होते.

परस्परावलंबन : एखादे कार्य पूर्ण करण्यासाठी जेव्हा दोन समूह एकमेकांवर अवलंबून असतात तेव्हा परस्परावलंबन निर्माण होते. जेव्हा प्रक्रिया अतिशय सुरळीतपणे चालते तेव्हा कार्य पूर्ण करण्यासाठी इतरांवर अवलंबून राहणे चांगलेच असते. मात्र, समस्या उद्‌भवते तेव्हा इतरांवर ठपका ठेवणे, त्यांना दोष देणे सोपे असते आणि त्यातूनच संघर्ष निर्माण होतो.

कार्यासाठी परस्परावलंबनाचे खालील तीन प्रकार आढळतात–

अ) एकत्रित परस्परावलंबन (Pooled Interdependence) : जेव्हा संघटनेची एकूणच प्रगती अजमावयाची असते तेव्हा विविध समूहाची प्रगती केवळ एकत्रित केली जाते. त्यातूनच एकत्रित परस्परावलंबन निर्माण होते.

ब) अनुक्रमाधारित परस्परावलंबन (Sequential Interdependence) : आधीचा समूह त्याला नेमून दिलेले कार्य जोपर्यंत पूर्ण करत नाही, तोपर्यंत नंतरच्या समूहाचे कार्य पूर्ण होऊ शकत नाही तेव्हा अनुक्रमाधारित परस्परावलंबन निर्माण होते. उदा. उत्पादन संघटनेत जुळणी विभागात, सर्वप्रथम 'अ' विभागाकडून प्रक्रिया करून उत्पादन 'ब' विभागाकडे पुढील प्रक्रियेसाठी पाठवले जाते.

क) अन्योन्य परस्परावलंबन (Reciprocal Interdependence) : एकमेकांना जोडणारी कार्ये असतील आणि त्यामुळे जेव्हा प्रत्येक समूह प्रगतीसाठी/कार्यासाठी परस्परांवर अवलंबून असतात, तेव्हा अन्योन्य परस्परावलंबन उद्‌भवते. उदा. 'अ' समूह 'ब' आणि 'क' समूहांवर अवलंबून असतो. तसेच 'ब' आणि 'क' समूह 'अ' समूहाप्रमाणेच अन्य दोन समूहांवर अवलंबून असतात. अन्योन्य परस्परावलंबन रुग्णालयात आढळून येते. उदा. तेथील क्ष–किरण विभाग, रक्तपेढी, रुग्णसेवा विभाग, अतिदक्षता विभाग, भूलशास्त्र विभाग, इ. सर्व विभाग कुशल अशी रुग्णसेवा देण्याच्या दृष्टीने परस्परांवर अवलंबून राहतात.

ध्येयामधील मतभेद/तफावत : कधी कधी वेगवेगळे समूह वेगवेगळी ध्येये असणारे असतील तर त्यांच्या ध्येयांमध्ये विसंगती आढळते. उदा. दूरदर्शन विक्री कंपनीत, विक्रेत्या समूहाचे ध्येय होते अधिकाधिक दूरदर्शन संचांची विक्री करणे. ह्यामुळे सेवा विभागाला समस्या निर्माण झाली. कारण त्या विभागाचे ध्येय होते नियोजित वेळेत दूरदर्शन संच बसविणे.

जबाबदारी विषयक संदिग्धता : संघटनांतर्गत जबाबदारी बाबतच्या सीमारेषा अस्पष्ट असण्याशी ह्याचा संबंध आहे. आठवून पहा, तुम्ही तुमच्या विद्यापीठ प्रशासनाशी तुमच्या समस्येच्या संदर्भात कधी संपर्क साधला होता का ? आणि तुम्हाला वेगळ्याच लोकांकडे आणि विभागांकडे जाण्यास सांगण्यात आले का ?

वरील परिच्छेदातून वर्णन केलेले संघर्षाचे स्रोत/कारणे ही बहिर्गत किंवा रचनात्मक स्वरूपाची आहेत. याव्यतिरिक्त अन्य संघर्ष आहेत की जे व्यक्तीमधल्या मतभेदांमुळे निर्माण होतात, त्यांना संघर्षाचे वैयक्तिक/अंतर्गत स्रोत असे म्हणतात.

कौशल्ये आणि क्षमता : एखाद्या संघटनेतील/विभागातील काम करणाऱ्या समूहात विविध पातळीवरील कौशल्ये आणि क्षमता असलेले सदस्य असतात. अशा तऱ्हेच्या कौशल्ये आणि क्षमतातील फरकामुळे संघर्ष निर्माण होतो, विशेषत: जेव्हा कामामध्ये परस्परावलंबित्व असते. विद्यापीठातून नुकतेच ज्याने शिक्षण पूर्ण केलेले आहे त्याला मनुष्यबळ व्यवस्थापन कसे करायचे याबद्दल कदाचित बरीच माहिती असेल, परंतु एखाद्या संघटनेत

वापरण्यात येणारे तंत्रज्ञान त्याला अवगत नसेल. तेव्हा अशा संघटनेतील कर्मचाऱ्यांना अशा वरिष्ठ अधिकाऱ्याशी जुळवून घेणे खूप जड जाते.

व्यक्तिमत्त्व : व्यक्तिमत्त्वामुळेसुद्धा वैयक्तिक मतभेद निर्माण होतात. आपल्या हाताखालील कर्मचाऱ्यांच्या आणि सहकाऱ्यांच्या व्यक्तिमत्त्वात असे मतभेद असणे किंवा व्यवस्थापकाच्या व्यक्तिमत्त्वात मतभेद असणे यांना आवडत नाही. यातून त्यांच्यात संघर्ष निर्माण होतो. संशोधनांती असे निदर्शनास आले आहे की, सर्वसामान्यपणे ज्या व्यक्ती कामाबाबतच्या आंतर-व्यक्ती संबंधाच्या संदर्भात दुर्लक्ष करतात, सहकाऱ्यांच्या भावनांकडे दुर्लक्ष करतात, अशा व्यक्ती इतरांना अजिबात आवडत नाहीत.

आकलन : व्यक्तिमत्त्वाप्रमाणेच जेव्हा आकलनाबाबतही तफावत असते तेव्हा संघर्ष उद्‌भवतात. ज्याबाबतीत आकलनाबाबत तफावत पडू शकेल अशी बाब म्हणजे कर्मचाऱ्यांना नेमके कसे प्रेरित करू शकते. बऱ्याचदा कर्मचाऱ्यांना खरोखरच काय हवं आहे, यापेक्षासुद्धा व्यवस्थापक त्यांना काय वाटतंय तेच कर्मचाऱ्यांना देतात.

मूल्ये आणि नीतिमूल्ये : लोकांचे अनेक प्रकारचे विश्वास असतात आणि त्यांच्या मूल्यपद्धतीलाच ते कवटाळून बसतात. उदा. जुने कर्मचारी संघटनेबाबत निष्ठा दाखवतात आणि कदाचित खरोखरच आजारी नसताना आजारपणाची रजा घेत नाहीत. मात्र, जो तरुण गतिक्षमतेलाच महत्त्व देत आहे तो काम टाळण्यासाठी एखादा दिवस आजारपणाची रजासुद्धा काढेल.

भावना : लोकांच्या भावना हा घटकसुद्धा कार्यांगणात संघर्ष निर्माण करण्यास पुरेसा असतो. घरगुती समस्येचे प्रतिबिंब बऱ्याचदा कार्यांगणात पडलेले आढळते आणि त्यासंबंधीच्या भावना बऱ्याचदा दुसऱ्यांना त्रासदायक वाटू शकतात.

सुसंवादातील अडसर : बऱ्याचदा विविध प्रकारच्या सुसंवादातील अडसरानुसार संदेशाच्या अर्थाचा अनर्थ होऊ शकतो आणि यातूनच संघर्षास सुरुवात होते. मूल्यांबद्दलचा अंदाजसुद्धा बऱ्याचदा सुसंवादातील अडथळा ठरू शकतो.

संघर्ष व्यवस्थापन (Conflict Management)

उद्योग व्यवसाय क्षेत्रातील संघर्षाची परिस्थिती सुधारण्यासाठी, संघर्ष सोडवण्यासाठी विशेष प्रयत्न करणे आवश्यक असते. अन्यथा, परिस्थिती चिघळत जाऊन प्रचंड प्रमाणावर आर्थिक नुकसान तर होतेच, पण त्याबरोबरच संपूर्ण समाजाची घडी विस्कटेल की काय असे भय निर्माण होते.

हे संघर्ष एका ठरावीक पातळीच्या पलीकडे असतील तर ते संघटनेला घातक ठरू शकतात. म्हणूनच जर संघटनेत विशिष्ट कार्यपद्धती विकसित केली तर संघर्षाचे प्रमाण कमी होईल. अर्थात, संघटनेत संघर्ष निर्माण झालाच तर तो योग्य पद्धतीने सोडवला पाहिजे. संघर्ष दडपून टाकणे संघटनेच्या दृष्टीने कधीही हितावह नाही. संघर्षाचे व्यवस्थापन व्यवस्थितपणे व्हायलाच हवे. संघर्ष अनुकूल असेल तर त्याचा फायदा करून घेणे आणि संघर्ष प्रतिकूल असेल तर तो टाळण्याचा वा सोडवण्याचा प्रयत्न करायला हवा. संघर्ष व्यवस्थापनाच्या दृष्टीने येथे उपाययोजनांची चर्चा केलेली आहे. व्यक्ती-अंतर्गत, आंतर-व्यक्ती आणि आंतर-समूह संघर्ष व्यवस्थापनाबाबत आपल्याला यातून माहिती मिळेल.

व्यक्ती-अंतर्गत संघर्ष सोडवण्यासाठी उपाययोजना

नैराश्य, स्पर्धात्मक भूमिका, सकारात्मक आणि नकारात्मक बाजू असणारी ध्येये, इत्यादींमुळे व्यक्तीत

अंतर्गत संघर्ष निर्माण होतात. जेव्हा ध्येय गाठता येण्यात नैराश्येमुळे अडथळे येत असतील तर ते अडथळे (छुपे अथवा उघड) दूर करून संघर्ष सोडवण्यास मदत होईल. कर्मचाऱ्याच्या करिअरमध्ये प्रगती होण्याचा मार्ग खुला होईल हे पाहण्याची जबाबदारी व्यवस्थापकाची आहे.

नैराश्य नेहमीच वाईट नसते. नैराश्यामुळे कार्यामध्ये सुधारणाही घडू शकतात. निराश झालेली व्यक्ती अडथळ्यांवरील लक्ष काढून घेऊन त्याच्या कामावर लक्ष केंद्रित करून अधिक चांगली गुणवत्ता देण्याचा प्रयत्न करेल. विशेषत: ज्या व्यक्तीमध्ये आत्मविश्वास असतो की तो एखादे काम अधिक चांगल्या प्रकारे करू शकेल, त्याच्या बाबतीत हे जास्त खरे ठरते. मात्र, कर्मचाऱ्याच्या नैराश्याकडे दुर्लक्ष करण्याच्या दृष्टीने व्यवस्थापकाला ही बाब सबब म्हणून असू नये. जर नैराश्यातून उद्‌भवलेला संघर्ष दीर्घकाळ दूर केला नाही तर, सक्षम आणि प्रामाणिक कर्मचाऱ्यांच्या सेवांना व्यवस्थापक मुकण्याची शक्यता असते.

ध्येयाबाबतच्या मतभेदाच्या तीन बाजू आहेत – दृष्टिकोन–दृष्टिकोन संघर्ष, दृष्टिकोन टाळणारा संघर्ष आणि टाळाटाळ–टाळाटाळ संघर्ष. ह्या तीनपैकी दृष्टिकोन–दृष्टिकोन संघर्षाचा संघटनात्मक वर्तनावर तुलनेने कमी परिणाम होतो. संघर्ष दूर करण्यासाठी व्यवस्थापकाने लक्ष घालण्याची गरज नसते. कर्मचारी स्वत:च संघर्ष दूर करतो. बोधनिक विसंवाद (Cognitive Dissonance) हा सुप्रसिद्ध सिद्धान्त असा संघर्ष दूर करण्यास व्यक्तीला मदत करतो. सोप्या भाषेत सांगायचे तर विसंवाद (Dissonance) म्हणजे मानसशास्त्रीयदृष्ट्या त्रास निर्माण करणारी किंवा संघर्ष निर्माण करणारी व्यक्तीची परिस्थिती होय की जेव्हा व्यक्तीला दोन किंवा अधिक पर्यायांमधून निर्णय घ्यावयाचा असतो. हे पर्याय जरी एकत्रित सुचले तरी ते एकत्रित तितकेसे योग्य ठरत नाहीत. सिद्धान्त असे सांगतो की, ज्या व्यक्तीला विसंवाद (Dissonance) अनुभवास येतो ती व्यक्ती संघर्ष कमी करण्यासाठी किंवा टाळण्यासाठी प्रचंड प्रमाणात प्रेरित झालेली असते आणि संघर्ष वाढवू शकेल अशी परिस्थिती अथवा माहिती टाळण्याचा ती व्यक्ती प्रयत्न करते.

दृष्टिकोन टाळणारा संघर्ष हा दोन प्रकारे दूर करता येतो

दृष्टिकोन नाकारणे (सकारात्मक बाजू) किंवा दृष्टिकोन टाळणे (नकारात्मक बाजू). संघटनात्मक सदस्य संघर्षाची परिस्थिती टाळू शकत नाही. अशा सदस्याला निर्णय घ्यावाच लागतो आणि म्हणूनच अशी व्यक्ती संघर्षाला सामोरी जाते. ह्या व्यक्तीचा संघर्षसुद्धा बोधनिक विसंवादाच्या मार्गाने दूर करता येतो. कोणताही मार्ग स्वीकारला (दृष्टिकोन अथवा टाळाटाळ) तरी व्यक्ती निर्णयाचे समर्थन करू शकते. संघटनेतील सदस्याला त्याच्या निर्णयाचे समर्थन करण्यात संघटनेच्या व्यवस्थापकाने मदत केली पाहिजे.

टाळाटाळ–टाळाटाळ संघर्ष, हा संघर्ष निर्माण होण्याची कारणे तपासून दूर करून मिटवता येईल. संघटनेतील कर्मचाऱ्याला जर कारणे कळली तर त्याच्या वरिष्ठ अधिकाऱ्याबाबत असलेला पूर्वग्रह दूर करायला मदत होईल. संबंधित कर्मचाऱ्याला व्यवस्थापकांकडून योग्य सल्ला–मसलत मिळाल्यास त्याचा निश्चितच फायदा होईल.

भूमिकांची संख्या कमी करून आणि त्यांचा अग्रक्रम ठरवून भूमिकांमधील संघर्ष दूर करता येईल. एकदा हे अग्रक्रम निश्चित केले की त्या भूमिकांमध्ये परस्पर–व्यापकता असू नये. व्यक्तिगत ध्येय आणि संघटनात्मक ध्येय यांच्यात सुसंगतता राखून, संघटनात्मक सदस्याचा व्यक्तिगत संघर्ष बऱ्याच प्रमाणात कमी करता येतो. आपण संघटनेसाठी कार्य करीत आहोत आणि तेथील व्यवस्थापकासाठी नाही, ह्याचे भान ठेवले म्हणजे संघर्ष असला तरी ती व्यक्ती शांत, संयमी राहील.

व्यक्तीच्या अंतर्गत संघर्षासाठी सर्वोत्तम उपाय म्हणजे हिंदू तत्त्वज्ञानाचा विचार करून मौलिक धडे घेणे. हिंदु तत्त्वज्ञानानुसार व्यक्तीची जडणघडण तीन गुणांनी झालेली असते – सत्त्व, रज आणि तम. व्यवस्थापक असो

नाही तर कर्मचारी असो, त्याने सत्त्वगुण विकसित केला पाहिजे. यासाठी पवित्र धर्मग्रंथ वाचणे, नियमित प्रार्थना, धर्मनिष्ठ लोकांबरोबर ऊठबस आणि शिस्तबद्ध जीवन जगणे या उपाययोजना करायला हव्यात. परंतु, दुर्दैवाने हल्लीच्या काळात रजोगुण आणि तमोगुण असलेले अनेक लोक ज्या संघटनेत भरती होतात, तेथे सुदृढ संबंध राहणे अवघड होऊन बसते आणि अवाजवी संघर्ष अटळ होतात.

आंतर–व्यक्ती संघर्ष दूर करणे

व्यक्तीचे अंतर्गत संघर्ष दूर करण्यासाठी वरील परिच्छेदात सुचवलेले उपाय आंतर–व्यक्ती संघर्ष दूर करण्यासाठीसुद्धा उपयोगी पडतील. याव्यतिरिक्त असलेल्या उपाययोजना म्हणजे हरणे–हरणे, जिंकणे–हरणे, जिंकणे–जिंकणे डावपेच. तसेच व्यवहारात्मक विश्लेषण ह्यासाठी वापरता येईल. सरतेशेवटी असे म्हणता येईल की आंतर–व्यक्ती संघर्ष दूर करण्यासाठी वर्तनात्मक इनपुट बदलणे गरजेचे आहे.

हरणे–हरणे : संघर्ष दूर करण्याच्या ह्या उपाययोजनेत, उभयपक्ष हरण्यासाठी तयार असतात. अनेक मार्गांनी ह्या दृष्टिकोनाचा अवलंब करता येतो. यांपैकी एक मार्ग म्हणजे तडजोडीचा किंवा मध्यम मार्गाचा पत्कर करणे. दुसरा मार्ग म्हणजे उभय पक्षातील एकाला पैसे देऊन टाकणे; हे लाचेच्या स्वरूपात असू शकेल. तिसरा मार्ग म्हणजे तिऱ्हाईत पक्षाला 'लवाद' म्हणून नियुक्त करणे. शेवटचा मार्ग म्हणजे संघर्ष दूर करण्यासाठी उभय पक्षांनी विद्यमान नियम/कायद्यांचा स्वीकार करायचा किंवा नोकरशाहीचा नियम पाळणे. हरणे–हरणे हा डावपेच बऱ्याचदा हरणे–जिंकणे अथवा जिंकणे–जिंकणे ह्या डावपेचापेक्षाही कमी प्रभावी ठरतो.

जिंकणे–हरणे : ह्या डावपेचात उभय पक्षातील एकजण सर्व संसाधने जिंकण्यासाठी आपल्या नियंत्रणाखाली ठेवतो आणि दुसरा पक्ष हरतो. अशा प्रकारची उदाहरणे वरिष्ठ–कनिष्ठ संबंध, लाईन–स्टाफ यांची रुजवात, कर्मचारी संघ आणि व्यवस्थापन यांचे संबंध आणि संघटनांमध्ये आढळणाऱ्या अशाच प्रकारच्या संघर्षाचे प्रसंग. जिंकणे–हरणे ह्या डावपेचामुळे जरी संघर्ष दूर होत असला तरी तो कायमस्वरूपी प्रभावी उपाय ठरू शकत नाही. कारण हरणारा पक्ष दुःखी आणि खुनशी होऊ शकतो. म्हणूनच सर्वाधिक सुदृढ डावपेच कोणता, तर संघर्षातील उभय पक्षांनी जिंकणे.

जिंकणे–हरणे डावपेच खालील मुद्द्यांच्या साहाय्याने अधिक स्पष्ट होईल–

i) संघर्षातील उभय पक्ष त्यांच्या त्यांच्या दृष्टिकोनातून संघर्षातील समस्येकडे पाहतात.
ii) ध्येय, उद्दिष्टे अथवा मूल्य साध्य करण्यापेक्षासुद्धा अधिक भर असतो तो उपाययोजनांवर.
iii) उभयपक्षात 'आम्ही आणि ते' असा सुस्पष्ट फरक असतो.
iv) जय आणि पराजय या वातावरणातच उभय पक्ष एकमेकांविरुद्ध लढण्यात आपली शक्ती खर्च करतात.
v) संघर्ष हे व्यक्तिगत स्वरूपाचे आणि व्यक्तिगत मतांवर आधारित असतात.
vi) उभय पक्ष त्या समस्येचा अल्पकालीन विचार करतात.
vii) अन्य समूह प्रक्रियातील संघर्ष दूर करण्याच्या उपक्रमांहून ह्या उपक्रमात फरक नसतो आणि ह्या उपक्रमांची क्रमवारीसुद्धा नियोजित स्वरूपाची नसते.

जिंकणे–जिंकणे : व्यक्ती आणि संघटनेच्या, दोघांच्या दृष्टीने विचार केल्यास, जिंकणे–जिंकणे हा डावपेच सर्वाधिक योग्य आहे. अन्य पक्षाला नामोहरम करण्यापेक्षा, हरवण्यापेक्षा उभयपक्षांची शक्ती आणि कल्पकता/सर्जनशीलता, संघर्षातील समस्या सोडवण्यासाठी उपयोगात आणली जाते. संघर्षातील उभयपक्षांच्या गरजा भागवल्या जातात आणि उभय पक्षांना फलप्रद परिणाम मिळतात. फ्रेड ल्युथान्स यांच्या मते, व्यक्ती–व्यक्तीतील

संघर्षात जिंकणे-जिंकणे हा डावपेच अंमलात आणणे अवघड जरी असले तरी, संघर्ष व्यवस्थापनात हेच प्रमुख ध्येय असायला हवे.

व्यवहारात्मक विश्लेषण : आंतर-व्यक्ती संघर्ष दूर करण्यासाठी संघर्षातील उभय-पक्षांसाठी जेवढे शक्य असतील तेवढे परस्पर-पूरक व्यवहार उभयपक्षांनी केले पाहिजेत. वरिष्ठा-वरिष्ठांमध्ये संघर्ष व्यवस्थापनाच्या दृष्टीने व्यवहार व्हावेत. अशा तऱ्हेने दोन वरिष्ठात परस्पर संवाद झाला तर सुधारित सुसंवाद निर्माण होईल. सुधारलेला सुसंवाद संघर्ष दूर करण्यासाठी उपयुक्त ठरतो.

वर्तनात्मक इनपुट बदलणे : सर्वांत शेवटी, संघर्षात गुंतलेल्या व्यक्तीच्या वर्तनावर विशेष भर देऊन संघर्ष दूर करता येतो. लोकांच्या आकलनातून आणि अभिवृत्तीतूनच संघर्ष निर्माण होतात. प्रशिक्षण कार्यक्रमातून हे चित्र बदलता येते.

समूहांतर्गत संघर्ष दूर करणे : कुटुंबांतर्गत संघर्ष असेल आणि कुटुंबातील सदस्यांनी एकमेकांच्या भूमिका समजून घेतल्या आणि परस्परांचा आदर केला तर हा संघर्ष सोडवता येतो. सारेजण एकत्र असतील तरच ते टिकाव धरू शकतील अन्यथा टिकाव लागणे अशक्य. जर कुटुंबातील सदस्य आपापसात संघर्ष सोडवण्यात अपयशी ठरले तर कुटुंबाच्या जवळचा एखादा मित्र संघर्ष सोडवण्यास मदत करू शकतो.

आंतर-समूह संघर्ष दूर करणे : व्यक्ती-अंतर्गत आणि आंतर-व्यक्ती संघर्ष सोडवण्यासाठी ज्या उपाययोजना सुचवण्यात आलेल्या आहेत त्याच उपाययोजना आंतर-समूह संघर्ष दूर करण्यासाठी अंमलात आणता येतात. मात्र, आंतर-समूह संघर्ष दूर करण्यासाठी काही खास असे दृष्टिकोन आहेत. उदा. समस्या सोडवणे, संसाधने वाढवणे, टाळणे, सुरळीत करणे, तडजोड करणे आणि संघटनात्मक रचनेची पुनर्संघटना करणे.

समस्या सोडविणे : समस्या सोडविणे हा सर्वांत परिणामकारक मार्ग समजला जातो. कारण संघर्षात अडकलेल्या दोन्ही पक्षांचे हित यात जोपासले जाते. ह्या डावपेचात, असा उपाय शोधून काढला जातो की, उभय पक्षांच्या गरजा भागवल्या जातात. उभय पक्ष एकत्र येऊन समस्या निश्चित करतात आणि त्यावर दोघांना समाधानकारक तोडगा शोधून काढतात. शिवाय, भावनांची देवाणघेवाण आणि कार्यासंबंधीच्या माहितीची देवाणघेवाण होते.

संघटनेची पुनर्रचना : संघर्ष सोडविण्यासाठी संघटनेची पुनर्रचना करणे हा एक मार्ग असू शकतो. विशेषतः जेव्हा विविध विभाग अथवा खात्यातील कामातील परस्पर-समन्वयातून हा संघर्ष उद्भवला असेल तेव्हा हा मार्ग उपयोगी ठरतो.

संघटनेची पुनर्रचना करण्याचा एक मार्ग म्हणजे समूहातील कार्यातील परस्परावलंबन कमी करणे आणि प्रत्येक समूहाला सुस्पष्ट जबाबदाऱ्या देणे. दुसरा मार्ग म्हणजे संघर्ष होत असलेल्या समूह सदस्यांची बदली करणे किंवा अदलाबदल करणे. लवादाचा मार्ग अवलंबण्यासाठी आवाहन करण्याचा मार्गसुद्धा वापरला जाऊ शकतो.

सामाईक ध्येये : सामाईक ध्येयाचे आवाहन करणे हा संघर्ष दूर करण्याचा मार्ग आहे. सामाईक ध्येय हे संघर्षातील उभय-पक्षांना समान असते आणि उभय पक्षांचे एकत्रित प्रयत्नातून संघर्ष सोडविणे शक्य होते. ज्या अन्य ध्येयांमुळे संघर्ष निर्माण होतो त्या अनुषंगाने ह्या सामाईक ध्येयाला अग्रक्रम दिला जातो. संघटना टिकून राहणे यासाठी सामाईक ध्येयाची गरज असते. जर संघर्षातील उभय-पक्षांनी सामाईक ध्येयानुसार कार्य केले नाही तर संघटनेचे अस्तित्व धोक्यात येऊ शकेल. याबद्दलची जाणीवजागृती होणे गरजेचे आहे.

संसाधनात वाढ : तुटपुंज्या संसाधनांमुळे संघर्ष निर्माण होतो; हा तुटवडा दूर करणे संघर्ष सोडवायला निश्चितच मदत करते. जर एखाद्याला बढती दिल्याने अन्यत्र खळबळ उडाली असेल तर, अशाच पद्धतीने अन्य

कार्यातसुद्धा बढती निर्माण करणे गरजेचे आहे. एखाद्या विभागाला जादा तरतूद केली असेल तर प्रतिस्पर्धी विभागालासुद्धा त्या प्रमाणात वाढीव तरतूद करणे गरजेचे आहे.

टाळाटाळ/टाळणे : ठामपणा आणि सहकार्य ह्या दोन्ही बाबतीत हा मार्ग कमी प्रमाणातील पातळीवर असतो. संघर्षातील समस्येला बगल देणे, काही कालावधीकरिता ह्या समस्येला प्रतिसाद देणे, पुढे ढकलणे किंवा संघर्षाच्या परिस्थितीपासून दूर जाणे, ह्या गोष्टी 'टाळणे' ह्या मार्गात येतात. काही प्रसंगी, संघर्ष टाळणे हा मार्ग सुयोग्य असू शकतो. उदा. जेव्हा उभय पक्ष प्रचंड संतापले आहेत आणि त्यांनी शांत होणे आवश्यक असेल तेव्हा 'टाळणे' हा मार्ग अवलंबणे अधिक चांगले. जेव्हा संघर्षातील समस्या क्षुल्लक असते तेव्हा टाळणे हे अधिक लाभदायक ठरते. अर्थात, संशोधनांती असेही आढळून आले आहे की, वारंवार ह्या मार्गाचा वापर केल्यास कार्यांगणातील अन्य सदस्य त्याची नकारात्मक किंमत करतात. 'टाळणे' ह्या मार्गाचे एक उदाहरण खालील परिच्छेदात दिले आहे–

बड्या बहुराष्ट्रीय कंपनीचा प्रमुख अगदी नित्यनेमाने एका पंचतारांकित हॉटेलमध्ये वास्तव्य करायचा. अशाच एका वास्तव्यात सकाळी न्याहारी घेऊन हे महाशय हॉटेलमधून कामासाठी बाहेर पडले आणि जाताना 'कृपया व्यत्यय आणू नका.' ('Do Not Disturb') ही हॉटेलमधील त्यांच्या खोलीच्या दारावर लावलेली सूचना पाटी काढायला विसरले. रात्री उशिरा जेव्हा ते हॉटेलमध्ये परतले तेव्हा खोलीचा अवतार पाहून स्वारी संतापली - सकाळच्या न्याहारीच्या डिश, काटे-चमचे तसेच पडलेले, बेडशीट बदललेले नाही, खोली झाडून साफ केलेली नाही. अद्याप दारावरील सूचना पाटी तशीच लटकत होती.

साहेबांची प्रतिक्रिया ? प्रचंड संताप, स्वागतकक्षात येऊन त्यांनी प्रचंड आरडाओरडा केला आणि रागाच्या भरात हॉटेल सोडण्याचा निर्णय जाहीर केला. जेव्हा स्वागत-कक्षातील कर्मचाऱ्यांनी असे सांगितले की, ते केवळ त्यांच्या सूचनांचे पालन करीत होते. ('कृपया व्यत्यय आणू नका') तेव्हा तर स्वारी आणखीनच भडकली आणि रागावून बोलली की, ''म्हणजे मी खोलीत मेलो असतो तरी तुम्ही व्यत्यय आणला नसता.''

हळूहळू परिस्थिती नियंत्रणाबाहेर चालली होती. पण तेवढ्यात हॉटेलचे जनरल मॅनेजर तेथे आले आणि त्यांना तत्काळ परिस्थितीचे गांभीर्य ध्यानात आले. त्यांच्याबरोबर हुज्जत घालीत बसण्यापेक्षा त्यांनी आधी त्या अधिकाऱ्याकडे दिलगिरी व्यक्त केली आणि त्या अधिकाऱ्याला शांत केले. त्या अधिकाऱ्याला त्याने आधी एका चांगल्या खोलीत स्थलांतरित केले, रात्रीचे भोजन हॉटेलतर्फे देऊ केले. त्या अधिकाऱ्याच्या रागाचा पारा जेवायला सुरुवात केल्यावर हळूहळू खाली आला आणि सर्वांनीच सुटकेचा नि:श्वास टाकला.

सुरळीत करणे (Smoothening)

व्यक्ती अथवा समूह यांच्यातील मतभेद कमी करून त्यांच्या सामाईक हिताच्या बाबींवर अधिक भर देणे म्हणजेच 'सुरळीत करणे.' मतभेद दूर करण्याबरोबरच जर उभय पक्षाच्या साम्य असलेल्या बाबी शोधून काढून त्यावर भर दिल्यास, उभय पक्षांना असा विश्वास वाटेल की ते एकमेकांना समजत होते तितके ते एकमेकांपासून संघर्षामुळे दूर नाहीत. काही मुद्द्यांवर चर्चा केली, तर ज्या मुद्द्यांच्या बाबतीत 'सुरळीत करणे' मार्ग अंमलात आणलेला आहे, त्या बाबतीत संघर्षाची तीव्रता कमी होईल आणि आपापसातले शत्रुत्व टाळण्यास मदत होईल. मात्र, ह्या मार्गाचा अवलंब केवळ लोकांना शांत करण्यासाठी आणि योग्य वातावरण पुन्हा निर्माण करण्यासाठी उपयुक्त ठरेल.

लाइन व स्टाफ संघर्ष दूर करणे

ह्यासाठी खालील उपाय सुचवण्यात आले आहेत–

१) लाइन आणि स्टाफ अधिकाऱ्यांच्या भूमिका, अधिकार आणि कार्ये स्पष्टपणे निश्चित केलेली असावीत आणि त्याबाबत संबंधित लोकांना पुरेशी माहिती असावी.

२) स्टाफने हे समजून घ्यायला हवे की त्यांची भूमिका ही सल्लागार स्वरूपाची आहे. महत्त्वाच्या मुद्द्यांवर सल्ला देण्यात त्यांनी समाधानी असले पाहिजे. लाइन व्यवस्थापकांनीसुद्धा स्टाफने दिलेल्या सल्ल्याचा आदर केला पाहिजे आणि संघटनेच्या फायद्यासाठी त्याचा उपयोग करून घेतला पाहिजे.

३) लाइन आणि स्टाफ अधिकाऱ्यांमध्ये सुसंवादाची शक्यता वाढवली पाहिजे.

४) स्टाफ अधिकाऱ्यांनी तज्ज्ञांशी खेळ करणे टाळले पाहिजे.

५) स्टाफ विशेषज्ञ असतील आणि त्यांचे उच्च व्यवस्थापनाशी निकटचे संबंध प्रस्थापित झालेले असले तरी लाइन व्यवस्थापकांनी मनातील भीतीचा न्यूनगंड दूर केला पाहिजे.

६) उभय पक्षांना प्रमुख अधिकाऱ्याकडे (चीफ एक्झिक्युटीव्ह) अपील करण्याचा हक्क असायला हवा.

संघर्ष व्यवस्थापन शैली (Conflict Management styles)

संघर्ष व्यवस्थापनाच्या खालील पाच शैली असून त्या सोबतच्या आकृतीत दर्शवण्यात आल्या आहेत.

१) स्पर्धा (Competition)

२) सहकार्य (Collaboration)

३) तडजोड (Compromise)

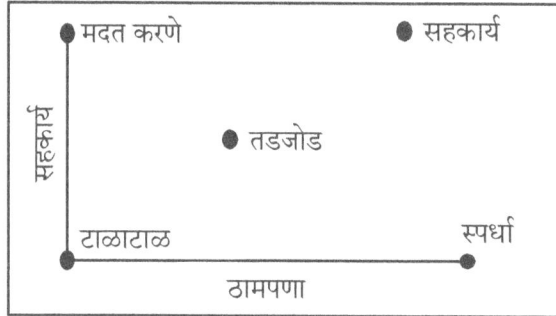

आकृती क्र. १३.४ : संघर्ष व्यवस्थापन शैली

४) टाळाटाळ (Avoidance)

५) मदत करणे (Accomodation)

वरील आकृतीवरून हे स्पष्ट होते की सहकार्य दृष्टिकोन दोन्ही अंगांनी सर्वाधिक गुणकारक आहे. म्हणून हा दृष्टिकोन संघर्ष सोडवण्यास अधिक उपयुक्त आहे.

निवडक प्रश्न

१) संघर्ष संकल्पनेचा अर्थ सांगून व्याख्या द्या.

२) संघर्षाची वैशिष्ट्ये स्पष्ट करा.

३) संघर्षाचे विविध प्रकार थोडक्यात स्पष्ट करा.

४) संघर्षाचे खालील प्रकार स्पष्ट करा.

१) व्यक्तीचा अंतर्गत संघर्ष

२) आंतर-व्यक्ती संघर्ष

३) व्यक्ती आणि समूह यांच्यातील संघर्ष

४) आंतर-समूह संघर्ष

५) संघटना-संघटनातील संघर्ष

५) संघर्षाबाबत बदलते दृष्टिकोन कोणते ते सांगा ?

६) संघर्षाबाबतचे पारंपरिक आणि सध्याचा दृष्टिकोन कोणता ते वर्णन करा.

७) कार्यात्मक आणि अकार्यात्मक संघर्ष म्हणजे काय ते स्पष्ट करा.

८) 'संघटनेमधील संघर्ष अटळ आहेत' चर्चा करा.

९) संघर्षाचे महत्त्व स्पष्ट करा.

१०) संघर्षाची कारणे/स्रोत स्पष्ट करा.

११) संघर्षाचे रचनात्मक स्रोत आणि व्यक्तिगत घटक या अनुषंगाने विवेचन करा.

१२) संघर्ष व्यवस्थापन यावर सविस्तर टिपण तयार करा.

१३) व्यक्ती-अंतर्गत संघर्ष सोडवण्यासाठी उपाययोजना सुचवा.

१४) आंतर-व्यक्ती संघर्ष दूर करण्यासाठी उपाय सुचवा.

१५) हरणे-हरणे, जिंकणे-हरणे आणि जिंकणे-जिंकणे हे मार्ग स्पष्ट करा.

१६) 'समूहांतर्गत संघर्ष दूर करणे' यावर टीप लिहा.

१७) आंतर-समूह संघर्ष दूर करण्यासाठी उपाय सुचवा.

१८) संघर्ष दूर करण्याचे खालील उपाय थोडक्यात स्पष्ट करा.

अ) समस्या सोडवणे   ब) संघटनेची पुनर्रचना

क) सामाईक ध्येय   ड) संसाधनात वाढ

इ) टाळाटाळ टाळणे   ई) सुरळीत करणे

१९) 'लाइन व स्टाफ' संघर्ष दूर करण्यासाठी उपाययोजना सुचवा.

२०) 'संघर्ष व्यवस्थापन शैली' यावर सविस्तर टीप लिहा.

१४. संप्रेरण
(Motivation)

प्रस्तावना

मानवी वर्तन शास्त्रज्ञांनी 'प्रेरणा' या घटकाला खूप महत्त्व दिले आहे. त्यांच्या मते, प्रेरणा म्हणजे व्यक्तीमधील अशी आंतरिक शक्ती की जी उद्दिष्ट पूर्तीसाठी दिशा देते आणि त्याच्याकडून काम घडवून आणते. त्यामुळे आपण सर्वत्र पाहतो की प्राणिमात्राची जगण्यासाठीची सदैव धडपड चालू असते. विशेषत: माणूस हा प्राणी कोणत्याही स्थितीत काम करण्याचा प्रयत्न करतो. जगण्यासाठी सतत स्वत:ला गुंतवून ठेवण्याचा प्रयत्न करीत असतो. उत्क्रांतीच्या अवस्थेत, जंगलात, महानगरात, परमुलुखात माणूस हा कामात असतो. या सर्व कामातून डोंगर उभे राहतात. या कामासाठी प्रेरणा मिळत असते. त्याच्या प्रत्येक कार्य-वर्तनामागे प्रेरणा कशी मिळते? त्यांचा स्रोत कोठे असतो? त्यात योग्य बदल करून त्याच्याकडून हवे तसे काम मिळवता येते काय? हे व असे अनेक प्रश्न तज्ज्ञांनी शोधले आणि त्यातून व्यवस्थापनात काम आणि त्यासाठीच्या प्रेरणा यांचा अभ्यासविषय समाविष्ट झाला. रेन्सिसलिकर्ट यांनी 'संप्रेरण हा व्यवस्थापनाचा मूलाधार होय!' 'Motivation is the core of management' असे नमूद केले आहे. संघटनेची उद्दिष्टे साध्य करण्यासाठी व्यक्तींवर कामे सोपविणे, त्यासाठी त्यांना प्रेरणा देणे ही कार्ये उद्योजक-व्यवस्थापकाला पार पाडावी लागतात. त्या दृष्टीने त्याला प्रेरणाविषयक तत्त्वे आणि सिद्धान्त उपयोगी पडतात. प्रेरणा सिद्धान्त हे त्याला लाभलेले एक परिणामकारक साधन आहे कारण त्या आधारे तो कामाच्या संदर्भातील अनेक निर्णय घेऊ शकतो.

कर्मचाऱ्यांमध्ये कार्याबाबत जाणीव वाढविणे, त्यांची काम करण्याची इच्छा जोपासणे, त्यांच्यात आत्मविश्वास निर्माण करणे, संघटनेच्या उद्दिष्ट-पूर्तीसाठी इतरांसमवेत त्यांनी सामूहिक तत्त्वावर काम करावे, संघटनेप्रति त्यांची निष्ठा, इ. गोष्टींसाठी कराव्या लागणाऱ्या योजना, वेतन पद्धती, कामातील बदल, धोरणे इ. साठी 'प्रेरणा' या संकल्पनेचे कार्याच्या दृष्टीने विश्लेषण आणि त्यावर आधारित पद्धतींचा वापर करून घेता येतो.

संप्रेरण : अर्थ आणि व्याख्या

संप्रेरण या मराठी शब्दाचा इंग्रजी पर्यायी शब्द MOTIVATION. याचे मूळ लॅटिन मधील MOVERE म्हणजेच MOVE यात आहे. त्याचा अर्थ Movement किंवा गती किंवा वाटचाल. एखाद्या गोष्टीत होणारी हालचाल! जीन आणि बेण्टी यांनी प्रेरणेची शास्त्रीय व्याख्या दिलेली आहे.

"Motivation can be defined as the influences that account for initiation, direction, intensity and persistence of behaviour"

प्रेरणा म्हणजे वर्तनास प्रवृत्त करणारा (गती देणारा), दिशा देणारा आणि उद्दिष्ट प्राप्तीअखेर धडपड करण्यास कारणीभूत ठरणारा वैशिष्ट्यपूर्ण असा आंतरिक घटक होय!

डबिन यांनी प्रेरणा म्हणजे 'Forces of starting and keeping a person at work in an organization' असे म्हटले आहे. त्यानुसार कार्याच्या दृष्टीने प्रेरणा ही माणसाला काम करण्यास उद्युक्त करते आणि ते चालू केलेले कार्य पुढे चालविण्यास भाग पाडते. त्यामुळे प्रेरणेचा संदर्भ हा व्यवसायाची उद्दिष्टे गाठण्यासाठी माणसाला कसे प्रवृत्त करता येईल? त्याची कार्य करण्याची इच्छा विचारात घेऊन त्याची शक्ती अधिक चांगल्या प्रकारे कार्याच्या ठिकाणी कशी एकवटता येईल? या प्रश्नांशी आहे.

प्रेरणा (Motive) आणि वर्तन (Behaviour) यांचे घनिष्ठ नाते असते. प्रेरणेमुळे मानवी वर्तनाचा उलगडा होतो. म्हणूनच मॅकफेरलँड यांनी प्रेरणा म्हणजे व्यक्तीमध्ये निर्माण होणारे पूरक ताण-तणाव असे संबोधले आहे.

"Motivation is the way in which urges, desires, aspirations, striving or needs direct, control or explain the behaviour of human being."

अशा तऱ्हेने मानवी कार्याच्या संदर्भात प्रेरणा या संकल्पनेचे पुढीलप्रमाणे वर्णन करता येईल.

Motivation refers to forces within an individual that account for the level, direction and persistence of effort made at work.

''प्रेरणा म्हणजे कार्याला गती देणारा, दिशा दर्शविणारा आणि सातत्य टिकविणारा माणसांतील वैशिष्ट्यपूर्ण आंतरिक घटक होय.''

प्रेरणेची लक्षणे

वरील व्याख्येवरून प्रेरणेची लक्षणे वर्णन करता येतील. गती देणारा म्हणजे कार्याला प्रवृत्त करणारा घटक होय. दिशा दर्शविणारा म्हणजेच वर्तनाला आशय उद्दिष्ट देणारा आणि सातत्य म्हणजे अखंड प्रयत्नशील राहणे. वैशिष्ट्यपूर्णता म्हणजे माणसाशी निगडित किंवा व्यक्तिसापेक्षता होय. यांचे अधिक स्पष्टीकरण पुढे दिले आहे.

१) **कार्यप्रवृत्ती :** वर्तन गतिमान करणे हे प्रेरणेचे प्रमुख लक्षण आहे. यालाच 'कार्यप्रवृत्ती' म्हणता येईल. भूक लागलेली व्यक्ती अन्न शोधण्याची धडपड करते. सत्तेची हाव असलेली व्यक्ती निवडणुकीस उभी राहते. आर्थिक यशाने प्रेरित होऊन एखादी व्यक्ती कारखाना उभारते. उत्पादनाच्या प्रसिद्धीसाठी एखादा उद्योजक जाहिरात करतो.

या सर्व उदाहरणात प्रेरणेची वर्तनास गती देण्याची शक्ती दिसून येते. प्रेरणेअभावी अशी धडपड दिसून येत नाही. भूक नसलेले मांजर अन्नाच्या थाळीकडे न जाता ढिम्म पडून राहते, स्पर्धा परीक्षेस बसू न इच्छिणारा विद्यार्थी मार्गदर्शन शिबिरास जाण्याचे कष्ट घेत नाही. यातून प्रेरणेअभावी वर्तनप्रवृत्ती होत नाही, हेच सिद्ध होते.

२) **दिशा दर्शन :** प्रेरणेमुळे स्वैर किंवा विसकळीत वर्तन न घडता एका विशिष्ट रोखाने, विशिष्ट दिशेने वर्तन घडून येते. भुकेला मनुष्य ग्रंथालयाकडे जाणार नाही, तर घराकडे किंवा भोजनालयाकडे वळेल. निद्रेने प्रेरित झालेली व्यक्ती क्रीडांगणाकडे न जाता शयनगृहाकडे जाईल. प्रेरित वर्तनाचा मार्ग उद्दिष्टप्राप्तीच्या दिशेने जात असतो. याचा अर्थ वास्तविक किंवा काल्पनिक उद्दिष्टांची उपस्थिती प्रेरित वर्तनात गृहीत धरलेली असते. ज्या वर्तनास उद्दिष्ट व दिशा नाही त्या वर्तनास प्रेरित वर्तन म्हणता येणार नाही व अशा वर्तनाची नीट कारणमीमांसा करता येणार नाही. प्रेरित वर्तन हा निश्चित वर्तनाचा प्रवास आहे असे म्हटले तर प्रेरित नसलेले वर्तन हे दिशाहीन भटकंतीचे उदाहरण होईल. स्टेशनवरील तिकीट खिडकीवर जाऊन 'कुठलेही तिकीट द्या' असे म्हटल्यावर स्टेशनमास्तर गोंधळात पडेल. त्याचप्रमाणे एखाद्या वर्तनामागे प्रेरणा असूनही त्याला कुठलीच दिशा नाही असे म्हणता येणार नाही. सारांश, प्रेरित वर्तन म्हणजे दिशायुक्त वर्तन होय.

३) **सातत्यपूर्णता :** सातत्यपूर्णता हा प्रेरित वर्तनाचा आणखी एक आवश्यक गुण होय. प्रेरित वर्तनात उद्दिष्ट प्राप्त होईपर्यंत, अखंडितपणे आवश्यक ते प्रयत्न केले जातात. वक्तृत्व स्पर्धेत भाग घेऊ इच्छिणारा युवक स्पर्धेत नावनोंदणी करण्यापासून ते विषयावरील माहितीचे संकलन, शिक्षकांचे मार्गदर्शन, सराव चाचणीत सहभाग अशा अनेक गोष्टी करीत शेवटी स्पर्धेत दाखल होईल. निवडणूक जिंकल्यावर सत्ताकांक्षेने प्रेरित झालेला उमेदवार मंत्रिमंडळात वर्णी लागण्यासाठी प्रयत्न, वर्णी न लागल्यास विधानपरिषदेत प्रवेशासाठी धडपड, तेही न साधल्यास एखाद्या महामंडळावर पद मिळते काय यासाठी लटपट, अशी धावपळ करत राहतो. प्रेरणेत सातत्य नसेल तर प्रेरणा क्षीण झाली किंवा संपली असेच म्हटले जाते. धावण्याची शर्यत मध्येच सोडून देणाऱ्या खेळाडूची धावण्याची प्रेरणा संपलेली असते. राजकारण संन्यास घेतलेला नेता दैनंदिन राजकारणात सतत न राहिल्यामुळे त्याच्या प्रभुत्व प्रेरणेस ओहोटी लागली आहे, असे मानले जाते. भांडवल उभारणी, योग्य माणसांची निवड, बाजार पेठ शोधणे यांसारख्या कार्यात उद्योजकाला सतत धडपड करावी लागते. अनेक वाटा शोधाव्या लागतात. त्यातील सातत्यामुळे अंतिम टप्प्यापर्यंत त्याला पोहोचता येते.

४) **वैशिष्ट्यपूर्णता :** सजीवांच्या सर्व वर्तनास प्रेरित वर्तन म्हणता येत नाही. पशुपक्ष्यांचे तसेच नीच कोटीच्या प्राण्याचे वर्तन जन्मजात प्रवृत्तीवर अवलंबून असते. त्यास 'सहजप्रवृत्ती वर्तन' असे म्हणतात. ते सार्वत्रिक स्वरूपात आढळून येते. साचेबंद वर्तन मानवात आढळत नाही. अगदी तहान, भूक अशा जैविक प्रेरणांबाबतही स्थल, काल, परिस्थिती, संस्कार, सवयी यानुसार वर्तनात विविधता आढळून येते.

मानवाचेदेखील सर्वच वर्तन प्रेरित म्हणता येत नाही. केवळ बाह्य उद्दीपकामुळे कधी कधी वर्तन निर्माण झालेले दिसते. पण ते तात्कालिक व प्रासंगिक वर्तन होय. जाहिरातीमुळे प्रभावित होऊन वस्तूच्या खरेदीस प्रवृत्त होणे अथवा केवळ प्रचारामुळे विशिष्ट उमेदवारास मतदान करणे ही प्रेरित वर्तनाची उदाहरणे नसून उद्दीपित वर्तनाची उदाहरणे होत. दुसऱ्या शब्दांत सांगायचे तर प्रेरणा ही सहजप्रवृत्ती व उद्दीपित वर्तन यांच्याहून वैशिष्ट्यपूर्ण असते.

संप्रेरणाची गरज (Need of Motivation)

व्यवसायसंस्थेमधील कर्मचाऱ्यांनी उत्साहाने, पुढाकार घेऊन, कामात स्वारस्य घेऊन प्रचंड ऊर्जेने काम करायला हवे. यासाठी योग्य वातावरण निर्मिती होणे गरजेचे असते. ह्यामध्ये काही गोष्टींची आवश्यकता असते. त्या पुढीलप्रमाणे – व्यक्ती आणि समूह यांचे मनोधैर्य समाधान, जबाबदारीची जाणीव, सचोटी, प्रामाणिकपणा, शिस्त, अभिमान, आत्मविश्वास इ. अशा वातावरणात व्यवसायसंस्थेची उद्दिष्टे साध्य होण्यास फार मोठा हातभार लागतो. संप्रेरणाच्या साहाय्याने ह्या गोष्टी साध्य होऊ शकतात. म्हणूनच कोणत्याही व्यवसायसंस्थेत संप्रेरणाची गरज असते. कर्मचाऱ्यांचा विकास झाला तरच व्यवसायसंस्थेचाही विकास होईल. ह्यासाठी संप्रेरणाची तंत्रे अंमलात आणावी लागतात.

संप्रेरणाची गरज खालील मजकुरावरून अधोरेखित होते –

"You can buy a man's time, you can buy a man's physical presence at a given place; you can even buy a measured number of skilled muscular motions per hour or day; but you cannot buy enthusiasm. You cannot buy initiative; you cannot buy loyalty; you cannot devotion of hearts, minds and souls. You have to earn these things."

- Clarence Francis
Ex - Chairman of General Foods.

संप्रेरणाचे प्रकार (Types of Motivation)

व्यवस्थापकाला जर कर्मचाऱ्याकडून काम करवून घ्यायचे असेल तर कर्मचाऱ्यांनी काम पार पाडल्यास त्यांना बक्षिसी मिळेल असे व्यवस्थापक सांगू शकतो किंवा अपेक्षित कार्य करवून घेण्यासाठी व्यवस्थापक कर्मचाऱ्यांवर दबाव टाकून अथवा त्यांच्यात भय निर्माण करून ते साध्य साधु शकतात. दुसऱ्या शब्दांत सांगायचे तर व्यवस्थापक 'सकारात्मक' अथवा 'नकारात्मक' संप्रेरण वापरू शकतात. व्यवस्थापनाकडून संप्रेरणाचे हे दोन्ही प्रकार मोठ्या प्रमाणावर वापरले जातात.

सकारात्मक संप्रेरणा वापरली असेल तर अधिक प्रमाणातील उद्दिष्ट समाधान जर नकारात्मक संप्रेरणा वापरली असेल तर अत्यल्प प्रमाणातील उद्दिष्ट समाधान मिळण्याची शक्यता असते.

सकारात्मक अथवा प्रोत्साहन संप्रेरण हे साधारणत: बक्षिसीवर अवलंबून असते. कर्मचारी पुढील रूपातील प्रोत्साहने प्राप्त करण्यासाठी काम करतात - स्तुती, नावलौकिक, बढती आणि वेतन.

सकारात्मक संप्रेरणात पुढील बाबींचा समावेश होतो –

i) केलेल्या कामाबद्दल स्तुती आणि श्रेय, ii) कर्मचाऱ्यात ती एक व्यक्ती म्हणून प्रामाणिक स्वारस्य, iii) स्पर्धा, iv) सहभाग, v) स्वाभिमान, vi) जबाबदारी प्रदान करणे, vii) कौतुक आणि viii) वेतन.

ह्या सर्वांचा परिणाम अनेक गोष्टी साध्य करण्यात होतो – चांगल्या कामाबद्दल बक्षिसी, यथोचित मान्यता आणि कौतुक. ह्यातूनच उत्कृष्ट सांघिक भावना, सहकार्य आणि सुखा-समाधानाच्या भावना जोपासल्या जातात.

नकारात्मक अथवा भय संप्रेरणा ही बळजबरी अथवा भय यावर आधारित असते. भयापोटी माणूस विशिष्ट प्रकारे वागतो कारण त्याला होणाऱ्या दुष्परिणामांची भीती असते आणि ते तर त्याला नको असते. जर कर्मचाऱ्यांनी काम केले नाही तर त्यांना विशिष्ट कारवाईचे भय दाखविले जाते. नकारात्मक संप्रेरणाचे जसे लाभ आहेत तशाच काही मर्यादाही आहेत. नकारात्मक संप्रेरणात शिक्षा टाळण्याच्या दृष्टीने जेवढे किमान काम करायला हवे तेवढेच काम कर्मचारी करतात. शासन झालेल्या कर्मचाऱ्यांना नैराश्य येण्याची दाट शक्यता असते. ह्याचे दुष्परिणाम अशा कर्मचाऱ्यांवर होतात. शिक्षेमुळे कर्मचाऱ्याच्या कामाप्रती असलेल्या प्रवृत्तींमध्ये बिघाड निर्माण होऊ शकतो. कामाकडे पाहण्याचा त्याचा दृष्टिकोन दूषित होतो. याशिवाय कर्मचाऱ्याची उत्पादकता कमी होऊ शकते.

अर्थात, वर उल्लेख केलेल्या मर्यादा असल्या तरी नकारात्मक संप्रेरणांचा उपयोगही होतो. उदा. आग, ब्रेकडाऊन, दंगल इ. प्रसंगात नकारात्मक संप्रेरण उपयुक्त ठरते. असे एकही व्यवस्थापन नसेल की ज्यांनी नकारात्मक संप्रेरणाचा वापर केला नसेल. अर्थात, अलीकडच्या काळात सकारात्मक संप्रेरणाचा वापर अधिक प्रमाणात करण्याकडे व्यवस्थापनाचा कल असतो.

बाह्य संप्रेरण हे बहिर्गत संप्रेरणाशी संबंधित असते – वेतनवाढ, प्रतिष्ठा, आनुषंगिक लाभ, निवृत्ती योजना, आरोग्य विमा योजना, सुट्ट्या व रजा इ. हे बहुतेक आर्थिक लाभांशी संबंधित आहेत.

याउलट, 'काहीतरी उपयुक्त काम केल्याची भावना' आंतरिक संप्रेरणात असते. कार्यपूर्तता केल्यावर मोठे समाधान लाभते. कौतुक, जबाबदारी, स्वाभिमान, सत्ता, प्रतिष्ठा, स्पर्धा आणि सहभाग आंतरिक संप्रेरणाची उदाहरणे आहेत.

कार्य विवरण (Job Description)

विशिष्ट कार्य पार पाडण्यासाठी आवश्यक कर्तव्ये, जबाबदाऱ्या आणि गरजा यांच्या लिखित नोंदी म्हणजेच 'कार्य विवरण' होय. कार्य विवरणपत्रात कार्याचे नाव, स्थान, कर्तव्ये, कार्यस्थान परिस्थिती आणि अडथळे यांचा समावेश होतो. दुसऱ्या शब्दांत सांगायचे तर कार्य विवरणात पुढील तीन बाबींचा उलगडा होतो – i) काय करायचे

आहे, ii) ते कसे करायचे आहे आणि iii) ते का करायचे आहे.

कार्य विवरण हे अत्यंत महत्त्वाचे दस्तऐवज आहे. ते वर्णनात्मक असते आणि कार्य विश्लेषणाचे त्यात विवरण असते. त्यामध्ये संघटनात्मक माहिती (कार्य स्थान, अधिकार, संरचना इ.) आणि कार्यात्मक माहिती (कार्य नेमके काय आहे) असते. कार्य उपक्रमांचा व्याप, प्रमुख जबाबदाऱ्या, संघटनेतील प्रत्येकाचे स्थान इ. बाबींचा उल्लेख त्यामध्ये असतो. कर्मचारी, विश्लेषणकार आणि पर्यवेक्षक यांना, कर्मचाऱ्याने कार्याच्या गरजा पूर्ण करण्यासाठी नेमके काय केले पाहिजे, ह्या संदर्भातील माहिती कार्य विवरणात मिळते. महत्त्वाचे म्हणजे कार्य विवरणात कार्याचा उल्लेख असतो, कार्यधारकाचा (Job holder) नव्हे.

कार्य विवरणामुळे कर्मचाऱ्याला मुलाखतीमध्ये नेमके कोणते प्रश्न विचारायचे हे व्यवस्थापकाला समजते. विशेष करून जेव्हा उच्च अधिकारी आपापसात एकमेकांच्या जबाबदाऱ्यांबाबत एकत्रित चर्चा करतात तेव्हा त्यांना कार्य विवरणाचा विशेष उपयोग होतो. परस्परव्यापी (Overlapping) अथवा गोंधळ निदर्शनास आणून दिले जातात, प्रत्येक स्थानाबाबत महत्त्वाच्या भर नेमका कशावर असायला हवा, याबाबत प्रश्न उपस्थित केले जाऊ शकतात, संरचनेत नेमक्या कोणत्या समस्या आहेत त्या शोधून काढता येतात. संघटनात्मक बदल आणि सुधारण्याचे कार्य विवरण हे अत्यंत महत्त्वाचे साधन आहे. अर्थात, कार्य विवरणाला काही मर्यादा आहेत हेही लक्षात घ्यायला हवे. कार्य विवरणाचा वापर करताना हे लक्षात ठेवले पाहिजे की कार्यविषयक विवरण हे त्या कार्याचे नेमके प्रतिबिंब नाही.

कार्य विश्लेषण (Job Analysis)

कार्य विश्लेषण ही अशी एक प्रक्रिया आहे की ज्यामध्ये कार्याविषयी अत्यंत महत्त्वाची माहिती प्राप्त केली जाते. म्हणजेच विशिष्ट कार्यातील विविध क्रिया आणि जबाबदाऱ्या यांच्याशी संबंधित माहितीचा तपशीलवार आणि पद्धतशीर अभ्यास होय.

> "Job analysis is the process of determining, by observation and study, and reporting pertinent information relating to the nature of a specific job.... It is the determination of the tasks which comprise the job and of the skills, knowledge, abilities and responsibilities required of the worker for a successful performance and which differentiate one job from all other."
>
> - US Department of Labour, Handbook for Analysing Jobs, US Government Printing office, Washington.

कार्य निश्चिती झाली की त्याचे विश्लेषण केले जाते म्हणजेच त्यातील प्रत्येक क्रियेचे तपशीलवार वर्णन केले जाते. कार्य विश्लेषण ही एक प्रक्रिया आहे व साधन आहे ज्याच्या माध्यमातून नियुक्त कार्य, क्रिया आणि प्रत्येक कार्याच्या गरजा निश्चित केल्या जातात.

''कार्य विश्लेषण ही अशी एक प्रक्रिया आहे की ज्याच्या माध्यमातून कार्याविषयी विशेषत: पुढील माहिती प्राप्त केली जाते – कर्मचारी काय करतो, तो ते कसे करतो, तो ते का करतो; आवश्यक कौशल्ये, शिक्षण आणि प्रशिक्षण; अन्य कार्यांशी असलेला परस्परसंबंध, आवश्यक बाबी; वातावरणात्मक परिस्थिती.''

थोडक्यात, कार्य विश्लेषण हे त्या विशिष्ट कार्याची एकूण रचनाच असते. कार्याचा संपूर्ण अभ्यासच त्यामध्ये केला जातो. ठाऊक असलेला आणि ठरविता येऊ शकेल असा प्रत्येक घटक त्यात विचारात घेतला जातो. त्यामध्ये असलेली कर्तव्ये आणि जबाबदाऱ्या, कोणत्या परिस्थितीत कार्य केले जाते, नियुक्त कार्याचे

स्वरूप, कर्मचाऱ्यात आवश्यक गुणवत्ता, कर्मचाऱ्यांचे वेतन, कार्य तास, संधी व सवलती/लाभ. एका कार्याचा दुसऱ्या कार्यांशी असलेला परस्पर संबंधसुद्धा ह्यामध्ये स्पष्ट केलेला असतो.

कार्यविश्लेषणाचे उद्देश व उपयुक्तता (Purpose and uses of Job Analysis)

सुदृढ कर्मचारी व्यवस्थापनाचे 'कार्य विश्लेषण' हे अविभाज्य अंग असते. भविष्यातील मानव संसाधानाची गरज, कार्यातील बदल, कार्य मूल्यमापन, योग्य मोबदले ठरविणे, तसेच कार्य मूल्यमापन लिहिणे, योग्य मोबदल्याबाबत लिखाण करणे आणि कार्य वर्णन लिहिणे इत्यादींसाठी कार्य विश्लेषणाचा विशेष उपयोग होतो. कमर्चरी संबंध प्रत्येक टप्प्यात कार्य विश्लेषण महत्त्वाची भूमिका बजावते. कार्य विश्लेषणाचे विशेष लाभ खालीलप्रमाणे होतात –

i) संघटना आणि कर्मचारी नियोजन
ii) कर्मचारी भरती आणि निवड
iii) वेतन व पगार प्रशासन
iv) कार्य री-इंजिनिअरिंग
v) कर्मचारी प्रशिक्षण आणि व्यवस्थापन विकास
vi) कार्य मूल्यमापन
vii) आरोग्य आणि सुरक्षितता

प्रेरणा संकल्पनेचा प्रत्यक्ष कार्याच्या संदर्भात कसा अवलंब होतो हे पाहणे उद्‌बोधक ठरेल. व्यवस्थापनात जसजसे विविध प्रश्न निर्माण होऊ लागले तसे तज्ज्ञांना तसेच व्यावसायिकांना उत्तरे शोधावी लागली. त्यातूनच मानसशास्त्रज्ञांनी प्रेरणा विषयक संकल्पनेचा घेतलेला सैद्धान्तिक आढावा उपयोगी ठरला. त्यावर आधारित पुढील संकल्पनांचा सविस्तर अभ्यास महत्त्वाचा आहे. १) कार्य संपन्नता (Jobenrichment), कार्यपालट (Job Rotation), उद्दिष्टाधिष्ठित व्यवस्थापन (Management by objectives) २) कर्मचारी अभिवादन कार्यक्रम (Employee Recognition Programmes), कर्मचारी समावेशन कार्यक्रम (Employee Involvement Programmes) ३) वेतन योजना आणि अन्य मोबदला तंत्रे (Pay Plans and other reward techniques).

कार्य संपन्नता (Job Enrichment) : म्हणजे एखाद्या कार्यात अधिकार, मान्यता, विशेष पराक्रम अशा प्रकारचे प्रेरक ठरणारे घटक निर्माण करणे होय. त्यामुळे कर्मचाऱ्यांना आपले काम अधिक जबाबदारीने योजनाबद्ध रीतीने करता येते. त्यामुळे कामाची उंची वाढते, त्याला दर्जा प्राप्त होतो. या अंतर्गत कार्य रचना धोरणात बदल करावा लागतो. देखरेख-व्यवस्थापन स्वरूपाचे काम जे व्यवस्थापकीय कर्मचाऱ्यांसाठी राखून ठेवलेले असते ते कर्मचाऱ्यावर सोपविल्याने कार्यांतर्गत तपशील वाढतो. याला हर्जबर्ग या तज्ज्ञाने Vertical loading म्हणजे ऊर्ध्वभार असे म्हटले आहे. कार्य संपन्नता साध्य करण्यासाठी पुढील उपाययोजना करण्यात येतात.

१) कर्मचाऱ्यांना कामाचे नियोजन करण्याची संधी देणे.
२) त्यांना नियंत्रण करण्यास सांगणे.
३) कर्मचाऱ्यांना कामाचे अधिकाधिक स्वातंत्र्य देणे.
४) कामातील सखोलता वाढवून त्यात अधिक अवघडपणा आणणे.
५) कर्मचाऱ्यांना त्यांच्या कामातील तज्ज्ञ बनविणे.
६) त्यांच्या कार्यपूर्तीचा आढावा प्रतिसाद त्यांना देणे.
७) कार्यपूर्ती संबंधीची जबाबदारी वाढविणे.
८) एखाद्याकडे संपूर्ण कार्य घटक सोपविणे.

कार्यसंपन्नतेचे विविध फायदे आहेत. त्यात प्रामुख्याने काम आकर्षक वाटणे हा फायदा आहे. कर्मचाऱ्याला महत्त्व मिळाल्याने त्याला काम करण्यात एक प्रकारचा अभिमान वाटतो. त्यामुळे एकूण गैरहजेरीचे प्रमाण तसेच काम सोडून जाण्याचे प्रमाण घटते. प्रगती आणि संधी मिळाल्याने कार्य प्रेरणेत वाढ होते. काम समजून घेण्याच्या दृष्टीने सुलभ झाल्याने कर्मचाऱ्याची कौशल्ये वाढीस लागतात. कर्मचाऱ्यांचे कार्य समाधान उंचावते. व्यवसाय संस्थेच्या दृष्टीने उत्पादन वाढ झाल्याने मोठा लाभ होतो. कर्मचारी समाधानी होतात.

कार्य संपन्नतेच्या काही मर्यादा पुढीलप्रमाणे आहेत–

- सर्व प्रकारची कार्ये वरील पद्धतीने संपन्न बनवता येत नाहीत. तंत्रज्ञानातील बदल, वैशिष्ट्यपूर्ण यंत्रे यामुळे हे होऊ शकत नाही.
- उत्पादकतेच्या दृष्टीने विचार केला तर कार्यसंपन्नता पद्धती ही खर्चीक प्रक्रिया ठरू शकते. त्यामुळे उत्पादन घटते.
- कामातील सखोलपणा, काठिण्य वाढविणे म्हणजे कर्मचारी नेहमी समाधानी राहील असे नाही. काही प्रकारच्या कामासाठी ते कदाचित योग्य ठरेल परंतु सरसकट सर्व कामांचेबाबत ते तत्त्व गैरलागू ठरेल. शिवाय, सर्व कर्मचाऱ्यांना कामासंबंधीच्या वाढीव जबाबदाऱ्या उदा. नियोजन, नियंत्रण, इ. पेलेल किंवा मानवेल असे नाही. त्यांना कामाचे सातत्य आणि मोबदला यात अधिक रस असणार! सर्व कर्मचाऱ्यांमध्ये कार्य संपन्नतेमुळे वाढलेल्या जबाबदाऱ्या पार पाडण्याची क्षमता असेल असे नाही.

आधुनिक काळात सर्व प्रकारच्या व्यवसायात समान पद्धती लागू करणे केवळ अशक्य आहे. त्यातून रिचर्ड हॅकमन, ग्रेग ओल्डहॅम या तज्ज्ञांनी कार्य रचनेसंबंधी नवा दृष्टिकोन मांडला असून त्यासाठी कार्य गुणवैशिष्ट्ये सिद्धान्त मांडला आहे. त्यानुसार कार्याचे रचनेच्या दृष्टीने वर्गीकरण करण्यात येते. कौशल्य विविधता (Skill Variety), श्रम कारकत्व (Task identity), श्रम आशय (Task significance), स्वायत्तता (Autonomy) आणि मागोवा (Feed back).

कार्याचे वरील वैशिष्ट्यांनुसार सर्वप्रथम मापन केले जाते. त्यात संपन्नता आणण्यासाठी वैशिष्ट्यांनुसार सुधारणा केली जाते. अशा तऱ्हेने प्रेरणा वाढीच्या दृष्टीने हे उपयुक्त ठरते.

आणखी एका संशोधनानुसार व्यक्तीच्या गरजा आणि कामाकडे पाहण्याचा त्या व्यक्तीचा दृष्टिकोन हा सामाजिक संदर्भात ठरत असतो. त्याला सांस्कृतिक बाजू असते. आंतरराष्ट्रीय परिमाण असते. माहिती तंत्रज्ञानातील प्रगती, तांत्रिक कर्मचाऱ्यांची वाढती गरज आणि जागतिकीकरणामुळे कामाला लाभलेले वैश्विक मानदंड या सर्वांमुळे कार्यरचना प्रभावित होत असते. त्यातून परिवर्तनीय उत्पादन (Flexible manufacturing), प्रक्रिया प्रतिअभियांत्रिकी (Process Reengineering) या संकल्पना पुढे आल्या आहेत. त्यांची गरज म्हणून पर्यायी कार्य रचना आता मूळ धरू लागल्या आहेत. काही नव्या पद्धती पुढे दिल्या आहेत.

१) **संक्षेप कार्य सप्ताह (Compressed Work Week) :** सप्ताहातील पूर्णवेळ काम हे ५ दिवसांच्या आत करणे, २–३ दिवस विश्रांती घेणे. त्या काळात इतर कामे करणे. ऊर्जाबचत, वाहतूकव्यवस्था या दृष्टीनेदेखील याचा अवलंब आजकाल विशेषत: महानगरात दिसून येतो. यामुळे कर्मचारी गैरहजेरी घटते. कारखान्यातील यंत्रे उपकरणे यांची देखभाल करण्यास कालावधी लाभतो.

२) **परिवर्तनीय/लवचीक कार्य कालावधी (Flexible Working Hours) :** 'Flexitime' किंवा स्वयंसमय या पद्धतीत कर्मचाऱ्यांना कामाची वेळ आणि बिनकामाची वेळ स्वत: ठरविण्याचा अधिकार सुपुर्द केला जातो. त्याचे फायदे व्यवसाय संघटना तसेच कर्मचारी या दोघांनाही होतात. गैरहजेरीत घट, कर्मचाऱ्यांची अधिक बांधिलकी, उत्तम कार्यपूर्ती इ. प्रकारचे लाभ व्यवसायाला होतात! तर कामावर

येण्यासाठी लागणाऱ्या वेळात खर्चात बचत होणे, अधिक मोकळा वेळ लाभणे, वाढते कार्य समाधान, जबाबदारी वाढल्याने संघटनेशी असलेल्या बांधिलकीत वाढ हे फायदे कर्मचाऱ्यांना होतात.

३) **कार्य सहभाग (Job Sharing) :** या पद्धतीत पूर्ण वेळ काम २ किंवा अधिक व्यक्तीत विभागून देणे. अशा व्यक्ती वेळ वाटून घेतात आणि जबाबदारी पार पाडतात. संस्थेला याचा फायदा होतो कारण प्रावीण्य संपादन केलेल्या व्यक्तीला दुसऱ्या व्यक्तीसमवेत कामात सहभागी करून घेतल्यामुळे त्याच्या अनुभवाचा लाभ मिळतो. अर्थात, यात कामाची वाटणी असली तरी कर्मचाऱ्यांनी स्वत:हून ओढवून घेतलेली स्थिती नाही. त्यामुळे याची गल्लत कर्मचाऱ्यांनी स्वत:हून बंद केलेली कारखान्याची पाळी किंवा ले-ऑफ व्हावा यासाठी केलेली कामातील सक्तीची घट यांचेशी करणे योग्य ठरणार नाही.

४) **अंशकालिक कार्य (Part time Work) :** दूरसंचारमार्गे कार्य (Telecommuting work) हेदेखील रूढ होत चाललेले प्रकार आहेत. संशोधन, शिक्षण, प्रशिक्षण, सल्लासेवा, प्रकल्प व्यवस्थापन तसेच सॉफ्टवेअर प्रणाली इ. क्षेत्रातील कामे पाहता नवीन कार्य रचना प्रकार रूढ होत आहेत, असे दिसून येईल.

५) **पद व कार्य बदल (Job Rotation) :** वरील पद्धतीमध्ये सुरुवातीला कर्मचाऱ्याला केवळ विशिष्ट कार्याबद्दल ज्ञान दिले जाते. परंतु, त्याला भविष्यात अधिक कार्याची जबाबदारी सांभाळावी लागते. त्यामुळे व्यापक दृष्टिकोनाची गरज असते. यामुळे पद व कार्य बदल पद्धतीचा वापर केला जातो. या पद्धतीमध्ये कर्मचाऱ्याला विविध कार्ये करावी लागतात. प्रत्येक कार्यासाठी निश्चित वेळ ठरविली जाते. एका कार्याचे ज्ञान संपादन केल्यानंतर कर्मचारी दुसरे कार्य करीत असतो. यामुळे विविध कार्यांचे ज्ञान प्राप्त होते, अनुभवात भर पडते आणि व्यक्तिमत्त्वाचा विकास होतो. कार्यबदलासंबंधी निश्चित वेळापत्रक पूर्वीच तयार केले जाते. कार्य बदल पद्धतीमुळे खालील फायदे होतात.

   १) कर्मचाऱ्याला विविध कार्यांचा अनुभव येतो आणि त्यामुळे संघटनेला व्यापक अनुभव असणारे व्यवस्थापक उपलब्ध होतात.

   २) यामुळे प्रत्येकाला विविध कार्यांची संधी प्राप्त होते. कर्मचाऱ्याच्या योग्यतेचे मूल्यमापन आणि तुलना करणे शक्य होते.

   ३) संघटनेतील विविध कर्मचाऱ्यांना कार्यांचा अनुभव घेता येतो. त्यामुळे संघटनेमध्ये लवचिकता येते. त्यामुळे कार्यामध्ये सातत्य राखणे शक्य होते.

   ४) एखादा कर्मचारी निवृत्त झाला किंवा संस्था सोडून गेला तरी संघटनेपुढे अडचण निर्माण होत नाही. त्या जागेवर ताबडतोब इतरांची नियुक्ती करता येते. त्यामुळे कार्यामध्ये सातत्य राखणे शक्य होते.

परंतु, कर्मचाऱ्यांच्या बदलीमुळे कार्यामध्ये व्यत्यय निर्माण होण्याची शक्यता असते. कर्मचारी जेव्हा एका विभागातून दुसऱ्या विभागामध्ये जातो, तेव्हा काही काळ त्याला अस्थिर परिस्थितीला तोंड द्यावे लागते. त्यामुळे प्रत्येक विभागाची धोरणे, कार्यक्रम आणि कार्यपद्धती निश्चित असावी. कर्मचाऱ्याच्या बदलीचा या बाबींवर विशेष परिणाम होऊ नये याची दक्षता घेणे आवश्यक असते.

उद्दिष्टनिष्ठ व्यवस्थापन (Management by Objectives)

उद्दिष्टनिष्ठ व्यवस्थापनाचे जनक श्री. पीटर ड्रकर हे आहेत. त्यांनी 'The Practice of Management' ह्या ग्रंथात उद्दिष्टनिष्ठ व्यवस्थापनेची संकल्पना विस्तृतपणे मांडली आहे. नियोजन करण्यासाठी, कार्याचे प्रमाण ठरविण्यासाठी, व्यवस्थापकांना व त्यांच्या साहाय्यकांना अभिप्रेरित करण्यासाठी, त्यांच्या कार्याचे मूल्यमापन

करण्यासाठी आणि त्यांच्या कार्यावर प्रभावी रीतीने नियंत्रण ठेवण्यासाठी 'उद्दिष्टनिष्ठ व्यवस्थापन' या तंत्राचा अवलंब केला जातो.

ध्येयनिष्ठ व तत्त्वनिष्ठ व्यक्तीच्या जीवनाची दिशा ठरलेली असते, प्रवासाचा क्रम ठरवलेला असतो, हळूहळू पण निर्धाराने ही व्यक्ती मार्गक्रमण करीत असते आणि कोणत्याही प्रकारचा अपघात न होता आपले उद्दिष्ट साध्य करून घेते. अशा ध्येयनिष्ठ व्यक्तीला कुणाच्याही संदेशाची, प्रोत्साहनाची, मार्गदर्शनाची गरज नसते. ज्या उद्योगाचे उद्दिष्ट निश्चित आहे व हे उद्दिष्ट गाठण्याच्या दिशेने सर्व कार्ये व हालचाली करण्यात येतात, अशा उद्योगाच्या बाबतीतसुद्धा नेमकी हीच परिस्थिती राहू शकते.

प्रत्येक व्यवसायात काही व्यक्तींचा समूह कार्यरत असतो. प्रत्येक व्यक्ती आपल्या परीने प्रयत्न करीत असते. ह्या सर्व व्यक्तींचे अंतिम उद्दिष्ट सारखे असायला हवे. हे उद्दिष्ट पूर्ण होण्यासाठी सर्व व्यक्तींचे प्रयत्न विशिष्ट दिशेनेच व्हायला हवेत.

व्यवसायामध्ये सर्वांत वरच्या स्तरावर काम करणाऱ्या व्यवस्थापकापासून ते फोरमनपर्यंत प्रत्येकाचे उद्दिष्ट स्पष्ट करण्याची गरज असते. विविध विभागांची कार्यनिष्पत्ती किती असावी हेही ठरविले जाते. इतर विभागांची उद्दिष्टे पूर्ण होण्यासाठी कोणत्या विभागांकडून कोणत्या साहाय्याची आवश्यकता आहे हे ठरविले जाते. प्रत्येक व्यवस्थापकाने इतर विभागांना कोणती मदत करावी ह्या बाबतीतसुद्धा निर्णय घेतला जातो. अगदी प्रारंभापासूनच सामूहिक कार्यपद्धती आणि सामूहिक निष्पत्तींवर भर दिला जातो.

उद्दिष्टनिष्ठ व्यवस्थापनाचे फायदे

उद्दिष्टनिष्ठ व्यवस्थापनाचे फायदे पुढीलप्रमाणे आहेत–

१) व्यवस्थापकाला स्वत:च्या कार्याचे नियंत्रण करता येते.

२) उद्दिष्टनिष्ठ व्यवस्थापनामुळे स्वयंनियंत्रणाची व्यवस्था अस्तित्वात येते. स्वयंनियंत्रण म्हणजेच प्रभावी अभिप्रेरण होय. त्यामुळे कार्यासंबंधीचे इष्टांक मोठे ठेवता येतात आणि दृष्टी व्यापक बनते.

३) उद्दिष्टनिष्ठ व्यवस्थापनामुळे एकात्मतेची भावना उत्पन्न होते. निर्देशनाची एकता निर्माण होते व बहिर्गत नियंत्रणाची योजना न करता सर्व कार्ये शिस्तीने होऊ लागतात.

४) प्रत्येकाला आपले व्यक्तिगत सामर्थ्य वाढविण्यासाठी व काम जबाबदारीने पार पाडण्यासाठी आवश्यक तो वाव मिळतो.

५) सर्व व्यक्तींच्या प्रयत्नांना समान दिशा प्राप्त होते.

६) ह्या तत्त्वाचा उपयोग केल्यामुळे नियोजन, समन्वय, अभिप्रेरण, नियंत्रण ही सर्व कार्ये व्यवस्थापकांना कार्यक्षमतेने पार पाडता येतात.

७) व्यक्तिगत उद्दिष्ट व संघटनेचे उद्दिष्ट यामध्ये समन्वय साधता येतो.

कर्मचारी समावेशन कार्यक्रम (Employee Involvement Programme)

या कार्यक्रमांतर्गत कर्मचाऱ्याचे संघटनेशी असलेले नाते अधिक दृढ केले जाते. प्रेरणेच्या तत्त्वानुसार कर्मचाऱ्याची कामातील प्रगतीही प्रत्यक्ष परिस्थितीवर अवलंबून असते. त्यामुळे पूरक परिस्थिती निर्माण करण्यावर भर दिला तर कर्मचारी अधिक चांगली कार्यपूर्ती करू शकतो. नवे कर्मचारी किंवा जुन्या कर्मचाऱ्याची बदली करून त्याला प्रशिक्षणाची संधी उपलब्ध करून दिली तरी कर्मचारी संघटनेला अधिक उपयुक्त ठरतात. या उद्देशाने अनेक संस्थात उजळणी वर्ग, प्रशिक्षण किंवा साप्ताहिक–मासिक बैठका आयोजित केल्या जातात. कर्मचारी

कामावर आल्यानंतर त्याला परकेपणा वाटू नये, तसेच कामासंदर्भात येणाऱ्या अडीअडचणी त्वरित निवारण झाल्या तर त्याचे समावेशन पूर्णपणे धरता येईल.

कर्मचाऱ्यांचा प्रत्यक्ष व्यवस्थापनात सहभाग ही समावेशन कार्यक्रमाची उच्च पायरी म्हणता येईल. त्याआधी गुणवत्ता मंडळे, सूचना पेटी किंवा कार्य गट तयार करणे इ. योजना आखता येतात. कर्मचाऱ्याची कौशल्ये त्याचे कार्य प्रावीण्य सिद्ध करतात. परंतु, प्रावीण्य दाखविता यावे यासाठी त्याला लाभणारे वातावरण हे समावेशन कार्यक्रमामुळे प्रोत्साहक बनते. विशेषत: आधुनिक सेवा उद्योगात उदा. संगणक प्रणाली, माहिती तंत्रज्ञानाधिष्ठित उद्योग, संगीत, आतिथ्य इ. क्षेत्रातील संस्था या बाबतीत आघाडीवर आहेत. त्यांना चांगल्या कर्मचाऱ्यांची कायमच चणचण भासते.

निवडक प्रश्न

१) संप्रेरण म्हणजे काय ? प्रेरणेची लक्षणे सांगा.

२) कार्यबदल आणि कार्य संपन्नता यांचे स्पष्टीकरण करा.

३) संप्रेरणाचे प्रकार स्पष्ट करा.

४) टिपा लिहा –

१) संप्रेरण घटक

२) उद्दिष्टनिष्ठ व्यवस्थापन

३) कार्य संपन्नता

४) कार्य वर्णन

५) कार्य विश्लेषण,

६) कार्यबदल

७) कर्मचारी समावेशन कार्यक्रम

८) संप्रेरणाची गरज

९) कार्य विवरण

१५. संघटनात्मक बदल आणि विकास
(Organizational Change and Development)

प्रस्तावना

Most people hate any change that doesn't jingle in their pockets.

- Anonymous

आपल्याला आवडो न आवडो, परंतु सध्या एक गोष्ट ठळकपणे दिसून येत आहे, ती म्हणजे ‘बदल’ किंवा ‘परिवर्तन.’ बदल हा व्यक्ती किंवा संस्थेच्या जीवनातील अविभाज्य घटक आहे. मानवी जीवनातील ती जणू एक नैसर्गिक प्रक्रिया आहे. संघटनादेखील अंतर्गत आणि बाह्य स्वरूपाच्या बदल घटकांमुळे अत्यंत तरल बनल्या आहेत. बदल हे कधी अनुकूल तर कधी प्रतिकूल असतात. औद्योगिक क्षेत्रातील परिस्थिती झपाट्याने बदलत असल्याने तीव्र स्पर्धा, मंदी, मागणीतील बदल, इत्यादींमुळे औद्योगिक क्षेत्रावर विविध परिणाम होतात. मात्र, त्यांना तोंड द्यावेच लागते.

आपण या बदलाला किती परिणामकारकपणे सामोरे जातो यावर आपल्याला मिळणाऱ्या यशाचा स्तर अवलंबून असतो. पूर्वी स्थैर्य ही मध्यवर्ती संकल्पना होती. मात्र, आता काही प्रमाणात अस्थिरता ही प्रगतीसाठी पोषक ठरू पाहत आहे. एक अमेरिकन व्यवस्थापन तज्ज्ञ टॉम पीटर यांच्या मते जे बदल हाणून पाडण्याचा विचार करतात, त्यांच्यापेक्षा जे गोंधळ किंवा सततच्या बदलावर प्रेम करतात त्यांनाच यशश्री माळ घालते.

संघटनात्मक बदल : संकल्पना

अस्तित्वात असलेल्या रचनेमध्ये अथवा परिस्थितीमध्ये असंतुलन निर्माण होणे म्हणजेच ‘संघटनात्मक बदल’ होय.

(The term 'Organizational Change' implies the creation of imbalance in the existent pattern or situation.)

जेव्हा बदलामुळे व्यक्ती आणि एखादी संघटना दीर्घकाळ कार्यरत असते तेव्हा त्यातील लोक, तंत्रज्ञान आणि रचनात्मक मांडणी यामध्ये बदल करतात. लोक त्यांच्या नोकऱ्या, कामाच्या ठिकाणची परिस्थिती, सहकारी, वरिष्ठ इत्यादींशी समायोजन करतात, त्यांच्याशी जुळवून घेतात. व्यवसायसंस्था यांना नवीन तडजोडी कराव्या लागतात, बदलांशी नव्याने जुळवून घ्यावे लागते. कराव्या लागणाऱ्या समायोजनातील गुंतागुंत आणि भीती यामुळे बदलाला विरोध केला जातो आणि बदलाच्या समस्या निर्माण होतात. ह्या समायोजनात मानव संसाधन सर्वांत महत्त्वाचे ठरते, व्यवसायसंस्था आणि पर्यावरण यामध्येही मानव संसाधन महत्त्वाचे ठरते. कारण मुळात व्यवसायसंस्था मानव संसाधनानेच बनलेली असते. व्यवसायसंस्थातील व्यक्ती व्यक्तिश: किंवा गटाने बदलाला

विरोध करतात. बदल हा अनुकूल वा प्रतिकूल असू शकतो. संभाव्य भविष्यकालीन आव्हानांना सामोरे जाण्यासाठी अनुकूल बदल हा जाणीवपूर्वक घडवून आणावा लागतो.

व्यवसाय संस्थांवर परिणाम करणारे बदल

गेल्या काही दशकात बहुतेक सर्व व्यवसाय संस्थांवर खालील बदलांनी परिणाम केले आहेत –

- तांत्रिक नवनिर्मिती मोठ्या प्रमाणात वाढल्या आहेत, उत्पादने आणि ज्ञान प्रचंड वेगाने कालबाह्य होत आहे.
- मूलभूत संसाधने हळूहळू अधिक महागडी होत आहेत.
- स्पर्धा विलक्षण वेगाने वाढलेली आहे.
- निर्णय घेण्यासाठी लागणारा कालावधी संगणक आणि सुसंवाद माध्यमांमुळे कमी झाला आहे.
- पर्यावरणात्मक आणि ग्राहक हित गट अधिक प्रभावशाली झालेले आहेत.
- सामाजिक समतेसाठीच्या चळवळीचा जोर वाढलेला आहे.
- विविध देशांतील परस्पर आर्थिक अवलंबित्व स्पष्टपणे उघड झाले आहे.

बदलांची कारणे (Causes of Change)

उद्योग–व्यवसायातील बदलांना विविध घटक कारणीभूत ठरतात. ह्या बदलांचे वर्गीकरण बाह्य घटक आणि अंतर्गत घटक अशा दोन भागात केले जाते. बाह्य घटक हे आपोआप घडून येणारे असतात आणि त्यावर संघटनेला नियंत्रण ठेवता येत नाही. मात्र, अंतर्गत घटक हे संघटनेतील किंवा व्यवस्थापनात होणाऱ्या बदलांमुळे होतात. त्यावर संघटनेचे नियंत्रण असू शकते. बदलांमागील ह्या कारणांची चर्चा येथे करण्यात आली आहे.

अ) बाह्य/बहिर्गत कारणे (External Reasons)

१) **शासकीय नियम आणि कायदे (Government Rules and Regulations) :** व्यवसाय संघटनांमध्ये बदल करावे लागतील यामागील शासकीय नियम आणि कायद्यांची भली मोठी यादी देता येईल. उदा. विद्यापीठ अनुदान आयोगाने विद्यापीठांना द्यावयाच्या निधीमध्ये प्रचंड कपात केलेली असल्याने विद्यापीठांना प्रशिक्षण कार्यक्रम, सल्लासेवा, स्वयंपूर्ण कार्यक्रमांचे आयोजन करून स्वत:ला निधी उभारावा लागत आहे. ह्याचप्रमाणे ऊर्जा निर्मितीच्या खासगीकरणास परवानगी देण्याच्या शासनाच्या धोरणाने जयप्रकाश आणि डीएलएफ हे ऊर्जा निर्मितीकडे वळले.

२) **स्पर्धा (Competition) :** जो सर्वार्थाने लायक असेल तोच (उद्योग) टिकेल. स्पर्धेमुळे निर्माण झालेली आव्हाने पेलत व्यवसाय संघटनांना अस्तित्व टिकवावे लागते.

३) **तांत्रिक प्रगती (Technological Advances) :** तंत्रज्ञान हा अलीकडच्या काळातील परवलीचा शब्द झाला आहे. तंत्रज्ञानातील विलक्षण वेगवान बदलांमुळे व्यवसाय संघटनांपुढे दोनच पर्याय उपलब्ध आहेत. एक तर व्यवसाय संघटना चालवा नाही तर पूर्णपणे बंद करून टाका. कम्युनिकेशन सॅटेलाईट, केबल नेटवर्किंग, डिश ॲन्टेना इ. प्रकारच्या कम्युनिकेशन तंत्रज्ञानातील क्रांतिकारक बदलांनी दूरदर्शनला त्यांच्या प्रेक्षकांच्या सेवांमध्ये आमूलाग्र बदल करावे लागले आणि अधिक स्पर्धात्मक बनावे लागले.

४) **लोकांच्या गरजांमध्ये बदल (Changes in People's Requirements) :** ग्राहकांना नेमके काय हवे आहे ते व्यवसायसंघटना अगदी ठामपणे सांगतात. ग्राहकांच्या बदलत्या गरजांनुसार, पंचतारांकित

हॉटेलांनी ग्राहकांना बिझनेस सेंटर, कॉन्फरन्स हॉल, सेक्रेटरियल सेवा इ. उपलब्ध करून देण्यास सुरुवात केली.

५) **आर्थिक कारणे (Financial Reasons) :** शासनाच्या आर्थिक नियोजनाचा उद्योग व्यवसायावर परिणाम होत असतो. उदा. दरडोई उत्पन्नात वाढ झाल्यास एकूण उत्पन्न व राष्ट्रीय उत्पन्न वाढते तर कधी कधी शासनाच्या आर्थिक नियंत्रणामुळे उत्पन्नात घटही होते. आर्थिक नीतीवर उद्योगाचे नियंत्रण असल्यामुळे बदल करावे लागतात.

६) **सामाजिक कारणे (Social Causes) :** उद्योग व्यवसाय हा समाजाचाच एक भाग असल्याने समाजात बदल झाल्यास उद्योग व्यवसायावरसुद्धा परिणाम होतात. समाजाच्या रूढी, चालीरिती, परंपरा यातील बदलांचे उद्योग व्यवसायावर अनुकूल वा प्रतिकूल परिणाम होतात.

७) **बाजारपेठेतील परिस्थिती (Market Situation) :** बाजारपेठेतील परिस्थिती सतत बदलत असते. ग्राहकांच्या आवडीनिवडी, स्पर्धकांचे आगमन, स्पर्धकांचे उत्पादन, गुणवत्ता इत्यादींचा बाजारपेठेवर परिणाम होतो. हे बदल अपरिहार्यपणे घडत असल्याने त्यांची दखल घ्यावीच लागते.

८) **वातावरणातील बदल (Changes in Environment) :** व्यवसायाच्या वातावरणात सातत्याने बदल होतात. त्या प्रमाणात व्यवसायातही बदल करावे लागतात. ह्या बदलांकडे दुर्लक्ष केल्यास उद्योग व्यवसायास आपले अस्तित्व टिकवून ठेवणेच अवघड बनेल.

ब) अंतर्गत कारणे (Internal Causes)

अंतर्गत कारणेसुद्धा उद्योग व्यवसायात बदल घडवून आणतात. ही कारणे खालीलप्रमाणे-

१) **नेतृत्वात बदल (Change in Leadership) :** नेतृत्वातील बदलामुळे उद्योगव्यवसायाची संस्कृती आणि मूल्ये यामध्ये बदल होतात. SAIL मधील व्ही. कृष्णमूर्ती, INDAL मधील तपन मित्रा, टाटा सन्समधील रतन टाटा इत्यादी उदाहरणे ही नेतृत्वातील बदलामुळे उद्योग व्यवसायात कशा प्रकारे बदल घडून येतात याची उदाहरणे आहेत.

२) **नवीन तंत्रज्ञानाचा अवलंब (Introducing New Technology) :** उद्योग व्यवसायात नवीन तंत्रज्ञानाचा अवलंब केला तर अन्य कार्यांवर त्याचा परिणाम होतो. उदा. विद्यापीठातील परीक्षा विभागातील संगणकीकरणाचा परिणाम विविध बाबींवर होतो.

३) **बहुविध परिणाम (The Domino Effect) :** बदलाचा उगम हा खुद्द बदलच असतो. बहुविध परिणाम म्हणजे एखादा बदल संबंधित अशा अनेक बदलांची मालिकाच सुरू करतो. बहुविध परिणामांकडे दुर्लक्ष केल्यास समन्वय आणि नियंत्रण ह्या संदर्भात समस्या निर्माण होतात.

४) **समस्या सोडविण्यासाठी (For Meeting Crises) :** मानवी जीवनाप्रमाणेच काही अनपेक्षित घटना उद्योग व्यवसाय संघटनेतसुद्धा अनिश्चित वातावरण निर्माण करतात, अवघड परिस्थिती निर्माण करतात. मुख्य कार्यकारी अधिकाऱ्याचा आकस्मिक मृत्यू, प्रमुख पदावर कार्यरत असणाऱ्या कार्यकारी अधिकाऱ्याने अनपेक्षितपणे राजीनामा देणे, प्रमुख पुरवठादार दुरावणे, अंदाजपत्रकातील अनपेक्षित धक्के आणि जनसामान्यांकडून अनपेक्षित अडथळे इ. अनपेक्षित समस्या उद्‌भवतात. परिणामत: उद्योगव्यवसायातील परिस्थिती अस्थिर बनते आणि हे अस्थैर्य दूर करण्याच्या दृष्टीने स्वयंमूल्यमापन केले जाते आणि समस्या सोडविण्याच्या दृष्टीने बदल केले जातात.

५) **संघटनात्मक जीवचक्र (Organizational Life Cycle) :** ज्याप्रमाणे मनुष्यप्राणी आयुष्याच्या विशिष्ट चक्रातून/टप्प्यातून पुढे जातो तीच गोष्ट संघटनेच्या बाबतीतसुद्धा घडते. जसजशी एखादी संघटना लहान

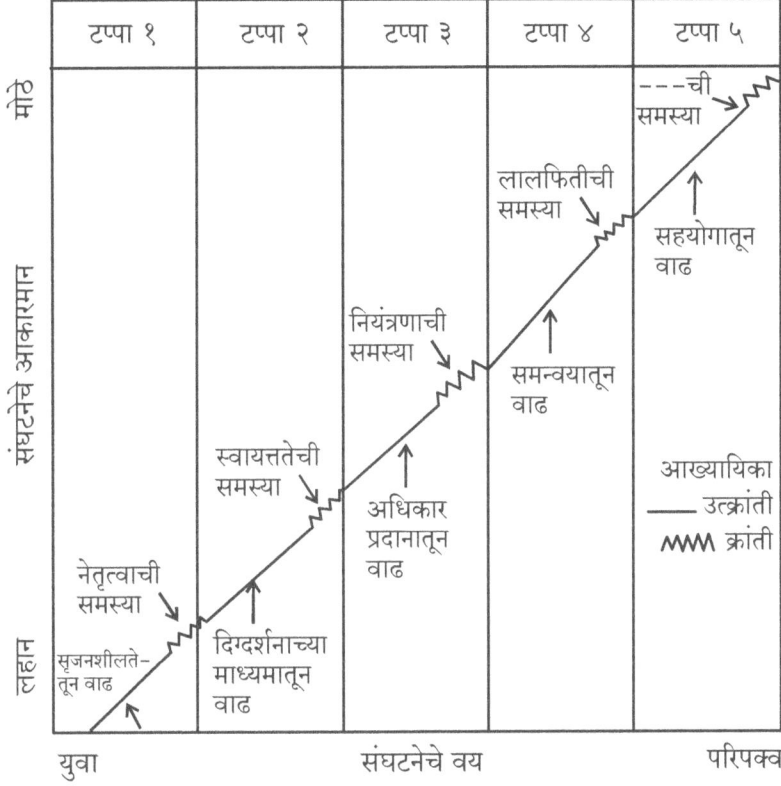

आकृती क्र. १५.१ : संघटना वाढीचे पाच टप्पे

आकारापासून वाढत वाढत मोठ्या आकारमानाची होते किंवा युवावस्थेत परिपक्वतेच्या टप्प्यापर्यंत पोहचते, तेव्हा ती Larry Greiner यांच्या मते पाच टप्प्यातून पुढे जाते. प्रत्येक टप्प्यात संघटनेत नवीन समायोजन करावे लागते आणि म्हणूनच संघटनेत काही बदल होतात. प्रत्येक टप्प्यातून काही समस्या उद्भवतात (Greiner त्याला 'क्रांती' असे संबोधतात.) आणि संघटनेने पुढील टप्प्याकडे वळण्यापूर्वी ह्या समस्या सोडविल्या पाहिजेत.

६) **कार्यात्मक बदल (Functional Change) :** उद्योग व्यवसायात कधी कधी यंत्ररचना, यंत्ररचनेचा आराखडा, बाजारपेठ सर्वेक्षण, व्यवस्थापकीय कौशल्य, इत्यादींमध्ये बदल करणे गरजेचे ठरते. ह्या बदलांनाच 'कार्यात्मक बदल' असे म्हणतात.

७) **कार्यपद्धती व रचनात्मक बदल (Changes in Style of Functions and Structure) :** उत्पादन पद्धती, उत्पादन रचना अथवा डिझाईनमध्ये वेळोवेळी बदल होत असतात. उत्पादनाच्या कालबाह्य पद्धतींऐवजी आधुनिक व स्वयंचलित स्वरूपाच्या पद्धतींचा वापर मोठ्या प्रमाणात केला जातो. कार्यपद्धतींमध्ये रचनात्मक स्वरूपाचे बदल होत असल्याने संघटनेत बदल करणे क्रमप्राप्त ठरते.

बदलाला विरोध (Resistance to Change) : बदल जरी अपरिहार्य असले तरी स्वहिताला धक्का बसणार असेल तर मानवाची प्रवृत्ती बदलाला विरोध करण्याचीच असते. अर्थात, बदलाला होणारा विरोध हा नेहमीच घातक अथवा वाईट नसतो. काही बाबतीत, विरोध हा सकारात्मकसुद्धा असतो. बदलाला विरोध हा कधीकधी कार्यात्मक संघर्षाचा उगमसुद्धा ठरू शकतो. उदा.वस्तू उत्पादनातील बदलाला होणाऱ्या विरोधातून चांगली फलदायी चर्चा होऊन एखाद्या कल्पनेच्या गुणवत्ता पुढे येतील आणि परिणामी अंतिम निर्णय अधिक चांगला होईल. मात्र, त्यातून योग्य रूपांतर आणि प्रगती यांना अटकाव होतो.

बदलाच्या विरोधाचे काही परिणाम हे अगदी उघड उघड दिसतात. उदा. अविचारी संप, काम बंद, उलाढाल आणि प्रस्तावित बदलाला हरकती घेणे इ. बदलाला विरोध हा गूढ आणि अप्रत्यक्ष असू शकतो. उदा. असमाधान, तक्रारी, बदलीसाठी विनंती, गैरहजेरी आणि कामाच्या ठिकाणच्या संघातील सदस्यांमध्ये संघर्ष निर्माण होणे. बदलाला जो विरोध केला जातो, त्यामागील कारणांचे वर्गीकरण दोन भागात विभागता येते. बदलाला वैयक्तिक विरोध आणि बदलाला संघटनात्मक विरोध. हे बदल खालील तक्त्यात दर्शविण्यात आले आहेत.

तक्ता क्र. १५.१ : बदलाच्या विरोधाची कारणे

बदलामागील भाग पाडणारे घटक	बदलाला विरोध करणारे घटक
अंतर्गत दबाव	**वैयक्तिक विरोध**
१) नवीन तंत्रज्ञान २) बदलती कार्यमूल्ये ३) नवीन ज्ञानाची निर्मिती ४) वस्तू कालबाह्य होणे ५) फुरसतीची आणि पर्यायी कार्य वेळापत्रकाची इच्छा	१) ठाऊक नसलेल्याबद्दलची भीती २) नवीन अध्ययन ३) स्थिर मैत्रीत फाटाफूट ४) व्यवस्थापनावर अविश्वास
पर्यावरणात्मक दबाव	**संघटनात्मक विरोध**
१) स्पर्धा २) ग्राहकांच्या मागण्यात बदल ३) संसाधन उपलब्धता ४) सामाजिक आणि राजकीय बदल ५) आंतरराष्ट्रीय बदल	१) अधिकार रचनेला धोका २) संघटनात्मक रचनेची निष्क्रियता ३) व्यवस्थेतील नातेसंबंध/परस्परसंबंध ४) बुडीत खर्च आणि गुंतलेले हितसंबंध

वैयक्तिक विरोध : व्यक्ती अनेक कारणांसाठी बदलाला विरोध करतात. व्यक्ती बदलाला विरोध ज्या कारणांनी करतात, त्या कारणांची चर्चा खालील परिच्छेदातून केलेली आहे.

१) **ठाऊक नसलेल्याबद्दलची भीती :** कोणताही बदल बऱ्याचदा त्याच्याबरोबर संदिग्धता आणि अनिश्चितता आणतो. उदा.जर संगणकीकरणामुळे कर्मचाऱ्यांनी काही संख्याशास्त्रीय तंत्रे (Statistical techniques) शिकणे अपेक्षित असेल तर काहीजणांना आपण ते शिकू शकणार नाही असे भय वाटेल. म्हणून नवीन संगणकीय पद्धतीबाबत त्यांच्या मनात नकारात्मक भावना निर्माण होईल.

२) **नवीन अध्ययन :** एखादी नवीन गोष्ट करताना नवीन भाषा शिकावी लागते, नवीन तंत्रज्ञान अवगत करावे लागते किंवा संपूर्णपणे नवीन संस्कृती अंगीकारावी लागते. नवीन गोष्टी शिकून घेणे हे रोचक असेलही. पण बहुतेकजणांचे मत असेच असते की रोचकता ही अध्ययन पूर्ण झाल्यावर येते, तत्पूर्वी नाही.

३) **स्थिर मैत्रीत फाटाफूट :** बहुतेक सर्वच संघटनात्मक बदल पूर्वीच्या स्थिर मैत्रीत फाटाफूट घडवून आणतात. परिणामत: सामाजिक अलगता आणि एकाकीपणा अशा क्लेशदायक भावना निर्माण होतात. ह्यातूनच बदलाला अप्रत्यक्ष विरोध निर्माण होतो.

४) **व्यवस्थापनावर अविश्वास :** इतिहासातील दाखले हेच सिद्ध करतात की, व्यवस्थापकांनी कर्मचाऱ्यांची पिळवणूक केली. म्हणूनच कर्मचारी बदलाबाबत नेहमीच संशय घेतात आणि त्याला विरोध करतात.

संघटनात्मक विरोध : खुद्द संघटनात्मक रचनाच कधी कधी बदलास विरोध करते. हा विरोध ज्या कारणांमुळे केला जातो त्या कारणांची चर्चा खालील परिच्छेदातून केलेली आहे–

१) **अधिकार रचनेला धोका :** अनेक बदलांमध्ये अधिकार रचनेला धक्का लावण्याचे सामर्थ्य असते. उदा. निर्णय घेण्याच्या कार्याचे विकेंद्रीकरण केल्यास वरिष्ठांच्या आणि मध्यम स्तरावरील व्यवस्थापकांच्या अधिकाराला धक्का बसेल, मात्र कनिष्ठ स्तरावरील कर्मचारी अशा बदलाचे नेहमीच स्वागत करतील.

२) **रचनात्मक निष्क्रियता :** स्थैर्य प्राप्त करण्यासाठी संघटनात्मक रचनेत अनेक तंत्रांचा अवलंब केला जातो. त्यानुसार, कार्य वाटप, नवीन कर्मचाऱ्यांची निवड आणि प्रशिक्षण आणि कामगिरी, बक्षिसी पद्धती इत्यादींचा स्थैर्य प्राप्तीसाठी वापर करण्यात येतो. जेव्हा जेव्हा संघटनेला बदलांना सामोरे जावे लागते तेव्हा तेव्हा स्थैर्य प्राप्तीसाठी रचनात्मक निष्क्रियता संतुलन साधते.

३) **व्यवस्थेतील परस्पर संबंध :** आधी उल्लेख केल्याप्रमाणे काही बदलांचे बहुविध परिणाम होतात. एका उपव्यवस्थेतील बदलांचे परिणाम दुसऱ्या उपव्यवस्थेवर होतात. उदा. अकाउंट्स विभागात केल्या गेलेल्या बदलांमुळे अन्य विभागांनासुद्धा अहवाल सादरीकरणाच्या आणि माहिती व आकडेवारीच्या संकलनाच्या पद्धतीत बदल करावे लागतील. म्हणून हे अन्य विभाग बदलाला विरोध करतात.

४) **बुडीत खर्च आणि गुंतलेले हितसंबंध :** बुडीत खर्च हे जमीन, इमारत, यंत्रसामग्री इत्यादींसारख्या स्थिर मालमत्तेवरील गुंतवणूक स्वरूपात असतात. गुंतलेले हितसंबंध हे व्यक्तीच्या कार्यक्रम, धोरणे किंवा अन्य लोकांशी संबंधित असतात. जेव्हा व्यक्तीला हे सोडून देणे अवघड वाटते, तेव्हा संघटनेलासुद्धा बुडीत खर्चाची भरपाई करणे अवघड वाटते. ह्यातूनच बदलाला संघटनात्मक विरोध होतो.

वरील परिच्छेदात आपण बदलाच्या विरोधामागील कारणांची चर्चा केली. ही वस्तुस्थिती आहे की जोपर्यंत सध्याच्या परिस्थितीत अस्वस्थता निर्माण होत नाही, तोपर्यंत बदल करण्यास कोणतेही कारण असत नाही. म्हणूनच, व्यवस्थापकाला याचा अंदाज घ्यावा लागतो की बदलाला विरोध करण्यामागे लोकांच्या नेमक्या भावना कितपत प्रबळ आहेत आणि मग त्याप्रमाणे बदलाच्या विरोधाचे व्यवस्थापन करावे लागते.

बदलाच्या विरोधाचे व्यवस्थापन करणे (Managing Resistance to Change)

खरं तर बदलाला विरोध हा प्रतिक्रियेचाच प्रकार असतो आणि त्याचाच उपयोग बदलाच्या प्रक्रियेचे व्यवस्थापन करण्याच्या दृष्टीने करून घेता येतो. बदलाच्या विरोधाचे व्यवस्थापन करण्याच्या दृष्टीने काही डावपेच खालील परिच्छेदातून सुचविण्यात आले आहेत.

१) **शिक्षण आणि संज्ञापन (Education and Communication) :** जर बदलाला विरोध हा गैरसमजुतीपोटी केला जात असेल तर, कर्मचाऱ्यांना बदलाची गरज का आहे याबाबत पुरेशी माहिती देऊन

विरोधाची धार बोथट करण्याची गरज असते. चर्चा, मेमो, समूहापुढे सादरीकरण, अहवाल इत्यादींच्या माध्यमातून बदलांबाबत कर्मचाऱ्यांना शिक्षण देता येईल. संदिग्ध परिस्थिती असते तेव्हा नवीन आवश्यक माहिती पुरविणे हे अत्यंत महत्त्वाचे साधन ठरते. उदा. नवीन कर्मचाऱ्यांना वर्तन कसे बदलायचे याबाबत सूचना देता येतात, कारण एरवी त्यांना कसे वर्तन ठेवावे हे कळणारच नाही. पाहणीमध्ये असे आढळले आहे की, संगणक हाताळून शिकण्याची संधी दिली तर कर्मचाऱ्यांची ह्या नवीन तंत्रज्ञानाबद्दलची भीती खूप कमी होते. ज्या कर्मचाऱ्यांना संगणकाचा सराव आहे त्यांचा संगणकाबाबतचा दृष्टिकोन सकारात्मक असतो आणि त्यांची कार्यक्षमतासुद्धा जास्त असते.

२) **सहभाग (Participation) :** संशोधनांती असे आढळले आहे की ज्या निर्णय प्रक्रियेत कर्मचारी सहभागी झालेले असतात, त्या अनुषंगाने होणाऱ्या बदलांना त्यांना विरोध करणे खूप अवघड जाते. म्हणून, बदल अंमलात आणण्यापूर्वी जे विरोध करणारे कर्मचारी असतात त्यांना निर्णय प्रक्रियेत सहभागी करून घेणे गरजेचे असते. एका तयार कपड्यांच्या कारखान्यातील एक उदाहरण अतिशय बोलके आहे. ह्या कारखान्यातील कर्मचाऱ्यांच्या तीन विविध गटांना बदलांबाबत वेगवेगळ्या पद्धतींनी अवगत केले गेले. एका गटाला नवीन प्रक्रियेबद्दल केवळ माहिती देण्यात आली. दुसऱ्या गटाला प्रशिक्षित कर्मचाऱ्याकडून माहिती देण्यात आली आणि तिसऱ्या गटाला नवीन प्रक्रिया अंमलात आणण्याच्या नियोजनात सहभागी करून घेतले गेले. ह्यातून झालेली फलनिष्पत्ती मोठी मजेशीर आहे. ज्या तिसऱ्या गटाला नियोजनात सहभागी करून घेण्यात आले होते त्या गटाने जीवन प्रक्रियेचा पटकन स्वीकार केला, तो गट अधिक उत्पादक होता आणि त्या गटात कर्मचारी उलाढालपण झाली नाही. याउलट, अन्य गटातील प्रतिसाद नेमका ह्याविरुद्ध होता.

३) **सुलभीकरण आणि साहाय्य (Facilitation and Support) :** ज्या कर्मचाऱ्यांना बदल स्वीकारण्याचा त्रास होतो, त्यांचा विरोध कमी करण्यासाठी आणखी एक डावपेच आखता येतो आणि तो म्हणजे ह्या कर्मचाऱ्यांना साहाय्य आणि सुलभीकरण उपलब्ध करून देणे. सल्लामसलत आणि उपचारपद्धती, कौशल्य प्रशिक्षण किंवा छोटीशी पगारी रजा कर्मचाऱ्यांना देणे, इत्यादी उपाययोजना करता येतील. मात्र, शिक्षण आणि सहभाग याप्रमाणेच ह्याही उपाययोजनांची महत्त्वाची मर्यादा म्हणजे त्या वेळकाढू व खर्चीक आहेत.

४) **सौदा (Negotiation) :** बदलाला तीव्र विरोध करणाऱ्या गटाबरोबर सौदा करणे, विचारविनिमय करणे, हा डावपेच उपयुक्त ठरू शकतो. ह्याकरिता, ह्या प्रबळ व्यक्तींच्या गटाबरोबर त्यांच्या गरजा भागवू शकेल अशा पद्धतीचे मोबदले देण्याबाबत सौदा करता येईल. अर्थात, त्यासाठी मोजावी लागणारी किंमतही विचारात घ्यावी लागेल. शिवाय, असे प्रबळ गट ह्या गोष्टीचा भविष्यात गैरफायदा घेण्याची शक्यता असते.

५) **लबाडी व सभासद मिळविणे (Manipulation and Co-optation) :** येथे लबाडी म्हणजे थोडक्यात प्रभाव टाकण्यासाठी प्रयत्न करणे. उदा. एखादी गोष्ट अधिक आकर्षक वाटण्याच्या दृष्टीने विपर्यास करून सांगणे, प्राप्तकर्त्याला सुखदायी वाटणार नाही अशी माहिती त्याच्यापासून दडवून ठेवणे आणि कर्मचाऱ्यांनी बदलाला विरोध करू नये आणि बदल स्वीकारावा म्हणून काही अफवा जाणीवपूर्वक पसरवणे. सभासद स्वीकारण्यात लबाडीचासुद्धा समावेश होतो. विरोध करणाऱ्या गटाच्या नेत्यांना अधिक चांगला निर्णय घेण्यासाठी नव्हे तर बदलाला त्यांच्या संमतीसाठीच त्यांना निमंत्रित करणे.

हे मार्ग कमी खर्चीक आणि सोपे असले तरी ते उलटण्याचा पण संभव असतो. जेव्हा विरोध करणाऱ्या गटापुढे हे दोन्ही डावपेच उघड होतील तेव्हा ते उलटू शकतात.

६) **बळजबरी (Coercion) :** सुचविण्यात येणाऱ्या डावपेचातील बळजबरी हा शेवटचा डावपेच आहे. विरोध करणाऱ्या गटावर संघटना बळजबरी करून बदल स्वीकारण्यास भाग पाडू शकते. बदलीची भीती, बढतीची संधी नाकारणे, नकारात्मक कामगिरी मूल्यमापन, कामगिरीबाबत खराब अहवाल आणि असमाधानकारक शिफारशी ही बळजबरी सदरातील उदाहरणे आहेत. बळजबरीचे जसे काही फायदे आहेत तसे काही तोटेसुद्धा आहेत.

बदल यशस्वीपणे अंमलात आणणे : बदल यशस्वीपणे अंमलात आणण्यासाठी बदल डावपेचात पुढील तीन टप्प्यांचा समावेश असणे अत्यंत गरजेचे असते – unfreezing, changing, refreezing. ह्यामुळे संघटनात्मक बदलामध्ये सातत्याने यश मिळते. L.E. Greiner यांना संशोधनात असे आढळले की, यशस्वी बदलांमध्ये तुलनेने स्थिर पॅटर्न आढळतो तर तुलनेने अयशस्वी बदलांमध्ये अस्थिर पॅटर्न आढळतो. Greiner यांनी संघटनेमध्ये बदल यशस्वीपणे अंमलात आणण्यासाठी खालील आठ मुद्दे सुचविले आहेत.

१) एखाद्या संघटनेत अंतर्गत आणि बहिर्गत दबाव बदलाची गरज निर्माण करतात. याबाबत चर्चा होते. मात्र, त्याची जाणीव उच्च व्यवस्थापनाला होते.

२) संघटनेबाहेरील व्यक्ती असा एखादा नवीन अधिकारी किंवा सल्लागार की ज्याची बदल करण्याबाबत ख्याती आहे, अशा व्यक्तीचा प्रवेश संघटनेत होतो.

३) हा बदलाचा प्रतिनिधी संघटनेतील पूर्वीच्या पद्धतींची आणि सध्याच्या समस्यांची पुन्हा तपासणी करण्यास प्रोत्साहन देतो.

४) अशा प्रकारची तपासणी करण्यात वरिष्ठ संघ थेट आणि महत्त्वाची भूमिका बजावतो.

५) हा बदलाचा प्रतिनिधी, वरिष्ठ संघाच्या सहकार्याने, ह्या निदान प्रक्रियेत विविध पातळ्यांवरील लोकांना सामावून घेतो.

६) संघटनात्मक समस्या सोडविण्याच्या दृष्टीने विविध पातळ्यांवरील लोकांना हा बदलाचा प्रतिनिधी विविध कल्पना आणि पद्धती सुचवितो.

७) प्रारंभिक उपाययोजना अंमलात आणून त्यांची चाचणी घेऊन पाहिली जाते किंवा लहान प्रमाणात अंमलात आणल्या जातात आणि जर त्या यशस्वी ठरल्या तर मोठ्या प्रमाणावर अंमलात आणल्या जातात.

८) जसजसे बदलाचे प्रयत्न फैलावतात, ते संघटनेची जीवनशैली म्हणून कायमस्वरूपी स्वीकारले जातात.

बदलाची तत्त्वे (Principles of Change) : व्यवस्थापनाने बदलाची खालील तत्त्वे अंमलात आणली पाहिजेत –

१) खुद्द बदल समजून घेणे, तसेच त्यामागील उद्देश, त्याचे लाभ समजून घेणे आणि नंतर ते कर्मचाऱ्यांना समजावून देणे.

२) बदलाला होणाऱ्या संभाव्य विरोधाचा अंदाज बांधणे आणि त्यांची भीती दूर करणे/कमी करणे.

३) अधिकाऱ्यांच्या साखळीची सावधता निर्माण करणे.

४) सर्व प्रकारच्या प्रश्नांना आणि टीकेला तोंड देण्याची तयारी ठेवणे.

५) कर्मचाऱ्यांच्या सूचना आणि टीका ऐकून घेऊन शक्य असतील तेवढ्यांचा समावेश बदलाच्या योजनेत करणे.

६) कर्मचाऱ्यात स्वारस्य निर्माण करणे, त्यांना पटविणे आणि तयार करणे.

७) बदलाच्या प्रक्रियेशी सातत्यपूर्ण संपर्क ठेवणे.

बदलाचा सांचा (The Change Model)

Lewin's Change Model म्हणून प्रसिद्ध असलेला सांचा तीन टप्प्यांच्या प्रक्रियेचा बनलेला आहे - unfreezing, changing आणि refreezing. ह्या तीन टप्प्यांची चर्चा खालील परिच्छेदातून केलेली आहे.

Unfreezing : कोणताही बदल हा पोकळीत निर्माण होत नाही. नवीन गोष्टी ह्या जुन्या गोष्टीपेक्षा काही प्रमाणात भिन्न असतात; जुन्या गोष्टीच्या अस्तित्वाबद्दलच शंका उत्पन्न होते. ह्यातूनच नव्या गोष्टींसाठी जुन्या शिकलेल्या गोष्टी विसराव्या लागतात. ह्यालाच unfreezing असे म्हणतात.

ह्या टप्प्यात व्यक्तीला जुने वर्तन टाकून द्यायला सुचविले जाते. त्यातूनच समतोलाला धक्का लावून 'जैसे थे' परिस्थिती आणली जाते. बदलास तयार होण्यासाठी बक्षिसी आणि तसे तयार न होण्यासाठी शिक्षा यांची साखळी ह्या टप्प्यात लागू करण्यात येते. म्हणूनच, आपण जुन्या गोष्टी विसरायलाच हव्यात आणि नव्या गोष्टी स्वीकारायलाच हव्यात असे व्यक्तीला वाटण्यास भाग पाडले जाते. बदल हा अटळ आहे हे त्यांना पटविले जाते, ही कल्पना त्यांच्या गळी उतरविली जाते. अशा प्रकारे, व्यक्ती त्यांची 'जैसे थे' परिस्थिती नवीन बदल स्वीकारण्यासाठी खुली करून देतात.

Changing : बदल प्रक्रियेत दुसरा टप्पा आहे Changing/moving. शिकलेल्या जुन्या गोष्टी आता व्यक्ती विसरून नवीन गोष्टी शिकायला, नवीन दृष्टिकोन स्वीकारायला तयार झालेली असते. त्यानंतर जुन्याच्या जागी नवीन अभिवृत्ती, मूल्ये आणि वर्तन रुजवण्यासाठी खास प्रयत्न केले जातात. व्यक्तींना त्यांचे वर्तन बदलण्यासाठी काही सांचे पुरविले जातात. त्यातून ते स्वत:चा शोध घेऊ शकतात. आंतरराष्ट्रीयीकरण ही बदलाची दुसरी प्रक्रिया आहे. आंतरराष्ट्रीयीकरणामध्ये अशा परिस्थितीचा समावेश होतो की ज्यामध्ये व्यक्तीला अधिक परिणामकारकपणे वर्तन करण्याच्या दृष्टीने नव्या पद्धतीने वागावे लागते. व्यक्ती त्याच त्याच पद्धतीने वारंवार वागते आणि त्या व्यक्तीचे ते विशिष्ट वर्तन कायमस्वरूपी बनते. प्रयत्न आणि चुका करत नवीन वर्तन शिकले जाते.

Refreezing : बदल प्रक्रियेतील हा शेवटचा टप्पा आहे. ह्या टप्प्यातील नवीन अभिवृत्ती, मूल्ये आणि वर्तन 'जैसे थे' म्हणून प्रस्थापित केले जातात. ह्याकरिता, नवीन पद्धती अंमलात आणून त्या पक्क्या केल्या जातात. नवीन वर्तन वारंवार अंमलात आणण्याच्या दृष्टीने संघटनात्मक सुसंगती साधण्याच्या दृष्टीने व्यवस्थापकास प्रयत्न करावे लागतात. संघटनात्मक सुसंगतीच्या अभावाने नवीन वर्तन अंमलात आणणे संपुष्टात येते.

थोडक्यात, सरतेशेवटी एक महत्त्वाचे सूत्र असे सांगता येते की, 'बदल' हा सामान्यत: त्याज्य वाटला तरी त्याला नेहमीच विरोधी वातावरण असेल हे गृहीत धरणे गैर आहे. बदलाकडे पाहण्याचा दृष्टिकोन काय आहे यावर सर्व घटक अवलंबून आहेत. बदल हा अडथळा मानला तर त्याला विरोध अपेक्षित आहे. याउलट, बदल हा अडथळा दूर करणारा घटक मानला तर मात्र तो स्वागतार्ह ठरेल!

संघटना आणि त्यातील व्यक्ती यांच्या दृष्टीने बदल-विरोधी भावनेचा लाभ उठविणे म्हणजेच बदल व्यवस्थापन होय! आणि त्याचे तंत्र म्हणजेच 'संघटनात्मक विकास' होय.

संघटनात्मक विकास (Organizational Development)

व्याख्या : संघटन विकास (Organization Development) किंवा संघटनात्मक विकास (Organizational Development) ही संकल्पना सर्वप्रथम १९५७मध्ये रूढ झाली. वर्तनशास्त्र विद्याशाखेत ब्लॅक आणि मौंटन यांनी 'डायरी ऑफ ओडी मॅन' या १९७६मध्ये प्रसिद्ध केलेल्या पुस्तकात या संकल्पनेचा उल्लेख पुढीलप्रमाणे आढळतो –

"संघटन विकास म्हणजे आवश्यक बदल घडवून आणण्याचा, वैचारिक व सुस्पष्ट गृहीतकांवर आधारित पद्धतशीर मार्ग होय."

यामध्ये व्यक्तिगत शिक्षणापासून ते संघटन परिवर्तनापर्यंत क्रमवार टप्पे येतात. याद्वारे सुप्त व नकारार्थी घटक आयात केले जातात. त्यामुळे व्यावसायिक आंतरविरोध कमी होतो. संघर्ष शोधून तो सोडविण्यावर भर दिला जातो. अभ्यास आणि स्वानुभवातून आवश्यक बदल घडवून आणला जातो. एका अर्थाने संघटन विकास हे एक तंत्र आहे. त्यामुळे संघटनेत अपेक्षित नियोजनबद्ध बदल घडवून आणला जातो. त्यामुळे नवे तंत्रज्ञान आणि नवे विचार रुजले जातात.

बेरवार्ड या तज्ज्ञाने संघटन विकास या संज्ञेची व्याख्या करताना म्हटले आहे – "It is an effort - planned, organization wide and managed from the top to increase organization effectiveness and health through planned intervention in the organisation's processes, using behaviour science knowledge."

''संघटन कार्यक्षमता आणि सुदृढता वाढ साधण्यासाठी नियोजनबद्ध, व्यापक आणि उच्च स्तरावरून केले जाणारे प्रयत्न म्हणजेच संघटन विकास होय !''

"Organizational Development is a systematic, integrated and planned approach to improve the effectiveness of the enterprise. It is designed to solve problems that adversely affect the operational effeciency at all levels."

- Harold Koontz and C. O'Donnell

"A planned process of change in an organisation's culture through the utilization of behavioural science, technology, research, and theory."

- W. Warner, Burke

"Organizational Development is a systematic approach to organizational improvement that applies behavioural science theory and research in order to increase individual and organizational well-being and effectiveness."

- W.L.French and C.H.Bell

संघटनात्मक विकास : वैशिष्ट्ये आणि उद्देश
(Organizational Development : Characteristics and Aims)

खालील आकृतीवरून संघटन विकासाची उद्दिष्टे स्पष्ट होतील.

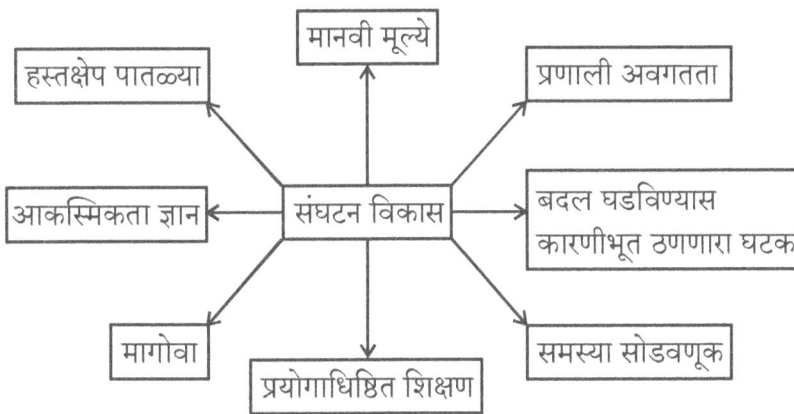

आकृती क्र. १५.२ : संघटन विकासाची उद्दिष्टे

१) **प्रणाली अवगतता (Understanding of Process) :** संघटन विकास हे तंत्र असून ते प्रणालीजन्य आहे. संघटनेचे विविध विभाग हे परस्परांशी निगडित असतात. हे परस्परावलंबन संघटन विकासाचा अभ्यास विषय ठरते. यात मुख्य भर आंतरविभागीय आणि व्यक्ती-व्यक्तींमधील संबंधांवर असतो. मूळ प्रश्न हा सर्व विभाग एकत्रितपणे कसे काम करतील हा असतो.

२) **बदल घटक (Changeable Factor) :** बदलास कारणीभूत ठरणारा घटक म्हणून संघटन विकास तंत्र वापरले जाते. ह्या दृष्टीने या तंत्राचा भर संघटनेला बदलासाठी प्रोत्साहित करणे, साहाय्य करणे आणि त्यासाठी सुसूत्रीकरण साधणे यावर असतो. एक मध्यस्थ घटक म्हणून संघटन विकासाकडे पाहिले जाते. हा घटक अंतर्गत असेल किंवा बहिर्गत असेल. उदा. एखाद्या बाहेरील व्यवस्थापन सल्लागाराला नेमले जाईल किंवा अंतर्गत यंत्रणेतील एखाद्या व्यक्तीला किंवा समूहाला ही भूमिका देण्यात येईल. मोठ्या व व्यावसायिक संस्थेत हे काम सामान्यपणे बाहेरील तज्ज्ञांना दिले जाते.

३) **समस्या सोडवणूक (Problem Solving) :** संघटन विकासाचा संबंध समस्या सोडविण्याशी असतो. बदल मूर्त स्वरूपात अवतरण्याच्या स्थितीत अनेक समस्या निर्माण होत असतात. या समस्यांची सोडवणूक कशी करायची? पूर्वीच्या चुकांमधून कसे शिकायचे? हे प्रशिक्षण प्राप्त होणारे तंत्र म्हणजेच 'संघटन विकास' होय. समस्या अभ्यास, समस्या विश्लेषण आणि समस्या सोडवणूक या सर्व पायऱ्या यामध्ये येतात.

४) **प्रयोगाधिष्ठित शिक्षण (Experiment-Oriented Education) :** बाह्य परिस्थितीच्या रेट्यामुळे बदल कसे घडून येतात हे आत्मसात करताना अनुभव हा गुरू असतो. संघटन विकासात प्रयोगावर भर दिला जातो. एखादी गोष्ट प्रत्यक्ष केली, अनुभवली म्हणजे त्यावर विश्वास बसतो. म्हणून संघटन विकास तंत्र म्हणजे सतत प्रयोगशील राहण्याचे 'धडपड व्यासपीठ' मानले जाते.

५) **मानवी मूल्ये (Human Values) :** संघटन विकासांतर्गतचे कार्यक्रम किंवा धोरणे ही मानवी मूल्यांवर आधारित असतात. व्यक्तीमधील सकारात्मक दृष्टिकोनावर, सुप्त इच्छाशक्तीवर विश्वास ठेवणे म्हणजे मानवी मूल्ये होत. माणूस हा सतत पुढे जाण्याची आकांक्षा ठेवणारा, जबरदस्त इच्छाशक्ती असणारा स्रोत आहे. या मूल्यावर विश्वास ठेवूनच संघटन विकास कार्यक्रम आखले जातात.

६) **आकस्मिक प्रसंग व समस्या सोडविण्याची क्षमता (Accidental Problems and Probelm Solving Abilities) :** संघटन विकास प्रक्रिया ही जशी सतत चालणारी प्रक्रिया असते, तसेच ती प्रासंगिक किंवा विशिष्ट समस्या उद्भवली असता त्वरित कार्यान्वित होणारी प्रक्रिया असली पाहिजे. गरजेनुरूप त्या पद्धतीत बदल करता आले पाहिजेत.

७) **फेर-आढावा आणि विविध स्तरीय अवलंबन (Reallocation and Multipurpose Implementation) :** संघटनात्मक विकास तंत्रामुळे फेरआढावा घेणे शक्य होते. तसेच संघटनांतर्गत उद्भवणाऱ्या विविध समस्या, उदा. व्यक्तिगत पातळी, गट पातळी अगर एकूण संघटनेशी निगडित समस्या हाताळणे शक्य होते.

संघटन विकास-उद्दिष्टे (Organization Development : Aims) : संघटन विकासामुळे संघटनेतील वातावरण बदलता येते. त्यामुळे व्यवस्थापकांची व इतर व्यक्तींची पूर्ण क्षमता वापरणे शक्य होते. संघटनेचा पूर्ण आविष्कार पाहायला मिळतो. संघटन विकास अंतर्गत पद्धतींची उद्दिष्टे पुढीलप्रमाणे असतात—

१) स्वयंचलित, सक्षम अशी कार्यप्रणाली विकसित करणे.

२) संघटनेत परस्पर विश्वास आणि आधार भावना वाढीस लावणे.

३) असे वातावरण निर्माण करणे की, ज्यामुळे अधिकाराला ज्ञान व कौशल्यामुळे बळकटी येईल.

४) संघटनेअंतर्गत कार्यगटात सहभाग आणि स्पर्धा असे दुहेरी चित्र दिसून येईल.

५) संघर्ष उद्भवणार नाही किंवा संघर्ष परिणामकारकरीत्या सोडविला जाईल.

६) संघटनेशी व्यक्ती आणि समूह या नात्याने असलेली बांधिलकी वाढीस लागेल.

संघटन विकास प्रक्रियेत 'व्यक्ती बदला' वर जसा भर असतो तसा तो संघटन रचना, पद्धती आणि धोरणे यातील बदलांवरदेखील असतो.

वरील उद्दिष्टे साध्य करण्याच्या दृष्टीने विविध पद्धती अवलंबिण्यात येतात. यामध्ये पुढील प्रमुख पद्धती आहेत.

  i) संघटन धारणेचे व्यवस्थापन (Organization Culture Management)

  ii) कृती संशोधन कित्ता (Action Research Model)

 iii) कार्यगट पद्धती (Work Group System)

 iv) संवेदनशील प्रशिक्षण (Sensitivity Training)

  v) भूमिका वठविणे (Role Playing)

 vi) उद्दिष्टाधिष्ठित व्यवस्थापन (Management by Objectives)

 vii) ग्रिड किंवा संघ व्यवस्थापन विकास (Grid Development)

viii) दर्जा वाढ (Upgradation)

संघटन विकास हे बदल घडवून आणणारे एक महत्त्वाचे तंत्र आहे. परंतु, त्याच्या काही मर्यादा विचारात घेतल्या पाहिजेत. संघटन विकास पद्धतीचे यश हे त्या पद्धती हाताळणाऱ्या व्यक्तींच्या यशापयशावर अवलंबून असते. संघटनेतील किमान काही व्यक्ती या बदलसापेक्ष व नव्या विचाराने भारलेल्या, जिद्दी प्रवृत्तीच्या पाहिजेत. थोडक्यात, धडपडणारी माणसे असतील तरच त्यांना संघटन विकास अंतर्गत विविध पद्धती चांगल्या तऱ्हेने हाताळता येतील. तसेच या पद्धतींचा अवलंब स्थानिक परिस्थितीवरदेखील अवलंबून असतो. एखाद्या संघटनेत एखादी पद्धती यशस्वी झाली म्हणून दुसऱ्या संघटनेत ती यशस्वी होईलच असे नाही. आणखी एक गोष्ट विसरून चालणार नाही. ती ही की, संघटन विकास पद्धती वर्तनशास्त्राशी निगडित आहेत. त्यामुळे या शास्त्राच्या मर्यादा तसेच गृहीत तत्त्वे यांचा विचार केला पाहिजे. संघटन विकास नसेल तर मात्र नुसते संघटन म्हणजे निर्जीव सांगाडा ठरेल. म्हणून संघटन विकास हा संघटनेच्या आरोग्याच्या दृष्टीने महत्त्वाचा घटक ठरतो.

बदल आणि विकासाचे डावपेच (Strategies of change and Development)

मूलत: बदल हा अटळ आहे. तो आपल्याला आवडो न आवडो, स्वीकारावाच लागतो. संघटना पातळीवर जेव्हा बदल अंमलात आणायचा असेल, बदलाच्या विरोधाचे व्यवस्थापन करायचे असेल तेव्हा काही डावपेच आखणे गरजेचे आहे. बदलाची कारणे अंतर्गत आहेत की बहिर्गत आहेत, बदलाला विरोध नेमका कुणाचा आहे, इत्यादींचा विचार व्यवस्थापनाला करावा लागेल. बदलाचे परिणाम सर्वांनाच अनुकूल कसे आहेत हे संबंधितांच्या गळी उतरवावे लागेल. बदल हा अपरिहार्य असल्यामुळे डावपेच आखताना संबंधितांची मानसिकता बदलांचा स्वीकार करून त्यांचे स्वागत ते कसे करतील, यासाठी विशेष प्रयत्न करावे लागतील.

कोणताही बदल सक्तीने लादण्यापेक्षा संबंधितांच्या सहभागातून तो कसा अंमलात आणता येईल, याचा डावपेच आखल्यास संघटनेला दीर्घ काळासाठी त्याचा जास्त लाभ होईल.

संघटन विकास म्हणजे आवश्यक बदल घडवून आणण्याचा, वैचारिक व सुस्पष्ट गृहीतकांवर आधारित पद्धतशीर मार्ग होय. संघटन विकासाचे प्रयत्न संघटनेत उच्च पातळीवर केले जातात. अर्थात, ह्याही बाबतीत डावपेच आखताना संघटनेतील कर्मचाऱ्यांचा विचार करणे गरजेचे आहे. कर्मचारी हा संघटनेचा अत्यंत महत्त्वाचा घटक असतो. उच्च स्तरावर घेतलेले संघटनात्मक विकासाचे निर्णय सरतेशेवटी ज्यांच्यामार्फत अंमलात आणायचे आहेत, त्यांचा विचार ह्या डावपेचांमध्ये प्राधान्याने व्हायलाच हवा.

निवडक प्रश्न

१) 'बदल हा व्यक्ती वा संस्थेच्या जीवनातील अविभाज्य घटक आहे.' चर्चा करा.

२) 'बदल हे अनुकूल व प्रतिकूल अशा दोन्ही प्रकारचे असतात.' चर्चा करा.

३) 'संघटनात्मक बदल' संकल्पना स्पष्ट करा.

४) व्यवसायसंस्थांवर परिणाम करणारे बदल कोणते ते सांगा.

५) बदलांची विविध कारणे स्पष्ट करा.

६) बदलाची बहिर्गत कारणे व अंतर्गत कारणे स्पष्ट करा.

७) बदलाला विरोध का केला जातो ? कारणे द्या.

८) 'बदलाला विरोध नेहमीच घातक असतो.' ह्या विधानाशी तुम्ही सहमत आहात काय ? चर्चा करा.

९) 'सकारात्मक विरोध' यावर टिपा लिहा.

१०) बदलाच्या विरोधाचे विविध परिणाम स्पष्ट करा.

११) बदलाच्या विरोधाचे व्यवस्थापन कसे केले जाते ते स्पष्ट करा.

१२) बदलाच्या विरोधाचे व्यवस्थापन करण्याच्या दृष्टीने विविध डावपेच सुचवा.

१३) बदलाचे तत्त्वे कोणती ते सांगा.

१४) बदलाचा सांचा (Change Model) यावर सविस्तर टीप लिहा.

१५) 'संघटनात्मक विकास' ही संकल्पना स्पष्ट करा.

१६) संघटनात्मक विकासाची वैशिष्ट्ये आणि उद्देश स्पष्ट करा.

१७) 'संघटनात्मक बदल आणि विकासाचे डावपेच' यावर टीप लिहा.

परिशिष्ट १

कशासाठी कोणाकडे संपर्क साधावा ?

क्र.	कामाचे स्वरूप	संबंधित कार्यालयाचा पत्ता
१)	राज्यशासनाचे औद्योगिक धोरण, अंमलबजावणी आणि इतर कामे	उद्योग संचालनालय, विकास आयुक्त (उद्योग), नवीन प्रशासकीय इमारत, मंत्रालयासमोर, मुंबई – ४०००३२.
२)	लघुउद्योगासंबंधी सर्वप्रकारचे काम (मुंबई विभाग)	उद्योग सहसंचालक, धर्मादाय आयुक्त भवन, डॉ. ॲनी बेझंट रोड, वरळी, मुंबई – ४०० ०१८.
३)	लघुउद्योगासंबंधीचे सर्वप्रकारचे काम (ठाणे जिल्हा)	उद्योग उपसंचालक (ठाणे प्राधिकरण विभाग) एम. आय.डी.सी. बिल्डिंग, मॉडेल वूलन मिल समोर, वागळे इस्टेट, ठाणे – ४०० ६०२.
४)	लघुउद्योग म्हणून नोंदणी	जिल्हा उद्योग केंद्र त्या त्या जिल्ह्यातील ऑफिस पुणे ऑफिस : जिल्हा उद्योग केंद्र, ॲग्रिकल्चर कॉलेज कंपाउंड, शिवाजीनगर, पुणे – ४११ ००५.
५)	इंडस्ट्रियल एंट्रेप्रेन्युअर्स मेमोरंडम नोंदविणे (परवाना न लागणाऱ्या मध्यम आणि मोठ्या उद्योगांसाठी)	सेक्रेटरिएट ऑफ इंडस्ट्रिअल असिस्टन्स डिपार्टमेंट ऑफ इंडस्ट्रिअल प्रमोशन, नवी दिल्ली.
६)	फॅक्टरी ॲक्ट १९४८ नुसार मान्यता परवानगी आणि मिनिमम वेजेस ॲक्ट खाली नोंदणी	चीफ इन्स्पेक्टर ऑफ फॅक्टरीज, महाराष्ट्र शासन कॉमर्स सेंटर, ५ वा मजला, ताडदेव, मुंबई – ३४.
७)	दुकानदारी व्यवसायासाठी नोंदणी मान्यता (महाराष्ट्र शॉप्स एस्टॅब्लिशमेंट ॲक्ट १९४८ नुसार मान्यता)	महापालिका आयुक्त/मुख्य अधिकारी, नगरपालिका/ग्रामसेवक/ग्रामपंचायत

८)	मालकी तत्त्वावर किंवा भागीदारीत असणाऱ्या फर्मसच्या नोंदणीसाठी	रजिस्ट्रार ऑफ कंपनीज, महाराष्ट्र राज्य, ३ दिनशा वाच्छा मार्ग, मुंबई - ४०००१०.
९)	सार्वजनिक संस्थांची नोंदणी/प्रायव्हेट लिमिटेड कंपनीची नोंदणी (कंपनीज अॅक्ट १९५६ नुसार)	रजिस्ट्रार ऑफ कंपनीज, महाराष्ट्र राज्य, १०० नेताजी सुभाष मार्ग, मुंबई - ४००००२. पुणे ऑफिस : पीएमटी बिल्डिंग संकुल, दुसरा मजला, डेक्कन जिमखाना, पुणे - ४११ ००४.
१०)	विक्रीकर कायद्याच्या तरतुदीखाली नोंदणी	विक्रीकर आयुक्त, महाराष्ट्र शासन, विक्रीकर भवन, माझगाव, मुंबई - ४०००१०. पुणे ऑफिस : विक्रीकर भवन, विमानतळ मार्ग, येरवडा, पुणे - ६.
११)	उत्पादन शुल्क नोंदणी	पुणे विभाग : १६ ए, साधु वासवानी रोड, पुणे - १.
१२)	व्यापारी तत्त्वावर विक्री करण्यापूर्वी नोंदणी (सेंट्रल एक्साईज अॅक्ट १९४४ नुसार)	कलेक्टर ऑफ सेंट्रल एक्साइज, न्यू सेंट्रल एक्साइज बिल्डिंग, ११५ महर्षी कर्वे मार्ग, मुंबई - २०.
१३)	'कामगार राज्य विमा योजना' ज्या उद्योगांना लागू आहे अशांची नोंदणी	संचालक, कामगार योजना, इ.एस.आय.सी. भवन, न. म. जोशी मार्ग, मुंबई - १३. पुणे ऑफिस : ६८९/६९० पंचदीप भवन, बिबवेवाडी, पुणे - ३७.
१४)	औषधे, सौंदर्यप्रसाधने तयार करणाऱ्या उद्योगांसाठी परवाना (ड्रग्ज अन्ड कॉस्मेटिक अॅक्ट १९४० नुसार)	आयुक्त, अन्न व औषध प्रशासन, गृहनिर्माण भवन, बांद्रा (पूर्व) मुंबई - ५१.
१५)	अन्न औषध प्रशासन कायद्याच्या अंतर्गत नोंदणी (खाद्यपदार्थ, हॉटेल व्यवसाय इ.)	पुणे ऑफिस : जॉइंट कमिशनर, अन्न आणि औषध प्रशासन, महाराष्ट्र राज्य, ७९१/९३ लकी बिल्डिंग, नवी गुरुवार पेठ, पुणे - ४२.
१६)	उत्पादन सुरू करण्यापूर्वी बॉयलर तपासणीचे प्रमाणपत्र (इंडियन बॉयलर कायदा १९२३ व महाराष्ट्र बॉयलर नियम १९६२ नुसार)	चीफ इन्स्पेक्टर बॉयलर अॅन्ड स्मोक न्यूइसन्स, महाराष्ट्र शासन, कॉमर्स सेंटर, ३ रा मजला, ताडदेव, मुंबई - ३४. पुणे ऑफिस : जॉइंट डायरेक्टर ऑफ स्टीम बॉयलर्स, सहकार भवन, सातारा रोड, पुणे - ३७.

१७)	खनिज उद्योगासाठी खनिजे काढण्यासाठी परवानगी (माइन्स ॲन्ड मिनरल्स डेव्हलपमेंट ॲन्ड रेग्युलेशन ॲक्ट १९५७ आणि मिनरल कन्सेशन रुल्स १९६० नुसार)	संचालक-भूविज्ञान व खनिजीकरण, महाराष्ट्र शासन, ओल्ड सेक्रेटरिअल, नागपूर - ४४०००१. अथवा आपल्या जिल्ह्यातील जिल्हाधिकारी कार्यालय.
१८)	औद्योगिक वापरासाठी मद्यार्क	कमिशनर, प्रोहिबिशन ॲन्ड एक्साईज, महाराष्ट्र शासन, ओल्ड कस्टम हाऊस, मुंबई-४०००२३ किंवा (सुपरिंटेंडेंट)
१९)	जंगलातून लाकूड तोडण्या/कापण्यासाठी परवानगी	मुख्य वनसंरक्षक, महाराष्ट्र शासन, पुणे अथवा जिल्ह्याचे वनअधिकारी.
२०)	सहकारी औद्योगिक संस्थांची नोंदणी	सहकार आयुक्त, महाराष्ट्र शासन, सेंट्रल बिल्डिंग, पुणे - ४११००१. अथवा प्रत्येक जिल्ह्यातील जिल्हा निबंध (सहकार)
२१)	मागासवर्गीय उद्योजकासंबंधी सर्वप्रकारच्या अर्थसाहाय्याबाबतचे कार्य	पत्ता : महात्मा फुले मागासवर्गीय विकास महामंडळ मर्यादित, बरॅक नं. १८, सचिवालय जिमखान्यामागे, बॅकबे रेक्लमेशन, मुंबई - ४०००२१.
२२)	प्रकल्प निवड, उद्योजकांसाठी प्रशिक्षण, विविध सल्ला सेवा, पूरक आणि सहकारी सेवा, नवीन तंत्र-शोधन उत्पादन तंत्र यांची रोपण व जोपासना	महाराष्ट्र इंडस्ट्रियल ॲन्ड टेक्निकल कन्सल्टन्सी ऑर्गनायझेशन लिमिटेड, कुबेरा चेंबर्स, १ ला मजला, डॉ. राजेंद्रप्रसाद पथ, शिवाजीनगर, पुणे - ४११००५.
२३)	उद्योगांना वीज मंजुरी, पुरवठा जोडणे इत्यादी.	कार्यकारी वीज अभियंता प्रकाशगड, वांद्रा (पू.) मुंबई - ४०००५१.
२४)	उद्योगांना वीज मंजुरी, पुरवठा जोडणे इत्यादी.	महाराष्ट्र राज्य विद्युत महामंडळ अथवा विभागातील कार्यकारी अभियंता, हाँगकाँग बँक बिल्डिंग, फ्लोरा फाऊंटनजवळ, मुंबई - १. पुणे ऑफिस : महाराष्ट्र राज्य विद्युत महामंडळ, रास्ता पेठ, पुणे.

२५)	प्रदूषणासंबंधी ना हरकत दाखला उद्योगांना देणे त्याचप्रमाणे जलनिस्सारण प्रक्रिया करण्यासाठी ना हरकत प्रमाणपत्र	महाराष्ट्र पोल्युशन कंट्रोल बोर्ड आर्मी अॅन्ड नेव्ही बि. १४८, महात्मा गांधी मार्ग, फोर्ट मुंबई - ४००००१. पुणे ऑफिस : नवीन पीएमटी कॉम्प्लेक्स, शंकरशेट रोड, स्वारगेट, पुणे.
२६)	सर्वप्रकारच्या आर्थिक मदतीसाठी इमारत व यंत्रसामग्रीसाठी लघुउद्योगांना कर्जपुरवठा	महाराष्ट्र वित्तीय महामंडळ, न्यू एक्सेलसिअर बिल्डिंग, अमृत केशव नायक मार्ग, मुंबई - ४००००१ अथवा जिल्हा किंवा विभागीय कार्यालय. पुणे ऑफिस : एस. पी. कॉलेज कंपाउंड, टिळक रोड, पुणे - ३०.
२७)	लघुउद्योगांना विक्री, साहाय्य, कच्चा माल व इतर साहाय्य	महाराष्ट्र लघुउद्योग विकास महामंडळ कृपानिधी, ९ वालचंद हिराचंद मार्ग, बॅलार्ड इस्टेट, मुंबई - ३८. पुणे ऑफिस : सावरकर भवन, शिवाजीनगर, पुणे-५.
२८)	आर्थिक सवलती मध्यम व मोठ्या उद्योगांसाठी आणि इतर साहाय्य	सिकॉम, महाराष्ट्र राज्य औद्योगिक व गुंतवणूक महामंडळ, निर्मल हाऊस, नरिमन पॉइंट, मुंबई - २१. पुणे ऑफिस : कुबेरा चेंबर्स, १ला मजला, शिवाजीनगर, पुणे - ५.
२९)	चर्मोद्योग विकासाच्या योजना	महाराष्ट्र चर्मोद्योग महामंडळ, बॉम्बे लाइफ बिल्डिंग, ४५ वीर नरिमन मार्ग, मुंबई - ४०००२३.
३०)	औद्योगिक वसाहतीत जागा किंवा तयार शेड मिळविण्यासाठी	महाराष्ट्र राज्य औद्योगिक विकास महामंडळ, अंधेरी (पूर्व) मुंबई - ९३. पुणे ऑफिस : जोग सेंटर, वाकडेवाडी, पुणे - ५.
३१)	इलेक्ट्रॉनिक उद्योगांसाठी साहाय्य मिळविण्यासाठी	महाराष्ट्र इलेक्ट्रॉनिक कॉर्पोरेशन लि. २१४, बॅकबे रेक्लमेशन १३ वा मजला, रहेजा चेंबर्स, नरिमन पॉइंट, मुंबई - २१.
३२)	हातमागाच्या सर्व कामांसाठी	महाराष्ट्र राज्य हातमाग महामंडळ, ५० सेंट्रल अव्हेन्यू, अहमद मंजिल, नागपूर - ४४००१८.
३३)	यंत्रमागासंबंधीच्या सर्व कामकाजासाठी	महाराष्ट्र राज्य यंत्रमाग महामंडळ न्यू.सी.जी.ओ. बिल्डिंग, न्यू मरीन लाइन्स, मुंबई - ४०००२०.

३४)	सर्वप्रकारच्या खनिज उत्पादनासाठी	महाराष्ट्र राज्य खनिज महामंडळ, ५ अभ्यंकरनगर, नागपूर - ४४००१०.
३५)	तेलघाणीच्या संबंधात	महाराष्ट्र राज्य तेल बियाणे, वाणिज्य आणि औद्योगिक महामंडळ मर्या., २०१ जॉली भुवन नं. २, ७ न्यू मरीन लाइन्स, मुंबई - ४०००२०.
३६)	हप्तेबंदीने यंत्रसामग्री देणे, सरकारी पुरवठादार म्हणून विक्रीसाठी व इतर तांत्रिक साहाय्य	राष्ट्रीय लघुउद्योग विकास महामंडळ, प्रेस्टीज चेंबर्स, कल्याण स्ट्रीट, मसजिद बंदर, मुंबई - ४००००९.
३७)	सरकारी पुरवठा योजनेसाठी नोंदणी	महासंचालक (पुरवठा व विनियोग) डीजीएस ॲन्ड डी १, सॅप्ट बिल्डिंग, स्प्रॉट रोड, बॅलार्ड इस्टेट, मुंबई - ४०००३८.
३८)	खादी ग्रामोद्योगासंबंधीच्या सर्व कामकाजासाठी	महाराष्ट्र राज्य खादी व ग्रामोद्योग मंडळ १९-२१ मनोहरदास स्ट्रीट, फोर्ट, मुंबई - ४०० ००१. पुणे ऑफिस : मुंबई-पुणे रोड, वाकडेवाडी, पुणे.
३९)	कृषिउद्योग विकासाच्या विविध कामांसाठी	महाराष्ट्र कृषिउद्योग विकास महामंडळ, राजन हाऊस, सेंचुरी बाजारजवळ, प्रभादेवी, मुंबई - ४०००२५.
४०)	आजारी कापडगिरण्यांबाबत	महाराष्ट्र राज्य वस्त्रोद्योग महामंडळ, लोटस हाऊस, ३३३ न्यू मरीन लाइन्स, मुंबई - ४०० ०१३.
४१)	त्या त्या विभागातील औद्योगिकीकरणाचा वेग, वाढ, उद्योगधंद्यांना उत्तेजन व मदत, स्वत:चे अगर संयुक्त क्षेत्रात उद्योग सुरू करणे.	अ. कोकण विकास महामंडळ मर्यादित, वॉर्डन हाऊस, ५ वा मजला, फिरोजशहा मार्ग, मुंबई-४०० ००१. ब. पश्चिम महाराष्ट्र विकास महामंडळ मर्यादित, कुबेरा चेंबर्स, २रा मजला, डॉ. राजेंद्रप्रसाद पथ, शिवाजीनगर, पुणे - ५. क. विदर्भ विकास महामंडळ मर्यादित, महाजन बिल्डिंग, १ला मजला, सीताबर्डी, नागपूर - ४४० ०१२. ड. मराठवाडा विकास महामंडळ मर्यादित, विकास भवन, डॉ. राजेंद्रप्रसाद रोड, औरंगाबाद - ४३१ ००१.

४२)	पेटंट रजिस्ट्रेशन करण्यासाठी	कंट्रोलर ऑफ पेटंट्स, पेटंट ऑफिस ३ रा मजला, लेडी इस्टेट, सनमिल कंपाउंड, लोअर परेळ, मुंबई - १३.
४३)	अ. उत्पादनाचे प्रमाणीकरण (Standardisation) करणे	साहाय्यक उद्योगसंचालक (गुणमुद्रा) इंडस्ट्रियल रिसर्च लॅब, सायन-चुनाभट्टी रोड, मुंबई - ७०.
	ब. अन्नप्रक्रिया उद्योगांसाठी प्रमाणीकरण	डेप्युटी डायरेक्टर, फूड अॅन्ड व्हेजिटेबल प्रिव्हेन्शन डिपार्टमेंट, न्यू गव्हर्नमेंट ऑफ इंडिया बिल्डिंग, मरीन लाइन्स, मुंबई - २०.
	क. इलेक्ट्रॉनिक उपकरणांचे प्रमाणीकरण	इलेक्ट्रॉनिक चाचणी व विकास केंद्र, ॲग्रिकल्चर कॉलेज कंपाउंड, शिवाजीनगर, पुणे - ४११ ००५.
	ड. विद्युत उपकरणांचे प्रमाणीकीकरण	१) रिजनल टेस्टिंग सेंटर, लघुउद्योग विकास संस्था, कुर्ला अंधेरी रोड, मुंबई - ७२. २) आय.एस.आय. लॅब एमआयडीसी एरिया, अंधेरी पूर्व, मुंबई - ९३. ३) इन्स्टिट्यूट फॉर डेव्हलपमेंट ऑफ इलेक्ट्रिक मेजरिंग, इन्स्ट्रुमेंट्स, चुनाभट्टी, मुंबई - २२.
४४)	विविध उत्पादनांच्या मुद्रांकनांसाठी AGMARK	ब्यूरो ऑफ इंडियन स्टँडर्ड्स, नॉव्हेल्टी चेंबर्स, ग्रँट रोड, मुंबई - ४०००२७. पुणे ऑफिस : प्लॉट नं. ६५७-६६० एमआयडीसी बिल्डिंग, मार्केट यार्ड, गुलटेकडी, पुणे - ३७.
४५)	ब्रँड/ट्रेडमार्कची नोंदणी	रजिस्ट्रार ऑफ ट्रेडमार्क्स, सेंट्रल गव्हर्नमेंट ऑफिस बिल्डिंग, महर्षी कर्वे रोड, चर्चगेट, मुंबई - ४४० ०२०.
४६)	औद्योगिक सुरक्षा परवाने	पुणे ऑफिस : इंडस्ट्रिअल सेफ्टी अॅन्ड हेल्थ डायरेक्टोरेट, सहकारभवन, अंबा हॉटेलच्या वर, सातारा रोड, पुणे - ३७. केंद्रशासनाची कार्यालये
४७)	यंत्रमाग नोंदणी (वस्त्रोद्योगासाठी)	टेक्सटाईल कमिशनर, भारत सरकार, न्यू.सी.जी.ओ.बिल्डिंग, न्यू मरीन लाइन्स, मुंबई - २०.

४८)	स्फोटक पदार्थाचे उत्पादन, साठा व वापर करण्याबाबत परवानगी (एक्स्प्लोजिव्हज अ‍ॅक्ट १९८४ नुसार)	चीफ कंट्रोलर ऑफ एक्स्प्लोजिव्हज, भारत सरकार, एक्सप्लोजिव्हज विभाग, ओल्ड हायकोर्ट बिल्डिंग, नागपूर - १.
४९)	फळे/फळभाज्या यांपासून करण्यात येणाऱ्या हवाबंद/डबाबंद उत्पादनासाठी (फ्रूट प्रिझर्व्हेशन कंट्रोल ऑर्डर १९५४ नुसार)	डे. डायरेक्टर, फ्रुट्स अ‍ॅन्ड व्हेजिटेबल प्रिझर्व्हेशन, न्यू.जी.सो. बिल्डिंग, न्यू मरीन लाइन्स, मुंबई - ४०० ०२०.
५०)	इंपोर्टर-एक्सपोर्टर (IEC Code) कोड नंबर	जॉइंट डायरेक्टर जनरल ऑफ फॉरिन ट्रेड, सी ब्लॉक, पी.एम.टी. कमर्शिअल कॉम्प्लेक्स, शंकरशेट रोड, स्वारगेट, पुणे - ३७.

एक्सपोर्ट प्रमोशन काउन्सिल्सची यादी

- इंजिनिअरिंग एक्सपोर्ट प्रमोशन काउन्सिल
  वर्ल्ड ट्रेड सेंटर, १४/आयबी, एझरा स्ट्रीट, कोलकाता – ७०० ००१.
  फोन नं. : (९१) ३३–२२३५०४४२/३/४ फॅक्स : (९१) ३३–२२२१५६५८
  E-mail : mailto:eepc-ho@eepc.ho.cmc.net.in
  Website : http://www.eepc.gov.in

- प्रोजेक्ट एक्सपोर्ट प्रमोशन काउन्सिल ऑफ इंडिया
  एच–११८, हिमालया हाऊस, ११ वा मजला, २३, कस्तुरबा गांधी मार्ग, न्यू दिल्ली – ११० ००१.
  फोन नं. : (९१) ११–२३७२२४२५/२३३५०३६७ फॅक्स : (९१) ११–२३३१२९३६
  E-mail : info@projectexports.com
  Website : http://www.projectexports.com

- बेसिक केमिकल, फार्मास्युटिकल्स ॲन्ड कॉस्मेटिक्स एक्सपोर्ट प्रमोशन काउन्सिल
  झांशी कॅसल, ४ था मजला, ७, कुपरेज रोड, मुंबई – ४०० ०३९.
  फोन नं. : (९१) २२–२०२१२८८ / २०२१३३० / २०२६५४९ फॅक्स : (९१) २२–२०२६६८४
  Website : http://www.chemexcil.gov.in

- केमिकल ॲन्ड अलाईड प्रॉडक्ट्स एक्सपोर्ट प्रमोशन काउन्सिल
  वर्ल्ड ट्रेड सेंटर, १४/आयबी, एझरा स्ट्रीट, कोलकाता – ७०० ००१.
  फोन नं. : (९१) ३३–२२२१५६५२ / २२३५८२१७ / ८२१९ फॅक्स : (९१) ३३–२२२१५६५७
  Website : http://www.capexil.com

- काउन्सिल फॉर लेदर एक्सपोर्ट्स
  तिसरा मजला, सीएमडीए टॉवर २, गांधी आयर्विन ब्रिज रोड, एगमोर, चेन्नई – ६०० ००८.
  फोन नं. : (९१) ४४–२८५९४३६७ – ७१ (५ लाईन्स) फॅक्स : (९१) ४४–२८५९४३६३/६४
  E-mail:mailto:cle@vsnl.com
  Website : http://www.leatherindia.org

- स्पोर्ट्स गुड्स एक्सपोर्ट्स प्रमोशन काउन्सिल
  १-ई/६, स्वामी रामतीर्थ नगर, झंडेवाला एक्स्टेशन, न्यू दिल्ली - १०० ०५५.
  फोन नं. : (९१) ११-२३५२५६९५, २३५१६१८३ फॅक्स : (९१) ११-२३६३२१४७
  E-mail : sgepc@vsnl.com
  Website : http://www.sportsgoodsindia.org

- जेम अॅन्ड ज्वेलरी एक्सपोर्ट प्रमोशन काउन्सिल
  डायमंड बझार, ५ वा मजला, ३९१-ए, डॉ. डी. भंडारकर मार्ग, मुंबई - ४०० ००४.
  फोन नं. : (९१) २२-२३८२१८०१/२३८२१८०६ फॅक्स : (९१) २२-२३८०८७५२/२३८०४९५८
  Website : http://www.gjepc.org

- शेलॅक एक्सपोर्ट प्रमोशन काउन्सिल
  वर्ल्ड ट्रेड सेंटर, १४/आयबी, एझरा स्ट्रीट, कोलकाता - ७०० ००१.
  फोन नं. : (९१) ३३-२४८२०७० फॅक्स : (९१) २४८४०४६
  Website : http://www.shellacepc.com

- कॅश्यू एक्सपोर्ट प्रमोशन काउन्सिल
  पोस्ट बॉक्स नं. १७०९, चित्तोर रोड, एरनाकुलम साऊथ, कोचिन - ६८२ ०१६.
  फोन नं. : (९१) ४८४-३५१९७३ / ३६१४५९ फॅक्स : (९१) ४८४-३७०९७३
  Website : http://www.cashewindia.org

- प्लास्टिक्स एक्सपोर्ट प्रमोशन काउन्सिल
  क्रिस्टल टॉवर, क्रिस्टल को-ऑप. हाऊसिंग सोसायटी लि., गुंदवली रोड नं. ३,
  ऑफ एम. व्ही. रोड, अंधेरी (इस्ट) मुंबई - ४०० ००५.
  फोन नं. : (९१) २२-२६८३३९५१/५२
  E-mail:plexcouncil@vsnl.com
  Website : http://www.plexcon.org

- एक्सपोर्ट प्रमोशन काउन्सिल फॉर इओयू'स अॅन्ड एसइझेड युनिट्स
  ७०५, भिकाजी कामा भवन, भिकाजी कामा प्लेस, न्यू दिल्ली - ११० ०६६.
  फोन नं. : (९१) ११-२६१६७०४२ / ५८०५ / ६१८५ फॅक्स : (९१) २६१६५५३८
  E-mail : epces@vsnl.net
  Websie : http://www.eouindia.com

- फार्मास्युटिकल एक्सपोर्ट प्रमोशन काउन्सिल
  १०१, आदित्य ट्रेड सेंटर, अमीरपेठ, हैदराबाद - ५०० ०३८.
  फोन नं. : (९१) ४०-२३७३५४६२/६६ फॅक्स : (९१) ४०-२३७३५४६४
  E-mail : info@pharmexcil.com
  Website : http://www.pharmexcil.com

- टेक्सटाईल सेक्टर : एक्सपोर्ट प्रमोशन काउन्सिल अंडर मिनिस्टरी ऑफ टेक्सटाईल्स
  ॲपरल एक्सपोर्ट प्रमोशन काउन्सिल
  एनबीसीसी टॉवर्स, १५, भिकाजी कामा प्लेस, न्यू दिल्ली – ११० ०६६.
  फोन नं. : (९१) ११-२६१८३३५१ / २६१६९३९३ / ९४ / ५६ / ५७
  फॅक्स : (९१) ११ – २६१८८५८४ / २६१८८३००
  E-mail : hochrm@nda.vsnl.net.in
  Website : http://www.aepc.com

- कारपेट एक्सपोर्ट प्रमोशन काउन्सिल
  १०१/ए/१, कृष्णा नगर, सफदरजंग एन्क्लेव्ह, न्यू दिल्ली – ११० ०२९.
  फोन नं. : (९१) ११-२६१०२७४२ / २६१०१०२४ फॅक्स : (९१) ११-२६१६५२९९
  E-mail : mailto:hochrm@nda.vsnl.net.in
  Website : http://www.indiancarpets.com

- कॉटन टेक्सटाईल एक्सपोर्ट प्रमोशन काउन्सिल
  इंजिनिअरिंग सेंटर, ५ वा मजला, मुंबई – ४०० ००४.
  फोन नं. : (९१) २२-२३६३२९१० / ११ / १२ / १३ फॅक्स : (९१) २२-२३९३२९१४
  E-mail : exprocil@bom3.vsnl.net.in
  Website : http://www.texprocil.com

- एक्सपोर्ट प्रमोशन काउन्सिल फॉर हॅन्डिक्राफ्ट्स
  प्लॉट नं. १, पॉकेट ६ व ७, सेक्टर सी, लोकल शॉपिंग सेंटर, वसंत कुंज, न्यू दिल्ली – ११० ०७०.
  फोन नं. : (९१) ११-६८७५३७७ / ६००८७ फॅक्स : (९१) ११-६०६१४४
  E-mail : mailto:secy.epch@vsnl.com
  Website : http://www.epcd.com

- हॅन्डलुम एक्सपोर्ट प्रमोशन काउन्सिल
  १८, कॅथड्रेल गार्डन रोड, न्यूनगाम्बक्कम, मद्रास – ६०० ०३४.
  फोन नं. : (९१) ४४-८२७८८७९ / ८२७६०४३ फॅक्स : (९१) ४४-८२७१७६१
  E-mail : hepccatp@vsnl.com
  Website : http://www.hepcindia.com

- इंडियन सिल्क एक्सपोर्ट प्रमोशन काउन्सिल
  ६२, मित्तल चेंबर्स, ६ वा मजला, नरिमन पॉईंट, मुंबई – ४०० ०२१.
  फोन नं. : (९१) २२-२०२०४९११३ / २०२७६६२ / २०२५८६६ फॅक्स : (९१) २२-२८७४६०६
  E-mail : mailto:isepc@bom2.vsnl.net.in
  Website : http://www.silkpc.com

- पॉवरलुम डेव्हलपमेंट अॅन्ड एक्सपोर्ट प्रमोशन काउन्सिल
  १६, १ ला मजला, मित्तल चेंबर्स, नरिमन पॉईंट, मुंबई – ४०० ०२१.
  फोन नं. : (९१) २२-२८४६५१८ / १९ फॅक्स : (९१) २२-२८४६५१७
  E-mail : pdexcil.pdepc@gems.vsnl.net.in
  Website : http://www.pdexcil.org

- सिंथेटिक अॅन्ड रेऑन टेक्सटाईल एक्सपोर्ट प्रमोशन काउन्सिल
  रेशम भवन, ७८, वीर नरिमन पॉईंट रोड, मुंबई – ४०० ०२०.
  फोन नं. : (९१) २२-२२०४८७९७ / २२०४८६९० फॅक्स : (९१) २२-२२०४८३५८
  E-mail : srtepc@vsnl.com
  Website : http://www.synthetictextiles.org

- वूल अॅन्ड वूलन्स एक्सपोर्ट प्रमोशन काउन्सिल
  ३१२/७१४, अशोका इस्टेट, २४, बारखंबा रोड, न्यू दिल्ली – ११० ००१.
  फोन नं. : (९१) ११-३३१५५१२ / ३३१५२०५ फॅक्स : (९१) ११-३३१४६२६
  E-mail : wwepc@nda.vsnl.net.in
  Website : http://www.wwepc.org

भारतातील प्रमुख प्रयोगशाळा आणि संशोधन संस्थांची यादी

- सेंट्रल बिल्डिंग रिसर्च इन्स्टिट्यूट, रुर्की
- सेंटर सेल्युलर आणि मोलेक्युलर बायोलॉजी, हैदराबाद.
- सेंट्रल ड्रग रिसर्च इन्स्टिट्यूट, लखनौ.
- सेंट्रल इलेक्ट्रोकेमिकल रिसर्च इन्स्टिट्यूट, कराईकुडी.
- सेंट्रल इलेक्ट्रॉनिक्स इंजिनिअरिंग रिसर्च इन्स्टिट्यूट, पिलानी
- सेंट्रल फ्युएल रिसर्च इन्स्टिट्यूट, धनबाद.
- सेंट्रल फूड टेक्नॉलॉजिकल रिसर्च इन्स्टिट्यूट, मैसूर.
- सेंट्रल ग्लास ॲन्ड सिरॅमिक रिसर्च इन्स्टिट्यूट, कोलकाता
- सेंट्रल इन्स्टिट्यूट ऑफ मेडिसिनल ॲन्ड ॲरोमॅटिक प्लॅन्टस, लखनौ.
- सेंट्रल लेदर रिसर्च इन्स्टिट्यूट, चेन्नई.
- सेंट्रल मेकॅनिकल इंजिनिअरिंग रिसर्च इन्स्टिट्यूट, दुर्गापूर.
- सीएसआयआर सेंटर फॉर मेथॅमॅटिकल मॉडेलिंग ॲन्ड कॉम्प्युटर सिम्युलेशन, बेंगलोर.
- सेंट्रल मायनिंग रिसर्च इन्स्टिट्यूट, धनबाद.
- सेंट्रल रोड रिसर्च इन्स्टिट्यूट, नवी दिल्ली.
- सेंट्रल सायंटिफिक इन्स्ट्रुमेंट्स ऑर्गनायझेशन, चंदीगड.
- सीएसआयआर मद्रास कॉम्प्लेक्स, चेन्नई.
- सेंट्रल सॉल्ट ॲन्ड मरिन केमिकल्स रिसर्च इन्स्टिट्यूट, भावनगर.
- इन्स्टिट्यूट ऑफ जेनोमिक्स ॲन्ड इंटिग्रेटिव्ह बायोलॉजी, दिल्ली.
- इन्स्टिट्यूट ऑफ हिमालयन बायोरिसोर्सेस टेक्नॉलाजी, पालमपूर.
- इंडियन इन्स्टिट्यूट ऑफ केमिकल बायोलॉजी, कोलकाता.
- इंडियन इन्स्टिट्यूट ऑफ केमिकल टेक्नॉलॉजी, हैदराबाद.
- इंडियन इन्स्टिट्यूट ऑफ पेट्रोलियम, डेहराडून.
- इन्स्टिट्यूट ऑफ मायक्रोबियल टेक्नॉलॉजी, चंदीगड.
- इंडस्ट्रियल टॉक्सिकोलॉजी रिसर्च सेंटर, लखनौ.
- नॅशनल एरोस्पेस लॅबोरेटरीज, बेंगलोर.
- नॅशनल बोटॅनिकल रिसर्च इन्स्टिट्यूट, लखनौ.

- नॅशनल केमिकल लॅबोरेटरी, पुणे
- सीएसआयआर युनिट फॉर रिसर्च अॅन्ड डेव्हलपमेंट ऑफ इन्फर्मेशन प्रॉडक्ट्स, पुणे.
- नॅशनल एन्व्हायरमेंटल इंजिनिअरिंग रिसर्च इन्स्टिटयूट, नागपूर.
- नॅशनल जिओफिजिकल रिसर्च इन्स्टिटयूट, हैदराबाद.
- नॅशनल इन्स्टिटयूट ऑफ ओसिएनोग्राफी, गोवा.
- नॅशनल इन्स्टिटयूट ऑफ सायन्स कम्युनिकेशन अॅन्ड इन्फर्मेशन रिसर्च, न्यू दिल्ली.
- नॅशनल इन्स्टिटयूट ऑफ सायन्स, टेक्नॉलॉजी अॅन्ड डेव्हलपमेंट स्टडीज्, न्यू दिल्ली.
- नॅशनल मेटॅलर्जिकल लॅबोरेटरी, जमशेदपूर.
- नॅशनल फिजिकल लॅबोरेटरी, न्यू दिल्ली.
- रिजनल रिसर्च लॅबोरेटरी, भोपाळ.
- रिजनल रिसर्च लॅबोरेटरी, भुवनेश्वर.
- रिजनल रिसर्च लॅबोरेटरी, जम्मू.
- रिजनल रिसर्च लॅबोरेटरी, जोरहाट.
- रिजनल रिसर्च लॅबोरेटरी, तिरुवअनंतपूरम्.
- स्ट्रक्चरल इंजिनिअरिंग रिसर्च सेंटर, चेन्नई.
- भाभा अॅटोमिक रिसर्च सेंटर, मुंबई.
- सेंटर फॉर डीएनए फिंगरप्रिंटिंग अॅन्ड डायग्नोस्टिक्स्, हैदराबाद.
- डिपार्टमेंट ऑफ अॅटोमॅटिक एनर्जी, मुंबई / न्यू दिल्ली.
- डिपार्टमेंट ऑफ बायोटेक्नॉलॉजी, न्यू दिल्ली.
- डिपार्टमेंट ऑफ ओशिय डेव्हलपमेंट, न्यू दिल्ली.
- डिपार्टमेंट ऑफ स्पेस, बेंगलोर / न्यू दिल्ली.
- सेंट्रल इलेक्ट्रॉनिक्स लिमिटेड, गाझियाबाद.
- नॅशनल रिसर्च डेव्हलपमेंट कॉर्पोरेशन, न्यू दिल्ली.
- इंडियन काउन्सिल ऑफ अॅग्रिकल्चरल रिसर्च, न्यू दिल्ली.
- इंडियन काउन्सिल ऑफ मेडिकल रिसर्च, न्यू दिल्ली.
- इंडियन इन्स्टिटयूट ऑफ सायन्स, बेंगलोर.
- इंडियन नॅशनल सायन्स अॅकॅडमी, न्यू दिल्ली.
- जवाहरलाल नेहरू सेंटर फॉर अॅडव्हान्स सायंटिफिक रिसर्च, बेंगलोर.

टीप : वरील सर्व संस्थांच्या संपूर्ण पत्त्यांसाठी पुढील संकेतस्थळे बघावीत.

Website : http://goidirectory.nic.in/scientific.htm

किंवा

http://www.csir.res.in

जिल्हा उद्योग केंद्रामार्फत राबविल्या जाणाऱ्या योजना
महाराष्ट्रीयन सुशिक्षित बेरोजगारांसाठी बीजभांडवल कर्ज योजना, पुणे

(S.M.S.)

पात्रता	प्रकल्प विवरण	बीजभांडवल कर्ज परतफेड	कर्ज प्रकरणांतील आवश्यक कागदपत्रे
• किमान ७ वी पास बेरोजगार अर्जदार • १८ ते ५० वर्षे वयोगट • महाराष्ट्रातील किमान सलग १५ वर्षे वास्तव्य	• प्रकल्पमर्यादा २५ लक्ष • स्वगुंतवणूक १०% • जिल्हा उद्योग केंद्राकडून बीज भांडवल – १५% (कमाल रु. ३.७५ लक्ष) • उर्वरित बँकेचे कर्ज ७५% • रु. १० लक्षपेक्षा कमी प्रकल्प मर्यादा प्रकरणांमध्ये आर्थिकदृष्ट्या मागासवर्गीय/ मागासवर्गीय (एस.सी.) बेरोजगारासाठी २०% कर्ज	कर्ज परतफेड कालावधी • प्रवास, मालवाहतूक व्यवसायासाठी चार वर्षे (विलंबावधी– सहा महिने) • इतर–सात वर्षे (विलंबावधी–तीन वर्षे) • व्याजदर ६% • विहित दिनांकास परतफेड • ३% व्याजदरात सूट विहित दिनांकानंतर परतफेड थकीत रकमेवर १% दंडव्याज • कर्जाचा गैरवापर केल्यास भांडवलाची व्याजासह वसुली व त्यावर २% टक्के व्याज द.सा.द.शे. आकारण्यात येईल.	• बँकेचे संमतीपत्र • तीन फोटोसहित विहित नमुन्यातील अर्ज • शैक्षणिक पात्रता दाखला • शाळा सोडल्याचा दाखला • सेवायोजन नोंदणी • शिधापत्रिका (रेशन कार्ड) • राज्यातील १५ वर्षे वास्तव्य असल्याबाबत पुरावा • जागेचा उतारा • जागा भाडेतत्त्वावर असल्यास संमतीपत्र/भाडेपत्र/ करारपत्र • प्रकल्पासाठी आवश्यक निविदा/ अंदाजपत्रे • स्थानिक स्वराज्य संस्थेचे ना हरकत पत्र

जिल्हा उद्योग केंद्रामार्फत राबविल्या जाणाऱ्या योजना
महाराष्ट्रीयन सुशिक्षित बेरोजगारांसाठी बीजभांडवल कर्ज योजना, पुणे

(D.I.C. Loan)

पात्रता	प्रकल्प विवरण	बीजभांडवल कर्ज परतफेड	कर्ज प्रकरणांतील आवश्यक कागदपत्रे
• शिक्षण व वयाची अट नाही • उद्योगाच्या ठिकाणी लोकवस्ती एक लाखांपेक्षा कमी • उत्पादन उद्योग आवश्यक	• प्रकल्पमर्यादा २ लक्ष • स्व गुंतवणूक ५% • जिल्हा उद्योग केंद्र – २०% (कमाल रु. ४०,०००/–) • अनुसूचित जाती, जमाती ३०% (कमाल रु. ६०,०००/–) • उर्वरित रक्कम बँकेकडून	• स्थिर भांडवल कर्ज परतफेड – आठ वर्षे (विलंबावधी स्थिर गुंतवणुकीवर – साडेपाच वर्षे) • खेळते भांडवल कर्ज परतफेड – चार वर्षे (विलंबावधी – दीड वर्षे) • सहामाही सहा हप्त्यांमध्ये कर्ज परतफेड • व्याजदर – ४% • थकीत रकमेवर १% दंडव्याज	• तीन फोटोंसह दोन प्रतींमध्ये अर्ज • अस्थाई लघुउद्योग नोंदणी प्रत • जागेचा उतारा • जागा भाडेतत्त्वावर असल्यास संमतीपत्र / भाडेपत्र / करारपत्र • प्रकल्पासाठी आवश्यक निविदा / अंदाजपत्रके • स्थानिक स्वराज्य संस्थेचे ना-हरकत प्रमाणपत्र

जिल्ह्यातील सुशिक्षित बेरोजगारांसाठी पंतप्रधान रोजगार योजना, पुणे

(P.M.R.Y.)

पात्रता	योजनेची वैशिष्ट्ये	कर्ज प्रकरणासाठी आवश्यक कागदपत्रे
• अर्जदार कमीत कमी ८ वी पास अथवा सरकारमान्य संस्थेतून कमीत कमी सहा महिन्यांचा कोर्स पूर्ण केलेला बेरोजगार असावा. • वयोमर्यादा १८ ते ३५ वर्षे (महिला, अनुसूचित जाती/ जमाती, अपंग व माजी सैनिक यांचेबाबत वयोमर्यादा १८ ते ४५) • ज्या भागात व्यवसाय करावयाचा त्या ठिकाणी कमीत कमी ३ वर्षे वास्तव्य असावे. • कुटुंबाचे वार्षिक उत्पन्न रु. १,००,०००/- चे आत असावे.	• व्यापार व सेवाउद्योग प्रकल्प रु. २ लक्ष • लघुउद्योग व यासाठी प्रकल्प कमाल रु. ५ लक्ष • उद्योजकाचे स्वत:चे भागभांडवल प्रकल्पखर्चाच्या २० टक्केपर्यंत (अनुदान अधिक स्वत:चे भांडवल) • प्रकल्पखर्चाच्या १५ टक्के शासनाकडून अनुदान मिळेल. त्याची कमाल मर्यादा १२,५००/- • बँकेचे कर्जाचे प्रचलित दरानुसार व्याज आकारण्यात येईल. कर्जाची परतफेड ३ ते ५ वर्षांपर्यंत करावयाची आहे.	• विहित नमुन्यातील अर्ज • ८ वी पास असल्यास दाखला • शाळा सोडल्याचा दाखला • सेवायोजन कार्ड • रेशन कार्ड • जागेबाबत कागदपत्रे उतारा/ संमतीपत्र/भाडेकरारपत्र • व्यवसायाचे दरपत्रक • लघुउद्योग/सेवाउद्योग असल्यास अस्थाई नोंदणीचे प्रमाणपत्र • आवश्यक परवाने/ना-हरकत प्रमाणपत्र • एक फोटो

महाराष्ट्र राज्य खादी ग्रामोद्योग मंडळ

पात्रता	योजनेची वैशिष्ट्ये	कर्ज प्रकरणासाठी आवश्यक कागदपत्रे
• १८६०च्या सोसायटी नोंदणी कायद्यान्वये रजिस्टर्ड झालेल्या संस्था. • १९५०च्या सार्वजनिक विश्वस्त कायद्यान्वये नोंदणी झालेल्या संस्था. • १९६०च्या सहकार कायद्यान्वये नोंदणी झालेल्या सहकारी सोसायट्या. • ग्रामीण उद्योजक/कारागीर	• लाभार्थीला एकूण गुंतवणुकीच्या ५% रक्कम गुंतवणे. • १० लाखांवरच्या प्रकल्पाला २५% रक्कम खादी आयोग निधीतून 'मार्जीन मनी' म्हणून बिनव्याजी कर्ज स्वरूपात मंजूर केली जाते. • अनुसूचित जाती/जमाती, महिला अल्पसंख्याक, माजी सैनिक, अपंग अशा लाभार्थींना ३०% 'मार्जीन मनी' मंजूर केली जाते. २५ टक्के व ३० टक्के व उर्वरित रकमेवर १० टक्के अशी मार्जीन मनीची रक्कम मंजूर केली जाते. • कर्जावर मंडळामार्फत विशेष केंद्रीय खात्यातून रक्कम रु. १०,०००पर्यंत अथवा मंजूर कर्जाच्या ५० टक्के पैकी कमी असणारी रक्कम लाभधारकास अनुदान स्वरूपाची मंजुरी करण्यात येते.	• लोकसंख्येचे प्रमाणपत्र ग्रामपंचायत किंवा ग्रामसेवक यांचे. • जातीचा दाखला. • शैक्षणिक योग्यतेचे प्रमाणपत्र. • ७/१२चा उतारा. • व्यवसायाची कोटेशन. • विद्युत पुरवठ्यासंबंधी कागदपत्रे. • शेडच्या बांधकामाचा आराखडा. • दोन फोटो. • प्रकल्प अहवाल. • जागा भाड्याची असल्यास करारपत्र. • अनुभवाचे प्रमाणपत्र. • ग्रामंपचायतीकडून ना हरकत प्रमाणपत्र.

महात्मा फुले महामंडळ, पुणे

पात्रता	योजनेची वैशिष्ट्ये	कर्ज प्रकरणासाठी आवश्यक कागदपत्रे
• अर्जदाराचे वय १८ वर्षांपेक्षा जास्त.	• ५०% अनुदान योजना. • प्रकल्प मर्यादा २०,००० पर्यंत. • परतफेड ३ वर्षांत. • प्रकल्प मर्यादा ५०% किंवा जास्तीत जास्त १०,०००/- • प्रशिक्षण योजनांबाबत. • विद्यावेतन प्रशिक्षण कालावधीमध्ये रु. ५००/- जास्तीत जास्त ६ महिने. • प्रशिक्षण देणाऱ्या संस्थेची फी रु. ३००/- दरमहा. • प्रशिक्षण पूर्ण झालेल्या अवजारांचे टूल किट्स खरेदीसाठी रु. २०००/- पर्यंत अनुदान देण्यात येते. • प्रकल्प मर्यादा रु. ५ लाख. १) रु. २ लाखांपर्यंत ६% व्याज स्वत: निरंक. २) रु. २ लाख ते ५ लाख ६% व्याज. स्वत:चे ५% • महात्मा फुले मार्फत बीज भांडवलावर द.सा.द.शे. ४% व्याजदर. • परतफेड वेळेत न केल्यास २% दंडव्याज आकारण्यात येते. • परतफेड कर्ज ३ ते ५ वर्षांत करणे.	• वयाचा दाखला. • जातीचा उत्पन्नाचा दाखला. • फोटो३ पासपोर्ट साईज. • प्रकल्प अहवाल • कोटेशन • व्यवसायाचा जागेचा पुरावा • निवडणूक ओळखपत्र/ रेशनकार्ड

Selected Websites

1) Mahratta Chamber of Commerce, Industries and Agriculture
www.mcciapune.com

2) Maharashtra Industrial Development Corporation
www.midcindia.com

3) Small Industries Development Bank of India (SIDBI)
www.sidbi.com

4) The Development Commissioner
Small Scale Industries
www.laghuudyog.com

5) The National Small Industries Corporation Ltd. (NSIC)
www.nsicindia.com

6) Credit Guarantee Fund Trust for Small Industries
www.cgtsi.org.in

7) Agriculture and Processed Food Export Development Authority (APEDA)
www.apeda.com

8) Ministry of Food Processing Industries (MOFPI)
www.mofpi.nic.in

9) National Co-operative Development Corporation (NCDC)
http://www.ncdc.nic.in

10) Industrial Development Bank of India (IDBI Bank)
www.idbi.com

11) Ministry of SSI
http://www.ssi.nic.in

12) Maharashtra Industrial Technical Consultancy Organisation
(MITCON)
www.mitconindia.com

13) Maharashtra Pollution Control Board (MPCB)
www.mpcb.mah.nic.in

14) Maharashtra State Electricity Distribution Company Ltd.
www.mahadiscom.in

15) Maharashtra Small Scale Industries Development Corporation (MSSI DC)
http://www.mssidc.com

16) Over the Counter Exchange of India (OTCEI)
http://otcei.net

17) Small Industries Development Organisation (SIDO)
http://www.smallindustryindia.com
http://www.laghu-udyog.com

18) Tax Information Network (TIN)
http://www.nsdl-tin.com

19) Tax Deduction and Collection Account Number (TAN)

20) http://www.bis.org.in (BIS)

21) http://www.sicom.org

परिशिष्ट २

डीएसकेंना प्राप्त झालेले पुरस्कार

डीएसकेंनी अनेकांना प्रोत्साहन देण्यासाठी पुरस्कार दिलेत. परंतु, डीएसकेंना अनेक पुरस्कारांनी गौरविण्यात आले. अर्थात, डीएसकेंना हे पुरस्कार दिले गेल्याने त्या पुरस्कारांचीच उंची वाढली आहे. निवडक पुरस्कारांची यादी येथे दिलेली आहे–

उद्योजक म्हणून उत्कृष्ट व्यावसायिकतेसाठी

- 'निकमार ॲन्ड कन्स्ट्रक्शन' यांच्या जागतिक सर्वेक्षणानुसार सर्वाधिक वेगाने वाढणारी भारतातील दुसऱ्या क्रमांकाची कंपनी.
- आयएसओ ९००१–२००० कंपनीचा दर्जा.
- वर्ल्ड इकॉनॉमिक फोरमची सदस्यता प्राप्त.
- सर्वाधिक देदीप्यमान कार्यासाठी एईएसए पुरस्कार.
- 'डीएसके रानवारा' या पर्यावरणपूर्वक सर्वोत्कृष्ट गृहप्रकल्पास एईएसए पुरस्कार.
- डीएसके टोयोटाला 'जगातील सर्वोत्कृष्ट विक्रेता' हा सन्मान सातत्याने प्राप्त.
- पुण्यातील इन्स्टिट्यूट ऑफ इंजिनिअर्स तर्फे सर्वोत्कृष्ट कॉंक्रीट स्ट्रक्चर पुरस्कार.
- टोयोटा मोटर कॉर्पोरेशन, जपान यांचेकडून सन २००३मध्ये टीएसएम पुरस्कार.
- डीएसके फ्रँगीपनी या गृहप्रकल्पासाठी सर्वोत्कृष्ट गृहप्रकल्प म्हणून सीएनबीसी आवाज ॲवॉर्ड २००७ प्राप्त.
- दुर्गामाता टॉवर्स या गृहप्रकल्पासाठी सर्वोत्कृष्ट गृहप्रकल्प म्हणून सीएनबीसी आवाज ॲवॉर्ड २००८ प्राप्त.

सामाजिक कार्यासाठी

- हिंद रतन स्वोर्ड ऑफ बहारीन पुरस्कार.
- सीएम शाह कॉंक्रीट टेक्नॉलॉजी पुरस्कार.
- आंत्रप्रेन्युअर इंटरनॅशनल सन्मान.
- चिमणलाल गोविंददास मेमोरिअल ट्रस्ट तर्फे उद्यम गौरव पुरस्कार २००८.
- महाराष्ट्र सांस्कृतिक मंडळ, बहारीन तर्फे आजीव सदस्यत्व.

- २००९मध्ये फाय फाउंडेशन राष्ट्रीय पुरस्कार.
- काशीराम लाइफ टाइम मानवतावादी पुरस्कार.
- रोटरी क्लब ऑफ गणेशखिंड, पुणे यांचेतर्फे व्होकेशनल एक्सलन्स पुरस्कार.
- माहुर परमभक्त पुरस्कार.
- नासिक येथील इन्स्टिटय़ूट ऑफ इंजिनिअर्सतर्फे यशोदीप पुरस्कार.
- दत्तात्रय दिगंबर मुळे उद्योजक पुरस्कार.
- पुणे सांस्कृतिक वैभव ट्रस्टतर्फे करीअर महोत्सव पुरस्कार २०१०.
- पुण्यातील स्टेशनरी, कटलरी ॲन्ड जनरल मर्चंट असोसिएशनतर्फे व्यापारभूषण पुरस्कार.
- १९९८चा वसंतराव वैद्य – फर्स्ट जनरेशन आंत्रप्रेन्युअर पुरस्कार.

परिशिष्ट ३

तणावमुक्तीसाठी वैयक्तिक उपाय

'ताणतणाव व्यवस्थापन' प्रकरणात आपण विविध उपाययोजनांची चर्चा केलेली आहे. वाचकांच्या अधिक माहितीसाठी आणखी काही उपाय येथे संक्षिप्तपणे सुचविण्यात आले आहेत.

ध्यान : तणावमुक्ती, मन:शांती आणि शक्ती बचतीसाठी ध्यान हा प्रभावी उपाय आहे. ध्यान म्हणजे 'धी+न' अशी अवस्था. 'धी' म्हणजे बुद्धी चालत नाही म्हणजे बुद्धी शांत असते. मन विचाररहित आणि गतिशून्य असते, तेव्हा ध्यान लागते. शांत, निरामय आणि विचारशून्य अवस्था म्हणजे ध्यान.

प्रत्येक क्षणाला माणसाच्या विचाराप्रमाणे कमी-जास्त प्रमाणात त्याच्या मेंदूतून लहरी निघत असतात. हा दर क्षणाला होणारा एक तऱ्हेचा शक्तीव्ययच आहे. ही शक्ती बऱ्याच वेळा अनाठायी खर्च होत असते. या पार्श्वभूमीवर दिवसातील काही वेळ तरी शांत ध्यान केल्याने शक्ती बचत होते. मन शांत होते. ही वाचलेली शक्ती योग्य कारणासाठी वापरता येते.

ध्यानाने शारीरिक व मानसिक फायदे होतात आणि ते ताणतणावाचे व्यवस्थापन करताना खचितच उपयुक्त ठरतात. हे फायदे खालीलप्रमाणे–

१) श्वासगती मंदावते. शरीराला विश्रांती मिळते.

२) शरीरांतर्गत अवयवांची शक्ती वाढते. चयापचय सुधारते.

३) प्राणायामामुळे श्वसन संस्था चांगले काम करू शकते. त्यामुळे रक्तशुद्धीस मदत होते.

४) मन एकाग्र, शांत होते, त्यामुळे मुळातच शक्ती कमी खर्च होते. शक्ती बचत होते.

५) ध्यानावस्थेत बाह्य वस्तूंचा विसर पडतो. त्याप्रमाणे मन अलिप्त होते. चिंता, ताण विसरले जातात. त्यामुळे ताणाचे शारीरिक दुष्परिणाम कमी होण्यास मदत होते.

६) आत्मचिंतन, आत्मपरीक्षण आणि समतोल विचाराची मनाला सवय लागते. आत्मबळ वाढते. विचारशक्ती वाढते. संयम वाढतो.

७) नको असलेले विचार मनातून काढून टाकण्याची अलिप्ततेची सवय लागते. शांत, समाधानी अवस्था हळूहळू मनाला प्राप्तही होते.

८) शांतीची सवय लागल्यामुळे त्यातील गोडी लक्षात येते व हळूहळू अति सुखाचा अतिरेक टाळण्याची प्रवृत्ती निर्माण होते. आपोआपच अनावश्यक ताण कमी होतात.

९) विकार काबूत येतात. आत्मविश्वास वाढतो. दु:ख सोसण्याची ताकद वाढते.

१०) शक्ती बचत झाल्यामुळे ही शक्ती अन्यत्र वापरता येते व यशाची खात्री वाढते.

ध्यानाने मनाच्या सुप्त व सूक्ष्म शक्ती जागृत होतात. मन ताजेतवाने होते. नियमितपणा, एकाग्रता, स्थिरता, आत्मचिंतन, आत्मपरीक्षण व दोष निवारण ह्या गोष्टी ध्यानाने शक्य होतात.

थोडक्यात, चिरकाल मन:स्वास्थ्य कायम ठेवणारी आणि ताणतणावांना कायमची सोडचिठ्ठी देणारी ध्यानपद्धती आहे.

तणावमुक्तीसाठी शारीरिक उपाय

ताणतणावामुळे होणारे शरीरावरील आघात कमी करण्यासाठी शरीर पातळीवरील काही उपायांची तोंडओळख येथे करून दिलेली आहे –

ताणामुळे शरीरात अनेक गतिबदल होत असतात. ते पूर्वस्थितीत लवकरात लवकर आणणे म्हणजे शरीरहानी वाचविणे होय. त्यासाठी कोणालाही केव्हाही करता येण्याजोग्या सोप्या युक्त्या म्हणजे १) दीर्घ श्वसन, २) स्नायूंचे शिथिलीकरण आणि ३) एकाग्रता.

१) **दीर्घ श्वसन** – ताठ बसा. सुरुवातीला १ ते ५ अंक सावकाश म्हणत, श्वास आत घ्या. हे करताना श्वास पोटापासून घ्यावा. जेवढा वेळ श्वास रोखून ठेवता येईल तेवढा ठेवावा. नंतर हळूहळू पुन्हा १ ते ५ अंक मोजत श्वास सोडावा. हा व्यायाम केल्याने, शरीराला प्राणवायूचा अधिक पुरवठा होतो. चित्तवृत्ती प्रसन्न होतात. शरीरावरील ताण कमी होतात. ही क्रिया तीन ते पाच वेळा करावी. चालता चालता किंवा खुर्चीत बसूनही ती करता येईल.

२) **स्नायूंचे शिथिलीकरण** – मनाचे लक्ष शरीराच्या विशिष्ट भागावर एकाग्र करावे. उदा. प्रथम कमरेच्या वरचा भाग, त्यातील खांदे, पाठ इत्यादी कल्पनेनेच मोठी जड वस्तू हाताने उचलल्याप्रमाणे स्नायू ताठ करावेत. थोडा वेळ त्या स्थितीत रहावे. मग स्नायू शिथिल करावेत. स्नायूंवरचा ताण कमी होतो. तीन ते चार वेळा हे करण्यास हरकत नाही. त्यानंतर कंबर व कमरेखालील स्नायूंचे असेच शिथिलीकरण करावे.

मान, मेंदू ह्या भागातील ताणस्थिती कमी करण्यासाठी ताठ बसून मान मागे झुकवावी, खांदे जेवढे वर उचलता येतील तेवढे वर उचलावेत. जणू काही खांदे आपल्याला कानापर्यंत न्यायचे आहेत. थोडा वेळ या स्थितीत राहून, पुन्हा मूळ स्थितीला यावे. ही क्रिया तीन–चार वेळा करावी. एक वेगळा, शांतीचा उत्साहाचा अनुभव येईल.

३) **एकाग्रता** – तुमचे आवडते दैवत/श्रद्धास्थान/गुरू यांची आठवण करून किमान चार मिनिटे शांत बसावे किंवा यंत्र चाचणीने आलेला बिंदू आठवून प्रत्यक्ष एकाग्रता करावी.

ताण घालवण्याची मानसशास्त्रीय तंत्रे

ताणमुक्तीसाठी काही मानसशास्त्रीय तंत्रे येथे संक्षेपाने तोंडओळख होण्याच्या उद्देशाने वर्णन केलेली आहेत.

अपरिहार्य ते स्वीकार्य – यशाबरोबर अपयश येणार, चांगल्याबरोबर वाईट येणार, नफ्याबरोबर तोटा येणार. अपयश, वाईट, तोटा या गोष्टी अपरिहार्य आहेत. त्या स्वीकारण्यास दुसरा पर्यायच नाही. यश आणि अपयश यातील फक्त यशच हवे, असे म्हणता येणार नाही. ते अपरिहार्य आहे. मग स्वीकारण्याशिवाय दुसरा पर्याय नाही आणि म्हणूनच हा उपाय – अपरिहार्य ते स्वीकार्य.

अनावश्यक चिंता सोडा – ह्या उपायामुळे अनावश्यक ते सोडून द्यायला मन शिकते. एखाद्या गोष्टीची नुसती चिंता करून काय उपयोग? जेवढे प्रयत्न करता येतील तेवढे प्रयत्न करायचे. चिंता करण्याने मूळ प्रश्न सुटणार नाही. दु:खाला, संकटाला, समस्येला, अडचणीला भिऊ नका, त्याला सामोरे जा आणि अनावश्यक चिंता सोडा.

जगाबद्दल आनंदी विधायक दृष्टिकोन आणि आत्मविश्वास – हा दृष्टिकोन मनात रुजवण्यासाठी चिंतनाची व तत्त्वज्ञानाची जरुरी असते. त्याचप्रमाणे सृष्टीनियमावर आपली श्रद्धा असली पाहिजे. घर, कार्यांगण, समाज, काहीही असो, आपल्या वाट्याला आलेली भूमिका 'स्वधर्म' म्हणून बजावणे अधिक महत्त्वाचे. आपल्या कार्यावर, जीवित हेतूवर दृढ विश्वास ठेवल्याने आत्मविश्वासाने मन मोठे होते. मग त्यात क्षुल्लक विक्षेपाने ताण येत नाहीत, मन विशाल होते, दु:खाचा नवा अर्थ कळतो, दु:खाचे दु:खपण जाते.

कामाची व्यग्रता – सर्वसाधारण माणूस सहजतेने काम चुकवायला पाहतो. आळशीपणा, सुखासीनता ही त्याची प्रवृत्तीच असते. पण या रिकामपणाच्या हौसेमुळे अनेक अनिष्ट प्रवृत्ती मनात आणि शरीरात शिरत असतात. यातूनच अनेक प्रकारचे अपयश, निराशा, संकटे निर्माण होतात आणि पुढे ताण निर्माण होतात. याउलट, सतत कामात व्यग्रता असेल तर ताण आणि अनिष्ट विचार व प्रवृत्ती निर्माण होत नाहीत. अर्थात, हे काम सद्‌हेतुपूर्ण, चांगले उपयुक्त व आवडीचे असले पाहिजे.

विविध क्षेत्रातील थोर व्यक्तींची आयुष्ये पाहिल्यास त्यांची आयुष्ये हेतुपूर्ण कामाने पूर्णत: व्यापून गेलेली दिसतात. त्यामुळे संसारातील क्षुल्लक ताण त्यांच्या वाटेला जात नाहीत. अर्थात, याचा अर्थ, त्यांचे आयुष्य ताणरहित, संकटमुक्त असते असे मात्र नाही. अर्थात, संकटे सोसण्याची त्यांची ताकदही आगळीवेगळी असते. थोडक्यात, कोणत्याही विशाल हेतूचे व सत्कार्याचे वेड मनाला लावून घेतले तर ताणमुक्ती सहजतेने येते.

आवडीच्या छंदात मन गुंतवणे

ताणस्थितीपासून मन अन्यत्र वळवणे, ज्याला इंग्रजीत 'डायव्हर्जन' म्हणतात, तसे मनाला वेगळ्या वाटेला नेणे, वेगळ्या कामात गुंतवणे, प्रत्येक व्यक्तीला कोणता ना कोणता छंद जोपासणे फार उपयुक्त असते. कला, साहित्यनिर्मिती, वाचन, संगीत, प्रवास, देवभक्ती, बागकाम, फिरणे अशी अनेक प्रकारची क्षेत्रे आपल्या आवडीची असू शकतात. ते आवडीचे काम असल्याने मन त्यात चटकन गुंतते, ताणापासून मोकळे होते, गुंतून राहते.

विनोदी दृष्टिकोन – विनोदाचे अनेक फायदे होतात. उगाचच प्रत्येक गोष्ट गंभीरतेने घेतली तर विनाकारण डोक्यावर बोजा निर्माण होतो. तो हलका करण्यासाठी विनोदी वृत्तीचा उपयोग होतो. अब्राहम लिंकनचे उदाहरण या बाबतीत उत्कृष्ट आहे. संकट असो वा राजकारण असो, वकिली असो, सर्व क्षेत्रात त्याने आपली विनोदीवृत्ती कायम ठेवली होती. विनोदी वृत्तीने, हसण्याने स्नायू शिथिल होतात व ताण कमी होतात, मन मोकळे होते.

तणावमुक्तीसाठी महत्त्वाच्या सूचना

- सतत एकच काम करीत असताना, मध्येच अगदी थोडा वेळ कामातून विश्रांती, कामात बदल करा. शक्यतो कामाच्या जागेपासून लांब जा. काही क्षण डोळे मिटून शांत बसा किंवा खिडकीतून बाहेरचे निसर्गदृश्य पहा किंवा भिंतीवरील एखाद्या सुंदर चित्रावर एकाग्र व्हा. अशा विश्रांतीने तुमचा उत्साह वाढेल – मनाचा थकवा जाईल.
- काहीतरी खा. अगदी दोन बिस्किटे, एखादे सफरचंद, काहीही चालेल, पण ते उभ्या उभ्या घाईघाईने खाऊ नका. शांतपणे एखाद्या ताटलीत घ्या. हळूहळू खा. त्या वेळी कामाचा अजिबात विचार करू नका.
- आवडीचे संगीत शांतपणे ऐका. शक्य असेल तर डोळे मिटून व झोपूनही ऐकू शकाल. काही वेळानंतर शरीर आणि मन ताणमुक्त झाल्याचे तुम्ही अनुभवू शकाल.
- शारीरिक किंवा मानसिक खूप थकवा आल्याचे जाणवेल व त्यावेळेस काम सोडून जाणे शक्य नसेल, तर

तुमच्या व्यक्तिमत्त्वाला समतोल शक्ती देणारा 'एकाग्रता बिंदू' आठवा. तुमचा ताण कमी झाल्याचा अनुभव येईल.

- एकाग्रता बिंदू नसेल तर तुमचे आवडते दैवत, श्रद्धास्थान, गुरू किंवा आदरणीय व्यक्तीची आठवण करा. मन आपोआप शांत होईल.
- कामातून वेळ मिळेल तेव्हा ताणमुक्तीची शारीरिक तंत्रे (दीर्घ श्वसन इत्यादी) करा.
- शक्य असेल तर झोपून किंवा खुर्चीत बसून शवासन, ध्यान करावे.

ताणतणाव मुक्तीसाठी कसे वागाल ?

- व्यवहारात वागताना काही युक्त्या वापरल्या तर बरेच ताण निर्माण होणे टळते व असलेले ताणही कमी होतात.
- स्पष्टपणे बोलण्याची सवय ठेवा. जे बोलायचे त्याची प्रथम स्वतःशी उजळणी करा. ते योग्य आहे ना, हे पडताळून पहा व मग योग्य वेळी योग्य माणसाकडे योग्य तऱ्हेने निर्भयपणे मांडा.
- जेथे 'नाही' म्हणायचे असेल तेथे निःसंकोचपणे 'नाही' म्हणावे. हा नकार देताना अपराधीपणाची भावना नसावी. आपण योग्य करतो आहोत ना याची खात्री करून घ्यावी.
- कोणतेही काम करण्यापूर्वी ते कशासाठी व कसे करायचे याबद्दल निश्चित आराखडा आखा. म्हणजे तुमचा आत्मविश्वास वाढेल.
- आपल्याबरोबरच्या लोकांवर विश्वास ठेवा व त्यांना विश्वासात घ्या.
- जगात शिकण्यासारखे खूप आहे. आपण शिकण्याची आस ठेवली पाहिजे. वाईटातूनही चांगले निघू शकते हे ध्यानात ठेवा. जीवनाबद्दलचा नकारी दृष्टिकोन टाळा. होकारी दृष्टिकोन स्वीकारा.
- स्वतःवर, जीवनावर, इतरांवर, जगावर, सृष्टीवर प्रेम करायला शिका. हे जीवन जगण्यासाठी आहे. आनंद घेण्यासाठी व देण्यासाठी आहे. याचा अनुभव घ्यावा.
- नकारी वागणे, नकारी बोलणे टाळा.
- वर्तमानात जगायला शिका. भूतकाळातील दुःखे उगाळत बसू नका आणि भविष्याची चिंता करू नका. वर्तमान तुमच्या हातात आहे, तो जगा.
- कोणत्याही समस्येचा बाऊ करू नका. ती समस्या म्हणजे तुमच्या परीक्षेचा क्षण समजा. परीक्षेत उत्तीर्ण झाल्यावर, वरच्या वर्गात प्रवेश मिळतो तसे, समस्या, अडचण, दुःख ही तुमच्या विकासाची वाट आहे असे समजून समस्या जिंका, यश तुमचेच असेल.
- या जगात अशक्य काहीच नसते. अपयश, संकट, प्रयत्नाने, जिद्दीने, सत्कृत्याने जिंकता येते. तुम्ही ते नक्कीच करू शकाल.
- आपण जसे असतो तसे जग दिसते. समाज हा एक आरसा आहे. आपण जसे लोकांशी वागतो, तसेच लोक आपल्याशी वागतात. आरशाकडे आपण हसून पाहिले तर हसरे प्रतिबिंब दिसते. रडत पाहिले तर रडवे प्रतिबिंब दिसते. जीवनातील प्रत्येक गोष्टीकडे आनंदाने, हसून, विनोदी दृष्टीने पहा म्हणजे जगही तुमच्याबरोबर हसेल आणि जगण्यातील आनंद सगळ्यांना मिळेल.

(संदर्भ – ताणमुक्त सुखी जीवन, सौ. अनघा देशपांडे)

संदर्भसूची

मराठी संदर्भ

- लिमये नरुभाऊ, कल्याणी - काळ - व्यक्ती - कर्तृत्वदर्शन, गतिमान प्रकाशन, पुणे.
- रांगणेकर शरू, व्यवस्थापनाची मूलतत्त्वे - रांगणेकर असोसिएट्स, मुंबई
- प्राचार्य डॉ. कडवेकर श्री. वि., प्राचार्य डॉ. रावळ सी. एन., प्रा. कोठावदे रवीन्द्र, व्यावसायिक व्यवस्थापन - डायमंड पब्लिकेशन्स, पुणे.
- ले. बोरावके दिलीप नारायण, विकाससूर्य रावबहादूर नारायणराव सोपनराव बोरावके, प्रकाशक - बोरावके जन्मशताब्दी समिती - १९९२
- प्राचार्य भुर्के श्याम, शून्यातून विश्व निर्माण करणारे डीएसके, उत्कर्ष प्रकाशन.
- डॉ. प्रा. देशपांडे सविता, प्रा. परुळेकर आशा, सामान्य मानसशास्त्र - उन्मेश प्रकाशन.
- प्रा. पंडित र. वि., डॉ. कुलकर्णी अ. वि., डॉ. गोरे चं. वि., सामान्य मानसशास्त्र, पिंपळापुरे ॲन्ड कंपनी पब्लिशर्स, नागपूर.
- संपदा मासिक-सप्टेंबर, २०१३.
- स्टार टी.व्ही. वर प्रसारित झालेली डॉ. दिलीप बोरावके यांच्या जीवनावरील तीन भागातील सिरियल.

English References

- Aswathappa K., Human Resource and Personnel - Management Tata McGraw-Hill Publishing Co. Ltd., New Delhi.
- Aswathappa K., Organizational Behaviour - Himalaya Publishing House, Mumbai.
- Chandan J. S., Management Theory and Practice, Vikas Publishing House Pvt. Ltd., New Delhi.
- Chatterjee B. K., Organizational Behaviour And Beyond - Asian Books Pvt. Ltd., New Delhi.
- Ed. Irwin David, Building Your Business - Crest Publishing House, New Delhi.
- Gupta C. B., Srinivasan, Entrepreneurial Development - N. P. Sultan Chand and Sons, New Delhi.

- Heller Robert, Managing - Teams - Dorling Kinderstey

- Heller Robert, Motivating People - Dorling Kinderstey, London

- Hisrich Robert D., P. Peters Michael, Entrepreneurship - Tata McGraw-Hill Publishing Co.Ltd., New Delhi.

- Khanka S. S. Organizational Behaviour - S. Chand and Co. Ltd., New Delhi.

- Khanka S. S., Entrepreneurial Development - S. Chand and Co. Ltd., New Delhi.

- Khanka S. S., Human Resource Management - S. Chand and Co. Ltd., New Delhi.

- Koontz Harold, Weihrich Heinz, Essentials of Management - Tata McGraw-Hill Publishing Co. Ltd., New Delhi.

- Lane Byron, Managing People - A Practical Guide - The Oasis Press, Oregon.

- Luthans Fred, Organizational Behaviour - McGraw-Hill International Edition.

- Rao P. Subba, Essentials of Human Resource Management And Industrial - Relations Himalaya Publishing House, Mumbai.

- Robbins Stephen P. Organizational Behaviour - Prentice Hall of India Pvt. Ltd., New Delhi.

- Secrets of Entrepreneurial Leadership - Ted Nicholas Enterprise, Dearborn, U. S. A.

- Straub Joseph T., Encyclopaedia of Practical Management - Volume 6 - Motivating People - Gemini Books, New Delhi.

- Straub Joseph T., Encyclopaedia of Practical Management - Volume 7 Building and Leading Teams - Gemini Books.

- Suri R. K. and Verma Sanjiv, Organizational Behaviour - Text and Cases - Wisdom Publications, Delhi.

- Taneja Satish, Gupta S. L., Entrepreneur Development - New Venture Creation - Galgotia Publishing Co., New Delhi.

- Team Building - Alastair Fraser and Suzanne Neville, Sterling Publishers (Pvt.) Ltd.

प्रा. रवीन्द्र कोठावदे

लेखक–परिचय

प्रा. रवीन्द्र कोठावदे यांना ३३ वर्षांचा पदवी व पदव्युत्तर वर्गांच्या अध्यापनाचा अनुभव असून, ते शिरूर (जि.पुणे) येथील चांदमल ताराचंद बोरा महाविद्यालयात असोसिएट प्रोफेसर म्हणून कार्यरत आहेत. त्यांची आत्तापर्यंत ३७ पुस्तके प्रकाशित झालेली आहेत. राज्य/राष्ट्रीय/आंतरराष्ट्रीय परिषदांत त्यांनी पेपर सादरीकरण केले आहे. अहमदाबाद (गुजरात) येथील आंत्रप्रेन्युअरशीप डेव्हलपमेंट इन्स्टिटट्यूट ऑफ इंडियाची स्कॉलरशीप त्यांना प्रदान करण्यात आली होती. प्रा.कोठावदे जर्नल ऑफ कॉमर्स ॲन्ड मॅनेजमेंट थॉट आणि वाणिज्यविद्येच्या संपादक मंडळाचे ते सदस्य आहेत. ऑल इंडिया मॅनेजमेंट असोसिएशन (नवी दिल्ली) ह्या संस्थेचे ते आजीव सदस्य आहेत. पदव्युत्तर शिक्षण घेत असताना त्यांनी मराठा चेंबर ऑफ कॉमर्स ॲन्ड इंडस्ट्रीज, पुणे येथे कार्यानुभव घेतलेला आहे. शिरूर मॅनेजमेंट असोसिएशनच्या स्थापनेत त्यांचा सिंहाचा वाटा आहे. ते रोटरॅक्ट क्लब ऑफ पूना मिडटाऊन आणि रोटरी क्लब ऑफ शिरूरचे माजी अध्यक्ष आहेत. पुणे विद्यापीठाच्या वाणिज्य विद्याशाखेचे सदस्य आणि बिझिनेस प्रॅक्टिसेस बोर्डाचे सदस्य म्हणून त्यांनी जबाबदारी सांभाळलेली आहे. प्रा. कोठावदे पुणे येथील चारित्र्य प्रतिष्ठान ह्या संस्थेचे सक्रिय सदस्य आहेत.

T.Y.B.Com. पुणे विद्यापीठ (महाराष्ट्रातील सर्व विद्यापीठांना उपयुक्त)

पुस्तकाचे नाव	लेखकाचे नाव	किंमत ₹
Advanced Accounting	Prin. Dr. Jagtap, Dr. Zagade Prof. Jare, Prof. Aher	४५०/-
Cost and Works Accounting (Paper-II)	Dr. Jagtap, Dr. Zagade, Dr. Khairnar	३५०/-
Cost and Works Accounting (Paper-III)	Dr. Zagade, Dr. Jagtap, Dr. Khairnar	३६०/-
Business Regulatory Framework	Dr. S. N. Kulkarni	२९५/-
व्यवसाय नियामक कायदे	डॉ. पुराणिक, डॉ. कुलकर्णी, डॉ. शेठ	२२०/-
भारतीय आणि जागतिक आर्थिक विकास	डॉ. एस. व्ही. ढमढेरे, डॉ. संजय तुपे	२००/-
अंकेक्षण	प्राचार्य डॉ. किशोर जगताप	२००/-
आंतरराष्ट्रीय अर्थशास्त्र (T.Y.B.Com.)	प्रा. डॉ. एस. व्ही. ढमढेरे	२००/-
Cost & Works Accounting II	Prof. Bhirud, Prof. Naphade	२००/-
Cost & Works Accounting III	Prof. Bhirud, Prof. Naphade	२००/-
व्यवसाय नियामक कायदे	प्रा. रूपाली शेठ, प्रा. कुलकर्णी	१८०/-
भारतीय आणि जागतिक आर्थिक विकास	प्रा. डॉ. एस. व्ही. ढमढेरे	१७०/-
Business Regulatory Frame	Dr. R. G. Paithankar	१९५/-

S.Y.B.Com. पुणे विद्यापीठ (महाराष्ट्रातील सर्व विद्यापीठांना उपयुक्त)

Corporate Accounting	Prin. Dr. Jagtap, Prof. Bhirud	४९५/-
Elements of Company Law	Prin. Dr. Jagtap, Prof. Bhirud	२५०/-
कंपनी कायदा	प्राचार्य डॉ. किशोर जगताप	२३०/-
व्यावसायिक व्यवस्थापन	डॉ. पंतोजी शेळके, डॉ. अजिनाथ डोके	१७५/-
Business Communication	Dr. Kadavekar, Prof. Pathare Dr. Varsha Borgaonkar	२००/-
Corporate Accounting (Aurangabad)	Prin. Dr. Jagtap, Prof. Bhirud	३००/-
व्यापारी अर्थशास्त्र	डॉ. एस. व्ही. ढमढेरे	१३०/-
Marketing Management	Dr. Avghade, Prof. Naphade, Prof. Bhirud	१२०/-
व्यावसायिक उद्योजकता	प्रा. रविंद्र कोठावदे	२००/-
Business Management	Dr. Avghade, Prof. Naphade, Prof. Bhirud	२२५/-
Business Economics	Dr. Asha Khilare, Dr. Waghmare	१३०/-
Corporate Accounting	Prof. Bhirud, Prof. Naphade	३२५/-
Principles & Functions of Management	Prof. Bhirud, Prof. Naphade	२००/-
Cost & Works Accounting (Paper-I)	Prin. Dr. Jagatap, Dr. Zagade, Dr. Shete Dr. Jare, Prof. Bhirud, Prof. Naphade	३००/-
Business Communication	Prof. Kadvekar, Prof. Kothavade	१८०/-
व्यवस्थापनाची तत्त्वे व कार्य	प्रा. रूपाली शेठ, प्रा. कुलकर्णी	१६०/-

www.ingramcontent.com/pod-product-compliance
Lightning Source LLC
Chambersburg PA
CBHW082128210326
41599CB00031B/5910